"या पुस्तकातील गर्भितार्थ खूपच ताकदीचा आहे आणि आजच्या जगात १०० टक्के आर्थिक स्वातंत्र्य प्राप्त करून देणारा आहे... मला वाटत होतं, व्यवसाय आणि जीवनविषयक असलेले माझे निष्कर्ष अगदी योग्य आहेत, परंतु हे पुस्तक खऱ्या अर्थानं दृष्टिकोनात मुलभूत बदल घडवून आणतं."

–चिंगडेडिंग, (सदस्य, फास्ट लेन फोरम, सिॲटल, वॉशिंग्टन)

"मी यातील प्रत्येक प्रकरण दोनदा वाचलं आहे. २० वर्षांच्या बेशुद्धावस्थेतून शुद्धीवर आल्यानंतर अचानक चेहऱ्यावर प्रकाश पडावा तसं काहीसं वाटलं. माझ्या व्यावसायिक मार्गावरील मला माहीत असलेल्या किंवा नसलेल्या समानता, आव्हानं एकदम बदलून गेली. तासावर मिळणाऱ्या रोजंदारीच्या मर्यादांना आणि डॉलर्सचं मूल्य घसरत जात असल्यामुळं करत असलेल्या अनेक दशकांच्या बचतीला या पुस्तकानं वास्तविक दृष्टिकोन मिळवून दिला. आता यापुढं 'पाचाला दोन' असा धंदा करायचा नाही. एम. जे., मला झोपेतून जागं केल्याबद्दल धन्यवाद!"

–बी. कोल (सदस्य, फास्ट लेन फोरम, व्हर्जिनिया)

फास्ट लेनमुळं आयुष्य कसं बदललं या संबंधी आणखी काही प्रशंसापत्रं वाचण्यासाठी (जवळपास ५००० हून अधिक!) या संकेतस्थळाला भेट द्या :

http://bit.ly/2lLqKQ6

“फार थोडी पुस्तकं अशी आहेत ज्यांनी मनाचा ठाव घेतला, हेलावून टाकलं आणि प्रेरित केलं, जसे की मिलिअनेर फास्ट लेन. या पुस्तकानं माझ्या संपूर्ण व्यावसायिक आणि जीवनविषयक सूत्रं उभारण्याच्या, ती विकसित करण्याच्या आणि अमलात आणण्याच्या ‘विचारप्रक्रियेला’ पूर्णतः पारदर्शी बनवलं. वार्षिक २ लक्ष डॉलर्स किंबहुना त्यांहून अधिक उत्पन्न मिळवून देणाऱ्या अनेक स्रोतांच्या नियोजनात आणि ती निर्माण करण्यात याची मला मदत झाली. तेदेखील, कोणतंही औपचारिक शालेय शिक्षण घेतलेलं नसताना, वर्गात ‘ढ’ विद्यार्थी असताना. हे तसं सोपं नाहीये, पण सहजसुलभ आहे.”

–आर. न्यूड, स्प्रिंगफिल्ड, मिसोरी

“तुम्ही दिलेला सल्ला आणि ‘फास्ट लेनची तत्त्वं’ यांनी माझं आयुष्यच बदलून टाकलं, हे विधान परिपूर्ण होणार नाही; त्यात काहीतरी त्रोटकता असेल. याहूनही चांगलं आयुष्य आहे हे मला समजत होतं, पण तिथं कसं पोहोचायचं हे कळत नसल्यामुळं मला उद्विग्नता आली होती. तुमचे सल्ले वाचल्यानंतर ते सगळं समजू लागलं. आताचा पगार ते पुढचा पगार असलं जिणं का जगतोय याचा मला शोध लागू लागला. चार वर्षांनंतर माझी पुंजी जवळजवळ चौपटीनं वाढली होती. माझ्या कितीतरी मित्रांनी त्यांच्या तिशीत केली नसेल इतकी बचत आणि गुंतवणूक मी गेल्या काही वर्षांत केली आहे.”

–एम. गोमेझ, वॉशिंग्टन, न्यू जर्सी

“गेली ४० वर्षं मी व्यावसायिक आहे आणि मी असंख्य पुस्तकं वाचली आहेत. एम.जे. यांनी त्यांच्या दोन पुस्तकांत जो नर्मविनोद, सुस्पष्टता आणि ज्ञान यांचं दर्शन घडवलं आहे, त्याच्या आसपास या शेकडो पुस्तकांतील एकही... हो-हो, एकही पुस्तक फिरकूही शकत नाही. जर तुम्ही एखादा चांगला मार्ग शोधत असाल, तर हे पुस्तक म्हणजे तुमचा शेवटचा थांबा आहे असं समजा. आता आणखी एक क्षणदेखील वाया घालवू नका. ही पुस्तकं मिळवा आणि वाचायला सुरूवात करा... आत्ता अगदी लगेचच!”

–ए. बेर्नाड्युची (सदस्य, फास्ट लेन फोरम, न्यू जर्सी)

“फास्ट लेन वाचण्याआधी मी सर्वसामान्य नागरिकाचं आयुष्य जगत होतो. उत्तम नोकरी, ४०१(के) अंतर्गत निवृत्तिपश्चात मिळणाऱ्या रकमेत होत जाणारी वाढ, मला परवडत नसल्यामुळं तारण ठेवलेलं घर आणि विद्यार्थिकर्जात बुडत चाललेला मी. आणि त्याच वेळी मला स्लोलेन पुस्तकाबद्दल समजलं. आतापर्यंतच्या ४० वर्षांच्या प्रवासात मी तसं काहीच साध्य करू शकलो नव्हतो. केवळ निवृत्तीनंतर मिळणाऱ्या ४०१(के)च्या वेतनावर सर्व आशा होत्या. पण वाढत चाललेली महागाई पाहता, तेदेखील पुरेसं होईल याची शाश्वती नव्हती. पुस्तकातील प्रत्येक पानाचा आत खोलवर कुठंतरी प्रभाव पडत होता. एक अमेरिकन प्रौढ म्हणून असलेल्या माझ्या समजाला त्यानं मुळापासून हादरवलं, पण त्याच वेळी माझ्या आत खोलवर काहीतरी गवसत गेलं... माझं स्वतःचं नशीब नियंत्रित करण्याची आणि पुढील पिढ्यांसाठी वारसा निर्माण करण्याची इच्छा. त्यामुळं नोकरीतील गुलामी धुडकावून मी एम.जे. समुदायाशी जोडला गेलो आणि खूप काही शिकलो. एका वर्षाच्या शिक्षणानंतर

आणि अथक परिश्रमांनंतर मी माझा स्वत:चा व्यवसाय सुरू केला. त्यानंतर एक वर्षानं मी पौष्टिक अन्न निर्मिती करणारी कंपनी सुरू केली, ज्याचं वितरण संपूर्ण देशात होतं. आता तर मी या व्यवसायातील मोठा खेळाडू होण्याच्या मार्गावर आहे. अद्याप मी काही लक्षाधीश झालो नाहीये, पण संकेत मिळायला लागले आहेत आणि मी फास्ट लेनचा एक प्रवासी बनलो आहे!''

–स्कॉट वेस्ट, टाम्पा, फ्लोरिडा

''मी आतापर्यंत वाचलेल्या पुस्तकांपैकी हे सर्वोत्तम पुस्तक आहे. मला ठाऊक आहे की लोक म्हणतात, यशाचा कुठलाही सोपा मार्ग नसतो. परंतु, माझ्या मते हे पुस्तक खरंच असा सोपा मार्ग आहे आणि तो अस्तित्वात आहे. अजूनपर्यंत वाचलं नसेल तर अवश्य वाचा. जर याआधी वाचलं असेल, तर पुन्हा वाचा, वर्षातून किमान एकदातरी वाचा. प्रत्येक वेळी वाचताना, याआधी लक्षात न आलेली एखादी दुर्मिळ गोष्ट हाती लागेल.''

–अमिन्मो (सदस्य, फास्ट लेन फोरम, टाकोमा वॉशिंग्टन)

''द मिलिअनेर फास्ट लेन पुस्तक हे व्यवसायाचं सारतत्त्व आहे. तुमच्या व्यवसायाचा हा धर्मग्रंथच समजा.''

–टी. फॅम, (सदस्य, फास्ट लेन फोरम, सॅन होजे, कॅलिफोर्निया)

'' 'विलक्षण' हाच शब्द माझ्याकडे आहे. या पुस्तकामुळं मी इतका प्रभावीत झालो आहे की त्यामुळं कित्येक वेळा रात्री उठून बसलो.''

–ई सी एल एस १८ (उद्योगकर्ता, फास्ट लेन, बीसी कॅनडा)

''माझ्याकडे असलेल्या स्वयंविकासावरील अनेक पुस्तकांपैकी एक पुस्तक ठेवून बाकी सर्व पुस्तकं विकायचं ठरवलं तर केवळ मिलिअनेर फास्ट लेन हे पुस्तक ठेवेन. या पुस्तकात दिलेली उदाहरणांची संख्या आणि विविधता खूपच विस्मयकारक आहे. मला तर वाटतं, आपण मागासलेल्या काळात राहत असतो, तर सामाजिक गतिमानता रोखण्यासाठी आणि वर्णसत्ता अबाधित ठेवण्यासाठी या पुस्तकाला बरहुकूम निषिद्ध मानण्यात आलं असतं. या युगाला हे धोरण दाखवल्याबद्दल एम. जे. यांचे आभार!''

–वॅक्स कॉमिकल, (सदस्य, फास्ट लेन फोरम, एनएसडब्ल्यू, एयू)

''सुरेख! व्यवसायविषयक वाचलेल्या अनेक पुस्तकांपैकी हेच सर्वांत उत्कृष्ट पुस्तक आहे. सरकारी धोरणाचा भाग म्हणून, वयाची १६ वर्षं पूर्ण केलेल्या प्रत्येक व्यक्तीला हे पुस्तक वाचणं अनिवार्य करायला हवं. एम.जें.नी मांडलेल्या मुद्द्यांमधील सुस्पष्टता आणि वापरलेली उदाहरणं कमाल आहेत. हे पुस्तक जगासमोर सादर केल्याबद्दल एम.जे., तुमचे आभार! अगदी शतकं नाही, तरीही किमान पुढील अनेक दशकं हे पुस्तक एक आदर्श बनून राहील याची मला पुरेपूर खात्री आहे.''

–जिनियस०१ (उद्योगकर्ता, फास्ट लेन फोरम, व्हर्जिनिया)

द मिलिअनेर फास्टलेन

संपत्तीची गुरुकिल्ली मिळवा आणि आयुष्यभर श्रीमंतीत जगा

एम. जे. डिमार्को

अनुवाद : सविता म्हसकर

MANJUL
मंजुल पब्लिशिंग हाउस

First published in India by

MANJUL

Manjul Publishing House

Pune Editorial Office
•Flat No. 1, 1st Floor, Samartha apartment, 1031,
Tilak Road, Pune – 411 002
Corporate and Editorial Office
•2nd Floor, Usha Preet Complex, 42 Malviya Nagar,
Bhopal 462 003 – India
Sales and Marketing Office
•C-16, Sector 3, Noida, Uttar Pradesh 201301, India
Website: www.manjulindia.com
Distribution Centres
Ahmedabad, Bengaluru, Bhopal, Kolkata, Chennai,
Hyderabad, Mumbai, New Delhi, Pune

Marathi translation of *The Millionaire Fastlane*

Original English edition first published by
Viperion Publishing Corporation, P O Box 18151,
Fountain Hills, AZ 85269

This Marathi edition first published in 2022
by Manjul Publishing House Pvt Ltd.
by arrangement with Viperion Asset Management.

ISBN: 978-93-5543-018-2

Marathi translation: Savita Mhaskar

Printed and bound in India by Parksons Graphics Pvt. Ltd.

अतिरिक्त फास्ट लेन संसाधने

तुमच्या फास्ट लेनला आणखी गती मिळवून द्या

२००७ साली मी फास्ट लेन फोरमची, एका वैश्विक समुदायाची स्थापना केली. तो अप्रशिक्षित उद्योजकतेच्या विकासाकरता समर्पित आहे. आपल्या स्वप्नांना सत्यात उतरवू पाहणाऱ्या ४०,०००हून अधिक उद्योजकांमध्ये सामील व्हा.

(आणि हो, हे अगदी विनाशुल्क आहे.)

https://www.theFastlaneForum.com

MJDeMarco

https://www.MJDeMarco.com

https://twitter.com/MJDeMarco

https://instagram.com/MJ.Demarco

https://youtube.com/FastlaneMJ

द मिलिअनेर फास्ट लेन

http://www.theMillionaireFastlane.com

Unscripted : Life, Liberty, & the Pursuit of Entrepreneurship

http://www.getUnscripted.com

भाषांतरीत आवृत्त्या उपलब्ध

द *मिलिअनेर फास्ट लेन* हे पुस्तक जगभरात पुढील भाषांमध्ये उपलब्ध आहे : फ्रेंच, इटालिअन, स्पॅनिश, चायनिज (सोप्या तसंच क्लिष्ट स्वरूपात), थाई, व्हिएतनामी, इटालिअन, पोलिश, टर्किश, रशियन, एस्टोनियन, कोरियन, हंगेरियन, जपानी आणि मंजुल पब्लिशिंग हाउसतर्फे; हिंदी, तमीळ तसंच मल्याळम या भाषांत लवकरच येत आहे.

प्रास्ताविक

लॅम्बोगिनी भविष्यवाणी सुफळ संपूर्ण

गोलमटोल अशा किशोरावस्थेत अचानक घडलेल्या एका प्रसंगाचा उमटलेला पडसाद म्हणजे '*मिलिअनेर फास्ट लेन*' हे पुस्तक. एक अपरिचित गृहस्थ, स्वप्नवत वाटणारी, लॅम्बोगिनी कुंताश ही गाडी चालवत असताना जागृत झालेलं भान, ज्ञान यांचा परिपाक म्हणजे हे पुस्तक. फास्ट लेनचा जन्म झाला आणि त्याचबरोबर, संपत्ती मिळवण्यासाठी ५० वर्षं आर्थिक सामान्यपण अंगीकारण्याची आवश्यकता नाही; अनेक दशकांनी आपलं कष्ट, बचत, मन मारून केलेला खर्च आणि शेअर बाजारातून मिळणारा ८ टक्के फायदा सगळं गिळंकृत केलं आहे, हा समज व दृढ धारणाही जन्मास आली.

या पुस्तकात लॅम्बोगिनी ब्रॅण्डचा वारंवार उल्लेख आला आहे. याचा अर्थ, माझ्याकडे ती गाडी आहे अशी शेखी मिरवण्यासाठी तो आलेला नाही. लॅम्बोगिनी हे नाव, माझ्या आयुष्यातली सत्यात उतरलेली भविष्यवाणी प्रतीत करतं. हे अगदी अजाणतेपणी घडलं. मी पहिल्यांदा ही गाडी पाहिली मात्र आणि तिनं मला माझ्या सुरक्षित परिघातून उचलून अक्षरशः बाहेर फेकलं. मी गाडीच्या मालकाला सामोरा गेलो आणि त्याला एक साधा-सरळ प्रश्न विचारला : ''इतकी सुंदर गाडी तुम्हांला कशी काय परवडू शकते?''

मला त्याच्याकडून जे उत्तर मिळालं, ते मी दुसऱ्या प्रकरणात उद्धृत केलं आहे. ते फार त्रोटक परंतु प्रभावी होतं, पण मला आणखी काहीतरी हवं होतं. मला असं वाटत होतं की त्या तरुणानं माझ्याशी एक तास, एक दिवस किंवा एक आठवडाभर तरी बोलायला हवं होतं. *श्रीमंतीचं* प्रतीक असणारी ती गाडी कशी मिळवावी याबद्दल त्या तरुणानं मला मार्गदर्शन करावं, असं मला वाटत होतं.

मला असं वाटत होतं की त्या माणसानं गाडीतून एखादं पुस्तक काढून मला द्यावं.

अनेक वर्षांनी तोच क्षण, भूमिकांची अदलाबदल होऊन मी जगलो. फास्ट लेनचं वृद्धिंगत होत जाणारं यश साजरं करण्याकरता, मी माझी पहिली सर्वांत आलिशान गाडी विकत घेतली - सुप्रसिद्ध लॅम्बोगिनी डियाब्लो. लोकांच्या घराच्या किमतीहूनही महाग असणारी गाडी चालवण्याची संधी जर कधी तुम्हांला मिळाली नसेल, तर ती गाडी चालवताना कसं वाटतं ते सांगतो : तुम्हांला संकोचून चालत नाही. रहदारीत इतर लोक तुमच्या गाडीचा पाठलाग करतात. तुमच्या गाडीच्या मागं अगदी जवळ येतात, गाडीशी घसट करतात आणि अपघात घडवतात. गाडीत इंधन भरणं म्हणजे तर महा प्रसंग : लोक फोटो काढतात, चिडलेले पर्यावरणवादी तुमच्याकडं तिरका कटाक्ष टाकतात आणि जे तुमचा तिरस्कार करतात ते तर

तुमच्या जननेंद्रियाच्या लांबीबाबतदेखील अनुमान लावायला कमी करत नाहीत, जणू काही ह्युंदाई गाडी मालकीची असणं म्हणजेच सगळी संपन्नता आहे!

बहुतेक वेळा लोक प्रश्न विचारतात.

बहुतांश वेळा प्रश्नांची वारंवार विचारणा काही चटोर आणि खोचक तरुणांकडूनच होते, जसा काही वर्षांपूर्वी मी होतो : ''अरे वा! तुम्हांला कशी काय बुवा इतकी महागडी गाडी परवडते?'' किंवा ''तुम्ही काय करता?'' लोक लॅम्बोगिनीचा संबंध संपत्तीशी लावतात. खरं तर हा एक भ्रम आहे. (खरं तर इतकी महागडी गाडी खरेदी करण्यासाठी कोणीही सोम्या-गोम्या पैसे पुरवू शकतो.) ते तुमच्या स्वप्नवत राहणीमानाचं द्योतक ठरतं, जे अनेकांच्या आकलनाबाहेरचं असतं.

काही दशकांपूर्वी मीच विचारलेला प्रश्न जेव्हा मी ऐकतो, तेव्हा मी भेट म्हणून एखादं पुस्तक... किंबहुना एखादं स्वप्न भेट देण्याइतका सक्षम झालो आहे.

हे पुस्तकच माझं खरं उत्तर आहे.

अनुक्रमणिका

परिचय

संपत्तीकडे जाणाऱ्या मार्गावर एक जवळचा मार्ग असतो.

आर्थिक स्वातंत्र्याकडे आणि संपत्तीकडे जाणारा एक छुपा मार्ग असतो. तो असा वेगवान परंतु जवळचा मार्ग असतो ज्याद्वारे तुम्ही वार्धक्यातील गलितगात्रतेपेक्षा, तारुण्याच्या सळसळत्या उत्साहानं संपत्ती मिळवू शकता. खरंच आहे, या मार्गानं गेल्यास तुम्हांला कधी मध्यम वर्गीयपणाशी तडजोड करण्याची गरज नाही. तुम्ही श्रीमंतीत आयुष्य घालवू शकता, चार दशकं आधीच निवृत्त होऊ शकता आणि बहुतांश जणांना जे मिळत नाही असं आयुष्य व्यतीत करू शकता. परंतु दु:खाची बाब अशी की, असा जवळचा मार्ग तुमच्या दृष्टीलाच पडत नाही. उलट तुम्हांला जवळच्या मार्गावर नव्हे, तर मध्यम वर्गीयपणाकडे नेणाऱ्या मार्गावर आणून सोडलं जातं. आर्थिक सनातनीपणाचं एक द्वंद्वयुद्ध 'कॉर्न्यूकोपिया' – झोपी गेलेल्या जनतेसाठी असतं. जनादेशांचा एक समूह, तुमच्या संख्याबद्ध अपेक्षांच्या बाजूनं तुमच्या अवास्तव स्वप्नांचा बळी देतो.

याला मार्ग म्हणायचं? याला आर्थिक सामान्यत्व म्हणतात. यालाच 'हळूहळू श्रीमंत बना,' 'स्लोलेन मार्ग' किंवा 'चाकाच्या खुर्चीवरील संपत्ती,' असंही म्हणता येईल. तो किती नीरस, कंटाळवाणा आहे, ते पाहा.

> *महाविद्यालयात जा, चांगले मार्क्स मिळवा, पदवीधर व्हा, चांगली नोकरी मिळवा, पगाराच्या १०% बचत करा, शेअर बाजारात गुंतवणूक करा – शक्यतो लो कॉस्ट इंडेक्स असेल त्या फंडात गुंतवा, तुमचा ४०१(क) वाढवत न्या (तुमच्या निवृत्तीनंतरची पुंजी वाढवत राहा), तुमच्या क्रेडिट कार्डांना फाटा द्या, जास्तीतजास्त कुपनं गोळा करा, त्यानंतर... एके दिवशी, जेव्हा तुम्ही... आहाहा...! ६५ वर्षांचे होता, तेव्हा तुम्ही श्रीमंत झालेले असता.*

वरील वर्णन म्हणजे तुमच्या आयुष्यानं तुमच्या आयुष्याशी केलेल्या सौद्याचा हुकूमनामा आहे. हा खूप लांबचा रस्ता आहे आणि या प्रवासात, नेत्रसुखद वगैरे काही लागत नाही. जर 'संपत्ती मिळवणं' ही सागरी सफर आहे असं मानलं, तर 'हळूहळू श्रीमंत होणं' म्हणजे दक्षिण अमेरिकेच्या केप ऑफ हॉर्नला वळसा घालण्यासारखं आहे. आणि द्रुत गतीनं (फास्ट लेन) जाणारे आडमार्गाचा – पनामा कालव्याचा – वापर करतात.

मिलिअनेर फास्ट लेन हे पुस्तक, 'जा, स्थावर मालमत्ता खरेदी करा,' 'सकारात्मक विचार करा' किंवा 'चला, व्यवसाय सुरू करा,' असले उपदेश देणारी कोणतीही ठोस धोरणं सांगत नाही, तर मानसिक आणि गणितीय सूत्र वापरून संपत्ती कशी मिळवावी याचं कोडं सोडवत जवळच्या मार्गाचं प्रवेशद्वार खुलं करून देतं. हे पुस्तक गुणवत्तेचं प्रमाण वाढवत नेत, एखाद्या मुखदुर्बळालादेखील श्रीमंत होण्याची शक्यता प्रदान करतं : तरुण आहात तोपर्यंत तसंच सामान्यपणे ज्या वयात निवृत्ती असते, त्याच्या कितीतरी दशकं आधीपासून श्रीमंतीत जगा.

खरं आहे : तुम्ही १८ वर्षांचे असा किंवा ४० वर्षांचे, तुम्हांला आयुष्यभरासाठी स्वातंत्र्य आणि समृद्धी मिळवता येते. 'हळूहळू श्रीमंत होणे' या उक्तीनं आपण जे ५० वर्षांत कमवायचा प्रयत्न करतो – मी मुद्दाम 'प्रयत्न' या शब्दावर भर देतोय – तेच द्रुत गती मार्गाचं तंत्र वापरून ५ वर्षांत कमावता येतं.

तुम्ही जवळच्या मार्गानं का जाऊ शकत नाही?

जर तुम्ही सर्वसामान्य संपत्तिशोधक असाल, तर पुढील प्रश्नातून तुमच्या दृष्टिकोनाचा अंदाज लावता येऊ शकतो : *श्रीमंत होण्यासाठी मी काय केलं पाहिजे?* या कोड्याचं – या पवित्र चषकाचं – उत्तर तुम्हांला सतत पाठपुरावा करत राहणाऱ्या मानसिक चौकटीत आणून ठेवतं.

विविध धोरणं, सिद्धान्त, उद्योग-व्यवसाय आणि योजना यांच्या शोधामुळं आणि पाठपुराव्यामुळं विपुल संपत्ती मिळण्याचं आश्वासन मिळतं. जमीन-जुमल्यात पैसे गुंतवा! ॲमेझॉनवर व्यवसाय सुरू करा! क्रिप्टो चलनाचा धंदा सुरू करा! प्रो-बॉल खेळा! संपत्तीच्या शोधात असणारे टाहो फोडून विचारतात, ''नक्की मी काय काय करू?''

थांबा. काहीही करू नका.

याचं उत्तर, *तुम्ही काय केलं नाहीये यापेक्षा, तुम्ही काय करत आहात* यात दडलेलं आहे. एक जुनी म्हण आहे, आपण ती शंभरएक वेळा तरी म्हटली असेल, पण तिचा मथितार्थ असा : तुम्हांला आत्ता जे मिळतंय तेच मिळवत राहायचं असेल, तर तुम्ही आत्ता जे करताय तेच करत राहा.

दुसऱ्या भाषेत : **थांबा!** जर तुम्ही धनाढ्य नसाल, तर जे काही करत आहात ते करण्याचं थांबवा. पारंपरिक ज्ञानाचं अनुसरण करण्याचं थांबवा. गर्दीत मिसळून, जे सगळे करत आहेत ते आणि चुकीची समीकरणं वापरण्याचं बंद करा. तुमच्या स्वप्नांचा त्याग करायला लावून, तुम्हांला सामान्यत्वाकडे नेणारा रस्ता सोडून द्या. वेगाची मर्यादा असणाऱ्या त्रासदायक रस्त्यावरून तसंच अनेक फाटे फोडणाऱ्या रस्त्यावरून जायचं थांबवा. मी याला 'विरोधी सल्ला' असं म्हणतो, परंतु कित्येक पुस्तकांमधून हे करावं अशा सल्ल्याचा डोस दिलेला असतो.

संपत्तीचं कोडं सोडवण्यासाठी तसंच तुम्ही आता चालत असलेल्या रस्त्यावरून तुम्हांला पायउतार करून, संपत्तीकडे नेणाऱ्या जवळच्या रस्त्यावर आणून सोडण्यासाठी या पुस्तकात जवळपास ३०० संपत्ती-वैशिष्ट्यं नमूद करण्यात आली आहेत. ही वैशिष्ट्यं, तुमच्या आधीच्या कृती, विचार, समज थोपवून, नवीन रस्त्याकडे वळवण्यासाठीची

दिशादर्शक चिन्हं आहेत. थोडक्यात काय, तर *तुम्ही जे शिकला आहात ते विसरून पुन्हा शिकायला हवं.*

तुमचं वास्तव माझी वस्तुस्थिती बदलू शकत नाही

हा विभाग, जे द्वेष्टे (द्वेष करणारे) असतात त्यांच्यासाठी आहे. मी 'मिलिअनेर फास्ट लेन' हे पुस्तक अगदी उद्धटपणे, उपहासात्मक रूपात प्रस्तुत करत आहे. या पुस्तकात बरेचदा 'धाकयुक्त प्रेमा'चा अनुभव येईल. अर्थातच ही सगळी मांडण्यात आलेली मतं आहेत. शेवटी तुम्हांला स्वत:लाच वास्तव शोधून काढायचं आहे. 'मिलिअनेर फास्ट लेन' या पुस्तकातून तुम्हांला, आपला अपमान, उपमर्द झाल्यासारखं वाटेल, आव्हान दिल्यासारखं वाटेल; कारण आतापर्यंत तुम्ही जे काही शिकला आहात ते सगळं मोडीत निघणार आहे. तुमचे शिक्षक, पालक, आर्थिक नियोजक या सगळ्यांच्या शिकवणुकींच्या ते विसंगत जाणार आहे. आणि प्रातिनिधिक समाजाच्या विरोधात गेल्यामुळं सामान्य कुवतीची माणसं यावर हलकल्लोळ माजवणारच.

सुदैवानं, मिलिअनेर फास्ट लेन या पुस्तकाबाबतच्या तुमच्या समज-गैरसमजांमुळं माझ्या वस्तुस्थितीत, माझ्या वास्तवात कोणताही बदल होणार नसून बदल होणार आहे तो तुमच्या परिस्थितीत. मी पुन्हा एकदा सांगू इच्छितो : फास्ट लेनबद्दलच्या तुमच्या मतमतांतरामुळं माझं वास्तव बदलणार नाहीये (आणि बदलू शकणारही नाही), *तुमच्या परिस्थितीत बदल व्हावा* हाच याचा उद्देश आहे.

चला तर मग, मी माझी वस्तुस्थिती तुम्हांला सांगतो. रोज सकाळी मी कृतज्ञता आणि आनंद या भावनेनं स्वत:ला चिमटा काढतो. ॲरिझोनामधल्या फाउंटन हिल परिसरात, माझं भव्य-दिव्य महालासारखं घर आहे. एक कर्ज सोडल्यास घरात सर्व काही आहे. घराला इतक्या खोल्या आहेत, की त्यातल्या कित्येक खोल्यांत मी महिनोन्महिने फिरकतदेखील नाही. हो, खरंच माझं घर इतकं मोठं आहे. याची एक रोमांचक कथाच आहे, त्याबद्दल न बोललेलंच बरं.

मला आठवतंच नाही की मी घड्याळाला शेवटचा गजर किती वाजता लावला होता आणि दार उघडून बाहेर गेलो होतो. माझ्यासाठी प्रत्येक वार शनिवारच असतो. मी कोणताही उद्योग करत नाही, ना मला कोणी वरिष्ठ आहे. एकही सूट किंवा टाय माझ्याकडे नाही. माझी कोलेस्टेरॉलची पातळी हे सुनिश्चित करते की मी वारंवार इटालिअन हॉटेलात जेवायला जातो. मी हलक्या दर्जाची सिगार ओढतो. पुस्तकाची ही आवृत्ती बाहेर येईस्तोवर माझ्याकडे टोयोटा टाकोमा गाडी आहे जिनं मी १ लाख २० हजार मैलांहून अधिक प्रवास केला आहे. वेगवेगळ्या आलिशान गाड्या माझ्या मालकीच्या असायच्या, ज्यांतील बहुतेक गाड्या लॅम्बोगिनी होत्या. ॲरिझोनामधल्या सिडोना इथे 'आ' वासेल इतकी अकरा एकर जमीन घेण्यासाठी मी त्या सगळ्या भपकेबाज गाड्या विकून टाकल्या. सध्या माझ्या मालकीचं एकच खेळणं आहे, ते म्हणजे दगड तुडवत जाणारी, माउंट एव्हरेस्टदेखील पादाक्रांत करू शकेल अशी यूटीव्ही गाडी. सेडोनामधल्या दगडधोंड्यांसाठी ती अगदी उपयुक्त अशीच आहे. नायट्रस ऑक्साइडनं भरलेली, ७५० अश्वशक्ती ताकद

असलेली, वायपर नावाची स्ट्रीट रेसिंग गाडी चालवताना मी अगदी अर्धमेला झालो होतो. मी कॉस्टको, कोह्ल आणि मला जिथं आवडतं अशा इतर अनेक दुकानांतून खरेदी करत असतो. अर्थात त्यात वॉलमार्टही आलंच, पण गाडी ठेवायला जागा मिळाली तरच. नाही, मी वॉल मार्टमध्ये लॅम्बोगिनी घेऊन जात नाही, कारण त्यामुळं जागा-वेळ यांचं गणित चुकतं. ट्रेकीजना हे चांगलंच ठाऊक आहे.

१४९ डॉलर्सहून अधिक महाग असलेलं घड्याळ मी वापरत नाही. मला टेनिस खेळायला, सायकल चालवायला, पोहायला, डोंगर चढायला, सॉफ्टबॉल, पोहायला, पूल खेळायला, कलात्मक गोष्टी करायला, फिरायला, लिखाण करायला आणि माझ्या यूटीव्हीमधून ॲरिझोनाचं वाळवंट पालथं घालायला खूप आवडतं. मला जिथं आणि जेव्हा मनाला येईल तिथं आणि तेव्हा मी फिरायला जातो. माझ्या डोक्यावर कोणतंही कर्ज नाही आणि घरदेखील मी रोख किंमत देऊन खरेदी केलं आहे. कारण दिवसेंदिवस वाढत जाणाऱ्या राहणीमानाच्या किमतीची धास्ती न वाटता माझ्या आईला आयुष्याचा आनंद लुटता यावा, म्हणून तिच्यावर जे कर्ज होतं तेदेखील मी फेडून टाकलं आहे.

तुम्ही माझ्यासाठी काही भेटवस्तू घ्यायचा विचार करत असाल, तर तुम्हांला शुभेच्छा! माझ्याकडं मला हवं असलेलं सर्व काही आहे. तेव्हा 'मला हवी असलेली किंवा माझ्या गरजेची,' अशी एखादी भेटवस्तू घेणं म्हणजे ड्रेकचं समीकरण सोडवण्यासारखं आहे. कारण अशा गोष्टींची किंमत अगदी क्षुल्लक असते. जेव्हा अगदीच गरज असेल तेव्हाच मी त्या घेतो.

मी ३१ वर्षांचा असताना पहिल्यांदा मी लक्षाधीश झालो. याच्या पाच वर्षं आधी मी माझ्या आईसोबत राहत होतो आणि आयुष्याशी संघर्ष करत होतो. वयाच्या ३७व्या वर्षी मी निवृत्ती घेतली. जगभरात केलेल्या गुंतवणुकीतून, मालमत्तेच्या वर्धित मूल्यातून मी दर महिना हजारो डॉलर्स कमावतो. कोणत्याही दिवशी मी काहीही केलं तरी एका गोष्टीची खात्री असते : मला पैसे मिळतात आणि त्यासाठी मी कुठलंही काम करत नाही. मला हे आर्थिक स्वातंत्र्य मिळालंय- कारण मी संपत्तीचं कोडं सोडवलं आणि मध्यम वर्गीय मानसिकतेतून स्वतःची सुटका करून घेतली. एक असामान्य आयुष्य जगणारा मी, एक सामान्य माणूस आहे. ही स्वप्नसृष्टी आहे; परंतु इथं मी माझ्या सामान्यत्वापासून, सर्वसाधारण आयुष्यापासून फारकत घेऊन माझ्या अशक्यप्राय स्वप्नांचा पाठपुरावा करू शकतो. मी जर पठडीतलाच 'हळूहळू श्रीमंत व्हा,' असा रस्ता धरला असता, तर माझी स्वप्नं बहुधा मृतवत झाली असती, मी कर्जात बुडलो असतो, रोज सकाळी नोकरीसाठी जाण्याची दगदग करत असतो आणि ५० मिलिग्रॅमच्या प्रोझॅक गोळ्या खात बसलो असतो.

तुमच्या स्वप्नांचं काय? त्यांना पुनरुज्जीवित करायचं आहे ना? तुमचं आयुष्य तुम्हांला स्वप्नपूर्तीच्या मार्गावर नेणारं आहे की स्वप्नपूर्तीकडे वाटचाल सुरू आहे? जर तुमच्या स्वप्नांची सत्यात उतरण्याची शक्यता मावळली असेल तर अशी शक्यता आहे की, 'हळुहळू श्रीमंत होण्या'नं त्यांचा घात केला आहे. 'हळूहळू श्रीमतं होणं' हे सूत्र क्रूर गुन्हेगाराप्रमाणं स्वातंत्र्याच्या बदल्यात स्वातंत्र्य मागत असतं. स्वप्नांचा गळा घोटणारा हा एक वेडपट व्यापार आहे.

उलटपक्षी, जर तुम्ही योग्य मार्गावरून प्रवास केला, मार्गाच्या नकाशाचा योग्य वापर केला, तर स्वप्नं सत्यात उतरण्याच्या शक्यतेपोटी तुम्ही तुमची स्वप्नं पुन्हा जिवंत करू शकता. हो, द्रुत मार्गावरील प्रवासी बनून तुम्ही जलद गतीनं संपत्ती निर्माण करू शकता. तेव्हा, 'हळूहळू श्रीमतं होण्या'च्या मार्गाला बाजूला सारा आणि आयुष्यभर समृद्धी, स्वातंत्र्य आणि स्वप्नपूर्तीचा मार्ग निवडा... जसा मी निवडला आहे.

यापूर्वी हे पुस्तक तुमच्या हाती लागलं नसलं, तरी काळजी करू नका. फास्ट लेनला तुमचं वय, तुमचा कामातील अनुभव, तुमचा वंश, तुम्ही स्त्री आहात की पुरुष यांपैकी कशाशीही देणंघेणं नसतं. वर्गात जरी तुम्ही अगदी 'ढ' असला, महाविद्यालयात तुमची प्रतिमा, 'बिअर पिणारा' अशी असली तरी काही बिघडत नाही. तुम्ही बिग-टेन कॉलेजचे पदवीधर असा अथवा हॉर्वर्डमधून एमबीएचं शिक्षण घेतलेले असा, फास्ट लेनला यांपैकी कशाशीच देणंघेणं नसतं. तुम्ही कोणी प्रसिद्ध खेळाडू आहात, अभिनेते आहात की *अमेरिकन आयडॉल* स्पर्धेच्या अंतिम फेरीतील स्पर्धक आहात; असलं काहीही फास्ट लेन विचारत नाही. तुम्ही फास्ट लेनच्या प्रवेशद्वारातून त्याच्या विश्वात शिरलात की तुमच्या भूतकाळाबद्दल फास्ट लेन खूप दयाळूपणा दाखवतो.

सरतेशेवटी, मी- तुमचा भावी गुरू होण्याची जोखीम पत्करून, तुमच्या फेसबुकवरील संदेश वाढवण्याची शक्यता गृहीत धरताना मला एक स्पष्ट करायचं आहे : मी गुरू नाही आणि मला तसं बनायचंही नाही. माझी अशी इच्छा होती की, हे पुस्तक मला माझ्या विशीत असताना मिळायला हवं होतं. तसंच १०,००० डॉलर्स भरून लोक परिसंवादाला येतात, त्यामुळं यात 'विनामूल्य प्रशिक्षण'ही समाविष्ट नाही.

त्याचबरोबर, 'गुरू' या संज्ञेत सर्वज्ञानी असणं अभिप्रेत आहे आणि मी त्यातला नव्हे. या क्षेत्रात मी २० वर्षांहून अधिक काळ आहे, तरीही नम्रपणे सांगतो, मला अजून बरंच काही शिकायचं आहे. अगदी शिक्का मारायचाच असेल, तर 'गुरूच्या विरुद्ध' किंवा 'हळूहळू श्रीमंत होण्या'ला विरोध करणारा - असं मारा हवं तर.

क्षमा करा : आठवड्यातले चार तास काम वगैरे असलं काही नाही.

सुरूवातीलाच काही गोष्टी आपण स्पष्ट करून घेऊ : हे पुस्तक 'कसं करावं,' या बाबतीत नाही. तुमच्या आयुष्याला आउटसोर्स करणाऱ्या ढीगभर संकेतस्थळांची यादीदेखील या पुस्तकात देण्यात आली नाही. यशपूर्ती हा एक प्रवास आहे आणि आठवड्यातून चार तास काम करणाऱ्या फिलिपाइन्सकडे आपण तो आउटसोर्स करू शकत नाही. 'मिलिअनेर फास्ट लेन' हे पुस्तक, मानसशास्त्र आणि गणित यांची सांगड घालून बांधलेला राजमार्ग आहे, जो तुम्हांला खूप मोठी संपत्ती निर्माण करण्याच्या शक्यतेकडे घेऊन जातो.

या द्रुत गती मार्गाचा शोध घेण्याच्या प्रवासात मी नेहमीच अचूक, रामबाण असं सूत्र मिळवण्याच्या प्रयत्नांत होतो, जे संपत्तीकडे घेऊन जाईल. पण माझ्या हाती केवळ संभ्रम आणि व्यक्तिनिष्ठ अनिवार्यता आली. जसं; 'दृढ निश्चय ठेवा' किंवा 'प्रयत्नांती परमेश्वर' अथवा 'आपण काय आहोत' - हे माहिती असणं महत्त्वाचं नसून 'कोण आहोत याला महत्त्व आहे,' इत्यादी. पण हे शब्द म्हणजे कोड्यातले काही तुकडेच आहेत, त्यामुळं संपत्ती

मिळवता येईलच याची खात्री देता येत नाही. उपयोगी पडणाऱ्या सूत्रात गणितीय रचनांचा वापर केलेला असतो, संदिग्ध विधानांचा नाही. संपत्ती मिळवण्यासाठी अशी कोणती सांकेतिक संख्या, गणितीय सूत्र असतं का ज्याचा वापर करून तुम्ही तुमच्यासाठी शक्यतांना प्रतिकूल करून घेऊ शकता? हो, असं असतं आणि फास्ट लेन ते प्रमाणित करतं.

आता एक वाईट बातमी. संपत्तीच्या शोधात असलेल्या अनेकांच्या अशा 'पैशासाठी' लिहिलेल्या पुस्तकांकडून अवाजवी अपेक्षा असतात. त्यांना वाटतं की, एखादी परी अथवा गुरू त्यांच्यासाठी चमत्कार घडवेल. संपत्तीकडं जाणाऱ्या मार्गावर कोणीही सखा-सोबती नसतो आणि हा मार्ग नेहमीच निर्माणाधीन असतो. कोणीही एक दशलक्ष रुपये आपणहून तुम्हांला आणून देत नसतो. या मार्गावरून केवळ तुम्हांला आणि तुम्हांला एकट्यालाच प्रवास करायचा असतो. *त्या मार्गाचं दार मी तुमच्यासाठी उघडं करून देऊ शकतो, पण मार्गक्रमणा तुम्हांलाच करायची आहे.*

मला असं म्हणायचं नाही, की फास्ट लेनवरचा हा प्रवास सोपा आहे; नक्कीच त्यात कष्ट आहेत. तुम्हांला जर आठवड्यातून चार तास काम करण्याची वगैरे अपेक्षा असेल, तर तुमची निराशाच होईल. मी इतकं करू शकतो, की 'हाच राजमार्ग अनुसरा' - असा दिशादर्शक फलक अंतराअंतरावर लावून ठेवू शकतो.

फास्ट लेन हा तोच मार्ग आहे.

लक्षाधीशासोबत कॉफी

हे पुस्तक मी संवादरूपात प्रस्तुत केलं आहे. जणू तुम्ही माझे नवीन मित्र आहात आणि आपण अनोळखी ठिकाणी कॉफीचा आस्वाद घेत आहोत! अगदी बरोबर... मी संघर्ष करत असताना जे शहाणपण मिळवलं त्याव्यतिरीक्त मी काहीही विकत नाहीये. मी तुमच्याशी मित्र म्हणून संभाषण करत असताना काही गोष्टी लक्षात ठेवू या... तुम्ही कोण आहात याचा मला काहीच थांगपत्ता नाहीये. मला तुमच्या भूतकाळाविषयी काहीही ठाऊक नाही; ना तुमचं वय, तुमची प्रवृत्ती, तुमचा जोडीदार, अथवा तुमचं शिक्षण यांपैकी कशाचीच माहिती नाहीये. त्यामुळं आपलं संभाषण वैयक्तिक स्वरूपाचं वाटावं म्हणून मला काही गोष्टी गृहीत धरणं गरजेचं आहे. मी गृहीत धरलेल्या गोष्टी :

- आयुष्याकडे चौफेर बघताना तुम्ही, 'याहून निश्चित जास्त असणार,' असा विचार करता.
- तुमची स्वप्नं खूप मोठी आहेत. परंतु ज्या मार्गावरून तुम्ही जात आहात, त्या मार्गानं तुमच्या स्वप्नांपर्यंत तुम्ही पोहोचाल की नाही याबद्दल तुम्ही साशंक आहात.
- तुम्ही महाविद्यालयाशी निगडित आहात किंवा तुम्ही महाविद्यालयात प्रवेश घेतला आहे अथवा तुम्ही महाविद्यालयीन शिक्षण घेतलेलं आहे.
- तुम्ही नोकरी करता, पण त्या कामात तुम्हांला अजिबात रस नाही अथवा त्यामुळं तुम्हांला श्रीमंत होता येणार नाहीये.

- तुमची बचत अल्प प्रमाणात आहे आणि तुमच्या डोक्यावर कर्जाचा बोजा आहे.
- तुम्ही नियमितपणे ४०१(क)मध्ये किंवा निम्न दर्जाच्या म्यूच्युअल फंडात पैसे गुंतवता.
- तुमच्या गुंतवणुकीच्या माध्यमातून ज्या वेगाने तुमच्या बचतीत वाढ होत आहे, त्यानुसार तुमचं निवृत्तीचं वय तुमच्या अपेक्षेपेक्षा खूप लांब आहे, याची तुम्हांला पुरेपूर जाणीव आहे.
- श्रीमंत माणसांकडं पाहून तुम्हांला प्रश्न पडतो- 'यांना कसं काय जमलं असेल?'
- 'झटपट श्रीमंत' होण्यावरची काही पुस्तकं किंवा योजना तुमच्याकडं आहेत.
- तुम्ही एका स्वतंत्र लोकतंत्र समाजात वावरता, जिथं शिक्षण आणि निवडीचे मुक्त पर्याय यांना काही दर्जा आहे.
- तुमचे पालक जुन्या विचारांची 'री' ओढणारे आहेत, 'महाविद्यालयात जा आणि चांगली नोकरी मिळवा.'
- तुमच्याकडं कोणतंही शारीरिक कौशल्य नाही. म्हणजे, तुम्ही खेळाडू, गायक, मनोरंजन करणारा, अभिनेता बनण्याची शक्यता जवळजवळ नाहीच.
- तुम्ही तरुण आहात, भविष्याबद्दल तुमच्या मनात उत्साह अगदी सळसळतो आहे, पण त्याला कोणती दिशा द्यावी याबद्दल तुमच्या मनात संभ्रम आहे.
- तुम्ही वयस्क आहात आणि काही काळ नोकरी-उद्योग करत नाही आहात. इतक्या वर्षांनंतर तुमच्याकडं दाखवण्यासारखं काही नाहीये आणि 'पुनःश्च हरि ॐ' करण्याची तुम्हांला इच्छा नाहीये.
- केवळ ढासळत चाललेली अर्थव्यवस्था, कॉर्पोरेट जगातील चढाओढ आणि कपातीमुळं नोकरी जाण्याची धास्ती असल्यामुळं, तुम्ही तुमची नोकरी अगदी तन-मन ओतून करत आहात.
- तुम्ही कामात खूपच व्यस्त आहात, तुमच्यावर कामाचा अत्यंत भार आहे आणि तुम्हांला मिळणारं वेतन अगदीच कमी आहे; या कारणांमुळं तुम्ही मुलांना सांभाळण्याची जबाबदारी यंत्रांवर सोडली आहे.
- तुम्ही शेअर बाजारात पैसे गमावले आहेत अथवा तथाकथित वित्तीय गुरूंनी सुचवलेल्या पठडीतल्या गुंतवणुकीत मार खाल्ला आहे.

वरील काही गृहितकं तुमच्या परिस्थितीशी मिळतीजुळती असतील, तर या पुस्तकाचा तुम्हांला चांगला उपयोग होईल.

पुस्तकाची मांडणी अशी करण्यात आली आहे

प्रत्येक प्रकरणाच्या शेवटी 'प्रकरण सारांश - फास्ट लेनची वैशिष्ट्यं' या शीर्षकाखाली एक उपविभाग आहे, जो फास्ट लेनची महत्त्वपूर्ण वैशिष्ट्यं साद्यंत, तपशीलवार वर्णन करतो. त्याकडे दुर्लक्ष करू नका! हे उपविभाग म्हणजे तुमचा द्रुतगती मार्ग बांधताना लागणाऱ्या विटा आहेत. फास्ट लेन फोरमकडून तसंच अन्य काही वैयक्तिक आर्थिक मंचांकडून प्राप्त

झालेल्या कथा आणि उदाहरणांचा या पुस्तकात समावेश करण्यात आला आहे. यातील कथा, त्यातली पात्रं आणि त्यांच्या समस्या जरी खऱ्या असल्या, तरीही आणखी स्पष्टता येण्यासाठी मी नावं बदलली आहेत; तसंच काही संवादांत काटछाटही केली आहे. आणि शेवटी– फास्ट लेन धोरणांबाबत, फास्ट लेन फोरमच्या सभासदांशी अगदी मनमोकळी चर्चा करा. जेव्हा फास्ट लेनमुळं तुमचं आयुष्य बदलेल, तेव्हा थोडं थांबून, हे कसं झालं ते आम्हांलाही सांगा.

फास्ट लेनच्या धोरणांची आखणी, जुळवाजुळव करण्यासाठी ती शिकून, वापरात आणून अंतिमत: लाखो रुपये कमावण्यासाठी मी अनेक वर्षं खर्ची घातली आहेत. थकलेला, निवृत्ती घेतलेला आणि हो, तरीही 'जिंदादिल' असलेला असा मी तुमच्या हाती देतोय: *'द मिलिअनेर फास्ट लेन' – संपत्तीची गुरुकिल्ली मिळवा आणि आयुष्यभर श्रीमंतीत जगा!* तेव्हा खुर्चीचा पट्टा आवळा, हातात एखादा कॉफीचा कप घ्या आणि निघू या एका प्रवासाला!

भाग १ :

चाकांच्या खुर्चीतील संपत्ती : 'हळूहळू श्रीमंत व्हा'– म्हातारपणातली श्रीमंती

फास्ट लेन

१

सगळ्यांत मोठी फसवणूक

''सामान्यपण ही काही प्रेरणा घेण्याची गोष्ट नाही,
त्यापासून दूर गेलेलंच बरं.''

–ज्युडी फास्टर

एमटीव्हीवरचा कधीच प्रसारित न झालेला 'एमटीव्हीक्रिब्ज' हा भाग

सूत्रधार : आता आपण आहोत सुंदरशा अटलांटिक किनारपट्टीवरच्या सूर्यप्रकाशानं न्हाऊन निघालेल्या फ्लोरिडामधील पाम बीचवर. इथं आपण २२ वर्षांच्या बिग डॅडीहू आणि त्याच्या ८,००० स्क्वेअर फुटांच्या छोट्याशा घरकुलाला भेट देणार आहोत. तर बिग डॅडीहू, तुझ्याकडे असलेल्या गाड्यांविषयी सांग.

बिग डॅडीहू : अरे मित्रा, माझ्याकडे ४८८ जीटीबी फेरारी आहे, तिला २२ इंचांची रीमपण लावलेली आहे. त्याशिवाय १२ स्पीकरचा स्टिरिओ लावलेली सुप्रसिद्ध लॅम्बोर्गिनी हुरिकान आहे. आणि जेव्हा मला कधी रात्री मुलींबरोबर मजा मारायची असते तेव्हा मी रोल्स रॉइस आर्नेज वापरतो.

सूत्रधार : ओहो! बिग डॅडीहू, तुला इतक्या सगळ्या आलिशान, महागड्या गाड्या कशा काय परवडतात? शिवाय समुद्रकिनाऱ्यावरचं हे आलिशान घर? याची किंमत नक्कीच २० मिलियन डॉलर्सपेक्षा जास्त असणार.

बिग डॅडीहू : तुला सांगतो मित्रा, बिग डॅडीहू इतका श्रीमंत झाला ते त्याने लो कॉस्ट इंडेक्स फंडमध्ये गुंतवणूक केली आणि ज्या भुक्कड नोकरीत ४०१(क)मध्ये टाकायचे पैसे इकडे वळवावे लागायचे त्या नोकरीला रामराम ठोकला म्हणून...

अचानक काहीतरी चित्रविचित्र आवाज ऐकू येतात...

आणि... संपूर्ण शांतता!

तुम्ही नक्कीच म्हणत असाल, की इतका नाट्यपूर्ण प्रसंग कधी प्रत्यक्षात घडू शकत नाही. बिग डॅडीहूचं उत्तर हे अतिशय अतार्किक आणि हास्यास्पद आहे. आपल्याला इतकं

तर नक्कीच कळतं, की श्रीमंत म्हणवणाऱ्या त्या २२ वर्षांच्या तरुणानं नोकरीत मेहनत करून मिळवलेला पगार आणि म्यूच्युअल फंडात केलेली गुंतवणूक यांतून इतकी संपत्ती निश्चितच कमावलेली नाही. तसंच आपल्याला हेदेखील समजतं की, इतक्या तरुणपणी श्रीमंत होणारी माणसं ही समाजाच्या वेगळ्याच स्तरातली असतात. जसं, प्रसिद्ध खेळाडू, रॅप गायक, मनोरंजन क्षेत्रातल्या आणि प्रसिद्धी पावलेल्या व्यक्ती. या लोकांव्यतिरिक्त आपल्यासारखी म्हणजेच सामान्य माणसं ही आर्थिक तज्ज्ञांनी दिलेल्या चाकोरीबद्ध सल्ल्यांमध्येच गुरफटून राहतात.

यालाच 'हळूहळू श्रीमतं होणं,' असं म्हणतात. हे म्हणजे असं असतं : शाळेत जा, चांगले मार्क्स मिळवा, पदवीधर व्हा, चांगली नोकरी पटकवा, शेअर बाजारात गुंतवणूक करा; ४०१(क) म्हणजेच निवृत्ती योजनेत जास्तीतजास्त पैसे टाका, क्रेडिट कार्डस्ना फाटा द्या, जास्तीतजास्त कुपन्स गोळा करा... आणि एके दिवशी, ओहोहो...! म्हणजे वयाच्या ६५व्या वर्षी तुम्ही श्रीमंत झालेले असाल.

'हळूहळू श्रीमंत होणं' म्हणजे जणू हरलेला जुगार!

तुम्हांला श्रीमंत तर व्हायचंय, पण तुम्ही अवलंबलेलं धोरण मात्र 'हळूहळू श्रीमंत होण्याचं' असेल, तर तुमच्यासाठी एक वाईट बातमी आहे. हा एक हरणारा जुगार आहे, ज्यात तुमचा वेळ पणाला लागला आहे. समुद्राकाठी राजेशाही मालमत्ता असलेला आणि ५ लाख डॉलर्सची गाडी बाळगणारा तरुण काय म्यूच्युअल फंडात गुंतवणूक करून इतका श्रीमंत झाला असेल का? की जवळच्या सुपर स्टोअर्समधून कुपन्स गोळा करून श्रीमंत झालाय? अर्थातच नाही. मग श्रीमंती आणि आर्थिक स्वातंत्र्याकडे घेऊन जाणारा हाच कायदेशीर रस्ता आहे असं श्रेय आपण या सल्ल्याला का म्हणून द्यायचं? कारण सरकार, रेडिओवर मुलाखत देणाऱ्या व्यक्ती आणि गोल्डमन सॅच म्हणतं म्हणून?

म्यूच्युअल फंडात गुंतवणूक करून २२व्या वर्षी श्रीमंत झालेली व्यक्ती मला दाखवा. ४०१(क)मध्ये तीन वर्षं जास्तीतजास्त पैसे टाकून लाखो कमावलेली अशी एक व्यक्ती मला दाखवा. मला विशीतली अशी व्यक्ती दाखवा जी कुपनं गोळा करून श्रीमंत झाली आहे. अशी माणसं असतात का कुठं?

अशी माणसं कुठंच नसतात. अशा गोष्टी केवळ परीकथेतच घडतात.

आणि तरीही आपण संपत्तीच्या सिद्धान्तांचा उपदेश करणाऱ्या चापलूस टोळक्यांवर विश्वास ठेवत असतो. हां, साहेब, तुम्ही नोकरी करा, ५० वर्षांपर्यंत कामं करत राहा, बचत करा, मन मारून काटकसर करत राहा, शेअर बाजारात पैसे टाका आणि लवकरच... तुमचं आर्थिक स्वातंत्र्य तुमच्या दाराशी येईल... वयाच्या सत्तरीला... आणि त्यातही शेअर बाजाराची तुमच्यावर कृपादृष्टी राहिली आणि तुम्ही नशीबवान ठरलात तर साठीलाच! वा, वा...! 'चाकाच्या खुर्चीतलं' हे पांगळं आर्थिक नियोजन किती रोमांचक आहे, नाही का?

आजकालच्या कर्जाच्या आणि महागाईच्या अनिश्चित आर्थिक वातावरणात, ही असली धोरणं कामास येतात यावर लोक विश्वास ठेवतात, याचंच मला खूप आश्चर्य वाटतं. २००८ साली आलेल्या मंदीमुळंच, हळूहळू श्रीमंत होणं म्हणजे मोठी फसवणूक आहे हे

उघड झालं ना? ओह, आत्ता माझ्या लक्षात आलं, जर तुम्ही ४० वर्षं नोकरी करत असाल आणि बाजारातली ४० टक्के मंदी जरी टाळू शकलात तरी हे 'हळूहळू श्रीमंत होण्या'चं सूत्र काम करतं. त्यामुळं, खुर्चीत बसा, काम करा आणि आशा करा की, मृत्यूशी आधी गाठ पडणार नाही; कारण तुमच्या निवृत्तीनंतर तुमची गणना श्रीमंत व्यक्तींमध्ये होणार आहे!

'हळूहळू श्रीमंत होणं' यातून एक स्पष्ट संदेश मिळतो : तुमचा वर्तमान, तुमची स्वप्नं आणि तुमचं आयुष्य यांचा अशा नियोजनासाठी बळी द्या, ज्याचा परतावा, तुमचं बरंचसं आयुष्य सरल्यानंतर तुम्हांला मिळणार आहे.

जरा रोखठोकपणेच सांगतो : जर संपत्तीकडे नेणारा मार्ग तुमच्या आयुष्याची बहुतांश उमेदीची वर्षं गिळंकृत करणार असेल आणि तरीही त्यात कुठलीही शाश्वती नसेल, तर असा रस्ता काही कामाचा नाही. वॉल स्ट्रीटवर अवलंबून असलेल्या 'श्रीमंतीकडे नेणाऱ्या या मार्गानं,' तुमचं आयुष्य आणि काळ नांगरासारखा बांधून ठेवला आहे. तुमचं आयुष्य आणि वेळ पणाला लावून जुगार खेळला जाणारी ही अंधारवाट आहे.

तथापि, 'आर्थिक तज्ज्ञ' म्हणवून घेणाऱ्या लाळघोट्या, भोंदू जमावानं लादलेल्या पूर्वनिर्धारित योजना यशस्वी होतच राहतात. पण ते स्वतःच्याच अकलेने श्रीमंत झालेले नसतात, तर लक्षाधीश होण्याचा त्यांचा स्वतःचा असा एक वेगळा द्रुतगती मार्ग (फास्ट लेन) असतो. त्यामुळं हे घडतं. 'मंद गती मार्गाचे' (स्लो लेन) भविष्यवेत्ते – अर्थात अशा व्यक्ती ज्या गुंतवणूक व्यवस्थापनाची फी आकारून, पुस्तक प्रकाशनाची भली मोठी रॉयल्टी घेऊन, अर्थविषयक कार्यक्रम आणि सदस्यत्वाच्या माध्यमातून भविष्य घडवतात, त्यांना हे माहीत असतं की, आपण काय सांगत नाही आहोत – *आपण जे शिकवतो त्याचा काहीच उपयोग होत नाही, जे विकतो ते उपयोगी पडतं.*

तारुण्यात श्रीमंती : वेडगळपणा तर नाही?

मिलिअनेर फास्ट लेन हे पुस्तक निवृत्त होणाऱ्या लक्षावधी वृद्धांसाठी नसून तारुण्य, आनंद, स्वातंत्र्य आणि समृद्धी यांना समावेशक करणाऱ्या संपत्तीची नव्यानं व्याख्या करण्यासाठी आहे. फास्ट लेन फोरमवर आलेला हा एक अभिप्राय पाहा :

> *''तुम्हांला कळतंय का, असं तरुणपणी मनमुराद जगण्याचं स्वप्न – मालकीच्या आलिशान गाड्या असणं, स्वप्नातलं घर असणं, मनसोक्त भटकंती आणि स्वप्नाचा पाठपुरावा करणं हे अगदी वेडसरपणाचं नाहीये का? तरुण वयात तोंड द्याव्या लागणाऱ्या गळेकापू स्पर्धेला खरोखर चुकवता येतं का? मी स्वतः शिकागो येथील इलिनॉयमध्ये गुंतवणूक बँकर आहे. या कामासाठी मला बेताचा पगार आणि बेताचं कमिशन मिळतं. बऱ्याच लोकांच्या म्हणण्यानुसार माझी नोकरी उत्तम आहे. पण मला तिचा अगदी तिटकारा आहे. शिकागोच्या डाउनटाउनमध्ये फेरफटका मारायला गेलं, की मला कितीतरी लोक आयुष्याचा अगदी मनसोक्त उपभोग घेताना दिसतात. काही जण महागड्या आलिशान गाड्या फिरवत असतात आणि मी माझ्याशीच विचार करतो... हे सगळे जण*

केस पिकलेले, पन्नाशीचे किंवा पन्नाशी पार केलेले लोक आहेत! त्यांतील एकानं मला एकदा सांगितलं, ''तुला माहित्ये का बाळा, तुला जेव्हा असं खेळणं फिरवायला खरोखरंच परवडेल ना तेव्हा तू पुरता म्हातारा झालेला असशील!'' तो माणूस ५२ वर्षांचा रिअल इस्टेट गुंतवणूकदार होता. मला आठवतं, त्याच्याकडे बघत मी मनोमन म्हटलं होतं, ''अरे देवा... हे काही खरं नाही. हा निव्वळ मूर्खपणा आहे! नक्कीच मूर्खपणा...''

मी हे सिद्ध करू शकतो की, हा मूर्खपणा नाही. तुम्ही आयुष्याचा मनमुराद आस्वाद घेऊ शकता आणि तरीही तरुण राहू शकता. श्रीमंत होण्यासाठी किंवा निवृत्त होण्यासाठी वृद्धत्व हीच पूर्व अट असली पाहिजे असं नाही. परंतु, खरोखरचा विक्षिप्त माणूस विचार करतो की 'हळूहळू श्रीमंत व्हा' या मूलभूत सिद्धान्तानुसारदेखील, तुम्ही वयाची तिशी गाठेस्तोवर हे सगळं साध्य करू शकता. एका अर्थी हा दीडशहाणा, 'हळूहळू श्रीमंत होणं' या सिद्धान्ताला आपली स्वप्नं भंग करण्याची परवानगीच देत आहे.

निवृत्तीचा नव्यानं शोध घ्या, त्यात थोडं तारुण्य मिसळा

'निवृत्ती' हा शब्द उच्चारताच तुमच्या डोळ्यांसमोर काय येतं? माझ्या डोळ्यांसमोर व्हरांड्यातील एका करकरणाऱ्या खुर्चीत बसलेला तसाच चिडचिड करणारा म्हातारा येतो. तसंच औषधांची दुकानं, डॉक्टरांचे दवाखाने, वॉकर्स आणि लघवी करण्यासाठी घातलेली ढगळसर अंतर्वस्त्रं मला दिसायला लागतात. दवाखाने आणि त्यात प्रमाणापेक्षा जास्त भरती करण्यात आलेले प्रियजन. मला ते सगळं जुनंपुराणं आणि निश्चल वाटतं. शी:! १९७१ सालच्या आसपास यायचा तसा कुबट वासदेखील मला जाणवतो. साधारणत: वयाच्या साठी-सत्तरीच्या आसपास माणसं निवृत्त होतात. त्या वयातदेखील त्यांना दैनंदिन गरजा भागवण्यासाठी खूप संघर्ष करावा लागतो किंवा तगून राहण्यासाठी दिवाळखोरीत निघालेल्या सरकारी योजनांवर अवलंबून राहावं लागतं. काही जण केवळ त्यांचा 'सुवर्ण काळ' टिकवण्यासाठी काम करत राहतात. काहींना तसलं काहीच जमत नाही आणि बिचारे मृत्यू येईपर्यंत काम करतच राहतात.

असं कसं घडतं? उत्तर सोपं आहे. 'हळूहळू श्रीमंत व्हा' या सिद्धान्तानुसार, पैसे जमवण्यासाठी आयुष्य खर्ची घालावं लागतं आणि तरीदेखील त्यातील वाईट भाग म्हणजे आपलं *ज्याच्यावर काहीच नियंत्रण नाही अशा अनेक गोष्टींवर* या सिद्धांताचं यश अवलंबून असतं. एकाच नोकरीत आयुष्याची ५० वर्षं गुंतवा आणि काटकसरीचं आयुष्य जगा. आणि मग, एके दिवशी चाकाच्या खुर्चीवर बसून आणि शेजारी पडलेल्या औषधांच्या गोळ्या आणि त्यांच्या चिठ्ठ्या यांच्या संगतीत निवृत्त व्हा... किती नीरस, कंटाळवाणं आहे हे सगळं!

तरीही, लाखो लोक हा ५० वर्षांचा जुगार खेळतात. जे वॉल स्ट्रीटची लॉटरी जिंकतात, त्यांना आर्थिक स्वातंत्र्यासोबत मिळतं एक घबाड : *वार्धक्य!*

परमेश्वरा! आभारी आहे तुझा.

पण म्हणतात ना, देव तारी त्याला कोण मारी. 'हाच सुवर्णकाळ आहे!' हे लोक कोणाची थट्टा करत आहेत? सुवर्णकाळ... कोणासाठी?

जर संपत्तीकडे घेऊन जाणारा मार्ग आणि स्वातंत्र्य तुमच्या आयुष्याची ५० वर्षं गिळंकृत करत असेल, तर ते योग्य आहे का?

पन्नास वर्षांचा हा प्रवास फार काही आकर्षक नसतो. त्यामुळं यात काही यशस्वी होतात– तर काही आयुष्याच्या सायंकाळी मिळेल त्या आर्थिक स्वातंत्र्यावर समाधान मानतात.

निवृत्तीचे जे निकष आपण मान्य केले आहेत त्यांत एक समस्या अशी आहे की, *तुम्हांला त्यातल्या काही बाबी जाणवत नाहीत.*

तुम्हांला तारुण्य दिसत नाही, तुम्हांला मौजमजा दिसत नाही की तुम्हांला तुमची स्वप्नं सत्यात उतरताना दिसत नाहीत. ही सुवर्णवर्षं खरं तर सुवर्णकाळ नसून मृत्यूची प्रतीक्षालयं असतात. यमाचा फास पडण्याआधी जर तुम्हांला आर्थिक स्वातंत्र्य उपभोगायचं असेल, तर 'हळूहळू श्रीमंत होणं' हा त्यासाठीचा उपाय नव्हे.

जर तुम्हांला सुदृढ आरोग्य, चैतन्यमय, एखाद्या जाहिरातीत शोभतील अशा सळसळत्या केसांचं तारुण्य लेवून निवृत्त व्हायचं असेल, तर समाजात रुजलेल्या, पठडीबद्ध, तसंच जनमानसातील महागुरूंनी दिलेल्या 'हळूहळू श्रीमंत व्हा' या सूत्राकडे तुम्ही काणा डोळा करणं गरजेचं आहे. यावर दुसरा मार्गदेखील आहे.

प्रकरण सारांश – फास्ट लेनचं वेगळेपण

- 'हळूहळू श्रीमंत व्हा' हे सूत्र तुमच्याकडून दीर्घकालीन उत्तम रोजगाराची अपेक्षा ठेवतं.
- 'हळूहळू श्रीमंत व्हा' हा हरणारा जुगार आहे. कारण, वॉल स्ट्रीट आणि तुमच्या आयुष्यातला महत्त्वाचा काळ तो जखडून ठेवतो.
- तुम्ही तरुण, संवेदनशील आणि उत्साहपूर्ण असतानाची वर्षं हाच खरा सुवर्णकाळ आहे.

फास्ट लेन

२

'हळूहळू श्रीमंत होण्याला' मी कसं चकवलं?

''सर्वसामान्यांचं अनुकरण करणं, हे आयुष्याचं ध्येय नसावं,
तर वेडगळांच्या गर्दीतून आपण आपल्याला शोधून,
त्यातून स्वत:ला निराळं ठेवणं, हे असावं.''

–मार्कुस ओरिलिअस

'हळुहळू श्रीमंत होण्यामुळं' स्वप्न भंग होतात हे उघड आहे

किशोर–वयात असताना तरुणपणीच श्रीमंत होण्याचा मी कधी विचारदेखील केला नव्हता. 'श्रीमंती + तारुण्य' हे समीकरण तेव्हा जुळणंच शक्य नव्हतं, कारण ना माझ्याकडे बुद्धिमत्ता होती ना शारीरिक क्षमता. तरुणाईत श्रीमंत होण्यासाठी असलेल्या रुळलेल्या मार्गांवर अनेक स्पर्धात्मक खाचखळगे असतात आणि त्यासाठी बुद्धिकौशल्याची गरज असते. अभिनेते, संगीतकार, उद्योजक किंवा होतकरू खेळाडू – सगळ्या मार्गांवर 'रस्ता बंद' असा फलक लागलेला होता आणि तो मला ''एम.जे., तुझं इथं काहीच होऊ शकणार नाही,' असं खिजवत होता.

त्यामुळं आयुष्याच्या सुरूवातीला मी याचा स्वीकार केला. माझ्या स्वप्नांना तिलांजली दिली. 'हळूहळू श्रीमंत होण्या'नं अगदी स्पष्ट केलं की : शाळेत जा, नोकरी मिळवा, जे काही अल्प–स्वल्प मिळेल त्यात समाधान माना, त्याग करा, काटकसरी बना, डोंगराच्या कुशीतलं घर, आलिशान गाड्या आणि आर्थिक स्वातंत्र्याची स्वप्न बघणं सोडून द्या. पण तरीदेखील मी ती स्वप्नं बघत राहिलो आणि किशोर–वयातली मुलं हेच तर करतात. मी तर सतत आलिशान गाड्यांचीच स्वप्नं पाहायचो. विशेषकरून लॅम्बोगिनी कुंताश.

त्या ९० सेकंदांनी माझं आयुष्य बदलून टाकलं

चांगलाच गोलमटोल असलेला मी, शिकागोमधल्या काही मित्रांसमवेत लहानाचा मोठा झालो. मला तरुण मुली किंवा खेळ यांच्यात अजिबात रस नव्हता, उलट मी बीनबॅगवर

मांडा ठोकून, टॉम अँड जेरी पुन्हा बघत, सतत डोनट खात बसायचो. पालकांची देखरेख शून्यच होती. माझ्या आईनं वडिलांपासून अनेक वर्षांपूर्वीच घटस्फोट घेतला होता, त्यामुळं माझी आणि माझ्या मोठ्या भावंडांच्या पालनपोषणाची जबाबदारी आईवरच येऊन पडली होती. आई कधी महाविद्यालयात गेली नव्हती किंवा तिचा काही उद्योग–व्यवसायही नव्हता. केंटुकी फ्राइड चिकन (केएफसी) दुकानात ती चिकन तळायचं काम करत असे. नाही म्हणायला तिच्याकडे ही एकमेव पात्रता होती. त्यामुळं मीच माझ्या नशिबाचा वाली होतो. बहुतेक वेळा मी काहीतरी गोड खात आणि *ए–टीम* मालिका बघत बसायचो. मी किती कष्ट करायचो ते तुम्हांला एका तुटक्या झाडूच्या दांड्यावरून कळेल : मी हा दांडा, टीव्हीचा रिमोट कंट्रोल म्हणून वापरत होतो, कारण मूळचा रिमोट कंट्रोल तुटला होता आणि जागेवरून उठण्याचा मला भयंकर कंटाळा यायचा. आणि जेव्हा कधी मी जागेवरून उठायचो, तेव्हा तडक आइस्क्रीमचं दुकान गाठायचो, गोड खायचं असेल तर काहीही करण्याची माझी तयारी असायची.

तो दिवसही इतर सामान्य दिवसांप्रमाणेच होता. मला आइस्क्रीम खायची इच्छा झाली होती. माझा आवडता आइस्क्रीम फ्लेवर निश्चित केला आणि आइस्क्रीम दुकानाकडे माझा मोर्चा वळवला.

मी तिथं पोहोचलो, तर 'ती' तिथं होती. माझी स्वप्नातली गाडी माझ्या समोर उभी होती... लॅम्बोगिनी कुंताश! ८०च्या दशकातला सर्वांत गाजलेला चित्रपट *कॅननबॉल रन,* त्यातील सुप्रसिद्ध 'ती!' एखाद्या भक्तानं आपल्या समोर उभ्या ठाकलेल्या परमेश्वराकडे बघावं तसा मी तिच्याकडे पाहत होतो. आइस्क्रीमचा विचार मेंदूतून साफ पुसला गेला होता, याचं मलाच आश्चर्य वाटलं.

माझ्या आवडत्या गाड्यांच्या मासिकांमधून लॅम्बोगिनी गाडीची चित्रं काढून मी माझ्या झोपण्याच्या खोलीत लावली होती. मी ती आशाळभूतपणे बघत असे, त्यामुळं लॅम्बोगिनी कुंताश गाडीशी माझी चांगलीच ओळख होती. अतिशय तेज, तर्रेबाज आणि मादक, भन्नाट वेगाची, एखाद्या अंतराळ यानाचे शोभावेत असे दरवाजे आणि किंमत... परमेश्वरप्राप्तीइतकीच अशक्यप्राय. आणि आता तर ती माझ्या इतकी जवळ होती, जणू काही एल्विसच पुनर्जन्म घेऊन आलाय. तिचं ते मूर्त ठाकलेलं वैभवशाली रूप... जणू काही एखाद्या चित्रकारानं – सुप्रसिद्ध फ्रेंच चित्रकार मोने यानं – स्वत: काढलेलं चित्र डोळ्यासमोर धरलं आहे असं वाटत होतं. तिचा आकार, तिची वक्रता, तिचा गंध...

काही काळ मी तिच्याकडे बावळटासारखा बघतच बसलो होतो, तेवढ्यात एक तरुण आइस्क्रीमच्या दुकानातून बाहेर पडला आणि गाडीपाशी आला. हाच तरुण या गाडीचा मालक आहे का? शक्यच नाही. तो जेमतेम पंचविशीतलाच वाटत होता. त्यानं निळी जीन्स आणि फ्लॅनेलचा ढगळ शर्ट घातला होता. थोडं बारकाईनं पाहिल्यावर माझ्या लक्षात आलं की त्या शर्टाच्या आत *आयर्न मेडन कॉन्सर्ट* असं लिहिलेलं आहे. तेव्हाच मी अंदाज बांधला की, हा काही या गाडीचा मालक असू शकत नाही. मला काहीशा म्हाताऱ्या, सुरकुत्या पडलेल्या, डोक्याला पिकलेल्या केसांची कड आणि जुन्या पद्धतीचे कपडे घातलेल्या व्यक्तीची, मालक म्हणून अपेक्षा होती.

मी खोलवर विचार केला आणि म्हटलं, ''काहीतरीच काय, कसं शक्य आहे?'' एखाद्या तरुणाला इतकी झटक्यात गाडी कशी काय परवडू शकते? देवाशप्पथ सांगतो, त्या गाडीची किंमत मी राहत असलेल्या घरापेक्षाही नक्कीच जास्त असणार! मी तर्क केला... त्याला नक्कीच लॉटरी लागली असणार. हं... किंवा असेल एखाद्या बड्या बापाचा बेटा... वारसाहक्कानं श्रीमंती चालून आली असेल... नाही- अरे! हा तर चांगला हुशार दिसतोय...हो नक्कीच असणार... मी निष्कर्ष काढला.

अचानक माझ्या डोक्यात एक धाडसी विचार डोकावला, ''तूच जाऊन विचार ना, की तो काय उद्योगधंदा करतो ते?'' जाऊन विचारू का? विचारू की नको, असा स्वत:शीच वाद घालत घुम्यासारखा, मी रस्त्याच्या कडेला जाऊन उभा राहिलो. माझ्या नसानसांत एड्रेनालाइनचा संचार झाला आणि उत्तेजित होऊन माझे पाय त्या गाडीच्या दिशेकडे वळले, परंतु माझी बुद्धी मात्र मला अवरोध करत होती. एकीकडे दुसरं मन सांगत होतं, ''धोका आहे, विल रॉबिन्सन, धोका आहे!''

मी जवळ येत असलेला पाहून मालकानं घाईघाईनं गाडीचा दरवाजा उघडला आणि बळेबळे हसत स्वत:ची झालेली त्रेधा लपवली. आहा! गाडीचे दरवाजे, इतर गाड्यांसारखे बाजूनं न उघडता आकाशाच्या दिशेनं ऊर्ध्व दिशेला, वर उघडले गेले. मी तर उडालोच! मनात जे काही ठरवलं होतं ते बाजूला पडलं. मी स्वत:ला शांत ठेवलं, जणू काही असे अद्ययावत दरवाजे असलेली गाडी ही आता सामान्य बाब झाली आहे. त्या वेळी २० शब्ददेखील कादंबरीइतके दीर्घ वाटले असते. माझ्या पुढ्यातली संधी मला दिसत होती आणि मी ती साधली. ''माफ करा सर,'' मी घाबरत घाबरत पुटपुटलो, कारण मला वाटलं तो मला बहुधा टाळेल. ''एक विचारू शकतो का, की तुम्ही उपजिविकेसाठी काय उद्योग-व्यवसाय करता?''

मी एखादा तरुण उडाणटप्पू मुलगा नाहीये हे समजल्यावर त्याला जरा हायसं वाटलं. गाडीच्या मालकानं अगदी आस्थेवाईकपणे उत्तर दिलं, ''मी एक संशोधक आहे.'' त्याचं उत्तर मी काढलेल्या कोणत्याच अनुमानाशी जुळलं नसल्यानं मी अगदी स्तंभित झालो, त्यामुळं पुढं विचारण्याकरता मी जे प्रश्न तयार ठेवले होते ते सगळे वाया गेले आणि त्याचबरोबर माझी पुढची योजनादेखील. काही वेळापूर्वीच घेतलेल्या आइस्क्रीमसारखा मी अगदी गोठून गेलो. निसटण्याची हीच योग्य वेळ आहे हे लक्षात येताच, लॅम्बोगिनी गाडीचा तो तरुण मालक चालकाच्या जागेवर जवळजवळ उडी मारून बसला, त्यानं दार लावलं आणि इंजीन सुरू केलं. तिथल्या सर्व जीवसृष्टीला जणू आपल्या रौद्र अस्तित्वाचा इशारा देत, गाडीच्या इंजीनची गर्जना पार्किंगभर घुमली. मला ते आवडलं असो वा नसो, पण आमचं संभाषण संपलेलं होतं.

कधीकाळी मीदेखील असंच विहंगम दृश्य अनुभवेन हे ठाऊक होण्याच्या कित्येक वर्षं आधी, मी वाहनउद्योगातल्या बड्या बड्या कंपन्यांची यादी मनातल्या मनात चाळली. मी ताडकन भानावर येऊन एका ध्येयानं प्रेरित झालो. जणू काही झटक्यात माझ्या मेंदूत एक वाट दृश्यमान झाली.

प्रसिद्धी आणि प्रतिभा यांच्यापासून मुक्ती

त्या दिवशी नेमकं काय बदललं? माझ्या समोर फास्ट लेन आणि एक नवं सत्य दृग्गोचर झालं. मी गोड खाण्यासाठी निघालो होतो, मात्र त्या दुकानात मी गेलोच नाही. मी माघारी फिरलो आणि एका नव्या वास्तवासह घरी परत आलो. मी कुणी खेळाडू नव्हतो, मी गाणं म्हणू शकत नव्हतो, अभिनय करू शकत नव्हतो; पण एक उद्योजक म्हणून मी श्रीमंत होऊ शकत होतो.

...आणि याच क्षणापासून सगळं बदलत गेलं. लॅम्बोगिनीचा प्रसंग जेमतेम ९० सेकंदांचा असेल, परंतु त्यामुळं माझ्या आयुष्यात नवीन विश्वास, नवीन अभ्यास, तसंच मी निवडलेल्या पर्यायातही आमूलाग्र बदल घडवून आणले. मी निश्चय केला की, एक ना एक दिवस माझ्याकडेदेखील माझ्या मालकीची लॅम्बोगिनी गाडी असेल आणि तीदेखील तरुणपणीच. त्यानंतर मी पुन्हा अशाच प्रसंगाची किंवा गाडीच्या नव्या चित्राची वाट पाहिली नाही : मला ते माझ्यासाठी हवंच होतं. हो, मी तो दांडा फेकून दिला आणि त्यासोबत आळसदेखील.

लक्षाधीश करणाऱ्या जलद गती मार्गाच्या (फास्ट लेन) शोधात

लॅम्बोगिनीचा तो प्रसंग घडल्यानंतर, मी फारशा प्रतिभावान किंवा शारीरिक क्षमतेमुळं प्रसिद्ध नसलेल्या तरुण अशा धनाढ्य व्यक्तींचा जाणीवपूर्वक अभ्यास करायला सुरूवात केली. अर्थात मला काही सगळ्यांच लक्षाधीशांमध्ये रस नव्हता. मला केवळ असे लक्षाधीश हवे होते ज्यांनी आपलं आयुष्य श्रीमंतीत आणि ऐशआरामात घालवलं आहे. माझी ही अट मला, काही मर्यादित, फारशी प्रसिद्धी न मिळालेल्या व्यक्तींच्या गटापर्यंत घेऊन गेली : लक्षाधीशांचा एक असा छोटा गट– जो फार प्रसिद्ध नव्हता आणि ज्यानं पुढील निकष पूर्ण केले होते.

१) ते ऐशआरामी आयुष्य जगत होते किंवा असं आयुष्य जगण्याची त्यांची ऐपत होती. मध्यम वर्गीय आयुष्य जगत, काटकसरीनं लक्षाधीश बनलेल्यांच्या कहाण्या ऐकण्यात मला अजिबात स्वारस्य नव्हतं.

२) ते तसे बऱ्यापैकी तरुण (३५ वर्षांच्या आतले) होते अथवा ते झपाट्यानं श्रीमंत झाले होते. लक्षाधीश होण्यासाठी ४० वर्षं नोकरीत खर्डेघाशी केलेल्या आणि पैसा-पैसा जोडलेल्या माणसांत मला रस नव्हता. मला तरुणपणी श्रीमंत व्हायचं होतं, म्हातारपणी नाही.

३) त्यांची श्रीमंती स्व-कष्टार्जित होती. चांदीचा चमचा घेऊन जन्मलेल्या, नशिबाची लॉटरी जिंकलेल्यांना माझ्या प्रयोगशाळेत प्रवेश निषिद्ध होता.

४) हे लोक कोणत्याही प्रकारची प्रसिद्धी, शारीरिक कौशल्यं, प्रो-बॉल खेळून, अभिनय करत, गाणी गाऊन किंवा मनोरंजन क्षेत्रात काम करून लक्षाधीश झालेले नव्हते.

मी असे लक्षाधीश शोधून काढले, ज्यांची सुरूवात माझ्यासारखीच होती. कोणतंही कौशल्य, चातुर्य नसलेला एक सामान्य मुलगा आणि तरीही त्यानं इतकं काही कमावलं. शाळा आणि महाविद्यालयात असल्यापासूनच या लक्षाधीश वैधर्म्याचा मी सातत्याने अभ्यास करत होतो. मी अनेक पुस्तकं, मासिकं तसंच वर्तमानपत्रं वाचून काढली. त्याचबरोबर यशस्वी उद्योजकांबाबत असलेले माहितीपटही पाहिले. लक्षाधीशांच्या या छोट्या गटाबाबत मर्मज्ञान देणारं जे काही हाती लागलं ते ते सर्व आत्मसात केलं.

पण दुर्दैवानं, झटपट लक्षाधीश बनण्याचा शोध घेण्याच्या आसोशीत माझ्या हाती केवळ नैराश्य आलं. माझी अवस्था ही, रात्री उशिरा भडक जाहिराती करणाऱ्या एखाद्या वितरकाचं स्वप्न सत्यात उतरावं तशी झाली होती – भोळसट, इच्छुक आणि भरपूर क्रेडिट कार्ड्स असलेला. पैसे मिळवण्यासाठी मी बरेच उद्योग करून पाहिले. एका छोट्याशा जाहिरातीपासून, मादक मैत्रीण असलेल्या रिअल इस्टेट एजंटकडे काम करण्यापर्यंत. परंतु यांपैकी एकाही उद्योगातून फारसे पैसे काही मिळाले नाहीत. नाही म्हणायला, थोड्याफार जाहिरातींचे पैसे मिळाले. भरदार उरोजांच्या मॉडेल्स काही कधी प्रत्यक्षात अवतरल्या नाहीत.

माझी ज्ञानाची भूक भागवत असताना आणि एकापाठोपाठ एक अशा अतरंगी नोकऱ्या करत असतानाच माझ्या संशोधनातून काही उल्लेखनीय समान छेदात्मक गोष्टी आढळल्या. तोपर्यंत माझी खात्री पटली होती, की झटपट श्रीमंत होण्यासाठी आणि प्रसिद्धी न मिळवताही, पैसे मिळवण्यासाठी जे जे आवश्यक असतं ते ते सगळं मी शोधलं आहे. तरुणपणी श्रीमंत होण्याचा मी निश्चयच केला होता आणि महाविद्यालयातून पदवी घेतली की त्या प्रवासाला मी निघणारच होतो. परंतु माझ्या या मार्गात पुढं येणारे अडथळे, वळणं आणि होणाऱ्या चुका यांबाबत मी अनभिज्ञच होतो.

प्रतिकारातून सामान्यपण

मी नॉर्दर्न इलिनॉय युनिव्हर्सिटीमधून, दोन व्यावसायिक पदव्या घेऊन पदवीधर झालो. माझ्यासाठी ही पाच वर्षं म्हणजे कॉर्पोरेट वातावरणात रुळण्यासाठी देण्यात आलेलं मानसिक प्रशिक्षण होतं. त्या काळात कोणीही उद्योजकतेबाबत चकार शब्द काढला नाही. माझ्या शिक्षकांकडून मला केवळ 'जेव्हा तुम्हांला नोकरीत घेतील' आणि 'जेव्हा तुम्हांला नोकरी मिळेल,' इतकंच ऐकायला मिळालं, जणू काही व्यवसाय सुरू करणं म्हणजे किळसवाणा विचार आहे. याला मी विरोध केला; परंतु माझ्या मित्रांनी नाही. त्यांना चांगल्या नोकऱ्या मिळाल्या आणि ते त्याचीच शेखी मिरवत राहिले :

''मी मोटोरोलामध्ये नोकरी करतो.''

''मला नॉर्थवेस्टर्न इन्श्युरन्समध्ये नोकरी लागली.''

''हर्ट्झ रेन्टल कार्सनं मला प्रशिक्षण व्यवस्थापक म्हणून घेतलं आहे.''

मला माझ्या मित्रांबद्दल समाधान वाटत होतंच, पण नोकरीसोबतच त्यांनी एक खोटं जगणंही विकत घेतलं होतं; ज्याला मी 'स्लोलेन' असं गोंडस नाव दिलं आहे. माझं काय? अशा नोकरीला कोपरापासून धन्यवाद... मध्ययुगात प्लेग झाल्यावर जसे लोक वाट फुटेल तिकडे पळत होते, तितकंच मला नोकरीपासून लांब पळायचं होतं. मला, माझ्या कल्पनेअनुसार झटपट श्रीमंत होण्याचा मार्ग शोधून, तरुणपणी श्रीमंत होऊन तरुणपणीच निवृत्त व्हायचं होतं.

मार्गातले अडथळे, वळसे आणि नैराश्य

इतका ठाम आत्मविश्वास असूनदेखील पुढची काही वर्षं माझ्या अपेक्षांच्या पूर्ततेसाठी तोकडी पडली, खूप भयंकर होती ती वर्षं. नोकरीतल्या कोलांटउड्या सुरूच असल्यामुळं मी माझ्या आईसोबत राहत होतो. यश आसपासही फिरकत नव्हतं. प्रत्येक महिन्यात व्हिटॅमिन्स, दागिने, एखाद्या व्यवसायासंबंधी मासिकाच्या मागच्या पानावर वाचलेले 'टर्न की' मार्केटिंग प्रोग्रॅम्स किंवा नेटवर्क मार्केटिंगमधले मूर्खपणाचे धंदे– असले नानाविध नवीन व्यवसाय करत होतो.

कष्ट करण्याची तयारी असूनही, माझ्या अपयशांमध्ये भरच पडत चालली होती आणि त्या सोबतच कर्जाचा डोंगरही वाढत चालला होता. वर्षं सरत होती तसतसा माझा मूर्खपणाचाही अतिरेक होत गेला; कारण मला माझा अहंकार पायदळी तुडवणाऱ्या, आदिमानवाला शोभतील अशा नोकऱ्या एकामागून एक करणं भाग पडत होतं. जसं की, एका चायनीज रेस्टॉरंटमध्ये टेबलं पुसणाऱ्या पोऱ्याचं काम (हो, अशा रेस्टॉरंटमध्ये मागच्या बाजूला झुरळं असतात), शिकागोमधल्या झोपडपट्टीत रोजंदारी कामगार, पिझ्झा पोहोचवणारा पोरगा, फुलं पोहोचवणारा पोरगा, पार्सलं पोहोचवणारा, लिमो गाडीचा ड्रायव्हर, *शिकागो ट्रिब्यून* वर्तमानपत्रासाठी पहाटे पहाटे पेपर टाकणारा पोरगा, सबवे सँडविच रेस्टॉरंटमधला विक्रेता (शी! किती घाण!), सेअर्समध्ये स्टॉक कारकून– तेदेखील पडदे विभागात, लोकांनी दान दिलेले डबे गोळा करणारा आणि घरं रंगवणारा रंगारी...

या सगळ्या नोकऱ्यांमध्ये मिळणाऱ्या तुटपुंज्या पगाराव्यतिरिक्त चीड आणणारी आणखी एक गोष्ट कोणती होती माहित्ये? नोकरीची वेळ. यातील बऱ्याच नोकऱ्या पहाटे सुरू कराव्या लागत. पहाटे ३ वाजता, ४ वाजता... पैजेवर सांगतो, अघोऱ्या वेळी करायला लागणारं कोणतंही काम असो, माझी तीच नोकरी असायची... पाच वर्षं महाविद्यालयात खर्ची घालून मी एका शेतकऱ्याचं आयुष्य जगत होतो. पैशांची तर इतकी तंगी होती की माझ्या सर्वांत जवळच्या मित्राला लग्नाची भेटवस्तू देण्यासाठी मी एका महिलेकडे देहविक्रयही केला. हो, १९९०मध्येदेखील अशी शिकार होत होती.

मधल्या काळात, माझ्या मित्रांनी आपापल्या नोकरीत बढती मिळवली : त्यांच्या पगारात ३% वाढ झाली. त्यांनी मस्टांग आणि आक्युरेससारख्या गाड्या विकत घेतल्या. शहरात १२०० स्क्वेअर फुटांचं घर विकत घेतलं. ते समाधानी दिसत होते आणि समाजानं आखून दिलेल्या अपेक्षांवर खरे उतरत आयुष्य जगत होते. त्यांचं सगळं सुरळित चालू होतं, पण मी मात्र अस्वस्थ होतो.

वयाच्या २६व्या वर्षी मला नैराश्यानं ग्रासलं. ना मी स्वत: समाधानकारक होतो ना माझी मिळकत. त्यातच, बदललेल्या ऋतुमानानं माझ्या औदासिन्यात अजूनच भर टाकली. शिकागोमधल्या त्या पावसाळी, कोंदट, उदासवाण्या वातावरणात आरामदायी पलंगावर लोळण्याची आणि सोबत चविष्ट पेस्ट्री खाण्याची तीव्र इच्छा होत होती. सूर्योदयापूर्वी सगळी कामं उरकली होतीच, त्यामुळं आता करण्यासारखं काही नव्हतं. शाळेतून हकालपट्टी झालेल्यांच्या लायकीची कामं करून करून मी अगदी कंटाळून गेलो होतो. पलंगावरून उतरण्याचा माझा महत्प्रयास सुरू होता आणि माझ्या मनातली अनिश्चितताच प्रतिज्ञेत परिवर्तित झाली. शारीरिक, भावनिक आणि आर्थिक अपयशानं मी अगदी जेरीस आलो होतो. मला हेही कळत होतं की, आतापर्यंत जे निष्पन्न झालंय ते माझ्या योग्यतेअनुसार नाहीये. संपत्तीकडे नेणारा झटपट मार्ग मला कळत होता, पण वळत नव्हता. माझं नेमकं काय चुकत होतं? कोणती गोष्ट थोपवून ठेवत होती? अनेक वर्षांचं संशोधन, शिक्षण, पुस्तकं, मासिकं यांनी खचाखच भरलेली कपाटं, 'क्विक स्टार्ट' व्हिडिओ इतकं सारं असूनही मी श्रीमंत होण्यापासून कित्येक मैल लांब होतो. रस्त्याच्या कडेला मी थबकून राहिलो होतो आणि श्रीमंतीकडे नेणारा तो झटपट मार्ग कुठेच दृष्टिपथात येत नव्हता.

आलेल्या प्रचंड नैराश्यावरदेखील मी मात केली, पण ती अमली पदार्थ, शारीरिक सुख किंवा दारूच्या आहारी जाऊन नव्हे, तर प्रसिद्ध नसलेल्या लक्षाधीशांबद्दलच्या पुस्तकांच्या राशीत स्वत:ला बुडवून घेत. मी जर यशस्वी होऊ शकलो नसतो तर या सगळ्या यशोगाथा, गरिबीतून निघून श्रीमंत झालेल्यांच्या कथा यांतून माझी सुटका करून घेणार होतो.

पण परिस्थिती आणखीनच बिघडली

माझ्याच म्हणवणाऱ्या लोकांनी मला दूर लोटायला सुरूवात केली. अनेक वर्षांच्या माझ्या प्रेयसीनं तर जाहिरच करून टाकलं, ''तुला काही ध्येयच नाहीये.'' गाड्या भाड्यानं देणाऱ्या एका एजन्सीमध्ये ती नोकरी करत होती आणि तिची नोकरी तशी सुरक्षित तसंच सुस्थितीतली होती. वर्षाला २८,००० डॉलर्स मिळणाऱ्या भुक्कड नोकरीसाठी तिला उशिरापर्यंत काम करावं लागे आणि त्यामुळंच आमच्यात वाद होत असत. अर्थात त्यावरचं तिचं म्हणणंदेखील बरोबरच होतं : ''तुला धड नोकरी नाही. तू वर्षाला २७,००० डॉलर्स, म्हणजे माझ्यापेक्षादेखील कमी कमावतोस आणि तुझा एकही धंदा धड चालत नाही.'' ती तशी धूर्त होती. तिनं एका कॉर्पोरेट रेडिओ जाहिराती करणाऱ्या अधिकाऱ्याशी सूत जमवलं आणि आमचं नातं संपुष्टात आलं.

माझी आईदेखील यात मागे नव्हती. महाविद्यालयातून बाहेर पडल्यानंतरची काही वर्षं तिनं मला आधार दिला, मला समजून घेतलं, पण त्यानंतर अपयशांची मालिका सुरू झाली आणि मला कमी पगाराच्या नोकऱ्या करणं भाग पडलं. तिनं थोडा धीर धरावा यासाठी अक्षरश: मी तिच्याकडे भीक मागितली. ''*जे सरधोपट मार्गाने* नोकरी करतात त्यांच्यासाठी हा झटपट मार्ग *थोडा घातक* असू शकतो,'' असा एक युक्तिवादही ''उद्योजक झटपट श्रीमंत कसे होऊ शकतात,'' हे पटवून देताना तिला सांगितलं. पण अभ्यासाअंती मी तयार केलेले तक्ते, आकृत्या याचा तिच्यावर ढिम्म परिणाम झाला नाही, माझ्या आईचा माझ्यावरचा विश्वास उडाला होता, पण त्यासाठी मी तिला दोषही देत नाही. तिच्या दृष्टीनं, मानवाला मंगळावर उतरवण्यासारखंच होतं ते.

तिनं दिलेल्या सल्ल्यांनी तर माझ्या योजनेचं आणखी खच्चीकरणच झालं. आठवड्यातून वीस वेळा तरी ती माझ्यावर ओरडत असे, ''अरे बाळा, एखादी नोकरी धर!'' आई गं! ते आठवलं की आजही माझ्या अंगावर शहारा येतो. तिचे ते शब्द, ते ओरडणं, पृथ्वीच्या विनाशानंतर जे जीवजंतू पृथ्वीवर विखरले, त्यांनादेखील पळवून लावण्याची ताकद त्या आवाजात होती. त्या दिवसांत मला माझं मस्तक चरकातून पिळून काढावं आणि कान ठार बहिरे व्हावेत असं वाटायचं. ''अरे बाळा, एखादी नोकरी धर!'' हे वाक्य थेट माझ्या आत्म्याला जाऊन भिडलं होतं. एका आईचं फर्मान होतं ते आणि त्याचा एकमुखी निर्णय असा होता, 'अविश्वासदर्शक ठरावासह, अपयशी!'

एकदा आईनं सुचवलं, ''किराणा दुकानदार माल पोहोचवण्यासाठी एक व्यवस्थापक ठेवायचं म्हणतोय. तू जाऊन भेटून का येत नाहीस?'' असं वाटलं– जणू माझं बिनकामाचं महाविद्यालयीन शिक्षण आणि त्यानंतरचा पाच वर्षांचा संघर्ष याला त्या डिलिव्हरी काउंटरवर ग्रहण लागणार बहुतेक! माझ्या डोळ्यासमोर मला, बोलोग्नाचे तुकडे आणि बटाटो शेजारच्या आयांना पोहोचवत फिरत असलेला मी दिसायला लागलो. मी तिला म्हटलं, नोकरी सुचवल्याबद्दल धन्यवाद, पण मी काही जाणार नाही.

हिमवादळामुळं मला आलेली जागृती

शिकागोमधल्या त्या हाडं गोठवणाऱ्या हिमवादळानं मला जीवनमार्गाच्या तिठ्यावर आणून उभं केलं. ती एक अतिशय थंड, उदासवाणी रात्र होती आणि लिमो चालवून चालवून मी पार थकून गेलो होतो. ओल्या बर्फामुळं माझे बूट ओले झाले होते आणि त्यात मायग्रेनमुळं डोकंही दुखत होतं. बऱ्याच तासांपूर्वी गिळलेल्या चार ॲस्पिरिन गोळ्यांचा प्रभावही संपला होता. वादळाची तीव्रता जसजशी वाढू लागली तसतसं, आपल्याला काही इतक्यात घरी पोहोचता येणार नाही, नेहमीच्या रस्त्यांवर खूप बर्फ साचलं असणार हे कळून चुकलं. मी जाम वैतागलो होतो, एका अंधाऱ्या रस्त्याच्या कडेला येऊन थांबलो. मी लिमो बाजूला लावून, अंधार आणि असीम शांततेत नजर मिसळून बसलो.

थंडीची एक जबरदस्त लहर माझ्या पायाच्या बोटांतून शिरून पायांत शिरशिरत गेली. बाहेर छान हिमवर्षाव होताना दिसत होता. लगेच लक्षात आलं, अरे, आपल्याला तर हिवाळ्याचा भयंकर तिटकारा आहे. मी सीटवर डोकं मागे टेकवलं आणि एक मोठ्ठी जांभई दिली. तितक्यात माझं लक्ष लिमोझिनच्या वरच्या छताकडे गेलं आणि तडक भानावर आलो, ''मी काय करतोय काय? हे काय झालंय माझ्या आयुष्याचं?''

हिमवादळातल्या त्या किर्र रात्री, सुनसान रस्त्यावर, भकास वाटत असतानाच मला ते सुचलं. कधीकधी एखादी झुळूक यावं तसं वास्तव तुमच्या समोर प्रकट होतं; तर कधीकधी स्टाइनवेच्या पियानोसारखं कानांवर आदळतं. माझ्या बाबतीत ते *स्टाइनवेच्या* पियानोसारखं आदळलं. माझ्या डोक्यात कोणीतरी दवंडी पिटल्यासारखा संदेश आला : ''आता आणखी एक दिवसदेखील तू असलं आयुष्य जगू शकत नाहीस!''

मला यातून तरून जायचं असेल तर मला काहीतर बदल करणं आवश्यक होतं.

बदल घडवण्याचा निर्णय

कडाक्याच्या हिवाळ्यामुळं मला झपाट्यानं कृती करावी लागली. मी बदलायचं ठरवलं. मी काही गोष्टी माझ्या ताब्यात ठेवायला बघत होतो, परंतु त्या माझ्या हाताबाहेर चालल्या होत्या. जसं : माझ्या आजूबाजूची परिस्थिती. मी कुठंतरी दुसरीकडे राहायला जायचं ठरवलं, पण कुठं ते मला माहिती नव्हतं आणि त्या क्षणी तरी मी त्याकडे दुर्लक्ष केलं.

एका क्षणात, माझ्यात बळ संचारल्यासारखं वाटलं. या विचाराच्या आवेगानंच माझं दयनीय अस्तित्व संपुष्टात येऊन त्या जागी आशा आणि आनंदाचे दवबिंदू पाझरू लागले. माझं अपयश विरून गेलं आणि मला पुनर्जन्म झाल्यासारखं वाटलं. एक *शेवट असलेला रस्ता स्वप्नासहित अवतरीत झाला.*

हे चैतन्य, इथून दुसरीकडे जाण्याबद्दल नव्हतं, तर गोष्टींवर काबू मिळवण्याबाबत आणि आपल्याकडेदेखील काही पर्याय आहेत, हे उमजल्याचं होतं.

या नवीन ऊर्जेमुळं मी अशा पर्यायांचा विचार करू लागलो जे कधी शक्य होतील असा मी विचारच केला नव्हता. मी स्वत:ला एक साधा, सरळ प्रश्न विचारला. ''मला जर कोणत्याही निर्बंधांशिवाय या देशात राहायचं असेल तर मी कुठं राहीन?'' माझ्यासाठी आवश्यक असणाऱ्या महत्त्वाच्या गोष्टी विचारात घेऊन मी नकाशावरील पाच शहरांच्या नावांभोवती गोल आखला. पुढच्या काही आठवड्यांतच मी प्रवासाला निघालो आणि त्या सर्व शहरांत फिरून आलो. त्यानंतरच्या काही आठवड्यांतच मी शिकागोमधून निघालो किंवा असं म्हणू या, मी सुटका करून घेतली.

स्लोलेनचं फास्ट लेनमध्ये रूपांतर

मी ९०० डॉलर्स घेऊन फिनिक्समध्ये दाखल झालो. मला ना नोकरी होती, ना कोणी मित्र, ना कुटुंब. होते केवळ वर्षातले ३३० सूर्यप्रकाशित दिवस आणि झटपट श्रीमंत होण्याची तीव्र इच्छा. माझ्या मालकीच्या वस्तू म्हणजे एक जुनी गादी, १० वर्षं जुनी असलेली, तिसरा गिअर नसलेली गंजकी ब्युक स्कायलार्क गाडी, तोडकीमोडकी मिळकत देणारे छुटपुट व्यवसाय आणि शेकडो पुस्तकं. माझ्या या नवीन आयुष्याची सुरूवात मध्य फिनिक्समधल्या एका स्टुडिओ अपार्टमेंटमध्ये झाली. त्याचं भाडं महिन्याला ४७५ डॉलर्स होतं. माझ्या स्टुडिओ अपार्टमेंटचं रूपांतर मी माझ्या कार्यालयात केलं. कुठलाही पलंग नाही, फर्निचर नाही, फक्त एक गादी स्वयंपाकघरात टाकली होती. मी पॉप टार्ट क्रम्ब्स बिस्किटं सोबत घेऊन झोपत असे. काय करणार? स्वयंपाकाच्या ओट्याच्या शेजारी गादी असण्याचे परिणाम!

मी गरिबीत कोणत्याही सुरक्षिततेशिवाय राहत होतो, परंतु मला श्रीमंत झाल्यासारखं वाटत होतं. माझं आयुष्य माझ्या *ताब्यात* होतं.

मी केलेल्या अनेक व्यवसायांपैकी एक म्हणजे मी एका संकेतस्थळाची निर्मिती केली. शिकागोमध्ये लिमो चालवत असताना, जेव्हा काही काम नसे त्या वेळी मला पुस्तक वाचायला खूप वेळ मिळायचा. त्या वेळेचा मी सदुपयोग करायचो. ग्राहकाची विमानतळावर वाट बघत असताना किंवा ते शहरातच कुठल्यातरी बारमध्ये बसून दारू पीत असताना,

मी लिमोत बसून वाचन करत असे. असं मी भरपूर वाचन केलं. अर्थशास्त्रापासून इंटरनेट प्रोग्रॅमिंगपर्यंत ते धनाढ्य लोकांची आत्मचरित्रं– असा सगळ्यांचा अभ्यास केला.

लिमोची नोकरी मला खूप खास काहीतरी देऊन गेली. तिनं मला एका अनुत्तरित गरजेच्या सामोरं आणून ठेवलं. माझ्या एका लिमो ग्राहकानं एकदा मला विचारलं होतं की, मला न्यू यॉर्कमधल्या चांगल्या लिमो कंपन्यांची माहिती आहे का? त्या ग्राहकाला मी विमानतळावर सोडलं, पण त्यानं माझ्या मनात एका शोधाचं बीज रोवलं. मी जर शिकागोमध्ये राहत असेन आणि मला न्यू यॉर्कमधल्या लिमो सर्व्हिसेसची माहिती हवी असेल तर मी ती कुठं शोधेन? माझ्या हाताशी काही न्यू यॉर्कमधील येलो पेजेस (माहिती) नव्हती आणि तसंच न्यू यॉर्क सोडून अन्य कुणाकडेही तशी नसणार होती. या प्रश्नानं मी एक निष्कर्ष काढला की, इतर प्रवाशांनादेखील अशी अडचण येत असणार. त्यामुळं प्रवाशांची ही अडचण सोडवण्यासाठी मी एक वेबसाइट तयार केली.

इंटरनेट वापराला अर्थातच कोणत्याही भौगोलिक सीमेचं बंधन नसल्यामुळं हा उपद्व्याप माझ्यासाबेत फिनिक्सलाही आला. तथापि, या वेळीदेखील माझ्या अन्य व्यवसायांप्रमाणेच, या उद्योगातून खूप काही पैसे मिळाले नाहीत.

परंतु, आता परिस्थिती वेगळी होती.

मी कर्जात बुडून अगदी उघडा पडलो होतो, तेदेखील परक्या शहरात. हातात पैसे नाहीत, नोकरी नाही किंवा कोणताच आधार नाही अशा अवस्थेत. आता मला गंभीरपणे काहीतरी करणं भागच होतं.

मी अगदी धडाडीनं ती वेबसाइट विकायच्या मागे लागलो. मी अनेकांना ई-मेल पाठवले. न ठरवता कोणालाही फोन केले. पत्रं पाठवली. मी सर्च इंजीन ऑप्टिमायझेशन केलं (एखाद्या विशिष्ट वेबसाइटला जास्तीतजास्त लोकांनी भेट द्यावी यासाठी करावे लागणारे प्रोग्रॅमिंग). कारण मला पुस्तकं विकत घेणं परवडणारं नव्हतं. मी रोज फिनिक्समधल्या ग्रंथालयात जाऊन इंटरनेट प्रोग्रॅमिंग लँग्वेज आत्मसात करून घेतल्या. (ही वर्डप्रेस तसंच हल्ली असते तशी 'ड्रॅग अँड ड्रॉप' प्रणाली येण्याआधीची गोष्ट आहे.) माझ्या वेबसाइटमध्ये मी सुधारणा केली तसंच त्यात चित्रं कशी टाकावीत, त्याची संहिता कशी लिहावी हेदेखील शिकून घेतलं. जे जे मला साहाय्यभूत ठरणार होतं, ते ते सगळं मी वापरलं.

आणि एके दिवशी तपस्या फळाला आली. मला कन्सासमधल्या एका कंपनीतून फोन आला. त्यांनी माझ्या वेबसाइटची अफाट प्रशंसा केली. त्यांना, त्यांच्या कंपनीसाठी मी वेबसाइट बनवावी असं वाटत होतं. आता माझं उद्दिष्ट वेब डिझाइनिंग नव्हतं, त्यामुळं मी त्यांना या कामाची फी ४०० डॉलर्स सांगितली. त्यांना ही किंमत अगदीच मामुली वाटली, त्यांनी ती मान्य केली आणि पुढच्या २४ तासांत मी त्यांच्या कंपनीची वेबसाइट तयार करून दिली. मी आनंदानं अगदी बेभान झालो. २४ तासांत मी माझ्या घराचं बरंचसं भाडं चुकतं केलं होतं. या घटनेला २४ तासही झाले नसतील, योगायोगानं न्यू यॉर्कमधल्या एक कंपनीचा अजून एक फोन आला, याच कारणासाठी. त्यांना त्यांच्या कंपनीची वेबसाइट तयार करून हवी होती. या कामासाठी मी त्यांच्याकडून ६०० डॉलर्स घेतले आणि दोन दिवसांत त्यांची वेबसाइट तयार करून दिली. अजून एका भाड्याची बेगमी झाली!

आता मला माहित्ये की ही काही फार मोठी रक्कम नव्हती, परंतु हातात फुटकी कवडी नसताना तीन दिवसांत एकदम १००० डॉलर्स म्हणजे ५० मिलियन डॉलर्सचा पॉवरबॉल जिंकण्यासारखंच होतं. फिनिक्समधले सुरूवातीचे काही महिने माझ्या खिशाला तंगी होती, परंतु आयुष्यात पहिल्यांदाच स्वत:ला सावरलं होतं. आता ना मी फुलं पोहोचवणारा पोऱ्या होतो, ना टेबलं साफ करणारा, ना ही पिझ्झा पोहोचवणारा. आता किरकोळ भाड्यासाठी आईकडे हात पसरावे लागणार नव्हते. मी आता खऱ्या अर्थानं स्व-कमाईचं खात होतो. एका क्षणात सगळं गतिमान झालं होतं. जणू काही, वाऱ्याच्या एका प्रभावी झोतानं मला पैसे मिळवण्याच्या नव्या दुनियेची दिशा दाखवली होती.

पण अजूनही कुठंतरी काहीतरी खटकत होतं. काहीतरी निसटत होतं. ते काय ते मला ठाऊक होतं. आतापर्यंतची माझी बरीचशी कमाई ही मी तयार केलेल्या वेबसाइटमधून आलेली होती. मी जी लिमो सर्व्हिससाठी सेवा पुरवणारी वेबसाइट तयार केली होती त्यातून नव्हती. माझी कमाई माझ्या वेळेशी बांधली गेली होती. जास्त वेबसाइट्स तयार करायच्या, तर तेवढा जास्त वेळ मला द्यावा लागणार होता. आणि जर मी काम केलं नाही, तर माझी कमाईदेखील थांबणार होती.

पैशासाठी माझा *वेळ* खर्ची पडत होता.

संपत्तीचं नवीन समीकरण अर्थात संपत्ती मिळण्याला वेग

हिवाळ्यात, शिकागोमधला माझा एक मित्र मला भेटायला आला. मी त्याला माझी लिमो सर्व्हिससाठी केलेली वेबसाइट दाखवली. त्या वेबसाइटला इतक्या लोकांनी भेट दिल्याचं पाहून त्याला खूपच आश्चर्य वाटलं. प्रत्येक मिनिटाला जगाच्या कानाकोपऱ्यांतून लिमो गाडीची व्यवस्था होण्याबाबत विचारणा होत होती – बोस्टनहून वोर्स्टरपर्यंत लिमो गाडीचं किती भाडं पडेल? जेएफकेपासून मॅनहटनला जायचे किती होतील?... माझा मेलबॉक्स बघितला, तर त्यात ४५० ई-मेल येऊन पडले होते. दहा मिनिटांनी पुन्हा पाहिलं तर आणखी ३० ई-मेल्स आलेले असायचे. दर मिनिटाला ढिगानं ई-मेल्स येत होते. त्यानं मला सुचवलं, ''मित्रा, काहीही करून त्या त्या ई-मेल्सचे पैसे कर.''

त्याचं बरोबर होतं, पण कसं करायचं? आणि ही सेवा देत असताना त्याची कायदेशीर बाजू कशी सांभाळायची, हे कोडं मला घालून तो मित्र निघून गेला, पण मी हे कोडं सोडवायचं ठरवलं. काही दिवसांनंतर मी एक धाडसी, कायद्याने प्रमाणित न झालेला उपाय शोधून काढला आणि त्यावर काम करायला सुरूवात केली.

काय करणार होतो मी?

मी केवळ जाहिरातीची जागा विकणार नव्हतो, तर निवडक, संपूर्ण माहिती असलेल्या तसंच आरक्षणाची चौकशी करणाऱ्यांना विक्री करणार होतो.

परंतु, त्यातही एक समस्या होतीच. खूप मोठी समस्या.

मला माझ्या गिऱ्हाइकांची समजूत घालावी लागणार होती की, या पद्धतीनं केलेला व्यवहार त्यांच्यासाठी फायदेशीर आहे. त्या काळात पैसे मिळवण्याचं हे तंत्र अगदी नवीन

आणि नावीन्यपूर्ण होतं. कारण माझ्याकडे कुठलाही अनुमानात्मक आकडेवारी नव्हती. (तशी ती कोणत्याच उद्योगात नसते आणि लिमो सर्व्हिसमध्ये तर खूपच कमी आहे). मला कसंही करून हे जमवावंच लागणार होतं. मला जितकी माहिती होती त्याप्रमाणं, लक्ष्यित ग्राहकांवर आधारित व्यवसायाचं तंत्र आत्मसात करून तो यशस्वी करून दाखवणारा, (अगदी पहिला नसलो तरी) मीच आद्य प्रवर्तक होतो. लक्षात घ्या, हा नव्वदच्या दशकाचा उत्तरार्ध होता, जेव्हा डेटाबेस (माहिती) आणि ॲनिमेटेड जीआयएफ यांना तंत्रज्ञानाचा चमत्कार मानलं जात होतं.

कोणतीही ठोस योजना नसताना, आणीबाणीच्या वेळी मी हा व्यवसाय सुरू केला.

थोडक्यात सांगायचं, तर पैसे मिळवण्यासाठी जो बदल मला हवा होता, तो मला साध्य झाला. जर हा व्यवसाय चाललाच, तर तो यशस्वी होण्यासाठी अनेक महिने लागतील असं माझं भाकीत होतं. या नव्या व्यवसायातून, पहिल्या महिन्यात ४७३ डॉलर्सची कमाई झाली. अरेरे... कमाईतली दरी भरून निघण्यासाठी मी आणखी काही वेबसाइट्स निर्माण करण्याचं काम केलं. दुसऱ्या महिन्याची कमाई होती ६९४ डॉलर्स. तिसऱ्या महिन्यात ९७० डॉलर्स. त्यानंतर १८३२, २३१४, ३७३३... आणि ती वाढतच राहिली... वाढतच राहिली.

हे उत्तम झालं होतं.

माझी कमाई, माझं उत्पन्न, माझी मालमत्ता झपाट्यानं वाढत होती, परंतु त्यात काही अडचणी होत्याच. जसजसा धंदा वाढत गेला, तसतशा तक्रारी, अभिप्राय आणि आव्हानंदेखील वाढत गेली. ग्राहकांनी दिलेल्या सुचनांमधून आपोआपच सुधारणा होत गेली. काही दिवसांतच, कधीकधी तर तासातच मी एखाद्या ग्राहकाची सूचना अमलात आणत असे. मी आणि माझ्या कर्मचारी-वर्गाची, ग्राहकांच्या ई-मेल्सना काही तासांत नव्हे, तर काही मिनिटांत उत्तर देणारे, अशी ख्याती होऊ लागली. मी ग्राहकांची नस जाणून घ्यायला शिकलो आणि व्यवसायाची भरभराट होत राहिली.

दिवसाचा बराच वेळ कामात जाऊ लागला आणि आव्हानंही वाढत चालली. जेमतेम चाळीस तासांची सुटी आणि आठवड्यातील काम ६० तास, असं समीकरण तयार होऊ लागलं. वार कोणता, दिवस कोणता काही कळत नव्हतं. इकडे माझे नवीन मित्र खाण्यापिण्याची मजा करत होते आणि मी मात्र माझ्या लहानशा अपार्टमेंटमध्ये मान मोडून काम करत, तेच तेच काम आळवत बसलो होतो. मला कोणता वार आहे, गुरुवार आहे की शनिवार आहे काही समजत नव्हतं आणि समजून काही फरकही पडत नव्हता. पण या परिश्रमात उल्लेखनीय आनंद म्हणजे *मला काम केल्यासारखं वाटतच नव्हतं*, उलट मला मजाच येत होती. मी नोकरी करत नव्हतो; मला काहीतरी वेगळं करण्याची अतिशय आवड होती. मी जे निर्माण केलं त्याचा हजारो लोकांना फायदा झाला आणि या सगळ्या कामाचं मला जणू व्यसन लागलं! तशी मला लिमो गाडीचा व्यवसाय करण्याची शून्य आवड होती, परंतु काहीतरी वेगळं करायचं या आंतरिक इच्छेतून गोडी लागली!

ग्राहकांनी पाठवलेली प्रशंसापत्रं मी जमा करू लागलो.

''तुमच्यामुळं माझा व्यवसाय दहा पट वाढला.''

''तुम्ही केलेल्या वेबसाइटमुळंच सगळ्यांत मोठा कॉर्पोरेट ग्राहक आमच्यापर्यंत आला.''

''माझ्या व्यवसायवृद्धीत तुमच्या कंपनीची महत्त्वाची भूमिका आहे.''

अशा तऱ्हेचे अभिप्राय मिळाल्यामुळं एक निराळ्या तऱ्हेची श्रीमंती अनुभवायला मिळाली, आनंदाची. मी अजून श्रीमंत झालो नव्हतो, परंतु मला मात्र धनाढ्य झाल्यासारखं वाटत होतं.

संपत्ती मिळवण्याचा माझा 'फसवा' आडमार्ग

२००० साली एका वेगळ्याच प्रकारच्या चौकशीचा मला फोन आला. तंत्रज्ञान क्षेत्रातल्या एका स्टार्टअप कंपनीमधून तो फोन होता. मला माझा व्यवसाय विकायचा आहे का, अशी विचारणा करणारा तो फोन होता. त्या वर्षी डॉटकॉम कंपन्यांची चलती सुरू होती. आपल्या तांत्रिक संपदेचा विनिमय करून डॉटकॉममुळं लक्षाधीश झालेल्यांच्या कहाण्या कानांवर आल्या नाहीत, असा एकही दिवस जात नसे. मी प्रसिद्धिपराङ्मुख लक्षाधीशांचा उल्लेख केला होता, आठवतंय? श्रीमंतांचा हा उपसमूह आश्चर्यकारकरीत्या आणि वेगानं वाढतच गेला, परंतु या लाटेनं मला मात्र भरपूर संधी उपलब्ध करून दिल्या.

तर, मला माझी कंपनी विकण्याची इच्छा होती का? नक्कीच! कंपनी विकत घेण्यासाठी माझ्याकडे तीन कंपन्यांचे प्रस्ताव आले होते. प्रस्ताव १ : २,५०,००० डॉलर्स, प्रस्ताव २ : ५,५०,००० डॉलर्स आणि प्रस्ताव ३ : १,२०,००० डॉलर्स. मी तिसरा प्रस्ताव स्वीकारला आणि लक्षाधीश झालो... एक क्षणात... म्हणजे लक्षाधीश बनलोच म्हणा...

मात्र जशी तंत्रज्ञानाची लाट फार काळ टिकली नाही, तसंच हेदेखील.

त्या वेळी माझ्या दृष्टीनं १.२ मिलियन डॉलर्स म्हणजे पुष्कळच पैसे होते. पण तसं नव्हतं. कर भरण्यात बरेचसे पैसे गेले... फारसं मूल्य नसलेल्या शेअर्समध्ये पैसे गुंतवले... मी चुकीच्या जागी गुंतवणूक करून चूक केली. मी कॉर्व्हेट गाडी खरेदी केली, का... तर या गाडीमुळं आपण श्रीमंत दिसू. मला वाटत होतं, मी आता श्रीमंत झालो आहे, पण वस्तुस्थिती तशी नव्हती. या सगळ्याच्या शेवटी माझ्या हातात केवळ ३,००,००० डॉलर्सच शिल्लक राहिले होते.

तंत्रज्ञानाच्या या उद्रेकाचे आणि नंतर झालेल्या शमनाचे अक्षम्य परिणाम जाणवायला लागले. निदान, माझी कंपनी ज्यांनी विकत घेतली होती; त्या कंपलीला तरी. माझ्या सल्ल्याच्या विरुद्ध जाऊन तसंच त्या क्षेत्रातला कुठलाही अनुभव नसताना, त्यांनी खूप चुकीचे निर्णय घेतले. ते निर्णय थोडक्या काळासाठी भरपूर उत्पन्न देणारे होते, परंतु दीर्घ कालासाठी ते फारसे परिणामकारक नव्हते. मिळकतीचा ओघ असाच कायम राहील या विचारानं त्यांनी पाण्यासारखा पैसा खर्च केला. आपल्या कंपनीचं नाव छापलेल्या पाणी पिण्याच्या बाटल्यांची आपल्याला खरंच गरज असते? कंपनीचा लोगो असलेले टी-शर्ट खरंच आवश्यक असतात? या सगळ्यांतून उत्पन्न वाढतं का?

हे निर्णय हळुहळू एका समितीनं घेतले. यात ग्राहकांना गृहीतच धरण्यात आलं नाही. तुमचा विश्वास बसणार नाही, पण कंपनी व्यवस्थापनातल्या बहुतेक उच्च पदस्थांकडे ईव्ही लीगच्या एम.बी.ए.च्या पदव्या होत्या. यामुळं हेच सिद्ध होतं की, तुमच्या नावापुढं महागड्या शैक्षणिक डिग्र्या असल्या तरीही, व्यवसायाचं तत्त्व तुम्हांला अवगत झालंय, असं नाही. या संकटातून तरून जाण्यासाठी १२ मिलियन डॉलर्स उद्योग भांडवल असूनही, माझी वेबसाइट हळूहळू मान टाकायली लागली.

काही महिन्यांनंतर, दिवाळखोरीच्या उंबरठ्यावर असताना, अद्यापि फायद्यात असूनही माझी वेबसाइट विसर्जित करायची असं कंपनी व्यवस्थापनानं ठरवलं. कंपनी विकत घेण्यासाठी तांत्रिक कंपन्यांकडे पैसा नव्हता, त्यांचे शेअर्स साफ कोसळले होते. या कंपनीसकट प्रत्येक कंपनी अस्तित्व टिकवून ठेवण्यासाठी झगडत होती.

माझी निर्मिती लोकांच्या विस्मरणात जावी अशी माझी बिलकूल इच्छा नव्हती. त्यामुळं माझी कंपनी पुन्हा विकत घेण्यासाठी मी बाजारभावापेक्षा कमी किमतीची बोली लावली... केवळ २,५०,००० डॉलर्स... याआधी मिळालेल्या फायद्यातूनच ही रक्कम दिली जाणार होती. माझा प्रस्ताव मान्य करण्यात आला आणि केवळ १८ महिन्यांपूर्वी विकलेल्या माझ्या कंपनीचा माझ्याकडे पुन्हा एकदा ताबा आला. मला प्रामुख्यानं व्यवसाय चालवायचा होता, फायदा खिशात टाकायचा होता आणि त्यातून कंपनीच्या डोक्यावर जी काही कर्जं होती, ती चुकती करायची होती. जे काही शिल्लक उरलं ते मी व्यवसायातच गुंतवलं.

कंपनीची सूत्रं फिरून एकदा माझ्याकडे आल्यामुळं, माझ्या मनात एका नवीन महत्त्वाकांक्षेनं डोकं वर काढलं... ती म्हणजे... डॉटकॉम व्यवसायामुळं झालेल्या नुकसानीतून नुसतं बाहेर पडायचं नाही, तर जोमानं स्वतःचा उत्कर्ष साधायचा.

पैशाचं झाड उगवलं

कंपनी पुरवत असलेल्या सेवेत आणखी सुधारणा करण्यासाठी मी पुढची काही वर्षं जोमानं कामाला लागलो. गतकाळाचं सिंहावलोकन केल्यावर मला असं वाटतं की, तेव्हा डॉटकॉम कंपन्यांची जी लाट उसळली होती, त्या लाटेवर स्वार होऊन पैसे कमावणाऱ्या नशीबवानांपैकी मी नव्हतो हे माझं मलाच सिद्ध करायचं होतं. मी माझ्या वेबसाइटमध्ये सातत्यानं सुधारणा करत गेलो. मी नवीन तंत्रज्ञानाचा स्वीकार केला, ते आत्मसात केलं आणि ग्राहकांच्या म्हणण्याकडे लक्ष पुरवलं. आता मला नवीन ध्यास लागला होता... यांत्रिकीकरण आणि प्रक्रियाबद्धतेचा.

मी माझ्या प्रक्रिया आणि व्यवस्था सुरळीत केल्यानंतर सावकाश, परंतु निश्चित बदल दिसायला लागला. अचानकपणे, दिवसाच्या दहा तासांऐवजी मी एकच तास काम करू लागलो. आणि तरीही, पैसे मिळणं सुरूच राहिलं. मी जुगार खेळायला वेगासला गेलो तरीही पैशांचा ओघ कायम असे. मी चार दिवस आजारी पडलो, तरीही पैसे येत असत. मी महिनाभर शेअर मार्केटमध्येच लक्ष घातलं, तरीही पैशांचा ओघ सुरू असे आणि मी एक महिनाभर काम केलं नाही, तरीही कमाई होतच असे.

आणि एके दिवशी मला साक्षात्कार झाला : मी श्रीमंत झालो आहे... हाच तो श्रीमंतीचा झटपट मार्ग... *फास्ट लेन.*

या कंपनीच्या रूपात मी, माझ्यासाठी, माझ्या हातानं *पैशांचं फळ देणारं झाड* लावलं होतं. बारा महिने २४ तास, आठवड्याचे सात दिवस, पैसे छापणारा छापखाना झाला होता आणि तेदेखील माझं आयुष्य पणाला न लावता. या झाडाला बहरण्यासाठी, पाणी आणि सूर्यप्रकाश म्हणून महिन्यातले काही दिवस द्यावे लागत होते, जे मी आनंदाने देत होतो. नित्यक्रमाव्यतिरीक्त आणखी बऱ्याच गोष्टी करूनही हे पैशाचं झाड दिवसेंदिवस फोफावत चाललं होतं, त्याला चांगली फळं लागत होती आणि मला जे काही करायची इच्छा होती ते करण्याचं स्वातंत्र्य मिळत होतं.

पुढील काही वर्षं मी अगदी आळसात आणि खादाडपणात घालवली. अर्थात, महिन्यातले काही तास मी कामही करत होतो, पण या वर्षांत मी मुख्यत: व्यायाम केला, भटकंती केली, व्हिडिओ गेम्स खेळलो, सगळ्यांत जलद धावणाऱ्या गाड्या विकत घेतल्या तसंच त्यांच्या शर्यतीत भाग घेतला; स्वत:च्या करमणुकीसाठी जुगार खेळलो, डेटिंग वेबसाइट्स बघितल्या. मी स्वच्छंद झालो होतो. कारण मला जास्तीतजास्त वेळ मिळावा म्हणून मी पैशाचं झाड लावलं होतं, त्याला खतपाणी घातलं होतं, जोपासलं होतं. आणि आता ते दर महिन्याला बहरत होतं, फळांनी लगडत होतं.

कंपनी पुन्हा एकदा ताब्यात घेतल्यापासून, उल्कापात व्हावा तशी व्यवसायवृद्धी होत गेली. कधीकधी एखाद्या महिन्यात २,००,००० डॉलर्सपेक्षाही जास्त फायदा होत असे. हो, हो... फायदा! महिना वाईट गेला असं म्हणायचं तर त्या महिन्यात १,००,००० डॉलर्सचा फायदा होत असे. बहुतांश लोक जे अख्ख्या वर्षभरात कमावतात तितकं मी दोन आठवड्यांत कमवत होतो. संपत्तीचा ओघ सुरू होता, परंतु मी लोकांच्या नजरेत येत नव्हतो... प्रसिद्धी मिळत नव्हती. जर तुम्ही दर महिन्याला २,००,००० डॉलर्स कमवत असाल, तर तुमच्या आयुष्यात काय बदल होऊ शकतात?

- तुम्ही कोणती गाडी चालवाल?
- तुम्ही सुटी कुठे घालवाल?
- तुम्ही कोणता छंद जोपासाल... एखादी कला, लिखाण, समाजसेवा...?
- तुमची मुलं कुठल्या शाळेत जातील?
- कर्ज म्हणजे तुमच्यासाठी गळफास असेल का?
- तुम्ही किती झटपट श्रीमंत बनाल? चार महिन्यांत की चाळीस वर्षांत?
- रविवार रात्रीला शिव्या घालून, तुम्ही शुक्रवार संध्याकाळची आनंदानं वाट बघाल का?
- स्टारबक्समध्ये ६ डॉलर्स खर्च करून कॉफी पिणं तुमच्यासाठी खूप मोठी गोष्ट असेल का?

एक लक्षात घ्या, जेव्हा तुम्ही या पद्धतीनं पैसे कमवू लागता, तेव्हा श्रीमंतीचा डौल लगेचच येतो. वयाच्या ३३व्या वर्षी मी करोडपती बनलो होतो. मी सुरूवातीलाच जर व्यवसाय विकला नसता, तर याआधीच मी करोडपती बनलो असतो. पण तुम्ही चणे-फुटाणे खाऊन जगत असताना अचानक तुमच्याकडे कोणी १.२ मिलियन डॉलर्स घेऊन आला, तर किती जण ''मी नाही रे बाबा'' असं म्हणतील?

मी माझी पहिली लॅम्बोगिनी विकत घेतली आणि किशोरावस्थेत पाहिलेलं स्वप्न सत्यात उतरलं. कित्येक वर्षं वेगवेगळ्या प्रकारच्या आलिशान गाड्या बाळगल्यानंतर एक गोष्ट मी समजून चुकलो आहे की, अनेक वर्षांपूर्वी मी जो प्रश्न विचारला होता, तो विशेष नव्हता. हा प्रश्न तर बहुधा दर आठवड्यालाच विचारला जात असे. आणि आता या घडीला, त्या प्रश्नाचं उत्तर माझ्याकडे आहे. आणि तेदेखील असं उत्तर जे मला वाचायला आवडलं असतं.

२००७ साली मी कंपनी पुन्हा विकायचं ठरवलं. मला वाटत होतं की, आता सेवानिवृत्त होऊन, मी जी भव्य स्वप्नं उराशी बाळगली होती आणि त्यांच्यासाठी वेळ द्यायला हवा असं ठरवलं होतं; जसं- हे पुस्तक लिहिणं, कथाकादंबऱ्या लिहिणं आणि कोणास ठाऊक मी पटकथालेखकदेखील होऊ शकलो असतो. परंतु या वेळेस कंपनी विकायचं ठरवल्यावर मी अनेक प्रस्तावांवर विचार केला. मला ३.३ मिलियन डॉलर्सपासून ७.९ मिलियन डॉलर्सपर्यंत प्रस्ताव आले होते. अल्पावधीच लाखोंनी वारंवार डॉलर्स कमावण्याची सवय लागल्यामुळं मी पूर्ण रोखीतला व्यवहार मान्य केला आणि फास्ट लेनच्या प्रक्रियेची पुनरावृत्ती केली... तीदेखील काही मिनिटांतच. म्हणजे बघा... लक्षावधी डॉलर्सच्या नोटा हातात यायला किती वेळ लागला ते...

प्रकरण सारांश – फास्ट लेनचं वेगळेपण

- संपत्ती (पैसे) कमावण्यासाठी प्रसिद्धी अथवा शारीरिक प्रतिभा असलीच पाहिजे, अशी कोणतीही पूर्व अट नाही.
- झटपट संपत्ती नेहमी पटीत वाढवायची असते.
- बदल घडण्यासाठी एक क्षण पुरेसा असतो.
- दुसरे लोक ज्या वाटेवरून गेले नाहीत, त्या मार्गावरून जायला मुळीच घाबरू नका.
- हे पुस्तक लिहिण्यामागचं कारण म्हणजे, मी २० वर्षांचा असताना असं एखादं पुस्तक वाचायला मिळावं अशी माझी खूप इच्छा होती.

भाग २ :

संपत्ती म्हणजे रस्ता नव्हे,
तर त्या रस्त्यावरून केलेला एक प्रवास आहे!

फास्ट लेन

३

संपत्तीकडे नेणारा मार्ग

''हजारो मैलांच्या प्रवासाची सुरूवात एक पाऊल टाकूनच व्हायला हवी.''

- लाओ त्सू

संपत्ती केवळ रस्ता नव्हे, हा एक प्रवास आहे

महाविद्यालयात असताना, उन्हाळ्याच्या सुट्टीत, मी आणि माझे मित्र शिकागो ते दक्षिण फ्लोरिडा अशा सहलीवर निघालो. तरुण होतो, सगळे अगदी मज्जा मारण्याची स्वप्न बघत होतो. त्या ठिकाणी जायचं या कल्पनेनेच भारावून गेलो होतो... स्वच्छ सूर्यप्रकाशानं न्हाऊन निघालेला समुद्रकिनारा, त्यावर अर्धनग्न अवस्थेत फिरणारे कॉलेजातले तरुण-तरुणी... परंतु आम्ही एक महत्त्वाचा घटक लक्षातच घेतला नव्हता... तिथं पोहोचण्यासाठी आम्ही ज्या वाहनावर अवलंबून असणार होतो ते वाहन!

आठ तासांच्या त्या प्रवासात, आमच्या डॉज डस्टर २१ गाडीनं धूर ओकायला सुरूवात केली आणि आम्हांला थांबणं भाग पडलं. फाटलेली गास्केट, इंजीनतेलाची वानवा अशा अवस्थेत आम्ही सापडलो होतो. दक्षिण फ्लोरिडाचे सूर्यप्रकाशित समुद्रकिनारे राहिले लांब... आम्ही दक्षिण इलिनॉय भागात, मक्याच्या शेतात, गायींच्या शेणाचा येणारा वास घेत मध्येच कुठंतरी अडकून पडलो होतो...

खेदाची गोष्ट म्हणजे, अनेकांचे संपत्ती मिळवण्यासाठीचे प्रवासदेखील, आमच्या उन्हाळी सुट्टीतल्या फ्लोरिडा ट्रिपसारखेच मध्येच संपतात. रस्त्याच्या एका कडेला, मध्येच कुठेतरी, ''मी इथे कसा आलो?'' हे विचारायलादेखील आजूबाजूला कोणी नसतं, अशा अवस्थेत!

उन्हाळ्याच्या सुट्टीतल्या आमच्या सहलीसारखं, केवळ ठिकाण आणि गाडी चालवण्याची माहिती इतकं जुजबी ज्ञान 'संपत्तीकडे नेणाऱ्या मार्गावर' पुरेसं नसतं. कारण, तुम्हांला संपत्तीकडे नेण्यासाठीच्या या मार्गातच खूप उणिवा आहेत.

जर तुम्ही प्रवासावर लक्ष केंद्रित न करता, केवळ मार्ग आणि पोहोचण्याचं ठिकाण यावरच नजर ठेवाल, तर तुमचा संपत्तीचा शोध तिथंच थांबला म्हणून समजा. अर्थात, फास्ट लेन तुमच्यासाठी संपत्तीचा झटपट मार्ग *खुला* करून देईलही; परंतु यशस्वी प्रवासासाठी, प्रवासादरम्यान येणाऱ्या सगळ्या महत्त्वाच्या बाबींचा सांगोपांग विचार होण्याची आवश्यकता आहे. आमची उन्हाळी सुट्टीतील सफर यशस्वी होऊ शकली नाही; कारण आम्ही प्रवासावर ध्यान न देता रस्त्याचा विचार केला. तेलपाणी बरोबर आहे का? आपल्या बरोबर नकाशा आहे का? इंजीन सुस्थितीत आहे का?... छट्.. यांपैकी कोणत्याच गोष्टीचा विचार केला नाही आणि मूर्खासारखं दक्षिण दिशेकडे निघालो. प्रवासाला निघताना तुम्ही जर या महत्त्वाच्या बाबी विचारात घेतल्या नाहीत, जसे- इंजीन बिघडतं, तेल गरम होतं, पेट्रोल उडून जातं, तर इच्छित ठिकाणी पोहोचायला लांब लांब वळसे घेत जावं लागतं. तुम्ही केवळ रस्त्यावर लक्ष केंद्रित केलंत तर तुमचा प्रवास (तुमच्या मनाविरुद्ध) तिथंच अडकून राहील आणि तुम्ही, तुमच्या स्वप्नातल्या ईप्सितस्थळी कधीच पोहोचू शकणार नाही.

संपत्तीचा भ्रामक रस्ता

तुमच्या हातून संपत्ती निसटली याचा अर्थ बहुधा तुम्ही केवळ 'मार्गावरच लक्ष केंद्रित करणारे' आहात आणि जे सूत्र आहे त्याचा परिपूर्ण वापर करत नाही आहात. कुठल्यातरी पुस्तकात सुचवलेले एखाददोन मार्ग, 'श्रीमंत व्हा' अशा शीर्षकाची चर्चासत्रं किंवा शेअर ब्रोकर असलेल्या तुमच्या कॉलेजच्या मित्रानं पुरवलेली आतली बातमी : नक्कीच, असल्या तुकड्यातुकड्यानं मिळालेली माहिती तुम्ही त्या सूत्रात गुंफली असणार. पण दुर्दैवानं, या असल्या इकडून तिकडून गोळा केलेल्या साहित्यातून संपत्ती निर्माण होत नाही आणि तुमची अवस्था दोन राज्यांच्या सीमेवर पडून असलेल्या, बिना इंजिनच्या, बिना इंधनाच्या मृतवत गाडीसारखी होते. संपत्तीचं समीकरण बहु-चल असताना एक चल पद्धत वापरून हे समीकरण तुम्ही सोडवू शकत नाही.

संपत्तीच्या प्रवासाचं सूत्र हे एखाद्या पाककृतीप्रमाणे असतं.

ही करामत होणं शक्य नाही. कारण लागणाऱ्या साहित्यातले केवळ दोन घटक घेऊन पदार्थ बनूच शकत नाही. बेकिंग सोडा घालायचं विसरून पाहा, कुकीज फुलूनच येणार नाहीत. त्यात लोणी घालू नका, कुकीजची चव किती विचित्र लागेल. एक घटक विसरला असेल अथवा सदोष असेल तर पूर्ण पदार्थ बिघडूनच जातो. संपत्ती मिळवण्याचं मार्गदर्शन करणाऱ्या बहुतांश पुस्तकांमध्ये हीच चूक केलेली असते की, ते 'मार्गकेंद्रित' असतात. ही पुस्तकं साखरपेरणी करण्यात अगदी तरबेज असतात. ती तुम्हांला सांगतात :

- चीनमधून माल आयात करा आणि ॲमेझॉनवर विका.
- कुठल्यातरी व्यवसायाचे/दुकानाचे विक्रीहक्क मिळवा आणि स्वतःच स्वतःचे मालक बना.
- एखाद्या गूढ कायद्याचं गुपित जाणून घ्या आणि सकारात्मक विचार करा.
- आपला छंद अनुसरा आणि त्याचंच व्यवसायात रूपांतर करा.

- निष्क्रिय गुंतवणूक म्हणून स्थावर मालमत्तेत पैसे गुंतवा.
- आणखी श्रीमंत होण्यासाठी क्रिप्टो करन्सीमध्ये व्यवहार करा.

पुढं दिलेली धोरणं संपत्तीकडे नेणारे विविध मार्ग अधोरेखित करतात : स्थावर मालमत्तेचा मार्ग, व्यापाराचा मार्ग आणि व्यवसायाचा मार्ग. याहून *आणखी काही त्यात नसतं.* हे जे 'आणखी काही' आहे त्यातच अपयश सामावलेलं आहे, कारण या 'आणखी काही'मध्येच यशाचं सूत्र आहे.

लक्षाधीश होणं ही प्रक्रिया आहे, एखादी घटना नव्हे

स्वबळावर जे लक्षाधीश बनले आहेत त्या सगळ्यांनी, एका काळजीपूर्वक नियोजन केलेल्या सुसंगत प्रक्रियेतून संपत्तीचं निर्माण केलं आहे. त्यांच्याकडे याचं पूर्ण सूत्र आहे आणि ते त्याचा वापरही करतात. भले तुम्ही काहीही वाचलं असेल, ऐकलं असेल तरीही सांगतो, संपत्ती मिळवणं म्हणजे एखादी घटना नव्हे. संपत्ती आकाशातून पडत नाही किंवा ती एखाद्या खेळात भाग घेऊन मिळवता येत नाही. ती कधीही तुमच्या दाराची घंटी वाजवून, हातात फुगे घेऊन तुमच्या अंगणात उभी राहत नाही किंवा तुमच्या फ्रीजच्या आकाराचा तो चेक नसतो. संपत्ती म्हणजे लिंबू किंवा चेरीसारखी वस्तू नाही जी यंत्रातून आवाज करत बाहेर पडेल.

संपत्ती ही एक प्रक्रिया आहे, इव्हेंट नव्हे. तुम्ही कोणत्याही आचाऱ्याला विचारा, तो नक्की सांगेल की त्या पदार्थात वापरण्यात आलेले अनेक घटक आणि त्यावर केलेली कौशल्यपूर्ण सुसंगत प्रक्रिया यांचा परिपाक म्हणजे बनलेला उत्कृष्ट चवीचा पदार्थ : थोडंसं हे, थोडंसं ते, योग्य वेळी आणि योग्य ठिकाणी केलं की झाला चविष्ट पदार्थ तयार! संपत्ती मिळवण्यासाठी देखील हीच समान पद्धत वापरली जाते. 'अनेक असंघटित, विविध घटकांचा एकत्रित मेळ करून जमा केलेला संचय, ज्याचं मोल आहे आणि तेदेखील लाखोंमध्ये, म्हणजेच संपत्ती.'

बऱ्याच लोकांना श्रीमंती हुलकावणी देते. कारण ते प्रक्रियेकडे अथवा पद्धतीकडे दुर्लक्ष करून घटना घडण्याची वाट बघत बसतात. प्रक्रियेशिवाय, पद्धतीशिवाय घटना घडणार कशी? एक क्षण थांबा आणि हे पुन्हा वाचा. कार्यपद्धतीच लक्षाधीश घडवत असते आणि तुम्ही ज्या घटना किंवा प्रसंग बघता किंवा ऐकता हा त्या प्रक्रियेचा, पद्धतीचाच परिपाक असतो. आपल्या आचाऱ्याच्या दृष्टिकोनातून पदार्थ शिजणं ही एक प्रक्रिया आहे, तर तयार झालेला *स्वयंपाक* हा त्याचा परिणाम आहे.

उदाहरणंच द्यायचं झालं, तर एखादा खेळाडू व्यावसायिक बास्केटबॉल स्पर्धा खेळण्यासाठी १०० मिलियन डॉलर्सचा करार करत असेल, तर ती त्या प्रक्रियेतून झालेली घटना आहे. तुम्ही मोठमोठे करार झालेले बघता तसंच ऐकता, लक्षाधीश बनण्याचा अगदी नेत्रदीपक सोहळा असतो तो, पण त्यामागची जी प्रक्रिया होऊन गेलेली असते त्याकडे सामान्यपणे तुमचं दुर्लक्ष होतं. त्यामागची ही जी प्रक्रिया होऊन गेलेली असते, तो एक खडतर मार्ग असतो, जो तुम्ही पाहिलेला नसतो. रोजचा चार-चार तास केलेला सराव,

मध्यरात्री खेळवण्यात येणारे बास्केटबॉल सामने, फाटलेले स्नायू, त्यांवर करण्यात आलेली शस्त्रक्रिया आणि त्यातून पुन्हा बरं होणं, कनिष्ठ विद्यापीठ संघातून बाद करण्यात येणं अथवा वगळण्यात येणं, विरुद्ध संघाशी होत असलेला संघर्ष... हे सगळं मिळून एक प्रक्रिया होते.

जेव्हा एखादा २० वर्षांचा तरुण त्याची इंटरनेट कंपनी ५० मिलियन डॉलर्सला विकतो, तेव्हा ते तुम्ही ब्लॉगवर वाचता. सगळ्यांनी कौतुक करावं यासाठी या घटनेला प्रसिद्धी दिली जाते, ठळकपणे दाखवण्यात येते. दुर्लक्षित राहते ती त्यामागची प्रक्रिया. ती कंपनी ज्यानं सुरू केली, त्यानं त्यासाठी मान मोडून, मुकाट्यानं जे कष्ट केलेले असतात, त्याबद्दल तुम्हांला कोणी काही सांगत नाही. थंडीच्या अंधाऱ्या दिवसांत गॅरेजमध्ये दिवसन्‌दिवस बसून केलेल्या कामाबद्दल तुम्हांला काही ऐकू येत नाही. क्रेडिट कार्डामार्फत २१.९९% व्याजाने घेतलेल्या पैशातून कंपनी कशी स्थापन केली याबद्दल तुम्ही ऐकत नाही. कंपनी स्थापन करणाऱ्याकडे असलेल्या १,७४,००० मैल जिने पार केले आहेत अशा गंज लागलेल्या गाडीबद्दल तुम्हांला ऐकू येत नाही.

जेव्हा केविन प्लँक याने १९९६ साली अंडर आर्मर ही कंपनी स्थापन करून, पुढल्या १० वर्षांत ती सार्वजनिक क्षेत्रात आणली, तेव्हा त्याच्या त्या यशानं जगभर मथळेच्या मथळे भरले. पण लोकांचं लक्ष गेलं नाही ते त्या प्रक्रियेतील घटकांच्या बारकाव्यांकडे. जसं की, कंपनी स्थापन केल्यानंतर एका वर्षात प्लँक दिवाळखोर झाला होता. व्यवसाय सुरू ठेवण्यासाठी त्यानं स्वत:च्या वैयक्तिक शिलकीतले २०,००० डॉलर्स वापरले तसंच क्रेडिट कार्डामार्फत ४०,००० डॉलर्सचं कर्ज घेतलं. प्लँकचा संघर्ष आणि त्यामागे असलेल्या कहाणीच्या प्रक्रियेचा 'अब्जाधीश' होणं हा परिणाम, घटना आहे.

माझ्या कंपनीच्या विक्रीची (दोनदा विकलेल्या) परिणती घटनेत झाली, परंतु त्याची झालेली वृद्धी मात्र रेखीव प्रक्रियेतूनच झाली होती. माझं टोलेजंग घर, आलिशान गाड्या पाहून बाहेरचे कदाचित म्हणत असावेत, ''आहाहा, मीपण इतका नशीबवान असतो तर!'' पण अशी समजूत म्हणजे घटनेच्या प्रक्रियेप्रति असलेलं मृगजळ आहे.

संपत्ती मिळवून देणाऱ्या सगळ्या घटनांच्या मागे प्रक्रिया असते. त्यामागे करण्यात आलेल्या चाचण्या, पत्करण्यात आलेला धोका, केलेले कष्ट आणि त्याग यांची पार्श्वभूमी असते. जर तुम्ही प्रक्रिया डावलण्याचा प्रयत्न केलात, तर तुम्हांला घटनेचा अनुभव कधीच येणार नाही.

दुर्दैवानं आपला समाज प्रसार माध्यमांच्या अधीन असलेला 'मला आत्ता हवं आहे,' या मानसिकतेचा आहे. आपण फक्त घटनांवरच झोत टाकून त्यांचंच उदात्तीकरण करतो. परंतु त्यातून इतरांना मिळणारं मार्गदर्शन, बोध, जाणीवपूर्वक लोकांसमोर आणत नाही. एक प्रकारे त्यांनी गाळलेला घाम वाळवण्यासारखंच आहे हे. परंतु तुम्ही जर दीर्घ आणि खोलात जाऊन संशोधन केलंत तर तुम्हांला पद्धती (प्रक्रिया) निश्चितच सापडते. कधीतरी दुसऱ्या कोणाच्यातरी कथेत ती दबून राहिलेली असते किंवा ज्या घटनेचं उदात्तीकरण करण्यात आलेलं असतं त्या घटनेच्या मागेपुढे कुठंतरी...

जेव्हा तुम्ही पहिल्यांदा लक्षाधीश बनता, तेव्हा त्यासाठी प्रक्रियाच कारणीभूत ठरलेली असते. रस्त्यावरून नाचत नाचत जात असता अचानक प्रकटणारं ते काही गुपित नव्हे.

प्रक्रिया म्हणजे संपत्तीकडे नेणारा प्रवास आहे. त्याचं ईप्सित स्थळ म्हणजे घटना, परंतु तिथं प्रक्रियेच्या माध्यमातूनच पोहोचता येतं. आणि हो, यशाकडे जाणारी लिफ्ट नादुरुस्त आहे – तुम्हांला जिन्याचाच वापर करावा लागेल.

संपत्तीच्या प्रवासाचं सूत्र

संपत्तीच्या मार्गावरील प्रवास हा जणू काही खाचखळग्यांनी भरलेल्या रस्त्यावरून केलेला प्रवास आहे. या प्रवासात यशस्वी होण्यासाठी, प्रवासातली शिस्तबद्धता आणि प्रवासासाठी आवश्यक असलेलं हत्यार अर्थात प्रक्रिया खूप महत्त्वाची असते. या उलट ईप्सित स्थळासाठी (घटनेसाठी) हे महत्त्वाचं नसतं. खाली नमूद करण्यात आलेले चार घटक हे यशाची सूत्रं आहेत. ते असे :

रस्त्याचा नकाशा (भाग ३, ४ आणि ५)

प्रवासाचं होकायंत्र – आपला नकाशा – हाच तुमच्या कृतीमागील मार्गदर्शक शक्ती आहे. या नकाशात आर्थिक व्यवस्थेबद्दल असलेल्या तुमच्या समजुती (मतं) आणि संपत्तीबाबत असलेली तुमची पूर्व धारणा या गोष्टी नमूद केलेल्या असतात. असे तीन प्रकारचे मार्गनकाशे आहेत जे संपत्तीकडे नेणारा तुमचा मार्ग आखून देतात.

१. पदपथ
२. मंद गती मार्ग
३. द्रुत गती मार्ग

एखाद्या पदार्थाच्या कृतीप्रमाणेच, हा नकाशाच तुम्हांला का, कुठं, कसं आणि काय याची रूपरेषा पुरवेल.

तुमचं वाहन (भाग ६)

तुमचं वाहन म्हणजे स्वत: तुम्हीच. प्रवासादरम्यान, तुमच्या व्यतिरीक्त अन्य कोणीही ते चालवू शकत नाही. तुमचं वाहन हे, तेल, इंधन, इंजीन, स्टिअरिंग व्हील, पुढची काच, इंजिनाची क्षमता आणि ॲक्सिलरेटर हे सगळे घटक असलेली जटिल प्रणाली आहे. प्रवासादरम्यान सर्वोत्तम कार्यकुशलता सुनिश्चित करण्यासाठी या सगळ्या घटकांचा वारंवार मेळ साधत, त्याला तेलपाणी करण्याची आवश्यकता असते.

तुमचे मार्ग (भाग ७)

तुम्ही पत्करलेला पेशा हाच तुमचा मार्ग. उदाहरणार्थ, तुम्ही नोकरीचा मार्ग धरू शकता. या मार्गात तुम्हांला अमर्यादित पर्याय उपलब्ध आहेत : तुम्ही अभियंता, प्रोजेक्ट मॅनेजर

(प्रकल्प व्यवस्थापक), डॉक्टर, प्लंबर, ट्रकचालक कोणीही असू शकता. शिवाय आणखी काही मार्ग आहेत. जसे, उद्योजकता. तुम्ही स्थावर मालमत्तेत गुंतवणूक करणारे, किरकोळ दुकानदार, फ्रेंचायजर, फ्री लान्सर किंवा संशोधकही असू शकता. एखाद्या बिकट वाटेप्रमाणेच या मार्गाचेदेखील असंख्य पर्याय उपलब्ध आहेत. प्रत्येकाचं एक गणितीय सूत्र आहे.

तुमचा वेग (भाग ८)

एखाद्या कल्पनेचा उगम झाल्यापासून तिची अंमलबजावणी होणं म्हणजे वेग. तुम्ही एखाद्या निर्मनुष्य, एकाकी रस्त्यावर फेरारीमध्ये बसला आहात. पण जर तुम्ही तिच्या ॲक्सिलरेटरवर भार दिला नाहीत, तर तुम्ही जागचे हलूच शकणार नाही. वेगाशिवाय तुमच्या मार्गनकाशाला काहीच अर्थ उरत नाही. तुमचं वाहन आहे तिथंच थांबून राहील आणि तुमचं वाहन निष्क्रिय होईल.

मार्गावर (अनेक ठिकाणी) जकात नाके असतात

द्रुत गती मार्गावरून जाणारे असे योद्धे असतात जे खडबडीत रस्त्यावरच जगतात आणि मरतात. ज्या रस्त्यावरून जाताना जकात भरावी लागते ते रस्ते संपत्तीकडे नेणारे असतात आणि ही जकात गुळगुळीत रस्त्यावर भरता येत नाही. आपल्यापैकी काही जणांसाठी, ही चांगली बातमी आहे. कारण ही जकात आपल्यातील कमकुवत लोकांना शोधून, त्यांना सामान्यांच्या जगात घेऊन जाते. जर तुम्ही जकातीला विरोध कराल, तर संपत्ती तुम्हांला अवरोध करेल. दुर्दैवाने काही लोकांना वाटतं की संपत्तीकडे नेणाऱ्या मार्गावरची जकात ही काही पात्रता अथवा 'पूर्वअटीं'अनुसार भरता येते. जसे की :

- एक कर्तृत्ववान कुटुंब/उत्तम बालपण
- 'कष्टाचं काम' विरुद्ध 'हुशारीनं केलेलं काम'
- शैक्षणिक यश आणि नावापुढं लागलेल्या पदव्या
- देदीप्यमान व्यावसायिक योजना
- व्हेंचर कॅपिटल
- ठरावीक लिंग, वंश किंवा वय असणं.
- नेहमीच सकारात्मक इच्छा करणं, सकारात्मक स्वप्न पाहणं आणि सकारात्मक विचार करणं.
- योग्य जागी असलेल्या लायक व्यक्तींची माहिती असणं.
- योग्य शाळेत घेतलेलं शिक्षण
- जे करत आहोत त्यावर प्रेम किंवा त्या बाबतची उत्कटता असणं.

सत्य किंवा वास्तवतेपुढं काहीच नसतं. मिलिअनेर फास्ट लेनच्या लेखी या असल्या गोष्टींना काडीची किंमत नाही. फास्ट लेन म्हणजे दुतर्फा हिरवीगार झाडी असलेला, पांढऱ्या

कुंपणाआडच्या ओकच्या वृक्षाला लटकवलेल्या झोपाळ्यांवर मुलं झोके घेत आहेत अशी दृश्यं दाखवणारा सरळसोट रस्ता नव्हे. हा अतिशय अंधारा, एकाकी, ओबडधोबड रस्ता आहे, ज्यातील खाचखड्डे तुम्हांला बदल आणि क्रांती घडवून आणण्यास भाग पाडतात. जर संपत्तीकडे जाणारा मार्ग इतका साधासरळ असता, तर प्रत्येक जणच लक्षाधीश बनला नसता का?

लक्षात ठेवा, या मार्गावर किंमत चुकवावी लागणार, धोके आणि त्याग, अडथळे येणार हे अपेक्षितच आहे. जेव्हा तुम्ही पहिल्या खड्ड्याला धडकाल (आणि हो, असं घडतंच) तेव्हा ध्यानात ठेवा की तुम्ही तुमच्या पुढं जाऊन उलगडणाऱ्या कथेची बांधणी करत आहात. *फास्ट लेन पद्धतीमध्ये त्याग करावा लागतो– जे फार थोडे करतात, जगण्यासाठी संकल्प करावा लागतो, तोदेखील फार थोडेच करतात.*

हा प्रवास खासगी चालकाच्या हाती सोपवून चालत नाही

आपण अशा समाजात राहतो, जिथं सगळ्या गोष्टी दुसऱ्याकडून करवून घेतल्या जातात. अगदी आपल्या घरकामापासून ते मुलांना सांभाळण्यापर्यंत. एखादं घाण झालेलं न्हाणीघर दुसऱ्याकडून साफ करवून घेण्यापर्यंत ठीक आहे, पण संपत्ती कमवायची असेल तर तसं चालत नाही. संपत्ती मिळवण्याच्या प्रवासात कोणीही दुसरा चालक नसतो तसंच या प्रवासातली जकातदेखील एखाद्या फिलिपाइन्समधल्या कुणाकडून तरी भरल्यासारखी आभासी भरता येत नाही.

मला जर माझ्या सोळाव्या वर्षी माझ्या स्वप्नातली लॅम्बोगिनी भेट म्हणून दिली असती (किंवा कोणीतरी तत्सम स्वप्नपूर्ती केली असती), तर आज जो मी आहे, तो झालो नसतो. कुठल्याही प्रयत्नाशिवाय जेव्हा तुम्हांला भेटवस्तू मिळतात, तेव्हा ती प्रक्रियाच तुम्ही निष्क्रिय (पांगळी) करता. मला जे कोणी बनायचं होतं, त्यासाठी लागणारी प्रक्रिया मी दुसऱ्या कोणाकडून करवून घेतली असती तर माझं यश थिटं झालं असतं. ज्या प्रवासात दुसरं कोणी तुमच्यासाठी काही करतं तेव्हा तो फार मोठा शहाणपणा आहे किंवा तुमच्या व्यक्तिमत्त्वातला विकास साधला गेला आहे, असं म्हणता येणार नाही. हा प्रवास तुमचा आहे. आणि जोपर्यंत तुम्हांला समविचारी फास्ट लेनर्स येऊन मिळत नाहीत, तोपर्यंत तरी तुम्ही एकटेच असता.

प्रकरण सारांश : फास्ट लेन वैशिष्ट्यं

- संपत्ती हे सूत्र आहे, घटक नव्हे.
- प्रक्रियांमुळंच लक्षाधीश घडतात. तर घटना म्हणजे प्रक्रियेचं जोड उत्पादन आहे.
- संपत्तीच्या प्रवासात वाहन दुसऱ्याकडून हाकून घेतलंत, तर ते भाडोत्री पद्धती वापरण्यासारखं आहे. प्रक्रिया कधीही दुसऱ्या कोणाकडून करवून घेता येत नाही. का? प्रक्रियेच्या माध्यमातून शहाणपण, व्यक्तिविकास, सामर्थ्य आणि सरतेशेवटी घटनांचा उदय होत असतो.

फास्ट लेन

४

संपत्तीकडे जाणाऱ्या मार्गाचा नकाशा

"तुम्ही कुठं चालला आहात हेच जर तुम्हांला माहीत नसेल,
तर कोणताही मार्ग तुम्हांला तिथं घेऊन जाईल."

-लुईस कॅरॉल

संपत्तीसाठीचं होकायंत्र

जर तुम्हांला, आपण कुठं चाललोय हेच ठाऊक नसेल, तर तुम्ही तिथं पोहोचलात की नाही हे तुम्हांला कसं कळणार? जर ठिकाणच ठरलेलं नसेल तर त्या ठिकाणी पोहोचलोय हेसुद्धा कळणार नाही. त्याहूनही अशी शक्यता आहे की, तुम्ही अशा ठिकाणी जाऊन पोहोचाल, जिथं तुम्हांला जायचंच नव्हतं. म्हणूनच, संपत्ती ही नकाशाबरहुकूम शोधली पाहिजे, उगीचच हवेत बाण मारल्यासारखी नाही.

स्व-बळावर जे लोक लक्षाधीश होतात ते काही सतत पैशात अडखळत अडखळत होत नाहीत. त्याचप्रमाणं, दुर्दैवामुळं येत राहिलेली अपयशं ही अपयशं म्हणून गणली जात नाहीत. दोन्हीही, त्यांनी निवडलेल्या संपत्तीचा मार्ग नकाशातून विकसित झालेल्या कृती आणि संकेतांचा शेष परिणाम असतो. तुमचा आर्थिक नकाशा प्रक्रियानिश्चितीसाठी निर्णायक असला पाहिजे, कारण संपत्तीकडे नेणाऱ्या प्रवासातलं ते महत्त्वाचं साधन आहे.

तुम्ही हे मान्य करा अथवा करू नका, तुमची वर्तमान आर्थिक स्थिती ही तुमच्या आर्थिक नकाशाचंच परिणामस्वरूप आहे. हा नकाशाच तुमच्या कृतींना मार्गदर्शन करतो, ज्याच्या परिणामांतूनच तुमचं आर्थिक जीवन ठरत असतं.

शेवटी, तुम्ही निवडलेल्या पर्यायांवरूनच तुमचं आयुष्य कसं घडणार हे ठरतं.

पण मग हे पर्याय येतात कुठून?

तुमच्या मार्गनकाशात परिभाषित केलेल्या समजुतींमधूनच ते अंकुरित होतात.

तुमचे पर्याय, निवडी जर तुम्हांला बदलायचे असतील तर त्याची सुरूवात मार्गनकाशांपासूनच व्हायला हवी. कारण त्यातच तुमच्या सगळ्या समजुती सामावलेल्या

असतात, मग त्या शब्दरूप असतील किंवा संख्यात्मक असतील. आयुष्यात जर क्रांतिकारक बदल घडवायचा असेल तर मार्गनकाशातदेखील तसेच मूलगामी बदल करावे लागतील. त्यात बदल करा आणि तुमचं आयुष्यच बदलून जाईल.

एक उदाहरणच द्यायचं झालं, तर मार्गनकाशे आणि त्याला चिकटून असलेल्या समजुती यांचा अर्थव्यवस्थांवर होणारा परिणाम : जर तुमची समजूत ही असेल की, श्रीमंत लोक एस अँड पी या इंडेक्स फंडमध्ये गुंतवणूक केल्याने श्रीमंत झाले, तर ती समजूत तुमच्या कृतींमध्ये प्रतिबिंबीत होते. जर कोणी एखाद्या वित्तीय गुरूनं तुम्हांला असं ज्ञान दिलं की सगळी क्रेडिट कार्ड्स मोडीत काढा; कारण, 'सर्व प्रकारची कर्जं ही वाईटच असतात,' तर तुम्ही तसं कराल. जर एखाद्या लेखकानं असं म्हटलं की, आजच्या तारखेला ५० डॉलर्सची गुंतवणूक करणं म्हणजे ४० वर्षांनंतरच्या १० मिलियन डॉलर्स कमावण्यासारखं आहे. आणि ते तुम्हांला पटतं. तुमची कृती ही या समजुतीअनुसारच होते.

तुम्ही खरं माना अथवा खोटं, पण समजुती या कृतींना गती देणाऱ्या शक्तिशाली यंत्रणा असतात. आपल्या पालकांनी आपल्याला सांगितलं, सान्ताक्लॉज खरंच असतात आणि आपण त्यावर विश्वास ठेवला. आपण हातातली बिस्किटं सोडून, खिडकीतून उडणारा रेनडिअर दिसतोय का ते पाहू लागतो आणि घराच्या एवढ्याशा धुरांड्यातून त्याचा एवढा मोठा देह खाली कसा आला याचं आश्चर्य करू लागतो. आपल्याला जे शिकवलं गेलं आहे त्यावरच आपण विश्वास ठेवतो, भले समोर येणारे पुरावे त्याविरुद्ध जात असतील तरीही!

तुमच्या या समजुतीच होकायंत्राचं काम करतात. त्याच जर सदोष असतील तर आयुष्यभरासाठी त्या तुमची वाट वाकडी करून ठेवू शकतात. काल्पनिक समजुती म्हणजे दिशाभूल करणारे नकाशे असतात. ते तुम्हांला कायमस्वरूपी बंद असलेल्या मार्गावर, 'डेड-एन्ड'पाशी नेऊन ठेवतात. असे मार्ग जिथं, 'संपत्तीपुढचं वळण' असं कधीच लिहिलेलं आढळून येत नाही.

संपत्तीच्या प्रवासातले तीन मार्गनकाशे

तुम्हांला संपत्तीकडे नेणाऱ्या मार्गाची योजना आणि त्यासाठी लागणाऱ्या प्रक्रियानिश्चितीची सुरूवात ही तुमच्या सध्याच्या आर्थिक स्थितीचा मार्गनकाशा आणि इतर पर्याय यांबाबत घेतलेल्या एका परीक्षेनं होते. आर्थिक मार्गनकाशांचे तीन प्रकार असतात.

पदपथाद्वारे मार्गनकाशा

मंद गती मार्गनकाशा

द्रुत गती मार्गनकाशा

या तीन मार्गनकाशांमध्येच एक समजूत, एक मानसिकता दडलेली आहे जी तुम्हांला प्रत्येक मार्गनकाशाच्या आनुषंगिक कृती करायला लावते. महत्त्वाचं म्हणजे, प्रत्येक मार्गनकाशाचं स्वत:चं एक 'विश्व' असतं आणि ते त्या विश्वांतर्गतच कार्य करत असतं, मात्र

गणितीय 'संपत्ती समीकरण' ते नियंत्रित करत असतं. तुम्ही कोणत्याही मार्गनकाशाची निवड करा, तुमचं संपत्तिविश्व हे त्या त्या नकाशाच्या संपत्ती-सूत्रानुसारच चालणार. याशिवाय, प्रत्येक मार्गनकाशाचा एका विशिष्ट ईप्सित स्थळाकडे नैसर्गिक कल असतो. ते असे :

पदपथ – गरिबी

स्लोलेन – सामान्यत्व (मध्यम वर्गीय)

फास्ट लेन – संपत्ती

तुम्ही कोणत्याही मार्गनकाशाची निवड केलीत, तरी तो तुम्हांला त्याच्या अंगभूत 'यथार्थ मूलतत्त्वा'कडेच खेचून नेईल.

'यथार्थ मूलतत्त्व' म्हणजे काय?

जर तुम्ही ब्लॅक जॅक खेळत असाल आणि सलग १५ वेळा हात जिंकलात, तर तुम्ही त्या खेळातली गंमत हरवून बसता. १५ हात सलगपणे न जिंकणं हीच या खेळातली गंमत आहे.

जेव्हा आफ्रिकेतल्या एखाद्या सिंहाला, लास वेगासमध्ये जादूचे खेळ करण्यासाठी पाळीव बनवलं जातं, तेव्हा त्या सिंहाला त्याच्या मूलतत्त्वाच्या विरुद्ध जाण्याचं प्रशिक्षण देण्यात येतं. सिंहाची सहजता ही हिंस्त्रपणा, शिकार करणं, ठार मारणं, झुंडीतल्या इतरांना खाऊ घालणं आणि समागम करणं यातच असतं. त्या सिंहाला स्वत:च्या नैसर्गिक स्वभावानुसार वागायचं असतं, म्हणूनच असे खेळ करणाऱ्या विक्षिप्त जादूगारांच्या काही वेळा जिवावर बेततं. मूलतत्त्वाचे नियम झुकवण्यासाठी तुमच्यातही काही तितकंच खास असावं लागतं.

मार्गनकाशाचंही तसंच आहे. प्रत्येक मार्गनकाशाचं स्वत:चं एक मूलतत्त्व असतं, जे तुम्हांला कदाचित गरिबी, मध्यम वर्गीयपणा किंवा श्रीमंतीकडे घेऊन जातं. उदाहरणार्थ, जर तुम्ही पदपथ अथवा फूटपाथ अनुसरलात, तर त्याचं मुक्कामाचं ठिकाण गरिबी असू शकेल. कोणताही मार्ग अनुसरला तरी तो संपत्तीकडेच नेतो, हे जरी खरं असलं, तरी मार्गाच्या मूलतत्त्वाला टाळणं म्हणजे संभाव्यता टाळण्यासारखं आहे. जसे, रॉलेट टेबलच्या भोवती सहा तास बसून जुगार खेळणं.

प्रत्येक मार्गनकाशामध्ये काही मुख्य विचारसरणी समाविष्ट असते, जी दिशादर्शक किंवा 'मन:स्थिती दर्शक' किंवा 'माइंडपोस्ट' म्हणून काम करते. नकाशाप्रमाणेच ही चिन्हं आपल्या कृतीला योग्य मार्ग आणि दिशा दाखवतात. हे मन:स्थितीदर्शक पुढीलप्रमाणे :

कर्जाचं भान – कर्जाचं तुमच्यावर नियंत्रण आहे की तुम्ही कर्ज नियंत्रित करता आहात? अथवा, मुळात तुमच्यावर कर्ज आहे का?

वेळेचं भान – तुमच्या वेळेचं मूल्य किती? आणि तुम्ही त्याचा विनियोग कसा करता? पुष्कळ? फारच थोडा? सामान्य? तुम्ही वेळेसाठी काम करता का? अथवा वेळ तुमच्यासाठी काम करते?

शैक्षणिक भान – तुमच्या जीवनात शिक्षणाची भूमिका काय आहे? मुळात त्याला काही महत्त्व आहे का?

आर्थिक भान – तुमच्या आयुष्यात पैशाचं मूलभूत स्थान काय? तुमच्यासाठी पैसा हे साधन आहे की खेळणं? पुष्कळ की दुरापास्त?

प्राथमिक उत्पन्नाचा स्रोत – उत्पन्न मिळवण्याचा तुमचा प्राथमिक स्रोत कोणता आहे?

संपत्ती वेगाने वाढवणारा मूलभूत घटक – तुम्ही तुमच्या निव्वळ कमाईत कशी भर घालता जेणेकरून संपत्तीत वाढ होईल? किंबहुना असं करता की नाही?

सांपत्तिक भान – संपत्तीची व्याख्या तुम्ही कशी करता?

संपत्तीचं समीकरण – संपत्ती गोळा करण्यासाठीची तुमची गणितीय योजना कोणती? कोणतं संपत्ती समीकरण तुमच्या संपत्तिविश्वाचं भौतिकशास्त्र परिभाषित करते?

इष्ट स्थान – तुम्ही कुठलं इष्ट स्थान मनात धरलं आहे का? जर असेल, तर ते कसं आहे?

जबाबदारी आणि नियंत्रण – तुमचं आयुष्य आणि तुमचं आर्थिक नियोजन यांवर तुमचं नियंत्रण आहे का?

जीवनभान – तुम्ही तुमचं जीवन कसं जगता? भविष्यासाठी काही नियोजन करता? उद्यासाठी आज जगता? की आजसाठी उद्या?

मार्गनकाशे वेगवेगळ्या विश्वांमध्येच कार्यरत असतात

प्रत्येक मार्गनकाशा गणितीय सूत्रांच्या एका विशिष्ट साच्याअंतर्गतच काम करतो. तुम्ही किती वेगाने संपत्ती निर्माण करू शकता हे ते *संपत्ती समीकरण* ठरवतं. आइन्स्टाईनच्या $E=MC^2$, या समीकरणाप्रमाणं हे सूत्र तुमच्या संपत्तिविश्वावर राज्य करतं, जसं भौतिकशास्त्र आपल्या विश्वाला नियंत्रित करतं. आणि जसं भौतिकशास्त्र हे गणितीय सूत्रांमध्ये बद्ध आणि परिपूर्ण आहे, तद्वत तुमची समीकरणं (संभाव्यता) संपत्तीशी बद्ध आहेत.

संपत्ती कमी–अधिक होण्याचा वेग हा तुम्ही निवडलेल्या मार्गनकाशांच्या विश्वातून निर्माण होतो आणि याच विश्वांमधून तुमचं आर्थिक नियोजन गती घेतं अथवा अडकून राहतं. अशी कल्पना करा की, हे म्हणजे जणू काही रेल्वेमार्गाचा ट्रॅक आहे. प्रत्येक ट्रॅकला स्वत:चा वेग, नियम आणि कायदे निश्चित केलेले असतात. तुम्ही कोणत्याही ट्रॅकवर आरूढ होऊ शकता, ताशी २० मैलांच्या अथवा ताशी २०० मैलांच्या.

तुमच्या आर्थिक स्थितीबाबत तुम्ही समाधानी नसाल, तर तत्काळ नकाशा बदलून (दुसरा नकाशा अनुसरून) तुम्ही तुमचं विश्व पालटू शकता. तथापि, मार्गनकाशाची अदलाबदल करण्याआधी, तुम्ही ते नीट समजून घेतलं पाहिजेत. चला तर मग, मिलिअनेर

फास्ट लेनच्या पुढच्या तीन भागांमध्ये आपण या मार्गनकाशांचं पृथक्करण (विच्छेदन) करू या : पदपथ (फूटपाथ), मंद गती मार्ग आणि द्रुत गती मार्ग.

प्रकरण सारांश : फास्ट लेन वैशिष्ट्यं

- बदल घडवायचा असेल, तर तो बदल तुमच्या समजुतीतून यायला हवा. आणि तुमचे मार्गनकाशे तुमच्या समजुतींना सीमाबद्ध करतात.
- प्रत्येक मार्गनकाशा हा संपत्तीच्या सूत्राकडून शासीत केला जातो आणि एका आर्थिक उद्दिष्टाकडे झुकलेला असतो. जसे, फूटपाथ किंवा पदपथ गरिबीकडे, स्लोलेन मध्यम वर्गीयपणाकडे आणि फास्ट लेन श्रीमंतीकडे.

भाग ३ :

गरिबी : फूटपाथचा मार्गनकाशा

फास्ट लेन

५

सर्वाधिक रुळलेला मार्ग : फूटपाथ

''जर इतरांच्या समजुतींपेक्षा तुमच्या समजुती वेगळ्या असणारे तुम्ही पहिलेच असाल, तर मुळात तुम्हांला असं म्हणायचं असेल की, मीच बरोबर आहे आणि बाकी सगळे चूक आहेत. तर ही एक अत्यंत अप्रिय स्थिती आहे. ती एकाच वेळी उत्साहवर्धक आहे, पण त्याच वेळी ती हल्ला करण्यासाठी आमंत्रण देण्यासारखी आहे.''

–लॅरी एलिसन

फूटपाथचा मार्गनकाशा

काही माणसं जी आयुष्यभर फूटपाथवरून, पदपथावरूनच चालणारी असतात ती त्या मार्गनकाशाचेच अनुयायी असतात. जास्त सुरक्षित उद्याच्या बदल्यात, आजचा आनंददायी वर्तमान जगण्यासाठी बहुतेक जण पदपथाचाच मार्ग अनुसरतात.

फूटपाथवरून चालणाऱ्यांची मानसिकता नेहमीच 'अपयश आलं– बिनसलं' अशी असते. कोणी थट्टा केली – बिनसलं. थोडी पिछेहाट झाली – बिनसलं. पदपथावर तुम्ही नेहमीच बेघर, दिवाळखोर किंवा तुमच्या पालकांच्या घरात तळघरात राहणारे 'असे कुणीतरी' असता.

हं, आता फूटपाथवरच्या काही काही वाटसरूंची खरं तर मिळकत चांगली असते, पण त्यापैकी कोणीही खऱ्या अर्थानं संपत्ती कमवत नाही. आता या विरोधाभासामुळं फसू नका. पदपथाचा शेवट कधीही संपत्तीच्या थांब्याकडे होत नाही. फक्त एक आसन्नमरणी असा 'रस्ता संपला' असा फलक लावलेला दिसतो. पदपथावरचा प्रवास हा असा प्रवास आहे ज्याचं मुक्कामाचं ठिकाण 'दिवाळखोरी' किंवा 'अगणित संकटं' हेच असतं.

फूटपाथवरचा वाटसरू म्हणजे काय?

फूटपाथवरून चालणाऱ्याचं, आर्थिक मुक्कामाचं ठिकाण अस्तित्वात नसतं. *यात नियोजन असं असतं की, काहीच नियोजन नसतं.* जरा जास्त पैसे मिळाले की ते कुठल्यातरी उपकरणावर, सहलीवर, नवीन गाडी घेण्यात, फॅशनेबल वस्तू घेण्यात किंवा बाजारात जी नवीन खुळं येतात त्यांवर खर्च केले जातात. फूटपाथचा मार्ग अनुसरणारे नेहमीच, नकळतपणे, क्षणिक आनंद देणाऱ्या, आपली प्रतिमा जपणाऱ्या, अतृप्त गरजा पोसणाऱ्या 'जीवनशैलीचे गुलाम' असतात. त्यामुळं उपभोग घेण्याचा वेग वाढतो, ओझी वाढत जातात आणि परिणामस्वरूप फूटपाथचा मार्ग अनुसरणाऱ्यांना कायमच त्यांची नोकरी किंवा व्यवसाय यांची गुलामी करावी लागते.

बहुतांश वेळा फूटपाथचाच मार्ग अनुसरला जातो, कारण या मार्गात प्रतिकार कमी आहे. त्याची धून आहे क्षणिक समाधान! इथं आठवड्याच्या शेवटी छानछोकीवर कितीही पैसे खर्च केले जातात. तुम्हांला बघायचं आहे का की फूटपाथवरून जाणाऱ्यांचं आयुष्य कसं असतं आणि ते कसा विचार करतात? टी.व्ही.वर प्रसारित होणारा 'जज ज्युडी' हा कार्यक्रम काही तास बघा. मुलगी आईला १०० डॉलर्ससाठी कोर्टात खेचते, लोक जबाबदारी झटकून देतात, परिणामांकडे दुर्लक्ष केलं जातं, लोकांना सगळं फुकटात हवं असतं. खरं तर या कार्यक्रमाचं नाव *पदपथावरील आयुष्य* असंच असायला हवं.

फूटपाथवरील वाटसरूंचे 'मन:स्थितीदर्शक'

फूटपाथवरच्या वाटसरूंच्या मार्गनकाशात, त्यांच्या वागणुकीतली वैशिष्ट्यं, जी त्यांच्या कृतीमागची प्रेरक शक्ती असते ती समाविष्ट असतात. याच वेगवेगळ्या विचारसरणी या दिशादर्शक किंवा 'मन:स्थितीदर्शक' असतात ज्या फूटपाथवरच्या वाटसरूला आयुष्यभर मार्गदर्शन करतात.

कर्जाचं भान : *कर्ज घेतल्यामुळं आता नवनवीन वस्तू विकत घेता येताहेत! क्रेडिट कार्ड्स, सगळी कर्जं, गाडीचा हप्ता – हे सगळं माझ्या मिळकतीला पूरक आहेत आणि आयुष्य मनसोक्त उपभोगायला खूप मदत करताहेत! जर मला आत्ता हवं असेल, तर ते मला आत्ताच मिळणार आहे.*

वेळेचं भान : *माझ्याकडे पुष्कळ वेळ आहे आणि उद्या उजाडणार नसल्यासारखा मी पैसे खर्च करतो आहे. छ्या:, जर का मी दोन आठवड्यांत मेलो, तर ते स्वत:बरोबर नेता येणार आहेत का!*

शैक्षणिक भान : *मी पदवीधर झाल्याझाल्या माझा शिक्षणाशी संबंध संपला, हुर्रे!*

पैशाचं भान : *जर तुमच्याकडे पैसे असतील तर तुम्ही खुशाल मिरवा! अहो, अडचणीच्या काळासाठी कशाला साठवत बसायचं? कमावलेला प्रत्येक पैसान्पैसा मी खर्च करतो आणि माझी बहुतेक सगळी बिलं अगदी वेळेवर भरलेली असतात; एका दृष्टीनं ही आर्थिक जबाबदारी पेलण्यासारखंच नाही का?*

उत्पन्नाचा मूळ स्रोत : *ज्या कामातून सगळ्यांत जास्त पैसे मिळतात, असलं कुठलंही काम करण्याची माझी तयारी असते. ''अरे बाळा, मी पैशाचा पाठलाग करतो.'' हे चलनी नाणं असल्यासारखं आहे.*

संपत्तीचा मूळ वेग नियंत्रक : *मूळ उत्पन्न? मी कसिनोत जुगार खेळतो, लॉटरीची तिकिटं विकत घेतो आणि एका विमा कंपनीवर मी दावा लावला आहे... इतकं ठीक आहे?*

संपत्तीचं भान : *ज्याच्याकडे जास्तीतजास्त संपत्ती तोच सरतेशेवटी जेता असतो.*

संपत्तीचं समीकरण : *संपत्तीचं माझं सूत्र असं आहे (संपत्ती = उत्पन्न + कर्ज)*

मुक्कामाचं ठिकाण : *मुक्कामाचं ठिकाण? मी आजच्यासाठी जगतो आणि मला उद्याची भ्रांत पडत नाही.*

जबाबदारी आणि नियंत्रण : *माझ्या बाबतीत सर्व काही वाईटच घडतं. तो माणूस नेहमी मला दडपतो. सगळी व्यवस्था माझ्या विरुद्ध आहे. मी बळीचा बकरा ठरलो आहे. ही इतर कोणाचीतरी चूक आहे.*

जीवनाचं भान : *उद्या गेला खड्ड्यात, आज जगून घ्या. आयुष्य इतकं अल्प असतं की ३० दिवसांच्या वर आपण काही योजना आखूच शकत नाही. तुम्ही इथून काहीही घेऊन जाऊ शकत नाही! आयुष्यात तुम्ही एकदाच तरुण असता! शिवाय मी एक दिवस मोठा तडाखा देऊ शकतो.*

फूटपाथवरची काही कटू तथ्यं

तुम्हांला ही काल्पनिक मन:स्थितीदर्शक आणि त्यांवर केलेली भाष्यं कदाचित हास्यास्पद वाटतील, पण ती तशी नाहीत. त्यांच्या आकडेवारीवर एकदा नजर टाका. त्या बाबतचे अहवाल वाचा. अमेरिकी जनगणना कार्यालयानं २०१४ साली केलेल्या आणि २०१७ साली प्रसिद्ध केलेल्या अहवालातील (हा अहवाल २०१३ साली करण्यात आला होता, २००१ आणि २००८ साली आलेल्या मंदीतून सावरल्यानंतर कित्येक वर्षांनी), काही अस्वस्थ करणारे मुद्दे याप्रमाणं :

- ५५ वर्षांहून कमी वयाच्या, ६९.७% व्यक्तींची निव्वळ मिळकत शून्यावर येण्याची शक्यता आहे किंवा ती ऋण संख्येतपण होण्याची शक्यता आहे.
- अमेरिकेतल्या सर्व घरांच्या अंदाजे ५४% घरांची, निव्वळ संपत्ती १ लाख डॉलर्सहूनही कमी मूल्यातली आहे.
- '३५ वर्षांच्या खालील' असणाऱ्या ८३% घरांची निव्वळ संपत्ती १ लाख डॉलर्सहूनही कमी मूल्याची आहे.

- घराचे सम भाग वगळता, ३५ ते ४४ वयोगटातल्या व्यक्तींची निव्वळ मिळकत १८,१९७ डॉलर्स मूल्याच्या अधेमध्ये असते.
- घराचे सम भाग वगळता, ४५ ते ५४ वयोगटातल्या व्यक्तींची निव्वळ मिळकत ३८,६२६ डॉलर्स मूल्याच्या अधेमध्ये असते.

२०१६ सालच्या जनगणना आकडेवारीअनुसार, सर्व कमावत्या व्यक्तींपैकी ६१% व्यक्तींनी वर्षाला ७५,००० डॉलर्सपेक्षाही कमी पैसे कमावले. ही आकडेवारी बोटॉक्स इंजेक्शन्स आणि आलिशान जर्मन सेदान गाड्या यांच्यामागचा विकृत मुखवटा उघडा पाडते: पदपथावर चालणाऱ्यांची संख्याच जास्त असते. अंदाजे ६०% प्रौढ हे पदपथाचेच वाटसरू असतात. खरंच आहे, सगळं जग हे आर्थिक भ्रम निर्माण करणाऱ्यांनीच भरलेलं आहे. आणि ही आकडेवारी देखील कधीची? तर, आत्ताच होऊन गेलेल्या दोन आर्थिक मंदींनंतरची. २००८ साली झालेल्या आर्थिक मंदीनंतर लगेचच, जर ८५% अमेरिकी कुटुंबाचं निव्वळ उत्पन्न शून्य किंवा त्याहूनही खाली, ऋण आकड्यात झालं, तर त्याचं मला मुळीच आश्चर्य वाटणार नाही. असं असलं तरीही, तुम्ही पैज लावू शकता की त्यांच्याकडे फ्लॅट स्क्रीनचे पाच टी.व्ही. असतील आणि त्यावर ६५० केबल चॅनेल्स सुरू असतील. जर तुम्ही ३५ वर्षांच्या पुढचे असाल आणि तरीही तुमची निव्वळ कमाई १९,००० डॉलर्सहून कमी असेल, तर थोडंसं परखडपणं मी असं सांगेन : तुम्ही जे करत आहात ते कुचकामी आहे. तुम्हांला नवीन मार्गनकाशाची गरज आहे.

फूटपाथवरचा प्रमाणित वाटसरू : तुटपुंजं उत्पन्न

'तुटपुंजं उत्पन्न' असणारे फूटपाथ, पदपथावरचे वाटसरू हे मुख्य प्रवाहातले लोक आहेत आणि ते निम्न ते मध्यम वर्गाचं प्रतिनिधित्व करतात. हे वाटसरू बेताच्या पगारावर काम करतात तरीही दिखाव्याच्या सर्व वस्तू त्यांच्याकडे असतात, पण बचत म्हणाल तर फारच थोडी असते आणि निवृत्तिपश्चातसाठी कोणतंही नियोजन केलेलं नसतं. मासिक हप्त्यावर परवडतील अशा महागड्या वस्तू खरेदी करून, दिखाऊ जीवनशैलीसाठी त्यांनी आपलं संपूर्ण भविष्य गहाण टाकलेलं असतं. प्रत्येक पैशावर कुठल्यातरी वस्तूचं नाव कोरलेलं असतं : गाडीचा हप्ता, कपड्यांचा हप्ता किंवा गेलाबाजार कर्जाचे हप्ते तरी फेडले जात असतात.

जर तुम्ही याच पद्धतीनं जगलात, तर तुम्ही स्वतःला, एका अरुंद गल्लीतून जाणाऱ्या, आर्थिक धोक्याची रेषा आखलेल्या कड्याच्या टोकाशी घेऊन जात आहात. अशा वेळी पदपथावरच्या वाटसरूंच्या आशेला फारच थोडी जागा असते, कारण त्यांचा मार्गनकाशा क्षणैक आनंद, स्वार्थ आणि बेजबाबदारपणानं भ्रष्ट झालेला असतो. ही समस्यात्मक वृत्ती संपत्तीची पिछेहाट करते आणि करदाते, मालक, मित्रपरिवार, पालक तसंच अन्य स्नेही अशा आधीच बोजा असलेल्यांचं ओझं आणखीनच वाढवते. तुटपुंजं उत्पन्न असणारे पदपथावरचे वाटसरू युक्तिसंगत विचार करतात : ''आयुष्य छोटं आहे, माझ्या रस्त्यातून दूर व्हा- नाहीतर मी तुम्हांला धक्का देऊन दूर करेन.''

फूटपाथची लक्षणं : तुम्ही यावरून चालत आहात का?

शाळा किंवा महाविद्यालयातून पदवी घेऊन बाहेर पडल्यानंतर तुम्ही पुढं फार काही शिक्षण घेतलं नाही.

''माझा शिक्षणाशी संबंध संपला, हुर्रे!''

तुम्ही सतत नोकऱ्या बदलत राहता.

''अहो काय, एम.जे., मी ती नोकरी सोडली; कारण या नोकरीत पगार जास्त आहे.''

तुम्ही सहज प्रभावीत होता आणि इतरांना प्रभावीत करण्याचा प्रयत्न करता.

''मला छान छान डिझायनर पर्स, जर्मन गाड्या, इटालिअन कपडे आणि चांगल्या जातीचे कुत्रे खूप आवडतात. पैसे कमावण्यासाठी मी खूप कष्ट करते आणि माझी तेवढी पात्रतादेखील आहे.''

तुमच्या डोक्यावर बरंच कर्ज आहे.

''तसं तर माझी सगळी बिलं मी वेळेवर भरतो... पण कधीकधी गोष्टी हाताबाहेर जातात आणि वेळेवर बिलं भरता येत नाहीत. शिवाय, बँका, युटीलिटी कंपन्या खूप मोठ्या आहेत, सगळ्या तालेवार आहेत – तेच खरे शत्रू आहेत.''

स्वत:मध्ये बदल घडवण्यावर लक्ष केंद्रित करण्याऐवजी राजकारणी आणि सरकार व्यवस्थेत बदल घडवून आणतील यावर तुमचा विश्वास आहे.

''मोठ्या सरकारकडे नक्की उपाय असतो. जास्त नियमन, जास्त योजना आणि जास्तीतजास्त सेवा. सरकारनं जनतेची सेवा केली पाहिजे. स्वत:च्या उज्ज्वल भवितव्यासाठी श्रीमंतांनी जास्तीतजास्त कर भरले पाहिजेत – त्यांना ते परवडतं, पण मला नाही!''

सावकारी कर्ज, व्याजानं कर्ज देणारे तसंच क्रेडिट कार्ड्स यांकडे तुम्ही जोडकमाईचं साधन म्हणून बघता.

''माझ्या कुटुंबाला मला खायला घालायचं आहे – पुढचा पगार मिळेपर्यंत किराणामाल आणणं थांबवू शकत नाही! शिवाय– अहो, बाजारात एका पौंडाला २२ डॉलर्स इतक्या स्वस्तात खेकडे मिळत होते.''

एकदातरी तुम्ही दिवाळखोर म्हणून घोषित झाला आहात.

''ती काही माझी चूक नव्हती. मी स्वत:ला खर्चाच्या बाबतीत जरा जास्तच ताणलं, शिवाय नोकरी जाईल अशी अपेक्षाच केली नव्हती. मंदी येईल अशी अपेक्षा मी कधी केली नव्हती. दिवाळखोर झाल्याबद्दल मला अजिबात वाईट वाटत नाही, कारण त्यामुळं माझी पाटी अगदी कोरी होते आणि मला पुन्हा नव्यानं सुरूवात करता येते. अहो, मला क्रेडिट कार्डासाठी मंजुरी मिळालीदेखील.''

पगार ते पगार असं आयुष्य तुम्ही जगता

"जरा थांबा, कोण जगत नाही?"

जर एखाद्या व्यावसायिकानं तुम्हांला जास्त पैसे परत केले तर तसं तुम्ही त्याला सांगत नाही.

"तुम्ही वेडे आहात का? जर पैसे देण्याघेण्यात चूक झाली, तर आलेले जास्त पैसे मी ठेवून घेतो. त्या व्यावसायिकानं त्याच्या नोकराला दम भरला, तर यात माझी काय चूक?"

तुमची मिळकत ऋण आहे आणि बचत तर अगदी नसल्यातच जमा आहे.

"तुमचा मुद्दा काय आहे? तसंही बचत खात्यातल्या ठेवींवर १%च व्याज मिळतं. शिवाय, अनेकांनी २००८ साली, शेअर बाजारात पैसे गुंतवून, सगळं काही गमावलं, मूर्ख माणसं! त्यापेक्षा मी प्रत्येक पैसा खर्च करतो, गमावत तर नाही."

तुम्ही गाडीचा विमा काढलेला नाही, आरोग्य विमा काढलेला नाही आणि शिवाय तुम्ही अनोळखी जोडीदारासोबत असुरक्षित संभोग केला आहे.

"आता काय सांगू तुम्हांला... मला धोका पत्करायला आवडतो. मला पक्कं ठाऊक आहे की विमा आणि लोकसंख्या नियंत्रण खूप महत्त्वाचं आहे, परंतु ती प्राथमिकता होऊ शकत नाही."

तुम्ही नित्यनेमानं कसिनोमध्ये जुगार खेळता किंवा लॉटरीची तिकिटं विकत घेता.

"तुम्ही जिंकण्यासाठीच खेळता, खरं ना? जिंकणं-हरणं सोडून द्या हो... या वेळी थोडं निराळं आहे, मला आतून वाटतंय, मी जिंकणारच."

तुम्ही कुठल्या ना कुठल्या रिॲलिटी शोमध्ये स्वत:ला प्रेक्षक म्हणून सहभागी करून घेता. मग ते प्रसिद्ध व्यक्तींचा गॉसिप ब्लॉग असेल, टी.व्ही. शो, खेळाचे कार्यक्रम, व्हिडिओ गेम्स किंवा दैनंदिन मालिका असतील.

"मला अमेरिकन आयडॉल, द वॉकिंग डेड आणि लॉ अँड ऑर्डर हे कार्यक्रम खूप आवडतात. सोमवार ते शुक्रवार, संध्याकाळी ६ ते रात्री ११ वाजेपर्यंत मी हे कार्यक्रम बघतोच बघतो."

'श्रीमंत बना' अशा योजनांमध्ये तुम्ही पुष्कळ पैसे गमावलेले आहेत.

"संपत्ती मिळवण्याचा काहीतरी सोपा मार्ग नक्की असला पाहिजे. मी जर क्रिप्टो कॉइन्स विकत घेतली, कुठल्यातरी कार्यक्रमाच्या/डी.व्ही.डी. मालिकेत भाग घेतला किंवा रात्री उशिरा प्रसारित होणाऱ्या कार्यक्रमांत काम केलं, तर मला संपत्तीचं गुपित सापडल्यासारखं आहे! मी सहजरीत्या श्रीमंत होऊ शकतो!"

जेव्हा तुम्ही कुटुंबाकडे पैसे मागता, तेव्हा घरातल्या सदस्यांच्या चेहऱ्याचा रंग उडतो किंवा तुम्हीच मागणं सोडून देता, कारण तुम्हांला ठाऊक असतं, यानंतर एक भलं मोठं प्रवचन ऐकायला मिळणार आहे.

''अरे देवा, फक्त ५०० डॉलर्सची बाब होती. माझ्या पालकांनी मी मरेपर्यंत माझी काळजी घ्यायला हवी. त्यांना दिसत नाही का मला किती कठीण जातंय सगळं? म्हणजे असं म्हणायचंय, की हे घरच बघा, ओट्यावरचा ग्रॅनाइट बदलायची वेळ आलीये.''

वरील वागण्याची पद्धत ओळखू शकता का? ही मानसिकता पदपथावरून चालण्याचेच सूचक आहे. मी आशा करतो की, तुम्हांला राग येणार नाही किंवा तुम्ही त्याचा विरोध करणार नाही. कारण आपल्या समजुतींची उपज ही पदपथातूनच झाली आहे असं कदाचित तुम्हांला त्यातून ध्वनित होईल.

फूटपाथचं गुरुत्वीय आकर्षण – गरिबी

मंदी म्हणजे मार्गामधला उंचवटा असतो. मागच्या मंदीमध्ये किती लोक बेघर झाले? किती लोकांना त्यांची बचत, त्यांच्या नोकऱ्या आणि ४०१(के) मधली गुंतवणूक गमवावी लागली?

फूटपाथ, पदपथ कोणत्याही प्रकारची सुरक्षा देऊ करत नाही, जणू काही तुम्ही विवस्त्र असता आणि तुम्हांला सूर्याची प्रखरता सहनच होत नाही. जर रस्त्यावरच्या गर्दीत अडकलात, तर तुमचा मृत्यू अटळ आहे. आर्थिक प्रवासात जर तुम्हांला अविचल (शांत) राहायचं असेल, तर तुम्हांला कणखर व्हावं लागेल आणि तुमच्या बुलेटप्रूफ जॅकेटचा पट्टा आवळावा लागेल. (आणि येणाऱ्या संकटांना तोंड देण्यासाठी तयार राहावं लागेल). तुमच्या योजनांना दिवसांचे नव्हे, तर वर्षानुवर्षांचे बदल आवश्यक आहेत.

पदपथावरचं आयुष्य तुम्हांला स्वाभाविकपणं (नैसर्गिकरीत्या) गरिबीकडेच खेचून नेतं.

फूटपाथ केवळ अल्पकालीन असल्यामुळं दीर्घ काळासाठी त्याचा फारसा उपयोग होत नाही. आरामदायी वर्तमानासाठी तुमचं भविष्य तारण राहतं. दुर्दैवानं, म्हणायला गेलं, तर फूटपाथवरचा कोणताही उंचवटा कर्जाला कारणीभूत होतो असं आपण म्हणू शकतो. जसे, मंदी, नोकरी नसणं, वाढलेला व्याजदर, पुन्हा काहीतरी तारण म्हणून ठेवणं. तुम्ही पदपथावरच जगत राहिलात तर आयुष्यदेखील पदपथावरच संपतं.

जर एखाद्या पदपथावरच्या वाट चुकलेल्या वाटसरूला विचारलंत की त्याचं आर्थिक जीवन नियंत्रणाबाहेर का गेलं, तर याचं खापर तो लगेचच कुठल्यातरी बाह्य घटकांवर फोडेल. जसं, ''मला एकटं पाडण्यात आलं! माझी गाडी खराब झाली! माझ्या पायाला दुखापत झाली तेव्हा माझ्याकडे कोणताच विमा नव्हता! न्यायाधीशानं पोटगीच्या रकमेत २% वाढ करायला सांगितली!'' इत्यादी. जेव्हा धोक्याच्या रेषेच्या जवळ येऊन तुम्ही इंजीनची गती वाढवता, तेव्हा निश्चितपणे गाडी पेट घेणारच. आणि त्यातला उपहास म्हणजे,

तुमचा हसता खेळता आज, एका भयानक उद्यात परिवर्तित होतो : कामाचं ओझं, कर्जाचं ओझं आणि वाढता तणाव.

मला तुमचं वय ठाऊक नाही, पण प्रामाणिकपणं आपण एक अवघड प्रश्न विचारू या : खरंच तुम्हांला १९,००० डॉलर्स इतक्या अत्यल्प मिळकतीवर निवृत्त व्हायचं आहे की १,१९,००० डॉलर्स इतक्या मिळकतीवर? तुम्ही घराचा इक्विटी रिफायनान्स बंद करून राहू शकता असा विचार करणं सयुक्तिक आहे का? पुढच्या आठवड्यात मिळणाऱ्या पगाराच्या चेकच्या पलीकडे जाऊन तुम्ही काही विचार केला आहे का? आता आपल्याला मार्ग बदलून, सगळ्यांचं पुनरावलोकन करण्याची गरज आहे असं तुम्हांला कोणत्या वळणावर वाटलं? मुळात असं एखादं वळण आहे का? तुम्ही गेली ५, १०, १५, २० वर्षं जे करत आहात त्याचे परिणाम असे अचानक कसे काय दिसायला लागतील?

हो, वेडाच्या भरात आपण वारंवार त्याच गोष्टी करत राहतो आणि त्याचे परिणाम भिन्न असतील अशी अपेक्षा करतो.

जर कसिनोमधल्या जुगारातून, लॉटरीची तिकिटं विकत घेऊन, पैसे कमावणं किंवा बायकोला विष घालून विमा कंपनीकडून पैसे उकळणं- असे जर का तुमचे डावपेच असतील, तर संपत्ती कमावण्यासाठी पदपथ हा मार्ग नाही. सरकारकडून मिळालेली मदत, सामाजिक संरक्षण, दानधर्म आणि ''माझे पालक लवकरच वैकुंठवासी होतील आणि माझ्यासाठी घबाड ठेवून जातील,'' असला वारसाहक्क म्हणजे आर्थिक नियोजन नव्हे. जर तुम्हांला एखाद्या पुलाखाली एका पुठ्ठ्याच्या घरात निवृत्त व्हायचं नसेल किंवा वयाच्या ७५व्या वर्षापर्यंत वेंडीजमध्ये नोकरी करायची नसेल, तर तुम्हांला काहीतरी नियोजन करण्याची गरज आहे.

अहो, आता आणखी ५० वर्षांचं आयुष्य मागायचं का? छ्या:, हे नियोजन नियोजन म्हणजे काय?

पदपथावरून बाजूला होण्याचं पहिलं पाऊल म्हणजे कदाचित आपण याच मार्गावरून चाललो आहोत हे ओळखा... आणि त्या जागी तुमच्याकरता जे फायद्याचं ठरेल, ते करा.

पैशानं पैशाचे प्रश्न सुटत नाहीत

महत्त्वाची बातमी : पदपथ पैशाच्या बाबतीत आंधळा असतो. तुम्ही किती पैसे कमावता याची त्याला मुळीच फिकीर नसते. *पैशांच्या तंगीच्या आजारावर, जास्त पैसे- असा इलाज तुम्ही नाही करू शकत.* अर्थात असल्या गैरमार्गानं पैसे कमवून तुम्ही श्रीमंत झालात, तरीही मात्र चालत असाल फूटपाथवरच्या घाणीवरूनच.

पदपथावरचे वाटसरू सगळ्या स्तरांतले असतात, अगदी गर्भश्रीमंत देखील. त्यांच्या मालकीचे व्यवसाय असतात, डॉक्टर किंवा वकिली पेशातले असतात किंवा प्रसिद्ध अभिनेता किंवा संगीत दिग्दर्शक म्हणून नाव कमावून भरपूर पैसा कमावलेलेही असतात. पण सगळ्यांचा छेदनबिंदू सामाईकच असतो : कोणतंही आर्थिक नियोजन नाही की बचत नाही – कमाईपेक्षा जास्त पैसे खर्च करा आणि सुरक्षित उद्याच्या बदल्यात आजचं दिखाऊ

राहणीमान विकून टाका. पदपथावर चालणाऱ्यांच्या संपत्तीचं समीकरण हे उत्पन्न अधिक कर्ज असं निर्धारित होतं, तेदेखील उपलब्ध कर्जानुसार.

संपत्ती = मिळकत + कर्ज

पदपथावरून चालणारे त्यांचं राहणीमान उत्पन्नाच्या प्रमाणात ठरवतात आणि त्या राहणीमानाला डोईजड होणाऱ्या कर्जाची जोड देतात. पदपथावरच्या सगळ्या वाटसरूंना त्यांची गहाणवट किंवा भाडं, अत्यावश्यक सेवांची बिलं भरणं, क्रेडिट कार्डाची किमान रक्कम देणं या सगळ्यांचा सतत ताण असतो. असं घडतं, कारण भविष्यातल्या मौजमजेसाठी भूतकाळात कधी विचारच केला गेला नसतो.

पदपथावरचा सधन वाटसरू – भरपूर कमाई असलेला

जेव्हा पदपथावरचा एखादा सधन वाटसरू अचानक दिवाळखोर होतो, तेव्हा ती ठळक बातमी असते. तुम्हांला कधी आश्चर्य वाटलंय का– की, एखादा श्रीमंत रॅप गाणारा, त्याचा शेवटचा अल्बम बाजारात आल्यानंतर तीन वर्षांनी दिवाळखोर कसा काय होऊ शकतो? किंवा एखादा प्रसिद्ध अभिनेता प्रसिद्धीपासून लांब गेल्यानंतर काही वर्षांतच दिवाळखोरीचा अर्ज का भरतो? एखाद्याच्या, एनबीएशी केलेल्या, ८० मिलियन डॉलर्सच्या कराराचं रूपांतर दिवाळखोरीत कसं काय होऊ शकतं? याचं कारण मी सांगतो तुम्हांला : ते आहे – पदपथ, जिथं उत्पन्न आणि कर्ज यांचा मेळ म्हणजेच संपत्ती असते.

असा 'भरपूर कमाई' असलेला पदपथवासी शोधायला तुम्हांला फार कष्ट घ्यावे लागत नाहीत. या अशा व्यक्ती असतात, ज्या दिसायला श्रीमंत दिसतात, पण वास्तवात त्यांना दिवाळखोरीमुळं केवळ एकदाच पैसे मिळालेले असतात, त्यांचा एकच अल्बम प्रदर्शित झालेला असतो किंवा एखादा पडेल पिक्चर आलेला असतो. ते पुष्कळ पैसा जमा करतात, कसा? तर, भविष्यात येणाऱ्या बक्कळ कमाईवर लक्ष ठेवून ते वर्तमानात कवडी-कवडी करून पैसे खर्च करतात. त्यांचं राहणीमान हे येणारं मोठं उत्पन्न आणि मोठी कर्जं यांवर दोलायमान होत राहतं. आणि एकदा का मिळालेलं उत्पन्न खर्च झालं की, त्यांच्याकडे नसलेल्या पैशांनी ते गरज नसलेल्या वस्तू खरेदी करत राहतात, अशा विश्वासावर की यापुढंदेखील त्यांना सतत असंच बक्कळ उत्पन्न मिळत राहणार आहे.

मी या पदपथावरून मार्गक्रमणा करणाऱ्यांना 'सगळी क्रेडिट कार्ड्स' असं संबोधतो. ते महागड्या गाड्या चालवतात, महागडे कपडे घालतात आणि जरा कुठं आर्थिक मंदी आली की सैरभैर होतात.

फास्ट लेन फोरमच्या (द फास्ट लेनफोरम.कॉम) एका सदस्यानं पदपथावरून चालण्यासंदर्भातील एक पोस्ट टाकली आहे. एका कर्ज देणाऱ्या कंपनीत काम करणाऱ्या त्याच्या मित्रानं त्याला ही गोष्ट सांगितली होती.

> *'रॅप संगीत गाणाऱ्या एका प्रसिद्ध गायकाला ६०,००० डॉलर्सचं कर्ज नाकारण्यात आलं... त्याच्या अर्जात, तो महिन्याला ४,००,००० डॉलर्स*

कमावतो हे नमूद करूनदेखील ते नाकारण्यात आलं... तरीपण, गेल्या वर्षात त्याचे दोन अल्बम्स अमाप लोकप्रिय होऊनदेखील तो दिवाळखोर झाला असावा. त्याच्यावर अमाप कर्जदेखील होतं. यातून मला हेच दाखवायचंय की, जरी तुम्ही कितीही यशस्वी असलात, तरीही पैशांचं कौशल्यात्मक व्यवस्थापन आणि चांगली पत असणं याला खूप महत्त्व आहे.'

भरपूर कमाई असलेल्या पदपथाच्या वाटसरूंचं उत्पन्न बक्कळ असल्यामुळं त्यांची उधळपट्टीही तशीच वेडीवाकडी असते. उदाहरणार्थ, जर एखादा भरपूर कमाई असलेला पदपथवासी महिन्याला २०,००० डॉलर्स कमवत असेल, तर ४०० डॉलर्सची जीन्स खरेदी करणं सयुक्तिक वाटतं. पण समस्या अशी आहे की, अल्प उत्पन्न असणाऱ्या पदपथाच्या वाटसरूप्रमाणंच, भरपूर कमाई असलेल्या वाटसरूला, जोपर्यंत त्याची महिन्याची सगळी कमाई आणि वर आणखीन काहीतरी इतकं खर्च होत नाही तोपर्यंत समाधान मिळत नाही. आयुष्य जगण्याचा हा अतिशय विवेकशून्य मार्ग आहे. जणू काही अशी भीती वाटत असते की, जर आपण सगळे पैसे खर्च नाही केले, तर ते नाहीसे होतील. ५०,००० डॉलर्सची कमाई? आणि खर्च ६०,००० डॉलर्स. कमाई २,५०,०००? खर्च ३,५०,००० डॉलर्स.

पैशाची जावक ही पैशाची आवक मागे टाकते.

एखाद्या वर्षाला २ मिलियन डॉलर्स कमावणारी व्यक्तीदेखील, वर्षाला २०,००० डॉलर्स कमावणाऱ्या व्यक्तीइतकीच पदपथावरच्या धोक्यांना बळी पडू शकते. उत्पन्नाला आर्थिक शिस्त दिसतंच नाही. *आर्थिक शिस्तीचा अभाव हा पदपथावर मुक्काच ठोकून बसलेला असतो.* त्याला तुम्ही किती कमावता याची मुळीच फिकीर नसते.

पदपथावरील संपत्तीचं मृगजळ

लक्षात घ्या की पदपथावरचे, भरपूर कमाई असलेल्या किंवा अल्प कमाई असलेल्या दोघांनाही सारख्याच समस्या असतात, पण परिस्थिती निरनिराळी असते. याचं कारण असं की, *आर्थिक शिस्तीचा अभाव असेल तर त्यावर भरपूर कमाई हा उपाय होऊ शकत नाही.* आर्थिक शिस्त चुकीची असणं म्हणजे कसिनोमध्ये जाऊन जुगार खेळण्यासारखं आहे; कारण, कालांतरानं जिथं जुगार खेळताय तो मालकच जिंकायला लागतो. मुळातच पैशांची वानवा असताना जास्त पैसे खर्च करणं म्हणजे आधीच कोरड्या पडत चाललेल्या धरणाला भोक पाडण्यासारखं आहे. जास्त पैशानं आर्थिक शिस्त विकत घेता येत नाही.

आर्थिक शिस्तीच्या अभावामुळं जे अत्यावश्यक खर्च असतात, त्यांची देणी वेळेवर देता येत नाहीत. जर तुम्ही वर्षाकाठी मिळणाऱ्या ४०,००० डॉलर्स इतक्या उत्पन्नावर निर्वाह करू शकत नाही, तर तुम्ही वर्षाला ४०,००० डॉलर्स मिळूनदेखील जगू शकणार नाही. जर तारणाचे ९०० डॉलर्स भरण्यावरून तुमची चिडचिड होत असेल, तर भरपूर उत्पन्न असणाऱ्या पदपथवाल्यांची देखील ९,००० डॉलर्स तारण रक्कम भरण्यावरून तितकीच चिडचिड होईल. होणारी चिडचिड ही दोघांचीही सारखीच असते, समस्या समान आहे, फक्त रक्कम वेगवेगळी आहे.

पैशासंबंधीच्या मानसिकतेत बदल करणं हाच पैशांच्या समस्येवरचा उपाय आहे. आणि जर मानसिकतेत (विचारसरणीत) बदल करायचा असेल तर तुम्हांला तुमच्या मार्गनकाशामध्ये बदल करायलाच हवेत. पदपथाचा मार्ग सोडा आणि संपत्तीची बरोबरी ही, उत्पन्न अधिक कर्ज– अशी करण्याचं थांबवा.

प्रकरण सारांश : फास्ट लेनची वैशिष्ट्यं

- शून्य आर्थिक नियोजन म्हणजे जणू पदपथावरच्या प्रवासाचं पहिल्या वर्गाचं तिकीट आहे.
- काळ आणि पैसा अशा दोन्ही बाबतींत; पदपथ स्वाभाविकपणं गरिबीला, दारिद्र्याला आकर्षून घेतो.
- भरपूर पैशानं तुम्ही चुकीच्या आर्थिक नियोजनाची समस्या सोडवू शकत नाही.
- तुम्ही पैशानं श्रीमंत होऊ शकता, तरीदेखील पदपथावरच्या चिखलामध्ये तुम्ही पडू शकता.
- जर संपत्तीची व्याख्या उत्पन्न अधिक कर्ज अशी होत असेल, तर संपत्ती म्हणजे मृगजळ आहे, कारण त्याच्यात खड्डे, वळणं आणि 'रस्त्यावरच्या उंचवट्यां'चा धोका असतो. पैसे लुप्त झाले की संपत्तीचं हे मृगजळही लुप्त होतं.
- वाईट आर्थिक नियोजन हे जणू जुगार खेळण्यासारखं असतं : शेवटी जिथं खेळताय त्याचा मालकच जिंकतो.

फास्ट लेन

६

तुमची संपत्ती विषारी आहे का?

''आयुष्य भरभरून जगण्याची क्षमता म्हणजे संपत्ती.''

-हेन्री डेव्हिड थोरो

समाजानं केलेली संपत्तीची विषारी व्याख्या

पदपथावरची आकर्षणं ही समाजातल्या विषारी आणि विखारी भ्रष्टाचारातून उत्पन्न झालेली असतात. समाजानं तुमच्यासाठी संपत्तीची अशी ठाशीव व्याख्या केली आहे : 'संपत्ती' म्हणजे शोफर ड्रिव्हन रोल्स रॉइससारखी, चार्टर्ड विमानासारखी, दक्षिण पॅसिफिकमध्ये केलेल्या अद्‌भुत सफरीसारखी, समुद्रकिनाऱ्यावर असलेल्या टोलेजंग घरासारखी आणि लास वेगासमध्ये घर असण्यासारखी असते. समाजाच्या मते, संपत्ती सहा कॅरेट हिऱ्याच्या अंगठीसारखी, ॲस्टन मार्टिन गाडीसारखी आणि बहुतांश लोकांच्या घराहूनही ज्याचं मूल्य जास्त असतं अशा घड्याळांसारखी असते. समाजाच्या म्हणण्यानुसार, संपत्ती म्हणजे *इंडिसेंट प्रपोजल* या चित्रपटात दाखवल्याप्रमाणं हसत्याखेळत्या नायिकेला, १ मिलियन डॉलर्सच्या बदल्यात पटकावण्यासारखं आहे. या चित्रपटात डेमी मूर या अभिनेत्रीनं ही भूमिका केली आहे. या चित्रपटात नायिकेचं असं म्हणणं असतं की, रात्र येईल आणि जाईल, परंतु आयुष्यभर पैसाच चिरंतन राहणार आहे. मी योग्य तेच सांगतोय ना? हीच संपत्ती आहे असं वाटतंय का?

तुम्ही १० जणांना विचारा, ''संपत्ती म्हणजे काय?'' आणि तुम्हांला १० वेगवेगळी उत्तरं मिळतील. तुमच्या संपत्तीचं प्रतीक लॅम्बोर्गिनी गाडी असू शकते- जसं माझ्या बाबतीत होतं, अथवा मोन्टानामधलं ७० एकरांचं शेत आणि शर्यतीच्या घोड्यांनी भरलेला तबेला असू शकेल. जर बहुतांश लोकांप्रमाणे विचार केलात, तर विलासी, ऐशआरामी राहणीमान हीच 'संपत्ती'ची सहज व्याख्या होते.

समाजानं आपली समजूत करून दिली आहे की, संपत्ती ही भौतिक वस्तू आहे आणि तिचा बेपर्वाईनं वापर केल्यास ती परिपूर्ण होते. खरं तर, या पुस्तकात, संपत्तीची खरी परिभाषा, समाजाच्या संपत्तीच्या परिभाषेअनुसार मला बदलावी लागली. ही दिशाभूल

कशासाठी? पावलोव्हच्या कुत्र्याप्रमाणं तुम्हांला प्रतिसाद देण्याचं प्रशिक्षण देण्यात आलं आहे. समाजानं संपत्ती परिभाषित करण्याचं फार उत्कृष्ट काम केलं आहे; परंतु दुर्दैवानं, त्यांनी पुन्हा तुमची दिशाभूल केली आहे. पण काळजी करू नका. जर तुम्हांला ऐशआराम हवा आहे, तर फास्ट लेन तो तुम्हांला पुरवेल.

संपत्तीची त्रयी : संपत्ती म्हणजे काय?

संपत्ती वाटते तितकी संदिग्ध नसते. जेव्हा खऱ्या संपत्तीची जाणीव मला झाली तो क्षण माझ्या आयुष्यातला सर्वोच्च आनंदाचा क्षण होता. आणि तुम्हांला खरं वाटेल का की, ज्या दिवशी मी माझी पहिली लॅम्बोगिनी गाडी विकत घेतली तो दिवस, तो नव्हता. तो, तो दिवसदेखील नव्हता ज्या दिवशी मी टेकडीवर बांधलेल्या माझ्या बंगल्यात राहायला गेलो होतो किंवा माझी कंपनी मी लाखो रुपयांना विकली होती. भौतिक वस्तू, पैसे किंवा अन्य साहित्य असं संपत्तीचं प्रमाणीकरण करता येत नाही. तर इंग्रजीतील 'एफ' आद्याक्षरापासून सुरू होणाऱ्या तीन मूलभूत गोष्टींतून अथवा त्रयीतून त्या प्रमाणित होतात. *Family कुटुंब (नातेसंबंध), Fitness आरोग्य, Freedom स्वातंत्र्य (पर्याय)*. संपत्तीच्या या त्रिसूत्रीतच तुम्हांला खरी संपत्ती म्हणजे काय ते गवसेल आणि हो, आनंददेखील.

लोकांशी असणारं मजबूत, कौटुंबिक नातं म्हणजे संपत्ती. केवळ तुमचं कुटुंबच नाही, तर आजूबाजूचे लोक, तुमचा समाज, तुमचा देव किंवा परमार्थनिष्ठा तसंच तुमचा मित्रपरिवार यांच्याशी असलेलं नातं. *It's a Wonderful Life* या प्रसिद्ध चित्रपटाच्या शेवटी आपल्याला एक धडा मिळतो : 'लक्षात ठेवा, ज्याला मित्रपरिवार असतो, तो मनुष्य कधीही अपयशी नसतो.' यातून तुमची मित्रमंडळी, कुटुंबीय आणि प्रियजनांसोबत तुम्ही आयुष्य व्यतीत करावं असाच संदेश प्रतिबिंबीत होतो. संपत्तीनं यात फरक पडतो. संपत्ती हा एक समुदाय आहे आणि त्याचा इतरांच्या जीवनावर परिणाम होत असतो. एका पोकळीत राहून संपत्तीचा अनुभव घेता येत नाही. विश्वास ठेवा, जेव्हा माझ्या अवतीभवती माझे प्रियजन, माझा मित्रपरिवार होता, तेच क्षण मला सर्वांत श्रीमंत करून गेले आहेत.

दुसरं म्हणजे संपत्ती म्हणजे तंदुरुस्ती (आरोग्य हीच संपत्ती) : आरोग्य, चैतन्य, उत्कटता आणि अमर्याद ऊर्जा. जर तुमच्याकडे आरोग्य नाही, याचा अर्थ तुमच्याकडे संपत्तीचा अभाव आहे. असाध्य रोगानं आजारी असलेल्या एखाद्या रुग्णाला याची किंमत विचारा. कोणाही कॅन्सरमुक्त झालेल्या रोग्याला त्याचे अनुभव विचारा, की वस्तूंपेक्षा लोकांच्या भेटीगाठींमुळं, एका क्षणात त्यांना कसा पुनर्जन्म झाल्यासारखं वाटलं ते! आरोग्य आणि चैतन्य अमूल्य आहे.

आणि सरतेशेवटी संपत्ती म्हणजेच स्वातंत्र्य आणि पर्याय : तुम्हांला जसं जगायचं आहे तसं जगण्याचं स्वातंत्र्य. कुठं, काय, कधी यांचं स्वातंत्र्य. तुमच्या वरचा अधिकारी, सकाळी सकाळी वाजणारे गजर आणि पैशांबाबत असणारा ताण यांपासून स्वातंत्र्य. स्वप्नांचा उत्कटतेनं पाठलाग करण्याचं स्वातंत्र्य. मुलांना तुमच्या पद्धतीनं वाढवण्याचं स्वातंत्र्य आणि तुम्हांला तिरस्कार वाटणाऱ्या कामाची, आठवड्यातून पाच दिवस चाकरी न करण्याचं स्वातंत्र्य. आयुष्य मनाप्रमाणं जगण्याची मोकळीक म्हणजे स्वातंत्र्य.

६० दिवसांच्या सुलभ हप्त्यांवर संपत्ती विकत घेता येत नाही

तो दिवस माझ्या चांगलाच स्मरणात आहे. २००० साली मी माझी कंपनी विकल्यानंतर, ॲटर्नींनं माझ्या हातात हप्त्याचा पहिला चेक ठेवला. तो चेक होता २,५०,००० डॉलर्स मूल्याचा.

''हाहा! २,५०,००० डॉलर्स! मी श्रीमंत झालोय! मी करून दाखवलं!'' माझा आनंद गगनात मावेना, पण अर्थात ती माझी चूक होती; आणि हे आता मला जगासमोर कबूल केलंच पाहिजे. एका क्षणात माझ्या डोळ्यांसमोर आलिशान गाड्या, उंची कपडे, स्पीडबोट्स आणि बिकिनी घातलेल्या ललनांसोबत करायची मौजमजा हे सगळं तरळून गेलं. मला वाटलं होतं मी आता श्रीमंत झालोय आणि मी हे अगदी दिमाखानं मिरवणार होतो.

दुर्दैवानं, ही कल्पनारम्यता वास्तविकतेपासून शेकडो मैल लांब होती. तरीदेखील, श्रीमंती मिरवण्याचा मी प्रयत्न केला. मी एक लाल रंगाची कन्व्हर्टिबल कॉर्व्हेट गाडी विकत घेतली. स्पोर्ट्स कार? हा घ्या चेक. नॉर्डस्ट्रॉममधून डिझायनर कपड्यांची खरेदी? हा घ्या चेक. स्पीडबोट शोधायचा मी इंटरनेटवर इतका प्रयत्न केला, की शेवटी त्यानंदेखील माझ्या या वेडगळ कल्पनारम्यतेपुढं हात टेकले. काही महिन्यांतच माझी अर्ध्याहून अधिक संपत्ती 'विरून' गेली होती आणि माझ्या हिशेबतपासनिसाशी बोलल्यानंतर असं कळलं की त्या संपत्तीतला तिसरा भागदेखील उडून जाण्याच्या मार्गावर आहे... कराच्या रूपात... मनापासून धन्यवाद.

यातला उपहास असा, की *श्रीमंत दिसायच्या नादात खरी संपत्ती माझ्यापासून आणखी थोडी लांब गेली होती.* हातात नोकरी नाही, व्यवसाय नाही, कोणतंही उत्पन्नाचं साधन नाही, केवळ थोडी शिल्लक; अशा परिस्थितीत मी आयुष्य रेटू शकत नव्हतोच, त्याचप्रमाणे श्रीमंत होऊन ज्या राहणीमानाची मी कल्पना केली होती, तसं राहणीमानही मिळवू शकत नव्हतो.

मी अजिबात श्रीमंत नव्हतो.

संपत्तीचा भ्रम : श्रीमंत दिसणं

आजच्या आधुनिक संस्कृतीत, '३० हजार दशलक्ष' असणाऱ्यांना संपत्तीचे सर्वोच्च जादूगार मानलं जातं. जर तुम्ही हा शब्दप्रयोग अद्याप ऐकला नसेल तर त्याचा अर्थ असा, यातून श्रीमंती मिरवणाऱ्या, परंतु प्रत्यक्षात हातात काहीही नसलेल्या व्यक्तीच्या प्रतिमेचं गुणवर्णन दर्शवलं जातं. अशा व्यक्ती सापडायला फारशा कठीण नसतात. अशा व्यक्ती पहिल्या प्रतीची बीएमडब्ल्यू गाडी चालवतात जिच्या चाकांना क्रोम रिम्स बसवलेले असतात. अशा व्यक्ती, कुठल्यातरी फालतू फ्रेंच माणसाकडून, 'गॉथिक' अशी अक्षरं छापून घेतलेले, भपकेबाज डिझायनर कपडे घालतात. तसंच ते एखाद्या क्लबच्या 'अति महत्त्वाच्या व्यक्ती (VIP)' विभागात गोळा होऊन पेयपान मागवतात, अर्थातच उधारीवर. हे लोक एखाद्या खेळाच्या कार्यक्रमात, पहिल्यांदाच पदार्पण करणाऱ्या खेळाडूसारखे स्वतःचा देखावा करत फिरत

असतात... पण या सगळ्या झगमगाटात शेवटी ते पदपथावरचे गरीब बिच्चारे जादूगारच राहतात.

श्रीमंत दिसणं आणि *श्रीमंत असणं* यात समस्या अशी आहे की, दिसणं सोपं आहे, परंतु असणं तितकंसं नाही. सहज मिळणारं कर्ज आणि महिन्याच्या उत्पन्नाचे दीर्घकालीन पर्याय (एक वर्ष कुठलीच देणी देऊ नका!) हे संपत्तीचा भ्रम विकत घेण्यासाठी भुरळ पाडणारे मार्ग आहेत. समाजानं तुमची अशी समजूत करून ठेवली आहे की संपत्ती कुठल्याही दुकानात, कार विक्रेत्याकडे किंवा कुठल्यातरी अनैतिक मार्गानं विकत घेता येते. जसा, मला पहिला चेक मिळताच मी खर्च करण्याचा सपाटा लावला होता. ही सगळी कृत्यं जगाला 'मी श्रीमंत झालोय!' हे ओरडून सांगण्याचे देखावे आहेत.

पण खरंच तुम्ही श्रीमंत आहात का? जेव्हा ९०,००० डॉलर्स किमतीची मर्सिडिझ गाडी तुम्ही सहा वर्षं हप्ते फेडून विकत घेता, कारण तुम्हांला तेच परवडत असतं, तेव्हा त्याला श्रीमंती म्हणत नाहीत, तर ती श्रीमंत असण्याची बतावणी असते. तुम्ही स्वत:लाच मूर्ख बनवत असता आणि हे फास्ट लेनच्या मार्गात बसत नाही. परंतु अद्यापि, असं लगेच लाटेवर स्वार होऊ नका. तुम्ही एखाद्या महागड्या जर्मन सेदान गाडीवर पैसे कसे खर्च करू शकत नाही यावर दिलेलं हे प्रवचन नाही, मुळीच नाही.

संपत्ती म्हणजे गाडी किंवा कोणत्याही वस्तूचं मूर्त स्वरूप नव्हे, तर ती वस्तू विकत घेण्याचं स्वातंत्र्य तुमच्याकडे आहे ही जाणीव म्हणजे संपत्ती. गाडीच्या दुकानात जाऊन, किंमत विचारून, रोख पैसे देऊन गाडी चालवत घरी आणण्याचं स्वातंत्र्य म्हणजे संपत्ती.

माझ्या भावाला भेट देण्यासाठी मी नवी लेक्सस गाडी विकत घेतली. मी आतापर्यंत केलेला तो सर्वांत साधा-सरळ व्यवहार होता. कोणती गाडी घ्यायची ह्याचा मी थोडा शोध घेतला आणि मला किती पैसे परवडू शकतात ते ठरवून टाकलं. मी गाडीच्या दुकानात गेलो, हातातला लगेच वटणारा चेक काढून विक्रेत्याला म्हटलं, ''माझ्याकडे ४४,००० डॉलर्सचा लगेच वटणारा चेक आहे आणि मला एक गाडी विकत घ्यायची आहे. मला शक्य आहे की नाही लगेच सांगा.'' वीस मिनिटांतच, मी लेक्सस गाडीचा मालक होतो. ह्याला म्हणतात अस्सल श्रीमंती, श्रीमंतीची बतावणी नव्हे!

मी ज्या जिममध्ये जातो, तिथं वाटेत हमरस्त्यावर एक मोडकळीला आलेली इमारत नजरेस पडते. गाड्या पार्क करण्याच्या जागेत रोज तीच, काळी चकचकीत, २२ इंच क्रोम रिम असलेली, कॅडिलॅक एस्कालेड गाडी तिथं उभी करून ठेवलेली दिसते. विसंगती पाहिलीत? तुम्ही मोडकळीला आलेल्या घरात राहताय; पण ६०,००० डॉलर्स किमतीची गाडी चालवताय, ज्याला १०,००० डॉलर्स किमतीचे रिम बसवलेले असतात. गाडीमधल्या हेडरेस्टला मॉनिटर्स लावलेले दिसतात; शिवाय २४ स्पीकर्स असलेला स्टिरिओदेखील? 'अरे देवा! ऐपत अधेलीची, पण अक्कल चवलीची.' एखाद्या मोडकळीला आलेल्या इमारतीच्या पार्किंगमध्ये आलिशान गाडी उभी करण्यापेक्षा, जवळपास कुठंतरी झकास घर विकत घेण्यात जास्त शहाणपणा नव्हता का? प्राधान्य : *काही जणांना श्रीमंत दिसायचं असतं, बाकीच्यांना श्रीमंत व्हायचं असतं.*

बनावट श्रीमंती खऱ्या (अस्सल) श्रीमंतीला उद्‌ध्वस्त करते

'बनावट श्रीमंती' म्हणजे श्रीमंत नसताना, श्रीमंतीचा भ्रम. अशी श्रीमंती समाजानं आखून दिलेल्या श्रीमंतीच्या व्याख्येवर आधारित असते. तिला हे समजत नाही की 'बनावट श्रीमंती'च्या मागे जाण्यामुळं खूप काही भयंकर, विध्वंसक घडू शकतं : *ती अस्सल श्रीमंतीचा विनाश करते.*

...आणि जसजशी अस्सल श्रीमंती आणि बनावट श्रीमंती यांच्यातली दरी वाढत जाते, अपेक्षाभंग होत जातो तसतसं पदरी दुःख पडायला लागतं. एखाद्या चिनी फिंगर कफप्रमाणं, श्रीमंत दिसण्याचा जितका तुम्ही प्रयत्न करत जाल, तितकीच गरिबीची पकड जास्त घट्ट होत जाते. संपत्ती कुठल्याही मर्सिडिझच्या दुकानात विकत घेता येत नाही, परंतु तुमचं स्वातंत्र्य मात्र नक्की नाश पावतं.

संपत्तीच्या स्थलांतरणात मग्न होणं म्हणजे स्वातंत्र्य. लोक श्रीमंतीची प्रतीकं असलेल्या वस्तूंचं प्रदर्शन मांडतात आणि तरीही त्यांना म्हणावं तसं स्वातंत्र्य नसतं. आणि जेव्हा तुमच्याकडे स्वातंत्र्याचा अभाव असतो तेव्हा ते संपत्तीच्या इतर घटकांना जसं नातेसंबंध, उत्तम आरोग्य यांना सातत्यानं आणि प्रयत्नपूर्व कुरतडायला सुरूवात करते.

हेन्री बाल्टीमोर यांनी बाल्टीमोरच्या उपनगरात २.२ मिलियन डॉलर्स किंमत असलेलं, त्यांच्या स्वप्नातलं घर विकत घेतलं. एका आघाडीच्या औषध कंपनीचा विक्रेता असल्यामुळं, हेन्रीची कारकिर्द अगदी जोमात होती. त्याच्या या मोठ्या घरात, पोहोण्याचा तलाव, घोड्यांचा तबेला, पाच गाड्यांसाठी भलं मोठं गॅरेज, अशा त्याला हव्या असलेल्या सगळ्या गोष्टी होत्या. प्रत्येक गोष्ट खरेदी करताना हेन्रीला, "मी हे करून दाखवलं..!" अशी भावना होत होती... पुढच्या आठ आठवड्यांसाठी.

कॉर्पोरेट क्षेत्रातलं राजकारण आणि नोकऱ्यांमध्ये होत असलेल्या कपातीमुळं हेन्रीची नोकरी धोक्यात आली आणि त्याला दिवसाला जास्तीतजास्त वेळ काम करणं भाग पडायला लागलं. त्याची अशी समजूत होती की, ज्यांना नुकतंच कामावरून कमी करण्यात आलं होतं, अशा लोकांच्या क्षेत्रात आपल्याला काम करता येईल. आता हेन्रीला रोजचे दोन तास प्रवासात घालवायला लागतात आणि त्याला पूर्व किनाऱ्यावरच्या सगळ्या प्रदेशांत औषधविक्रीसाठी फिरणं बंधनकारक झालं आहे. तो एकतर गाडीत असतो, विमानात असतो नाहीतर झोपलेला असतो. कामाचे हे दीर्घ तास त्याला भयंकर त्रासदायक होतात. हेन्री त्याच्या 'स्वप्नातल्या घरात' फार क्वचितच 'राहत असतो.' आणि जेव्हा तो घरात असतो, तेव्हा सगळा वेळ झोपण्यात घालवतो किंवा त्या आठवड्यातल्या कामांची उजळणी करण्यात घालवतो. त्याचे, पत्नी आणि मुलांसोबतचे नातेसंबंध बिघडत चालले आहेत. जबाबदारी आणि ताण वाढल्यामुळं त्याची तब्येत खालावत चालली आहे.

> *हेन्री आता सत्याला सामोरं जाण्याच्या क्षणाजवळ येऊन ठेपला आहे : ''मी स्वप्नं जगत नाहीये, तर माझ्या स्वप्नांनी माझं आयुष्य पणाला लावलं आहे.'' उंची राहणीमानाच्या भ्रामक जाळ्यात अडकलं गेल्याचं त्याला जाणवत आहे. श्रीमंतीचीपण किंमत असते, या विचारधारेवर विश्वास ठेवून हेन्रीनं आपलं काम सुरू ठेवलं आहे.*

लक्षात घ्या- स्वातंत्र्याचा नाश, संपत्तीच्या दुसऱ्या भावंडावर हल्ला करते. न परवडणाऱ्या वस्तू विकत घेतल्याचे दुष्परिणाम आपल्या आरोग्यावर आणि संपत्तीवर होत असतात. श्रीमंत दिसण्यातला उपहास असा आहे की, *तो अस्सल श्रीमंतीचा शत्रू असतो. तो तुमच्या स्वातंत्र्याचा, संपत्तीचा आणि नातेसंबंधांचा नाश करतो.*

मिलिअनेर फास्ट लेन प्रामुख्यानं, संपत्तीच्या त्रिसूत्रीतील 'स्वातंत्र्य' या विषयावर भाष्य करतं. कारण स्वातंत्र्यामुळंच आरोग्य आणि नातेसंबंध अबाधित राहतात. तुमचं स्वातंत्र्य आणि तुमच्या जीवनाकडे तुम्ही कसं पाहता हे केवळ तुम्हीच परिभाषित करू शकता. जर तुम्हांला खाजगी जेट उडवायचं स्वातंत्र्य हवं असेल, तर आहे. तुम्हांला थायलंडसारखी जीवनशैली जगायची असेल, तर ते स्वातंत्र्य हवं! प्रत्येकाच्या स्वातंत्र्याची व्याख्या वेगळी असते. तुमच्या वैयक्तिक व्याख्येमध्येच, समाजाच्या प्रवाहाविरुद्ध जाणारा, पदपथाच्या पापमोचन स्थानी नेणारा, संपत्तीच्या कोड्यातला सगळ्यांत महत्त्वाचा दुवा तुम्हांला सापडेल.

प्रकरण सारांश : फास्ट लेनची वैशिष्ट्यं

- मजबूत कौटुंबिक नातेसंबंध, तंदुरुस्ती आणि उत्तम आरोग्य तसंच स्वातंत्र्य यांतूनच संपत्ती प्रमाणित होत असते; भौतिक वस्तूंमधून नाही.
- न परवडणाऱ्या वस्तू विकत घेण्यामुळं संपत्तीच्या त्रिसूत्रीला धक्का बसतो.

फास्ट लेन

७

पैशांचा गैरवापर कराल तर पैसे तुमचा गैरवापर करतील

''पैशांतून आनंद विकत घेता येत नाही, परंतु वाईट परिस्थितीत ते तुम्हांला अत्यंत सुखावह नक्कीच बनवू शकतात.''

–क्लेअर बूथ ल्युस

पैशानं आनंद विकत घेता येत नाही... मग काय गरिबीनं घेता येतो?

'पैशानं आनंद विकत घेता येत नाही,' असा ज्यांनी प्रचार केला आहे त्यांनी असं ठरवूनच टाकलं आहे की ते कधीही पैशांच्या मागे लागणार नाहीत. ही जुनाट उक्तीच त्यांच्या गरिबीचं मूळ कारण आहे. आणि मग जर पैशांतून आनंद विकत घेता येणार नसेल, तर पैसे कशासाठी साठवायचे? मग थोडा तर्क लावून सांगा, जर आनंद पैशांतून विकत घेता नसेल, तर तो गरिबीतून घेता येतो का? असं असेल तर मला सांगा, फेरारी गाडीच्या मालकाचं लिंग आपसूकच लहान असतं आणि ज्याच्याकडे होंडा गाडी आहे अशाचं खूप मोठं असतं, असं असतं का?

गुगलवर 'पैशानं आनंद विकत घेता येत नाही,' ही म्हण शोधा. पानांमागून पानांवर तुम्हांला हाच निष्कर्ष दिसेल की पैशांचा आनंदावर काहीही परिणाम होत नाही. कनेक्टिकटमधला एक व्यावसायिक, ज्याची महिन्याला सहा आकडी कमाई आहे तो कदाचित केनियामधल्या गुराख्यापेक्षा कमी आनंदी आहे, हे ऐकून तुम्हांला धक्का बसेल का? मुळीच नाही.

वस्तुस्थिती अशी आहे की हे विश्लेषण त्रोटक आहे. कारण, आनंदाला मारक असलेल्या गोष्टी या विश्लेषणात वेगळ्या केलेल्या नाहीत. जसं *गुलामगिरी*, स्वातंत्र्याच्या अगदी विरुद्ध बाब. पण गंमत अशी आहे की, बरेच लोक पैसे कमावतात तरी त्यातून त्यांच्या स्वातंत्र्यात वृद्धी होतच नाही, उलट ते त्यापासून लांबच जातात. *राहणीमानाचे गुलाम* बनून आपण संपत्ती कमावण्याच्या – कुटंब, चांगलं आरोग्य आणि स्वातंत्र्य ह्या त्रिसूत्रीला धक्का पोहोचवत असतो.

क्रेटन विद्यापीठाच्या- विवाह आणि कुटुंब केंद्राच्या म्हणण्यानुसार, नवविवाहितांमध्ये होणाऱ्या भांडणांत कर्ज हा एक प्रमुख मुद्दा असतो. कर्ज आणि राहणीमानाची गुलामगिरी लोकांना जास्तीतजास्त कामात व्यग्र करते आणि कुटुंबीयांपासून लांब करते. २००३ साली करण्यात आलेल्या जागतिक मूल्य सर्वेक्षणात (worldvaluessurvey.org) तसंच, २०१८ सालच्या हॅपिनेस रिपोर्ट (http://worldhappiness.report) यामध्ये असं आढळून आलं आहे की, जे लोक सर्वांत आनंदी आहेत त्यांची सामुदायिक, सामाजिक बांधीलकीची आणि कौटुंबिक नात्यांची जाण जास्त चांगली आहे. एकदा प्राथमिक गरजा (सुरक्षा, निवारा, आरोग्य आणि अन्न) भागल्या की, आपला आनंद हा आपला जोडीदार, आपलं कुटुंब, आपला मित्रपरिवार, आपलं अध्यात्म आणि आपण स्वत: यांवरच बरचसा अवलंबून असतो. समाजामध्ये आपली पत कमी दिसेल या भीतीनं, इतरांचं अनुकरण करण्याच्या स्पर्धेत स्वत:ला सामील करून, महागड्या गोष्टी घेण्यासाठी, स्वत:ला सतत जर व्यस्त करून ठेवलं, तर आपण दु:खच विकत घेत आहोत असं समजा. जागतिक मूल्य सर्वेक्षणानं असा निष्कर्ष काढला आहे की, उपभोग प्रवृत्ती (उपभोक्तावाद) हाच आनंद मिळवण्यातला सर्वांत मोठा अडथळा आहे.

वस्तुस्थिती अशी आहे की, अनेक लक्षाधीश, गलेलठ्ठ पगार असणारे अधिकारी खूपच दु:खीकष्टी आहेत आणि त्याचा पैशांशी काहीही संबंध नाही.

त्याचा संबंध त्यांच्या स्वातंत्र्याशी आहे.

कारण, ते पैशांचे मालक असण्याऐवजी, पैशानं त्यांना गुलाम बनवलं आहे. एक लठ्ठ पगार असणार अधिकारी, जो कामाच्या व्यापात कित्येक दिवस घरीच गेला नाहीये, आपल्या बायको-मुलांशी कित्येक दिवसांत बोलला नाहीये, तो; व्हिएतनाममधला एखादा असा शेतकरी, जो अर्धा दिवस शेतात आणि अर्धा दिवस आपल्या कुटुंबासोबत घालवतो, त्याच्यापेक्षा नक्कीच कमी आनंदी असणार.

२००९ साली अमेरिकेतील एका लोकप्रिय टॉक शोच्या सूत्रसंचालकाची, डेव्हिड लेटरमनची अचानक सर्वत्र चर्चा होऊ लागली. कार्यक्रम आयोजित करणाऱ्या सीबीएस या कंपनीतल्याच एका निर्मात्यानं लेटरमनविरुद्ध खंडणी उकळण्यासाठी कट आखला होता. ज्यानं हा कट रचून, ब्लॅकमेल करत २ लाख डॉलर्सची खंडणी मागितली होती, त्या माणसाची वार्षिक कमाई २,१४,००० डॉलर्स इतकी होती, असं नंतर समजलं. आणि तरीदेखील तो माणूस इतक्या आर्थिक डबघाईला आला होता असं म्हणतात. त्याचं एक प्रमुख कारण म्हणजे त्याला घटस्फोटापायी द्यावी लागत असलेली पोटगी. त्याला, त्याच्या घटस्फोटित बायकोला, महिन्याला जवळजवळ ६,००० डॉलर्स पोटगी द्यावी लागत असे. आता- हा खंडणी उकळणारा माणूस एका प्रसिद्ध व्यक्तीला केवळ 'आनंद विकत घ्यायच्या' हेतूनं ब्लॅकमेल करत होता का? त्याचा खरंच तोच उद्देश होता का? माझं असं मत आहे की तो त्याच्या स्वातंत्र्यापोटी हे सर्व करत होता, कारण तो त्याच्या डोक्यावरच्या कर्जाचा गुलाम बनला होता. २ मिलियन डॉलर्सनी काही फार फरक पडला असता का? कदाचित थोड्या काळाकरता पडलाही असता, परंतु त्याचं त्या पैशांशी असलेलं नातं बघता, दीर्घ काळासाठी ते पैसे उपयोगी पडले नसते, कारण त्याचं पैशांशी असलेलं

नातं याआधीच बिनसलं होतं. या प्रकरणाच्या तपासातील एका जवळच्या अधिकाऱ्यानं सांगितलं की, त्याला इथून पुढं काम करायचीच इच्छा नव्हती. दुसऱ्या शब्दांत सांगायचं झालं तर तो स्वातंत्र्याचा भुकेला होता.

सामान्यत्व ही उंदरांची शर्यत आहे, आधुनिक युगातली गुलामी

मी श्रीमंत का आहे? आणि त्याच्या उलट, सकाळी सकाळी कामावर निघालेला मनुष्य वाहतुकीच्या खोळंब्यात का अडकला आहे? कारण माझ्याकडे स्वातंत्र्य आहे. रोज जागा झाल्यावर मी मला जे हवं ते करतो. मी स्वप्नांचा पाठपुरावा करतो. मी हे जे पुस्तक लिहितो आहे, त्याच्या किती प्रती खपल्या जातील याची फिकीर न करता मी ते लिहितोय. कामधंद्याची, माझ्या वरच्या अधिकाऱ्याची किंवा अगदी न भरल्या गेलेल्या विजेच्या बिलांचीदेखील पर्वा न करता मी लास वेगासला बिनदिक्कत जाऊ शकतो. स्वातंत्र्य ही कमाल गोष्ट आहे.

असं असूनही माझं राहणीमान 'सामान्य' नाही. संपत्तीप्रमाणंच, 'हळूहळू श्रीमंत व्हा' या विचारसरणीच्या माध्यमातून समाजानं तुमच्यासाठी 'सामान्यत्वा'ची व्याख्या बनवली आहे. सामान्य म्हणजे पहाटे ६ वाजता जागं होणं, सोमवार ते शुक्रवार मान खाली घालून काम करणं, पगाराच्या १०% पैशांची बचत करणं आणि हेच पुढची ५० वर्षं करत राहणं. सामान्यत्व म्हणजे प्रत्येक गोष्ट कर्ज काढून घेणं. वॉल स्ट्रीट (शेअर मार्केट) आणि तत्सम टोळकी तुम्हांला श्रीमंत बनवतील या भ्रमावर विश्वास ठेवणं म्हणजे सामान्यत्व. भन्नाट वेग असलेली गाडी आणि टोलेजंग घर यातून तुम्हांला आनंद मिळेल ही समजूत म्हणजे सामान्यत्व. समाजानं प्रस्थापित केलेल्या संपत्तीच्या अपभ्रष्ट व्याख्येमुळं तुमची सामान्यत्व स्वीकारण्याचीच मानसिकता झाली आहे आणि त्यामुळंच सामान्यत्वदेखील स्वत:च अपभ्रष्ट आहे. *सामान्यत्व म्हणजे आधुनिक युगातली गुलामगिरी.*

बहुतेक लोक आर्थिक बरबादीपासून वाचण्यासाठी एखाद्या संकटाशी फार धोकादायकपणं मुकाबला करतात. आपला देश स्वैर खर्च करणाऱ्यांचा आणि अशा ग्राहकांचा बनला आहे. जिथं, अनिर्बंध खर्च करण्याची प्रवृत्ती आणि वस्तूंचा हव्यास, तणावाच्या शाईनं आपलाच मृत्युलेख लिहितात असा आपला देश बनला आहे. जर तुम्ही तुमच्याच जीवनशैलीकडे 'ओलीस' म्हणून राहिलात, तर तुम्ही धनाढ्य नाही, कारण तुम्ही स्वातंत्र्य गमावलेलं आहे.

पैशांचा योग्य विनियोग

पैशांचा जेव्हा गैरवापर होतो तेव्हा तुम्ही त्यातून आनंद विकत घेऊ शकत नाही. पैशांच्या मोबदल्यात स्वातंत्र्य विकत घेण्याऐवजी तुम्ही गुलामी (दास्यत्व) विकत घेता. 'संपत्ती' आणि 'आनंद' हे दोन्ही विनिमयक्षम आहेत; पण केव्हा? जेव्हा, समाजानं प्रस्थापित केलेल्या संपत्तीच्या व्याख्येमुळं, संपत्तीची तुमची व्याख्या दूषित झाली नसेल त्या वेळी. समाजाच्या म्हणण्यानुसार, 'भौतिक वस्तू' म्हणजे संपत्ती आणि याच सदोष व्याख्येमुळं संपत्ती आणि आनंद यांच्यातला दुवा निखळतो.

जेव्हा तुम्हांला असं जाणवतं की आपण श्रीमंत नाही, तेव्हा तुम्ही ती जाणीव मुद्दाम निर्माण करायला सुरूवात करता. आपण श्रीमंत आहोत असं वाटण्यासाठी तुम्ही श्रीमंती दाखवणाऱ्या वस्तू विकत घ्यायला लागता. अनुभूती, आदर, अभिमान आणि आनंद मिळवण्याची तुम्हांला अगदी उत्कट इच्छा असते. तुम्हांला प्रशंसा, प्रेम आणि स्वीकृती हवी असते. या सगळ्या भावनांचा अर्थ तुमच्या लेखी काय असतो? तर, तुम्हांला आनंदाची अपेक्षा असते.

...आणि इथंच खरी मेख आहे. आपण संपत्तीच्या भ्रष्ट व्याख्येच्या तुलनेत आनंद शोधायला लागतो आणि जेव्हा तो तसा मिळत नाही तेव्हा अपेक्षाभंग होतो आणि मागे उरतं केवळ दु:ख, निराशा!

पण योग्य वापर केल्यास, पैशांतूनही स्वातंत्र्य विकत घेता येतं आणि संपत्तीच्या त्रिसूत्रीतलं स्वातंत्र्य हेदेखील एक सूत्र आहेच. खरं पाहायला गेलं, तर असे अनेक गरीब लोक आहेत जे त्यांच्यापेक्षा सुस्थितीत असणाऱ्या, मध्यम वर्गीय सहकाऱ्यांपेक्षा जास्त आनंदान आयुष्य जगत असतात. कारण त्या मध्यम वर्गीयांचं स्वातंत्र्य हिरावलं गेलेलं असतं, त्यांच्याकडे घट्ट नातेसंबंधाची उणीव असते, तसंच त्यांच्याकडे चांगल्या आरोग्याचीही वानवा असते. आयुष्याची ५० वर्षं, आठवड्यातले पाच दिवस, नावडतं काम करण्याचे हे दुष्परिणाम आहेत.

पैशांमुळं संपत्तीच्या सूत्रातला एक घटक, स्वातंत्र्य, सुरक्षित करता येतं आणि हाच सशक्त घटक त्याच्या बाकी दोन भावंडांची अर्थात आरोग्य आणि नातेसंबंधांची काळजी घेतो.

१. पैशांमुळं तुम्हांला तुमच्या मुलांच्या लालनपालनाचं स्वातंत्र्य विकत घेता येतं.
२. पैशांमुळं तुम्हांला तुमच्या उत्कट स्वप्नांचा पाठपुरावा करण्याचं स्वातंत्र्य विकत घेता येतं.
३. पैशांमुळं तुम्हांला जगात बदल घडवून आणण्याचं स्वातंत्र्य विकत घेता येतं.
४. पैशांमुळं नातेसंबंध जोडण्याचं आणि ते आणखी दृढ करण्याचं स्वातंत्र्य विकत घेता येतं.
५. पैशांमुळं तुम्हांला तुमच्या आवडीचं काम करण्याचं स्वातंत्र्य विकत घेता येतं.

वर उल्लेख केलेल्यांपैकी एखादी गोष्ट तरी तुम्हांला आनंदित करणारी आहे का? पैजेवर सांगतो, नक्कीच आहे. यांपैकी कोणतीही गोष्ट निश्चितच तुम्हांला दु:खी करणारी नाही.

जीवनशैलीचे दास : पदपथावरचा सापळा

पदपथावरचे वाटसरू जीवनशैलीच्या गुलामगिरीत गुरफटलेले असतात. यात आयुष्य तुम्हांला उंदरासारखं पळायला लावतं. दिखाऊ राहणीमान आणि कामाचं ओझं यांच्यात सतत रस्सीखेच सुरू असते. कमाईसाठी सतत एखाद्या चक्रासारखं स्वत:भोवतीच गोल गोल फिरायला लागतं, जीवनशैलीसाठी उत्पन्न आणि कामासाठी जीवनशैली. जिथं जिथं जीवनशैलीचं दास्यत्व असतं, तिथं तिथं स्वातंत्र्याचा हळुहळू ऱ्हास होतोच होतो.

१. कामातूनच उत्पन्न मिळतं.
२. उत्पन्नातूनच जीवनशैली आणि कर्जं निर्माण होतात. (गाड्या, बोटी, झकपक कपडे)
३. जीवनशैलीतूनच सुखाच्या अपेक्षा निर्माण होतात आणि 'आणखी हवं, याहून चांगलं हवं' वगैरे वगैरे... अशा इच्छादेखील वाढीस लागतात.
४. पुनरावृत्ती...

वयाच्या विशीत असतानाच मी जीवनशैलीच्या गुलामगिरीविषयी ऐकलं होतं. महाविद्यालयातून पदवीधर झाल्यानंतर मी शिकागोमध्ये, एक अगदीच फालतू म्हणता येईल अशी, बांधकामावरच्या मजुराची नोकरी पत्करली होती. त्यासाठी मला दररोज शहरातल्या प्रचंड वाहतुकीचा सामना करावा लागत असे. त्या वयात मी ज्या नोकऱ्या केल्या, त्यापेक्षा या नोकरीत मला भरपूर पगार मिळत होता. आणि या पगारवाढीमुळं मला खूप श्रीमंत झाल्यासारखं वाटत होतं.

मग मी काय केलं?

मी माझ्या राहणीमानाचा स्तर उंचावला आणि संपत्तीच्या मायाजालात गुरफटून घ्यायाला सुरूवात केली. मी माझी पहिली स्पोर्ट्स कार – मित्सुबिशी ३००० जीटी विकत घेतली. पण मला लगेचच कळून चुकलं की, ही गाडी काही श्रीमंतीचं प्रतीक नसून, माझ्या स्वातंत्र्यावरचा घाला आहे. मला माझ्या कामाचा अतिशय तिटकारा आला होता. त्यात खूपच ताण होता, माझा अगदी शक्तिपात होत असे. शिवाय उद्योजक होण्याच्या माझ्या स्वप्नांनाही सुरूंग लागत होता. परंतु माझ्यावर जबाबदाऱ्याही होत्या : गाडीचे हप्ते, पेट्रोल आणि तिचा विमा. माझ्या ह्या 'निरर्थक वस्तूं'प्रति असलेल्या दायित्वामुळंच, तिरस्कार करत असलेल्या नोकरीच्या पाशात मला अडकून राहायला लागलं होतं.

तरीदेखील, अशा प्रकारची गुलामगिरी ही नित्याची बाब असते. आपल्याला शिकवणच अशी मिळालेली असते की नव्या आणि उच्च गोष्टी मिळवण्यासाठी संघर्ष करायलाच हवा, मग त्याचे परिणाम काहीही होवोत. पण यामुळं आपण जीवनशैलीचे गुलाम बनतो आणि अनेक वर्षं गुलामगिरीचा हा पट्टा आपल्या गळ्यात अडकतो... परवडत नसतानादेखील आपण अधिकाधिक वस्तू जसजशा खरेदी करत सुटतो, तसतशी या कैदेत आणखी वाढ होत जाते.

असं वाटतं आपल्याला परवडतंय... पण तसं नाहीये...

आठवून बघा, तुम्ही शेवटचं च्युइंगम कधी खरेदी केलं होतं? त्याच्या किमतीवरून तुमची चिडचिड झाली होती का? तुम्ही कधी हा प्रश्न विचारला होता, ''हं... मला हे परवडू शकेल का?'' बहुतेक नाहीच. तुम्ही च्युइंगम विकत घेतला आणि झालं... त्या खरेदीचा तुमच्या राहणीमानावर किंवा नंतरच्या कुठल्या खरेदीवर काहीच परिणाम झाला नाही. एक धनिक जो, गाडीच्या विक्रेत्याकडे जाऊन, विचार न करता, सहा आकडी किमतीची बेन्टली गाडी विकत घेतो, त्याच्यासाठी दोन्ही क्रिया या एकसारख्याच आहेत.

जेव्हा वस्तू घेताना विचार करावा लागत नाही तेव्हा ती परवडण्याजोगी आहे, असं म्हणतात.

आपल्याला ही गोष्ट परवडेल का असा विचार जेव्हा तुम्ही करता, तेव्हा ती गोष्ट तुमच्या आवाक्याबाहेरची असते, तुम्हांला परवडणारी नसते. कारण जेव्हा एखादी गोष्ट परवडते तेव्हा तिला काही अटी आणि परिणाम लागू असतात. समजा, तुम्ही एखादी बोट खरेदी केली आणि नंतर ती आपल्याला परवडते की नाही यावर काथ्याकूट करून मेंदू शिणवून घेतला तर ती बोट नक्कीच तुम्हांला परवडत नाहीये. अर्थात अतर्क्य युक्तिवाद करून परवडण्याबाबत स्वतःचं सांत्वन नक्कीच करू शकता. बऱ्याच वेळा अशा सांत्वनाची सुरूवात... ''मला हे परवडू शकेल, जोपर्यंत...

... मला बढती मिळतीय.

... माझ्या गहाणवटीवर त्याचा परिणाम होत नाही.

... मी शेअर्समध्ये गुंतवलेल्या पैशात या महिन्यात १०%नी वाढ होत आहे.

... माझी विक्री अंदाजापेक्षा दुप्पट होत आहे.

... माझ्या पत्नीला नोकरी आहे.

... मी माझा आयुर्विमा रद्द केला आहे.

... क्रिप्टो करन्सीमध्ये गुंतवलेल्या पैशात माझं नुकसान होत नाहीये.''

असा स्वत:शीच झालेला संवाद म्हणजे ती गोष्ट तुम्हांला परवडत नसल्याचा इशारा असतो. जेव्हा एखादी वस्तू परवडते तेव्हा त्याला आगापिछा नसतो. तुम्ही स्वत:ला भूलथापा देऊन फसवू शकता, परंतु होणाऱ्या परिणामांना टाळू शकत नाही.

मग, एखादी गोष्ट परवडू शकते हे आपल्याला कसं समजतं? जर तुम्ही व्यवहार रोखीने केलात आणि तरीही तुमच्या राहणीमानात काही विशेष फरक पडत नसेल, तर तुम्हांला परवडतंय असं समजावं. दुसऱ्या शब्दांत, तुम्हांला जर बोट विकत घ्यायची असेल, तर रोख रक्कम द्या. पुढं येणाऱ्या 'रस्त्यातल्या' कोणत्याही अनपेक्षित अडथळ्यांमुळं तुम्ही डगमगला नाहीत, तर तुम्हांला परवडत आहे. समजा च्युइंगम खरेदी केल्यानंतर एका आठवड्यानं तुमची नोकरी गेली, तर तुम्हांला त्या च्युइंगम खरेदीचा पश्चात्ताप होईल का? किंवा तुमच्या व्यवसायाच्या विक्रीत अपेक्षेपेक्षा ५०%ची घट झाली तरीदेखील पश्चात्ताप होईल का? नाही, त्यानं काहीच फरक पडणार नाही. अशा पद्धतीनं तुमच्या सांपत्तिक स्थितीअनुसार तुम्हांला काय परवडतं याची गणना करता येते.

श्रीमंतीचं सोंग टाळायचं असेल, तर आपल्याला काय परवडतंय आणि काय परवडत नाही हे नीट समजून घ्या. जर खरोखर परवडत असेल तर बोट काय, लॅम्बोगिनीदेखील विकत घेण्यातही काहीच गैर नाही. उपभोग घेण्याचापण काळ आणि जागा असते. *द मिलिअनेर फास्ट लेनची मांडणी तुम्हांला त्या जागेवर आणण्याच्या दृष्टीने केली गेली आहे.*

जीवनशैलीच्या गुलामगिरीचे आमिष

जीवनशैलीच्या गुलामगिरीचा धोक्याचा इशारा म्हणजे, 'छान वाटणं - झटपट समाधान - क्षणार्धात आनंद' असे चुकीचे संदेश मिळणं. जे वाटतंय तेच उत्तम आहे असं होऊ शकत नाही का? चॉकलेट? सुपर साइज कॉम्बो मिल? सूर्यस्नान? धूम्रपान? दुर्दैवानं, क्षणार्धात आनंद देणाऱ्या गोष्टी या दीर्घ काळासाठी हानिकारक असतात. झटपट समाधान हा एक लोकप्रिय आजार आहे आणि त्याचे ठळक दुष्परिणाम सहज दिसून येतात : उधारी आणि लठ्ठपणा.

बहुतांश अमेरिकन हे लठ्ठ असतात; कारण त्यांना सर्वांत सुलभ आणि झटपट समाधान अन्नातून मिळतं. जेव्हा तुम्ही आरामखुर्चीत बसून प्रिंगल्सचा एक अख्खा डबा रिचवता, तेव्हा नंतर होणाऱ्या त्रासापेक्षा तुमची पसंती आत्ताच्या आनंदाला असते. समजा, तुम्ही आईवडिलांसोबत राहताय आणि एका बारटेंडरच्या नोकरीतून तुम्हांला वर्षाकाठी ३१,००० डॉलर्स मिळताहेत. आणि तरीही, एका मुस्टांग गाडीच्या हप्त्यापोटी गेले ७२ महिने तुम्ही ४५,००० डॉलर्स खर्च केले आहेत, तर तुम्हांला त्यातून क्षणिक आनंद मिळेल, परंतु परिणामस्वरूप, त्यापाठोपाठ जीवनशैलीची गुलामगिरी ही येणारच.

आरोग्याप्रमाणंच संपत्तीदेखील सहज कमावता येत नाही. एकाच प्रक्रियेतून निर्माण झालेल्या कापडाचे ते दोन तुकडे आहेत. दोघांसाठीही शिस्त, त्याग, चिकाटी, बांधीलकी आणि हो, विलंबित समाधान आवश्यक असतं. झटपट आनंद मिळवण्यापासून तुम्ही स्वतःचा बचाव केला नाहीत, तर संपत्ती काय किंवा आरोग्य काय, दोन्हींत यशस्वी होणं तुमच्यासाठी कठीण बनेल. दोन्ही गोष्टींत जीवनशैलीतले बदल घडवणं अपेक्षित असतं. अल्पकालीन विचारसरणी (झटपट आनंद) सोडून दीर्घ काळाचा विचार करण्याची (विलंबित समाधान) जीवनशैली आत्मसात करावी लागते. जीवनशैलीच्या गुलामगिरीशी लढण्याचा हाच एकमेव मार्ग आहे.

गळाच्या शोधात

झटपट समाधान हे आमिष आहे, तर जीवनशैलीची गुलामगिरी हा गळ आहे. जाहिरात व्यवसाय हा नेहमीच अशी मासेमारी करत असतो आणि त्यांचं साध्य म्हणजे तुमच्यासारख्यांना गळाला लावणं. आणि त्यांची लखलखीत आमिषं काय असतात? चकचकीत गाड्या, टोलेजंग घरं, अद्ययावत उपकरणं, 'आत्ता अगदी हवीच आहेत' अशी उत्पादनं...

रोज तुमच्यावर अशा झटपट आनंद देणाऱ्या आमिषांचा भडिमार केला जातो...

'आत्ताच सबस्क्राइब केलं नाहीत (सदस्यता घेतली नाहीत) तर तुम्ही स्पर्धेत टिकूच शकणार नाही!'

'हे औषध विकत घ्या आणि पहिल्यापेक्षा तंदुरुस्त आणि आनंदी व्हा!'

'तुमचा नवीन आयफोन एक्स तुम्हांला पहिल्यापेक्षा अधिक काहीतरी देईल!'

'जोपर्यंत तुमच्याकडे हे नवीन ग्राफिक कार्ड असणार नाही, तोपर्यंत तुम्ही

मुरलेले खेळाडू कसे व्हाल?'

'कल्पना करा, तुम्ही तुमच्या नवीन ऑडी गाडीत बसल्यावर शेजाऱ्यांचा कसा जळफळाट होईल.'

वरील सर्व संदेशांमध्ये समान सूत्र आहे : तुम्ही त्यांची शिकार आहात आणि या विक्रेत्यांना, तुम्हांला ती गोष्ट परवडत्ये की नाही याच्याशी काही देणंघेणं नसतं. आमिषाला भुलून गळाला लटकण्यापासून स्वतःला वाचवा : असं गळात अडकवून घेऊन बादलीत पडणं म्हणजे जीवनशैलीचं दास्यत्व होय.

जेव्हा झटपट आनंदाचा मोह तुम्हांला त्या आमिषाकडे ओढून नेतो तेव्हा गळाला अडकून दुर्घटना होणारच. आणि ती म्हणजे जीवनशैलीची गुलामगिरी! *वस्तू मालकीची होण्याऐवजी, तुम्ही त्या वस्तूचेच गुलाम बनता.*

संपत्तीचे शत्रू कोण आणि त्या शत्रूंना आपण आपल्या आयुष्यात कसं आमंत्रण देतो हे ओळखा. जोपर्यंत सुखासीन राहणीमान परवडत नाही तोपर्यंत धीर धरा... फास्ट लेनद्वारे, तो दिवस नंतर कधीतरी नाही, तर लवकरच येईल.

प्रकरण सारांश : फास्ट लेनची वैशिष्ट्यं

- पैशांतून आनंद विकत घेता येत नाही, कारण पैशांचा उपयोग ग्राहकांचं स्वातंत्र्य हिरावून घेण्यासाठी केला जातो. आणि जे स्वातंत्र्याला मारक आहे, तेच संपत्तीच्या त्रिसूत्रीलादेखील मारक असतं.
- पैशाचा योग्य विनियोग केल्यास, स्वातंत्र्य विकत घेता येतं, जे तुम्हांला आनंदाप्रति घेऊन जातं.
- चांगलं आरोग्य, स्वातंत्र्य, घट्ट नातेसंबंध यांतूनच आनंद जन्माला येतो, त्यासाठी पैशांचीच आवश्यकता असते, असं नाही.
- जीवनशैलीचं दास्यत्व हे स्वातंत्र्य हिरावून घेतं आणि ज्या गोष्टींमुळं स्वातंत्र्य हरपतं, ती गोष्ट संपत्तीदेखील हिरावून नेते.
- जर तुम्हांला वाटत असेल की, हे आपल्याला परवडू शकतं, तर ते परवडत नसतं.
- झटपट आनंदाचे परिणाम म्हणजे स्वातंत्र्य, आरोग्य आणि निवडीचा (पर्यायांचा) नाश.

फास्ट लेन

८

नशीबवान हरामखोर खेळ खेळत राहा

''मी नशिबावर खूप विश्वास ठेवणारा आहे. आणि मी जितके कष्ट करतो, तितका जास्तच माझा त्याच्यावर विश्वास बसत जातो.''

–थॉमस जेफरसन

शूऽऽ... तुम्हांला नशीबवान व्हायचं आहे का?

एकदा कोणीतरी मला 'नशीबवान हरामखोर' (लकी बास्टर्ड) अशी हाक मारली होती. पदपथावरची किती वाईट, भ्रामक समजूत... मी नशीबवान नाही; *मी या खेळातला एक खेळाडू आहे.*

ज्यो हा पदपथावरचा वाटसरू आहे आणि त्याचा असा विश्वास आहे की, श्रीमंत होण्यासाठी नशीब लागतं. तो संपूर्ण दिवस त्याच्या बांधकामाच्या ठिकाणी असतो आणि संध्याकाळ, ब्लॉगवरती गप्पा मारणं, व्हिडिओ गेम्स खेळणं किंवा टी. व्ही. बघण्यात घालवतो. नशिबावर अवलंबून राहून त्यानं आर्थिक स्वातंत्र्याची स्वप्नं बघायचंच सोडून दिलं आहे. सतत रडका स्वर लावत असतो, ''मी काही नशीबवान नाहीये.'' ज्योचा भाऊ बिल हादेखील बांधकामक्षेत्रात आहे; परंतु बिल मात्र आपली संध्याकाळ इंटरनेटवर काहीतरी नवनवीन शोधत राहणं, बांधकामातली नवीन तंत्र बघणं यांत व्यतीत करतो. बिलचं स्वप्न संशोधक होण्याचं आहे आणि आतापर्यंत वेगवेगळ्या क्षेत्रांत नवीन संशोधन करून त्यानं चार नमुने तयार केले आहेत. बिल सुट्टीतसुद्धा व्यापारी मेळावे आणि मार्केटिंगच्या परिषदांना जातो. जिथं ज्यो, काल्पनिक जगातल्या अंधारकोठडीतले राक्षस आणि जादूगार यांचा खात्मा करत असतो; तिथं बिल मात्र अबोलपणं स्वत:च्या संशोधनातून जगाच्या समोर येत असतो.

आता तुम्हीच सांगा, 'नशीबवान' कोण ठरणार आहे?

स्वत: घडवलेल्या नशिबातूनच, स्व–कमाईच्या लाखो रुपयांची निर्मिती होते

मार्क क्युबन, एक अब्जाधीश उद्योजक आणि डल्लास मेव्हरिक्स एनबीए संघाचा मालक. त्यानं एकदा यशाच्या संदर्भातला, नशिबाचा एक किस्सा सांगितला. 'याहू' या कंपनीला आपली कंपनी मार्कनं ५.९ बिलियन डॉलर्सला विकली. त्याआधीच्या संघर्षाची मार्क आठवण काढत होता. त्यातल्या प्रत्येक कथेमध्ये, लोकांनी त्याच्या यशाला कशा प्रकारे हातभार लावला हे मार्कला आठवत होतं... मायक्रोसोल्युशन्स ही त्याची पहिली कंपनी विकताना तो कसा नशीबवान ठरला... तंत्रज्ञानाची लाट आल्यानंतर त्यातून भरघोस कमाई केली ते... आणि काही बिलियन डॉलर्स घेऊन याहू कंपनीला त्याची कंपनी त्यानं विकली तेव्हा मिळालेली नशिबाची साथ... तुमच्या लक्षात आलं का, यात या घडलेल्या घटना नशिबामुळं घडल्या असं सांगितलं गेलंय आणि त्यामागची प्रक्रिया पडद्याआडच राहिली आहे.

क्युबनला यातला परस्पर विरोधाभास समजतो, जो बहुतेकांना समजत नाही : *इतरांना ज्या 'नशीब' म्हणून दिसतात, त्या 'घटना' 'प्रक्रियेतून' घडत असतात.* जेव्हा सॉफ्टवेअर संदर्भातील किचकट मजकूर किंवा सिस्को राउटरचं मॅन्युअल वाचायची वेळ येते किंवा घरात राहून जेव्हा तो नवीन तंत्रज्ञानाचं परीक्षण आणि प्रयोग करतो, तेव्हा कोणीच नशिबाचा उल्लेख करत नाही, यावर तो भाष्य करतो. मग तेव्हा नशीब कुठं होतं?

'श्रीमंत माणसं नशीबवान असतात' हे पदपथावर चालणाऱ्यांचं ब्रीदवाक्य असतं. हे ब्रीदवाक्य तुमच्यातलं बळ हिरावून घेऊन, तुमच्या स्वच्छंद अभिव्यक्तीला नामोहरम करणारं आहे. नशीब कोणालाही श्रीमंत बनवू शकतं. जसं, लॉटरीची तिकिटं काढून, कसिनोमध्ये जुगार खेळून आणि श्रीमंत आईवडिलांकडून वारसाहक्क मिळवून... यांतून मिळणारी संपत्ती फार काळ टिकत नाही. द मिलिअनेर फास्ट लेनचा फायदा करून घेण्यासाठी आधी हे समजून घ्या की, *नशीब हे प्रक्रिया,* कृती, कार्य आणि आपल्या 'तिथं' असण्याचं फलित आहे. आणि जेव्हा आपण 'तिथं' असता, तेव्हा योग्य वेळी आणि योग्य ठिकाणी असण्याची संधी तुम्हांला मिळते.

काही जागा योग्य असतात, काही जागा चुकीच्या असतात. टी.व्ही.वर द *व्हॉइस* बघत सोफ्यावर बसणं, बेट्टी बूटीचा कॅब्रे शोमध्ये नाच बघत टाळ्या पिटणं किंवा घराशेजारील बारमध्ये, दारू पीत पीत 'डॉजर्स संघ' हरत असलेला सामना बघणं हीपण योग्य जागा नव्हे. तुम्हांला जर खरोखर योग्य वेळी योग्य ठिकाणी असायची इच्छा असेल, तर तुम्ही खरंच योग्य जागीच असायला हवं – आणि कुठल्या जागा योग्य नाहीत, हे योग्य जागेला चांगलंच ठाऊक असतं.

जर तुम्ही प्रक्रियेत स्वत:ला गुंतवून घेऊन कृती करण्यासाठी, पदपथावरून पायउतार झाला नाहीत, तर नशीब काय असतं ते तुम्हांला कधीच कळणार नाही. असं म्हणतात की, नशीब नेहमी घटनासापेक्ष असतं. तुम्ही लॉटरी जिंकणं, जुगारात जिंकणं – विशेषत: घोड्यांच्या शर्यतीत किंवा माळ्यावरच्या जुन्या सामानात एखादं जुनं चित्र सापडणं, ज्याची किंमत लक्षावधी रुपये असेल. पुन्हा तोच तोच खोटेपणा. संपत्तीप्रमाणंच, नशीब ही काही घटना नव्हे, *तर ते प्रक्रियेतलं शेष आहे.*

पदपथावरून चालणाऱ्यांना घटना आवडतात, पण त्यांना प्रक्रियेचा तिटकारा असतो. पदपथावरून चालणाऱ्यांनी संपत्ती ही नशिबाचा भाग असते असं मानणं हे तसं स्वाभाविकच आहे, कारण त्यांच्या मते संपत्ती ही एक घटनाच आहे. फास्ट लेन फोरमच्या एका सदस्यानं (TheFastlaneForum.com) नुकतीच एक पोस्ट टाकली होती की बिल गेट्स नशीबवान आहेत. मी त्याच्याशी असहमतच होतो. विंडोज्ची निर्मिती नशिबानं नाही झाली. नशिबामुळं ती कंपनी अस्तित्वात नाही आली. एका विशिष्ट प्रयोजनासाठी पुनरावर्तित, निश्चयी प्रयत्न नशिबामुळं घडत नाहीत. जेव्हा तुम्ही सातत्यानं एखादी कृती करता आणि त्यासाठी प्रयत्नांचा भडिमार करता, इतरांच्या प्रतिक्रियांशी संवाद साधता, तेव्हा कुठं काहीतरी भरीव कार्य घडतं. आणि ते भरीव कार्य म्हणजे काय? तर इतर जास्त *चांगल्या* संभाव्यतांना हाताळण्यापेक्षा, जेव्हा निव्वळ कृती घडते; तेव्हा पदपथावर चालणारे त्याचा 'नशीब' असा अर्थ लावतात.

जेव्हा अशक्यता संभाव्यतेत परिवर्तित होते, तेव्हा भाग्योदय होतो. (वर उल्लेख केलेल्या) बांधकामाच्या नोकरीत असणाऱ्या आपल्या दोन भावांच्या बाबतीत नशीबवान कोण ठरणार आहे? जो भाऊ त्याचं संशोधन जगासमोर ठेवून, शक्यता प्रत्यक्षात उतरवणाराच. त्याचा आळशी भाऊ नशीबवान ठरणार नाही, कारण तो शून्य संभाव्यतेवर कार्य करत आहे. तुमची प्रक्रिया ठळकपणं जगासमोर ठेवा आणि मग 'योग्य वेळी योग्य जागी असणं' या उक्तीला तुम्ही खोटं ठरवू शकता.

जेव्हा जेव्हा मी नशिबाचा विचार करतो, तेव्हा मला पोहो र खेळणारे आठवतात. केवळ चुकून, त्यांच्या अंगी असलेल्या कौशल्याचा 'नशीब' असं अर्थ लावण्यात आला आहे. खरं तर, पोहो र खेळणारेदेखील मान्य करतील की हे नशीब नाही; तर हे पद्धतशीरपणं केलेलं विश्लेषण आणि खेळाडूंचं मानसशास्त्र असतं. जगात पोहो र खेळणारे जे उत्कृष्ट खेळाडू आहेत ते जगातील सर्वांत तज्ज्ञ संख्याशास्त्रज्ञ आहेत, तसा त्यांना मानवी वर्तनाचा अचूक अर्थ लावता येतो. यात नशिबाची काही भूमिका आहे का? नक्कीच, पण ती फार थोडी. कारण, खेळाडूंचं कौशल्य बहुतेक जणांना दिवाळखोर करतं. एखाद्या निष्णात पोहणाऱ्या खेळाडूला ''तू नशीबवान आहेस,'' असं म्हणणं म्हणजे त्याला शिव्या देण्यासारखं आहे. त्याचप्रमाणं, स्व-मेहनतीवर लक्षाधीश (श्रीमंत) झालेल्याचं श्रेय नशिबाला दिलं तर ते तितकंच अपमानास्पद आहे.

जर नशीब घडवायचं असेल, तर इतके प्रयत्न करा की, 'काहीच नाहीपासून काहीतरी' अशी शक्यता निर्माण होईल. *जेव्हा तुम्ही खेळायला सुरूवात करता तेव्हा नशीबही जागं होतं.* जर तुम्ही खेळलाच नाहीत तर जिंकणारच नाहीत. दुर्दैवानं, पदपथावर चालणारे नशिबाकडे गूढ संधीच्या घटना म्हणून पाहतात. संधीचं शक्यतेत रूपांतर करण्यासाठी संभाव्यतेवर घेतलेल्या प्रयत्नांकडे ते डोळेझाक करतात. जर तुम्हांला भाग्य हवं असेल, तर प्रयत्नांत (प्रकियेत) स्वत:ला झोकून द्या. कारण प्रक्रियेमुळंच (प्रयत्नांमुळंच) शून्यातून घटना निर्माण होतात.

तुमची आर्थिक योजना म्हणून 'मोठ्या संधी'चा त्याग करा

पदपथांवरून चालणाऱ्यांना प्रक्रियेचा (प्रयत्नांचा) तिटकारा असतो, त्यामुळं ते त्यांच्या आर्थिक नियोजनांमधून, प्रमाणित प्रक्रियांना (जसं की बचत किंवा अंदाजपत्रक) फाटा दिलेला असतो; शिवाय ते घटनांवर जास्त विसंबून असतात. जर तुमचा असा समज असेल की, संपत्तीपेक्षा भाग्य मोठं असतं, तर तुम्ही जिथे नशीब आवश्यक आहे अशा घटनांकडेच खेचले जाणार – 'मोठ्या संधी'चा प्रयत्नपूर्वक शोध.

मोठी संधी म्हणजे काय? मोठी संधी म्हणजे अचानक घडणारे असे चमत्कार– ज्यांतून जलद गतीनं संपत्ती निर्माण होते. लॉटरी, कसिनो, पोहो रचे सामने, इतकंच काय– तर किरकोळ खटले आणि सरकारची केलेली फसवणूक हेदेखील 'मोठ्या संधी'चे मार्ग मानले जातात. परिणामी, 'मोठी संधी' म्हणजे संपत्तीचा प्रवास टाळून, अंतिम रेषेवरच आरंभ करणे. हे म्हणजे मधली पायवाट आणि त्या पायवाटेवरून जाताना जे शहाणं होण्याचे धडे मिळतात, ते सर्व बाजूला पडतात.

पदपथाचे वाटसरू अशा 'मोठ्या संधी'च्या शोधात असतात; कारण त्यांची समजूत त्यांना सांगत असते की, संपत्ती ही एक घटना असते. दुर्दैवानं, मोठ्या संधी अति दूरची गोष्ट असते आणि सत्त्वाची पायमल्ली असते. तुमचा चमत्कारांवर विश्वास असतो का? पदपथावरच्या वाटसरूंचा असतो.

अमेरिकन आयडॉलसारख्या स्पर्धात्मक कार्यक्रमांमधले बहुतांश स्पर्धक अगदी ठोंबे असूनही लोक त्यांच्याकडे का आकर्षित होतात? कारण, हे लोक त्या मायावी 'मोठ्या संधी'च्या शोधात असतात. पण त्याच वेळेस, जे खरोखर प्रतिभासंपन्न असतात, ते त्यातून तरतात. (त्यांच्याकडे प्रतिभा असते कारण त्यामागे त्यांचे प्रयत्न–प्रक्रिया असते.) जे अपात्र ठरतात ते दुःख करतात आणि सायमन कॉवेलला, मायक्रोफोनला किंवा अन्य काही फुटकळ गोष्टींना आपल्या अपयशासाठी दोषी मानतात. बाथरूममध्ये शॉवरखाली उभं राहून *सम डे ओव्हर द रेन्बो* हे गाणं म्हणणं म्हणजे प्रयत्न (प्रक्रिया) होत नाहीत.

पदपथाच्या वाटसरूंचं प्रलोभन : फसवेगिरी

'३९.९५ डॉलर्सचे तीन सुलभ हप्ते भरा आणि मी तुम्हांला, आठवड्यातले केवळ ४० तास काम करून, तेदेखील तुमच्या तळघरातल्या ट्रेपीझवर उड्या मारता मारता लाखो रुपये कसे कमवायचे ते शिकवीन.' – मित्रांनो खरंच, हे इतकं सोपं आहे? पण थांबा, आणखी हे बघा! 'आजच नोंदणी करा आणि बक्षीस म्हणून तुम्हांला या गुबगुबीत तरुणीचे फोटो थोड्याच वेळात मिळतील. किती मस्त दिसते ना ती? जेव्हा तुम्ही माझ्यासारखे पैसे कमवायला लागाल, तेव्हा तिच्यासारख्या तरुणींची तुमच्या दारासमोर चोवीस तास रांग लागेल. मित्रांनो, खरंच, ही पद्धत खूपच छान आहे, पण जास्त काळासाठी नाहीये... तेव्हा लगेच कामाला लागा!'

जाहिरात करणारे महाज्ञानी असतात, त्यांना आपण काय करतो ते पक्कं ठाऊक असतं. ते पदपथावर चालणाऱ्यांना आपलं लक्ष्य बनवतात; कारण हे लोक अशा जाहिरातींकडे लगेच चुंबकासारखे आकर्षिले जातात. पहाटे २ वाजता जाहिरात का करतात? कारण तेव्हा

पदपथवासी जमतात. कारण ते एक तर बेरोजगार असतात किंवा *सीनफिल्डची* पारायणं करत असतात. विश्वास ठेवा, पदपथवासी पहाटे २ वाजता, काही कुठल्या बूब-ट्यूबवरचे कार्यक्रम बघत नाहीत; तर ते प्रक्रियेला (प्रयत्नांना) टाळत, इष्ट स्थानाकडे जात असतात.

पदपथावरचे लोक फसवेगिरी करण्यात एकदम पटाईत असतात. कारण त्यांना प्रक्रिया (प्रयत्न) टाळून थेट घटनेकडेच जायचं असतं. आणि एकदा का हे तुमच्या मानसिकतेमध्ये भिनलं की अशा जाहिराती म्हणजे संध्याकाळची करमणूक होते.

पदपथावरून पायउतार : तीन नांगर

जरा तर्क चालवा. एक क्षण विचार करा. समजा, तुम्हांला अशी एखादी जादूची कांडी सापडली, ज्यामुळं एका महिन्यात लाखो रुपये जमा करता येतील, तर तुम्ही पहिली गोष्ट कोणती कराल? अर्थातच, तुम्हांलाही माहित्ये आणि मलाही. तुम्ही एक वेब डिझाइन करणारी कंपनी गाठाल, तुमचं उत्पादन तुम्ही त्यातल्या लँडिंग पेजवर टाकून, फेसबुकवर त्याची जाहिरात करायला सुरूवात कराल. नक्कीच. जर का मला अब्जावधी रुपये कमवायचं गुपित सापडलं तर पहिली गोष्ट मी हीच करेन. जगाची सफर बाजूला ठेवेन, दानधर्म वगैरे विसरून जाऊन, लाखो पैसे कमवायची कल्पना त्यांच्या माथी मारत राहीन. नाही! या जादूच्या कांडीद्वारे मी जगाला ओरडून सांगेन की, १९७ डॉलर्सच्या किरकोळ किमतीत ही तुम्ही घेऊन जा!

लोकांचा खरंच प्रयत्नांवर विश्वास असतो की, त्यांना केवळ सहज साध्य होणाऱ्या गोष्टींमध्येच रस असतो? इंटरनेटवर पैसे निर्माण करण्याची 'प्रणाली' आणि जाहिराती विकणं हा फास्ट लेनचाच सबळ पुरावा आहे. दुर्दैवानं, विकल्या गेलेल्या प्रणाली फास्ट लेन किंवा प्रत्यक्ष प्रणाली विकण्याइतक्या फायदेशीर नाहीत. मग अशा वेडापासून तज्ज्ञ कसे लांब राहतात? सोपं आहे. पदपथावरून चालणाऱ्यांची मानसिकता तीन समजांमध्ये जखडलेली असते, जी त्यांना पैसे कमावण्याच्या सापळ्यात सहज ओढून नेते.

पहिली समजूत : संपत्ती कमवायला नशीब आवश्यक असतं.
दुसरी समजूत : संपत्ती ही घटना आहे किंवा १, २, ३ असं म्हणून पैसे निर्माण व्हायचं एक यंत्र आहे.
तिसरी समजूत : इतर कोणी मला पैसे देऊ शकतात.

आणि इथंच या समजुती फोल ठरतात. पहिली गोष्ट, संपत्ती हा नशिबाचा भाग नसून संभाव्यता सत्यात उतरवण्यासाठी केलेले ते प्रयत्न असतात. दुसरं, संपत्ती मिळवून देणाऱ्या घटना (लॉटरी/कसिनो) या क्वचित घडणाऱ्या घटना असतात, ते प्रयत्न नव्हेत. १, २, ३ असं म्हणून, एखाद्या प्रणालीद्वारे क्वचितच पैसे निर्माण होऊ शकतात. आणि सरतेशेवटी, फक्त तुम्हीच, स्वत:ला खऱ्या संपत्तीपर्यंत नेऊ शकता. इथं कोणताही चालक किंवा इन्स्टाग्रामवर आलेली एखादी जाहिरात किंवा संदेश तुमच्या कामी येणार नाही. हीच प्रलोभनं पदपथावरच्या लोकांना जखडून ठेवतात आणि हे लोक रात्री दोन वाजता सोफ्यावर

बसून विचार करतात की, लक्षाधीश बनण्यापासून मी फक्त एक क्लिक दूर आहे; कारण ५०,००० फॉलोअर्स असलेल्या एका इन्स्टाग्रामवरच्या मित्राचंपण हेच म्हणणं आहे.

प्रकरण सारांश : फास्ट लेनची वैशिष्ट्यं

- संपत्तीप्रमाणंच, नशीब हे प्रयत्नांतूनच निर्माण होतं, कोणत्याही घटनेतून नव्हे.
- जास्तीतजास्त संभाव्यतेतूनच नशीब निर्माण होतं, जे कृतींमध्ये केलेल्या सुधारित प्रयत्नांसह घडवले जातात.
- जर का तुम्हांला वाटत असेल की, आपण 'मोठ्या संधी'च्या शोधात आहोत, तर तुम्ही घटनांच्या मागे जाणारे आहात; प्रयत्नांच्या नाही. ही मानसिकता फास्ट लेनसाठी नव्हे; तर पदपथावरून चालण्यासाठी अनुकूल आहे.
- 'झटपट श्रीमंत व्हा' ही विक्रीची पद्धत ही फास्ट लेन आहे; कारण जाणकारांना पक्कं ठाऊक असतं की पदपथांवरून चालणाऱ्यांचा जास्त विश्वास घटनांवर असतो, प्रयत्नांवर नव्हे.
- पैसे कमावण्याच्या 'प्रणाली' या पदपथावरील चालणाऱ्यांना विकणं फार क्वचित फायदेशीर ठरू शकतं.

फास्ट लेन

१

संपत्तीसोबत दायित्व येतं

''जबाबदारी ही महानतेसाठी मोजलेली किंमत आहे.''

-विन्स्टन चर्चिल

रस्त्यावर हात दाखवून लिफ्ट मागणारे कधी गाडी चालवत नाहीत

पदपथावरून चालवणाऱ्यांना जखडून ठेवणारी वाईट गोष्ट म्हणजे ते आपले आर्थिक नियोजन इतरांवर सोपवतात किंवा सर्वांत वाईट म्हणजे कोणालाच सोपवत नाहीत. त्यांना बांधून ठेवणारी दुसरी गोष्ट म्हणजे, ते संपत्तीच्या प्रवासासाठी चालक शोधत बसतात; इतर कोणीतरी या प्रवासाचं चालकत्व करावं असं त्यांना वाटत असतं. दुर्दैवानं अशी मानसिकता तुम्हांला बळी पडण्याकडे जास्त प्रवृत्त करते.

कल्पना करा की, तुम्ही देशभर लिफ्ट मागून, गाडी थांबवून प्रवास करत आहात. तर एक शक्यता अशी आहे की तुम्ही तुमच्या इष्ट स्थानापर्यंत पोहोचणारच नाही. तुम्ही एखाद्या विकृत मानसिकता असलेल्या व्यक्तीच्या गाडीत बसाल, जी तुम्हांला काहीही कळू न देता, एखाद्या अनपेक्षित ठिकाणी घेऊन जाईल. तुमची गाठ एखाद्या खुन्याशीदेखील पडू शकते जो तुमचा गळा चिरून, तुम्हांला रस्त्याच्या कडेला फेकून देऊ शकतो.

लिफ्ट मागणं हे निष्फळ आणि तितकंच धोकादायक आहे.

तरीदेखील, पदपथावर चालणाऱ्याचा जाहिरनामा हा लिफ्ट मागण्यावरच आधारित असतो : दुसऱ्यावर टाकलेला विश्वास आणि जेव्हा गोष्टी मनासारख्या घडत नाहीत, तेव्हा इतरांना दोष देणे. नशीब आणि विश्वासानंतर, दोष देणं ही पदपथावरून चालणाऱ्यांना जखडून ठेवणारी तिसरी गोष्ट आहे.

८०च्या दशकात, मी किशोरवयात असताना, माझी आई आणि तिच्या मित्रमैत्रिणी एका स्थानिक रेस्टॉरंटमध्ये भेटत असत. त्या मित्रांच्या घोळक्यातल्या अनेकांनी त्यांची आयुष्यभराची कमाई कुठंतरी गुंतवली होती, ज्याला ते 'फंड' असं म्हणत. त्यांच्यात काही नामवंत व्यावसायिकदेखील होते. ते त्यांच्या या गुंतवणुकीबद्दल खूप वाढवून-चढवून सांगत

की, यातून दर महिन्याला चांगल्या पैशांची कमाई होते. माझी आई बिचारी एकटी होती, त्यामुळे तिनंदेखील त्यात गुंतवणूक करावी म्हणून हे मित्र तिला प्रोत्साहन देऊ लागले. पण आई काही दुधखुळी नव्हती. तिनं त्यांना काही प्रश्न विचारले, पण त्यांची उत्तरं तिला काही पटली नाहीत. तिला काहीतरी 'खटकलं'. तिनं थोडा तर्कसंगत विचार केला. आणि सरतेशेवटी, तिनं हा गुंतवणुकीचा पर्याय तिच्या विचारातून हद्दपार केला.

अनेक वर्षांनी या 'फंड'ची बातमी वर्तमानपत्रांत मुख्य मथळ्यात छापून आली. त्या गुंतवणूक कंपनीनं लाखो गुंतवणूकदारांचे लाखो डॉलर्स गिळंकृत केले होते. ती गुंतवणूक कंपनी म्हणजे एक फसवी कंपनी होती असं उघड झालं आणि त्यात गुंतवणूक केलेल्या अनेकांनी आत्महत्या केली, आत्महत्या करणाऱ्यांमध्ये ज्यानं हे कुभांड रचलं तोदेखील होता. ही तीच गुंतवणूक कंपनी 'फंड' होती, जिच्यात माझ्या आईनं गुंतवणूक करण्यास नकार दिला होता.

बळींचा कायदा

बळींचा (पीडितांचा) कायदा असं म्हणतो की, *तुम्हांला जे बळी बनवण्यास सक्षम आहेत, त्यांना जोपर्यंत तुम्ही तसा अधिकार प्रदान करत नाही, तोपर्यंत तुम्ही बळी बनू शकत नाही.* जेव्हा तुम्ही तुमच्यावरचं नियंत्रण दुसऱ्याच्या हातात देता, तेव्हा तुमची अवस्था, लिफ्ट मागितलेल्या गाडीत सीटबेल्ट बांधून न बसलेल्या माणसासारखी होते. एका अपरिचित व्यक्तीच्या गाडीत तुम्ही चालकाच्या शेजारी, पॅसेंजर सीटवर बसता, जो तुमच्या आर्थिक नियोजनाचा खात्मा करू शकतो. आणि जेव्हा असं घडतं, तेव्हा तुम्ही बळी पडलेल्यांच्या यादीत जाऊन बसता.

नकारामुळंच बळी ठरण्याची शक्यता वाढते : प्रथम जबाबदारी आणि नंतर दायित्व. जे लोक जबाबदारी स्वीकारत नाहीत ते बळी पडतात. काही जण जन्मजातच बळी पडणाऱ्यांपैकी असतात. आपल्या वृत्तीत सुधारणा करण्याऐवजी ते हात जोडून शरणागती पत्करण्यातच धन्यता मानतात. त्यांच्यासाठी, त्यांच्या समस्यांवर ते सोडून इतर सर्वांकडे उत्तरं असतात. आणि त्यांच्या समस्या? नाही, नाही, ते चुकीचे नसतातच, त्याचा दोष इतरांच्याच माथी असतो. आत्मपरीक्षण करण्याऐवजी, बाह्य जगातील इतर कोणालातरी ते जबाबदार धरतात. पीडित ही पदपथावरची अशी माणसं आहेत, ज्यांची स्वतःच्याच आयुष्याची गाडी चालवायला तयारी नसते. अशी माणसं सतत इतरांच्या छायेखाली वावरत असतात आणि त्यांचा पवित्रा कायम 'मी विरुद्ध इतर' असाच असतो.

''त्यांनी मला काढून टाकलं.''
''त्यांनी अटी बदलल्या.''
''त्यांनी मला फसवलं.''
''त्यांनी मला काहीच सांगितलं नाही.''
''त्यांनी माझं भाडं वाढवलं.''
''त्यांनी व्याजदर वाढवला.''

ओघानं, हे सगळं 'त्यांनी', ते स्वत:हूनच लादून घेतात. जर घरमालकानं घरभाडं वाढवलं तर ती त्याची चूक आहे? भाडेकरार करताना, तुम्ही त्यातल्या अटी आणि नियम वाचले नव्हते का? जर कंपनीनं तुम्हांला काढून टाकलं, तर तुम्ही तिथं काम करण्याचा निर्णय घेतला होता, त्यात त्यांची काय चूक? पंचविशीतला मी, बर्फाच्या वादळात, रस्त्याच्या कडेला लिमोत अडकून पडलो होतो यात माझी चूक होती का? हो होती.

मानसशास्त्रीय परिभाषेत, दुसऱ्यावर दोष ढकलण्याची ही जी मानसिक उणीव आहे तिला, 'नियंत्रणाचा बाह्य उगम' असं म्हणतात. अमेरिकन मानसशास्त्रज्ञ ज्युलियन रॉटर यानंच हे लिहून ठेवलं आहे.

ह्या दोषारोपाचं आणि बाह्य उगमाचं दुसरं उदाहरण. वॉल मार्टच्या विरोधात, कामगारांनी नुकताच एक मोर्चा काढला होता. वॉल मार्टकडून फारच तुटपुंजं वेतन मिळतं त्याच्या निषेधार्थ कर्मचारी निदर्शनं करत होते. ३३ वर्षांच्या युजिन नावाच्या एका कर्मचाऱ्यानं मालकाच्या विरोधात तक्रार करताना म्हटलं, "तो गेली तीन वर्ष, ताशी ११.१५ डॉलर्स वेतनावर ट्रकमधून माल उतरवून घेण्याचं काम करतो आहे. जे, रिटेल व्यवसायात दर ताशी देण्यात येणाऱ्या सरासरी १२.९५ डॉलर्सपेक्षा कमी आहे." मग त्याचं गाऱ्हाणं काय होतं? तर, त्याला त्या वेतनात गाडी विकत घेणं अथवा वॉल मार्टचा आरोग्य विमा काढणं परवडत नव्हतं.

वा! किती त्रासदायक. यात कोणाला अटक झाली का? नाही. खरंच, युजिनच्या डोक्यावर बंदूक ठेवून, बाजारभावापेक्षाही कमी पगारात त्याला काम करायला लावल्याबद्दल कोणालातरी अटक व्हायलाच हवी होती. या माणसाच्या एक जोरात कानफटात द्या. वॉल मार्टमध्ये काम करायला त्याला कोणीही जबरदस्ती केली नव्हती. तो तिथं काम करत होता, कारण तिथं काम करण्याचा पर्याय *त्यानंच निवडला* होता. अरे, युजिन किंवा जो कोणी हे पुस्तक वाचतोय त्यांना असं सांगायचं आहे की, जर तासाला मिळणाऱ्या ११ डॉलर्स पगारात तुम्ही खूश नसाल, तर समाजातली तुमची पत वाढवा. लायब्ररीत जाऊन नवीन काहीतरी शोधा किंवा एखादा क्लास लावून नवीन काहीतरी शिका. तुमच्यासारखे अनेक ग्रस्त कर्मचारी नसतील, तर वॉल मार्ट नक्कीच चांगला पगार देऊ शकेल.

असं बघा, जेव्हा तुमचा आर्थिक सल्लागार तुम्हांला सांगतो, की अमुक बँकेत जमा रकमेवर १४% व्याज नक्की मिळतं आणि कालांतरानं तुमच्या लक्षात आलं की त्यानं तुम्हांला फसवलंय, तर ती तुमची चूक आहे. तुम्ही थोडी मेहनत घेतली नाहीत. तुम्ही ते नीट तपासलं नाही. मेंदूनं दिलेल्या तार्किक संदेशांकडे तुम्ही दुर्लक्ष केलंत. तुमच्या या दुष्कृत्याला सर्वस्वी तुम्हीच जबाबदार आहात.

हिच हायकिंगचं राजकारण

सगळ्या देशांमध्ये हिच हायकर्सची संख्या मोठ्या प्रमाणात आढळते. या लोकांना सुखासीन आयुष्य हवं असतं; मात्र त्याची किंमत इतरांनी द्यावी अशी त्यांची अपेक्षा असते. हे लोक आयुष्यभर हिच हायकर्स असतात. सरकार किंवा तत्सम संस्थांनी त्यांच्यासाठी आणखी काहीतरी करावं अशी त्यांची अपेक्षा असते. ते व्यवस्थेचे बळी असतात. ते आयुष्याचे बळी ठरतात, कारण आपलं आयुष्य ते चुकीच्या लोकांच्या हातात देतात. विनाशुल्क सेवा

देण्याची आश्वासनं देणाऱ्या राजकारण्याला ते आपली मतं देतात. मोफत आरोग्य सेवा, मोफत शिक्षण, मोफत गॅस, मोफत कर्ज... वा! चला, लवकर मतपत्रिका घेऊन या पाहू!

जॉन एफ. केनेडींचं एक वाक्य आहे, 'देश तुमच्यासाठी काय करणार आहे हे विचारू नका; तर तुम्ही देशासाठी काय करणार आहात?' याच वाक्याची उत्प्रेक्षा, 'माझा देश माझ्यासाठी काय करू शकतो?' जरी, गेल्या २० वर्षांत अमेरिकेबाहेर झालेल्या सामाजिक अधोगतीवर मी भाष्य करू शकत नसलो, तरी इतकं नक्की की बहुसंख्य अमेरिकनांचा, संपत्तीकडे नेणाऱ्या या पदपथाचं अनुकरण करण्याचा कल वाढला आहे. अमेरिकन लोकांनी एकदा 'मला स्वातंत्र्य द्या किंवा मला मृत्यू द्या,' अशी निष्ठावंत घोषणा केली. आता आपण केवळ 'मला द्या' असंच म्हणतो.

२००८ साली जेव्हा मी हे लिहिलं तेव्हा अर्थव्यवस्था फारच बिघडलेली होती. बांधकाम व्यवसाय पुरता बसला होता, कर्जं आटली होती आणि लक्षावधी लोक केलेली गुंतवणूक गमावून बसले होते.

असं कसं घडलं?

हे समजायला फार काही क्लिष्ट नाही : आपले आर्थिक निर्णय घेण्यासाठी आपण 'इतरांवर' अवलंबून राहिलो. त्याचा अंतिम परिणाम काय होईल याकडे दुर्लक्ष केलं. आपण करार नीट वाचले नाहीत, आपण कायदे आणि नियमांचा नीट अभ्यास केला नाही. सरकारला आपण विमा कंपनीसारखं गृहीत धरलं. समाजामध्ये, जर आपण त्याच त्याच चुकांची पुनरावृत्ती करत राहिलो, तर इतिहासाचीही पुनरावृत्ती होते.

२००८ सालच्या मंदीची मला फारशी झळ लागली नाही. अर्थात माझ्या घराची किंमत काहीशी खाली आली, पण ते ठीक होतं, कारण घराचा मी कधी संपत्ती कमावण्याचं साधन म्हणून वापर केला नाही! तरीदेखील या क्षेत्रातल्या गुरूंचं म्हणणं असतं, ''तुमचं घर ही तुमची सर्वांत जास्त चांगली गुंतवणूक असते!'' असं म्हणणं किती मूर्खपणा आहे! जेव्हा बाजार कोसळले तेव्हा मला काही फार गमवावं लागलं नाही. कारण माझ्या संपत्तीतली वाढ किंवा घट ही मी बाजारभावावर अवलंबून ठेवली नव्हती. नियंत्रण कसं असावं हे फास्ट लेन सांगतं. आणि जर तुम्ही पदपथावर चालणाऱ्यासारखं, हिच हायकरसारखं, ईप्सित स्थळी पोहोचण्यासाठी दुसऱ्यावर अवलंबून राहिलात, तर तुमचं नियंत्रण नसणारच.

२००५ साली, एका सार्वजनिक कार्यक्रमात, मी येऊ घातलेल्या बांधकाम क्षेत्रातल्या मंदीविषयी भविष्य वर्तवलं होतं आणि मला वाटलेल्या सात कारणांच्या सिद्धांतांची एक रूपरेषा सांगितली होती. *माझे आर्थिक निर्णय मी स्वतःच घ्यायचे ठरवल्यामुळं* ते सत्य स्फटिकाइतकं नितळ होतं हे आता या क्षेत्रात आलेली मंदी पाहता सिद्ध झालं आहे. बांधकाम व्यवसाय सुरक्षित आहे असं सीएनबीसीवर तावातावानं कर्कशपणे ओरडून सांगणाऱ्यांवर मी कधीच अवलंबून राहिलो नाही. मुख्य प्रवाहातल्या प्रसार माध्यमांवर मी कधी विसंबून नव्हतो. मी इतरांवर कधीच अवलंबून राहिलो नाही. *मी फक्त माझ्यावर विसंबून होतो.* मी स्वतः गाडी चालवत होतो, दुसऱ्याच्या गाडीत बसलो नव्हतो. आणि गाडी चालवण्यातला जो आनंद, जबाबदारी असते ती मी अनुभवत होतो. इतर काही लोकांना तीच *जबाबदारी* टाळायची असते.

संपत्ती म्हणजे जबाबदारी, त्यामागोमाग येतं उत्तरदायित्व

उत्तरदायित्वाच्या आधी जबाबदारी येते. परंतु तसा कोणताही पुरावा उपलब्ध नाही. पुढच्या आठवड्यात, बँकेतलं खातं ओव्हरड्राफ्ट होणार नाही असं ठरवून त्याची जबाबदारी घेता, परंतु पुढच्या आठवड्यातही ते ओव्हरड्राफ्टच होतं, याचा अर्थ ती जबाबदारी, ते दायित्व तुम्ही पेललं नाही. विवाहबंधनात नसूनदेखील आपण एका मुलाचं पालकत्व स्वीकारता, तरीही तसंच वर्तन सुरू ठेवता, म्हणजे तुमच्याकडे पालकत्व निभावायचं दायित्व नाही. पर्स चोरीला गेल्याची जबाबदारी स्वीकारूनही, तिचा सार्वजनिक बोभाटा करता, याचा अर्थ तुम्ही बेजबाबदार आहात. दायित्व म्हणजे परिणामांबद्दल दोषी असणं आणि त्या परिणामांपासून वाचण्यासाठी तुमच्या वर्तनात बदल करणं.

उत्तरदायी नसताना आपण जबाबदार असू शकता. फास्ट लेन फोरमच्या एका उपयोगकर्त्यानं जबाबदारी आणि उत्तरदायित्व यांतला फरक फार चांगल्या तऱ्हेनं समजावला आहे.

> *''मला सगळ्यांत जास्त राग या गोष्टीचा येतो की, लोक तेच तेच कुचकामी पर्याय पुन्हा पुन्हा निवडतात आणि तरीही जबाबदार असल्याचं म्हणतात. जेव्हा जबाबदार म्हणजे नुसतं निघून जाणं असतं तेव्हा 'जबाबदार' म्हणवून घेणं सोपं असतं. असे अनेक एकल पालक माझ्या बघण्यात आहेत, ज्यांनी पालकत्व घेतलेल्या मुलाची 'जबाबदारी' घेण्याची शपथ घेतली आहे; परंतु दर महिन्याला केवळ चेक पाठवण्याव्यतिरिक्त ते कोणतीही 'जबाबदारी' पार पाडत नाहीत. असे अनेक लोक माझ्या बघण्यात आहेत जे केलेल्या कृत्यांना स्वत:ला जबाबदार मानून घराबाहेर पडतात, पण बाहेर पडून काय करतात, तर स्वत:ला न परवडणारं असं आणखी एक घर विकत घेतात. आपल्या दारू पिऊन गाडी चालवण्यामुळं झालेल्या अपघातांना, स्वत:ला 'जबाबदार' धरणारे अनेक जण पाहिले आहेत, पण पुन्हा पुन्हा ते तसंच वागतात. लोकांनी स्वत:ला 'जबाबदार' म्हणवून घेण्याचा मला आता उबग आला आहे. मला लोकांना उत्तरदायी झालेलं पाहायचं आहे. कृती करण्याआधी लोकांनी विचार करणं गरजेचं आहे. पर्याय निवडण्याआधी त्याचं दायित्व त्यांनी स्वीकारलं पाहिजे. लोक चुका करतात, मला मान्य आहे; पण ''तुम्ही चूक करा आणि मी त्यातून धडा शिकेन–'' असं म्हणणं मला मान्य नाही. यालाच खरं उत्तरदायित्व आणि जबाबदारी म्हणतात.''*

माझ्या एका मैत्रिणीचं ओळखपत्र नुकतंच हरवलं. रात्री एका रेस्टॉरंटमध्ये जेवण करत असतानाच, तिला त्या भयानक प्रसंगाची आठवण होऊन ती विव्हळायलाच लागली. तिच्या रडण्याचं कारण शोधून काढायचं असं ठरवून मी तिला मध्येच थांबवून काही प्रश्न विचारले. मला आश्चर्य वाटलं की ती बळी पडली होती, की ती जबाबदार नव्हती?

मी तिला विचारलं, ''तुझं ओळखपत्र चोरीला कसं काय गेलं?''

"मेक्सिकोमध्ये माझी पर्स चोरीला गेली होती."

"पण असं घडलंच कसं?" मी आणखी चौकशी करत विचारलं.

"मी एका रेस्टॉरंटमध्ये बसले होते आणि कोणीतरी ती हिसकावून नेली."

"ओह! म्हणजे त्या रेस्टॉरंटमध्ये, तू आता जशी पर्स उघडी ठेवून बसली आहेस, तशीच बसली होतीस का?"

तिनं एकदा तिच्या पर्सकडे पाहिलं आणि माझा मुद्दा तिच्या लक्षात आला. आम्ही जेवण करेपर्यंत तिची पर्स सगळ्यांच्या नजरेत येईल अशी टेबलावर खुलेपणानं पडली होती. कोणत्याही चोराला अगदी सहजपणं तिच्यावर डल्ला मारता आला असता. ती माझ्याकडे बघत तुच्छतेनं हसली आणि पर्स उचलून आपल्या मांडीवर ठेवली.

याला बळी पडणं म्हणायचं की स्वत:चा बेजबाबदारपणा? तिची समस्या तिच्या चुकीच्या निवडीमुळं निर्माण झाली होती – स्वत:च्या पर्सची नीट काळजी न घेण्याचा पर्याय. आणि इतकं नुकसान होऊनही तिला जबाबदारपणाची किंमत कळली नव्हती. तिनं त्या चुकीचं उत्तरदायित्व स्वत:कडे घेतलं असतं, तर तिनं चोरीला उत्तेजना मिळेल अशा तऱ्हेनं ती पर्स उघडपणे ठेवली नसती, तिनं ती सुरक्षितपणं स्वत:च्या मांडीवर ठेवली असती.

बळी न पडण्यासाठी स्वत:ला सक्षम करा

जबाबदारी आणि त्यामागोमाग उत्तरदायित्व स्वीकारून बळी पडण्यापासून वाचवा.

२००६ साली मी ॲरिझोनामधल्या फिनिक्स इथं माझं स्वप्नातलं घर विकत घेतलं. घरातून डोंगरांची रांग दिसत असे. फिनिक्समधल्या इतर कोणत्याही घरापेक्षा माझ्या घरातून सर्वांत चांगलं दृश्य दिसायचं, पण त्या घरात काही सुधारणा करणं आवश्यक होतं. त्यासाठी माझ्या एका मित्रानं तिथलाच एक कंत्राटदार मला सुचवला आणि मीदेखील फार काही चौकशी न करता, त्यानं केलेली इतर कामं न बघता, त्याचा परवाना न तपासता त्याला काम दिलं.

आणि...

जे काम आठ महिन्यांत पूर्ण व्हायला हवं होतं, त्या कामाला तीन वर्षं लागली. माझ्या आयुष्यातला अत्यंत वाईट निर्णय होता तो, एखाद्या दु:स्वप्नासारखा. तो कंत्राटदार खूपच नालायक आणि मूर्ख होता.

पण त्यात दोष सर्वस्वी माझाच होता.

या प्रसंगाची मी जबाबदारीही स्वीकारली आणि उत्तरदायित्वदेखील. कारण, त्या कंत्राटदाराला मी नेमलं होतं. *स्टार वॉर्समधलं* एक वाक्य उचलून, त्यात थोडा बदल करून असं म्हणता येईल, "मूर्ख कोण आहे, जो स्वत: मूर्ख आहे तो किंवा असा मूर्ख जो मूर्खाला काम देतो?"

तथापि, सगळ्यांत आधी मी बळी पडलो नव्हतो, कारण मी जबाबदार होतो : *ती माझीच चूक होती.*

मी ते होऊ दिलं.

शिवाय, दुसरं असं की मी उत्तरदायीदेखील होतो : आता जेव्हा मी घरकामासाठी माणसं नेमतो, तेव्हा त्यांची नीट चौकशी करतो. अन्यथा, त्या मूर्ख कंत्राटदाराची शिकार होऊन दातओठ चावत बसण्याची आणि इतरांप्रमाणंच, फसवणुकीचं दुःख आळवत बसण्याची वेळ येईल.

पर्स चोरीला गेलेल्या माझ्या मैत्रिणीच्या संदर्भात म्हणायचं झालं, तर फास्ट लेनची मानसिकता ही आहे की जबाबदारी घ्या आणि त्याचबरोबर उत्तरदायित्व स्वीकारा.

जबाबदारी : 'ही माझीच चूक आहे की, माझी पर्स चोरीला गेली.'

उत्तरदायित्व : 'भविष्यात अशी चूक घडणार नाही यासाठी मी खबरदारी घेईन.'

जेव्हा तुम्ही तुमच्या कृत्याची जबाबदारी आणि उत्तरदायित्व, तसंच त्या कृत्यांचे जे काही बरेवाईट परिणाम होतील, हे दोन्ही स्वतःकडे घेता तेव्हा बळी न पडण्यास तुम्ही सक्षम होता. तुमच्या चुका, अपयश आणि यश सगळ्यांचं दायित्व स्वतःकडे घ्या. आपण निवडलेल्या पर्यायांवर चिंतन करा. तुम्हीच स्वतःला त्या जागी आणून ठेवल्यामुळंच तुम्ही आज या अवस्थेत आहात का? तुमच्या प्रयत्नांत (प्रक्रियेत) तुम्ही काही चुका केल्या आहेत का? तुम्ही आळशी होतात का? बहुतांश वेळा, चुकीच्या पर्यायांची निवड खराब परिस्थितीला कारणीभूत असते. *त्या सगळ्यांचं दायित्व घ्या आणि स्वतःचं आयुष्य स्वतःप्रमाणं जगा.*

तुम्ही स्वतःच चालकाच्या जागेवर असाल, त्यामुळं तुम्ही जात असलेल्या मार्गापासून तुम्हांला कोणीही भरकटवू शकणार नाही. आणि जेव्हा स्वतःच्या निर्णयांची जबाबदारी तुम्ही स्वतःच घेता, तेव्हा काहीतरी चमत्कार नक्कीच घडून येतो. अपयश म्हणजे बळी पडल्याचं बिरुद नव्हे, – *त्यातून शहाणं होता येतं.*

जर जबाबदारी आणि उत्तरदायित्व झटकलंत, तर याचा अर्थ तुमच्या आयुष्याच्या चाव्या तुम्ही दुसऱ्यांच्या हाती सोपवत आहात. दुसऱ्या शब्दांत, 'तुमच्या आयुष्याच्या गाडीचे तुम्हीच चालक व्हा!'

तुम्हीच त्यासाठी पात्र आहात! तुम्हीच त्यासाठी पात्र आहात! तुम्हीच त्यासाठी पात्र आहात!

एक दिवस मी रेडिओवर एकामागोमाग एक लागणाऱ्या अगदी त्रासदायक जाहिराती ऐकत होतो. त्या जाहिरातींचं लक्ष्य कोण होतं हे सांगण्यासाठी तुम्ही अणुशास्त्रज्ञ असण्याची आवश्यकता नाही... अर्थातच पदपथावरून चालणारे...

पहिली जाहिरात होती तारण कर्ज बदल करून देणारी कंपनी. ते जाहिरातीत असं म्हणत होते : ''तुमच्या कर्जात बदल करा आणि तुम्ही पात्र असलेली कमी किंमत द्या.'' दुसरी जाहिरात एका ॲटर्नींची होती. ''तुम्हांला अपघात झालाय का? योग्य ती किंमत वसूल करा.'' शेवटची जाहिरात एका क्रेडिट रिपेअर कंपनीची होती. ''चला, तुमची कर्जं शून्यावर आणू, जेणेकरून उर्वरित आयुष्य सुखसमाधानाचं जाईल.''

या सगळ्या जाहिरात एक शब्द समान आहे, तो लक्षात आला?

तुम्ही पात्र आहात, तुम्ही योग्य आहात.

खरोखर, हे लोक कशासाठी योग्य आहेत?

तुमच्यावरचा कर्जाचा डोंगर वाढत चाललाय, तुम्ही तुमची बिलं वेळेवर भरत नाही आहात आणि तुम्हांला सुखासीन आयुष्य हवंय का? तुमची आजी तुमच्या गाडीचे हप्ते भरतीय आणि तरीही विमा कंपनीकडून तुम्हांला भरपूर पैसे मिळावेत, अशी अपेक्षा आहे? तुम्हांला परवडत नसलेलं घर तुम्ही विकत घेता आणि आता तुम्ही कमी किमतीसाठी योग्य ठरता? काहीही विशेष प्रयत्न न करता, स्वर्गातून पुष्पवृष्टी व्हावी तसं, हे 'पात्र असणं' कसं काय अचानक उद्भवलं?

कोणतेही विशेष प्रयत्न न करता, दायित्व न स्वीकारता, आपण सगळ्यासाठी लायक आहोत असं अगदी पद्धतशीरपणं आपल्या मनावर बिंबवलं जातं.

तुम्ही जशी कृत्यं अथवा कृती केली आहे किंवा केली नाहीये, त्यानुसार तुमची योग्यता ठरते.

जबाबदार असणं ही एक बाब आहे; उत्तरदायी असणं ही दुसरी बाब आहे.

जेव्हा तुम्ही तुमच्या निवडीसाठी उत्तरदायी असता, तेव्हा भविष्यात तुमच्या वर्तनात सुधारणा घडवून तुम्ही आयुष्याच्या गाडीत, चालकाची जागा घेता.

प्रकरण सारांश : फास्ट लेनची वैशिष्ट्यं

- हिच हायकर्स त्यांच्या आर्थिक नियोजनाची सूत्रं दुसऱ्यांच्या हाती सोपवतात; परिणामी बळी पडण्याची संभावना वाढते.
- बळींचा कायदा : तुमचा फायदा घेईल अशा एखाद्याच्या हाती सत्ता सोपवल्याशिवाय तुम्ही तोंडघशी पडू शकत नाही.
- पर्यायांची जबाबदारी सर्वस्वी तुमचीच असते.
- तुमच्या आयुष्याच्या गाडीचं चालक होणं हे जबाबदारी स्वीकारण्याची पहिली पायरी आहे. उत्तरदायित्व सगळ्यांत शेवटी येतं.

भाग ४ :

सामान्यत्व : स्लोलेन मार्गनकाशा

फास्ट लेन

१०

तुम्हांला विकण्यात आलेलं निखालस असत्य : स्लो लेन मार्ग

''जर का मी तुम्हांला असं सांगितलं की एक 'वेडा' आठवड्याला पन्नास तास, अशी पन्नास वर्षं एका ऑफिसमध्ये काम करत होता आणि शेवटी त्याला तिथून हाकलून देण्यात आलं. त्या वेड्याची निवृत्तीनंतर एखाद्या खेडेगावात राहून, शौचालयातदेखील वेळेवर पोहोचता येऊ नये, अशी अवहेलना होण्याआधी, तिथंच शेवटचा श्वास घेण्याची इच्छा होती. मग आता हे 'वेडेपणाचं' नाही का?''

– स्टीव्ह ब्युशेमी (कॉन एअर, पॅरामाउंट पिक्चर्स, २००३)

पुढे 'स्लो लेन' (मंद गती)कडे जाणारा मार्ग आहे

मागच्या प्रकरणात आपण, पदपथावर चालणाऱ्यांकडे कोणतंही आर्थिक नियोजन नसतं तसंच त्यांचं लक्ष्य केवळ वर्तमानात मिळणाऱ्या आनंदावर असतं हे अधोरेखित केलं आणि बहुतांश वेळा झटपट मिळणारं समाधान हेच त्याचं मूळ असतं.

पदपथावरचं राहणीमान जर सुखासीन वर्तमानासाठी भविष्यकाळ गहाण ठेवत असेल, तर मंद गती मार्ग त्याचं अगदी विरूद्ध टोक आहे : अधिक सुखकर भविष्यकाळाच्या आशेपायी वर्तमानाचा त्याग.

मंद गती मार्गाचे वाटसरू म्हणून व्यवहार कसे करावेत याबद्दलच्या शिकवणींनी तुम्हांला अगदी घेरून टाकलं असेल. एखादी नोकरी मिळवा आणि आठवड्याचे पाच दिवस ऑफिसमध्ये मान मोडून काम करा. जेवण करा आणि १० डॉलर्सची कॉफी पिण्यासाठी थोडी विश्रांती घ्या. तुमच्या पगारातली १०% रक्कम शेअर मार्केट आणि ४०१(के)मध्ये गुंतवा. शोरूममध्ये ठेवलेली स्पोर्ट्स कार घेण्याचं स्वप्न विसरा, कारण ती तुम्हांला कधी परवडणारच नाही! स्वस्तात जे मिळतं ते खा आणि सेल लागला की त्यातूनच वस्तू खरेदी करा. वयाची पासष्टी गाठेपर्यंत समाधानाला लांब ठेवा. बचत करा, बचत करा, बचत करा. कारण त्यावरची चक्रवाढ व्याजाची रक्कम खूप मोठी आहे : आज जर १०,००० डॉलर्सची गुंतवणूक केलीत, तर ५० वर्षांत त्याचे अब्जावधी रुपये होतील.

आश्चर्य म्हणजे, मंद गती मार्ग हा पदपथ सोडण्याची पहिली सोपी वाट आहे. इतक्या वर्षांत आलेली परिपक्वता आणि प्रौढपणाच्या वाढत्या जबाबदाऱ्यांमुळं ती हळूहळू विकसित झालेली असते. महाविद्यालयातून बाहेर पडलेले बरेच पदवीधर शालेय शिक्षणानंतर पदपथाचीच वाट धरतात. मीपण तेच केलं. पदवी मिळणं म्हणजे एक प्रकारे झटपट आनंद मिळवण्याचा परवानाच मिळाल्यासारखा असतो. जसे की, कानकुनला (कॅरेबिअनमधील एक पर्यटनस्थळ) पर्यटन वारी, स्टिरिओ असलेली चकचकीत गाडी, रात्री केलेल्या दारूच्या पार्ट्या, मोठा संगीत संग्रह. भविष्याची पर्वा न करता ते *आत्तासाठी* जगलेलं आयुष्य असतं. पदपथावरचे (किंबहुना सर्वसामान्य लोकदेखील) स्वाभाविकपणं चांगल्या आयुष्याकडे डोळे लावून बसलेले असतात. 'मी जास्त पैसे कमवीन,' 'मला लॉटरी नक्की लागेल,' 'वडिलांच्या निधनानंतर, वारसाहक्कानं हजारो डॉलर्स मलाच मिळतील,' भविष्यकाळातल्या कुबड्या घेऊन वर्तमानातल्या आनंदाचं समर्थन करता येतं, पण त्यामागोमाग येते, जीवनशैलीची गुलामगिरी.

तथापि वाढतं कुटुंब, कर्जाचा चढता डोंगर आणि भविष्यातील अपेक्षांचा वर्तमानाशी बसत नसणारा मेळ यांमुळं वाढत चाललेल्या जबाबदाऱ्यांमुळं, पदपथाच्या वाटसरूला या मार्गावरची अनिश्चितता जाणवायला सुरूवात होते. मग तो वरकरणी खात्रीशीर वाटणाऱ्या मार्गाकडे वळतो. या मार्गावरून पायउतार होऊन, त्याची मंद गती मार्गाकडे हळूहळू वाटचाल सुरू होते. अशा मार्गाची ज्याची विश्वसनीय सूत्रांनी भलावण करून प्रशंसा केली आहे. पदपथाची, बेशिस्त वर्तनाचा मार्ग अशी वर्गवारी असेल तर मंद गती मार्गाच्या सांपत्तिक सूत्रात, आर्थिक नियोजनात जबाबदारी आणि उत्तरदायित्व आढळून येतं. हे वाईट असू शकत नाही, नाही का?

परंतु दुर्दैवानं मंद गती मार्ग म्हणजे जणू एखाद्या पेट्रोलपंपावर रस्ता विचारण्यासारखं आहे. फरक फक्त इतकाच आहे, की मार्ग दाखवणारी माणसं अपरिचित नसतात, तर आपल्याला विश्वासू अशी असतात. जसं शिक्षक, टी.व्ही., सिनेमात काम करणाऱ्या प्रसिद्ध व्यक्ती, आर्थिक सल्लागार आणि हो– अगदी आपले पालकदेखील. वरपांगी मिळालेल्या सल्ल्यांमुळं या मार्गावरचे फसवणूक करणारे अधिक सामर्थ्यवान होऊन त्यांना आणखी बळ मिळतं... मंद गती मार्ग एक अशी बाजी आहे, ज्यात वर्तमानाचा त्याग केला तर भविष्यकाळ उज्ज्वल असतो.

संपत्तीचं वचन... किंमत? तुमचं आयुष्य

मंद गती मार्गाला क्वचितच आव्हान दिलं जातं. हे विधान असत्य आणि इतकं फसवं आहे की जेव्हा गैरप्रकार उघडकीला येतो, तेव्हा आयुष्याची अनेक दशकं उलटून गेलेली असतात... आणि या दरम्यान, अजून लाखो नवीन लोकांवर या फसवेगिरीचा पगडा बसतो.

जर तुम्ही एखादं असत्य विकत घेतलं तर त्या बदल्यात, उज्ज्वल भविष्यकाळाच्या आशेने तुम्ही वर्तमान (आज) विकत असता. आणि हा उज्ज्वल उद्या कधी उजाडतो का? मग तुम्ही पैसे उधळत, संपत्तीचं प्रदर्शन कधी करणार? लाखो रुपये खर्च करत आयुष्याचा

उपभोग कधी घेणार? हळूहळू श्रीमंत व्हा यामागची खरी प्रेरक शक्ती असते काळ. नोकरीत व्यतीत केलेला काळ आणि शेअर मार्केटमध्ये गुंतवलेला काळ. तुमचा उज्ज्वल भविष्यकाळ कदाचित ४० वर्षांनी येईल, जेव्हा तुम्ही कदाचित तुमच्या हयातीतली शेवटची अध्यक्षीय निवडणूक बघत असाल अथवा तुमच्या पार्श्वभागाचं दुसऱ्यांदा ऑपरेशन झालेलं असेल. किंवा अल्झायमरनं ग्रस्त, लघवीच्या चिखलात, कुबट वासाच्या पलंगावर तुम्ही आडवे झालेले असताना, वयाच्या ८३व्या वर्षी कदाचित तो उज्ज्वल भविष्यकाळ उदयाला येणार असेल. खरं सांगा, या मंद गती मार्गावरच्या, निवृत्तीनंतर श्रीमंतीच्या योजना प्रत्यक्षात उतरणार कधी आणि तुम्ही लाखोंची संपत्ती उपभोगणार कधी?

एक किशोरवयीन मुलगा, ज्यो- श्रीमंत होण्याच्या विषयावरची, अर्थविषयक अनेक पुस्तके वाचत असतो. त्या पुस्तकांचं सांगणं असतं, बचत करा, चांगला नोकरीधंदा शोधा, कुपनं गोळा करा आणि गरजा कमी ठेवा. कायद्याची पदवी घेऊन ज्यो या सगळ्या सल्ल्यांचं पालन करतो. थोडं अवघड जात असूनही, संपत्ती कमावण्यासाठी ज्यो हे सगळे सल्ले तंतोतंत आणि मनापासून पाळत आहे. तो त्याच्या लॉ फर्ममध्ये आठवड्यातले ६० तास काम करतो, ज्यामुळं त्याचं बायको-मुलांकडे नेहमीच दुर्लक्ष होतं. ज्यो आठवड्यातले पाच दिवस ऑफिसमध्ये व्यग्र असतो, तर आठवड्याच्या शेवटी, सुट्टीचे दोन दिवस, आठवड्यातल्या काबाडकष्टांपासून सुटका करून, स्वत:ला ताजंतवानं करण्यात जातात.

कायद्याच्या क्षेत्रात १२ वर्षं काम केल्यानंतर ज्योच्या असं लक्षात येतं की, आता या व्यवसायातून काही आनंद मिळत नाहीये. तरीदेखील, तो रेटून न्यायचं ठरवतो. कारण बढती मिळून, कंपनीत भागीदार होण्यापासून तो केवळ एक पाऊल मागे असतो आणि त्यानंतर त्याचा मूळ पगार २,५०,००० डॉलर्स इतका होणार आहे. ज्यो आयुष्यात अशी मार्गक्रमणा करत असतानादेखील त्याचं, त्याच्या ध्येयापासून लक्ष्य विचलित झालेलं नाही : वयाच्या ५५व्या वर्षी निवृत्त व्हा. शेवटी त्याचे आर्थिक गुरू डेव्हिड यांनी म्हटलंच आहे, ''हुशार माणसं श्रीमंत होतातच.''

ज्यो पैशांची बचत करतो, म्यूच्युअल फंडांमध्ये गुंतवणूक करतो, त्याच्या ऑफिसच्या ४०१ (के)मध्ये पैसे टाकतो. आपलं नियोजन यशस्वी होण्यासाठी तो मुकाट्यानं त्याची नोकरी करत राहतो. हे खूप सोपं आहे असं कुणीच म्हणणार नाही. आणि आता 'तो' दिवस उजाडणार होता. तो दिवस, ज्या दिवशी लाखो रुपये घेऊन ज्यो निवृत्त होणार होता. भविष्यकाळासाठी, नकोशा वाटणाऱ्या नोकरीसाठी आठवड्यातले पाच दिवस रेटण्याचा त्याग हे योग्यच आहे असं तो समर्थन करतो. कालांतरानं, एके दिवशी, उन्हाळ्यात, गवत कापत असताना ज्योला हृदयविकाराचा झटका येतो आणि वयाच्या ५१व्या वर्षी तो मरण पावतो... त्याच्या ईप्सित ध्येयाच्या ४ वर्षं आधी.

तुम्ही एक तर *तरुणपणी श्रीमंत* होऊ शकता किंवा मरणाची टांगती तलवार डोक्यावर ठेवून *वार्धक्यात श्रीमंती* उपभोगू शकता. निवड तुमची आहे, पण त्यात स्पर्धा असता कामा नये. २५व्या वर्षी श्रीमंत होणं म्हणजे ६५ वर्षांच्या वृद्धाला चारी मुंड्या चीत करण्यासारखं आहे. एखाद्या तरुणाला विचारा, तरुणपणी श्रीमंत कसं व्हायचं? त्याच्याकडून कुपन्स, म्यूच्युअल फंड आणि ४०१(क) अशी उत्तरं येतील का? मला माहित्ये, खूपच विनोदी आहे हे.

तरुणपणातच श्रीमंतीचा चांगला उपभोग घेता येतो. तसंच जेव्हा तुमची तब्येत धडधाकट असते, तुमच्याकडे चैतन्य, ऊर्जा आणि हो- तुमचे केस काळे असतात तेव्हाच त्याची जास्त चांगली मजा घेता येते. आयुष्याच्या उमेदीच्या काळातच संपत्तीचा जास्त चांगला उपभोग घेता येतो. ४० वर्षं, आठवड्याचे पन्नास तास काम केल्यानंतर, स्वप्नांचा चक्काचूर झाल्यानंतर, आयुष्याच्या संध्याकाळी त्याची मजा घेता येत नाही. आपल्या अंतरात्म्यालाही हे पक्कं ठाऊक असतं; परंतु तरीही, आपण आपल्या संपत्तीच्या मार्गनकाशावरून आज्ञाधारकपणे, या विश्वासावर मार्गक्रमणा करत राहतो- जो चार-पाच दशकांनंतर आपण श्रीमंत होणार आहोत हे वचनपूर्वक सांगतो.

खरं तर, तुमची सर्वांत मोठी चिंता ही असायला हवी, की खरंच याचा उपयोग होतो का?

२००८ साली आलेल्या जागतिक मंदीमुळं मंद गती मार्ग निरुपयोगी असल्याचं उघड झालं. नोकऱ्या नसल्यामुळं नियोजन फसतं, शेअर बाजार गडगडल्यामुळं तुमच्या बचतीचे पैसे बुडीतखाती जातात, त्यामुळं नियोजन फसतं. बांधकाम व्यवसाय अडचणीत आल्यामुळं तुमच्या रोख ठेवींमध्ये एक वर्षात ४० टक्क्यांची घट होते आणि नियोजन फसतं. *नियोजन फसण्याचं कारण, ते काळावर आणि अशा घटकांवर अवलंबून असतं, ज्यावर तुमचं काहीच नियंत्रण नसतं.*

दुर्दैवानं लाखो लोक दशकानुदशकं या मार्गानुसार करण्यात येणाऱ्या नियोजनांवर विश्वास ठेवत आहेत आणि सरतेशेवटी त्यांच्या हाती एक विदारक सत्य लागतं, ते म्हणजे मंद गती मार्ग धोकादायक असून सहन न होण्याइतका हतबल आहे.

यात धोरण असं ठरवायला लागतं ज्यात, तुमच्या स्वप्नपूर्तीसाठी आयुष्यभराची तपश्चर्या पणाला लागते. मंद गती मार्गात असं निश्चितच झालेलं असतं की, तुम्ही चिरंजीव असणार आहात आणि कायमस्वरूपी चांगल्या पगाराची नोकरी करणार आहात. परंतु दुर्दैवानं लॅम्बोगिनी गाडीत व्हीलचेअर मावू शकत नाही.

मंद गती मार्गातील मन:स्थितीदर्शक आणि संदेश

काळाच्या ओघात मंद गती मार्गावरचे प्रवासी, त्यांचा ज्यांच्यावर विश्वास आहे, अशा सूत्रांकडून प्राप्त झालेले सगळे मन:स्थितीदर्शक एकत्रित करून, मुकाट्याने भोगत राहतात. आई आणि बाबा म्हणाले, ''कॉलेजमध्ये जा, पदवीधर हो आणि नोकरी धर.'' सुझेचं म्हणणं, ''एक सेवानिवृत्ती खातं उघडा आणि त्यात पगारातले १०% भरत राहा.'' रॅमसे सांगतात, ''कर्जाचे डोंगर वाढवत राहा.'' सीएनबीसी मोठ्या फुशारकीने दावा करते, की

संपत्तीचे रहस्य फक्त हस्तलिखित इंडेक्स कार्डवर स्पष्ट केलं आहे जे ५० वर्षांच्या अनुक्रमित निधीला प्रोत्साहन देतं. या सगळ्या विधानांतून मंद गतीमार्गीयांचे मन:स्थितीदर्शक तयार होतात, संपत्तीचा असा प्रवास ज्यात सगळं आयुष्य निघून जातं.

कर्जविषयक जाणीव : *कर्ज म्हणजे वाईट. त्याप्रति गंभीर होऊन त्याचा नि:पात केला पाहिजे, मग भले त्यासाठी आयुष्यभर काबाडकष्ट का करावे लागेनात.*

वेळेसंबंधी जाणीव : *माझ्याकडे पुष्कळ वेळ आहे आणि अजून पैसे कमावण्यासाठी मी त्याचा आनंदानं उपयोग करू शकतो. जितका जास्त वेळ काम करेन तितका माझ्यावरचा कर्जाचा भार हलका होत राहील आणि ६५व्या वर्षी निवृत्त होईपर्यंत मी पैसे साठवलेले असतील.*

शैक्षणिक जाणीव : *शिक्षण महत्त्वाचं आहे, कारण जास्त पगाराची नोकरी मिळण्यासाठी ते उपयोगी ठरणार आहे.*

आर्थिक जाणीव : *पैसा फार दुर्मिळ गोष्ट आहे. कमावलेल्या प्रत्येक पैशाचा हिशोब ठेवायला हवा, त्याचं नियोजन व्हायला हवं आणि तो जिवापाड साठवायला हवा. जर लाखो रुपये कमवून, ६५व्या वर्षी निवृत्त व्हायचं असेल तर मी कष्टानं कमावलेले पैसे व्यर्थ खर्च होणार नाहीत याची काळजी घ्यायला हवी.*

प्राथमिक उत्पन्नाचा स्रोत : *माझी नोकरी हेच माझं एकमेव उत्पन्नाचं साधन आहे.*

संपत्ती वाढवणारा प्राथमिक घटक : *चक्रवाढ व्याज सर्वांत उत्तम. कारण आज गुंतवलेल्या १० डॉलर्सचं मूल्य ५० वर्षांनी ३,००,००० डॉलर्स इतकं झालेलं असतं. आणि हो, याशिवाय म्यूच्युअल फंड, घरांच्या वाढलेल्या किमती आणि मालकाचा ४०१(क) यांना विसरून कसं चालेल?*

संपत्तीची जाणीव : *कष्ट करा, बचत करा आणि गुंतवणूक करा. कष्ट करा, बचत करा आणि गुंतवणूक करा. हे असंच पुढची ४० वर्षं, ६५व्या वर्षी निवृत्त होईपर्यंत करत राहा. जर मी नशीबवान असेन तर बाजारातून १२% व्याजानं परतावा मिळून कदाचित ५५व्या वर्षापर्यंत काम करावं लागेल.*

संपत्तीचं समीकरण : *संपत्ती = नोकरी + बाजारातली गुंतवणूक*

इष्ट स्थळ : *आयुष्याच्या संध्याकाळी सुखासीन निवृत्त आयुष्य*

जबाबदाऱ्या आणि नियंत्रण : *माझ्या कुटुंबाच्या गरजा पुरवणं ही माझी जबाबदारी आहे; परंतु त्यासाठी मला अन्य उत्पन्न स्त्रोतांवर अवलंबून राहावं लागतं. जसं की शेअर बाजार, माझा मालक, माझा आर्थिक सल्लागार, सरकार आणि चांगली अर्थव्यवस्था.*

जीवनाविषयक जाणीव : *थोडक्यात समाधान माना. मोठ्या स्वप्नांना तिलांजली द्या. बचत करा, आयुष्य काटकसरीत जगा, उगाचच धोका पत्करू नका आणि एके दिवशी लाखो रुपये कमवून मी निवृत्त झालेला असेन.*

तर तुम्ही मंद गतीमार्गावर आहात हे कसं ओळखाल? खालील सूचीत केलेल्या गोष्टी मंद गती मार्गाकडे नेण्यात, आगीत तेल ओतण्याचं काम करतात.

मंद गती मार्गातील शस्त्रं

- शाळेत जा
- चांगले मार्क्स मिळवा
- पदवीधर व्हा
- आधी स्वत:वर खर्च करा
- जादा काम
- बढतीची शिडी
- पगारातील अमुक एक रक्कम बचत म्हणून बाजूला टाका
- तुमच्या निवृत्तियोजनेत पैसे भरत राहा
- म्यूच्युअल फंडात गुंतवणूक करा
- शेअर विकत घ्या, जमा करत राहा
- पगार, निवृत्तिवेतन, फायदे
- विविधता आणा
- विम्याचे हप्ते वाढवा
- शेअर बाजार, विशेषत: इंडेक्स फंडस
- महागड्या वस्तूंना 'नाही' म्हणा
- काटकसरीनं वागा
- कर्जमुक्त व्हा
- कुपन्स जमा करा
- क्रेडिट कार्ड रद्द करा
- डॉलर्सचे मूल्य
- शिक्षणात आणखी एक पदवी प्राप्त करा
- गृहकर्ज लवकर मिटवून टाका
- तुमचं घर तुमची मालमत्ता आहे
- वैयक्तिक सेवानिवृत्ती खाते (आयआरए)
- कमीतकमी गरजा ठेवा
- चक्रवाढ व्याज म्हणजे काय ते जाणून घ्या.

जेव्हा अशा तऱ्हेचे शब्दप्रयोग तुमच्या कानांवर पडतील तेव्हा सावध व्हा. कोणीतरी 'मंद गती मार्ग हेच संपत्तीचं योग्य नियोजन-' अशी तुमची दिशाभूल करत आहे. कुपन्स तसंच या मार्गावरची इतर धोरणं जर कुचकामी ठरत असतील तर ते नियोजन होऊ शकत नाही. *मंद गती मार्ग हेच पूर्ण नियोजन आहे असं मानलं जातं- हीच एक मोठी समस्या आहे. मंद गती मार्ग या नियोजनाचा एक भाग होऊ शकतो असं म्हणणं गैर नाही.* हा फरक खूप महत्त्वाचा आहे, कारण संपत्ती निर्माण करण्याच्या मोहिमेत आर्थिक शिस्त असणं अतिशय महत्त्वाचं असतं.

मंद गती मार्गनकाशा : गणितीय परिचय

मंद गती मार्गानुसार संपत्ती निर्माण कशी होते? त्यातली पद्धत आणि दोष समोर आणण्यासाठी आपल्याला त्याच्या गणितीय मुळांशी किंवा सांपत्तिक समीकरणांपर्यंत पोहोचण्यासाठी त्यातील तंत्र आणि धोरणांचा उलट क्रम करणं आवश्यक आहे. दुसऱ्या शब्दांत, जर तुम्हांला संपत्ती नियोजनाच्या सैद्धांतिक वेगमर्यादेचं प्रकटीकरण करायचं असेल, जे नेहमीच दोन घटकांनी सुनिश्चित केलं जातं. पहिला– तुमच्या उत्पन्नाचा प्राथमिक स्रोत (नोकरी) आणि संपत्तीला गती देणारं वाहन (बाजारातील गुंतवणूक). हे दोन घटक मंद गती मार्गाच्या संपत्तीचं समीकरण तयार करतात आणि संपत्ती निर्माण करण्याच्या सामर्थ्याला किंवा या बाबतीत म्हणायचं झालं तर व्यर्थता नियंत्रित करतात.

संपत्ती = (उत्पन्नाचा प्राथमिक स्रोत : नोकरी) + (संपत्ती प्रवेगक : बाजारातील गुंतवणूक)

हे समीकरण असं दिसतं :

संपत्ती = आंतरिक मूल्य + चक्रवाढ व्याज

उत्पन्नाचा प्राथमिक स्रोत अर्थात आंतरिक मूल्याचे दोन घटक असतात जे तुम्हांला तुमच्या नोकरीत कसे दिले जातात यावर अवलंबून असतात. त्यातील एक पद्धत अशी असू शकते :

आंतरिक मूल्य = ताशी मोबदला X काम केलेले तास

किंवा

आंतरिक मूल्य = वार्षिक वेतन

बाजारात केलेल्या गुंतवणुकीतून चक्रवाढ व्याज मिळतं. आणि जगभरातच ही संकल्पना सर्वमान्य आहे की आज शेअर बाजारात अमुक एक डॉलर्स गुंतवल्यास, दहा वर्षांनंतर त्याचं बाजारमूल्य तमुक इतके लाख डॉलर्स होणार आहे. १२व्या प्रकरणात आपण मंद गती मार्गाच्या गणितीय संरचनेचं परीक्षण करून त्यातील त्रुटींचा सखोल अभ्यास करणार आहोत. तिथं तुम्हांला आढळून येईल की, समाज करत असलेलं नियोजन, तुमच्या पालकांचं नियोजन, मुख्य प्रवाहातील माध्यमातून दाखवण्यात येत असलेलं नियोजन तसंच तुमच्या गुरूंनी दाखवलेलं नियोजन, हे सर्व संपत्ती निर्माण करण्यासाठी किती फोल आहेत.

आठवड्याच्या शेवटासाठी तुम्ही तुमचा आत्मा विकला आहे का?

आठवड्याच्या शेवटी करायच्या मजेपेक्षा तुमचा आत्मा कितीतरी मूल्यवान आहे. संवेदनाशून्य अंधत्व आणि त्यामागोमाग येणारं अज्ञान हे मंद गती मार्गाच्या संस्थापनाचे दुष्परिणाम आहेत.

२००७ सालच्या जानेवारी महिन्यातल्या कडाक्याच्या थंडीत, एक व्हायोलिन वादक वॉशिंग्टन डीसीमधल्या एका रेल्वेस्थानकावर उभा होता. त्यानं तिथं बाख या संगीतकाराच्या सहा उत्कृष्ट रचना व्हायोलिनवर वाजवल्या. उच्च प्रतीचं व्हायोलिन वाजवणारा, तो एक उत्तम व्हायोलिनवादक होता. वेश बदलून वावरणाऱ्या त्या वादकाचं नाव होतं जोशुआ बेल. जगातल्या सर्वोत्तम संगीतकारांपैकी तो एक होता. आदल्या रात्रीच बोस्टनमधील एका संगीतसभेत त्यानं त्यानं वादन सादर केलं होतं, ज्याचं एक तिकीट शंभर डॉलर्सना विकलं गेलं होतं. रेल्वे स्थानकावर सकाळच्या गर्दीत, अंदाजे २००० लोकांच्या वर्दळीत, जोशुआ यांनी त्यांच्या ३.५ मिलियन डॉलर्स किमतीच्या व्हायोलिनचं वादन सादर केलं. यातील बहुतांश लोक आपापल्या कामधंद्यासाठी निघाले होते.

त्यांनी निरंतर ४५ मिनिटं आपलं वादन सादर केलं.

त्या वर्दळीत केवळ सहा लोक वादन ऐकण्यासाठी काही काळ थांबले. कसलीही गर्दी जमली नाही. जवळपास २० लोकांनी त्यांना पैसे दिले आणि घाईघाईत निघून गेले. जेव्हा त्यांनी वादन थांबवलं तेव्हा रेल्वे स्थानकावरील वर्दळीव्यतिरिक्त अन्य कोणताही आवाज नव्हता. ना कोणी टाळ्या वाजवल्या, ना रसिक होतं, ना कोणतंही कौतुक होतं.

वॉशिंग्टन पोस्टनं घडवून आणलेल्या या प्रयोगातून काहीतरी विलक्षण सामर्थ्यवान आणि तितकंच अस्वस्थ करणारं सामोरं आलं. जगातील सर्वांत महान संगीतकारदेखील ही आंधळी निरर्थक शर्यत आणि त्यातून होणारी घुसमट थांबवू शकत नाही.

उपजीविका मिळवण्याच्या नादात तुम्ही इतकं भावनाशून्य झाला आहात की तुमच्या आयुष्यातला प्राणच नाहीसा झाला आहे? सोमवार ते शुक्रवार होणाऱ्या धावपळीमध्ये तुम्ही तुमच्या समोर असणारं सौंदर्य न दिसण्याइतकं आंधळे झाले आहात की संगीताचा सूर तुमच्यापर्यंत न पोहोचण्याइतकं तुम्ही बहिरे झाला आहात?

रेल्वे स्थानकावर प्रवासी एखाद्या झोंबीप्रमाणं, सचेतन परंतु प्रेतवत माणसांप्रमाणं इकडून तिकडे जा-ये करत होते. सोमवार ते शुक्रवारदरम्यान मिळणाऱ्या उत्पन्नापुढे त्यांना इतर कशाचं भानच राहिलेलं नाही. तथापि, जर हाच प्रयोग रविवारी करण्यात आला असता तर? तर त्याची निष्पत्ती वेगळी दिसली असती का?

या गोष्टीतून मंद गती मार्गच्या त्रुटी समोर येतात : कोणताही विचार न करता, हातात पडणाऱ्या पगारासाठी जेव्हा तुम्ही आयुष्याचा सौदा करता, मिळणाऱ्या पगारासाठी जेव्हा गर्दीच्या रेल्वे स्थानकावरून भरकटल्याप्रमाणं चालत असताना आंधळे होण्याचा धोका जास्त असतो. *आयुष्य शुक्रवारी रात्री सुरू होऊन सोमवारी सकाळी संपत नसतं.*

मंद गती मार्गात जन्मलेल्या आणि पोसलेल्यांचं ब्रीदवाक्य : 'थँक गॉड इट्स फ्रायडे' (धन्यवाद देवा, आज शुक्रवार आहे)

माझ्या एका मित्रानं नुकतीच माझी खरडपट्टी काढली. कारण मी शनिवारी रात्री बाहेर यायला नकार दिला म्हणून. ''तू वेडा आहेस का? अरे, ही शनिवारची रात्र आहे.'' त्यानं आरडाओरडाच केला. मी त्याला असं काही सांगितलं जे मंद गती मार्गावरच्याला

कळण्याच्या पलीकडे आहे. मी सांगितलं : ''माझ्यासाठी प्रत्येक वार शनिवारच आहे, कारण मी सोमवार ते शुक्रवार हमाली करत बसत नाही.''

संपत्तीचं उगमस्थान तीन 'एफ'मध्ये असतं : फॅमिली (कुटुंब), फिटनेस (तंदुरुस्ती) आणि फ्रीडम (स्वातंत्र्य). संपत्तीतलं स्वातंत्र्याचं मूल्य काय हे शुक्रवारी रात्री समजून येतं, जेव्हा मित्रांबरोबर हॅपी अवर्समध्ये प्रदीर्घ गप्पांचा फड जमतो. जेव्हा आम्ही बारच्या पॅशिओवर बसलो होतो तेव्हा सुरक्षारक्षकांचा कोलाहल ऐकू आला. बारमध्ये चांगलीच गर्दी होती आणि गाण्यांच्या दणदणाटात, बाहेर मंदी सुरू आहे याचा पत्ताच लागत नव्हता.

त्या गोंगाटातच मी विचारलं, ''कसं वाटतंय तुला?''

''असं वाटतंय लोक अगदी मस्त मजा करतायेत, अगदी सगळं साजरं करतायेत,'' ती म्हणाली.

मी पुढं विचारलं, ''असं का वाटतंय?''

''का म्हणजे? अरे आज शुक्रवार आहे.'' तिनं सांगितलं.

मी आणखी पुढं विचारलं, ''शुक्रवार संध्याकाळमध्ये असं काय विशेष असतं? जर मी सोमवारी आलो तर इथं कोणीही नसतं, गाण्यांचा दणदणाट नसतो, काही नसतं. सोमवार आणि बुधवारच्या तुलनेत शुक्रवारी असं काय खास असतं?''

माझ्या उलटसुलट प्रश्नांत ती चांगलीच अडकली. ती विनोद करत म्हणाली, ''अरे, लोकांना शुक्रवारी पैसे मिळतात ना?''

यावर मी निकाल देत म्हणालो : ''लोक शुक्रवार संध्याकाळ साजरा करतात. कारण त्यांनी केलेल्या व्यवहारातून जो फायदा मिळतो, तो ते साजरा करत असतात. पाच दिवसांच्या गुलामगिरीच्या बदल्यात दोन दिवसांचं अबाधित स्वातंत्र्य. सोमवार ते शुक्रवार केलेल्या कामाची, शनिवार आणि रविवार ही भरपाई असते. शुक्रवारची संध्याकाळ हे त्या भरपाईचंच प्रतीक आहे, दोन दिवसांचं स्वातंत्र्य. सोमवार ते शुक्रवार केलेल्या वेश्यावृत्तीच्या कारणस्वरूप 'थँक गॉड इट्स फ्रायडे' अस्तित्वात आलं आहे. शनिवार आणि रविवार या दोन चलनांच्या स्वरूपात लोकांना शुक्रवारी स्वातंत्र्याचा मोबदला दिला जातो.

उणे ६०% : मंद गती मार्गावर मिळणारा दारुण परतावा

शनिवार आणि रविवारी मिळणाऱ्या आनंदासाठी सोमवार ते शुक्रवार तुमचा आत्मा विकणं म्हणजे वेडेपणाचा कळस आहे. हे म्हणजे, ''आज मला तुम्ही ५ डॉलर्स द्या आणि त्या बदल्यात मी उद्या तुम्हांला २ डॉलर्स देईन.'' असं आहे.

५ च्या बदल्यात २... नाही?

मग आजच्या पाच पावांच्या लाद्यांच्या बदल्यात मी उद्या तुम्हांला दोन लाद्या दिल्या तर? तरीपण नाही? का? हा तर खूप चांगला सौदा आहे.

मला वाटतं, एव्हाना तुमच्या लक्षात आलंच असेल की पाचाच्या बदल्यात दोन हा फारच वाईट सौदा आहे. ५च्या बदल्यात २ची टक्केवारी उणे ६०% इतकी होते. जर तुम्हांला तुमच्या गुंतवणुकीचा परतावा सातत्यानं उणे ६०% असा मिळत असेल, तर तुम्ही लवकरच दिवाळखोर व्हाल. कोणताही तर्कशुद्ध माणूस इतका भयानक व्यवहार करेल का?

तसं बघायला गेलं, तर तुम्ही आता तेच करत आहात. जेव्हा तुम्ही आर्थिक नियोजनासाठी मंद गती मार्गाची निवड करता, तेव्हा तुम्ही '५ च्या बदल्यात २' असाच व्यवहार स्वीकारत असता. दोन दिवसांच्या स्वतंत्र दिवसांच्या बदल्यात तुम्ही पाच दिवसांची गुलामगिरी पत्करत असता. खरंच आहे, शनिवार आणि रविवारसाठी– तुम्ही सोमवार ते शुक्रवार जणू वेश्यावृत्ती पत्करत असता! पैशांच्या बाबतीत मिळणारा उणे ६०% परतावा समजून उमजून लोक तो नाकारत असतात, मात्र वेळेच्या बाबतीत स्वेच्छेनं तो पत्करत असतात.

जर तुम्हांला मुलं असतील तर या वृत्तीवर तुम्ही प्रश्न उपस्थित केला पाहिजे. मुलांची वाढ सोमवार आणि मंगळवारीच होत असते? मी तर हेही ऐकलंय की ते बुधवारी, गुरुवारी आणि शुक्रवारीदेखील वाढत असतात. आणि ते वाढण्यासाठी शनिवार, रविवारची वाट बघत नाहीत. जेव्हा छोटी मिरांडा पहिला शब्द उच्चारते, पहिलं पाऊल टाकते, पहिल्यांदा नाच करते, तेव्हा तुम्ही ह्युस्टनमध्ये, पहिल्या तिमाहीच्या व्यवस्थापकीय मीटिंगमध्ये व्यग्र आहात हे तिच्या गावीही नसतं. मुलं आणि नातेसंबंध, आपल्या वाढीसाठी आठवड्याच्या शेवटाची वाट पाहत नाहीत. आणि जेव्हा तुम्ही 'पाचाच्या बदल्यात दोन' असा व्यवहार करता, तेव्हा विचार करा – मुलं मोठी होत असतात आणि त्याचबरोबर तुम्हीदेखील.

काळाच्या बाबतीत दिवाळखोर झालेल्या लोकांना त्यांचं स्वातंत्र्य, त्यांचं कुटुंब आणि त्यांच्या नातेसंबंधांत दरी पडल्याचं दिसून येतं. मंद गती मार्गाचं भाकीत वेळेवर आधारित असल्यामुळं वेळेचं व्यवस्थापन नीट होत नाही. आपण गुंतवलेल्या वेळेचा जर योग्य मोबदला मिळत नसेल, तर दोन दिवसांच्या स्वातंत्र्याच्या बदल्यात पाच दिवसांची गुलामगिरी हा काही योग्य व्यवहार नव्हे. पाचाच्या बदल्यात दोन या गुणोत्तरात आयुष्य घालवण्यापेक्षा याच गुणोत्तराची क्षमता वापरून आर्थिक व्यवहार अधिक चांगले केले तर? जसे '१च्या बदल्यात २' किंवा '३च्या बदल्यात १०.' जर तुमच्या असं लक्षात आलं की, '२च्या बदल्यात ५' हे समीकरण '१०च्या बदल्यात १' – असं रूपांतरीत होऊ शकतं, तर तुम्ही ते कराल का? ते गुंतवणूक करण्यायोग्य असेल का?

जेव्हा मी या पद्धतीचं नियोजन केलं तेव्हा मी ते '७ साठी ०' असं केलं (मी सातही दिवस काम केलं आणि एकही दिवस कामातून सुट्टी घेतली नाही); कारण मला पक्कं ठाऊक होतं की माझ्या मार्गनकाशातले सगळे मार्ग माझ्या स्वप्नांपाशी जाऊन मिळतात. मी ४० वर्षांत नाही– तर नजीकच्या भविष्यात चांगल्या गुणोत्तरासाठी काम करतो. मी माझ्या नशिबावर नियंत्रण ठेवतो आणि अखेरीस माझ्या वेळेच्या व्यापार गुंतवणुकीला ४० वर्षांचं विभाजन मिळतं.

खेदाची बाब अशी की, जर तुम्ही मंद गती मार्गावरून चालत असाल, तर तुमच्या स्वातंत्र्याच्या बदल्यात हे उणे ६०% परतावा कमी करण्याचे तुमचे पर्याय फारच मर्यादित आहेत. लक्षात ठेवा, संपत्तीची व्याख्या नेहमीच स्वातंत्र्यानुरूप होत असते. पुरावा हवा असेल, तर शुक्रवारची रात्र पाहा, जेव्हा मंद गती मार्गाच्या हुकूमशाहीपासून लोक काही काळ रजा घेतात.

सामान्यत्व हा मध्यम वर्गीयपणाचा धिक्कार

रिव्होल्युशनरी रोड या २००८ साली प्रदर्शित झालेल्या आणि लिओनार्दो दि कॅप्रिओ आणि केट विन्स्लेट यांच्या प्रमुख भूमिका असलेल्या चित्रपटातून मंद गती मार्गाच्या मृत्युपाशाचं अतिशय चांगलं चित्रण आपल्याला बघायला मिळतं. एका उपनगरात राहणारं, आयुष्य नेईल त्या गतीनं जात राहणारं एक तरुण जोडपं : नवरा (दि कॅप्रिओ) रोज सकाळी उठून कामाला जात असतो आणि आपल्यासारख्यांच्या गर्दीत मिसळून जात असतो- तर त्याची पत्नी (विन्स्लेट) गृहिणीची भूमिका चोख बजावत असते.

मात्र काहीतरी चुकतंय याची दोघांनाही आंतरिक जाणीव होत असते. ते स्थिरस्थावर होण्याचा प्रयत्न करत असतात. त्यांनी सामान्यत्व स्वीकारलेलं असतं. प्रत्येकाच्या वेडगळ योजनांसाठी त्यांनी आपापली स्वप्नं बाजूला सारलेली असतात. संपूर्ण चित्रपट आपण त्यांनी केलेल्या सुटकेच्या प्रयत्नांचे आणि त्याच्या भयंकर परिणामांचे साक्षीदार असतो.

समस्या अशी आहे की, मंद गती मार्गनकाशा हाच योग्य आहे, याचा स्वीकार करणं आपल्यावर बिंबवलं जातं. सदोष मार्गनकाशामुळं आपल्याला आयुष्याच्या सुरूवातीलाच ताण सहन करावा लागतो; परंतु हाच मार्ग 'मध्यम वर्गीयां'च्या उत्पन्नाचा एकमेव मार्ग आहे असं पावित्र्य त्याला जोडलं जातं. हे तर्कसंगत आहे असं तुम्हांला वाटत असेल नाही? आपल्यासारखी माणसं फुटबॉल खेळून, रॅप गाणी गाऊन, अभिनय करून किंवा मनोरंजनाचे कार्यक्रम करून श्रीमंत होत नसतात, त्यामुळं आपल्याला मंद गती मार्गाशिवाय तरणोपाय नसतो. आता काहींसाठी हे योग्य असेलही; परंतु आपल्यासारख्या मोठी स्वप्नं, मोठी ध्येयं आणि मोठ्या कल्पना बाळगणाऱ्यांना हे पटत नाही.

फास्ट लेन फोरमच्या काही पानांवरून घेतलेली ही पुढील गोष्ट वाचा. (TheFastlaneForum.com) :

> *श्रीमंत होण्याच्या नादात माझं आयुष्य अगदी अ-सुखावह झालं आहे. याची सुरूवात झाली पाच वर्षांआधी, जेव्हा माझ्याकडे काहीच नव्हतं. माझ्या वयाची तिशी उलटून गेली होती आणि दर महिन्याला येत असलेल्या पगारावर जगणं हा काही मार्ग नाही- असं वाटू लागलं होतं.*
>
> *मी स्वत:शीच प्रतिज्ञा केली की, मी श्रीमंत होणारच.*
>
> *मग त्यासाठी मी आणखी एक नोकरी पत्करली आणि त्या नोकरीतून मिळणाऱ्या सर्व पैशांची बचत केली, तसंच पहिल्या नोकरीतून मिळणाऱ्या पगारातून बाकीचे खर्च भागवत गेलो. खरं तर माझ्या आतापर्यंतच्या आयुष्यातली शेवटची पाच वर्षं मी केवळ पैशांची बचत करण्यासाठीच घालवली. ती याप्रमाणं :*
>
> - *राहण्यासाठी, कमी भाड्याच्या, ८ बाय १३ इतक्या छोट्या खोलीचं भाडं भरणं.*
> - *सार्वजनिक वाहनातून तसंच मोटारसायकलवरून प्रवास करणं.*

- *आठवड्यातले जवळजवळ सर्वच दिवस काम करणं, एकही दिवस सुट्टी न घेता.*
- *खूप कमी वेळा बाहेर खाणं.*
- *कधीही खेळणी किंवा माझ्या बायकोसाठी किंवा स्वत:साठी कधीच काहीही खरेदी न करणं.*
- *जवळजवळ कधीच बाहेर जाऊन मजा वगैरे न करणं.*

माझी दुसरी नोकरी आणि माझ्या राहणीमानाच्या बळावर गेल्या पाच वर्षांत मी तब्बल ५० हजार डॉलर्सची बचत करू शकलो. याहून जास्त करता आली असती; परंतु ऑक्टोबर २००७ मध्ये डो जोन्स (शेअर बाजारातली एक कंपनी) ने सर्वांत जास्त किंमत देऊ करण्याअगोरदच मी गुंतवणूक केली होती.

आता मात्र मी अगदी टेकीला आलो आहे.

कारागृहाच्या खोलीपेक्षादेखील लहान खोलीत पाच वर्षं राहणं, म्हणजे खूपच मोठा काळ आहे. नोकऱ्यांमुळं मन अगदी बधिर झालं आहे. असं वाटतंय जणू आयुष्य एक तुरुंगच झाला आहे! बचत करता येईल इतपत माझं राहणीमान आहे, पण त्या बदल्यात एक माणूस म्हणून मला माझा आनंद आणि मानसिक स्वास्थ्य खर्ची घालावं लागत आहे. असं वाटतंय की अशा प्रकारे आपण आणखी काळ जगू नाही शकणार.

आयुष्य जिथं कैद झाल्यासारखं वाटायला लागतं त्या बिंदूला मंद गती मार्गावरचे प्रवासी या मार्गाचा फोलपणा आणि करावा लागणारा त्याग स्वीकारायला लागतात.

तुम्हांला काय वाटतं? या माणसाचं आयुष्य अद्‌भुत की मध्यम वर्गीय आहे? या माणसाची स्वप्नांशी भेट होऊ शकणार आहे का?

उद्या मिळणाऱ्या संपत्तीच्या धूसर वचनापोटी मंद गती मार्गावरचे, त्यांचा *'आत्ता' (वर्तमान)* गमावून बसतात.

'छोट्यामध्ये समाधान मानणं' हे धोरण असू शकतं असं मला वाटत नाही. त्यामुळंच मंद गती मार्गाचा शेवट मध्यम वर्गीयपणात होतो. आयुष्य खूप छान कधीच नसतं, पण ते इतकं वाईटही कधी नसतं. नव्हे, तर ते याहून चांगलं होऊ शकतं... पण त्यासाठी तुम्हांला मंद गती मार्ग बाजूला सारून दुसरा मार्ग अनुसरावा लागेल.

प्रकरण सारांश : फास्ट लेनची वैशिष्ट्यं

- पदपथावरील जबाबदारी आणि उत्तरदायित्वाच्या उत्क्रांतीमधून उदयाला आलेला मंद गती मार्ग हा नैसर्गिक सुधारित मार्ग आहे.
- जेव्हा तुम्ही तरुण, उत्साही आणि सक्षम असता तेव्हाच संपत्तीचा उपभोग घेऊ शकता, आयुष्याच्या संध्याकाळी नाही.

- मंद गती मार्ग हे एक असं नियोजन आहे ज्याची फलनिष्पत्ती होण्यासाठी दशकं जावी लागतात. त्यासाठी कॉर्पोरेट वातावरण, काटकसर आणि वॉल स्ट्रीट व राजकारणात जबरदस्त लागेबांधे असणं आवश्यक आहे.
- मंद गती मार्गवासीयांसाठी, शनिवार आणि रविवार म्हणजे सोमवार ते शुक्रवार केलेल्या कामाचा मोबदला असतो.
- '५च्या बदल्यात २' हा व्यवहार मंद गती मार्गावरील नित्याचा व्यवहार आहे. तो बदलला जाऊ शकत नाही. कारण नोकरीचं मानकच आठवड्याचे पाच दिवस असं आहे.
- मंद गती मार्गाचे संभाव्य गंतव्यस्थान म्हणजे मध्यम वर्गीयपणा. आयुष्य खूप छान नसेल, पण ते इतकं वाईटदेखील नाही.

फास्ट लेन

११

एक अपराधी व्यवहार : तुमची नोकरी

"तुम्ही जर प्रामाणिकपणे ८ तास काम केलं तर सरतेशेवटी तुम्ही नक्की बॉस बनाल आणि दिवसाचे १२ तास काम कराल."

–रॉबर्ट फ्रॉस्ट

मी कॉलेजमध्ये पाच वर्षं घालवली... एका फोनबुकसाठी?

पदवीधर होण्याआधी, मी गंमत म्हणून काही नोकरीविषयक कार्यशाळांना हजेरी लावली. त्यातली एक मला अगदी ठळकपणे आठवते : शिकागोमधल्या एका मोठ्या विमा कंपनीमध्ये अगदी प्राथमिक स्तराची नोकरी होती. कॉर्पोरेट फॅसिलिटीमध्ये झालेल्या आमच्या मुलाखतीदरम्यान, कंपनीच्या भरती करणाऱ्या अधिकाऱ्यांनी असलेल्या अपेक्षांची स्पष्ट कल्पना दिली :

> *"त्या तिकडे (लांबच लांब पसरलेल्या क्युबिकल्सकडे निर्देश करत ती म्हणाली.) नव्यानं नोकरीत घेण्यात आलेले सगळे बसतात. मी अगदी स्पष्टपणे सांगते, सुरूवातीला हे काम खूप अवघड आहे. आम्ही तुम्हांला तीन गोष्टी देतो : एक डेस्क, एक टेलिफोन आणि एक टेलिफोन बुक. ग्राहकवर्ग वाढवण्यासाठी तुम्ही दिवसाचे दहा तास कोल्ड कॉलिंग कराल. मला माहिती आहे की या कामात विशेष असं खास काही नाही, पण मिळणारा आकर्षक मोबदला..."*

त्या वेळेला मी 'आकर्षक मोबदला' या शब्दाकडे ढुंकून लक्ष दिलं नाही. मी ताबडतोब कामाला लागलो. मला या कामात खूप रस आहे असं दाखवण्याचं नाटक केलं. ही संधी मिळवण्यासाठी मी चांगला अभिनय केला आणि असं भासवलं जणू मला त्यांनी घ्यायलाच हवं!

पण खरं तर तसं नव्हतं.

मी हे जरा स्पष्टपणेच सांगतो. सहा बाय सहाच्या क्युबिकलमध्ये बसून, टेलिफोन बुकमधल्या संभाव्य ग्राहकांना कोल्ड कॉल करण्यासाठी मी महाविद्यालयात पाच वर्षं आणि ४० हजार डॉलर्स घालवले का? काय माझी थट्टा करताय की काय? हे तर मी महाविद्यालयाची पदवी न घेता, कर्जाचा डोंगर अंगावर न घेताही करू शकत होतो आणि हो, ती पाच वर्षंदेखील वाया घालवायला लागली नसती.

नोकऱ्या : मध्यम वर्गातला पाळीवपणा

जर तुम्हांला मंद गती मार्गातून लवकरात लवकर बाहेर पडून, संपत्ती आणि स्वातंत्र्य लवकरात लवकर मिळवायचं असेल तर तुम्हांला नोकरीवर लाथ मारावी लागेल. मी पुन्हा सांगतो, त्या बकवास नोकरीवर लाथ मारा!

नोकऱ्या आपलं शोषण करतात. हे विधान मी सर्वसामान्यपणं करतोय, कोणत्या विशिष्ट नोकरीला लक्ष्य करण्याचा माझा हेतू नाही. तुम्ही इलेक्ट्रिशिअन असा नाहीतर दुकानाचे व्यवस्थापक, तुम्ही नोकरीच करत असता. नोकऱ्या अगदी उबग आणणाऱ्या असतात. कारण त्यांच्यात मुळातच *फार काही उत्कर्ष नसतो*, तसंच त्यात *नियंत्रणंही मर्यादित असतात.* अर्थात तुम्हांला चांगल्या नोकऱ्यादेखील मिळू शकतात (आणि त्यात मजा येणाऱ्यादेखील!) परंतु संपत्ती किंवा पैशांच्या बाबतीत बोलायचं झालं तर उत्कर्ष आणि नियंत्रण हे दोन्ही त्यात मर्यादितच असतं. जर तुम्हांला संपत्ती कमवायची असेल तर या दोन्ही गोष्टी हव्यातच हव्यात.

तुमचं आर्थिक नियोजन नोकरीभवती, जे मंद गती मार्गाच्या केंद्रस्थानी असतं, त्याभवती फिरणारं नसावं याची सहा कटू कारणं खाली देत आहे.

तिरस्कार १ : वेळेचा व्यापार म्हणजे आयुष्याचा व्यापार

पैशांच्या बदल्यात वेळेचा व्यापार ही खूप चांगली कल्पना आहे हे आपल्याला कोणी शिकवलं? हे सामान्यत्व सातत्यानं एका अद्वितीय उबगपणात का रूपांतरीत होतं? जर नोकरीत तुम्ही जखडून गेला असाल, तर याचा अर्थ, तुम्ही तुमच्या अमूल्य वेळेला (आयुष्याला), तुम्हांला स्वातंत्र्य प्रदान करणाऱ्या काही कागदांच्या तुकड्यांसोबत विवाहबंधनासारखं बद्ध करून टाकलं आहे. *स्वातंत्र्य मिळवण्याच्या बदल्यात तुम्ही दुसऱ्या स्वातंत्र्याची विक्री केली आहे.* अगदीच मूर्खपणाचं आहे, नाही का?

नोकरीचा उबग (तिरस्कार) यायचं कारण म्हणजे ती वखवखल्यासारखा (भयंकर) वेळ खाते. नोकरीमध्ये तुम्ही पैसे कसे कमावता याच्या केंद्रस्थानी वेळेचा व्यापार असतो. त्या भयंकर अशा '५ च्या बदल्यात २' या देवाणघेवाणीत, नोकरी हा मूलभूत (मुख्य) घटक आहे. तथापि, मी वेळ या शब्दासाठी थोडा वेगळा शब्द वापरू इच्छितो : आयुष्य

नोकरीमध्ये तुम्ही पैशासाठी तुमच्या आयुष्याचा सौदा करता. जर तुम्ही काम केलंत तर तुम्हांला पैसे मिळतात. जर काम नाही केलंत, तर तुम्हांला पैसे मिळत नाहीत. हा असला रक्तपिपासू व्यवहार कोणी केला?

जर का आयकर २०% आहे असं गृहीत धरलं, तर इथं एक सर्वसाधारण नोकऱ्या आणि त्यातून कर वजा जाता, १ मिलियन डॉलर्स मिळवण्याकरता (प्रत्यक्ष खिशात पडण्याकरता) लागणारा वेळ यांची यादी दिली आहे. कर वजा करून मिळणाऱ्या उत्पन्नातले १०% पैसे प्रयत्नपूर्वक वाचवून लपवून ठेवलेत, तरी १ मिलियन डॉलर्स कमावण्याकरता तुम्हांला दसपट वेळ लागेल. मग १ मिलियन डॉलर्स कमावण्याकरता २५० वर्षांचा काळ तुमच्याकडे आहे का?

व्यवसाय / नोकरी	सरासरी वार्षिक पगार	१ मिलियन डॉलर्स कमवायला लागणारा वेळ	१ मिलियन डॉलर्सची बचत करण्यास लागणारा वेळ
आर्किटेक्ट	८५,०००	१५ वर्षं	१४७ वर्षं
मोटार मेकॅनिक	४३,०००	२९ वर्षं	२९१ वर्षं
बारमध्ये काम करणारा	२६,०००	४८ वर्षं	४८१ वर्षं
सुतार	५०,०००	२५ वर्षं	२५० वर्षं
सॉफ्टवेअर अभियंता	१०२,०००	१२ वर्षं	१२३ वर्षं
वैयक्तिक सचिव	३७,०००	३४ वर्षं	३३८ वर्षं
केशभूषाकार	३०,०००	४२ वर्षं	४१७ वर्षं
शिक्षक	६१,०००	२१ वर्षं	२०५ वर्षं
फार्मासिस्ट	१२१,०००	१० वर्षं	१०३ वर्षं
पोलिस अधिकारी	६४,०००	२० वर्षं	१९५ वर्षं
फिजिओ थेरपीस्ट	८८,०००	१४ वर्षं	१४२ वर्षं
प्राण्यांचा डॉक्टर	१०१,०००	१२ वर्षं	१२४ वर्षं

स्रोत : यूएस ब्युरो ऑफ लेबर स्टॅटिस्टिक्स, मे २०१७, व्यावसायिक रोजगार अंदाज. सुलभतेसाठी संख्या पूर्ण करण्यात आली आहे.

तुम्ही जे काम करत आहात ते लक्षात न घेता, जर तुम्हांला पैसे मिळाले तर काय हरकत आहे? जेव्हा तुम्ही झोपता, जेव्हा मजामस्ती करत असता, अगदी शौचाला बसता तेव्हा आणि जेव्हा समुद्रकिनाऱ्यावर बसलेले असता तेव्हाही पैसे कमवता येतात? केवळ थोडासा वेळ देऊन तसंच वेळेचा तुमच्या विरूद्ध नव्हे, तर तुमच्यासाठी वापर करून पैसे का कमावता येऊ नयेत? खरंच असं घडतं का? असं घडतं, पण ते मंद गती मार्गावरून नव्हे.

तिरस्कार २ : अनुभवांवर मर्यादा

१० वर्षं, काहीच साध्य नसणाऱ्या नोकऱ्या करून मिळालेल्या अनुभवांपेक्षा, उद्योजक बनून दोन महिन्यांत मी खूप काही शिकलो. अंगात जर विशिष्ट कौशल्यं असतील तर

बाजारातल्या तुमच्या मूल्यावर मर्यादा येते. तुम्ही चाकाच्या आऱ्यांपैकी एक बनून राहू शकता. आणि समजा ती आरी कुचकामी आणि अनावश्यक बनली तर? जरा विचार करा, तुम्ही आयुष्यातून उठाल.

एक उदाहरण देतो. वाहन उद्योगातल्या अनेकांना आपल्या नोकऱ्या गमवाव्या लागल्या, कारण त्यांचं काम बाहेरील माणसांकडून किंवा यंत्रमानवांकडून करून घेण्यात आलं. तेव्हा अनुभव त्यांच्या कामी आला नाही, उलट तो अडचणीचाच ठरला. टाइपरायटर आठवतोय का? सध्या हे टाइपरायटर दुरुस्त करणारे काय करतात? तसंच शेअरबाजारातील दलाल आणि प्रवासी कंपन्या चालवणाऱ्यांचं काय? उबेर आणि लिफ्टसारख्या, भागीदारीत प्रवासी टॅक्सी पुरवणाऱ्या कंपन्या सुरू झाल्यानंतर टॅक्सी ड्रायव्हर्सचा भाडी कशी मिळतात? जशी फॅशन फॅड्स काही काळानंतर लुप्त होतात, तसंच नोकऱ्यांमधले काही प्रकार लुप्त होत चालले आहेत. एक वर्ष तुमच्या कौशल्याला किंमत असते, पुढच्या वर्षी ते कवडीमोलाचं होतं.

दुसरी गोष्ट अशी की, सहसा, रोज त्याच त्याच प्रकारचं काम करून अनुभव गोळा होत असतो. सुरूवातीच्या शिकण्यातून मिळालेल्या अनुभवानंतर, नोकरीत तोचतोचपणा यायला लागतो आणि नवीन ज्ञान मिळण्याचा वेगदेखील मंदावतो. त्यानंतर नोकरीत नवीन काही शिकण्यावर मर्यादा येते आणि आयुष्य एका मृत्युघंटेत परिवर्तित होतं : पैशाच्या बदल्यात जीवनशक्तीचा व्यापार.

तुम्ही आयुष्यात जे काही करता त्यातूनच खरा अनुभव मिळत असतो, तुम्ही नोकरीत करत असलेल्या कामामधून नाही. *अनुभव येण्यासाठी तुम्हांला नोकरीची गरज नाही.*

स्वतःला विचारा : कोणता अनुभव अधिक महत्त्वाचा आहे? एका सामान्य नोकरीतून मिळणारा अनुभव, ज्यातून तुम्ही तुमची रोजची बिलं भागवणार? की, पुन्हा नोकरी न करता तुम्हांला आयुष्यभर आर्थिक स्वातंत्र्य मिळवून देऊ शकेल असं काहीतरी करण्याचा अनुभव (आणि अपयशंही)?

तिरस्कार ३ : नियंत्रण नसणं

नोकरी करणं म्हणजे एखाद्या पिक अप ट्रकच्या सीटवर बसण्यासारखं आहे. तुम्ही जिथं बसलेले असता त्या जागेवर खूप धक्के मिळतात, परंतु चालक मात्र आपल्या जागेवर आरामात बसलेला असतो. आणि जर का हा प्रवास खूपच खाचखळग्यांनी भरलेला झाला तर? एक तर तुम्ही तिथंच अडकून पडू शकता किंवा बाहेर फेकले जाऊ शकता. पिक अप ट्रकच्या मागे बसून तुम्ही नियंत्रण ठेवूच शकत नाही; आणि हेच 'धोरण' आर्थिक नियोजनात ठेवणं म्हणजे शुद्ध मूर्खपणा आहे.

जर तुम्ही तुमच्या उत्पन्नावर नियंत्रण ठेवलं नाही, तर तुम्ही आर्थिक नियोजनावरदेखील नियंत्रण ठेवू शकणार नाही.

जर आर्थिक नियोजनावर तुमचं नियंत्रण नसेल, तर स्वातंत्र्यावरदेखील तुम्हांला नियंत्रण मिळवता येणार नाही.

आपल्याला आधार देण्यासाठी नोकरीच महत्त्वाची असते यावर विसंबून लाखो कर्मचारी आज्ञाधारकपणे *कुंबाया* (एक आफ्रो-अमेरिकन लोकगीत, ज्यात गुलामगिरीपासून

मुक्तता होण्यासाठी देवाची आळवणी केली जाते) गातात. अर्थातच, नोकरी तुम्हांला नक्कीच आधार देऊ शकते, पण केवळ 'आधार' मिळवणं हेच तुमचं ध्येय आहे का? तुम्हांला श्रीमंत व्हायचंय की मध्यम वर्गीय बनूनच रहायचंय? एखाद्या पे-स्लिपच्या चिटोऱ्यानं तुमच्या आर्थिक प्रवासाची गाडी घसरणार असेल, तर तुम्ही एक प्रकारे जुगार खेळत आहात. तुम्ही वास्तवात जगत नसून, तुम्ही मूर्ख बनत आहात. नोकरीमध्ये कुठलीच सुरक्षितता किंवा आश्वस्तता नसते.

तिरस्कार ४ : लिंडाची श्वास दुर्गंधी

अशा अनेक लोकांना मी ओळखतो जे आयुष्यभर कर्मचारीच बनून राहिले आहेत. त्यांचा कसोटीचा काळ आणि त्यांनी घेतलेले काबाडकष्ट यांबद्दल नेहमी कानावर येत असतं. गेल्या काही वर्षांत मी जवळपास दोन डझन नोकऱ्या बदलल्या. पण एक गोष्ट लक्षात आली की, जेव्हा ऑफिसमधल्या राजकारणाची बाब येते, तेव्हा काहीही बदलत नसतं. वेगवेगळ्या ऑफिसमध्ये माणसं वेगळी, वार-तारीख वेगळी, पण कथा तीच असते. अमुक अमुकचं बॉसबरोबर सूत जुळलंय आणि त्याच्या उपकारावरच जगत आहे. जिम आळशी आहे, पण कामाचं सगळं श्रेय तोच घेऊन जातो. लिंडाच्या श्वासाला दुर्गंधी येते, पण तिला तसं सांगायला सगळे घाबरतात. लेसी उशिरा येते आणि लवकर जाते. होरेस खाद्यपदार्थ चोरतो आणि रोज तेच स्पोर्ट्स जॅकेट घालतो. आळशी लेस्टर झेरॉक्स मशीनमधले कागद कधीच बदलत नाही.

कथा तीच... व्यक्ती वेगवेगळ्या.

तुम्ही कुठेही काम करत असा... ऑफिसमधलं राजकारण एक महत्त्वाची भूमिका बजावत असतं. रंगमंच वेगळा, परंतु कलाकार तेच असतात. आणि दुर्दैवानं या रंगमंचावर एक कर्मचारी म्हणून तुम्ही आत आल्यानंतर तुम्हांला तुमची भूमिका वठवावीच लागते. एक तर तुम्हांला खूप आज्ञाधारक व्हावं लागतं नाहीतर तुम्हांला तुमच्या सहकाऱ्यांचा किंवा अधिकाऱ्याचा रोष सहन करावा लागतो.

माझ्या एका मैत्रीणीनं, एका मोठ्या कॉर्पोरेट कंपनीत खूप परिश्रम केल्यानंतर, तिनं केलेला त्रागा मला आठवतो. प्रत्येक गोष्टीमागे प्रक्रिया (प्रयत्न) असतात. एखादी कल्पना सुचलीय? छान, मग पाठवा ती वरिष्ठांना. मग तो वरिष्ठ त्याच्या वरच्या अधिकाऱ्याला ती पाठवतो, तो ती कल्पना कायदे विभागाकडे पाठवतो, कायदा विभाग ती कल्पना त्याच्या वरिष्ठांच्या वरिष्ठांकडे पुन्हा एकदा उजळणी करण्यासाठी पाठवतो, ते वरिष्ठ पुन्हा ती परत पाठवतात... ब्ला...ब्ला...ब्ला...! इतक्या वेळात ती कल्पना सत्यात उतरेपर्यंत एकतर शिळी झालेली असते किंवा आणखी चार लोक, ती आपलीच आहे असा दावा सांगतात.

तुमचा शहाणपणा धुळीस मिळवणाऱ्या गुंतागुंतीच्या जाळ्याची काही गरज असते का?

ऑफिसमधलं राजकारण रोखण्याचा किंवा प्रतिकार करण्याचा एकमेव मार्ग म्हणजे तुमचं त्यावर नियंत्रण असणं आणि त्यासाठी तुम्हांला स्वतःलाच अधिकारी बनावं लागेल. आणि अधिकारी होण्यासाठी तुम्हांला केवळ या खेळात भाग घेऊन भागणार नाही, तर या खेळाची मालकी घ्यावी लागेल.

तिरस्कार ५ : 'स्वत:साठी सगळ्यांत शेवटी खर्च करा' सदस्यत्व

'स्वत:साठी आधी पैसे खर्च करा' हे मंद गती मार्गाचं तत्त्व आहे. समस्या अशी आहे की, नोकरीमध्ये हे जवळजवळ अशक्य असतं.

स्थानिक, राज्य आणि केंद्र सरकारं तुमच्या मिळकतीवर भरघोस कराचा बोजा लावतात आणि या करापासून वाचण्याचा एकमेव मार्ग म्हणजे ४०१(क)मध्ये पैसे गुंतवणं किंवा वैयक्तिक खातं उघडणं - पण त्यालाही मर्यादा असतात. तुमच्या उत्पन्नाच्या १०% किंवा जास्तीत जास्त १६,५०० डॉलर्स - दोघांतलं जे कमी असेल ते (जाहीर केल्यानुसार). जीवनात खूप संघर्ष केल्यानंतर, जर तुम्हांला कॉर्पोरेट व्यवस्थापनात बढती मिळाली, तर समजून चला की, तुमच्या हातात पडण्याआधीच ५०% रक्कम गायब झालेली असते.

एक कर्मचारी म्हणून, तुम्हांला तातडीनं एक संदेश येतो की, स्वत:चे खर्च सगळ्यांत शेवटी भागवा- आणि हो, हा संदेश तुम्ही सदस्यत्व घेतलेलं नसतानाही तुम्हांला मिळतो. जर का तुम्ही स्वत:साठी सगळ्यांत शेवटी खर्च केलात, तर झटपट संपत्ती मिळण्याची अपेक्षा सोडून द्या.

तिरस्कार ६ : उत्पन्नावरची हुकूमशाही

कधी तुम्हांला तुमच्या वरिष्ठांनी पगारात १०००% वाढ दिली आहे का? कल्पना करा: नोकरीत केलेल्या कष्टामुळं, कंपनीची प्रगती झाल्याचं पाहून प्रभावीत झालेले तुम्ही आत्मविश्वासानं तुमच्या वरिष्ठांच्या ऑफिसमध्ये जाऊन, पगार वाढवण्याची मागणी करता. ''मी कंपनीची पत वाढवली आहे.'' तुम्ही दावा करता. ''मी अगदी विश्वासू आहे आणि आजारीदेखील कधीतरीच पडतो.''

तुमचे वरिष्ठ सावध पवित्रा घेतात, हाताची घडी घालतात, मान ऊर्ध्व करून आपल्या आरामदायी, लाल खुर्चीत सावकाश मागे झुकत टेकतात. तुम्ही एक दीर्घ श्वास घेऊन सोडता. ''...आणि म्हणूनच साहेब, मला १०००% पगारवाढ हवी आहे.''

तुमचे वरिष्ठ कंठातून एक कण्हल्यासारखा आवाज काढायला सुरूवात करतात. ते पुढे झुकतात आणि हात डेस्कवर आपटून म्हणतात, ''खरंच... हा काही विनोद आहे का? मला आत्ता खूप कामं आहेत.'' ते पुढं सांगतात.

तुम्ही उत्तरता, ''हा कुठलाही विनोद नाही. मी मनापासून सांगतो. मला तासाला ९ डॉलर्स मिळतात. मला आता तासाला ९० डॉलर्स इतकी वाढ हवी आहे.''

''असं झालं तर? तुम्हांला असं किंवा यासारखं काहीही मिळणार नाहीये. माझ्या ऑफिसमधून चालते व्हा आणि माझा वेळ वाया घालवू नका. आणि हे जर लवकरात लवकर केलंत तर, मी तुम्हांला काढून टाकणार नाही.''

तुमची बोबडीच वळते. मला असं वाटतं की १०००% पगारवाढ करणं योग्य आहे हे वरिष्ठांना पटलं नसावं.

पण असा प्रसंग कधीच घडत नाही. एक कर्मचारी या नात्यानं तुम्ही १०%पेक्षा जास्त पगारवाढ मागू शकत नाही, मग १०००% सोडूनच द्या. तथापि, कंपनीतील कर्मचारी या

नात्यानं हे तुमचं क्रीडांगण असतं. या मार्गावर तुम्ही स्वत:हून आलेले असता. *तुमचं मूल्य निर्धारित केलं जातं, ते कमी केलं जातं आणि मर्यादित केलं जातं.* त्यामुळंच महत्त्वाच्या असणाऱ्या गोष्टींवर नोकरीमुळं मर्यादा येते : संपत्ती, स्वातंत्र्य व आत्मवृद्धी. आणि त्यांच्या मर्यादा उलथवून टाकता येत नाहीत.

नोकरीमुळं तुमचं नशीब एका अपराधी स्वरूपाच्या वेळेच्या व्यवहारात बंदिस्त होतं. दोन दिवसांच्या स्वातंत्र्यासाठी पाच दिवसांच्या आयुष्याचा व्यापार केला जातो. नोकरी तुम्हांला एका विशिष्ट प्रकारच्या अनुभवांमध्ये जखडून टाकते. नोकरी तुमचं नियंत्रण हिरावून घेते. नोकरी, नको त्या लोकांसोबत काम करण्यास भाग पाडते. तुम्हांला सगळ्यांत शेवटी पैसे मिळवून देण्यास नोकरी भाग पाडते. तुमच्या उत्पन्नावर नोकरी हुकूमत गाजवते. या मर्यादा संपत्तीविरोधक आहेत.

आणि तरीही तुम्हांला नोकरी हवी आहे?

प्रकरण सारांश : फास्ट लेनची वैशिष्ट्यं

- नोकरीमध्ये तुम्ही स्वातंत्र्याच्या बदल्यात (वेळेच्या बाबतीतलं) स्वातंत्र्य (पैशाच्या स्वरूपातलं) विकता.
- अनुभव कृतीतून (कामातून) मिळवता येतो. मग ते कोणत्या वातावरणात करता हे महत्त्वाचं नसतं.
- जर तुम्ही तुमच्या प्राथमिक उत्पन्न–स्रोतावर नियंत्रण मिळवू शकला नाहीत, तर संपत्ती मिळवण्यात यश येत नाही.

फास्ट लेन

१२

स्लो लेन : तुम्ही श्रीमंत का नाही आहात?

''आयुष्याच्या सुरूवातीसच कोणीतरी आपल्याला सांगितलं पाहिजे की, तुम्ही मरणार आहात. म्हणजे मग कदाचित आपण आपलं आयुष्य प्रत्येक दिवशी, प्रत्येक क्षणी भरभरून जगू. माझं म्हणणं आहे, असंच करा! तुम्हांला जे काही करायचं आहे ते आत्ताच करा. उद्या फार कमी येतात.''

–मायकेल लँडन

मंद गती मार्गाच्या भोंगळपणाचा पर्दाफाश

'श्रीमंत बनण्यासाठी' मंद गती मार्गाचंच धोरण तुम्ही अनुसरणार असाल, तर मी एक संभाव्यता गृहीत धरू शकतो : तुम्ही श्रीमंत नाही आहात आणि कधीच बनणार नाही. आहा... आणि मी हे इतक्या ठामपणं कसं सांगू शकतो? सोपं आहे. मंद गती मार्गाच्या धोरणांची मुळं *अनियंत्रणात्मक मर्यादित वृद्धी* (अनकंट्रोलेबल लिमिटेड लेव्हरेज – यूएलएल – याचा उच्चार आपण 'यूल'असा करू या) दडलेली आहेत. ही महत्त्वाची संज्ञा लक्षात ठेवण्यासाठी तुम्हांला मदत हवी असेल, तर फक्त इतकाच विचार करा – ''जर मंद गती मार्ग हीच तुमची योजना असेल, तर यूल कधीच श्रीमंत बनणार नाही.''

'अनियंत्रणात्मक मर्यादित वृद्धी' हा मंद गती मार्गाचा फोलपणा दाखवणारा, एक अस्वस्थ करणारा पुरावा आहे. मग तुम्ही मंद गती मार्गानं श्रीमंत कसं बनणार? तुम्हांला चांगल्या पगाराची नोकरी मिळेल, पैशांची बचत करा, काटकसरीनं वागा, शेअर मार्केटमध्ये पैसे गुंतवा आणि हे सगळं पुढची ५० वर्षं करत राहा. जर हेच धोरण, गणितीय समीकरणात मांडाल तर, तुमच्या लक्षात येईल की, ही योजना सिद्ध करणाऱ्या घटकांवर नियंत्रण ठेवताही येत नाही आणि त्यात वृद्धीही होत नाही.

अनियंत्रणात्मक मर्यादित वृद्धी (यूएलएल) – भाग १

यूएलएल इतकं महत्त्वाचं का आहे? आर्थिक सुबत्ता येण्यासाठी तुम्हांला भरपूर पैसे मिळवावे आणि जमा करावे लागतात, अर्थात हे सर्वसामान्य व्यक्तिसापेक्ष आहे. भरपूर पैसे येण्यासाठी दोन गोष्टी अतिशय गरजेच्या आहेत :

१. नियंत्रण
२. उत्कर्ष

मंद गती मार्गात या दोन्ही घटकांची वानवा आहे. आणि जेव्हा तुम्ही हे उलटं तंत्रज्ञान, गणितीय परिभाषेत किंवा संपत्तीच्या अनुषंगानं मांडता तेव्हा त्यातलं सत्य उघड होतं. या योजनेमागचं गणित एकदा उघड करून बघा आणि त्यातले कच्चे दुवे तुमच्या समोर येतील.

मंद गती मार्गाचं विश्लेषण केल्यानंतर तुम्हांला दोन घटक आढळून येतील :

१) 'प्राथमिक उत्पन्न–स्रोत' (जे उत्पन्न कसे मिळवले जाते ते परिभाषित करते)
२) 'संपत्ती वाढवणारा' (जे संपत्ती कशी जमा करावी ते परिभाषित करते)

मंद गती मार्गावरच्या लोकांचा प्राथमिक उत्पन्न–स्रोत असतो 'नोकरी', तर 'बाजारातील गुंतवणुकीतून' संपत्तीचा येण्याचा वेग वाढतो. जसं की ४०१(क) आणि इंडेक्स फंड्स. हे एकत्र करा आणि तुम्हांला मंद गती मार्गावरच्या संपत्तीचं समीकरण सापडेल.

संपत्ती = (नोकरी) + (बाजारातील गुंतवणूक)
प्राथमिक उत्पन्न–स्रोत संपत्ती वाढवणारा घटक

या योजनेअंतर्गत, राहणीमान आणि बाजारातील गुंतवणूक या दोघांना नोकरीतल्या उत्पन्नातून निधी उपलब्ध होतो. परंतु या योजनेत आडकाठी आणणारा यूएलएल उघड करण्यासाठी आपल्याला या घटकांचे आणखी उपघटक बनवावे लागतील. त्याची सुरूवात नोकरी या घटकापासून करावी लागेल.

संपत्तीचा सुरक्षारक्षक : आंतरिक मूल्य

नोकरीत पैसे कसे कमावले जातात? *आंतरिक मूल्याने.*

आंतरिक मूल्य बाजारभावानुसार ठरवले जातं. आणि किंमत तुमच्या वेळेच्या मोबदल्यात मिळालेली असते. आपण नोकरीतून जे काही साध्य करता ते म्हणजे आंतरिक मूल्य. आपण समाजाप्रति जे काही देता त्या बदल्यात कोणी आपल्याला किती पैसे देऊ इच्छितात?

आंतरिक मूल्य हे वेळेच्या एककात मोजलं जातं. *ताशी* किंवा *वार्षिक.*

जर जवळच्याच बर्गरच्या दुकानात तुम्हांला बर्गर पलटी करण्याचं काम करण्यासाठी ताशी १० डॉलर्स मिळत असतील, तर तुमचं आंतरिक मूल्य ताशी १० डॉलर्स इतकं आहे.

जर तुम्ही अकौंटंट आहात आणि वर्षाला १२,००० डॉलर्स पगार मिळत असेल, तर, तुमचं आंतरिक मूल्य वर्षाला १२,००० डॉलर्स इतकं आहे.

नोकरी (आंतरिक मूल्य) = ताशी पगार x काम केलेले तास

किंवा

नोकरी (आंतरिक मूल्य) = वार्षिक वेतन

लक्षात घ्या, आंतरिक मूल्य काळाच्या एककात मोजलं जातं. ही 'वेळ संलग्नता' मंद गती मार्गावरील संपत्ती-निर्मितीच्या प्रथम दंडात्मक घटकाचा परिचय देते.

तुम्ही वेळेला नियंत्रित करू शकता का? तुम्ही वेळ घालवू शकता का?

तुम्ही नाही करू शकत.

वेळेचा मोबदला देण्यासाठी तुमचा वेळ केवळ २४ तासांपुरता मर्यादित असतो. जर तुम्ही २०० डॉलर्स ताशी काम करत असाल, तर चमत्कार झाल्यासारखे तुम्ही तासाला ४०० डॉलर्स मागू शकत नाही. जर तुम्ही वर्षाला ५०,००० डॉलर्स कमवत असाल, तर तुम्ही चमत्कार झाल्यासारखं काम करण्यासाठी ४०० वर्षं मागू शकत नाही. *वेळेमुळं कोणताही लाभ होत नसतो.*

तासावर काम करणाऱ्यांसाठी वेळेची कमाल मर्यादा २४ तासांची असते आणि जरा विचार करून बघा, ही मर्यादा बदलण्यासाठी आपण काहीही करू शकत नाही. सिद्धांतानुसार, उत्पन्नाच्या बदल्यात तुम्ही दिवसाच्या २४ तासांचा व्यवहार करू शकता, त्याहून जास्त नाही. अर्थात दिवसाचे २४ तास काम करणं हे मानवीदृष्ट्या अशक्य आहे, त्यामुळं ८ ते १२ तासांचा व्यवहार केला जातो.

पगारदार कर्मचाऱ्यांसाठीदेखील ही मनाई सारखीच आहे. आपण आपल्या सामान्य आयुर्मानापेक्षा जास्त वर्षं काम करू शकत नाही. मग या देवाणघेवाणीची कमाल मर्यादा किती? चाळीस - पन्नास वर्षं? आतापर्यंतच्या इतिहासात कोणाही कामगाराने तिच्या किंवा त्याच्या आयुष्यात १०,००० वर्षं काम केल्याची नोंद नाही. तुम्ही तासावर काम करत आहात किंवा वार्षिक... त्यानं काही फरक पडत नाही - तुम्हांला वेळेचा कोणताही लाभ मिळत नसतो.

आता विचार करा. १२ आकडा मोठा आहे की ५०? या आकड्यांवरून लक्षाधीशांबाबत काही अंदाज बांधता येतो का? नाही अंदाज बांधता येत. कारण नोकरीचं गणित हे संपत्तीला बाधक असतं. हे आकडे लक्षाधीश होण्याबाबत अंदाज बांधतात का? तर नाही, शिवाय नोकरीचं गणित संपत्तीला विघातक असतं हेच दर्शवतात: तुमचा वेळ अल्प संख्येपर्यंत मर्यादित आहे आणि त्यात वाढ होऊ शकत नाही. 'इतके तास काम केलं' किंवा 'वार्षिक पगार' या संज्ञा गणितीयदृष्ट्या अयोग्य आहेत कारण त्या कालमापनावर आधारित आहेत. त्यावर नियंत्रण ठेवता येत नाही किंवा त्यात फेरफार करता येत नाही.

गणित कधीही खोटं बोलत नाही; १२ ही संख्या नेहमीच १०,०००,००० संख्येपेक्षा लहानच राहणार. जर वाढ मर्यादित आहे, तर संपत्तीतील वाढदेखील मर्यादितच राहणार. *लहान आकड्यांतून कधी लक्षाधीश होणं साध्य होत नाही.*

संपत्तीच्या मर्यादित वाढीमागे आणखी एक क्षयकारक घटक कारणीभूत आहे – अनियंत्रण म्हणजेच नियंत्रण नसणे. तुम्ही तुमच्या मालकाला नियंत्रित करू शकता का? तुम्ही तुमच्या पगारावर नियंत्रण ठेवू शकता का? तुम्ही अर्थव्यवस्थेवर नियंत्रण ठेवू शकता का? एका वर्षी ५,००० डॉलर्स कमवून लगेच पुढच्या वर्षी धाडकन ५० मिलियन डॉलर्स कमवू शकता का? तुम्ही तुमच्या नोकरीसंबंधित, अगदी तुम्हांला मिळणाऱ्या ४% तुटपुंज्या पगारवाढीसकट, एका तरी गोष्टीवर नियंत्रण मिळवू शकता का?

कदाचित तुम्ही नोकऱ्या बदलण्याचा विचार करत असाल, पण तुम्ही तसं करू शकत नाही.

अगदी असलंच, तरीही नियंत्रण फार कमकुवत असतं.

चक्रवाढ व्याज – तुम्हांला 'ते' या गोष्टी सांगत नाहीत

मंद गती मार्ग संपत्ती समीकरणातला दुसरा घटक आहे 'संपत्ती वाढवणारा प्राथमिक घटक,' जो बाजारातील गुंतवणुकीतून, जसे इंडेक्स फंड, ४०१(क) या गुंतवणुकीतून तसंच आर्थिक गुरू आणि सल्लागारांनी दिलेल्या सल्ल्यांनुसार केलेल्या गुंतवणुकीतून येतो.

या गुंतवणुकींचं जे धोरण असतं त्याला चक्रवाढ व्याज असं म्हणतात. ही एक गणितीय रचना आहे– जी दीर्घ काळात जमा होणाऱ्या समग्र व्याजाची रूपरेषा देते.

चक्रवाढ व्याजाची मूलभूत विक्री म्हणजे, जुन्या अर्थगुरूंनी, तिटकारा उत्पन्न होईल इतक्या वेळेला *पुन्हा पुन्हा आळवलेला राग आहे :* आज गुंतवलेल्या १०,००० डॉलर्सची किंमत पुढच्या ५० वर्षांत काही अब्ज डॉलर्स झालेली असेल. ५० वर्षांसाठी दर महिना २५० डॉलर्स गुंतवा आणि निवृत्त होताना तुम्ही श्रीमंत झालेले असाल!

योग्य तऱ्हेने वापर केल्यास चक्रवाढ व्याज संपत्ती वाढवण्यास साहाय्यक ठरू शकते; परंतु जर त्याचा वापर मंद गती मार्गाच्या हेतूंसाठी केला गेला, तर मात्र संपत्तीसाठी केला जाणारा हा प्रवास खुरडत खुरडत करावा लागतो.

कारण? जर तुम्ही यामागचं गणित सोडवलंत तर पुन्हा एकदा तुम्हांला कोडं सुटेल – नोकरी करून तुम्ही श्रीमंत का होऊ शकणार नाही याचं उत्तर हे मागच्या भावंडासारखं असतं... *वेळ!*

चक्रवाढ व्याजाद्वारे संपत्ती निर्माण करण्यासाठी खूप खूप वेळ द्यावा लागतो. नोकरीप्रमाणंच, चक्रवाढ व्याज किंवा बाजारातील गुंतवणूक जसे की शेअर्स आणि इंडेक्स फंड्स यांत वृद्धी होत नसते तसंच त्यावर नियंत्रणही ठेवता येत नाही. संपत्ती निर्माण करण्यासाठी ते त्रुटी असलेल्या गणितीय समीकरणांवर अवलंबून असतं.

नोकरीमध्ये जसं उत्पन्न हे ताशी दरावर किंवा वार्षिक पगारानुसार मोजलं जातं तसंच 'चक्रवाढ व्याज' पद्धतीनं होणारी संपत्तीतील वाढ हीदेखील काळाच्या (वर्षांच्या)

परिमाणात मोजली जाऊन त्याला मिळणाऱ्या वार्षिक उत्पन्नानं गुणलं जातं. संपत्तीकडे नेणाऱ्या या मंद गती मार्गाच्या समीकरणाचं नेमकं शास्त्र पुन्हा एकदा पाह या.

संपत्ती = (नोकरी) + (बाजारातील गुंतवणूक)

प्राथमिक उत्पन्न–स्रोत संपत्ती वाढवणारा घटक

याचंच विघटन केल्यास :

संपत्ती = (वार्षिक) आंतरिक मूल्य + (वार्षिक) चक्रवाढव्याज

प्राथमिक उत्पन्न–स्रोत संपत्ती वाढवणारा घटक

यांचं आणखी विभाजन केल्यास :

संपत्ती = (वेळ x ताशी उत्पन्न अथवा वेतन मूल्य) + गुंतवलेली रक्कम x (१ + उत्पन्न)वेळ

प्राथमिक उत्पन्न–स्रोत संपत्ती वाढवणारा घटक

नोकरीसारखाच, 'चक्रवाढ व्याजा'मध्ये देखील गणितीय मर्यादा हीच त्रुटी असून त्यातील आकडे तुमच्यासाठी फायदेशीर ठरण्याऐवजी तुमच्या विरुद्ध काम करतात. खालील तक्त्यावर नजर टाका. १०,००० डॉलर्सची गुंतवणूक केल्यानंतर चक्रवाढव्याज पद्धतीनं होणारे परिणाम ठळकपणे मांडले आहेत.

(सूचना : येथे पुढील मजकुराचा तक्ता बनवा.)

१०,००० डॉलर्सची गुंतवणूक

वेळ (वर्षं)	वृद्धीचा दर			
	५%	१०%	१५%	२०%
५	१२,७६३	१६,१०५	२०,११४	२४,८८३
१०	१६,२८९	२५,९३७	४०,४५६	६१.९१७
१५	२०,७८९	४१,७७२	८१,३७१	१५४.०७०
२०	२६,५५३	६७,२७५	१६३,६६५	३८३,३७६
२५	३३,८६४	१०८,३४७	३२९,१९०	९५३,९६२
३०	४३,२१९	१७४,४९४	६६२,११८ २,	३७३,७६३
३५	५५,१६०	२८१,०२४	१,३३१,७५५	५,९०६,६८२
४०	७०,४००	४५२,५९३	२,६७८,६३५	१४,६९७,७१६

मंद गती मार्गावरील गुरूंची शिकवण अशी आहे की १०,००० डॉलर्सची गुंतवणूक १५%ने वाढल्यास त्याचं मूल्य, ४० वर्षांत २.५ मिलियन डॉलर्सहून अधिक होतं! हुर्रे!!

मग ते तुम्हांला हेपण का सांगत नाहीत?

तुम्ही चार्ल्स पोन्झी अथवा बर्नी मॅडॉफ यांच्या सोबत पैसे गुंतवले नाहीत तर वर्षानुवर्षं १५% व्याजदरानं परतावा मिळणं अशक्य असतं. ते तुम्हांला हे सांगत नाहीत की, ४० वर्षांत तुम्ही मरण पावू शकता (तुमचा मृत्यू होण्याची शक्यता आहे) अगदी तसं नाही घडलं, तरी मृत्यूच्या जवळ जाऊ शकता. ते तुम्हांला हे सांगत नाहीत की, ४० वर्षांत तुमचं २.५ मिलियन डॉलर्सचं मूल्य, हे आजच्या डॉलर्सच्या मिमतीअनुसार, २,५०,०००डॉलर्स इतकं होऊ शकतं आणि च्युइंगमच्या एका पाकिटाची किंमत ६ डॉलर्स झालेली असेल. संपत्तीवृद्धी करण्यासाठी, ते जी पद्धत अवलंबतात ती ही नव्हे, हे गुरू तुम्हांला सांगत नाहीत. तुम्हांला ते बरंचसं काही सांगत नाहीत आणि तरीही, तुम्ही त्यांच्यावर बिनदिक्कत विश्वास ठेवायचा असतो.

अनियंत्रणात्मक मर्यादित वृद्धी (यूएलएल) – भाग २

चक्रवाढ व्याज प्रभावी होण्यासाठी, तुम्हांला तीन गोष्टींची गरज असते.

१) काळ, वर्षांमध्ये मोजला जाणारा.
२) त्या वर्षांत लाभ मिळवून देणारी वार्षिक गुंतवणूक योजना.
३) गुंतवलेली रक्कम, पुनर्गुंतवणूक केलेली.

हे तीन घटक आपल्या मंद गती मार्गाच्या संपत्तीच्या समीकरणाचा नंतरचा भाग बनतात.

$$\text{चक्रवाढ व्याज} = \text{गुंतवलेली रक्कम} \times (१ + \text{उत्पन्न})^{\text{वेळ}}$$

अर्थात हे समीकरण एका गुंतागुंतीच्या समीकरणाचं सोपं केलेलं रूप आहे. यातील चल घटक मांडणं हाच या विश्लेषणाचा उद्देश आहे.

तुमच्या गुंतवणुकीतून वर्षाला संभाव्यत: १०% परतावा मिळणं हे चक्रवाढ व्याजातून अपेक्षित असतं. त्या ४० वर्षांच्या जुगारासाठी तुम्हांला शुभेच्छा. बाजार कधी एक वर्षात २०%नी कोसळला आहे? की ४०% नी? हो कोसळला आहे. आणि जेव्हा तो कोसळतो, तेव्हा तुम्ही काबाडकष्ट करून मिळवलेले पैसे जणू हवेत विरून जातात.

लक्षात घ्या, *चक्रवाढ व्याज मार्गानं संपत्तीत वाढ करणं यात खूप त्रुटी आहेत; कारण त्याच्या चलातच खूप त्रुटी आहेत.* वेळ अथवा मिळणारं उत्पन्न यावर ना कोणतं नियंत्रण ना कोणती वृद्धी. पुन्हा एकदा, आपला मित्र 'अनियंत्रणात्मक मर्यादित वृद्धी' याला भेटू.

तुम्ही तुमच्या पैशांवर, चालू वर्षात २,०००% परताव्याची मागणी करू शकता का? तुमच्या गुंतवणुकीचं काळ (वेळेचं) क्षितिज ४० वर्षांवरून ४०० वर्षं विस्तारावं अशी तुमची अपेक्षा आहे का? पुन्हा एकदा सांगतो, या आकड्यांमध्ये वाढ होऊ शकत

नाही. तुमच्या काळक्षितिजाची विस्तारमर्यादा ५० वर्षं आहे. आणि उत्पन्न तर अगदी वाईट – गुंतवणुकीतून वर्षाला ६%, ८% किंवा १०% उत्पन्न मिळणं ही सामान्य बाब आहे. काळाला तुमच्या आयुर्मानाचं बंधन आहे; तर काही विशिष्ट गुंतवणुकीतून मिळणारं सरासरी उत्पन्न, तुमच्या उत्पन्नाला निर्बंधित करतं. आणि या सर्वांची बेरीज ही मर्यादित आहे; कारण तुमची मिळकत निर्माण होण्याचं साधन, तुमची नोकरी, त्यालादेखील मर्यादा आहेतच. चक्रवाढ व्याजातील या गणितीय त्रुटी घालवण्याचा एकमेव मार्ग म्हणजे *मोठ्या आकड्यांनी सुरूवात करणं आणि आकडे मोठे असण्यासाठी वृद्धी असणं आवश्यक आहे.*

याशिवाय, नोकरीसारखंच, तुम्ही चक्रवाढ व्याजावर नियंत्रण ठेवू शकत नाही.

तुमच्या बचतीवर २५% व्याज द्या, असं तुम्ही बँकेला सांगू शकता का? ''अहो, श्री. मंद गती मार्ग बँक, मला माझ्या बचत खात्यातील रकमेवर २५% व्याज पाहिजे.''

तुम्ही अर्थव्यवस्थेवर नियंत्रण ठेवू शकता का? ''अहो, श्री. अर्थव्यवस्था, तुम्ही कमी बेरोजगारी आणि व्यवसायपूरक कर व्यवस्थेची हमी देऊ शकता का?''

शेअर बाजारातून मिळणाऱ्या सरासरी उत्पन्नावर तुम्ही नियंत्रण मिळवू शकता का? ''अहो, श्री. शेअर बाजार, या ८% परताव्याचा आता मला कंटाळा आला आहे, या वर्षी तुम्ही २५०% परतावा देऊ शकता का?'' किती विनोदी आहे हे!

या समीकरणात तुम्ही अगदी तीव्र, श्रमकेंद्रित शोधाव्यतिरिक्त, १% इतका अत्यल्प अतिरिक्त परतावा देणाऱ्या इतर कोणत्याही घटकावर नियंत्रण मिळवू शकता का?

तुम्हांला तसं नियंत्रण नाही मिळवता येणार.

इंडक्स फंड्स आणि ४०१(क) तुम्हांला श्रीमंत का बनवू शकत नाहीत?

२००८ साली मी एका मोठ्या नावाजलेल्या ब्रोकरेज फर्मनं आयोजित केलेल्या, गुंतवणूकीतून निश्चित उत्पन्न मिळवून देणाऱ्या एका परिसंवादाला गेलो होतो. निश्चित उत्पन्न देणारी गुंतवणूक ही महापालिका किंवा कॉर्पोरेट बाँडसारखी असते. केवळ उभं राहून ऐकायच्या त्या परिसंवादाला जेमतेम ५० माणसं हजर होती. मी मागे बसून गर्दीला न्याहाळत होतो. पिकलेले केस, हातातल्या काठ्या, चाकाच्या खुर्च्या हे सगळं वगळलं तर कोण शिल्लक राहिलं?

फक्त मी.

त्या खोलीत सगळ्यांत मीच तरुण होतो. (आता मी तितका तरुण राहिलेलो नाही). सगळ्या निवृत्त लोकांच्या गर्दीत तिशीचा मी, कसा काय आलो?

त्या खोलीतले सगळे लोक हे मंद गती मार्गावरचे यशस्वी वाटसरू होते. त्यांनी संपत्ती वाढवण्यासाठी काळाचा वापर केला होता आणि त्या बदल्यात त्यांना काय मिळालं होतं, तर वार्धक्य. मी हे ज्येष्ठ नागरिकांच्या कोणत्याही आकसापोटी बोलत नाही, परंतु मला माझा मुद्दा अधोरेखित करायचा आहे : चक्रवाढ व्याजामुळं (इंडेक्स फंड, म्यूच्युअल फंड, शेअर बाजार यांतून मिळालेल्या) संपत्तीत जलद गतीनं वृद्धी होत नाही.

हॅरिसन ग्रुप (Harrison-GroupInc.com) नावाच्या एका मार्केटिंग आणि संशोधन गटाच्या अहवालानुसार, ज्यांची निव्वळ संपत्ती ५ मिलियन डॉलर्स (पेंटा

मिलिअनर्स) आहे, अशा लक्षाधीशांपैकी केवळ १०% लक्षाधीशांनी आपली संपत्ती निष्क्रिय (पॅसिव्ह) गुंतवणुकीतून वाढवली आहे असं सांगितलं. त्यांच्या वयाबाबत माहिती देण्यात आली नव्हती, परंतु तुम्ही अंदाज लावू शकता की त्या १०% पैकी एकही ३० वर्षं वयाच्या खालचा नव्हता.

यावर जरा विचार करा. तुम्ही एखाद्या महाविद्यालयीन विद्यार्थ्याला भेटला आहात का जो इंडेक्स फंडांमध्ये किंवा त्याच्या मालकाच्या एखाद्या आकर्षक निवृत्तिवेतन योजनेत गुंतवणूक करून श्रीमंत बनला आहे? ज्यानं २०१४मध्ये म्युनिसिपल बाँड्स विकत घेऊन २०१८मध्ये निवृत्ती घेतली आहे, अशा माणसाबद्दल काय सांगाल? म्यूच्युअल फंडात व्यवस्थित गुंतवणूक करून १.२ मिलियन डॉलर्सची गाडी जर कोणी चालवत असेल तर अशा माणसाचं मला आश्चर्य वाटणार नाही का?

अशा व्यक्ती अस्तित्वात नसतात, कारण तरुणपणात श्रीमंत झालेल्या व्यक्तींचं उत्पन्न ८%नी नव्हे, तर ८००% ने वाढत असतं. तुमची मिळकत, एक वर्षात कधी ८००% नी वाढली आहे का? कदाचित नाही. पण तुम्हांला अंदाज आहे का? माझी वाढली आहे. कारण, मी मंद गती मार्गात स्वत:ला जखडून घेतलं नाही. संपत्ती वाढवण्याचं माझं वाहन हे वॉल स्ट्रीटवर अवलंबून नाही.

तथापि, या उपायांमुळंच संपत्तीत वाढ होत असते हा समज तुमच्या अंगवळणी पडला आहे. इंडेक्स फंड्स, शेअर्स, रोखे (बाँड्स), ४०१(क), डॉलर्सचं सरासरी मूल्य आणि चक्रवाढ व्याज हे सगळे मार्ग संपत्तीवृद्धीच्या मार्गात येणारे योजनाशून्य, जुनाट मंद गती मार्ग आहेत.

दुर्दैवानं नियंत्रण अथवा वृद्धी असल्याशिवाय, संपत्तीत वाढ करण्यासाठी हे मार्ग कुचकामी ठरतात.

खरेदी आणि ताबा – इतिहासजमा संकल्पना

महाविद्यालयात असताना, 'खरेदी आणि ताबा' हे गुंतवणुकीचं सुरक्षित धोरण आहे आणि त्यातूनच लक्षाधीश निर्माण होतात, असं मला शिकवण्यात आलं होतं. तुम्ही लाखोंनी न्हाऊन निघाल. याचा एक आलेख तुमच्या समोर नाचवत ते सांगतील...''१९५५ साली, अ ब क कंपनीत गुंतवलेल्या १०,००० डॉलर्सचं मूल्य आज ५ मिलियन डॉलर्स झालं आहे!'' *धन्यवाद, पण मी असल्या गोष्टींकडे कधी लक्ष दिलं नाही.*

१९९७ सालात मी १,००० डॉलर्स टाकून माझं वैयक्तिक खातं उघडलं आणि एका मोठ्या गुंतवणूक कंपनीतर्फे वाढत जाणाऱ्या म्यूच्युअल फंडात मी पैसे गुंतवले. हो, माझ्या पैशांचं व्यवस्थापन मी 'व्यावसायिकांकडून' करवून घेतलं. पुढली दहा वर्षं, मी त्या पैशांना हातही लावला नाही. खरं सांगायचं तर मी त्या खात्याबद्दल विसरूनही गेलो होतो.

त्या मधल्या दहा वर्षांत, मी फास्ट लेन मार्ग आणि त्याची धोरणं अनुसरून १० मिलियन डॉलर्स कमावले होते. मग काही वर्षांपूर्वी उघडलेल्या त्या वैयक्तिक खात्याचं काय झालं? मी त्याला हातही लावला नाही आणि त्याला मंद गती मार्गाच्या चढउतारांवर सोडून दिलं. २०१० साली जेव्हा हे पुस्तक मी लिहून संपवलं, त्या खात्यातल्या रकमेचं मूल्य होतं ६९८ डॉलर्स. ६९८ डॉलर्स!

महागाई लक्षात घेतली, तर त्याचं खरं विक्रीमूल्य ५०० डॉलर्सच आहे. यापेक्षा स्वयंपाकघरात जादा म्हणून ठेवलेल्या डब्यात केलेली गुंतवणूक ही जास्त चांगली आहे असं म्हणावं लागेल. मी जर १ मिलियन डॉलर्स गुंतवले असते, तर माझं ४०,००० डॉलर्सहून अधिक नुकसान झालं असतं.

आणि याला मंद गती मार्गाचं विहित शस्त्र आहे असं म्हणतात? हास्यास्पद आहे!

'खरेदी आणि ताबा' या उक्तीनुसार लाखो लोक मंद गती मार्गालाच महामार्ग समजतात. असा महामार्ग जो दशकानुदशकं लांब आहे, ज्याच्यात नियंत्रण न करता येण्याजोगे धोके आहेत आणि जो क्वचितच संपत्तीकडे घेऊन जातो.

नुकतीच एका मंद गती मार्गावरील भविष्यवेत्त्यानं पुढं दिलेल्या गोष्टींच्या आधारे 'हळूहळू श्रीमंत होणे' हे तत्त्व दृष्टिक्षेपात ठेवून केलेली घोषणा ऐकली होती : *जर १९४० सालच्या अखेरीला तुम्ही शेअरबाजारात एस अँड पीमध्ये १,००० डॉलर्स गुंतवले असतील तर आता तुमच्याकडे १,३४१,५१३ डॉलर्स जमा झाले असणार.* हे वास्तव आहे हे गृहीत धरून यातील तथ्य तपासून पाहू.

१) सध्या १९४० साल सुरू आहे आणि तुम्ही २१ वर्षांचे आहात.

२) सध्या १९४० साल सुरू आहे आणि येनकेनं प्रकारेनं तुमच्या हातात १००० डॉलर्स आहेत, ज्याचं आजच्या तारखेला मूल्य आहे १५,००० डॉलर्स.

३) तुम्ही १९४० सालातले ते पैसे घेऊन वर सांगितल्याप्रमाणं केलं.

अभिनंदन! आता २०११ साल सुरू आहे आणि तुम्ही ९१ वर्षांचे आहात आणि १,३४१,५१३ डॉलर्स मिळवून श्रीमंत झाला आहात. किंवा जर तुम्हांला तुमच्या जन्माच्या वेळीच १,००० डॉलर्स मिळाले असतील तर तुम्ही ७१ वर्षांचे आहात! मित्रांनो, ही वेळ आनंद साजरा करण्याची आहे! 'हळूहळू श्रीमंत व्हा' मार्ग तुम्हांला श्रीमंत करणार आहे! ७४ वर्षांच्या आयुष्यात तुमच्या ज्या काही आशाआकांक्षा होत्या त्या विसरून जा आणि तुमची व्हीलचेअर अद्ययावत आणि सुसज्ज आहे ना याची मात्र खात्री करून घ्या.

खरं खरं सांगा, या असल्या मूर्खपणावर कोणीतरी आनंदित होईल का?

मंद गती मार्गाचे काळासोबत असलेलं विश्वासघातकी नातं

चक्रवाढ व्याज आणि नोकरी यांच्यात समान दोष (आजार) आहे. दोन्हीही तुमचा वेळ अगदी चुकीच्या मार्गानं आणि आधाशासारखा खातात आणि त्या बदल्यात त्यावरचं नियंत्रणही देत नाहीत. मंद गती मार्गाच्या संपत्तीच्या समीकरणाचे दोन्ही घटक हे काळानं जखडलेले असतात – नोकरीच्या बदल्यात खर्ची घातलेला वेळ आणि बाजारातील गुंतवणुकींत खर्ची घातलेला वेळ. वेळ हा संपत्तीतला दुवा बनतो जो, गणितीय त्रुटी आणि आयुर्मान यांना जोडतो. : दिवसाचे २४ तास आणि आयुर्मानापैकी ५० वर्षांचा कार्यकाळ.

खरंच, श्रीमंत होणं हे कालसापेक्ष कार्य आहे.

जर तुम्ही, आपण कायम जगणारच आहोत हा विचार करत नसाल, तर हा संबंध कदचित अविचार ठरू शकतो. का? *कारण वेळेचा व्यापार म्हणजे संपत्ती दूर लोटणंच होय.*

ही अगदी कीव करण्याजोगी उदाहरणं पाहा. समजा, एकूण वेतनाच्या ५% बचत तुम्ही करता आणि एकूण गुंतवणुकीमधून तुम्हांला वर्षाला ८% परतावा मिळतो. आपण यातून कर आणि महागाई दर वगळणार आहोत.

वार्षिक वेतन २५,००० डॉलर्स, वार्षिक बचत १,२५०, ८% दरानं ४० वर्षांपेक्षा जास्त गुंतवणूक = ३६२,८९५

वार्षिक वेतन ५०,००० डॉलर्स, वार्षिक बचत २,५००, ८% दरानं ४० वर्षांपेक्षा जास्त गुंतवणूक = ७२५,७९१

वार्षिक वेतन ७५,००० डॉलर्स, वार्षिक बचत ३,७५०, ८% दरानं ४० वर्षांपेक्षा जास्त गुंतवणूक = १,०८८,६८६

वार्षिक वेतन १००,००० डॉलर्स, वार्षिक बचत ५,०००, ८% दरानं ४० वर्षांपेक्षा जास्त गुंतवणूक = १,४५१,५८१

वार्षिक वेतन १,५०,००० डॉलर्स, वार्षिक बचत ७,५००, ८% दरानं ४० वर्षांपेक्षा जास्त गुंतवणूक = २,१७७,१३२

हे आकडे बघून हुरळून जाऊ नका. लक्षात ठेवा, हे आकडे आतापासून ४० वर्षांनंतरचे आहेत. जर आता तुम्ही २० वर्षांचे असाल, तर तेव्हा तुम्ही ६० वर्षांचे झालेले असाल. जर तुम्ही ३० वर्षांचे आहात, तर तेव्हा तुम्ही ७० वर्षांचे झालेले असाल. जर तुम्ही आता ४० वर्षांचे असाल, तर तुम्ही मरण पावलेले असाल. माफ करा, परंतु हे सामान्य आयुर्मानाहून जास्त आहे.

मग या वयात मिळालेले पैसे आणि स्वातंत्र्य यांत आकर्षण वाटण्याजोगं काही आहे का? शिवाय, तुमच्या लक्षात येतंय का, की या रकमेमध्ये आजच्या तारखेला ५०% तरी क्रयशक्ती आहे का? चाळीस वर्षांपूर्वी तुम्ही एक गाडी ५,०००मध्ये आणि पावाची लादी ५० सेंट्समध्ये विकत घेऊ शकत होता. शिवाय आपण केलेल्या उच्च धारणा, फायदेशीर रोजगार आणि मजबूत अर्थव्यवस्था यांनादेखील विसरून चालणार नाही; कारण तेच आपल्याला वर्षाला सुरक्षित असा ८% परतावा मिळवून देतात. २००८ साली शेअर बाजार ५० टक्क्यांनी कोसळला. मला वाटतं तुमचे गुरू ही विसंगती सांगायचं विसरले.

मित्रांनो, तुम्हांला लाखो रुपयांसोबत हातात वार्धक्यातली काठी धरायची नाहीये, तर तुम्हांला त्या सोबत तारुण्य आणायचं आहे.

थेंब थेंब संपत्ती गोळा करण्यासाठी, लोक दररोज आपल्या वेळेचं बलिदान देतात, जेव्हा की वेळ ही मालमत्ता नसून जबाबदारी असते. अशी कुठलीही गोष्ट जी आपला वेळ खाते तसंच तिच्याकडे मोकळा वेळ देण्याचं सामर्थ्य नसतं अशी प्रत्येक गोष्ट ही जबाबदारी असते.

मंद गती मार्गात, वेळेला, एखाद्या उसळणाऱ्या कारंजाप्रमाणं अवमानकारक वागणूक दिली जाते. दुर्दैवानं मृत्यू हा १०० टक्के येणारच असतो आणि आयुष्याची परिणती ही मृत्यूतच होत असते. एके दिवशी तुम्ही मृत्यू पावाल आणि आशा करू या की, जेव्हा

तुमची मुलं मोठी होत होती आणि तुमची बायको तिच्या योगशिक्षकाशी सूत जुळवत होती, तेव्हा आयुष्यातला ६०% वेळ तुम्ही क्युबिकलमध्ये बसून वाया घालवला नाही.

मंद गती मार्ग एक आशेचा किरण आहे

मंद गती मार्ग तुमचं नियंत्रण सौम्य करतो. तुम्ही हे पुस्तक वाचत आहात कारण तुम्हांला तुमच्या नशिबातल्या आर्थिक बाजूवर नियंत्रण मिळवायचं आहे. ते वॉल स्ट्रीट किंवा अन्य कुठल्या कंपनीच्या हातात द्यायचं नाहीये.

जर तुम्हांला श्रीमंत व्हायचं असेल, तर तुमच्या *आर्थिक नियोजनातल्या घटकांवर तुम्हांला नियंत्रण आणावं लागेल तसंच त्यात वाढ करावी लागेल.* नियंत्रण नसेल तर कोणतीही योजना लगेचच विस्कळीत होते आणि आशाअपेक्षा संपुष्टात येतात.

आशा आहे की मला काढून टाकणार नाहीत!

आशा आहे की माझ्या शेअर्सचा भाव पुन्हा वाढेल!

आशा करतो की मला ती बढती मिळेल!

आशा करतो की माझे तास कमी करणार नाहीत!

आशा करतो की माझी कंपनी दिवाळखोर होणार नाही!

आशा, आशा आणि आशा!

माफ करा, *आशा ठेवणं म्हणजे नियोजन नाही!*

मंद गती मार्ग आशारूपी तुरुंगात कैद असतो आणि त्याचा रक्षक असतो वेळ (काळ). भरपूर श्रीमंती जलद गतीनं येण्यासाठी, तुम्ही मंद गती मार्गाचं सूत्र आणि या मार्गाचं काळाशी जे प्रेमाचं नातं आहे त्याचा त्याग केला पाहिजे. *संपत्ती काळाच्या साथीनं, मालमत्तेच्या स्वरूपात निर्माण केली जाते, कोणतीही जबाबदारी म्हणून नाही.*

तथापि, मंद गती मार्गावरून चालणाऱ्यांची 'अनियंत्रणात्मक मर्यादित वृद्धी'ची प्रतिक्रिया काहीशी अपेक्षित अशीच असते : आंतरिक मूल्य या घटकावर आपल्याला नियंत्रण मिळवता येईल या चुकीच्या समजावर आधारित घटकावरच त्यांची लढाई सुरू होते. मंद गती मार्गावर चालणारे हुज्जत घालून म्हणत असतात, – ''मला जास्त पैसे कमावलेच पाहिजेत!'' आणि ही निरर्थक लढाई ते महागडं शिक्षण घेऊन लढत असतात.

प्रकरण सारांश : फास्ट लेनची वैशिष्ट्यं

- 'अनियंत्रणात्मक मर्यादित वृद्धी' (यूएलएल) मुळं मंद गती मार्गानं मिळवलेली संपत्ती अव्यवहार्य असते.
- मंद गती मार्गाच्या संपत्तीच्या समीकरणातला पहिला घटक नोकरीतून उत्पन्न होतो, ज्याचा आणखी एक घटक असतो आंतरिक मूल्य. जे तुमच्या आयुष्याच्या बदल्यात कमावलेली किरकोळ किंमत असते.
- आंतरिक मूल्य म्हणजे वेळेचा मोबदला, जे बाजारस्थानावर ठरलेलं असतं. ते काळाच्या परिमाणात मोजतात, ताशी किंवा वार्षिक.

- मंद गती मार्गात आंतरिक मूल्य (त्याच्या कालमापनाकडे दुर्लक्ष करून) संख्यात्मकपणं प्रतिबंधित करण्यात आलेलं असतं, कारण दिवसात फक्त २४ तास असतात (तासावर काम करणाऱ्यांसाठी) आणि सरासरी आयुष्यमान ७४ वर्षं असतं (पगारदार नोकरांसाठी).
- मंद गती मार्गावरच्या लोकांच्या प्राथमिक उत्पन्न-स्रोताप्रमाणंच (नोकरी), त्यांच्या संपत्तीत वाढ करणाऱ्या वाहनालादेखील काळाची जोड मिळून ते खिळलेलं असतं. (चक्रवाढ व्याज)
- नोकरीप्रमाणंच, चक्रवाढ व्याजदेखील निरुपयोगी आहे आणि त्यात कोणतेही बदल करता येत नाहीत. प्रत्येक वर्षी भरघोस परतावा मिळण्यासाठी तुम्ही शेअर बाजारात (अर्थव्यवस्थेत) कोणतीही जोरजबरदस्ती करू शकत नाही.
- संपत्तीची सांगड जर कालावर आधारित गणिताशी असेल, तर त्यात वृद्धी होऊ शकत नाही.
- वेळ हेच तुमचं आद्यतम इंधन आहे आणि पैशांसाठी त्याचा व्यापार केला जाता कामा नये.
- वेळ (काळ), संपत्तीसाठी खर्च करण्याजोगं संसाधन नाही, कारण संपत्ती स्वतःच काळापासून निर्माण होते.
- तुमची मर्त्यता संपत्ती निर्माण करण्यासाठी लागणाऱ्या वेळेला मंद करते.
- तुम्ही तुमच्या संपत्ती-विश्वातील मूळ बदल नियंत्रित करू शकत नसाल, तर तुम्ही तुमची आर्थिक योजनाही नियंत्रित करू शकत नाही.

फास्ट लेन

१३

निरर्थक लढा : शिक्षण

''माझ्या शिक्षणात अडथळा आणणारी एकमेव गोष्ट म्हणजे माझे शिक्षण.''

–अल्बर्ट आइन्स्टाईन

अनियंत्रणात्मक मर्यादित वृद्धीशी लढा : शिक्षण

शिक्षणाचं हत्यार वापरून, 'अनियंत्रणात्मक मर्यादित वृद्धी' (यूएलएल) प्रति आंतरिक मूल्याशी लढा देण्याची नैसर्गिक प्रतिक्रिया, मंद गती मार्ग वासीयांच्या, संपत्तीविषयक समीकरणात उपजतच, आनुवंशिकरीत्या निर्माण होते.

यूएलएल हेच, मंद गती मार्गाची व्याख्या प्रस्थापित करत असल्यामुळं वाढवता येईल असा एकमेव घटक म्हणजे वेतनाचा दर– अशी कारणमीमांसा मंद गती मार्गावरील लोक करतात. मला सहा आकडी पगार निर्माण करण्याची गरज आहे! मला जास्त पैसे मिळवावेच लागतील! त्यासाठी मग, ते पुन्हा महाविद्यालयात जाऊन, एम.बी.ए. किंवा तत्सम शिक्षण घ्यायला सुरूवात करतात. त्यावर त्यांचं असं म्हणणं असतं, ''एम.बी.ए.ची पदवी घेतल्यानं १५% पगार जास्त मिळतो!'' किंवा ''पी.एम.पी. शिक्षण घेतलेल्याला सुरूवातीलाच वर्षाला १२,००० डॉलर्स पगार मिळतो!''

उदाहरणार्थ, स्वत:ची गुणवत्ता उंचावण्यासाठी स्टीव्ह डेबॉयसने एम. बी.ए.च्या अभ्यासक्रमाला प्रवेश घेतला. या एम.बी.ए. अभ्यासक्रमाचं शुल्क आहे, ८०० तासांसाठी ५५,०००. या शिक्षणामुळं आपल्या आंतरिक मूल्यात वृद्धी होईल या अपेक्षेनं, स्टीव्ह या दुहेरी खर्चाचं (वेळ आणि पैसा) समर्थन करतो. अभ्यासक्रम पूर्ण केल्यानंतर स्टीव्हची अशी अपेक्षा आहे की तो कंपनीसाठी मूल्यवान ठरेलच, परंतु स्पर्धात्मक बाजारमूल्यातदेखील वाढ होईल. दुर्दैवानं तो अजूनही पैशासाठी वेळेचाच व्यापार करतो आहे – थोड्या चढ्या दरानं, परंतु अजूनही अनियंत्रित आणि वृद्धीहीन.

दुसरं उदाहरण माझ्या एका मैत्रिणीचं आहे. तिनं प्रोजेक्ट मॅनेजमेंट सर्टिफिकेशन (प्रकल्प व्यवस्थापन प्रमाणपत्र) अभ्यासक्रमासाठी नाव नोंदवलं. त्या अभ्यासक्रमानं तिचे शनिवारचे ५८ तास गिळंकृत केले आणि त्याचं मूल्य होतं २,७००. यामागचं तिचं उद्दिष्ट काय होतं? प्रकल्प व्यवस्थापनातल्या अभ्यासक्रमामुळं बाजारातलं तिचं आंतरिक मूल्य वाढेल. प्रमाणित प्रकल्प व्यवस्थापक म्हणून ती स्वत:ला जास्त पगाराच्या योग्यतेची समजत होती. पण हादेखील पैशासाठी वेळेचा व्यवहार होता.

जाणीवपूर्वक असेल किंवा नसेल, मंद गती मार्गावरचे लोक हे समजून चालतात की, आंतरिक मूल्य संपत्ती निर्माण करू शकेल. महाविद्यालयातून बाहेर पडल्या पडल्या लठ्ठ पगाराची नोकरी हवी आहे? तर मग, वैद्यकीय शाखेत प्रवेश घेऊन डॉक्टर बना. एक डॉक्टर म्हणून आता तुमचं आंतरिक मूल्य आहे, ताशी ५०० डॉलर्स. इंजिनिअर, वकील किंवा अकौंटंट व्हा, हे सगळे भरपूर शुल्क तसंच पगार घेणारे असतात. म्हणजेच काय, सामान्यपणे, महाविद्यालयातल्या शिक्षणाचा उपयोग मंद गती मार्गावरची उद्दिष्टं साध्य करण्यासाठी केला जातो. आंतरिक मूल्य वाढवण्याचा निखालस प्रयत्न. या आंतरिक मूल्याशी लढा द्या!

सगळ्या प्रकारचं शिक्षण नैतिक नसतं

औपचारिक शिक्षणाचा उपयोग आंतरिक मूल्य वाढवण्यासाठी करण्यात एक समस्या ही आहे की ते वेळ आणि पैसा दोन्ही बाबतींत फार खर्चीक असतं. एक आठवडा असा जात नाही जेव्हा, असं कानांवर येत नाही की, नुकताच एम.बी.ए.ची पदवी घेतलेला तरुण शिक्षणाच्या खर्चासाठी घेतलेलं कर्ज चुकवण्यासाठी संघर्ष करतो आहे आणि अशा पगाराची नोकरी करतो आहे जी त्याला साधारण शिक्षण घेतल्यानंतरदेखील मिळू शकली असती. नोकरीला सापळ्यात अडकवणारं कर्ज चांगलं कर्ज नव्हे. 'उच्च शिक्षित' होण्याचा ध्यास घेणं हा तुमच्या स्वातंत्र्यातला ट्रोजर्न हॉर्स बनू शकतो.

सगळ्याच प्रकारचं उच्च शिक्षण समान किंवा नैतिक असतं, असं नाही. काही प्रकारचं शिक्षण संपत्तीला मारक असू शकतं. जर शिक्षण तुम्हांला कर्जाच्या ढिगाखाली गाडून टाकत असेल, आयुष्यभर एकाच नोकरीला जखडून ठेवत असेल, तर अशा प्रकारचं शिक्षण चांगलं शिक्षण आहे का? जर एम.बी.ए.मुळं तुमच्या पगारात १५% वाढ होत असेल, परंतु त्याचं कर्ज चुकवण्यासाठी १५ वर्षं लागत असतील, तर ही एक चांगली गुंतवणूक आहे का?

एक महान दंतकथा प्रचलित आहे : श्रीमंत बनण्यासाठी तुम्ही एका महागड्या महाविद्यालयाचे पदवीधर असण्याची आवश्यकता असते. मूर्खपणा आहे सगळा! जलद गती मार्गानं श्रीमंत होण्यासाठी पदवी ही पूर्व अट होऊ शकत नाही. जलद गती मार्गानं श्रीमंत झालेल्यांमध्ये असेही काही लोक आहेत ज्यांनी महाविद्यालयीन काय– पण शालेय शिक्षणदेखील पूर्ण केलेलं नाही. बिल गेट्स, स्टीव्हन स्पीलबर्ग, रिचर्ड ब्रॅन्सन, मायकेल डेल, फेलिक्स डेनिस, डेव्हिड जेफेन आणि जॉन पॉल दहोरिया या सगळ्यांना फास्ट लेनच्या उद्दिष्टपूर्तीसाठी शाळेतून काढण्यात आलं होतं. मग, ते 'शिक्षित' नसूनही श्रीमंत कसे झाले?

मंद गती मार्गाचा सापळा

शिक्षणासाठी महाविद्यालयाचं महागडं शुल्क भरणं हा एक धोकादायक खेळ आहे, जो मंद गती मार्गावरील *अनुरूपता आणि शिक्षणाची गुलामी* या सापळ्याकडे खेचून नेतो.

सर्वसामान्यपणं, महाविद्यालयीन अभ्यासाची प्रगती, सामान्य ज्ञानापासून अगदी विशिष्ट कौशल्यं मिळवण्यापर्यंत होत जाते. उदाहरणार्थ, अर्थशास्त्राचा अभ्यास करत असतानाच मी गुंतागुंतीची गणितीय समीकरणंदेखील शिकलो. मला त्याचा, 'भाडेपट्टीवर घ्यायचं की विकत घ्यायचं,' 'परतावा की गुंतवणूक,' असे आर्थिक निर्णय घेताना मदत झाली. या संकल्पना अशी वैशिष्ट्यपूर्ण व्यापारसाधनं आहेत जी तुमच्या भविष्यातील पर्यायांत अडचणी निर्माण करू शकतात. अर्थशास्त्रातील पदवीधरांसाठी रुळलेला मार्ग म्हणजे आर्थिक क्षेत्रातील एखाद्या कार्यालयात, लेखनिक कार्यालयात किंवा गुंतवणूक करणाऱ्या कंपनीमध्ये नोकरी करणं.

शिक्षणातून प्राप्त झालेल्या कौशल्याचा अप्रत्यक्ष आणि नकळत परिणाम हा माझे पर्याय एका विशिष्ट चाकोरीतच मर्यादित ठेवण्यात होत होता. निष्पत्ती? *अनुरूपता आणि मर्यादित पर्याय.* जर माझ्या क्षेत्रात संधी नसतील, तर माझं शिक्षण निरर्थक आणि अवमूल्यित होतं. जर उपलब्ध संधींसाठी शैक्षणिक पात्रता कमी चालत असेल, (जसे की बी.एस.), तर मग माझ्याकडे एम.बी.ए.ची पदवी आहे, म्हणजे मी अधिक पात्रतेचा असलेला- पण बेरोजगार होतो. प्रगत तंत्रज्ञानाधारित माझी कौशल्यं प्रत्यक्षात कुचकामी ठरत असतील तर माझं शिक्षण अवमूल्यित होतं आणि त्याचबरोबर समाजातली माझी पतदेखील घसरत जाते.

या शैक्षणिक सापळ्यातील दुसरा धोका म्हणजे 'शैक्षणिक गुलामगिरी'. जर पदपथावर चालणारे 'राहणीमानाच्या गुलामगिरी'शी झगडत असतात, तर, मंद गती मार्गावरचे लोक 'शैक्षणिक गुलामगिरी'शी झुंजत असतात (शिक्षणामुळं कमी झालेलं स्वातंत्र्य). आणि त्यामुळंच लोक नोकरीच्या सापळ्यात शिकार होतात. तुमच्या शिक्षणानं तुम्हांला नोकरीशी करारबद्ध केलं आहे का? उच्च पदव्या स्वस्तात मिळत नसतात. कॉलेज महामंडळानुसार, २०१७ साली कुठल्याही सार्वजनिक विद्यापीठातील पदवी मिळवण्यासाठी, हॉस्टेलवर राहणं आणि जेवणखर्चासहित १००,००० डॉलर्सच्या वर खर्च येत असे. जर खाजगी विद्यापीठात गेलात तर हाच खर्च २००,००० + डॉलर्स. येण्याजाण्यासाठी जी फेरारी गाडी वापरता तिचा खर्च इतका येतो. या इतक्या कर्जाचा बोजा तुमच्या स्वप्नांना गाडून टाकेल, त्यांना उभारी देणार नाही. तो तुम्हांला कायमस्वरूपी मंद गती मार्गालाच किंवा वाइटात वाईट पदपथालाच जखडून ठेवेल.

ही आकडेवारी पाहू. २००७ मध्ये *वॉशिंग्टन पोस्टने* अशी बातमी दिली होती की, नेली मे या विद्यार्थिकर्ज देणाऱ्या सगळ्यांत मोठ्या संस्थेअनुसार, महाविद्यालयीन विद्यार्थी जोपर्यंत प्रौढ होतात, तोपर्यंत त्यातील ५६% लोकांकडे चार किंवा त्याहून जास्त क्रेडिट कार्ड्स जमा झालेली असतात. आणि त्यात सरासरी २,८६४ डॉलर्स इतकी शिल्लक होती. डेमॉस-यूएसए, सार्वजनिक धोरण संशोधन आणि पुरस्कार संस्थेच्या संशोधन अहवालानुसार, १८ ते २४ वयोगटातील लोक, आपल्या मासिक वेतनातील ३०% रक्कम कर्ज परतफेड करण्यावर खर्च करतात. हा दर गेल्या वीस वर्षांच्या दुप्पट आहे. महाविद्यालयीन

कर्जदारांच्या पाहणीत असं आढळलं आहे की, सरासरी वरिष्ठ पदवीधारक १९,००० डॉलर्स शिक्षणकर्जापोटी खर्च करतात आणि पदवी अभ्यासक्रम पूर्ण करत असलेल्यांची ४५,००० डॉलर्सहून जास्त रक्कम शिक्षणकर्जापोटी खर्च होते. २००७ सालच्या चार्ल्स श्वॅब पाहणीतून हे सिद्ध झालं आहे की, तरुणांचा समज असतो की, आपण प्रौढ झाल्यावर आपल्याला सरासरी १,४५,००० डॉलर्स पगार मिळेल. पण प्रत्यक्षात? महाविद्यालयाची पदवी असलेल्या प्रौढांना सरासरी ५४,००० डॉलर्स वेतन मिळते. दुर्दैवानं पुढं असणारं भविष्यही फार काही उज्ज्वल नसतं. वास्तविकता आणि अपेक्षा यांच्यात १,००,००० डॉलर्सची दरी असते. वास्तविकता आणि अपेक्षा यांच्यातील दरी कमी करण्याच्या प्रयत्नांत आपल्या तरुणाईवर कर्जाचा डोंगर का चढत आहे हे ही असमानता स्पष्ट करते. *जर मी १,४५,००० डॉलर्स कमवू शकत नसेन, तर निदान १,४५,००० डॉलर्स कमवत असल्याचं दाखवू तरी शकतो!*

लोक श्रीमंत न बनण्याचं उत्तम निमित्त देतात, ''माझ्याकडे वेळ नाही.'' असं? का बरं वेळ नाही तुमच्याकडे? कारण तुम्ही नोकरी करता. तुम्ही नोकरी का करता? कारण तुम्हांला एका नोकरीची गरज आहे. अशी गरज का आहे? तर तुम्हांला तुमची बिलं चुकती करायची असतात. बिलं का चुकती करायची असतात? कारण तुमच्या डोक्यावर कर्ज आहे. हो, कारण तुम्ही सहा वर्षं महाविद्यालयात काढली आहेत आणि त्यासाठी घेतलेलं सहा आकडी शिक्षणकर्ज तुमच्या डोक्यावर आहे.

जर तुम्ही उच्च शिक्षणासाठी कर्ज घेतलं असेल, तर ते कर्ज आपसूकच तुमच्या पायातली बेडी बनतं आणि तुम्हांला नोकरीच्या गुलामगिरीत जखडून टाकतं, जे तुमचं स्वातंत्र्य पार मोडीत काढतं. जरी तुम्ही आणखी पैसे कमावलेत, तरीही ते कर्ज फेडण्यातच जातात. कर्ज तुम्हांला मोकळा वेळ मिळू देत नाही, तसंच वेळेशी आणखी जखडून टाकतं. त्यामुळं कर्ज हे परजीवी असतं. असं हे परजीवी कर्ज दुर्दैवानं कोणतीही दयामाया दाखवत नाही. तुम्ही बीएमडब्ल्यूसाठी ४५,००० डॉलर्सचं कर्ज काढलेलं असो वा शिक्षणकर्ज, कर्ज तुमचं स्वातंत्र्य हिरावून घेतं आणि आणखी जखडून टाकतं.

प्रकरण सारांश : फास्ट लेनची वैशिष्ट्यं

- मंद गती मार्गावरचे लोक शिक्षणाची मदत घेऊन आंतरिक मूल्य बदलू पाहतात.
- वेळेशी जखडलं जाणं म्हणजे अधिक उत्पन्नासाठी जास्त वेळ देणं. त्यामुळं तुम्हांला मोकळा वेळ मिळतच नाही.
- परजीवी कर्ज म्हणजे असं कर्ज जे तुम्हांला वेळेशी जखडून टाकून अधिक काम करण्यास भाग पाडतं.

फास्ट लेन

१४

गुरूंचा दांभिकपणा

"एक काळ असा होता की, मूर्ख लोकांकडे पैसे राहत नसत, लगेच संपून जायचे; पण आता हे प्रत्येकाच्याच बाबतीत घडत आहे."

–ॲडले स्टीव्हन्सन

तुम्ही फसवले गेले आहात

समजा, महाविद्यालयानंतर तुम्ही काहीसे स्थूल होत चालला आहात आणि मध्येच कधीतरी तुम्ही ठरवता की आता आपण एखाद्या मासिकात चमकणाऱ्या मॉडेलसारखं कमनीय व्हायचं. तुम्ही एका कम्युनिटी कॉलेजमध्ये एका अभ्यासक्रमाला प्रवेश घेता, ज्याचं नाव आहे 'मेगा गेन्स : स्पार्टनसारखं स्वत:चं शरीर कसं पीळदार कराल?'

अभ्यासक्रमाच्या पहिल्या दिवशी तुम्ही थोडं आधीच पोहोचता, नीट जागेवर बसता आणि शिक्षकांची अगदी आतुरतेनं वाट बघता. थोड्या वेळानं एक लठ्ठ माणूस बदकासारखा डुलत डुलत वर्गात येतो. तुम्ही विचार करता, "वा... हा माणूस लठ्ठ आहे... पण इथं येऊन त्याच्यात नक्कीच फरक पडेल... चांगलंच आहे त्याच्यासाठी!" तेवढ्यात घामानं चिंब भिजलेल्या हातातल्या कागदांना तो माणूस सांभाळत असताना, तुमचं लक्ष त्याच्या शेजारी असलेल्या विद्यार्थ्यांनी बसण्याच्या खुर्चीकडे जातं आणि तुम्ही विचारात पडता की हा माणूस या खुर्चीत कसा मावणार... खुर्चीच्या आकाराच्या दुप्पट आहे तो!

आणि तेवढ्यात तुमच्या समोर जे येतं ते अगदी उलट असतं.

तो माणूस विद्यार्थी नसून तुमचा शिक्षक असतो.

काय चेष्टा करताय का माझी?

हा गलेलठ्ठ माणूस 'मेगा गेन्स : स्पार्टनसारखं स्वत:चं शरीर पीळदार कसं कराल?' याचं प्रशिक्षण कसं काय देऊ शकेल, जेव्हा त्याचं स्वत:चंच शरीर इतकं बेढब आहे?

कोणीतरी याच्या सूचना गांभीर्यानं घेतील का?

या लुच्चेगिरीमुळं बावचळून गेलेले तुम्ही, तत्काळ वर्गातून बाहेर पडून, कॉलेजकडून शुल्क परत घेण्याच्या तयारीला लागता.

पैशांच्या बाबतीतदेखील अशा कोणा महान गुरूशी किंवा आर्थिक सल्लागाराशी जेव्हा तुमची गाठ पडते त्या वेळी तुम्ही वर्गातून बाहेर पडा आणि परतावा घ्या. कारण अशी माणसं अपेक्षित कृतीच्या विरुद्ध काम करण्यासाठी दोषपात्र आहेत.

विरोधाभासी कृत्य

विरोधाभासी कृत्य अथवा कृतीच्या विरुद्ध काम अशी विचारणा करतं, ''तुम्ही जे ज्ञान देता तेच कृतीत आणता का? तुम्ही ज्याची शिकवण देता, त्याचे तुम्ही आदर्श, साक्षात दृष्टांत आहात का?''

एखाद्या तेलकट चेहऱ्याच्या व्यक्तीकडून तुम्ही त्वचेची काळजी कशी घ्यावी याचा सल्ला घ्याला का?
दिवाळखोर झालेल्या व्यक्तीकडून आर्थिक सल्ले घ्याल का?
स्वच्छता कर्मचाऱ्याकडून तुम्ही वैद्यकीय सल्ला घ्यायला जाल का?
केवळ ९० पौंड वजन असलेल्या बारीक माणसाकडून शरीर पीळदार करण्याचं मार्गदर्शन घ्याल का?

विसंगत कृती हा आमच्या मंचावरच्या चर्चेचा ज्वलंत विषय आहे. काहींच्या मते, संपत्तीविषयक एखाद्या धोरणाची शिकवण देण्यासाठी हा मार्ग योग्य आहे, परंतु त्याचा कधीही प्रत्यक्षात वापर करू नका.

मी जसं सांगतो तसं करा, मी जे करतो ते करू नका

विरोधाभास तिथं असतो; जेव्हा पैसे कमावण्याच्या एखाद्या योजनेची कोणी तरफदारी करतं, परंतु त्या योजनेमुळं कोणीही श्रीमंत होत नाही. दुसऱ्या शब्दांत सांगायचं, तर हे असे लोक असतात, *जे स्वत:च्याच सल्ल्यानुसार वागत नाहीत.*

असे लोक संपत्तीचं एक समीकरण अगदी चांगलं समजावून शिकवतात (मंद गती मार्ग), परंतु श्रीमंत मात्र वेगळ्याच प्रगत मार्गाने होतात (जलद गती मार्ग).

वित्तीय क्षेत्रातील आघाडीची आणि दांडगी म्हणता येईल अशी 'सुझे' कंपनी जेव्हा लोकांना म्यूच्युअल फंड पोर्टफोलिओबाबत 'डॉलर्सचं सरासरी मूल्य' या संबंधी सूचना देताना मी पाहतो तेव्हा तुम्हांला काय वाटतं, मी त्यांचं म्हणणं ऐकत असतो? अजिबात नाही. मला हसूच येतं. लेहमन ब्रदर्समधल्या शेअर्सबाबत जेव्हा 'क्रेमर' वकिली करतात, कारण त्याचं म्हणणं असतं की ही खरेदी खूप फायदेशीर आहे, तेव्हा मी त्यांचं म्हणणं ऐकतो? मुळीच नाही.

गुंतवणूक क्षेत्रातल्या अशा कोणाही कंपनीनं दिलेल्या सल्ल्यानुसार जे लोक वागतात, त्यांच्याबद्दल मला फार वाईट वाटतं. मी अशा लोकांना गुंतवणूक सल्लागारांऐवजी चांगले

करमणूक कलाकार मानतो. सीएनबीसी चॅनेलवरच्या एखाद्या पंडितानं दिलेल्या सल्ल्यावरून शेअर्समध्ये किंवा तत्सम गुंतवणूक करून निवृत्तीनंतरची रक्कम घालवून बसलेल्यांबद्दल मला यत्किंचितही दया वाटत नाही.

लोकांना काय झालं आहे?

स्वत:च्या आर्थिक नियोजनाची जबाबदारी तुम्ही स्वत: कशी काय घेऊ शकत नाही?

...आणि आता तुमच्या काकांकडे वळू या. तुमच्या आयुष्यातल्या, चांगलं शिक्षण घेतलेल्या, प्रौढ अशा या व्यक्तीला तुम्ही चांगलं ओळखत असता; ज्याला, अणूच्या संरचनेपासून, तारकासमूहातील ग्रहताऱ्यांपर्यंत सर्व प्रकारची माहिती असते. त्याच्या माहितीसाठी तत्काळ धावून येतच असतात : शेअर्सच्या टिप्स, सध्या प्रचलित असलेल्या आणि चांगल्या गंतवणुका, चलनाचा कल, इत्यादी. हो आणि तरीही, विसरू नका, की हे काका दर महिन्याच्या पगारावर चरितार्थ चालवत असतात.

मी अशा लोकांना, 'शेअर बाजारातील सर्वज्ञ' म्हणतो, जे तुम्हांला आर्थिक कमाई कशी करावी याबद्दल सल्ले देतील आणि तरीही स्वत: मात्र पैशांच्या ओढगस्तीत जगत असतात. हे बोलबच्चन भामटे म्हणजे जणू काही, निरोगी आयुष्य आणि तंदुरुस्तीवर, १५० किलो वजनाच्या लठ्ठ माणसानं दिलेलं भाषण आहे. अशा लोकांकडे करमणूक म्हणून बघा, सल्लागार म्हणून नाही. मैदानात उतरून गोल मारलेल्याकडूनच चांगला सल्ला मिळतो, जो कधीच मैदानातदेखील उतरलेला नाही, तो चांगला सल्ला काय देऊ शकणार! क्वार्टर बॅकिंगबाबत चांगला सल्ला टॉम ब्रॅडी देऊ शकतो, एम.जे. डिमार्को नाही. (क्वार्टर बॅकिंग – फुटबॉलमध्ये प्रत्येक खेळाच्या सुरूवातीला चेंडू मिळवणारा खेळाडू आणि तो घेऊन किंवा मैदानात फेकून संघ हलवणारा खेळाडू.)

खरोखरच अशी विसंगत कृती असते का?

पैशांच्या खेळात, पैसा हेच स्कोअर कार्ड असतं. कोणी तुम्हांला सांगत असेल की, त्यांनी कसा 'स्कोअर' केला, तर खात्री करून घ्या की ते तुम्हांला, त्यांच्या भ्रामक संकल्पनांवर आधारित मार्ग सांगत नसून संपत्ती मिळवण्याचा खरा मार्ग सांगत आहेत.

दुर्दैवानं पैसे मिळवण्याचा चांगला, व्यावहारिक सल्ला मिळणं जरा दुरापास्त आहे; कारण बहुतांश गुरू हे कृतीच्या विसंगत व्यवहार करतात. खरंच, असे गुरू त्यांच्या सल्ल्यानं फार क्वचितच श्रीमंत असतात, परंतु ते श्रीमंतही असतात, कारण ते यशस्वी फास्ट लेनर आहेत, जे त्यांची विसंगती हुशारीनं गुप्तपणं लपवून ठेवतात.

पूर्वी वर्णन केलेली ही विरोधाभासी रूपकं, तुम्ही तुमच्या आर्थिक नियोजनाची जबाबदारी सोपवलेल्या लोकांच्या ढोंगीपणाला अनुरूपच आहेत. ज्यांनी कधीच प्रवास केलेला नाही अशा मार्गावर ते तुम्हांला तुमच्या डोळ्यांवर पट्टी बांधून आणून सोडतात. आणि दरम्यान ते मात्र त्यांच्या कॉर्पोरेट जेट विमानात बसून, शॅम्पेनचे घुटके घेत, आरामशीर बसून तुम्हांला न्याहाळत असतात. संपत्तीकडे जाणाऱ्या मार्गामागची वास्तव, निर्भेळ, फिरवाफिरवी न केलेली कथा तुम्हांला कोणीही सांगणार नाही, पण ती मी तुम्हांला सांगेन.

टी.व्ही., रेडिओ आणि पुस्तकांच्या माध्यमांतून सल्ले देणाऱ्या, भरपूर खप झालेल्या पुस्तकांच्या लेखकांनी मंद गती मार्गाचा अगदी धर्मनिष्ठपणं जयघोष केला आहे. ते खपवत असलेली आर्थिक धोरणं म्हणजे भ्रामक विडंबन आहे. खरंच तुम्हांला असं वाटतं की, हे लोक त्यांच्या शिकवणुकीमुळं श्रीमंत झाले असावेत? की, *ते फास्ट लेनच्या मार्गानं श्रीमंत होत असताना, ते तुमच्या गळ्यात स्लोलेन मारताहेत?*

त्यांच्या या ढोंगामागील संभाव्य जादू मी तुम्हांला परिकल्पित करून दाखवतो.

पहिली आहे 'सुझे' (सुझे ऑरमन, आर्थिक सल्लागार). सुझे ही आर्थिक सल्लागार, म्यूच्युअल फंड, डॉलर्सचं सरासरी मूल्यमापन आणि निवृत्ती खात्याबाबत सल्ले देते. वेगवेगळ्या माध्यमांतून सुझे आपल्याला भेटत राहते : रेडिओ, टी.व्ही. तसंच तिनं लिहिलेल्या डझनावारी पुस्तकांतून. तिनं तिची जाळी सर्वत्र पसरवून ठेवली आहेत. स्लोलेन पोस्टरवर तो एक भोळाभाबडा, पण वाईट चेहरा आहे. लाखो लोकांच्या गळी उतरवणारी, स्लोलेन नामक मिठाईची ती मोठी उत्पादक आहे. मग समस्या काय आहे? तुम्ही स्वत:लाच हे विचारून बघा : स्वत:च्याच सल्ल्यानुसार म्युनिसिपल बाँड्स, डॉलर्सचं सरासरी मूल्य आणि शेअर बाजारात गुंतवणूक करून सुझे श्रीमंत बनली आहे का? इथं संभाव्य ढोंगीपणा म्हणजेच विरोधाभास असा आहे की सुझे, ज्या मार्गानं संपत्ती कमावते आहे किंवा मिळवण्याची शिकवण देते ती ही नाही असंच सकृत्दर्शनी वाटतं. स्वत: मात्र फास्ट लेनचा मार्ग अनुसरून तुम्हांला मात्र स्लोलेनचे धडे देऊन सुझे श्रीमंत झाली आहे का? की, तिच्या पुस्तकांचा लाखोंनी खप करून श्रीमंत झाली आहे? *ती जे शिकवते त्यापेक्षा तिचं स्वत:चं संपत्तीचं समीकरण वेगळं आहे का?* या गोष्टी तुम्हांला नक्कीच विचार करायला लावणाऱ्या आहेत.

२००७ साली छापून आलेल्या एका लेखात सुझेनं हे मान्य केलं होतं की तिच्या संपत्तीतील बहुतांश संपत्ती (अंदाजे २५ मिलियन) ही बाँड्समध्ये, प्रामुख्यानं म्युनिसिपल बाँड्समध्ये आहे. याशिवाय, तिनं हेदेखील मान्य केलं की, तिच्या संपत्तीतील केवळ ४% हिस्सा शेअर बाजारातील गुंतवणुकीतला आहे कारण तिचं म्हणणं, ''माझं जर एक मिलियन डॉलर्सचं नुकसान झालं, तरीही मला स्वत:ला त्याची फारशी फिकीर नसते.''

वा! आणि असं असताना, संपत्ती उभारण्यासाठी तुम्ही या वाहनावर अवलंबून राहणार?

मग श्रीमती सुझे यांनी २५ मिलियन नक्की कसे कमावले? की तिनं दिलेल्या शेअर बाजार, म्यूच्युअल फंड, वैयक्तिक खाते, बाँड्स आणि ट्रेजरीझ यांबाबतच्या अनुभवी सल्ल्यामुळं ती श्रीमंत झाली? किंवा, तिनं फास्ट लेन मार्गानं अमाप संपत्ती मिळवली आणि नंतर ती संपत्ती तिनं ह्या गुंतवणुकीच्या विविध साधनांत गुंतवली? आणि तरीही, गरिबीच्या उंबरठ्यावर असलेल्यांना तिचा असाच सल्ला आहे की संपत्तीच्या *निर्मितीसाठी* त्यांनी शेअर बाजारात गुंतवणूक केली पाहिजे, परंतु हेच ती स्वत: करताना दिसत नाही. मित्रांनो, *श्रीमंत माणसं बाजाराचा उपयोग उत्पन्न आणि संपत्तीच्या जतनासाठी करतात, ती निर्माण करण्यासाठी नाही!*

आणि आता डेव्हिडलाच पाहा! डेव्हिडची अनेक पुस्तकं मी चाळली आहेत. आणि त्यात त्यानं उल्लेख केलेले अनेक भयानक मंद गती मार्गाचे प्रकार पाहून मला धडकीच

भरली : चक्रवाढ व्याज तालिका, पगारातल्या १०% ची बचत कशी कराल, खर्चीक कॉफी पिणं थांबवा आणि तत्सम तीच तीच निर्भर्त्सना. पुन्हा एका कृतीतील विरोधाभास काही आपली पाठ सोडायला तयार नाही.

आर्थिक व्यवस्थापनाची फी आकारून डेव्हिड श्रीमंत झाला आहे का? किंवा तीच ती ११ पुस्तकं, लाखो वेळा पुन्हा पुन्हा विकून, हाती काही न लागेपर्यंत, मंद गती मार्गाचा तोच तोच गाळ पुन्हा पुन्हा चाळून?

आणि शेवटी आहे रॉबर्ट. जो हवाईमध्ये राहणारा आहे आणि ज्याला दोन वडील आहेत, एक श्रीमंत आहे आणि एक गरीब. रॉबर्ट मालमत्तेची स्पष्ट व्याख्या अगदी तावातावानं विशद करतात आणि वर हे सांगतात की प्रतिष्ठित गुंतवणूकदार स्थावर मालमत्तेतच बरीचशी गुंतवणूक करतात. राष्ट्रीय दूरचित्रवाणीवर, रॉबर्टनं त्याच्या एका लॅम्बोगिनीबाबत खूप बढाई मारली होती. मला त्याचा हा तोरा खूप बोचरा आणि बेगडी वाटला. का? रॉबर्ट त्याच्या शिकवणीच्या फलितांचं प्रदर्शन तर मांडत नव्हता? कदाचित.

रॉबर्ट हा फास्ट लेनच्या यशाचं द्योतक आहे. त्यानं लाखोंची संपत्ती निर्माण आणि उभी केली आहे. पण कुतूहलाचा प्रश्न हा आहे की, सर्वांत प्रथम काय आलं? उत्कृष्ट खपाची पुस्तकं की लॅम्बोगिनी? याच्यात कुठं कृतीतली विसंगती तर नाही? स्वत:च्या स्थावर मालमत्तेच्या शिकवण्यांच्या जोरावर त्याला 'प्री-बुक' हा किताब मिळाला आहे का? की, पुस्तकांच्या लाखो प्रती विकून ही लॅम्बोगिनी आली आहे? यात शंकाच नाही, की पुस्तकांच्या लाखो प्रती विकून तसंच, खेळ आणि चर्चासत्रांमधून रॉबर्टनं भरपूर संपत्ती गोळा केली. असं शक्य आहे का, की तुम्हांला *संपत्तीचं एक समीकरण* विकण्यात आलं आहे आणि खेळातला खेळाडू *दुसरंच समीकरण* वापरतो आहे?

बाजारातली गरज गुरू पूर्ण करतात, ते मी अमान्य करत नाही. तरीपण हे विचारात घ्या : त्यांच्या विसंगत वागणुकीशी आणि त्यांच्या जादूई औषधाशी ते प्रामाणिक आहेत का?

त्यांची शिकवण किंवा ते जे विकतात यामुळं ते श्रीमंत झाले आहेत का?

फास्ट लेनच्या गणिताशी एकदा तुम्ही परिचित झालात की कोणकोणते गुरू या विसंगत वागण्याबाबत दोषी असू शकतात हे तुम्हांला स्पष्ट होईल. त्यांच्या शिकवणुकीवर ज्याचा पगडा आहे अशा मूलभूत गणितीय समीकरणामुळंच ते श्रीमंत झाले आहेत का? जर ''मी सांगतो तसं करा'' हे ''मी करतो तसं करा'' याच्याशी जुळत नसेल तर तुम्ही साशंक व्हायला हवं.

यात 'मी वेगळा कसा ठरतो' या पुस्तकातील फास्ट लेनच्या संज्ञांनी मला आर्थिक स्वातंत्र्य बहाल केलं. मला आर्थिक स्वातंत्र्य यापूर्वीच मिळालं आहे - चांगलं घर, स्पोर्ट्स कार, चकचकीत क्रेडिट कार्ड. या गोष्टी मिळवण्यासाठी मला या पुस्तकाची गरज नाही. या पुस्तकातील एक अस्वीकृतीदेखील मी मान्य करतो : या पुस्तकात मला श्रीमंत बनवण्याची ताकद आहे. कारण मी जे शिकवतो त्याच शिकवणीचा मी पुरस्कार करतो. दुसऱ्या शब्दांत सांगायचं तर, एक लेखक म्हणून किंवा एक उद्योजक म्हणून ''मी सांगतो तसं करा,'' हे विधान ''मी वागतो तसं वागा,'' याच्याशी सुसंगत आहे.

मंद गती मार्गाचे गुरू हार स्वीकारतात

स्लोलेनवरच्या एका रेडिओवरील कार्यक्रमात, एका श्रोत्यानं सल्ला मागितला : मंदीमुळं तिच्या गंगाजळीची ५०% रक्कम आटली होती. इतकी रक्कम पुन्हा गोळा करण्यासाठी तिला किमान १० वर्षं लागणार होती.

यावर स्लोलेन गुरूचा काय सल्ला होता?

फारच वेदनाशामक : 'नियोजनानुसार चाला, परतफेड करा, पुनर्बांधणी करा.'

दुसऱ्या शब्दांत सांगायचं, तर माझ्या वेडगळ नियोजनामुळं तुमचं नुकसान झालं आहे, तुम्हांला अयशस्वी होण्यासाठी ११ वर्षं लागली आहेत, तरीही रोवून उभे राहा.

आशा करू या की, अर्थव्यवस्था पुन्हा उभारी घेईल.

आशा करू या की, अर्थव्यवस्थेत पुन्हा मंदी येणार नाही.

आशा, आशा आणि आशा!

आणि हो, कृपा करून माझं नवीन पुस्तक विकत घ्या, *घरट्याची नव्यानं उभारणी करताना...*

आर्थिक मंदीमुळं, मंद गती मार्ग हा सदोदितच एक धोकादायक बनवेगिरीचा परिपाक आहे हे उघड झालं आहे. हे गुरू मंद गती मार्ग तुमच्या माथी मारून स्वत: श्रीमंती जीवन जगत असताना, तुम्हांला मात्र मंद गती मार्गावर विश्वास ठेवण्यास भाग पाडतात.

तुमच्या या समजांवरच त्यांच्या संपत्तीचे इमले उभे राहतात.

२००८ सालात मंदीचा मोठा पर्दाफाश झाल्यानंतरही, मंद गती मार्गाचा पुरस्कार करणारे हे तेजस्वी तारे कदापि मान्य करणार नाहीत की, त्यांची धोरणं, त्यांचं नियोजन अतिशय दुर्दैवी आणि गलथान आहे. उलट, हे सत्य लपवण्यासाठी त्यांनी त्यांच्या संदेशाची अतिशय कुशलतेने पुनर्बांधणी केली आहे : नवीन पुस्तकं लिहून, नवीन शीर्षकं देऊन आणि नवीन घोषणा देत, तेच तेच, उबग आणणाऱ्या भाषेत लिहीत आहेत. शीर्षकं अशी आहेत :

संपत्तीची पुनर्बांधणी करा
पुनःश्च हरिॐ
फिरून एकदा कामाला लागू

भाषेत होणारा बदल लक्षात घ्या, त्यातच सगळं पितळ उघडं पडतं. : जर नियोजन इतकं चांगलं आहे, तर 'पुनर्बांधणी', 'फिरून एकदा...' अशा शब्दांची गरजच काय?

जर धोरणं यशस्वी आहेत, तर अशा शब्दांची आवश्यकताच नाही.

हे ढोंग आणखी रेटण्यासाठी, जुन्या धोरणांनाच रंगरंगोटी करून, तेच कुचकामी ज्ञान, नव्या पुस्तकाच्या रूपात आणण्याची गरज असते.

आणि सगळ्यांत मोठा प्रश्न...

तुम्हांला नाही असं वाटत की, या गुरूंनाच 'पुनश्च हरिॐ' किंवा 'पुनर्बांधणी'ची गरज आहे?

अर्थातच नाही. जो मार्ग ते विकतात, तो स्वत: कधीच उपयोगात आणत नाहीत.

ते पूर्णपणे भिन्न अशा संपत्तीच्या विश्वात जगत असतात ज्याचे अंदाज अनियंत्रित, मर्यादित व्याप्तीवर लावले जात नाहीत.

प्रकरण सारांश : फास्ट लेनची वैशिष्ट्यं

- सल्ला अशाच व्यक्तींचा घ्या, ज्यांनी पुरस्कार केलेली धोरणं यशस्वी झाली आहेत, हे सिद्ध झालं असेल.
- आर्थिक क्षेत्रातले अनेक गुरू विरोधाभासी कृतीचे शिकार असतात; ते शिकवण एका संपत्ती समीकरणाची देतात; पण स्वत: मात्र वेगळ्या मार्गानं श्रीमंत होतात. स्वत:च्या शिकवणुकीच्या मार्गानं ते कधीच श्रीमंत होत नाहीत.

फास्ट लेन

१५

मंद गती मार्गानं विजय... आशावादाचा जुगार

''कधी प्रयत्न केलाच नाही असं दु:ख करण्यापेक्षा मी अपयशाच्या दु:खासोबत जगणं पसंत करेन.''

–एम. जे. डिमार्को

एक्झोडस (निर्गमन–स्थलांतर) : मंद गती मार्गावरचं आयुष्य

मंद गती मार्गानं संपत्ती, मोझेसच्या 'एक्झोडस' या बिब्लिकल कथेसदृश आहे. इजिप्शिअन लोकांच्या गुलामगिरीतून मोझेसला मुक्त करण्यासाठी, 'दूध आणि मध' मिळणाऱ्या प्रदेशातल्या उज्ज्वल भविष्याचं वचन देऊन, देव त्याला ४० वर्षांच्या कष्टमय प्रवासावर पाठवतात. अतिशय मेहनत आणि संघर्ष करून मोझेस त्याच्या मुक्कामाच्या ठिकाणाच्या दाराशी पोहोचतो आणि तितक्यात... धप्प... तो मरण पावतो. देवानं वचन दिलेल्या त्या जगात तो कधी पोहोचूच शकत नाही. कारण आयुष्याची काहीच खात्री नसते.

दुर्दैवानं मंद गती मार्गानं मिळणाऱ्या संपत्तीचं साधर्म्यदेखील वाळवंटातल्या या कष्टांशी आहे. हा असा प्रवास आहे ज्याची सांगता होण्यासाठी दशकांचा काळ लोटतो, तुमचं अख्खं आयुष्य खर्ची होतं आणि तरीही वचनपूर्ती होत नाही. खरं आहे. महाविद्यालयातून पदवी घ्या, चांगली नोकरी मिळवा, सगळा पैसा वॉल स्ट्रीटवर लावा, चांगलं बक्षीस मिळेल या आशेनं साहेबाची मर्जी राखा. पैसे छापण्यासाठी करावे लागणारे कष्ट, सरकारची बेपर्वाई या अशा काळात मला आश्चर्य वाटतं की लोक अजूनही अशा गोष्टींवर विश्वास ठेवतात.

हो, लोक विश्वास ठेवतात आणि तोदेखील मोठ्या प्रमाणावर...

जेव्हा स्लोलेनवरील पुस्तकविक्रीचे आकडे मी बघतो, तेव्हा मी गोंधळून जातो. लाखोवारी पुस्तकं विकली जातात. किती दुर्दैवी! लाखो लोकांना मार्गभ्रष्ट करून, धोकादायक अशा खाचखळग्यांनी, वळणावळणाच्या रस्त्यावर आणून सोडतात. अशा

रस्त्यावर आणून सोडलं जातं, ज्यावर 'उद्या'पासून मुक्ती देणाऱ्या अभिवचनाच्या पूर्ततेसाठी वर्षानुवर्षं प्रवास करावा लागतो.

आपण एक दीर्घ, निरोगी आयुष्य जगू- अशी कल्पना करणं म्हणजे अहंमन्यता आहे. आयुष्यात आपल्याला कोणत्याही प्रकारचे चढउतार येणार नाहीत असं मानून चालणं म्हणजे भोळसटपणा आहे. मंद गतीवर मार्गावर टिकून राहण्यासाठी, आयुष्य खूप सरळ आणि क्षमाशील असतं, असं मानलं जातं.

पण तसं नसतं. तुमची नोकरी जाते. तुम्ही आजारी पडता. तुमच्या गाडीला रंगरंगोटी करावी लागते. तुमचं लग्न होतं. तुमचा घटस्फोट होतो, तुम्हांला अशी मुलं होतात ज्यांची विशेष काळजी घ्यायला लागते. तुमचे आईवडील वृद्ध होत असतात आणि तुम्हांला त्यांची काळजी घ्यावी लागते. मंदीमुळं अर्थव्यवस्था खालावते आणि त्यामुळं तुम्हांला नैराश्य येतं. मंद गती मार्ग म्हणजे संकटांचा संग्रह असतो, जो तुमच्या आयुष्यातली सगळ्यांत मूल्यवान मालमत्ता वाया घालवतो. आणि ती म्हणजे वेळ.

मंद गती मार्गातील सात धोके

लोक मंद गती मार्ग अनुसरतात. कारण तसंच करायचं असतं हे त्यांच्यावर बिंबवण्यात आलेलं असतं. त्यांचा असा समज असतो की हा मार्ग सुरक्षित असून धोके कमी असतात. तसंही, नव्यानं सुरू करण्यात येणाऱ्या धंद्यांपैकी ९०% धंदे पाच वर्षांत अयशस्वी होतात, त्यामुळं फास्ट लेनदेखील तशी सुरक्षित म्हणता येणार नाही. मंद गती मार्गाबाबतच्या अनेक हकिकतींमध्ये तुम्ही जर थोडा तर्क लावलात तर असं आढळून येईल की, केवळ आशेवर आधारित असलेला हा अत्यंत धोकादायक मार्ग आहे. गृहीतकं – त्यांवर दशकानुदशकं घालवलेला वेळ – मंद गती मार्गातले खरे धोके दृग्गोचर करतात. त्यामुळं या मार्गावरून प्रवास करून जुगार खेळायचा का हे दोन्ही पर्याय तुम्हीच निवडायचे आहेत.

१. तुमच्या आरोग्याला असलेला धोका

मंद गती मार्ग अशी आशा करतं की तुम्ही दीर्घायुषी होऊन, आयुष्याच्या संध्याकाळी तुमच्या बचतीची फळं तुम्हांला चाखायला मिळणार आहेत. लक्षात ठेवा, तुम्हांला लाखोंमध्ये रक्कम तेव्हाच मिळणार आहे, जेव्हा तुम्ही ६५व्या वर्षी निवृत्त व्हाल. तेव्हा सगळ्यांचा उपभोग घेण्यासाठी तुमची तब्येत साथ देणार आहे का? तुम्ही जिवंत तरी असाल का? जर तुम्ही तुमचं काम नीट करू शकत नसाल, तर पैसे तरी मिळणार कसे? आणि मग जर तुम्ही काम करू शकत नसाल, तर त्या नियोजनाचं काय? शिवाय, येणाऱ्या अन्य संकटांनाही टाळावं लागतंच. तेव्हा आशा करू या, की कामातील तणावामुळं तुमच्यावर मृत्यूचा घाला येणार नाही आणि तुमचं कुटुंब निरोगी राहील.

२. तुमच्या नोकरीचा धोका

मंद गती मार्ग अशी आशा करतं की नोकरीत सदैव तुम्हांला, तुमच्या कामाचा उत्तम मोबदला मिळत राहील, वर्षानुवर्षं तुमची पदोन्नती होत राहील. तुम्हांला टाळेबंदी,

कॉर्पोरेट क्षेत्रातील राजकारण, नोकरीवरून कमी करणं, औद्योगिक क्षेत्रातील दुष्टचक्र, कौशल्य अवमूल्यन आणि नोकऱ्यांचा अभाव या सगळ्यांवर मात करावी लागते.

३. तुमच्या घराचा धोका

घराच्या बाजारमूल्याला मध्यम वर्गीयांचं संपत्तीचं साधन म्हणून नावाजलं जातं. अनेक गुरू अगदी छप्पर फाटेल इतक्या मोठ्या आवाजात ओरडून ओरडून सांगत असतात, ''तुमच्या घराच्या बाजारमूल्यासोबत निवृत्त व्हा!'' तसंच, ''तुमचं घर हीच तुमची मालमत्ता आहे! एक मोठं भांडवल.'' मंद गती मार्गाची अशी अपेक्षा असते की, तुमच्या स्थावर मालमत्तेच्या मूल्यात नेहमी वृद्धीच होत राहील; परंतु हे निखालस खोटं आहे. २००८ साली माझ्या घराचं बाजारमूल्य ८,००,००० डॉलर्सनी गडगडलं. त्यामुळं माझं घर ही माझी गुंतवणूक आहे हे मला साफ अमान्य आहे, सुदैवानं मी त्यावर विसंबून नाही.

४. कंपनीतील धोका

फार थोड्या कंपन्या बरीच वर्षं तग धरू शकतात. जर निवृत्तीनंतरच्या पैशांसाठी तुम्ही यातील एकाही कंपनीवर विसंबून राहिला असाल जी यापैकी कुठल्याही एका स्वरूपात असू शकते जसे की : १) तुमची नोकरी २) तुमचं निवृत्तिवेतन किंवा ३) तुमच्याकडे असलेले शेअर्स, तेव्हा तुम्हांला अपेक्षा असते की ती कंपनी टिकून राहील. तुम्ही अगदी पैजेवर सांगू शकता. कंपनीच्या गलथान व्यवस्थापनामुळं, आपल्या निवृत्तिवेतनाचे सर्व पैसे बुडले आहेत, हे सेवानिवृत्त झालेल्या अनेक व्यक्तींना खूप उशिरा समजतं. बाकीचे जे एकाच कंपनीच्या शेअर्समध्ये आपली बरीच पुंजी घालतात, ते खूप मोठा धोका पत्करत असतात की भविष्यात त्यांच्या शेअर्सचा भाव कित्येक पटींनी वाढेल. निवृत्तीनंतरचं नियोजन जर तुम्ही दुसऱ्याकरवी करून घेत असाल, तर एका अर्थी अनियंत्रित धोक्यांची जोखीम तुम्ही स्वीकारत आहात. तुम्ही तुमच्या आर्थिक नियोजनाचं चक्र तर दुसऱ्याच्या हाती सोपवलं असेल, तर कदाचित तुम्ही त्यावरचं नियंत्रण गमावून बसाल.

५. तुमच्या राहणीमानाचा धोका

मंद गती मार्ग तुम्हांला आहे ती परिस्थिती स्वीकारायला लावतो आणि एक कद्रू, कंजूष माणूस बनवतो. तुम्हांला आलिशान गाडी घ्यायची इच्छा आहे का? समुद्रकिनारी जाऊन राहावंसं वाटतंय का? खूपच छान इच्छा आहेत. राहणीमान उंचावण्याच्या मोहावर जर तुम्हांला ताबा मिळवता येत नसेल (जसं की छान घर, चांगली गाडी, चांगल्या हॉटेलात जेवण वगैरे), तर मंद गती मार्गाचा प्रवास अधिकच मंदावतो आणि (कदाचित) उलट गतीनं जाऊ लागतो. मंद गती मार्गाची अशी अपेक्षा असते की तुमच्या 'विलंबित इच्छापूर्ती'चं रूपांतर 'इच्छापूर्ती न होणं' यात होवो.

६. अर्थव्यवस्थेचा धोका

मंद गती मार्गात अशी अपेक्षा वर्तवलेली असते की तुमच्या गुंतवणुकीवर दरवर्षी ८% व्याजदर मिळत राहील. 'विकत घ्या आणि सांभाळून ठेवा' या सिद्धांतावर तुम्ही विश्वास ठेवलाच पाहिजे. परंतु तसं करता येत नाही; कारण अर्थव्यवस्था दोलायमान होत असते, मंदी येते, नैराश्य ग्रासतं. उदाहरणार्थ, २००८-२००९ सालात बाजारमूल्य ६०%नी गडगडलं. जर तुम्ही १५ वर्षं बचत करून, १,००,००० डॉलर्स जमा केले असतील, तर त्याचं मूल्य ४०,००० डॉलर्स झालं होतं. पुन्हा मूळ बचतीवर येण्यासाठी आता ८% व्याजदरानं तुम्हांला किमान १४ वर्षं लागणार! याचाच अर्थ, तुमची एकूण ३० वर्षं यात वाया गेली. शिवाय यात महागाईचा दर लक्षात घेतलाच नाहीये, तो लक्षात घेतला तर तुमच्या १,००,००० डॉलर्सचं मूल्य होतं ५०,००० डॉलर्स!

७. मंद गती मार्गाचा धोका

वैफल्यग्रस्त झालेले मंद गती मार्गावरचे प्रवासी बरेचदा पुन्हा पदपथाकडे वळतात. का? नियंत्रणाप्रति आशा. जेव्हा तुम्ही तुमचा वेळ, तुमची नोकरी किंवा तुमच्या आयुष्यातल्या प्रत्येक आठवड्यातल्या पाच दिवसांवर नियंत्रण मिळवू शकत नसाल, तर तुम्हांला सामर्थ्यहीन झाल्यासारखं वाटतं. अशा हताश भावनांमुळं, असं वातावरण निर्माण होतं जे तत्काळ इच्छापूर्तीच्या आणि राहणीमानाच्या गुलामगिरीला पोषक ठरतं. २००८ साली प्रकाशित झालेल्या *जर्नल ऑफ कन्झ्युमर रिसर्चच्या* अभ्यास अहवालानुसार जेव्हा लोकांना सामर्थ्यहीन झाल्यासारखं आणि परिस्थिती नियंत्रणाबाहेर चालल्ये असं वाटतं, तेव्हा त्यांना, त्यांचं राहणीमान उंचावलं आहे असं दर्शवणाऱ्या वस्तू खरेदी करण्याची तीव्र इच्छा होते. त्यांना असं सामर्थ्यहीन झाल्यासारखं का वाटतं? उत्तर सोपं आहे. कारण वेळेचं नियंत्रण तुमच्या हातात नसल्यामुळं तुम्ही नियंत्रण गमावून बसता आणि पदपथावरचे दरवाजे पुन्हा उघडले जातात. आशेला धरून राहणं, हे नियोजन नव्हे.

प्रतिकार व्यर्थ आहे

मंद गती मार्गाच्या उपायांची जेव्हा तुम्ही चिरफाड करता तेव्हा त्याचे खरे रंग कळून येतात : त्याचा वेग मंद आहे, भरपूर वेळखाऊ आहे आणि तितकंच धोकादायक आहे. जेव्हा मंद गती मार्गावरील लोकांच्या लक्षात येतं की या नियोजनाचा उपयोग होत नाहीये, तेव्हा ते गती आणखी वाढवण्याच्या मागे लागतात. मंद गती मार्गात वेग वाढवणं म्हणजे ॲक्सिलरेटरला जमिनीवर खाली, त्याच्या वेगाच्या कमाल मर्यादेपर्यंत ढकलत राहणं. पण वस्तुस्थिती अशी आहे की, ज्या मार्गावरून जायचं आहे तो मार्गच एक समस्या आहे, ॲक्सिलरेटर नव्हे.

तथापि, मंद गती मार्गावरचे, घटकांना हवं तसं वाकवून त्यांचं गणितीय विश्वात फेरफार करण्याचा प्रयत्न करू शकतात.

- कामाचे तास वाढीव दाखवून आंतरिक मूल्यात फेरफार घडवणं. (मला जास्त पैसे मिळवण्याची गरज आहे!)
- नोकरी बदलून अथवा एखादी जादा नोकरी करून आंतरिक मूल्यात फेरफार घडवणं. (मला जास्त पगाराची गरज आहे!)
- पुन्हा एकदा नव्या शिक्षणाला सुरूवात करून आंतरिक मूल्यात फेरफार करणं. (मला जास्त चांगलं करिअर करणं गरजेचं आहे!)
- जास्त चांगल्या परतावा देणाऱ्या गुंतवणुकीच्या योजना शोधून चक्रवाढ व्याजदरात फेरफार घडवून आणणं. (मला जास्त चांगली गुंतवणूक करायची आहे!)
- गुंतवणुकीच्या कालमर्यादांचं क्षितिज विस्तारून चक्रवाढ व्याजदरात फेरफार करणं. (मला जास्त वेळ हवा आहे!)
- गुंतवणूक वाढवून चक्रवाढ व्याजदरात बदल घडवणं. (मला जास्त बचत करण्याची गरज आहे!)

वर दिलेल्या सहा मार्गांनी मंद गती मार्गाच्या समीकरणाची निष्क्रियता कमी करणं हा एक निष्फळ प्रयत्न आहे. दुर्दैवानं गणितीय मर्यादा आपण नाहीशा करू शकत नाही आणि तसं केल्यानं आपण एका दुष्टचक्रात अडकण्याचीच शक्यता जास्त असते. जेव्हा मंद गती मार्गावरील एखाद्याला जास्त पैसे कमावण्याची इच्छा होते, तेव्हा तो त्याचे कामाचे तास वाढवतो, जास्त चांगला पगार देणारी नोकरी शोधतो किंवा आणखी एक नोकरी धरतो. जेव्हा मंद गती मार्गावरील लोकांना आपल्या कामाचा चांगला मोबदला हवा असतो, तेव्हा ते पुन्हा शिक्षणाला सुरूवात करतात, या आशेने की आपल्या आंतरिक मूल्यात वृद्धी होईल. ३% गुंतवणूक परताव्यातून संपत्तीत काही फारशी वाढ होत नाही हे जेव्हा मंद गती मार्गवासीयांच्या लक्षात येतं; तेव्हा मोठ्या कमाईच्या आशेनं मोठे धोके पत्करले जातात. आपल्या गंगाजळीतली ४०% रक्कम आर्थिक मंदीमुळं डोळ्यांदेखत गेल्याचं जेव्हा मंद गती मार्गवासीयांच्या लक्षात येतं तेव्हा ते पुन्हा कामाला सुरूवात करतात आणि त्याबद्दल 'पुन्हा पूर्वपदावर' येण्यासाठी पाच वर्षं पुरेशी नाहीत हा युक्तिवाद ते करतात.

गणितीय समीकरणांच्या मर्यादांवर तुम्ही मात करू शकत नाही.

ज्या गाडीचा कमाल वेग ताशी १० मैल आहे, त्या गाडीचा कमाल वेग कायमच ताशी १० मैल राहणार, मग तुम्ही ॲक्सिलरेटर कितीही जोरात दाबत राहा. जर ताशी १० मैल वेगानं तुम्ही देश पालथा घालायला सुरूवात केलीत, तर त्यासाठी तुम्हांला ४० वर्षं लागतील!

मंद गती मार्गाची धारणाच मध्यम वर्गाकडे झुकणारी असते, कारण येणारं उत्तरपण मध्यम वर्गीयच असतं.

मंद गती मार्ग धोकादायक असतो. कारण त्याच्या घटकांवर कुठलंच नियंत्रण नसतं आणि त्यात वाढही होत नसते. यूएलएलचा शब्दश: अर्थ यू विल (यूल) नॉट गेट रिच (तुम्ही कधीच श्रीमंत होणार नाही) असाच आहे. तथापि यात राहणीमान हा असा एक घटक आहे ज्यात मंद गती मार्गावरचे अगदी सहज फेरफार करू शकतात. तथापि या अशा वळणांमुळं, मंद गती मार्ग हा खूपच दयनीय होतो. हं, अल्पसंतुष्ट व्हा!

संपत्ती मिळवण्यात अपयश : चुकीचं समीकरण. चुकीचे घटक

एका बिंदूवर, मंद गती मार्ग वासीयाला हे कळून चुकतं की शेअर बाजारातून खूप जास्त परतावा मिळणं काही शक्य नाही. तो २००% पगारवाढीची सक्ती करू शकत नाही. आंतरिक मूल्य वाढवण्यासाठी उच्च शिक्षण घेणं त्याला परवडणारं नसतं. जरी नोकऱ्या बदलत राहिला तरी पगारात होणारी वाढ फार थोडी असते. मंद गती मार्गवासी या समीकरणाच्या अधीन होतो आणि ज्या घटकांवर त्याचं नियंत्रण असतं, जसं की वैयक्तिक निव्वळ उत्पन्न, जे त्याला स्वतःच्या खर्चात कपात करून वाढवता येतं, अशा घटकांत फेरफार करणं हेच त्याच्या हाती राहतं.

वैयक्तिक निव्वळ उत्पन्न = आंतरिक मूल्य – वैयक्तिक खर्च

मंद गती मार्गाचे गुरू या धोरणाची अगदी प्रशंसा करतात. त्यांचे अगदी स्पष्ट आदेश असतात : कर्ज कमी करत आणा, नवीन गाडीच्या ऐवजी जुनी गाडी घ्या. विम्याचे हप्ते वाढवा. क्रेडिट कार्ड्स रद्द करून सगळे व्यवहार रोखीनं करा. स्टारबक्समध्ये १० डॉलर्सची कॉफी पिणं बंद करा. रोजचं जेवण घरून नेत जा. घाऊक प्रमाणात खरेदी करा. कुपन्स क्लिप करण्यामध्ये चार तास घालवा. मित्रांनो, हे सगळे खर्च कमी करा – आणि बघा, एक दिवस तुम्ही श्रीमंत होणार आहात! हास्यास्पद आहे हे!

या सगळ्या वैतागवाण्या गोष्टी करणं म्हणजे मंद गती मार्गातच अडकवण्याची उत्तम उदाहरणं आहेत. *कमी दर्जाचं राहणीमान!* तुम्ही संपत्तीच्या एका वाईट समीकरणाशी बद्ध होणं म्हणजेच तो प्रतिकार आहे. हे म्हणजे कोचावर झोपलो म्हणून घटस्फोट घेण्यासारखं आहे.

संपत्ती ही काळाशी जोडली गेली आहे आणि काळावर नियंत्रण ठेवता येत नसल्यामुळं, हात चोळत बसण्यापलीकडे तुमच्या हातात काही उरत नाही... खर्च कमी करण्याच्या स्वरूपात कमी दर्जाचं राहणीमान. ठीक आहे, दरिद्री बनून जगा.

चुकीचं आहे.

अशा फसव्या (काटकसरीच्या) खर्चातून संपत्ती निर्माण होत नसते. *अमाप उत्पन्न निर्माण करून, त्याचबरोबर खर्चावर नियंत्रण ठेवून संपत्ती उभारली जाते.*

उदाहरणार्थ, जेव्हा मी नियमितपणं दरमहिना १,००,००० डॉलर्स कमावले, तेव्हा माझ्याकडे खूप जलद संपत्ती गोळा झाली, कारण मी माझ्या खर्चावर मर्यादा आणि नियंत्रण ठेवलं. जसजशी माझ्या उत्पन्नात वाढ होत राहिली, तसतसे माझे खर्चदेखील त्याच प्रमाणात वाढत गेले, पण मी त्याकडे दुर्लक्ष केलं नाही. माझं उत्पन्न जर १००% नी वाढलं, तर माझ्या खर्चाच्या प्रमाणात १०% वाढ झाली. मूर्खासारखं खर्चात काटछाट करून मी संपत्ती जमा नाही केली. *उत्पन्नात अमाप वाढ आणि त्याचबरोबर खर्चावर घातलेला प्रतिबंध यांमुळं संपत्ती निर्माण होते.*

पण मग जेव्हा एखादा मंद गती मार्गवासी एखादा खर्च टाळू शकत नाही तेव्हा काय होतं?

आयुष्य म्हणजे कधीच साध्य न होऊ शकणाऱ्या गोष्टी बनून जातं.

तुम्ही सहलीला जाऊ शकत नाही. तुमच्या मुलांसाठी चांगल्या प्रतीचे बूट खरेदी करू शकत नाही. तुमच्या स्वप्नातली गाडी तुमच्या दारात येऊ शकत नाही. तुम्ही मूव्ही चॅनेल्सचं सदस्यत्व घेऊ शकत नाही. 'आजच्या त्यागातूनच उद्याचं उज्ज्वल भविष्य घडतं' ही उक्ती अगदी तंतोतंत खरी ठरते.

तुम्ही समाधान मानत राहा.

मंद गती मार्गाचं यश : प्रसिद्धी की जराजर्जर झालेल्यांचा कक्ष

जे नियोजन तुमच्या आयुष्याची ४० वर्षं खाऊन बहुतांश वेळा अपयशी ठरतं अशा योजनांमध्ये गुंतवणूक का करावी? मी तरी नाही करणार. यातलं विदारक सत्य असं आहे की मंद गती मार्गाचं अपयश एका रात्रीत घडून येणारं नसतं. हे अपयश एखाद्या वाळवी लागलेल्या छपरासारखं वर्षानुवर्षं घडत राहतं आणि जेव्हा त्या छपराखाली राहणारे दाद मागायला येतात, तेव्हा खूप उशीर झालेला असतो. तथापि, मंद गती मार्गाचं यश हे एखाद्या टणक मांसासारखं असतं.

२००२मध्ये, एएआरपी (आधीचं नाव – अमेरिकन असोसिएशन ऑफ रिटायर्ड पर्सन्स)ने केलेल्या पाहणीत, ६९% लोकांनी सांगितलं की त्यांना निवृत्तीच्या वयानंतरही काम करावं लागलं. एकच वर्ष आधी केलेल्या पाहणीत, ४५% लोकांनी, त्यांना ७० ते ८० वर्षांपर्यंत काम करावंच लागणार आहे असं सांगितलं. पंधरा वर्षांनी, २०१७ साली करण्यात आलेल्या मत सर्वेक्षणात ही टक्केवारी ७४% आहे असं आढळून आलं. या माहितीतून आपण असं अनुमान काढू शकतो की *मंद गती मार्गाचा अपयशी होण्याचा दर ७५% आहे* आणि हे आपल्याला अस्वस्थ करणारं असतं.

या मार्गात असलेले धोके, गणितीय मर्यादा, आठवड्याच्या शेवटी करण्यात येणाऱ्या मौजेसाठी पाच दिवस करावी लागणारी खर्डेघाशी, हे सगळं असूनसुद्धा तुम्ही कदाचित ठाम राहून तुमचं नशीब अजमावू पाहता. यातून यश मिळवणं अशक्य नसलं, तरीदेखील काही गोष्टी मला तुम्हांला सांगणं गरजेचं आहे. त्या म्हणजे, मंद गती मार्गावर विजयी ठरलेले बहुधा कमालीचे बुद्धिवान, वयस्क किंवा कामाच्या बोज्याखाली दबलेले असतात.

मंद गती मार्गावर विजय कसा मिळवावा : 'बाहेर पडण्याचा गुप्त मार्ग'

मंद गती मार्गावरचा 'गुप्त दरवाजा' जर तुम्ही शोधून काढलात तर ते मंद गती मार्गाला दिलेलं आव्हान असेल. मंद गती मार्गाच्या अनियंत्रित आणि मर्यादित वृद्धीला प्रभावहीन करणारा, जणू काही 'कैदेतून अलगद सुटण्या'चा परवाना असेल. मंद गती मार्गाच्या अशा गुप्त मार्गाचं नाव काय?

प्रसिद्धी

प्रसिद्धी, आंतरिक मूल्याच्या सर्व गणितीय मर्यादा भंग करते. मंद गती मार्गावरील हे लोक, ज्यांनी मंद गती मार्गाला झुगारून लावलं, असे खेळाडू, रॅप गाणारे, संगीतकार,

अभिनेते आणि मनोरंजन क्षेत्रातले कलाकार, हे प्रसिद्धीमुळंच, आपल्या संस्कृतीत (समाजात) सर्वत्र व्यापून राहिले आहेत. तुम्हांला जर मंद गती मार्गाच्या कमकुवतपणाला हाणून पाडायचं असेल तर तर तुम्हांला प्रसिद्ध होणं आवश्यक आहे. का? प्रसिद्धी आणि कुप्रसिद्धी दोघांचंही आंतरिक मूल्य खूप जास्त असतं. तुमच्यासाठी किंवा तुम्ही देत असलेल्या सेवांसाठी लोक खूप पैसे मोजायला तयार असतात. (जसं, एखाद्या रिॲलिटी शोमधल्या कलाकारांसारखं, तुमच्याकडे कोणतंही कौशल्य नसलं तरीही.)

जेव्हा एखादा २० वर्षांचा बास्केटबॉल खेळाडू कॉलेज सोडून ३० मिलियन डॉलर्सचा करार करतो, याचा अर्थ त्यानं मंद गती मार्ग झुगारून लावला आहे. जेव्हा एखाद्या अभिनेत्रीला चित्रपटात नायिकेची भूमिका करण्यासाठी १५ मिलियन डॉलर्स मिळतात, तेव्हा तिनं मंद गती मार्गाला धाब्यावर बसवलेलं असतं. जेव्हा एखादा सामान्य, वेटरची नोकरी करणारा आयरिश तरुण, अमेरिकन आयडॉल स्पर्धेच्या अंतिम फेरीतील स्पर्धकांमध्ये जाऊन बसतो, तेव्हा मंद गती मार्गाच्या मर्यादांच्या ठिकऱ्या झालेल्या असतात, कारण त्याचं आंतरिक मूल्य प्रचंड वाढलेलं असतं. *अचानक, मागणी वाढल्यामुळं आंतरिक मूल्यात वृद्धी होते.*

परंतु, दुर्दैवानं संपत्तीचा शोध घेणारे बहुसंख्य लोक जलद गती मार्गानं नव्हे, तर मंद गती मार्गाची बंधनं झुगारून हा शोध घेताना दिसतात. प्रसिद्धीकडे घेऊन जाणारं भविष्य हा तर मंद गती मार्गावरचा उघड हल्ला आहे. गाण्याच्या स्पर्धेच्या चाचणी फेरीसाठी मैदानं स्पर्धकांनी अशी ओसंडून का वाहतात? प्रसिद्धीमुळं आंतरिक मूल्य अफाट वाढतं!

मंद गती मार्गाला झुगारण्यासाठी तुम्ही एक करू शकता, स्वत:ची अपरिहार्यता इतकी वाढवा की तुम्ही मागाल ती किंमत समाजात तुम्हांला मिळेल. लाखो लोक जर तुमच्या शोधात असतील, तर तुम्हांला पैसेदेखील लाखोंमध्येच मिळतील. प्रसिद्ध बास्केटबॉल खेळाडू लेब्रॉन जेम्सला लाखो डॉलर्स दिले जातात. कारण अल्प काळासाठी तो त्याचं सर्व कौशल्य पणाला लावतो. प्रसिद्ध अभिनेते आणि मनोरंजन करणारे कालाकार यांनादेखील लाखो डॉलर्सचं मानधन मिळतं; कारण त्यांच्या ब्रँडला आणि मनोरंजन शैलीलाही तशीच लाखो लोकांकडून मागणी असते. उत्कृष्ट प्रतिभेला किंमतही तितकीच उत्कृष्ट मिळते!

कॉर्पोरेट व्यवस्थापनात कामाच्या ओझ्याखाली दबून जाणं

मंद गती मार्गातून बाहेर पडण्याचा आणखी एक लोकप्रिय 'गुप्त मार्ग' म्हणजे कॉर्पोरेट व्यवस्थापन. मंद गती मार्गात वापरण्यात येणारा 'कॉर्पोरेट जगातली शिडी चढत राहा' हा शब्दप्रयोग तुम्हांला नक्कीच माहीत असणार.

जेव्हा कॉर्पोरेट कंपनीचा मुख्य कार्यकारी अधिकारी (सीईओ) शेअर्सच्या माध्यमातून २० मिलियन डॉलर्स छापताना दिसतो, तेव्हा तुम्हांला दिसणारा मंद गती मार्गाचा हा आणखी एक प्रतिरोध असतो. अर्थातच, मोठ्या कंपन्यांमधल्या, गलेलठ्ठ पगार घेणाऱ्या सीईओंबद्दल तुम्हांला ज्ञात असेलच.

तुम्ही कधी त्यांच्या वयाकडे लक्ष दिलंय का?

विशेषकरून, ज्यांनी कंपनी स्थापन केली किंवा जे मालक आहेत, त्यांतील बहुतेक जण ५० ते ६० वर्षांच्या आसपासचे असतात. अर्थातच कॉर्पोरेट व्यवस्थापनातून पैसे

कमावणं ही काही एका रात्रीत घडणारी घटना नाही. कंपनी सुरू करण्यापासून सीईओपदी पोहोचण्यासाठी चाळीस वर्षांचा काळ लागू शकतो. आणि जरी तुम्ही त्या पदी पोहोचलात, तरीही तिथं पोहोचणं सोपं नसतं. तुम्हांला ऑफिसमध्ये नेहमी लवकर पोहोचावं लागतं आणि तिथून बाहेर पडायलाही कायमच उशीर होतो.

माफ करा, परंतु ४० वर्षांच्या संयमानंतर आणि प्रार्थनेनंतर एखाद्या सुवर्णसंधीची वाट बघण्याचा जुगार मी तरी खेळू इच्छित नाही.

मंद गती मार्गावर यशस्वी झालेले मध्येच अडकतात

मला कुठल्याही प्रकारच्या प्रसिद्धीची किंवा कॉर्पोरेट क्षेत्रातलं उच्च पद भूषवण्याची इच्छा नाही... अहो, माझ्याकडे साधा सूट किंवा टायपण नाहीये, तर मी कॉर्पोरेट विश्वाची ती चढण कशी चढणार? श्रीमंतीचा एक मार्ग म्हणून प्रसिद्धी आणि कॉर्पोरेट चढाईची तुम्हांला ॲलर्जी असेल तर मग शिल्लक काय राहिलं? तुमच्यासाठी मग एकच समाजमान्य विकल्प शिल्लक राहतो, मंद गती मार्ग. दुर्दैवानं, हे धोरण तुम्हांला सरळ 'मध्येच', म्हणजे मध्यम वर्ग किंवा मध्यम वयात आणून सोडतं.

प्रत्येक लॉटरीचा विजेता असतो. हो, वाईट शक्यतांमध्ये जेता असतोच!

मंद गती मार्गातदेखील टिकून राहणारे, 'ओल्डलेनर्स' (मंद गती मार्गाचं धोरण अनुसरून यशस्वी झालेले स्लो लेनर्स) सरतेशेवटी लक्षाधीश होतात. थांबा, असं हुरळून जाऊन लगेच ती स्वस्तातली शँपेनची बाटली फोडू नका.

मंद गती मार्गानं (स्लो लेन) झालेला श्रीमंत आणि जलद गती (फास्ट लेन) मार्गानं बनलेला श्रीमंत यांच्यात, ब्युक आणि फेरारी गाडीत जो फरक असेल तसाच फरक आहे. जेव्हा हा फरक तुमच्या लक्षात येईल तेव्हा तुम्ही या सल्ल्यावर योग्य ती टीका करून, तो फास्ट लेनला की स्लो लेनला योग्य सल्ला आहे, हे ठरवू शकता.

लक्षाधीश श्रीमंत असतात... किंबहुना खरंच ते असतात का?

कॅली नावाच्या यू.के.मध्ये राहणाऱ्या तरुणीबाबतचा एक लेख नुकताच माझ्या वाचनात आला. कॅलीनं, अनेक वर्षांपूर्वी लॉटरीमध्ये लाखो डॉलर्स कमावले आणि त्यानंतर काही काळातच तिनं ते गमावलेदेखील. अर्थात 'गमावले' या अर्थी की, तिचे सर्व पैसे, रस्त्यावरून दिमाखात चालणाऱ्या पांढऱ्या रंगाच्या कन्व्हर्टिबल गाडीसोबत गेले.

तिनं ते पैसे 'गमावले' याचाच अर्थ, *तिनं ते पैसे खर्च केले.*

जेव्हा तिला ३ मिलियन डॉलर्सची लॉटरी लागली तेव्हा ती केवळ १६ वर्षांची होती. आणि केवळ सहा महिन्यांत, अमली पदार्थ, पार्ट्या, आलिशान गाड्या, ब्रेस्ट इम्प्लान्ट आणि तोंडाचा 'आ' वासणाऱ्या किमतीचे, तब्बल ७३०,००० डॉलर्सचे उंची कपडे यांवर तिनं पैसे उडवून टाकले. मग यात समस्या काय होती? कॅलीला वाटलं की, *ती श्रीमंत आहे* आणि तिनं श्रीमंत असल्यासारखे पैसे खर्च केले. नक्कीच, 'मी करोडपती झाली आहे' हे बिरुद तिनं मिरवलं असणार. ३ मिलियन डॉलर्स ही रक्कम तशी मोठी असली, तरीही तिचं राहणीमान बघता, तिच्याकडे ३० मिलियन डॉलर्स असायला हवे होते.

आपल्याला 'लक्षाधीश' ही सुप्रसिद्ध पदवी कोणत्या गोष्टींमुळं मिळते?

जेव्हा तुम्ही हा शब्द ऐकता, तेव्हा तुमच्या मनात काय विचार येतात? एक तर संपत्ती आणि त्या सोबतच, बोट्स, हेलिकॉप्टर्स, प्रासादतुल्य घरं, उंची दागदागिने अशांनी युक्त संपन्न राहणीमानाचं चित्रदेखील तुमच्या डोळ्यांसमोर तरळत असेल. अनेक दशकं 'लक्षाधीश' हा शब्द सर्वत्र एखाद्या 'श्रीमंत' व्यक्तीचं वर्णन करण्यासाठी वापरला जात असे.

मात्र, ऐश्वर्याची जी दृश्यं तुमच्या डोळ्यांसमोर तरळतात, ते ऐश्वर्य मंद गती मार्गामुळं (स्लो लेन) नव्हे, तर फास्ट लेनमुळं प्राप्त झालेलं असतं.

प्रसिद्धी किंवा कॉर्पोरेट जगातली वेश्यावृत्ती न पत्करता झालेले मंद गती मार्गाचे लक्षाधीश *वेगळ्या तऱ्हेनं जगतात*. निरुपद्रवी मध्यम वर्गीय शेजारपाजार असलेल्या ठिकाणी त्यांच्या मालकीची घरं असतात. त्यांच्याकडे, होंडा, टोयोटा अशा कंपन्यांच्या साध्यासुध्या गाड्या असतात. ते वारंवार फिरायला जात नाहीत. खाण्यापिण्यावर देखील मर्यादित खर्च करतात, ते कुपन्स घेतात आणि निवृत्तीनंतर मिळणाऱ्या पुंजीत भर घालत राहतात. स्वत:लाच तिरस्कार असणाऱ्या नोकरीत आठवड्याचे पाच तास राबतात आणि मोठ्या कष्टानं पगाराच्या २०% बचत करतात. अन्य काही जण व्यावसायिक असतात, काहींनी फ्रेंचाइजी घेतलेली असते, काहींचं किरकोळ विक्रीचं दुकान असतं. चांगला खप झालेल्या देश-विदेशांतल्या पुस्तकांनी आपल्याला भुरळ घातलेली असते- 'हेच ते, 'उद्याचे लक्षाधीश'.

परंतु खेदानं असं म्हणावं लागतंय, की आजच्या परिभाषेत एक 'लक्षाधीश' (निव्वळ मिळकत १०,००,००० डॉलर्स) हा उच्च-मध्यम वर्गात मोडतो. *एक लक्षाधीश श्रीमंत नसतो*. आजचे दहा मिलियन म्हणजे जुने एक मिलियन.

मला माहितीय, हे खूप निराशाजनक आहे.

लॉटरी जिंकणाऱ्या अनेक जणांवर काही वर्षांनी हलाखीचे दिवस येतात, यात एक छुपं सत्य दडलं आहे. काही मिलियन डॉलर्सनी काही होत नसतं हे लक्षात न घेताच, लॉटरी विजेते एका शानदार राहणीमानाची अपेक्षा करतात. समजा, तुम्ही १ मिलियन डॉलर्स जिंकलेत (ज्याचं, कर वजा जाता मूल्य होतं, केवळ ५,००,००० डॉलर्स) तरीही तुमच्या राहणीमानात बदल होता कामा नये. जर तुम्ही इन्स्टाग्रामवर दाखवतात तशा 'श्रीमंती राहणीमाना'चा आव आणलात तर तुम्ही मूर्ख आहात आणि लवकरच तुमच्याकडचे सगळे पैसे संपले म्हणून समजा.

लॉटरी खेळणं हे मंद गती मार्गाचंच लक्षण आहे.

नव्यानं लॉटरी जिंकलेला एखादा माणूस काही वर्षांतच सगळं काही गमावून बसलेला दिसला तर तुम्हांला धक्का बसायचं कारण नाही. लॉटरी विजेते 'लक्षाधीश' शब्दाचा अर्थ 'श्रीमंत' असा घेतात, त्यामुळं भ्रामक कल्पनांवरच ते नशीब उधळून टाकतात आणि लवकरच दिवाळखोर होतात. 'लक्षाधीश' हा शब्द त्यांना फसवतो. लक्षाधीश म्हणजे मध्यम वर्गीयच.

'लक्षाधीशां'चं म्हणून जे काही राहणीमान आहे, त्यासाठी तुमच्याकडे १ मिलियन डॉलर्सहून जास्त रक्कम असणं गरजेचं आहे. तुमच्याकडे १ मिलियन डॉलर्स आहेत याचा

अर्थ तुम्हांला श्रीमंती आणि प्रसिद्धीत जगण्याचा हक्क प्राप्त झाला, असं होत नाही. अशा राहणीमानाची नुसती कल्पना, नुसता विचार करण्याकरता देखील तुमच्याकडे किमान १० मिलियन डॉलर्स असणं आवश्यक आहे. तर, जेव्हा वेगवेगळ्या माध्यमांतून तुम्हांला, तुम्ही 'लक्षाधीश' आहात असं भासवलं जातं; तेव्हा त्याचं स्वरूप निश्चित करा. हा मंद गती मार्ग आणि मध्यम वर्ग आहे की, जलद गती मार्ग आणि श्रीमंती आहे?

मंद गती आणि जलद गती मार्ग लक्षाधीशांमधील प्रकर्षानं जाणवणारे १२ फरकाचे मुद्दे :

१) मंद गती मार्गाच्या लक्षाधीशांना, लाखो कमावण्यासाठी ३० वर्षं किंवा त्याहूनही जास्त काळ लागू शकतो. जलद गती मार्गाचे मात्र १० वर्षं किंवा त्याहून कमी काळात लाखो डॉलर्स कमावतात.

२) मंद गती मार्ग लक्षाधीशांना मध्यम वर्गीय घरांत राहावं लागतं. जलद गती मार्गाचे लक्षाधीश आलिशान घरांत राहू शकतात.

३) मंद गती मार्गाच्या लक्षाधीशांकडे एम.बी.ए.ची पदवी असते. जलद गती मार्गाचे लक्षाधीश, एम.बी.ए.ची पदवी घेतलेल्यांना नोकरीला ठेवतात.

४) बाजारातील चढउतारांनुसार, मंद गती मार्गातील लक्षाधीशांच्या मालमत्तांचं मूल्यदेखील खाली-वर होत असतं. जलद गती मार्ग लक्षाधीशांचं त्यांच्या मालमत्तेवर नियंत्रण असतं तसंच त्यांच्या मूल्यात बदल घडवून आणण्याची त्यांच्यात ताकद असते.

५) मंद गती मार्ग लक्षाधीशांना आलिशान गाड्या परवडत नाहीत. जलद गती मार्ग लक्षाधीशांना, त्यांना जे हवं ते परवडू शकतं.

६) मंद गती मार्ग लक्षाधीश हे त्यांच्या काळाच्या बदल्यात काम करतात. जलद गती मार्ग लक्षाधीशांसाठी काळ काम करतो.

७) मंद गती मार्ग लक्षाधीश हे कर्मचारी असतात. जलद गती मार्ग लक्षाधीश कर्मचारी नोकरीला ठेवतात.

८) मंद गती मार्ग लक्षाधीशांकडे ४०१(के) असतात. जलद गती मार्ग लक्षाधीश ४०१(के) पुरवतात.

९) मंद गती मार्ग लक्षाधीश श्रीमंत होण्यासाठी इंडेक्स फंड किंवा वॉल स्ट्रीटचा आधार घेतात. जलद गती मार्ग लक्षाधीश याचाच वापर उत्पन्न मिळवण्यासाठी, रोखीसाठी आणि भांडवल उभारणीसाठी करतात.

१०) मंद गती मार्गाच्या लक्षाधीशांच्या उत्पन्नाच्या स्रोतांचं नियंत्रण अन्य लोकांच्या हातात असतं. जलद गती मार्ग लक्षाधीश स्वत:च्या उत्पन्नाचं नियंत्रण स्वत:च करतात.

११) मंद गती मार्ग लक्षाधीशांकडे पैशांची कमतरता असते. जलद गती मार्ग लक्षाधीशांकडे वेळेची वानवा असते.

१२) मंद गती मार्ग लक्षाधीश घराचा उपयोग मूल्यासाठी करतात. जलद गती मार्ग लक्षाधीश घरांचा उपयोग राहण्यासाठी करतात.

जलद गती मार्ग म्हणजे तुम्ही काय करू शकत नाही याचे कंटाळवाणे उपदेश करून आणखी एक मध्यम वर्गीय लक्षाधीश निर्माण करणं नव्हे, तर तुम्ही काय करू शकता याचं ज्ञान आहे.

प्रकरण सारांश : फास्ट लेनची वैशिष्ट्यं

- मंद गती मार्गात सात धोके आहेत, त्यातील पाच धोक्यांवर आपण नियंत्रण ठेवू शकत नाही.
- 'जीवनशैली' हा असा एक धोका आहे ज्यावर मंद गती मार्गवासी नियंत्रण ठेवण्याचा प्रयत्न करतील.
- मंद गती मार्गामुळं मध्यम वर्गीयपणा येणं सुनिश्चित आहे, कारण त्याचं गणितीय विश्वच मध्यम वर्गीय आहे.
- मंद गती मार्गवासी 'खर्च' या घटकात फेरफार करतात, कारण हा एकच घटक असा आहे ज्यावर ते नियंत्रण ठेवू शकतात.
- पटींत वाढणारं उत्पन्न आणि खर्चाचं व्यवस्थापन यांमुळं संपत्ती निर्माण होत असते – केवळ खर्चात काटकसर करून नव्हे.
- प्रसिद्धी किंवा कॉर्पोरेट विश्वातील अंतर्गत घडामोडींमधून तुमच्या आंतरिक मूल्यात अफाट वृद्धी घडवून तुम्ही मंद गती मार्गाचं समीकरण खोटं ठरवू शकता.
- प्रसिद्धी किंवा कॉर्पोरेट व्यवस्थापनाच्या माध्यमातून यशस्वी न झालेले मंद गती मार्गवासी मध्येच अडकतात... मध्यम वर्ग आणि मध्यम वय.
- मंद गती मार्ग 'लक्षाधीश'मध्येच अडकून राहतात.
- १० मिलियन डॉलर्स म्हणजेच आजचे १ मिलियन डॉलर्स.
- आर्थिक शिस्त नसेल तर लक्षाधीश, त्याला साजेशा राहणीमानानुसार जगू शकत नाही.
- लॉटरी विजेते लक्षाधीशपणाच्या जाळ्यात अडकतात आणि सर्व गमावून बसतात. कारण काही मिलियन्स डॉलर्स हे फार काळ पुरत नाहीत हे लक्षात न घेताच, ते 'लक्षाधीशा'सारखं राहण्याचा प्रयत्न करतात.

भाग ५ :

संपत्ती :
जलद गती मार्ग नकाशानुसार

फास्ट लेन

१६

संपत्तीचा शॉर्टकट : फास्ट लेन

''लोकांकडे जर माहिती चांगली असेल,
तर ते चांगलं काम करू शकतात.''

–जिम रॉह्न

तिसऱ्या क्रमांकाच्या दाराचं काय?

पदपथ (साइडवॉक) की मंद गती मार्ग (स्लो लेन)? त्याग आज करायचा की उद्या? कुठलंही आर्थिक नियोजन न करता आपण पदपथावरून चालू शकता आणि आजच्या मौजमजेचे भविष्यावर कुठलेही दुष्परिणाम होणार नाहीत हे स्वत:ला पटवून देऊ शकता. किंवा, स्लो लेनच्या मार्गावर चालत राहून उद्याच्या सुरक्षित भविष्यासाठी, तुमचा आज पणाला लावण्याची धोकादायक पैज लावू शकता.

परंतु थांबा! आणखी एक संधी, एक पर्याय आहे... दोहोंच्या मिश्रणानं एकत्र केलेला असा आर्थिक मार्ग आहे ज्यामुळं संपत्ती झटपट निर्माण होते आणि ती कमावण्याकरता ४० वर्षं गमवावीपण लागत नाहीत. 'जलद' ही तशी एक सापेक्ष संज्ञा आहे; जर तुम्ही १८ वर्षांचे असाल, तर २५व्या वर्षापर्यंत तुम्ही अफाट श्रीमंत बनू शकता. जर तुम्ही ३० वर्षांचे असाल, तर ३६व्या वर्षी तुम्ही निवृत्तदेखील व्हाल. पण असं घडू शकतं का? कितपत धोकादायक आहे? या तीन मार्गांच्या चिठ्ठ्यांपैकी एका चिठ्ठीची निवड तुम्हांला करायची आहे, तर तुम्ही कोणती चिठ्ठी उचलाल?

साइडवॉक रॅफेल (पदपथाची चिठ्ठी) : पहिलं बक्षीस : ५,००,००,००० डॉलर्स... ताबडतोब घोषित

तुमची जिंकण्याची शक्यता : ६ मिलियनमध्ये १ (०.००००१६%)

स्लो लेन रॅफेल (पदपथाची चिठ्ठी) : पहिलं बक्षीस : ५,००,००० डॉलर्स... ४० वर्षांनी घोषित
तुमची जिंकण्याची शक्यता : ६मध्ये १ (१७%)

फास्ट लेन रॅफेल (जलद गती मार्गाची चिठ्ठी) : पहिलं बक्षीस : १,००,००,००० डॉलर्स... ६ वर्षांत घोषित
तुमची जिंकण्याची शक्यता : ७ मध्ये १ (१४%)

तुम्ही कोणती चिठ्ठी उचलली? आशा करतो की फास्ट लेनचीच उचलली असेल, कारण मंद गती मार्गात असलेले वाढीव धोके लक्षात घेता, जलद गती मार्गानं मिळणारं बक्षीस खूपच जास्त आहे. मंद गती मार्गाची निवड म्हणजे विनाकारण लांब पल्ल्याचा रस्ता आहे. पदपथ, मंद गती मार्ग किंवा जलद गती मार्ग – यांपैकी तुमच्या आर्थिक मार्गाची निवड हीदेखील अशीच एक काल्पनिक निवड आहे. एकदा का तुम्ही हे मार्गनकाशे आणि त्या त्या नकाशाचं संपत्ती–समीकरण समजून घेतलंत, की मग तुम्हांला योग्य दिशा दाखवणाऱ्या आणि त्या दिशेनं नेणाऱ्या योग्य मार्गाची तुम्ही निवड करू शकता.

फास्ट लेन म्हणजे काय?

फास्ट लेन, व्यवसाय आणि जीवनशैलीची अशी रणनीती आहे, धोरण आहे, ज्याचं वैशिष्ट आहे की ते नियंत्रणात्मक, अमर्यादित आणि लाभदायक (Controllable, Unlimited Leverage - CUL) आहे. ज्यायोगे, झटपट श्रीमंत होण्यासाठी आणि उंची राहणीमानासाठी पोषक वातावरण निर्माण होतं. निश्चितपणे, या चार गोष्टींकडे लक्ष द्या :

१) **नियंत्रणात्मक, अमर्यादित आणि लाभदायक (Controllable, Unlimited Leverage - CUL) :**
जिथं मंद गती मार्गाची व्याख्या, वृद्धिहीन, अनियंत्रणात्मक घटकांनी परिभाषित केलेली असते, तर फास्ट लेनमध्ये याच्या विरुद्ध स्थिती असतात : जास्तीतजास्त नियंत्रण आणि वृद्धी.

२) **व्यवसाय**
तुमचा व्यवसाय, स्वयंरोजगार आणि उद्योजकता हे फास्ट लेनच्या केंद्रस्थानी असतात, जसं मंद गती मार्गात नोकरी केंद्रस्थानी असते.

३) **जीवनशैली**
जीवनशैलीची निवड म्हणजे फास्ट लेन : अनेक समजुतींप्रमाणंच वागणं, प्रक्रिया आणि कृती.

४) **झटपट संपत्ती निर्माण**
फास्ट लेन म्हणजे वेगानं आणि 'मध्यम वर्गीयपणाच्या' मर्यादांपलीकडे जाऊन मोठ्या प्रमाणात संपत्ती निर्माण करणं.

फास्ट लेन म्हणजे काय हे उत्तमरीत्या सांगणारी ही एक गोष्ट आहे आणि हो, इंटरनेटवर पोस्ट केलेल्या वास्तविक कथेतून प्रेरित ही गोष्ट आहे.

चार वर्षांच्या प्रदीर्घ काळानंतर मी माझी कंपनी ३२ मिलियन डॉलर्सला विकली (झटपट संपत्ती निर्माण) आणि तरीही माझ्यात काहीही फरक पडला नाही. कंपनी विकल्याचा मला आनंदच झाला. कारण मला झटपट पैसे कमवायचे होते तसंच नुसत्या कागदावर असलेल्या पैशांचं रूपांतर नगदी पैशांत करायचं होतं. या निर्णयामुळं माझं आयुष्य कायमचं बदलून गेलं.

आता, मला जे हवं ते मी करतो आणि मला थोडासादेखील कंटाळा येत नाही. ही पृथ्वी जणू माझं खेळाचं मैदान आहे! मी प्रवास करतो, मी दोन नव्या भाषा शिकलो तसंच पियानो वाजवायलादेखील शिकलो. मी वर्षातून एक महिना तरी, वॉटर स्पोर्ट्स खेळतो, पर्वतारोहण करतो आणि बर्फात खेळायला जातो. माझ्या मालकीची तीन घरं आहेत, जेव्हा मनात येतं तेव्हा माझ्या आवडीच्या संघांचे सामने मी बघतो. आठवड्याला ३-४ चित्रपट पाहतो, आठवड्याला १-२ पुस्तकं वाचतो. माझा बहुतांश वेळ मी माझ्या कुटुंबासोबत घालवतो आणि माझ्या दोन मुलींना माझ्या डोळ्यांदेखत मोठं होताना प्रत्यक्ष बघतो. माझं कुटुंब या जगाच्या चारही कोपऱ्यांत राहून आलं आहे, अगदी ऑस्ट्रेलिया आणि कॅरेबियनलाही.

मागं वळून पाहिलं, तर हे तितकंसं सोपं नव्हतं. ती चार वर्षं मी दिवसाला १२ ते १६ तास काम करायचो. आठवड्याचे सहाही दिवस आणि रविवारीदेखील काही तास काम करायचोच. आम्ही खूप चांगलं सेवाजाल निर्माण केलं होतं आणि त्याअंतर्गत आम्ही काहीही विकत होतो. (सी.यू. एल.सह व्यवसाय). जेव्हा प्रत्येक पै न् पै मला कंपनीत गुंतवावी लागत होती, तेव्हाचे कष्टप्रद दिवस मला आठवतात. पाच वेळा तर असं झालंय की आमच्या खात्यात ५० डॉलर्सपेक्षाही कमी पैसे शिल्लक होते. माझं कुटुंब सोडलं, तर त्या स्टार्टअपच्या दिवसांत, मला खूप गोष्टींचा त्याग करावा लागला. मी केबल टी.व्ही. कनेक्शन रद्द केलं, त्याचप्रमाणं ज्या गोष्टी मला आवडायच्या, ज्या करण्यात मला आनंद मिळायचा, त्या गोष्टी काही काळासाठी मला दूर साराव्या लागल्या. कारण माझ्या समोर एक उद्दिष्ट होतं, एक स्वप्न होतं. त्या उद्दिष्टाशी मी कटिबद्ध होतो आणि आयुष्यभर नोकरी करण्यापेक्षा ते उद्दिष्ट, ते स्वप्न खूप भव्य होतं. (जीवनशैली)

आता, मी विविध स्टार्टअप कंपन्यांमध्ये गुंतवणूकदार आहे आणि मी कधी कल्पनापण केली नव्हती असा माझा प्रभाव पडत आहे. मला त्याबद्दल खेद, खंत काही वाटत नाही. माझं आयुष्य अगदी भन्नाट झालं आहे आणि मला त्यात काडीइतका बदल करायचा नाहीये. मी जर व्यवसायाला सुरूवात करून कंपनी सुरू करण्याचा निर्णय घेतला नसता, तर मला ठाऊक नाही, मी आता कुठे असतो ते.

ही कथा फास्ट लेनचं मूर्तिमंत उदाहरण आहे. एक व्यवसाय सुरू झाला, जीवनशैलीमुळं व्यवसाय वाढू लागला, ज्यामुळं एक महामार्ग खुला झाला, जो अफाट संपत्तीकडे घेऊन गेला, ज्यामुळं स्वातंत्र्याची दारं खुली झाली. प्रश्न असा आहे की, हे सगळं *तुमच्या बाबतीतपण होईल का?*

फास्ट लेनचे माइंडपोस्ट (मन:स्थितीदर्शक)

इतर मागाप्रमाणंच फास्ट लेनमध्येदेखील तशीच मन:स्थितीदर्शक अथवा वर्तनवैशिष्ट्यं असतात, जी या प्रवासात क्रिया करण्यास उद्युक्त करतात. ती वैशिष्ट्यं याप्रमाणं :

कर्जाचं आकलन : *जर माझी म्हणून एक प्रणाली, उभारण्यास आणि वाढवण्यास मदत होणार असेल तर कर्ज उपयुक्त आहे.*

काळाचं आकलन : *पैशापेक्षादेखील माझ्याकडे असलेली सर्वोत्कृष्ट मालमत्ता म्हणजे काळ (वेळ).*

शिक्षणाचं आकलन : *ज्या क्षणी तुम्ही शिकणं थांबवता, त्या क्षणी तुम्ही स्वत:ची वाढ थांबवता. माझ्या प्रवासात सतत ज्ञान आणि जागरूकता वाढवत राहणं आवश्यक आहे.*

पैशाचं आकलन : *पैसा सगळीकडे आहे आणि तो मुबलक प्रमाणात असतो. मी किती जणांच्या आयुष्याला स्पर्श केला आहे याचं प्रतिबिंब म्हणजे पैसा. मी जी मूल्यं निर्माण केली आहेत त्याचं प्रतिबिंब पैशांत दिसतं.*

प्राथमिक उत्पन्न–स्रोत : *मी माझ्या व्यवसायाच्या रचनेअनुसार आणि गुंतवणुकीद्वारे उत्पन्न कमावतो.*

संपत्तीत वाढ करणारा प्राथमिक घटक : *मी शून्यातून काहीतरी निर्माण करतो. मालमत्ता निर्माण करून बाजारात तिचं मूल्य वाढवतो. इतर वेळेस मी मालमत्ता विकत घेऊन तिची आणखी मूल्यवृद्धी करतो.*

संपत्तीचं आकलन : *रोख रक्कम सतत येत राहण्यासाठी आणि मालमत्तेच्या मूल्यांकनासाठी व्यवसाय प्रणाली तयार करा.*

संपत्ती समीकरण : *संपत्ती = निव्वळ नफा + मालमत्तेचं मूल्य*

धोरण : *मी जितकी अधिक मदत करतो, तितकाच वेळ मी, पैसा आणि स्वसमाधानानं श्रीमंत होत जातो.*

इष्ट स्थान : *आजन्म काहीही न करता मिळणारं उत्पन्न, मग ते व्यवसायातून असेल किंवा गुंतवणुकीतून.*

जबाबदारी आणि नियंत्रण : *मी जसं घडवतो, तसं आयुष्य बनतं. माझं आर्थिक नियोजन ही संपूर्णपणं माझी जबाबदारी आहे. तसंच निर्माण होणाऱ्या परिस्थितीला कसं सामोरं जायचं हा निर्णय माझा असतो.*

जीवनाचं आकलन : *माझी स्वप्नं कितीही विक्षिप्त वाटली तरी ती पाठपुरावा करण्याजोगी आहेत. आणि ती स्वप्नं पूर्ण करण्यासाठी खूप वेळ आणि पैसा लागणार आहे याची मला पूर्ण जाणीव आहे.*

फास्ट लेनरची जीवनशैली एका सूत्रात मांडण्याचं काम हे मन:स्थितीदर्शक करतात. ते आनुषंगिक कृतीला चालना देतात.

जलद गती मार्ग (फास्ट लेन) नकाशा : संपत्तीकडे झुकाव

जलद गती मार्गाची दिशा नेहमी संपत्तीच्या दिशेनं असते. कारण तो नियंत्रणात्मक आणि अमर्यादित घटकयुक्त समीकरणांतर्गत कार्य करतो. तसंच गणितीय काळमर्यादारूपी पिंजऱ्यातून त्याची मुक्तता झालेली असते. यूएलएलची जागा सीयूएलनं घेतलेली असते. योग्य रीतीनं उपयोग केल्यास, हा मार्गनकाशा, अमर्याद गणितशास्त्राद्वारे, 'नफा' किंवा 'मालमत्ता मूल्य' किंवा दोन्ही मार्गांतून झटपट निर्माण होणाऱ्या मार्गाकडे घेऊन जातो. या झटपट श्रीमंत होण्याच्या प्रक्रियेत, वेळेला गृहीतच धरलं नसल्यानं, किंबहुना त्याचा पूर्ण उपयोग करून घेतल्यामुळं, संपत्तीकडे नेणाऱ्या प्रवासातून काळ हा घटक बाजूला सारला जातो. फास्ट लेन फार कमी वेळात, मिलियन, कधीकधी तर बिलियन डॉलर्समध्ये संपत्ती निर्माण करतो.

हो, 'झटपट श्रीमंत व्हा' ही उक्ती अस्तित्वात आहे.

'झटपट श्रीमंत व्हा' यामागची काळी बाजू

यशस्वी फास्ट लेनर्स 'झटपट श्रीमंत होतात.' या तीन शब्दांनी घाबरून जाऊ नका. कारण मला माहीत आहे की हे शब्द ऐकताच तुमच्या मनात 'घोटाळा' वगैरे असे नकारात्मक शब्द गर्दी करणार. जसं की, 'एक छोटी जाहिरात', तसंच, ५००० डॉलर्स शुल्क असलेलं चर्चासत्र, टी.व्ही.वरच्या जाहिरातींतून मिळणारं ज्ञान, विदेशी लॉटरी, नायजेरियाच्या अर्थमंत्र्यांनी ९ मिलियन अमेरिकी डॉलर्ससाठी मागितलेली मदत, तसंच फोन करणारे बिल गेट्स, जे तुम्हांला 'हा ई मेल प्रत्येकाला पाठवा' आणि ताबडतोब ५०,००० डॉलर्सचं रोख बक्षीस जिंका; कारण, ओहोहो...ॲटर्नीनं त्याच्या पत्रात असं म्हटलंय वगैरे वगैरे...

'झटपट श्रीमंत व्हा' हा जणू काही अपशब्द असून त्याला कायमच तुच्छ लेखण्यात आलं आहे. असं काही अस्तित्वात नसतं हेच वारंवार आपल्या मनावर बिंबवल्यामुळं आपल्याला तशी जाणीवदेखील होत नाही. सान्ताक्लॉज किंवा युनिकॉर्नप्रमाणंच आपल्याला सांगण्यात येतं, ''झटपट श्रीमंत होणं म्हणजे लबाडी आहे!''

त्याबद्दल मी तुम्हांला दोषी मानत नाही, पण हे खरं आहे का?

टी.व्ही.वरच्या जाहिरातींत किंवा वेबसाइटवर दाखवल्याप्रमाणं झटपट लाखो रुपये कमावता येणार नाहीत का?

त्यातला फरक असा आहे की, 'झटपट श्रीमंत व्हा' याचा 'श्रीमंत करणाऱ्या योजनां'शी काहीही संबंध नसतो, किंबहुना 'सहज श्रीमंत व्हा' याचंच ते दुष्ट जुळं भावंड आहे. 'झटपट श्रीमंत व्हा' या भोळ्या भावंडाची सावली म्हणजे 'सहज श्रीमंत व्हा'. सहज श्रीमंत होण्याला भुलून जे लोक फसतात, ते 'झटपट श्रीमंत व्हा' या भावंडाला दोषी ठरवतात. इन्स्टाग्रामवर झळकणाऱ्या, समुद्रकिनाऱ्यावरची दृश्य, पामची झाडं, फेरारी गाड्या अशा चित्रांच्या माध्यमातून सहज श्रीमंत होण्याला एक झळाळी प्राप्त होते. हे सगळं खोटं, फसवं असून सगळ्यांच्या मनात असणाऱ्या इच्छांचं वृथा मृगजळ ते निर्माण करतं. फक्त १९७ डॉलर्सची ही पीडीएफ फाईल विकत घ्या किंवा शेअर बाजारावरचा हा सॉफ्टवेअर प्रोग्रॅम विकत घ्या आणि बघा... तुम्ही १० दिवसांत श्रीमंत व्हाल! नाही! हे म्हणजे 'झटपट श्रीमंत होणं' नव्हे, तर 'सहज श्रीमंत होणं' आहे... आणि त्यामुळं फक्त खिसा हलका होतो.

फास्ट लेनच्या यशोगाथा 'झटपट श्रीमंत होणं' या उक्तीला मूर्त स्वरूप देतात. 'असं काही अस्तित्वात नसतं' हे जे लोक डांगोरा पिटून सांगत असतात ते त्यांच्या अज्ञानापायी निर्माण झालेलं असत्य आहे. स्लो लेनच्या अयशस्वी प्रवाशांनो हे सत्य डागाळू देऊ नका. अजिबात कबूल करू नका. 'असं फक्त इतरांच्या बाबतीतच घडतं,' हे वाक्य तुमच्या बाबतीत सत्य होऊ देऊ नका. 'झटपट श्रीमंत होणं' याद्वारे अनेक लोक मस्त आयुष्य जगत आहेत, कारण त्यामागे एक प्रक्रिया, त्यांचे कष्ट आहेत.

फास्ट लेनच्या कथा

जोपर्यंत तुम्हांला अडचण जाणवत नाही, तोपर्यंत तुम्हांला फास्ट लेनशी परिचय होणार नाही. जर कोणी व्यवसायाद्वारे, 'झटपट श्रीमंत होणं' या घटनेचा अनुभव घेत असेल, तर समजा तो फास्ट लेनवर आहे. पुढं फास्ट लेनच्या कथांमधली मुळं दिलेली आहेत.

- एक संशोधक जो एखादं उपकरण निर्माण करतो आणि तशी लाखो उपकरणं तो १५ घाऊक विक्रेत्यांना विकतो.
- यूट्यूब चालवणारा, हजारो सबस्क्रायबर्स असलेला, जो सबस्क्रिप्शन सेवा किंवा त्याच्या उत्पादन विक्रीतून पैशांची खाण उघडतो.
- एक मोबाइल ॲप्लिकेशन तयार करून, ५०,००० वेळा त्याची विक्री करणारा एखादा माणूस.
- उपासमारीपासून वाचण्यासाठी एखाद्यानं एनर्जी बार शोधून काढला आणि त्याची कंपनी विकत घेण्यासाठी त्याला १९२ मिलियन डॉलर्सचा प्रस्ताव आला.
- एक माणूस ब्लॉग बनवतो आणि तीन वर्षांनंतर मोठ्या औषध कंपनीला ४ मिलियन डॉलर्सना विकून टाकतो.
- एक महिला एका नावीन्यपूर्ण झाडूचा शोध लावते आणि क्यूव्हीसीवर त्या प्रकारचे ५ लाख झाडू विकते.

- एक तरुण वेबसाइट निर्माण करतो, त्यातून त्याला दर महिना ७० हजार डॉलर्सचा फायदा होतो आणि काही काळानं तो लक्षावधी डॉलर्सला ती वेबसाइट विकून टाकतो.
- एक तरुण उत्पादन प्रक्रियेचं पेटंट मिळवून, *'फॉर्च्युन 500'* मधल्या एका कंपनीला त्याचं लायसन्स देऊन १४ मिलियन डॉलर्स कमावतो.
- एक माणूस त्याच्या पसंतीचा बास्केटबॉल संघ खेळत असलेल्या सामन्याचं वर्णन ऐकण्यासाठी एक वेबसाइट निर्माण करतो आणि कालांतरानं ती कंपनी ५.५ बिलियन डॉलर्सना विकून टाकतो.
- सॉफ्टवेअर कंपनी उभारणारी एक व्यक्ती, जी पुढं जाऊन जगातली सर्वांत श्रीमंत व्यक्ती म्हणून गणली जाते.
- एक संशोधक डॉक्टर, वय लपवण्याचं औषध शोधून काढतो आणि एका औषध निर्माण करणाऱ्या कंपनीला ७०० मिलियन डॉलर्सना विकून टाकतो.
- तारुण्याच्या मोहमयी दुनियेवर पुस्तक लिहिणारा एक लेखक, पुढं जाऊन अब्जाधीश बनतो.
- स्त्रियांसाठी गुरुत्वीय बलावरोधी अंतर्वस्त्र बनवणारी एक तरुणी, जी कालांतरानं अब्जाधीश बनली.
- उत्पादन प्रक्रियेत सुधार घडवून आणणारा एक उद्योजक, ॲमेझॉन किंवा तत्सम माध्यमातून दर महिना १,५०,००० डॉलर्स कमावतो.
- एक माणूस त्याच्या जोडधंद्यातून महिन्याला २० हजार डॉलर्स कमावतो, त्यातून त्याला जगभर फिरायलादेखील मिळतं आणि नंतर ती कंपनी तो ५६० हजार डॉलर्सना विकून टाकतो.

यातल्या भव्यदिव्य गोष्टींना तुम्ही भुलू नका. यातील काही 'फास्ट लेनर्स'ना प्रसिद्धी मिळत नाही आणि काही तर अज्ञातच राहतात. नशीब साथ देतं; परंतु प्रसिद्धी मात्र हुलकावणी देते. 'झटपट श्रीमंत व्हा' फास्ट लेनर्स बातम्या देतात, लहान लोक त्यांच्या मालकांना मुक्त करतात.

फास्ट लेन : संपत्तीची औद्योगिक क्रांती

औद्योगिक क्रांतीचा काळ ऐतिहासिक काळ होता. या काळात मनुष्य यंत्राधारित उत्पादनांचा वेग आणि कार्यक्षमतेचा फायदा कसा करून घ्यावा हे शिकला. मानवी श्रमाची जागा विशिष्ट उत्पादनासाठी वेगवेगळ्या विशिष्ट भागांचा मेळ असलेल्या विविध प्रणालींनी घेतली. माणूस हाताळत असलेली दीर्घ आणि कठीण कार्यं आता यंत्रांकडून करवून घेतली जात होती. उत्पादनांच्या समीकरणातून मानवी श्रमांना वजा करण्यात आलं होतं. त्या काळात हेच सगळं त्यांच्यासाठी 'झटपट श्रीमंत होणं' होतं. आधी जे उत्पादन तयार होण्यासाठी काही महिने लागायचे ते आता काही दिवसांत होत होतं.

फास्ट लेनद्वारा आर्थिक स्वातंत्र्य मिळवणं हीदेखील, औद्योगिक क्रांतीप्रमाणंच संपत्ती मिळवण्यासाठी घडवलेली क्रांतीच आहे. संपत्तीकडे नेणारा धोपट मार्ग म्हणजे मानवी श्रम,

वेळ आणि *आंतरिक मूल्य* यांविरुद्ध दिलेला लढा. संपत्तीकडे नेणारा जलद गती मार्ग म्हणजे संपत्ती मिळवण्याची प्रक्रिया यांत्रिक करणं. आपल्या पूर्वजांनी जशी उत्पादन प्रक्रिया क्रमबद्ध केली, तसंच संपत्ती मिळवण्याची प्रक्रियादेखील क्रमबद्ध करणं धोपट मार्ग (स्लो लेन) आणि शॉर्टकट (फास्ट लेन) यांतील फरक, एका ईजिप्शिअन दृष्टांत कथेत समर्पकरीत्या मांडण्यात आला आहे.

जलद गती मार्गावरील संपत्तीची दृष्टान्त कथा

एका महान इजिप्शिअन राजान (फारो) आपल्या जुळ्या भाच्यांना – चुमा आणि अझुर यांना – इजिप्तच्या सन्मानार्थ स्मारक म्हणून दोन पिरॅमिड्स बांधण्याचं भव्य कार्य सोपवलं.

प्रत्येक भाच्याचा पिरॅमिड बांधून झाल्यावर, त्याला तत्काळ राजबक्षीस, श्रीमंत निवृत्तिकाळ आणि आजन्म ऐषोआरामी राहणीमानाचे वचन फारोनं दिलं.

मात्र त्यात एक अट होती. प्रत्येक भाच्यानं त्याचा पिरॅमिड एकट्यानंच बांधायचा होता.

हे आव्हानात्मक काम पूर्ण होण्यासाठी कितीतरी वर्षं लागतील हे १८ वर्षांच्या चुमा आणि अझुर यांना ठाऊक होतं. तरीदेखील, फारोच्या आदेशानुसार, त्या दोघांची या आव्हानासाठी निवड होऊन त्यांचा सन्मान करण्यात आला. या पिरॅमिड बांधणीच्या कामगिरीवर निघण्यासाठी दोघेही फारोच्या कक्षातून बाहेर पडले.

अझुरनं पिरॅमिडच्या कामाला लगेचच प्रारंभ केला. त्यानं हळूहळू, मोठे मोठे दगड ढकलत आणून ते चौकोनी आकारात मांडायला सुरूवात केली. काही महिन्यांनंतर, अझुरचा पिरॅमिड आकाराला येऊ लागला. शहरातील लोक अझुरनं केलेल्या बांधकामाभोवती गोळा झाले. त्यानं स्वत:च्या हातानं केलेल्या बांधकामाचं त्यांनी कौतुक केलं. दगड खूप जड आणि हलवण्यास त्रासदायक होते. एका वर्षाच्या अथक श्रमानंतर अझुरचं चौकोनी बांधकाम पूर्णत्वाला येत होतं.

तरीही अझुर अस्वस्थ होता. चुमाच्या पिरॅमिड उभारणीची जागा अद्याप रिकामीच होती. तिथं एकही दगड आणून टाकलेला नव्हता. तिथं ना खोदाई झाली होती, ना अन्य काही. एक वर्षापूर्वी फारोनं कामगिरी सोपवल्यापासून ती जमीन तशीच पडीक होती.

गोंधळलेला अझुर चुमाच्या घरी गेला. त्यानं बघितलं की, चुमा त्याच्या गोदामात एका पीळ असलेल्या उपकरणासोबत मन लावून काहीतरी काम करत होता. ते उपकरण माणसाचा छळ करताना वापरण्यात येणाऱ्या उपकरणासारखं दिसत होतं.

अझुरनं चुमाच्या कामात व्यत्यय आणत विचारलं, ''चुमा, अरे हे तू काय करतोयस? खरं तर तू फारोनं सांगितलेलं पिरॅमिडचं काम करायला हवं होतंस, त्याऐवजी इतके दिवस, तू या गोदामात स्वत:ला अडकवून घेत, एका विचित्र उपकरणाशी खेळत दिवस काढलेस?''

चुमा हसत म्हणाला, ''मी पिरॅमिड बांधतोय, मला एकट्याला सोड.''

अझुर टवाळीच्या सुरात म्हणाला, ''तर...तर... नक्कीच. एका वर्षात तू एक दगड ठेवला आहेस.''

चुमा पुन्हा कामात गर्क झाला, परंतु भावाच्या टोमण्यामुळं विचलित न होता म्हणाला, ''अझुर, तुला फक्त जवळचं दिसतं. संपत्तीच्या लालसेनं तुझ्या डोळ्यांसमोर धुकं दाटलं आहे. तू तुझा पिरॅमिड बांध, मी माझा बांधीन.''

अझुर निघून गेल्यावर तो स्वत:शीच रागावून म्हणाला, ''अरे मूर्खा! फारोला जर तुझा हा देशद्रोह लक्षात आला, तर तो तुला वधस्तंभावर चढवेल.''

आणखी एक वर्ष उलटतं. अझुरनं त्याच्या पिरॅमिडचा पाया भक्कम करून वरच्या मजल्याच्या बांधकामाला सुरूवात केली. मात्र आता एक समस्या उद्‌भवली. अझुरला त्याचं काम पुढे नेताना खूप संघर्ष करावा लागत होता. दगड खूप जड होते आणि ते दुसऱ्या मजल्यावर चढवणं त्याच्यासाठी खूप जिकिरीचं होतं.

अझुरला स्वत:च्या शारीरिक मर्यादा लक्षात आल्या. जड दगड उचलण्यासाठी जास्त ताकदीची गरज असल्याचं त्याच्या लक्षात आलं. आणि त्यासाठी त्यानं बेनू या इजिप्तमधल्या सर्वांत शक्तिशाली माणसाचा सल्ला घेतला. बेनूनं स्नायू अधिक बळकट करण्यासाठी अझुरला प्रशिक्षण दिलं आणि त्याचा मोबदलाही घेतला. अझुरला असं वाटतं, की कमावलेल्या अधिक ताकदीच्या जोरावर मोठमोठे जड दगड दुसऱ्या मजल्यावर सहजपणं नेता येतील.

दरम्यान, चुमाच्या पिरॅमिडची जमीन अजूनही रिकामीच होती. अझुरला वाटलं की, त्याच्या भावानं मृत्यूच स्वीकारायचा असं ठरवलं आहे. कारण आतापर्यंतची प्रगती पाहता, चुमा फारोची अवज्ञा करत असल्याचं दिसत होतं. अझुरनं त्याच्या भावाचा आणि त्यानं आतापर्यंत न बांधलेल्या पिरॅमिडचा विचार बाजूला सारला.

आणखी एक वर्षं सरलं. परंतु अझुरची पिरॅमिड बांधणी अतिशय मंद गतीनं सुरू होती. एकेक दगड ठेवायला एकेक महिना लागत होता. अधिक वरच्या पातळ्यांवर दगड चढवण्यासाठी खूप ताकदीची गरज लागत होती. आणि अझुर तर अधिक ताकद मिळवण्यासाठी बेनूसोबत प्रशिक्षण घेण्यातच आपला बहुतेक वेळ व्यतीत करत होता. त्याशिवाय, ताकदीसाठीच्या आहारासाठी आणि सल्ल्यासाठी अझुर त्याचा बराचसा पैसा खर्च करत होता. अझुरला अंदाज आला, की या गतीनं पिरॅमिड बांधून पूर्ण करण्यासाठी आणखी ३० वर्षं तरी लागतील. परंतु तरीही निराश न होता अझुर म्हणाला, ''तीन वर्षांत मी माझ्या भावाच्या खूप पुढे आलो आहे. त्यानं तर अजूनपर्यंत एकही दगड रचलेला नाही... मूर्ख माणूस!''

नंतर एके दिवशी अचानक अझुरला मोठा आवाज ऐकू आला. शहराच्या चौकातून जड दगड खेचून नेत असतानाचा तो आवाज होता. रोज अझुरचं काम निरखणारे शहरातील नागरिक त्याला सोडून चौकात काय चाललंय ते बघायला धावले. अझुरलादेखील उत्सुकता वाटली आणि तोही काय चाललंय ते शोधायला तिकडे गेला. त्यानं बघितलं की, उत्साही गर्दीनं घेरलेला चुमा, विविध गॅन्ट्री, तरफा, निरनिराळी चाकं, दोऱ्या यांनी तयार केलेलं, एक २५ फुटी विचित्र यंत्र ओढून आणत होता. गर्दीतून वाट काढत जसजसा चुमा पुढे येऊ लागला, तसं काय चाललंय हे अझुरच्या लक्षात आलं आणि तो चरकला. थोड्याच अंतरावर असलेल्या चुमाच्या पडक्या जमिनीकडे चुमा पोहोचल्यावर तर अझुरची शंका खरी ठरली.

काही मिनिटांतच, चुमाच्या त्या विचित्र मशीननं जड जड दगड हलवायला सुरूवात केली आणि त्याच्या पिरॅमिडचा पाया बांधण्याची सुरूवात झाली. ते यंत्र एकामागून एक जड दगड लीलया उचलून अलगद एकाशेजारी एक रचत होतं. आश्चर्य म्हणजे यंत्र चालवण्यासाठी चुमाला फारसे कष्टही करावे लागत नव्हते. गिअरशी जोडलेलं, दोरीला बांधलेलं चाक आणि कॅंटिलिव्हर फिरवायचं आणि आहा! जड जड दगड लगेचच आणि आश्चर्यकारकरीत्या हलवले जायचे!

जिथं अझुरच्या पिरॅमिडचा पाया बांधून व्हायला वर्ष लागलं, तिथं चुमानं एका आठवड्यातच पायाभरणीला सुरूवात केली. पिरॅमिडचा दुसरा मजला बांधायला अझुरला खूपच संघर्ष करावा लागला, तेच काम चुमाच्या यंत्रानं ३० पट जलद गतीनं केलं. जे काम करायला अझुरला दोन महिने लागले, तेच काम चुमाच्या यंत्रानं दोन दिवसांत पूर्ण केलं. चाळीस दिवसांतच चुमानं अझुरच्या आतापर्यंतच्या कामाइतकं काम पूर्ण करत आणलं.

या आश्चर्यकारक साक्षात्कारामुळं अझुर पार उद्ध्वस्त झाला. मोठमोठे जड दगड उचलण्यात आपण कित्येक वर्षं खर्च केली, *चुमानं मात्र या गोष्टी करण्याकरता एक यंत्र बनवलं.*

त्या यंत्राचं कौतुक करण्याऐवजी अझुरनं हट्टीपणानं निग्रह केला, "मला आणखी ताकदवान बनायलाच हवं! मला जड दगड उचलता आलेच पाहिजेत!" अझुरनं जड दगड उचलण्यासाठी शारीरिक परिश्रम सुरूच ठेवले, तर चुमा त्याच्या यंत्राचा दांडा फिरवत राहिला.

आठ वर्षांनी, वयाच्या २६व्या वर्षी चुमानं पिरॅमिड बांधून पूर्ण केलं. *पहिली तीन वर्षं बांधकामासाठी लागणारी यंत्रणा विकसित करण्यात आणि नंतरची पाच वर्षं त्या यंत्रणेचे फायदे मिळवण्यात गेली. फारो राजाला खूप आनंद झाला आणि त्यानं आपल्या वचनाची पूर्तता केली.* त्यानं चुमाला राजपद बहाल केलं आणि अनेक उंची, मौल्यवान चीजवस्तूंची त्याच्यावर खैरात केली. चुमाला त्याच्या आयुष्यात पुन्हा कधीही काम करावं लागलं नाही.

दरम्यान अझुरला मात्र तेच ते काम करावं लागलं. दगड उचला, शक्ती मिळवण्यासाठी वेळ आणि पैसे वाया घालवा, पुन्हा दगड उचला, पुन्हा ताकद मिळवा. खेदाची बाब म्हणजे, आपलं नियोजन चुकीचं आहे हे अझुर मान्य करत नव्हता आणि तीच प्रक्रिया - दगड उचलायची, ताकद संपेपर्यंत दगडाचा भार उचलत राहायची आणि अधिक जड दगड उचलण्यसाठी ताकद कमवायची... हे असं त्यानं मुकाट्यानं सुरूच ठेवलं.

या मूर्खपणाच्या उपायांमुळं अझुरच्या नशिबी आयुष्यभर घाम गाळणं आणि कष्ट करणं आलं. अझुर फारोला दिलेलं वचन कधीच पूर्ण करू शकला नाही. कारण पिरॅमिड बांधण्यासाठी लागणारे जड दगड स्वतःच उचलण्याच्या हट्टाऐवजी, आपल्यासाठी असं काम करू शकणारी एखादी यंत्रणा शोधण्यावर त्यानं लक्ष केंद्रित करायला हवं होतं. पिरॅमिड पूर्ण होण्यासाठी केवळ दोन मजले राहिलेले असताना, १२व्या मजल्याचं काम चालू असताना, हृदयविकाराचा झटका येऊन अझुर मरण पावला. फारोनं वचन दिलेल्या श्रीमंतीचा तो कधीच उपभोग घेऊ शकला नाही.

दरम्यान चुमानं मात्र विलासी राजपदात, ४० वर्षं अलीकडेच निवृत्तीचं आयुष्य उपभोगलं. मोकळ्या वेळात केलेल्या अनेक संशोधनामुळं त्याची गणना इजिप्तच्या विद्वान आणि यशस्वी संशोधकांमध्ये होते. फारोच्या थडग्याशेजारी, चुमानं बांधलेल्या पिरॅमिडमध्येच त्याचं थडगं बांधण्यात आलं.

फास्ट लेन म्हणजे व्यवसाय प्रणाली : स्लो लेन म्हणजे चाकरी

स्लो लेन म्हणजे चाकरी आहे : तुमच्या मालकाच्या आर्थिक फायद्यासाठी तुम्ही कष्ट केलेले असतात. अझुरचा संघर्ष हा स्लो लेन तत्त्वांशी मिळताजुळता आहे : श्रीमंत होण्यासाठी तुम्हांला अधिक ताकदवान बनण्याची आवश्यकता आहे, (पैसे खर्च करा, पुन्हा कॉलेजमध्ये जा आणि नोकरीच्या बाजारात अधिक पैसे कमवा) ज्यायोगे तुम्ही जास्तीतजास्त जड दगड उचलू शकता.

फास्ट लेन एक चांगली प्रणाली, एक चांगली यंत्रणा, चांगलं उत्पादन किंवा 'असं काहीतरी' चांगलं बनवणं आहे जेणेकरून तुमच्या कामात त्याचा फायदा होईल. स्लो लेनमध्ये जड गोष्टींचा भार उचलण्यासाठी तुम्हीच असता, मात्र फास्ट लेनमध्ये तुम्ही अशी यंत्रणा विकसित करता, जी तुमचा भार कमी करेल.

संपत्ती मिळवण्याच्या प्रवासात, स्लो लेन तुम्हांला संपत्तीसाठी लांब, कंटाळवाणी वाटचाल सहन करण्यास सांगते. यात, संपत्तीसाठी घेतले जाणारे परिश्रम हीच मुळात एक प्रक्रिया आहे. फास्ट लेनमध्ये, तुम्ही निर्माण केलेल्या व्यावसायिक प्रणालीअनुसार संपत्ती तुमच्याकडे येते. यात त्या प्रणालीची निर्मिती आणि तिचं व्यवस्थापन इतकेच कष्ट घ्यावे लागतात.

प्रकरण सारांश : फास्ट लेनची वैशिष्ट्यं

- फास्ट लेनमध्ये असणारे धोके, हे स्लो लेन मार्गापेक्षा फार काही वेगळे नाहीत, परंतु त्यातून होणारे फायदे मात्र खूप जास्त आहेत.
- फास्ट लेन ही एक पर्यायी आर्थिक रणनीती आहे, जी नियंत्रित करण्याजोग्या अमर्यादित लाभांवर आधारित आहे.
- फास्ट लेन मार्ग, 'झटपट श्रीमंत होणं' ही उक्ती सार्थ ठरवण्यास सक्षम आहे, मात्र त्याचा संबंध 'सहज श्रीमंत होणं' याच्याशी लावून गोंधळून जाऊ नका.

फास्ट लेन

१७

दुसऱ्या संघात सामील व्हा आणि नियमावली बदला

"स्वत:मध्येच गुंडाळल्या गेलेल्या माणसाचं गाठोडं लहान होतं."

– बेंजामिन फ्रँकलिन

फास्ट लेन मार्गनकाशा : संपत्तीची नियमावली पुस्तिका

हरणारा संघ हरवणारी नियमावली वापरतात. हरणाऱ्या संघासाठी खेळलात तर तुम्हांला त्यांचीच पराभूत करणारी नियमावली पुस्तिका वापरावी लागेल. जिंकण्यासाठी संघ बदला आणि त्यांची नियमावली अनुसरा. फास्ट लेन मार्ग आर्थिक जेते निर्माण करतो, कारण त्यात अमर्यादित आणि नियंत्रित गणितामध्ये रुजलेलं एक यशस्वी सूत्र वापरण्यात आलेलं असतं.

ही नियमावली पुस्तिका कुठे असते आणि ती कशी मिळवायची?

त्यासाठी तुम्हांला बहुजन विचारसरणीचा त्याग करून *स्लो लेनला दगा द्यावा लागेल – अर्थात तिचा त्याग करावा लागेल.*

दुसऱ्या संघात सामील व्हा आणि नियमावली बदला

तुमचा जन्म झाल्या दिवसापासून, तुम्ही *ग्राहक संघातले* आहात हेच बिंबवलं जातं, अगदी बार्बी डॉल आणि टोंका ट्रकपासून स्टार वॉरच्या ॲक्शन हिरोंपर्यंत. उत्पादनांसाठी, उत्पादनांच्या गरजेसाठी, उत्पादनं विकत घेण्यासाठी आणि अर्थातच, सगळ्या उत्पादनांतलं सर्वांत स्वस्त उत्पादन शोधण्यासाठी, तुमची जडणघडण 'सतत मागणी करणारी' अशी केली जाते.

मंद गती मार्ग आणि पदपथ यांच्यात ग्राहक प्रक्रिया सुलभ करण्यासाठी नोकऱ्या अस्तित्वात असणारा असा परस्पर संबंध असतो. एखाद्या ग्राहक उत्पादक कंपनीमध्ये तुम्ही ब्रँड मॅनेजर बनता, तुम्ही विमा एजंट म्हणून काम करता, एखाद्या महामंडळासाठी तुम्ही

लेखापाल होता. ही सगळी कामं ग्राहकांसाठी असून, वस्तू आणि सेवा ग्राहकांच्या हाती सोपवण्यावर सगळं लक्ष केंद्रित करण्यात आलेलं असतं.

हे जे 'ग्राहक'लक्ष केंद्रित करणं आहे ते फास्ट लेनसाठी, विरुद्ध दिशेनं खेचणाऱ्या गुरुत्वीय बलासारखं काम करतं आणि तत्काळ तुम्हांला चुकीच्या संघात नेऊन ठेवतं.

सांकेतिक शब्द साध्य करणं.

फास्ट लेन मार्गाची गुपितं मिळवणं अतिशय सोपं आहे. जसं, सांकेतिक शब्द माहिती असणाऱ्या संघातच सामील होणं.

उत्पादक संघ हा *जेता संघ* असतो.

खर्च करण्यावर नव्हे, तर उत्पादन करण्यावर आयुष्याचं लक्ष केंद्रित करा.

बहुसंख्य लोक (ग्राहक) करत असलेल्या विचारांपेक्षा, अल्पसंख्य (उत्पादक) जो विचार करतात, त्यानुसार जर तुमच्या विचारधारेची पुनर्मांडणी केलीत, तर तुमचा संघ आणि तुमच्या निष्ठा यांत प्रकर्षानं बदल होईल.

नक्कीच, *तुम्ही आधी उत्पादक आणि नंतर ग्राहक बना.*

जर प्रत्यक्षात खरंच असं केलंत, तर तुम्ही टी.व्ही.वर दाखवण्यात येणारी उत्पादनं विकत घेण्याऐवजी तुमची उत्पादनं तिथं विकत असता. सोनं मिळवण्यासाठी खोदकाम करण्यापेक्षा, फावडं विका. शिकवणी घेण्यापेक्षा चांगला शिक्षक मिळवून द्या. पैसे उधार घेण्यापेक्षा ते कर्जाऊ द्या. चाकर होण्यापेक्षा चाकरी देणारे व्हा. तारण ठेवणारा न होता तारण ठेवून घेणारे व्हा. उपभोक्ता (वापरकर्ता) होण्यापासून स्वत:ला मुक्त करा आणि उत्पादक म्हणून जगाला नवी दिशा द्या.

मला ठाऊक आहे, हे सोपं नाही.

तरीदेखील एकदा का उत्पादकाच्या नजरेतून तुम्ही जग बघायला लागलात की रेडिओच्या उत्तम जुळून आलेल्या सुरावटीसारख्या, तुम्हांला आजूबाजूच्या गोष्टी तितक्याच सुस्पष्टपणे दिसू लागतील. अचानक समोर आलेल्या संधी सुस्पष्ट होतात, अनेक कल्पनांचा उदय होतो आणि घोटाळेही नजरेस पडू लागतात. संपत्ती निर्माण करण्याच्या मानसिकता बळकट करण्यासाठी हा छोटासा बदलही खूप महत्त्वाचा असतो. लक्षात ठेवा, श्रीमंत नेहमी अल्पसंख्याकात मोडतात आणि आपल्याला त्याच गटात सामील व्हायचं आहे. त्याची सुरूवात उत्पादक मानसिकतेनं होते.

उत्पादक म्हणून पुनर्रचना

खरेदी करण्यासाठी चुचकारणाऱ्या जाहिराती जेव्हा तुमच्या समोर येतात, तेव्हा त्यांचं उत्पादकाच्या नजरेतून निरीक्षण करा. ही कंपनी पैसे कसे कमावते? या जाहिरातीमध्ये कोणते मानसिक डावपेच खेळण्यात आले आहेत? हे उत्पादन किंवा सेवा लोकांना देताना कोणती कार्यप्रणाली वापरण्यात आली आहे? ही कंपनी नफ्यात आहे का? यांचं उत्पादन परदेशांतलं आहे की स्थानिक आहे?

टी.व्ही.वर येणाऱ्या जाहिरातीतलं एकही उत्पादन मी कधीही विकत घेतलं नाही, कारण मी त्यांच्याच (उत्पादक) संघातला आहे ना! एक उत्पादक म्हणून मी त्या जाहिरातीतली माहिती गोळा करण्याचा प्रयत्न करतो. ती कोणासाठी आहे – उत्पादकांसाठी (अल्पसंख्य) की ग्राहकांच्या सेवेत आहेत (बहुसंख्य) त्यांच्यासाठी. 'लगेच काम करतं', 'परंतु थांबा, आणखी काही आहे', 'मोफत बक्षीस' या घोषणा म्हणजे जणू उत्पादकाच्या शस्त्रागारातील शस्त्रं आहेत. मी जाहिराती बघतो ते काही विकत घेण्यासाठी नाही, तर त्यात त्यांनी कशाकशाचा उपयोग केला आहे ते बघण्यासाठी.

एक उत्पादक म्हणून आपलं काम आहे ग्राहकांना आकर्षिक करणं. उत्पादक हा उत्पादकाच्या मानसिकतेत अडकून पडतो. मी मात्र, *ग्राहक उत्पादकांना शोधत येतात* या तत्त्वाच्या आधारे संपत्ती कमावतो. आपल्या मागण्यांची पूर्तता करू पाहणारा ग्राहक वर्ग हा बहुसंख्येने असतो!

सढळ हातानं खर्च करता येण्यासाठी प्रभावी उत्पादन करा

तर, उत्पादक आणि ग्राहक या द्विभाजनातलं विडंबन कोणतं हे ठाऊक आहे का? एकदा का तुम्ही उत्पादक म्हणून यशस्वी झालात की, फार काही न गमावता तुम्हांला हवं ते खरेदी करू शकता, कारण तुम्ही श्रीमंत झालेले असता.

सढळ हातानं खर्च करण्यासाठी, *आधी उत्पादनदेखील सढळच करा.*

दुर्दैवानं अनेक लोक याच्या उलट करतात. आधी खर्च आणि उत्पादन मात्र शून्य.

उत्पादक श्रीमंत बनतात.

ग्राहक गरीब होतात.

आपली भूमिका बदला आणि आधी स्वत:ला उत्पादकाच्या भूमिकेत आणा. संपत्तीला तुमच्याकडे आकर्षित करून घ्या!

उत्पादक व्हा : एखाद्या प्रणालीचा व्यवसाय वाढवा

संघ बदलण्यासाठी तसंच उत्पादक होण्यासाठी तुम्ही उद्योजक असणं तसंच तुम्हांला सतत नवीन शोधायची आस असणं गरजेचं आहे. तुम्ही द्रष्टे आणि निर्माता होणं आवश्यक आहे. तुम्ही एक नवा व्यवसाय सुरू करणं आवश्यक असून *जगाला त्याचं मूल्य, त्याची आवश्यकता पटवून देणं गरजेचं आहे.*

स्लो लेनची मध्यवर्ती संकल्पना जर नोकरी असेल, तर फास्ट लेनची मध्यवर्ती संकल्पना व्यवसाय आहे. हो, जुनी संकल्पना – स्वयंरोजगार तीपण चांगली आहे. मला ठाऊक आहे, की 'श्रीमंत व्हा' या विषयावरच्या पुस्तकासाठी हा काही फार आकर्षक मजकूर नव्हे; परंतु इथं हे नमूद करणं महत्त्वाचं आहे की कित्येक लघू व्यावसायिक फास्ट लेनपासून कित्येक वर्षं मागे असतात आणि त्यांची मंद गती मार्गावरच चढउतार चाललेली असते. *काही व्यवसाय हे नोकरीचा मुखवटा धारण करून असतात!*

फास्ट लेन संपत्ती समीकरणात, फास्ट लेन व्यवसाय हा महत्त्वाचा घटक आहे – *संपत्ती = नफा + मालमत्तेचं मूल्य.* कारण तो संपत्तीच्या अमर्यादित आणि नियंत्रणात्मक

अशा दोन घटकांमार्फत वाढीला चालना देतो. परंतु मंद गती मार्गात मात्र हे दोन्ही घटक मर्यादित आणि अनियंत्रणात्मक असतात. हो, आता यूएलएलची जागा सीयूएल घेतं.

उदाहरणार्थ, या पुस्तकाचा खप मला स्लो लेनचं संपत्ती समीकरण आणि त्याच्या विश्वातून मुक्त करतो. हे पुस्तक मला फास्ट लेनच्या विश्वात सामील करतं. असं विश्व, जिथं निव्वळ नफा आणि मालमत्ता मूल्यावर आधारित संपत्ती समीकरणावर चालतं. हे पुस्तकदेखील वेळेत आणि पैशात वृद्धी करणारी व्यवसाय प्रणालीच आहे.

पहिली गोष्ट, ही *प्रणाली वेळ वाचवते* आणि या पुस्तकासाठी मुळात मी जितका वेळ (वर्षं) खर्ची घातला आहे त्याहून कितीतरी अधिक वर्षं, या पुस्तकातून उत्पन्न मिळवून देण्यासाठी ती सक्षम आहे. हे पुस्तक उत्पन्न मिळवण्याची क्रिया माझ्याकडून (मानवी मालमत्ता) पुस्तकाकडे हस्तांतरीत करते (व्यवसाय मालमत्ता).

या पुस्तकासाठी, पुस्तकाच्या सुरूवातीपासून ते शेवटापर्यंत मला फार तर १,००० तास इतका वेळ द्यावा लागला असेल. मी जर ५ डॉलर्स दरानं या पुस्तकाच्या १,००,००० प्रतींचा खप केला तर मला ५,००,००० डॉलर्स इतकी कमाई होते, म्हणजेच मी गुंतवलेल्या प्रत्येक तासासाठी मला ५०० डॉलर्स मिळतात. मी जर ५,००,००० पुस्तकं विकली, तर पुस्तकासाठी मी दिलेल्या वेळेच्या बदल्यात मला ताशी २,५०० डॉलर्स मिळतील. माझी विक्री जितकी वाढत जाईल तितका माझ्या मूळ गुंतवणुकीतून येणारा मोबदलाही वाढत जाईल आणि मी तर माझा वेळ आधीच खर्च केला आहे. मी हे पुस्तक २०१० साली लिहून संपवलं. तसंच कोणत्याही काळात यातील तथ्यं ही समर्पक राहतील यानुसार त्याची मांडणी केली आहे (गणिताचे नियम कधीही बदलत नसतात!) इतकी वर्षं होऊनही या पुस्तकाचा सातत्यानं खप होतोच आहे. अनेक वर्षांपूर्वी मी गुंतवलेल्या वेळेच्या मोबदल्यात मला ५ डॉलर्सचं उत्पन्न मिळत आहे.

आणि ते दिवसेंदिवस वाढतंच आहे!

मी जर रेडिओवरील एका कार्यक्रमात १० मिनिटांसाठी निमंत्रित व्याख्याता म्हणून गेलो आणि त्या कार्यक्रमानंतर माझ्या पुस्तकाच्या १,००० प्रतींचा खप झाला, तर त्या १० मिनिटांच्या मोबदल्यात मला ५,००० डॉलर्सचं उत्पन्न मिळतं. (१,००० पुस्तकं x ५ डॉलसचा नफा) आणि माझ्या एकंदर वेळेसाठी ताशी ३०,००० डॉलर्स कमाई होते.

ताशी ३०,००० डॉलर्स दरानं वेळेचा सौदा करून कोणी श्रीमंत होणं शक्य आहे का?

हो, तुम्ही श्रीमंत होऊ शकता आणि तेही अगदी वेगानं.

असं बघा; जेव्हा मंद गती मार्गानं तुमच्या हातात घातलेल्या वेळेच्या बेड्यांमधून तुम्ही स्वत:ची सुटका करून घ्याल, तेव्हा तुम्ही अमर्याद गणिताचा फायदा देणाऱ्या प्रणालीशी जोडले जाता आणि झटपट संपत्ती मिळवणं शक्य होतं.

माझ्या संपत्तीय विश्वातील घटक नियंत्रित केले जाऊ शकतात आणि त्यात वाढ होऊ शकते.

पुढील प्रकरणात तुम्हांला समजेल की, कोणत्याही इंडेक्स्ड फंडपेक्षा फास्ट लेन आर्थिक स्वातंत्र्य आणि संपत्ती जलद का मिळवून देतं?

प्रकरण सारांश : फास्ट लेनची वैशिष्ट्यं

- फास्ट लेनवरची उत्पादनं ही स्वदेशी असतात.
- उत्पादक हे श्रीमंत असल्यानं त्यांची संख्या कमी असते, तर ग्राहक गरीब असल्यानं ते बहुसंख्येनं असतात.
- तुम्ही उत्पादक म्हणून यशस्वी झालात की तुम्हांला जे हवं ते तुम्ही खरेदी करू शकता.
- फास्ट लेनवर चालणारे उत्पादक, उद्योजक, अन्वेषक (नवप्रवर्तक), द्रष्टे आणि निर्माते असतात.
- व्यवसायामुळं फास्ट लेन तयार होत नाहीत, काही व्यवसाय नोकरीच्या वेशात असतात.
- फास्ट लेनचं संपत्ती समीकरण काळाशी बद्ध नसतं आणि त्याचे घटक अमर्यादित आणि नियंत्रित करता येण्याजोगे असतात.

फास्ट लेन

१८

श्रीमंत खरोखरच श्रीमंत कसे होतात?

''खूप दूर जाण्याचा धोका पत्करण्याची ज्यांची तयारी असते, केवळ त्यांनाच किती लांब जाता येतं, हे कळू शकतं.''

–टी. एस. एलियट

एक ज्वलंत प्रश्न – 'तुम्ही श्रीमंत कसं झालात?'

लोकांच्या घरी असणाऱ्या गाड्यांपेक्षाही जास्त किमतीची गाडी जर तुम्ही चालवत असाल तर अनोळखी लोकांकडून तुम्हांला हटकून विचारणा होणार, ''चरितार्थासाठी तुम्ही काय करता?'' या तशा निरुपद्रवी वाटणाऱ्या प्रश्नाच्या मागचा खरा ईर्ष्यात्मक प्रश्न असतो... ''तुम्ही श्रीमंत कसे झालात?''

श्रीमंत होण्यासाठी मी कोणता मार्ग अनुसरला हे लोकांना जाणून घ्यायचं असतं. म्हणजे त्यांनादेखील त्याच मार्गावरून जाता येईल का याचा अंदाज त्यांना बांधायचा असतो. यावर जेव्हा मीच त्यांना, त्यांचा अंदाज काय आहे हे विचारतो तेव्हा, ''तुम्ही ॲथलीट असाल, अभिनेते असाल, अथवा प्लॅस्टिक सर्जन असाल. एखाद्या धनिकाचं वाया गेलेलं पोरटं असाल. लॉटरी जिंकली असेल,'' अशी सरधोपट उत्तरं मिळतात. अशा तऱ्हेची तार्किक 'उत्तरं' लोकांची, 'श्रीमंत होण्यासाठी तुम्हांला प्रसिद्धी मिळायला हवी, तुम्हांला वारसाहक्कानं संपत्ती मिळायला हवी किंवा तुम्ही भरपूर पगार मिळवणारे व्यावसायिक असायला हवं,' अशा धारणांमागील सत्य उघड करतात. लॅम्बोर्गिनीमधल्या त्या अनोळखी माणसाला भेटेपर्यंत माझीसुद्धा तशीच समजूत होती.

फास्ट लेनचं संपत्ती समीकरण

सळसळत्या तारुण्यात जर तुम्ही श्रीमंतीत जगत असाल, तर 'झटपट श्रीमंत व्हा' या दंतकथेला हादरा बसायला हवा. जर तुम्ही ३० वर्षांचे असाल, तुमच्याकडे लाखो डॉलर्स असतील, शिवाय तुम्ही प्रसिद्धी पावलेले नाही, तुमच्याकडे वारसाहक्कानं संपत्ती आलेली

नाही, असं असेल तर तुम्ही सामान्यत्वाला काळिमा आहात. आपण असं असताच कामा नये, मग हे कसं साध्य करायचं?

पुन्हा एकदा, गणिताच्या वैश्विक भाषेच्या माध्यमातून हे गुपित उघड होतं. ते गुपित म्हणजे स्लोलेन (यूएलएल) समीकरणाच्या समाजवादी हुकूमशाहीपासून स्वत:ची फारकत करायची आणि स्वच्छंदी विमुक्तवादी फास्ट लेनच्या समीकरणाशी (सीयूएल) स्वत:ला जोडून घ्यायचं.

संपत्ती = निव्वळ नफा + मालमत्तेचं मूल्य

या समीकरणातच, झटपट संपत्ती कशी मिळवावी आणि फास्ट लेन यांचं गुपित दडलेलं आहे. त्याचे घटक नियंत्रण करता येण्याजोगे आणि अमर्यादित असतात. तुमच्या संपत्तीच्या समीकरणानुसार जर यात तुम्ही बदल केलेत, तर तुम्ही लवकर श्रीमंत व्हाल. ते घटक असे :

निव्वळ नफा = किती वस्तू विकल्या x प्रत्येक वस्तूमागील नफा

आणि

मालमत्ता मूल्य = निव्वळ नफा x उद्योग गुणक

सर्व व्यावसायिक या समीकरणाचा वापर करून नफानिश्चिती करतात.

माझ्या इंटरनेट कंपनीचंच उदाहरण घेतलं, तर प्रत्येक वेबसाइटच्या प्रत्येक कन्व्हर्जनमागे मला अंदाजे ४ डॉलर्स इतका नफा व्हायचा. (कन्व्हर्जन म्हणजे वापरकर्त्यांनं किती वेळा वेबसाइट पाहिली ते.) कोणताही दिवस घ्या, जवळपास १२,००० लोक माझी वेबसाइट बघायचे. याचा अर्थ माझ्या 'किती वस्तू विकल्या गेल्या' हा घटक दर दिवशी १२,०००च्या वरच्या पातळीपर्यंत पोहोचला होता. मला दररोज १२,००० लोकांना 'विक्री करण्याची' संधी मिळाली होती.

या घटकाची आपण स्लो लेनच्या समीकरणाचा एक घटक असलेल्या, 'कामात घालवलेला वेळ' याच्याशी तुलना करू या. संपत्तीच्या माझ्या समीकरणानुसार, संपत्तीची माझी उच्चतम मर्यादा आहे, 'किती नग विकले गेले' आणि सध्या ते आहेत १२,०००. अर्थात १००% कन्व्हर्जन अवास्तव आहे आणि सर्व १२,००० कन्व्हर्ट होणं असंभव आहे. त्याचप्रमाणं, स्लो लेनमध्ये असंभवनीय उच्चतम मर्यादा २४ तासांची आहे, कारण दिवसाचे तासच २४ असतात. त्यामुळं तार्किकदृष्ट्या खरी उच्चतम मर्यादा आहे दिवसाला ८ ते १२ तास.

तुम्हांला श्रीमंत बनवणारा घटक कोणता? दर दिवशी १२,००० लोकांपर्यंत जाणारी उच्चतम पातळी की, तुमच्या कामाच्या तासात वाढ करणं? म्हणजे १२,००० विरुद्ध २४. यात तुलना होऊच शकत नाही. श्रीमंत मीच होणार आणि स्लो लेनवरील आहे तसाच राहणार.

नियंत्रणात्मक अमर्यादित घटक तुम्हांला श्रीमंत करतील. मग मी या घटकाला नियंत्रित कसं केलं? हे अमर्यादित कसं काय आहे? सोपं आहे. माझं सरासरी कन्व्हर्जन गुणोत्तर

होतं १२%. मला जर आणखी नफा मिळवायचा असेल, तर मी साहेबाच्या ऑफिसमध्ये जाऊन पगारात वाढ करण्याची याचना करत नाही. तो मिळवण्यासाठी माझ्याकडे अनेक शस्त्रं उपलब्ध आहेत.

१) कन्व्हर्जन गुणोत्तरात वाढ करून वस्तू (युनिट) विक्रीची संख्या वाढवा

असलेल्या १२% ते १३% टक्क्यांत, १% जरी वाढ झाली तरी मला दर दिवशी ४८० डॉलर्सचा फायदा होतो. म्हणजेच महिन्याला १४,४०० डॉलर्स. जर मी वेबसाइटची पुनर्रचना केली, तर कन्व्हर्जनमध्ये १५% वाढ होते. आता माझं मासिक उत्पन्न दर महिना, ४३,००० डॉलर्सहूनही जास्त झालं आहे.

२) वेब ट्रॅफिकमध्ये वाढ करून वस्तुविक्रीची संख्या वाढवा

नफा वाढवण्यासाठी मी वेबसाइट ट्रॅफिकमध्ये वाढ करू शकतो. माझ्या वेबसाइटला भेट देणाऱ्या ग्राहकांच्या संख्येत १२,०००पासून १५,०००पर्यंत वाढ केली आणि कन्व्हर्जन १२%च राहिलं, तरी माझ्या रोजच्या उत्पन्नात १,४४० डॉलर्सची किंवा ४३,२०० डॉलर्सची वाढ होते? शक्य वाटत नाहीये का? असं घडलं आहे. कित्येकदा तर वेबसाइटला भेट देणाऱ्या लोकांची संख्या २०,०००हून जास्त असते.

३) प्रत्येक वस्तूमागचा नफा वाढवा

मी देत असलेल्या सेवेत मला उणीव दिसून आली किंवा तिची योग्य किंमत नसल्याचं लक्षात आलं, तर मी दर वाढवून माझ्या प्रत्येक वस्तूमागील नफा वाढवू शकतो. माझा युनिट नफा ४ डॉलर्सवरून साडेचार डॉलर्स जरी झाला, तरी माझं रोजचं उत्पन्न ८,००० डॉलर्सवरून १०,८०० डॉलर्स इतकं वाढू शकतं. दुसऱ्या भाषेत सांगायचं तर महिन्याला ८४,००० डॉलर्सचं अतिरिक्त उत्पन्न मिळतं! तुमचा 'आ' अजून वासलेला आहे?

नियंत्रण असणं किती छान असतं नाही का? संपत्ती निर्माण करण्यासाठी माझे हेच पर्याय होते. दोन्ही घटकांवर माझं आवश्यक तितकं नियंत्रण होतं – 'युनिट नफा' आणि 'युनिट विक्री'. परंतु स्लो लेनमध्ये मात्र तुम्हांला तुटपुंज्या ३% पगारवाढीसाठी साहेबाकडे याचना करावी लागते.

दुसरं असं की, माझ्या संपत्तीच्या समीकरणाचे घटक, अप्रत्यक्षरीत्या किती अमर्यादित आहेत हे लक्षात घ्या. बाजारातील केवळ छोट्याशा भागावर मी नियंत्रण ठेवलं आहे. बघायला गेलं, तर वेबसाइटच्या ट्रॅफिकची उच्चतम पातळी सध्याच्या १२,००० लोकांइतकी नव्हती, तर दर दिवशी ५०,००० ते १,००,००० युजर्सपलीकडे जाणारी आहे. युनिट नफादेखील तसाच कमी-जास्त होणारा, लवचीक असतो. मी वाढवलेल्या किमतीचा किंवा नवीन सेवांचा प्रयोग करू शकलो.

मला आठवतं, मी एक नवीन सेवा सुरू केली होती, तेव्हा त्यासाठी मला एक रुपयाही मोजावा लागला नव्हता. माझ्या सेवेची रूपरेषा असलेला ईमेल मी माझ्या जाहिरातदारांना

पाठवला. काही मिनिटांतच, मी वार्षिक उत्पन्न देणारे काही हजार डॉलर्स कमावले. यात, मी गुंतवलेला वेळ नगण्य होता, पण त्याचा परिणाम मात्र खूप मोठा होता.

अमर्यादित घटक = उच्चतम वेगमर्यादा = जास्त संभाव्य उत्पन्न

या उदाहरणाचं सामर्थ्य म्हणजे मी श्रीमंत का झालो आणि इतरांना ते साध्य का झालं नाही हे स्पष्ट करणं. *माझं संपत्ती समीकरण अमर्यादित आणि नियंत्रणात्मक असल्यानं* मी माझं विश्व बदलू शकलो.

जेव्हा मी माझ्या धोरणांमध्ये, योजनांमध्ये अगदी किंचित आणि वाढीव बदल करतो, तेव्हा माझ्या उत्पन्नात प्रचंड वाढ होते. समीकरणाच्या घटकांमध्ये केवळ १% वाढ म्हणजे हजारो डॉलर्सची कमाई आणि एक नवीन लॅम्बोर्गिनी. तुमच्या संपत्तीच्या घटकांमध्ये जितकी वाढ, तितकी उत्पन्नाच्या क्षमतेतदेखील वाढ होते. असं असताना तुम्हांला अजूनही आंतरिक मूल्याच्या २४ तासांच्या मर्यादेला चिकटून राहायचं आहे का?

दुर्दैवानं अनेक उत्साही व्यवसायधारक कमी आणि दंडात्मक गतीच्या संधीमध्ये गुंतले आहेत. उदाहरणार्थ, तुम्ही होम डेपोच्या बाहेर बसून, तुमच्या हॉट डॉग कार्टमधले हॉट डॉग विकत बसले आहात. अर्थात तुमच्या हॉट डॉग विक्रीचा वेग मर्यादित आहे, तसंच विक्रीत वाढ होण्यासारखंही त्यात काही नाहीये. तुमचे घटक मर्यादित आहेत, कारण तुमचा विक्रीचा आवाका लहानशा क्षेत्रापुरताच मर्यादित आहे. तुमच्या कल्पनेप्रमाणं, दिवसाला किती हॉट डॉग तुम्ही विकू शकता? ४०? १००? तुम्ही तुमच्या घरी जाऊन बायकोला आनंदाभरानं, ''प्रिये, बघ, मी आज २०,००० हॉट डॉग्ज विकले!'' असं सांगू शकता का? असं घडणं अशक्य आहे. पुन्हा सांगतो, आंतरिक मूल्यासाठी २४ तासांच्या पिंजऱ्यात राहण्याहून हे काही निराळं नाही.

लहान संख्या मध्यम वर्गीयपणाकडेच प्रकर्षानं आकृष्ट होतात.

आणखी एक उदाहरण म्हणजे प्रत्यक्ष हे पुस्तक. किती लोकांना आर्थिक स्वातंत्र्य किंवा लवकर निवृत्त होण्यात स्वारस्य असतं? माझी बाजारपेठ, माझी उच्चतम वेगमर्यादा, ही अप्रत्यक्षपणं जगभरातल्या करोडो लोकांपर्यंत आहे. फास्ट लेन संपत्ती समीकरण हे शस्त्र बनवण्यासाठी, तुम्ही लाभदायक आणि उच्चतम गती मर्यादा असलेला फास्ट लेन व्यवसाय सुरू करण्याची आवश्यकता असते. मंद गती संख्येमुळं संपत्तीदेखील मंद गतीनंच मिळते!

लक्षाधीश मालमत्तांची निर्मिती करतात आणि त्या कुशलतेनं हाताळतात (मालमत्तेचं मूल्य)

हॅरिसन ग्रूपनं केलेल्या (HarrisonGroupInc.com) ३,००० पेंटा मिलियनर्सच्या (५ दशलक्ष निव्वळ मूल्याची मालमत्ता असलेले श्रीमंत लोक) केलेल्या सर्वेक्षण अहवालात असं म्हटलं आहे की, जवळपास सगळ्याच पेंटा लक्षाधीशांच्या नशिबात बऱ्याच वर्षांनंतर एवढी मोठी रक्कम आली आहे. पुन्हा सांगतो : एवढी मोठी रक्कम, जी, '४० वर्षं पगाराच्या रकमेच्या १०% बचत करून मिळालेली नाहीये'. 'एक मोठी रक्कम' हे 'मालमत्ता मूल्य' या शब्दाचंच प्रतिरूप आहे. शिवाय, ८०% लोकांनी एक तर स्वत:चा व्यवसाय सुरू

केला किंवा ज्यात वाढीची प्रचंड क्षमता दिसून आली अशा छोट्या कंपनीत नोकरी केली. 'प्रचंड वाढ' या वाक्यरचनेतदेखील मालमत्ता मूल्यच अभिप्रेत आहे. आणि तरीही, या अब्जाधीशांपैकी कोणालाही डीएमव्हीमध्ये सुखासीन नोकरी नव्हती. आश्चर्य वाटलं? नका आश्चर्यचकित होऊ.

श्रीमंतांची संपत्ती वाढवणारा प्राथमिक घटक एकाच उत्कलन बिंदूवर येऊन थांबतो: *मूल्यवर्धित आणि नियंत्रणात्मक मालमत्ता.* आपल्या फास्ट लेनच्या समीकरणात यातल्या दुसऱ्या घटकाला 'मालमत्ता मूल्य' असं म्हणतात. मालमत्ता मूल्य म्हणजे दुसरं-तिसरं काही नसून, तुमच्या मालकीच्या कोणत्याही मालमत्तेच्या मूल्याचे, बाजारपेठेतील मूल्य.

स्लो लेन आणि फास्ट लेनवरून चालणाऱ्यांचे 'मालमत्ते'बाबत दोन परस्परविरोधी मतप्रवाह आहेत. मंद गती मार्ग तसंच पदपथावरून चालणारे, ज्यांच्या मूल्यात घसरण होते अशा मालमत्तांची- जसं की, गाड्या, बोटी, इलेक्ट्रॉनिक वस्तू, डिझाइनर कपडे, गिझमोडो किंवा शेजारच्या टेबलावर काम करणाऱ्या नुकत्याच घटस्फोटितेला प्रभावीत करण्यासाठी चकचकीत दागिना अशा वस्तूंची खरेदी-विक्री करतात. या सगळ्या मालमत्ता अशा आहेत, ज्यांचं मूल्य, तुमचं क्रेडिट कार्ड चार्ज झाल्या झाल्या घसरणीला लागतं.

याच्या उलट, फास्ट लेनवर चालणारे अशा मालमत्तांची खरेदी-विक्री करतात, ज्यांचं मूल्य सतत वाढत राहतं. जसं की व्यवसाय, ब्रँड्स, ओघवती रोख रक्कम, नोट्स, बौद्धिक साहित्य, नवनवीन शोध, पेटंट्स आणि स्थावर मालमत्ता. या सगळ्यांचा फास्ट लेनच्या संपत्ती समीकरणाशी संबंध असल्याने 'मालमत्ता मूल्या'ची क्षमता, तुम्ही किती नियंत्रण ठेवू शकता या, तुमच्या अफाट नियंत्रण क्षमतेवर अवलंबून असते.

मालमत्ता मूल्याद्वारे संपत्तीवृद्धी

मालमत्तेच्या मूल्यात वाढ करून आणि ती मूल्यवर्धित मालमत्ता बाजारात विकून श्रीमंत लोक आपल्या संपत्तीत वाढ करतात.

> *संगणक तंत्रज्ञ असलेली, चोवीस वर्षीय शिला हिन्टन व्यवसाय करण्यासाठी नोकरी सोडून देते. सुरूवातीला तिचा व्यवसाय केवळ स्थानिक पातळीवरच सुरू असतो. परंतु त्याला मिळणारा उत्तम प्रतिसाद बघता, तिला आणखी तंत्रज्ञ नोकरीला ठेवणं भाग पडतं आणि शेजारील शहरांतही तिचा व्यवसाय फैलावतो. काही वर्षांतच, मध्य-पश्चिम भागात ६ ठिकाणी कार्यरत असलेल्या कंपनीची शिला मालकीण होते. एका तंत्रज्ञापासून, प्रणाली विकसकापर्यंत तिची वाटचाल होते. आता तिच्या कंपनीला ३ मिलियन डॉलर्स इतका भरगच्च नफा होत असतो. या नफ्याचा आनंद उपभोगल्यानंतर (आणि त्यातून ६ मिलियन डॉलर्सची बचत केल्यानंतर), ती तिची कंपनी, संगणक उत्पादन करणाऱ्या एका बड्या कंपनीला, २१ मिलियन डॉलर्सला विकून टाकते. कशात काही नसताना ती इतकी मोठी मालमत्ता निर्माण करते. तिने कधीही 'घरबसल्या' उत्पन्न मिळवलं नाही, पण आता तिची प्रणालीच*

तिची मालमत्ता होती. आणि आजमितीला २७ मिलियन डॉलर्स कमवून ती आयुष्यभर घरबसल्या उत्पन्न मिळवू शकते. तिला आता पुन्हा कधीही काम करण्याची गरज नाही.

वरील कथेत 'मालमत्ता मूल्यात' अंतर्भूत असलेले दोन घटक दाखवून देते.

मालमत्ता मूल्य = (निव्वळ नफा) x (उद्योग गुणक)

जेव्हा एखाद्या मालमत्तेतून शाश्वत नफा मिळतो, तेव्हा प्रचलित बाजार परिस्थितीअनुसार उद्योग गुणकाद्वारे मालमत्तेचे मूल्य निश्चित केले जाते. अन्य लोक किंवा कंपन्या ती मालमत्ता, तिच्या निव्वळ नफ्याला निर्धारित केलेल्या गुणकानं गुणल्यानंतर येणाऱ्या गुणाकाराच्या किमतीला विकत घेतील. उदाहरणार्थ, जर तुमच्या मालकीची कंपनी, जिचं निव्वळ मूल्य १,००,००० डॉलर्स आहे आणि तुमच्या उद्योगात तिचा सरासरी गुणक ६ आहे, तर तुमच्या मालमत्तेचं निव्वळ मूल्य ६००,००० डॉलर्स आहे. अर्थव्यवस्था आणि उद्योग क्षेत्रातील चढउतारामुळं होणाऱ्या तीव्र वाटाघाटींच्या आधारे उद्योग गुणक निर्धारित केले जातात.

सार्वजनिक क्षेत्रातल्या शेअर बाजारात व्यवहार होणाऱ्या त्या त्या कंपन्यांचे गुणक हे त्यांची मिळकत-किंमत (price-to-earnings) - PE गुणोत्तरानुसार निर्धारित केले जातात. जर कंपनीच्या शेअर्सची, पीईच्या दहा पट खरेदी-विक्री झाली, तर गुंतवणूकदार ती कंपनी, गुणकाच्या दहा पट किमतीनं विकत घेतात. तुमची कंपनी छोटी खाजगी कंपनी असो वा मोठी- सार्वजनिक क्षेत्रातली कंपनी असो, पीईचा त्याच्याशी काही संबंध नसतो. तुमच्या कंपनीचं मूल्यांकन तुमच्या विशिष्ट कंपनीच्या पीईवर अंदाजित असतं.

उदाहरणार्थ, माझ्या विशिष्ट वेब स्पेस उद्योगात उद्योग गुणक २ ते ६ पर्यंत असतो. या विश्लेषणासाठी आपण ४ हा मध्य पकडून चालू. याचा अर्थ, जेव्हाही मी *माझा निव्वळ नफा वाढवतो तेव्हा माझ्या व्यवसायाचं मूल्य किमान ४ किंवा ४००%नी वाढते.* ४००%! आजच्या आर्थिक परिस्थितीत तुम्हांला ४००% परतावा कोण देणार आहे? ४००% परतावा देणारे कोणते म्यूच्युअल फंड आहेत? आजचं सोडा, कधीतरी ते इतका परतावा देणार आहेत का?

परिणामी, तुम्हांला संपत्ती निर्माण करण्याचं एक आश्चर्यकारक साधन हाती लागतं. निव्वळ उत्पन्न, नफा किंवा मिळकतींमधून मालमत्ता मूल्य निर्धारित होत असल्यामुळं, निव्वळ नफा वाढवल्यानंतर प्रत्येक वेळेला माझ्या मालमत्ता मूल्यात ४००%ची वाढ झाल्याचा मला अनुभव आला आहे. नफ्यात मिळालेल्या प्रत्येक डॉलर्समागे, माझ्या कंपनीच्या मूल्यात ४ किंवा ४ डॉलर्सनं वाढ झाली आहे. जर माझ्या निव्वळ नफ्यात एखाद्या वर्षात ५,००,००० डॉलर्सची वाढ झाली, तर माझ्या कंपनीचं मूल्य २ मिलियन डॉलर्सनी वाढलेलं असेल.

पुढील तक्त्यात प्रत्येक उद्योगाच्या अनुषंगानं सरासरी गुणक यादी दिली आहे.

जाहिरात क्षेत्र	२.८५
सौंदर्य प्रसाधनं	४.१०
बार/मद्यपान केंद्र	२.७०
गालिचा स्वच्छता	५.२२
संगणक आणि अनुषंगिक सेवा	८.१९
रोजगार पुरवणाऱ्या संस्था	५.४०
इंजिनिअरिंग सेवा	६.३२
पेट्रोल पंप	३.७०
किराणामाल दुकाने	११.३४
वैद्यकीय प्रयोगशाळा	२.६२
किरकोळ विक्री दुकाने	३.६२
पेटंट धारक आणि लेसर्स	१४.५६
शारीरिक व्यायाम सुविधा	३.५६
प्लम्बिंग/एच व्ही ए सी सेवा	४.५२
शल्यक्रिया आणि वैद्यकीय उपकरणे	१७.३२
वापरलेल्या वस्तूंची दुकाने	४.९२

स्रोत : आय एन सी. मॅगझिन, जून २००९

संपत्ती वृद्धिकारक घटक (डब्ल्यूएएफ)

समजा, तुम्ही बहुराष्ट्रीय कंपनीत नोकरीला असणारे असंतुष्ट इंजिनिअर आहात. तीन वर्षं कष्ट करून, पगारातून १०% पैसे बाजूला काढून, ते वर्षाला सरासरी ८% परतावा देणाऱ्या इंडेक्स फंडमध्ये गुंतवले आहेत.

तुमचा संपत्ती वृद्धिकारक घटक (डब्ल्यूएएफ) आहे ८%.

समजा, आता तुम्ही ही नोकरी सोडून त्या अनुभवावर एखादी वैद्यकीय उपकरणं बनवणारी कंपनी सुरू करायची तयारी करता. तुमच्या अंदाजानुसार तुमच्या वैद्यकीय उत्पादक कंपनीला एकूण बाजारपेठेत संभाव्य खरेदीदार १६ मिलियन आहेत. वर आम्ही दिलेल्या तक्त्यानुसार, वैद्यकीय उपकरण कंपनीचा सरासरी गुणक १७हून जास्त आहे. याचा अर्थ तुमच्या संपत्तीच्या वाढीच्या मर्यादेअनुसार, तुम्ही १७ किंवा १,७००%ने संपत्तीत वाढ करू शकता.

तुमचा संपत्ती वृद्धिकारक घटक आहे (डब्ल्यूएएफ) आहे १,७००%.

याच उदाहरणात थोडी भर घालू. पुढील सहा वर्षांत तुम्ही या कंपनीची इतकी प्रगती करता की, त्याचे वार्षिक निव्वळ उत्पन्न १.२ मिलियन डॉलर्स होतं. याचा अर्थ तुम्ही

आता वर्षाला १,००,००० डॉलर्स (तुमचा निव्वळ नफा) कमवत आहात. आणि आता तुमच्या कंपनीचं (मालमत्ता) मूल्य, सरासरी गुणकाच्या आधारे (१.२२ मि. डॉलर्स x १७.३२ गुणक) १८.४ मिलियन डॉलर्सच्या आसपास झालं आहे. तुम्ही तुमचा व्यवसाय (मालमत्ता मूल्याद्वारा संपत्तीत वाढ) आणि येणारी रोख रक्कम वाढवू शकता किंवा संपत्तीत किती वाढ झाली आहे हे जाणून घेण्यासाठी व्यवसाय बंद करून (मालमत्ता विकून त्याचं मूल्य) पाहू शकता.

स्लो लेन आणि फास्ट लेनवर चालणाऱ्यांच्या, संपत्तीत वृद्धी करणाऱ्या पर्यायांची तुलना करून बघा.

तुम्ही जर इंजिनिअर म्हणून नोकरी करण्याचा पर्याय निवडला असता तर संपत्तीत वाढ कशी झाली असती? :

१) तुमचं आंतरिक मूल्य वाढवून तसंच तुमचे वरिष्ठ तुमची पगारवाढ करतील अशी अपेक्षा ठेवून.
२) आशा करू या की कंपनीनं तुम्हांला काढून टाकलं नाही, तर तुमचं उत्पन्न येणं सुरूच राहील.
३) पगाराच्या १०% पैसे वाचवून एखाद्या इंडेक्स फंडमध्ये गुंतवून आणि कदाचित पुढची ४० वर्षं त्यावर ८% परतावा मिळेल ही अपेक्षा ठेवून.

जर वैद्यकीय उपकरणं बनवणाऱ्या कंपनीचा मालक बनण्याचा पर्याय निवडल्यानंतर संपत्तीत वाढ अशी झाली असती :

१) केवळ तुम्ही विकू शकणाऱ्या उपकरणांच्या, १६ मिलियन या मर्यादित संख्येअनुसार निव्वळ उत्पन्नात वाढ.
२) मालमत्तेचं मूल्य १,७००% घटकाने वाढवा.
३) मालमत्ता मूल्याचं रोखीत रूपांतर करून केवळ कागदावर असलेले पैसे प्रत्यक्षात आणा.

आता तुम्हांला दिसतंय का, केवळ ३० वर्षांच्या व्यक्तींकडे ५० मिलियन डॉलर्स असतात आणि काही केवळ १९,००० डॉलर्सच्या लायकीचे असतात? फास्ट लेनचं विश्व १,७००% आणि मिलियन्स इतक्या फायद्यावर चालतं, तर स्लो लेनचं ४%आणि ४० यांवर. एक नियोजन हे *आशा-अपेक्षांवर* आधारित आहे; तर दुसरं *नियंत्रणावर*. महत्त्वाची बातमी : ८% आणि ४० मुळं लक्षाधीश बनायला ४० वर्षं लागतात. तर १,७००% आणि १६ मिलियन चार वर्षांत *अब्जाधीश* तयार करतात.

संपत्तीचा दुतर्फा हल्ला

निव्वळ नफा मिळवण्याचा आसुसून प्रयत्न करणे म्हणजे संपत्ती मिळवण्यासाठी दुहेरी प्रयत्न करण्यासारखं आहे. मालमत्ता मूल्य हे निव्वळ नफ्याशी निगडित असतं आणि त्याच वेळी

निव्वळ नफ्यात वाढ केल्यानं, सरासरी उद्योग गुणकामुळं मालमत्तेच्या मूल्यातदेखील वाढ होते. अर्थात याच्या उलटदेखील होऊ शकतं. जर तुमची कंपनी चालली नाही आणि निव्वळ उत्पन्नात घट झाली, तर मालमत्तेच्या मूल्यातदेखील घट होऊ शकते. जेव्हा मी माझी कंपनी पुन्हा विकत घेतली, तेव्हा त्याचे २,५०,००० डॉलर्स द्यावे लागले. त्यानंतर पुढची अनेक वर्षं मालमत्तेत फेरफार करून त्याचं मूल्य वाढवलं.

१) माझा ग्राहकवर्ग ३०%नं वाढवला.
२) खर्चात कपात करून नफा वाढवला.
३) कार्यप्रणाली सुरळीत केली, त्यामुळं गुणवत्ता निर्माण झाली.
४) मी 'निव्वळ उत्पन्ना'ला वरच्या पातळीवर आणलं.

या सगळ्या प्रक्रियेमुळं माझ्या निव्वळ उत्पन्नात प्रचंड वाढ झाली आणि त्या सोबत मालमत्ता मूल्यातही. गुणवत्तेमुळं लक्षावधी डॉलर्सचा नफा कमावल्यानंतर मी कंपनी विकायचं ठरवलं आणि कंपनी विकत घेण्यासाठी मला कोट्यवधी डॉलर्सचे प्रस्ताव आले. मी एक मालमत्ता २,५०,००० डॉलर्सना विकत घेतली, तिच्या मूल्यात वृद्धी केली आणि ती कोट्यवधी डॉलर्सना विकली.

माझ्या आर्थिक नियोजनावर माझं नियंत्रण होतं, नियोजनानं माझ्यावर नियंत्रण ठेवलं नाही.

फास्ट लेनमध्ये, तुमच्या संपत्तीत वृद्धी करणारा घटक हा मूल्यात वृद्धी होणाऱ्या मालमत्ता निर्माण करणं किंवा विकत घेणं, त्यांच्या मूल्यात आणखी भर घालणं, तसंच त्या घटकांमध्ये बदल करून नंतर त्या मालमत्तेची विक्री करणं यांवर आधारित असतो. किंवा मग, दर महिन्याला २०० डॉलर्स वॉल स्ट्रीटमध्ये गुंतवून, त्या बदल्यात मिळणाऱ्या वार्षिक ८%साठी प्रार्थना करत राहणं आणि ४० वर्षांची नोकरी करणं हा स्लो लेनमध्ये असणारा पर्याय तुम्ही निवडू शकता.

मला जर हसू येत असेल, तर मला माफ करा.

संपत्तीची अत्यंत जलद गतीनं वृद्धी : रोखीत रूपांतर करण्याचे प्रसंग

रोख रकमेत रूपांतर केल्यानं रातोरात लक्षाधीश निर्माण होतात, परंतु जर रोख रकमेत रूपांतर झालं तरच. तुमची वृद्धी होणारी मालमत्ता बाजारात विकण्याच्या प्रक्रियेला रोख रकमेत किंवा रोखीत रूपांतर करणं म्हणतात. फास्ट लेनमधून बाहेर पडण्याची ही रणनीती आहे.

जॉन हॅमरस्टाइन एक सोशल नेटवर्किंग वेबसाइट तयार करतो आणि ती सर्वदूर पसरते. लवकरच लाखो लोक त्याच्या वेबसाइटवरची सर्व्हिस वापरू लागतात आणि जॉनला वेबसाइट खरेदी करण्यासाठी व भांडवली गुंतवणुकीसाठी प्रस्ताव येऊ लागतात आणि त्याचं मनोरंजन होतं.

कोणतंही उत्पन्न मिळत नसताना, कोणताही नफा मिळत नसतानाही जॉन अशी मालमत्ता तयार करतो जिचं बाजारमूल्य उत्तम आहे. एका अग्रगण्य सर्च इंजीन कंपनीकडून त्याला ६४० मिलियन डॉलर्सचा प्रस्ताव येतो.

एकदा उत्पन्न सुरू झालं की जास्त किमतीचे प्रस्ताव येतील असा युक्तिवाद करत जॉन तो प्रस्ताव अमान्य करतो. हे जरी खरं असलं, तरीही हा एक जुगारच आहे.

१८ महिन्यांनंतर जॉनच्या सोशल नेटवर्किंगमधला लोकांचा रस कमी होतो. असं सिद्ध होतं की ती वेबसाइट म्हणजे केवळ एक फॅड आहे. सगळीकडे कंपनीची कुचेष्टा सुरू होते.

मालमत्तेच्या मूल्यात घसरण झाल्यामुळं जॉनला आता गुंतवणूकदारांचे किंवा कंपनी विकत घेण्यासंबंधीचे प्रस्ताव येईनासे होतात. ६४० डॉलर्सचा आलेला प्रस्ताव स्वीकारून कंपनीचं रोखीत रूपांतर करायला हवं होतं याची जाणीव जॉनला होते, मात्र तोपर्यंत उशीर झालेला असतो. सरतेशेवटी तो त्याची कंपनी एका खाजगी कंपनीला, अगदी 'पडेल' अर्थात बाजारमूल्याहूनही कमी किमतीत विकतो. त्याच्या चुकलेल्या वेळेची, त्याला ६०० मिलियन डॉलर्स इतकी किंमत मोजावी लागते.

व्यवसायाच्या मालमत्तेचं मूल्यांकन, स्थावर मालमत्ता आणि मूल्य वाढणाऱ्या अन्य मालमत्ता या इतर काही नसून, व्यक्तिनिष्ठ विश्लेषण आणि बाजारातील माहितीच्या आधारे केलेलं मूल्यमापन असतं. तुम्ही निर्माण केलेल्या कंपनीचं कागदावरचं मूल्य ६० मिलियन डॉलर्स आहे, परंतु तुमच्या बँकखात्यात केवळ १०,००० डॉलर्स आहेत, तर तुम्ही खरंच लक्षाधीश आहात का?

खरं तर नाहीच.

हातात रोख रक्कम नसलेले कागदावरील लक्षाधीश फेरारी गाडी, भल्यामोठ्या मालमत्ता खरेदी करू शकत नाहीत, ते केवळ पैशानंच करता येतं. आणि पैसे मिळवण्यासाठी तुम्हांला नफ्यात वाढ करायला हवी तसंच तो वाचवायला हवा; किंवा मग शेवटचा मोठा निर्णय घ्यायला हवा – रोखीत रूपांतर करणं.

फायदा मिळवण्यासाठी बाजारात विक्री करता येण्याजोगी, रोख रक्कम मिळवून देणारी मालमत्ता तयार करून फास्ट लेनचे प्रवासी संपत्तीत वाढ करतात. त्यांच्या संपत्तीच्या समीकरणात नियंत्रणात्मक, अमर्यादित वृद्धी करणारे घटक असतात.

प्रकरण सारांश : फास्ट लेनची वैशिष्ट्यं

- फास्ट लेन संपत्तीच्या समीकरणाची गुरुकिल्ली म्हणजे वेगवान कमालीचा वेग किंवा विक्री केलेल्या युनिटसाठी असीमित मूल्यांची मर्यादा. वाढ यामुळंच होते. तुमच्या उत्पादनासाठी किंवा सेवा देण्यासाठी असलेली बाजारपेठ तुमची कमाल मर्यादा निश्चित करते.

- जितकी तुमची वेगमर्यादा जास्त, तितकी तुमची उत्पन्नाची क्षमताही जास्त.
- कोणत्याही श्रीमंतासाठी संपत्ती वाढवणारा प्राथमिक घटक म्हणजे मालमत्ता मूल्य. मूल्यवर्धित होणारी कोणतीही मालमत्ता, मग ती तयार केलेली असो, स्थापन केलेली असो, मिळालेली असो किंवा विकत घेतलेली असो अशी तिची परिभाषा आहे.
- प्रत्येक उद्योगाच्या सरासरी गुणकानुसार, मालमत्ता मूल्यातून संपत्ती निर्माण करण्याची गती वाढवली जाते. निव्वळ उत्पन्नातील प्रत्येक डॉलर्समागे, मालमत्ता मूल्य द्विगुणित होत जाते.
- तुमच्या उद्योगाच्या वैशिष्ट्यावर सरासरी गुणक ठरतो, जो तुमच्या संपत्तीचा वृद्धिकारक घटकही सुनिश्चित करेल. जर गुणक ३% असेल, तर डब्ल्यूएएफ ३००% असतो.
- मालमत्तेचं रोखीत रूपांतर केल्यामुळं कागदावरील निव्वळ मूल्य खऱ्याखुऱ्या चलनात रूपांतरीत होतं. पुढं जाऊन ज्याचं रूपांतर अशा आर्थिक व्यवस्थेत होतं, ज्यात मिळणाऱ्या उत्पन्नाचा ओघ आपसूकच होत राहतो.

फास्ट लेन

१९

संपत्तीची वेळेपासून फारकत करा

''काळ तुमच्या आयुष्याचं नाणं आहे. तुमच्याकडे असलेलं हे असं एकमेव नाणं आहे, जे कसं खर्च करायचं ते केवळ तुम्हीच ठरवू शकता. काळजी घ्या, नाहीतर इतरांना तो तुमच्यासाठी खर्च करायला लावाल.''

–कार्ल सँडबर्ग

संपत्तीचं औद्योगीकरण : वेळेपासून फारकत

विशीच्या उत्तरार्धात फास्ट लेनची चव मी पहिल्यांदा चाखली. तो महिना माझ्या आयुष्यातला सगळ्यांत वाईट महिना होता. नात्यांमध्ये आलेला कडवटपणा आणि तब्येतीबाबत आलेली वाईट बातमी, अशा घातकी आणि भयानक घटना एकत्र आल्यामुळं, माझ्या व्यवसायाच्या उत्पादकतेवर अनिष्ट परिणाम झाला होता. बहुतांश महिना मी बिछान्यात झोपून, सावल्या मोजत आणि न्यायाधीश ज्युडी त्या गाढव माणसाला किती समजूतदारपणे सोडून देत आहे ते बघण्यात घालवला. या कठीण काळात मला फास्ट लेनचा हुकुमी एक्का खेळावा लागला – आणि तुम्हांला सांगतो, त्यानं मला जिंकवलं.

आयुष्यातून 'उठून जाण्याचा' प्रसंग आला असतानादेखील, खरं तर त्या वेळी माझं उत्पन्न वाढलं. हो, वाढलं. मी थांबलो, म्हणून माझ्या उत्पन्नाचा ओघ थांबला नाही.

मी इतका नशीबवान कसा ठरलो?

माझी काळापासून फारकत झाली होती.

अनेक वर्षांपूर्वीच, मी 'पैशांसाठी वेळ' ही साखळी तोडली होती. त्यामुळं मला स्लो लेनच्या फासापासून स्वतःला मुक्त करून फास्ट लेनच्या मैदानात उतरता आलं.

जेव्हा तुमची संपत्ती तुम्ही नियंत्रित करू शकत नाही अशा घटकांवर आधारित असते आणि ते घटक पूर्णपणे मर्यादित असतात, तेव्हा तुम्ही वेगानं प्रगती करूच शकत नाही. तुमच्यावर काळाचं नियंत्रण असल्यामुळं तुम्हांला नियंत्रण मिळवता येत नाही. तुमच्यावर तुमच्या वरिष्ठांचं नियंत्रण असल्यामुळं, तुम्हांला नियंत्रित करता येत नाही. तुमच्यावर शेअर बाजाराचं नियंत्रण असल्यामुळं तुम्हांला त्यावर नियंत्रण मिळवता येत नाही.

समाजमान्य असणाऱ्या या नियंत्रणांमधून मी माझी सुटका कशी करून घेतली? पैशाच्या मोबदल्यात वेळ देण्याऐवजी, औद्योगिक संपत्ती निर्माण करत, अशा व्यवसायप्रणालीचा मी व्यवहार केला.

माझ्या परिस्थितीत, काळ माझ्या विरुद्ध न होता, माझ्यासाठी काम करत होता. काळाच्या ओघात माझ्या व्यवसायप्रणालीनं पैसे कमावले आणि *तरीही तो वेळ केवळ माझ्यासाठीच होता.* पैशांचं ते एक आभासी झाड होतं आणि मी काय करत होतो? मी *जेरी स्प्रिंगर* बघत होतो, की जमैकामध्ये जेट स्कीईंग करत होतो, याची मी अजिबात फिकीर केली नाही. माझी सगळी तुच्छ कामं करणारी, चालती बोलती, स्वत:च यंत्रवत अशी एक व्यवसाय व्यवस्था उभारण्यात आली होती. माझ्या प्रणालीनं काळाचा वापर करून घेतला होता. वेळेनं माझ्यावर मालकी गाजवण्याऐवजी, माझ्या वेळेचा मी मालक होतो.

आपसूक मिळणारं उत्पन्न : निवृत्तीचा पुण्यसंचय

पैसे कमावणाऱ्या (धनिकांच्या) वर्तुळातील परवलीचा शब्द म्हणजे 'आपसूक मिळणारं उत्पन्न' अर्थात, काम नं करता मिळणारं उत्पन्न. निवृत्त झाल्यापासून, घड्याळाच्या चलनासारखे, दर महिन्याला मला धनादेश मिळत राहतात, त्यासाठी मला एक बोटसुद्धा हलवावं लागत नाही. स्लो लेनची निर्मिती असलेल्या 'पैशासाठी काम करा,' या समीकरणापासून, आपसूक मिळणारं उत्पन्न ही यशस्वी विभक्तता आहे. आपसूक मिळणाऱ्या उत्पन्नाची वैशिष्ट्यपूर्ण बाब म्हणजे तुम्ही २० वर्षांचे आहात की ८० वर्षांचे – याच्याशी त्याला देणंघेणं नसतं. तुमच्या राहणीमानाच्या खर्चापेक्षाही तुमचं उत्पन्न जास्त असेल, तर काय समजाल? समजा की तुम्ही निवृत्त झाला आहात.

फास्ट लेन मार्गाची उभारणी दोन हेतूंसाठी करण्यात आलेली आहे. तुमचे खर्च आणि जीवनशैलीच्या अपेक्षांपेक्षा अतिरिक्त उत्पन्न मिळण्यासाठी, तसंच वयोमर्यादेच्या पलीकडे जाऊन आर्थिक स्वातंत्र्य वास्तवात आणण्यासाठी.

काळ खंडित करणं म्हणजे पैशाचा वृक्ष वाढवणं

आईनं जे पटवून दिलं होतं ते सत्य होतं, ''आपल्याला हे न परवडणारं आहे. तुला काय वाटतं, पैसे झाडाला लागतात?'' ती चूक होती. जर तुमच्या मालकीचं पैशाचं झाड असेल तर पैसे झाडाला लागतात. आणि जर तुम्हांला त्याचं बीज कसं आणि कुठे मिळवायचं हे ठाऊक असेल, तर असं एक झाड तुमच्याही मालकीचं होऊ शकतं.

पैशाचं झाड म्हणजे एक व्यवसायप्रणाली असते, जी स्वत:च स्वत:ला तगवते. त्या झाडाला वेळोवेळी आधाराची आणि पोषणाची गरज असते. परंतु तुमच्या 'पैशाच्या बदल्यात वेळ' असा देवाणघेवाणीसाठी एक पर्याय उपलब्ध करून देत, ते स्वत:हूनच टिकून राहतं.

काही वर्षांपूर्वी मी व्हेगासमध्ये असताना जुगारात जवळपास २,००० डॉलर्स गमावून बसलो. त्यामुळं हॉटेलच्या खोलीत शेपूट घातल्यासारखं उदासपणं बसलो असताना मला

जाणवलं, कशाकरता घाबरायचं? मी २००० डॉलर्स हरलो. पण त्याच दिवशी – माझ्या पैशाच्या झाडानं – माझ्या इंटरनेट कंपनीनं ६,००० डॉलर्सची कमाई केली होती. इकडे मी जुगार खेळत असताना (किंबहुना झोपलो असताना, पोहत असताना किंवा खात असताना) माझ्या बहरलेल्या पैशाच्या झाडाला फळं धरत होती.

पैशाचं झाड म्हणजे एक व्यवसायप्रणाली आहे आणि हाच फास्ट लेन मार्गनकाशातला राजरस्ता आहे. तुम्ही 'अधिकृतपणं' निवृत्त होण्याआधीच पैशाची झाडं तुमच्यासाठी आपसूक येणाऱ्या उत्पन्नाचा ओघ तयार करतात. आणि खरं आहे; निवृत्त झाल्याशिवायच, निवृत्तीनंतरची अवस्था आणि आर्थिक स्वातंत्र्याचा तुम्ही अनुभव घेऊ शकता. हे म्हणजे दक्षिण पॅसिफिकला सुट्टीवर जायचं, परंतु तिकडे जाण्यासाठी लागणारा नऊ तासांचा विमानप्रवास जादूनं टाळून जाण्यासारखं आहे.

पैशाच्या झाडाची रोपं : फास्ट लेनचा व्यवसाय

सगळेच व्यवसाय काही फास्ट लेन नसतात आणि त्यांपैकी बऱ्याच व्यवसायांचं पैशाच्या झाडात रूपांतर होऊ शकत नाही. जीवनाचं तत्त्वज्ञान शिकवणारे गुरू आणि शिक्षक यांनी चुकीची शिकवण देत, अनेक होतकरू उद्योजकांना, 'तुम्ही तुमचे बॉस बना' तसंच 'तुम्हांला जे आवडतं ते करा!' असली आमिषं दाखवत, त्यांना मार्गभ्रष्ट केलं आहे. नोकरीतल्या गुलामगिरीसारखंच त्यांना व्यावसायिक गुलाम करून टाकलं आहे.

स्वतःच स्वतःचं मालक व्हायचं असं जिलियनचं स्वप्न होतं. वॉल स्ट्रीटवर १३ वर्षं काम केल्यानंतर जिलियननं आर्थिक सल्लागाराची नोकरी सोडून एका नावाजलेल्या खाद्यपदार्थांच्या दुकानाची फ्रेंचाईजी घेतली. व्यवसाय सुरू करण्यासाठी आणि फ्रेंचाईजीच्या शुल्कापोटी तिनं तिच्या ४०१(क) मधला निम्मा हिस्सा घेतला. तीन महिन्यांनंतर खऱ्या अर्थानं ती व्यवसायात उतरली आणि आपलं स्वप्न पूर्ण होण्याचं स्वप्न बघत बसली. परंतु लवकरच जिलियनच्या लक्षात आलं की, तिचं स्वप्न हे केवळ एक दुःस्वप्न आहे. आठवड्याचे सातही दिवस, उशिरापर्यंत चालणारं काम, तिच्यात आणि फ्रेंचाईजी व्यवस्थापनात सतत होणारी कुरबुर यामुळं दोन वर्षांतच ती वैतागून गेली.

फ्रेंचाईजीला द्याव्या लागणाऱ्या रॉयल्टीमुळं तिच्या नफ्याचं प्रमाण रोडावत गेलं. त्यामुळं तिच्याऐवजी दुसऱ्या कोणाला रेस्टॉरंट चालवायला द्यायलासुद्धा ती असमर्थ ठरली. पैशांच्या मोबदल्यात स्वतःचा संपूर्ण वेळ द्यावा लागत असल्यामुळं तिला कैदेत असल्यासारखं वाटू लागलं.

जिलियनला वर्षाला नफ्यापोटी ९०,००० डॉलर्स मिळत होते. तथापि, कष्टाची ही फळं चाखायला तिच्याकडे वेळच नव्हता. वर्षाला ६०,००० डॉलर्स पगारावर जनरल मॅनेजर कामाला ठेवून तिला रिकामा वेळ मिळू शकत होता. परंतु मग, नफ्यापोटी मिळणाऱ्या ३०,००० डॉलर्सवर निभाव लागणं अशक्य आहे हेदेखील तिला जाणवत होतं. नफा कमी होत असल्यामुळं

आपल्याच व्यवसायाच्या पिंजऱ्यात आपण अडकल्याची भावना तिला होत होती. चार वर्षांनी तिनं आपला व्यवसाय विकून टाकला आणि पुन्हा ९ ते ५- अशी आरामाची नोकरी शोधली.

बरेच लोक अशा निकृष्ट, नापीक जमिनीत व्यवसायाचं रोपटं लावतात, ज्याच्यात पैशांचं झाड उगवण्याची क्षमताच नसते. उलट ते स्लो लेनच्या अशा फांदीवर येऊन लटकतात, जी पैसे आणि वेळ दोन्ही गिळंकृत करते. एका वाईट नोकरीहून हे काही वेगळं नाही.

फास्ट लेनची पाच व्यवसाय रोपटी

पैशाचं झाड येण्यासाठी पाच व्यवसाय रोपटी आहेत. लक्षात घ्या, हे उपाय काही परिपूर्ण नाहीत; शिवाय एकमेकांना छेदून जाणारेदेखील असू शकतात. प्रत्येकाची अंगभूत अशी एक श्रेणी आहे जी त्याच्या आपसूकतेची पातळी गुणांकित करते. श्रेणी जितकी उच्च तितकी आपसूकतेची क्षमता जास्त, परंतु त्यातून मोठं उत्पन्नच मिळेल असं नाही.

१) भाडे प्रणाली

२) संगणक/सॉफ्टवेअर प्रणाली

३) आशय प्रणाली

४) वितरण प्रणाली

५) मनुष्यबळ प्रणाली

पहिलं रोपटं : भाडे प्रणाली (निष्क्रियता श्रेणी : अ)

स्थावर मालमत्ता ही एक 'भाडे प्रणाली' आहे. स्थावर मालमत्तेतून उगवणाऱ्या पैशाच्या झाडाला, फास्ट लेनची १.० अथवा संपत्तीची १.० श्रेणी मानतो. उदाहरणार्थ, एका कुटुंबाला भाड्याने देता येईल असं एक घर माझ्या मालकीचं आहे. भाडेकरूही चांगला आहे. वेळ खर्च न करता, भाड्यापोटी मला दर महिन्याला चेक मिळत असल्यानं मी अतिशय आनंदात आहे. स्थावर मालमत्ता ही स्वतःच एक प्रणाली असल्यामुळं संपत्ती १.० श्रेणीचं हे एक उत्तम उदाहरण आहे. यातून ९५% उत्पन्न आपसूकच येतं. जसजसा काळ पुढे जातो तसतसं भाडेकरू मालकाला त्याच्या मालमत्तेचा वापर करण्यासाठी पैसे देतात. एका कुटुंबापासून ते अपार्टमेंटपर्यंत, ते मोठ्या व्यावसायिक कार्यालयांपर्यंत, पैशाचं रोपटं लावण्यासाठी स्थावर मालमत्ता हा एक मूलभूत पर्याय असतो. शिवाय, स्थावर मालमत्ता ही अशी मालमत्ता आहे ज्यात फेरफार करून तिचं मूल्य आपण वाढवू शकतो. मूल्यवर्धित होणाऱ्या मालमत्ता या फास्ट लेनच्या संपत्ती समीकरणात अतिशय महत्त्वाचा, पायाचा दगड असतात.

स्थावर मालमत्तेत गुंतायचं नाहीये? काही हरकत नाही. भाडे प्रणाली ही फक्त स्थावर मालमत्तेसाठीच आरक्षित नसते.

इतर अनेक मार्गांनी आपण भाडे प्रणाली राबवू शकतो. जसे भाडेपट्टी, रॉयल्टी (स्वामित्व हक्क), लायसन्सिंग. या सगळ्यांतूनही आपण आवर्ती उत्पन्न मिळवू शकतो. उदाहरणार्थ, जेव्हा तुमच्या संगीत संग्रहाचे हक्क तुमच्याकडे असतात, तेव्हा ते संगीत वापरण्यासाठी इतर कंपन्यांना तुम्हांला रॉयल्टीपोटी पैसे द्यावे लागतात. ते संगीत भले कित्येक दशकांपूर्वीच संग्रहित करण्यात आलं असेल, पण तरीही त्याच्या रॉयल्टीमधून उत्पन्न निर्माण होतं.

त्याचप्रमाणं, जेव्हा तुम्ही एखादा शोध लावता आणि त्या उत्पादन प्रक्रियेचं पेटंट घेऊन, इतर कंपन्यांना ते वापरण्याचा परवाना देता, तेव्हा त्या परवाना शुल्कामधून तुम्हांला उत्पन्न मिळतं. त्या शोधाचं पेटंट घेऊन त्याची रीतसर नोंदणी करण्यात आली आणि तरीही तुमचा वेळ खर्ची न पडता त्यातून उत्पन्न येतच आहे. इतरांना आपण काढलेले फोटो वापरण्याचा परवाना देऊन, छायाचित्रकार उत्पन्न मिळवू शकतात. व्यंगचित्रकार हे वर्तमानपत्रांना आणि पुस्तक-लेखकांना त्यांच्या कलात्मकतेचा परवाना देतात. ते व्यंगचित्र भले कित्येक वर्षं अगोदर रेखाटण्यात आलं असेल, पण तरीही इतक्या काळानंतरसुद्धा, मालकासाठी ते उत्पन्न मिळवून देण्याचा एक मार्ग बनतं.

आणि सरतेशेवटी, हे पुस्तक आतापर्यंत जगभरात १५ भाषांमध्ये भाषांतरीत होऊन प्रकाशित झालं आहे. जगभर पसरलेल्या आणि मी कधीही न गेलेल्या अशा या परदेशी पुस्तकांच्या विक्रीतून मला वार्षिक रॉयल्टी मिळत असते. निष्क्रियतेचं प्रमाण जास्त आणि द्यावा लागणारा नगण्य वेळ यामुळं भाडे प्रणाली ही पैशाचं झाडं लावण्यासाठी अतिशय समर्थ प्रणाली आहे.

दुसरं रोपटं : संगणक/सॉफ्टवेअर प्रणाली (निष्क्रियता श्रेणी : अ)

माझा प्राधान्यक्रम संगणक आणि सॉफ्टवेअर प्रणालीला असतो, इंटरनेटचाही त्यात समावेश आहे. इतर कोणत्याही मार्गांपेक्षा इंटरनेटनं लक्षावधी कमावण्याचा मार्ग मोकळा करून दिला आहे यात शंका नाही. खरं तर इंटरनेटमुळं गेल्या पन्नास वर्षांच्या काळात झाले नसतील इतके लक्षाधीश गेल्या पाच वर्षांत निर्माण झाले आहेत, असं एका आकडेवारीत आल्याचं माझ्या ऐकीवात आहे. इंटरनेट आणि संगणक हे इतके सामर्थ्यवान बनायचं कारण काय?

संगणक हा एक चमत्कारिक शोध आहे आणि पैशाच्या झाडाचं अगदी सकस बियाणं आहे. संगणक दिवसाचे २४ तास, आठवड्याचे सातही दिवस काम करतात. कामाच्या जागेच्या बाबतीत अथवा पगाराच्या बाबतीत त्यांची कोणतीही कुरबुर नसते. सहकाऱ्यांच्या बाबतीतसुद्धा त्यांची, 'तो योआन कसला आळशी आहे किंवा त्या बॉबनं माझ्यासारखाच शर्ट घातला आहे,' असली काही पिरपिर नसते. संगणक कधी उशिरा येत नाहीत, ते कधी पगारवाढ मागत नाहीत किंवा तुम्ही नवीन मर्सिडीझ गाडी जरी घेतलीत तरी त्यांना त्याची अजिबातच फिकीर नसते. त्यांचं जसं प्रोग्रॅमिंग करण्यात आलं असेल त्याबरहुकूम ते काम करतात. स्थावर मालमत्तेपासून इंटरनेट वेगळं असायचं कारण म्हणजे त्यात अप्रत्यक्षरीत्या वाढ आहेच. तुमचं घर जर एल्म स्ट्रीटवर असेल, तर तिथं थोड्याच लोकांना पोहोचता येईल. ही अन्योन्यताच इंटरनेटला सध्या अस्तित्वात असलेलं सर्वोत्कृष्ट व्यवसाय रोपटं बनवते.

याशिवाय, संगणक प्रणाली केवळ इंटरनेटपुरतीच मर्यादित नसते. ते एक सॉफ्टवेअर किंवा ॲप्लिकेशनसुद्धा असू शकतं. सॉफ्टवेअरची सहजरीत्या पुनरावृत्ती करता येत असल्यामुळं फायद्याचा परीघही मोठा असतो. एकदा कोड लिहिला की झालं. तुम्ही सहजपणं एक किंवा अगदी १०,००० सॉफ्टवेअर प्रतीदेखील विकू शकता. इतक्या सहज तुम्ही ऑफिस बिल्डिंगची प्रतिकृती करू शकता का? नाही करू शकत.

सॉफ्टवेअरमुळं 'कोणीही' लक्षाधीश बनू शकतं. फेसबुक आणि आयफोन ॲप्लिकेशन विकसित करणारे झटपट श्रीमंत होत आहेत. निकोलस नावाच्या आयफोन डेव्हलपरनं एका महिन्यात केवळ एक आयफोन गेम विकसित करून एकाच महिन्यात तब्बल ६,००,००० डॉलर्स खिशात टाकले. ''या वर्षाच्या अखेरपर्यंत जर मी लक्षाधीश बनलो तर त्याचं मला मुळीच आश्चर्य वाटणार नाही,'' असं निकोलसनं टेलिफोनवरून घेतलेल्या मुलाखतीत सांगितलं होतं. वा! काही दिवसांपूर्वी, आरामदायी नोकरीत, ४०१(क)मध्ये काही रुपये गुंतवणारा, स्लो लेनवरून खुरडत चाललेला निकोलस आणि अचानक एका झटक्यात तो स्वत:ला फास्ट लेनवर येऊन पोहोचलेला पाहतो. अर्थात फास्ट लेनचा रस्ता निकोलससाठी काही सोपा नव्हता. सन मायक्रो सिस्टिम्समध्ये इंजिनिअर असलेला निकोलस, दिवसाचे आठ तास काम केल्यानंतर, ॲप्लिकेशनवर काम करत होता. एकीकडे आपल्या एका वर्षाच्या मुलाच्या पाळण्याला झोके देत, दुसरीकडे कोडिंग करत होता. आयफोन ॲपचं कोडिंग करायला तो कसा शिकला? निकोलसला पुस्तकं विकत घेणं परवडणारं नव्हतं, तेव्हा त्यानं वेबसाइटवरच संशोधन केलं. हं... या घटनेमागची प्रक्रिया, घेतलेले कष्ट तुम्हांला जाणवताहेत का?

एखाद्या सॉफ्टवेअरचं जेव्हा मोठ्या प्रमाणात वितरण होतं, तेव्हा त्याच्या लाखो प्रती निर्माण होतात. परंतु त्यामुळं आपसूक येणाऱ्या कमाईमध्ये विशेष घट होत नाही.

तिसरं रोपटं : आशय प्रणाली (निष्क्रियता श्रेणी : ब+)

आशय प्रणाली म्हणजे माहिती पुरवणारी व्यवस्था. या माहितीची सांगड इंटरनेट अथवा वस्तुनिष्ठ वितरण प्रणालीसारख्या अनेकविध प्रणालींशी घालता येऊ शकते. हे पुस्तक अशीच एक आशय प्रणाली आहे जी मी, ॲमेझॉन किंवा इतर पुस्तक वितरक किंवा सर्वदूर पोहोचणाऱ्या माध्यमांद्वारा कुठंही नेऊ शकतो.

पूर्वीच्या काळी आशयमाध्यमातून श्रीमंत होणं याचा अर्थ तुम्ही वर्तमानपत्राचं मालक असणं, मासिकाचं प्रकाशक असणं किंवा यशस्वी लेखक होणं- असा होता. छापील माध्यमांवर नियंत्रण मिळवा. आशय वितरीत करा. सॉफ्टवेअरच्या माध्यमातून मिळणारी माहिती नक्कल करण्यास सोपी असते. मी या पुस्तकाच्या १० मिलियन प्रती छापू शकतो. माझ्या मालकीची, १० मिलियन संख्येने स्थावर मालमत्ता कधीही होऊ शकणार नाही, तशी माझी इच्छाही नाही. सॉफ्टवेअर प्रणालीप्रमाणंच, जगातील श्रीमंत लोकांत गणना होणाऱ्यांमध्ये काही यशस्वी लेखकसुद्धा आहेत.

जे.के. रोलिंग, ही *हॅरी पॉटर* पुस्तकमालिकेची लेखिका, वयाच्या ३२व्या वर्षी एका घटस्फोटित शिक्षिकेपासून ते माध्यमांवर हुकूमत गाजवत, ४०० मिलियन डॉलर्स संपत्तीची

मालकीण बनली. एकटी आई असलेल्या या महिलेनं तिच्या पुस्तकांच्या, ३५ वेगवेगळ्या भाषांमधल्या ३० मिलियन प्रती विकल्या आहेत. माझ्या अंदाजानं तिनं कधीही, ''मी एकटीच आहे, आई आहे आणि माझ्याकडे वेळच नाही,'' असली कारणं पुढं केली नसतील. श्रीमती रोलिंग सांगतात की, त्यांच्या आयुष्यातला सर्वांत परमोच्च आनंदी काळ हा मिलियन डॉलर्स कमावले तो नसून, त्यांना पूर्ण वेळ लिखाण करता आलं तो आहे.

त्याचप्रमाणं डॅन ब्राऊन या लेखकानं त्याच्या *दा विंची कोड* या पुस्तकाच्या ५१ भाषांत ८० मिलियन प्रती विकल्या आहेत. जरा स्पष्टपणंच सांगतो : तुम्ही कोणतीही वस्तू ८० मिलियन संख्येने विकलीत, तर तुमची गणना श्रीमंत व्यक्तींमध्ये होणारच.

सध्याचा आशय वितरणाचा कल हा संगणक माध्यमांमध्येच सामावला आहे. व्हिडिओ ब्लॉगिंग (यूट्यूब), फेसबुक, इन्स्टाग्राम यांसारखी समाजमाध्यमं, ई-बुक आणि ऑनलाइन मासिकं हे सर्व संगणक प्रणाली आणि आशय वितरण यांच्या संकरासाठीच काम करतात. वास्तविक पाहता हे मिश्रण इतकं शक्तिशाली आहे की त्यामुळं जुनी, किचकट यंत्रणा व्यवसायातून बाहेर फेकली जात आहे. येत्या दशकात कागदी वर्तमानपत्रं आणि मासिकं अधिकृतपणं नामशेष होण्याच्या मार्गावर आहेत.

बदलातूनच *लक्षाधीश निर्माण होतात.* जे बदल होताना बघतात आणि त्याचा फायदा घेतात तेच लक्षाधीश, कोट्यधीश बनतात. आणि बदल निरंतर घडत असल्यामुळं लक्षाधीश होण्याच्या संधीदेखील निरंतर मिळत राहतात.

आशयामुळं वेळदेखील वाचतो. हे पुस्तक लिहिण्यासाठी मला भले कित्येक वर्षं लागली असतील, पण तरीदेखील ते अनेक वर्षं टिकून राहणारं आहे. एखाद्यानं आतापासून पाच वर्षांनंतर जरी हे पुस्तक विकत घेतलं, तरीदेखील अनेक वर्षांपूर्वी मी केलेल्या वेळेच्या गुंतवणुकीपोटी मला काही ना काही नफा जरूर मिळणार आहे. आशय ही अशी मालमत्ता आहे जी पुन:पुन्हा विक्रीयोग्य राहते. तसंच प्रत्येक विक्रीच्या वेळी, त्यासाठी लागलेल्या वेळेचं मूल्य कमी होत जातं, तर त्यातून मिळणाऱ्या प्रतितासाच्या दरात वाढ होत जाते.

चौथं रोपटं : वितरण प्रणाली (निष्क्रियता श्रेणी : ब)

उत्पादन सर्वसामान्यांप्रति पोहोचवण्यासाठी केलेली व्यवस्था किंवा संघटन म्हणजे वितरण प्रणाली किंवा वितरण व्यवस्था. (वर उल्लेख केलेल्या) कोणत्याही रोपांच्या संकरातून वितरण प्रणाली निर्माण होऊ शकते. जसं की संगणक आणि आशय.

जर तुम्ही एखाद्या नवीन उत्पादनाचा शोध लावून ते क्यूव्हीसीवर विकलंत, तर तुम्ही वितरण व्यवस्थेत वाढ करत असता. जर तुम्ही ते उत्पादन, पहाटे दोन वाजता झळकणाऱ्या जाहिरातींमार्फत विकलंत तर तुम्ही वितरण व्यवस्था वरच्या पातळीवर नेत आहात. जर तुम्ही तुमचं उत्पादन, चार घाऊक वितरकांना विकत असाल आणि त्याच्या बदल्यात ते घाऊक विक्रेते तुमचं उत्पादन वॉल मार्ट आणि टार्गेटसारख्या किरकोळ विक्रेत्यांना विकत असतील, तर तुम्ही वितरण व्यवस्थेत सुधारणा करत आहात.

जेव्हा एखाद्या उत्पादनाचा शोध लावला जातो, तेव्हा तो शोध लागणं म्हणजे फक्त अर्धी लढाई असते. त्यानंतरचं वितरण हा वेगळा भाग आहे. जर योग्य वितरण झालं नाही,

तर जगातलं सर्वोत्तम उत्पादनदेखील– मग ते अस्तित्वात असो किंवा तुम्ही निर्माण केलेलं असो, बिनावापराची पडून राहील.

मी वापरत असल्यापैकी ॲमेझॉनडॉटकॉम (amazon.com) हे वितरण व्यवस्थेचं एक उदाहरण आहे. हे पुस्तक मी ॲमेझॉनवर विकतो आणि ते लाखो लोकांना उपलब्ध होतं. तथापि पुस्तक ॲमेझॉनवरती केवळ विक्रीच्या प्रतीक्षेत असणं हे मान्यता न मिळालेल्या क्षमतेचं प्रतिनिधित्व करतं. जशी, १००० हॉर्सपॉवर क्षमतेची गाडी नुसतीच गॅरेजमध्ये उभी असते. वितरण व्यवस्थेच्या इंजिनाला थोडा धक्का देत, तिची ऊर्जा कार्यान्वित करणं हे माझं काम आहे. साधन अस्तित्वात आहे, तसंच ते यशस्वी (किंवा अयशस्वी) अंमलबजावणीसाठी देखील तयार आहे.

आपल्या आयफोन ॲप विकसकानं त्याचं सॉफ्टवेअर लोकांपर्यंत पोहोचण्यासाठी आयफोन 'ॲप स्टोअर'चा उपयोग केला. हा त्याचा वितरण बिंदू होता. वितरणाशिवाय तो त्याचं सॉफ्टवेअर विकूच शकला नसता.

सर्वदूर लोकांपर्यंत आपलं उत्पादन पोहोचवण्यासाठी वितरण हे माध्यम आहे. काही प्रणाली इतर प्रणालींहून सरस असतात, परंतु जेव्हा वितरणाची बाब असते, तेव्हा सगळं काही नियंत्रण संरचनेवर निर्भर असतं. तुमचं नवीन व्हिटॅमिन उत्पादन विकण्यासाठी तुम्ही एक नवीन नेटवर्क मार्केटिंग कंपनी निर्माण केलीत, तर तुम्ही वितरणाचं इतकं मजबूत जाळं निर्माण करत आहात जे तुम्हांला त्यातून लाखोंची कमाई करून देण्यास समर्थ असेल. परंतु जर तुम्ही एखाद्या नेटवर्क मार्केटिंग कंपनीत *नोकरी स्वीकारलीत*, तर त्या वितरण व्यवस्थेतील केवळ एक दुवा होण्याचा पर्याय तुम्ही निवडलेला असतो.

वितरणाचा आणखी एक चांगला प्रकार म्हणजे फ्रेंचाईजिंग किंवा साखळी. जेव्हा एखाद्या यशस्वी दुकानाचं नाव होऊन ते सुविहित चालायला लागतं, तेव्हा त्याचं प्रतिरूप करून ते इतरांना विकता येऊ शकतं. एखादा स्थानिक यशस्वी व्यवसाय हा फ्रेंचाईजी किंवा साखळी व्यवसायामार्फत चांगल्या उंचीवर नेता येतो, हे फास्ट लेनचे जाणकार उद्योजक ओळखून आहेत. हा मार्ग काहीसा परिचयाचा वाटतोय का? वाटायलाच हवा; कारण जगातली सर्वांत मोठा कॉफी विक्रेता होण्यासाठी स्टारबक्सनं हाच मार्ग वापरला.

बाकीची रेस्टॉरंट्स साखळी आणि फ्रेंचाईजी यांच्या एकत्रीकरणाचं उपयोजन करतात. डेअरी क्वीन आणि मॅक्डोनल्ड्स यांची साखळी दुकानं आणि फ्रेंचाईजी दोन्हीही आहेत. जर तुमचा व्यवसाय मर्यादित स्वरूपात चालत असेल, तर साखळी पद्धत आणि फ्रेंचाईजीच्या माध्यमातून तुम्ही राज्य करू शकता. जर तुमच्याकडे हॉट डॉग विकण्याची एक गाडी असेल आणि एकाच जागी विक्री करत असाल तर त्यात काही वाढ होऊ शकत नाही. परंतु जर तुमच्याकडे हॉट डॉग विकण्याच्या ५०० गाड्या असतील आणि ५०० मालक किंवा चालकांच्या माध्यमातून, ५०० वेगवेगळ्या ठिकाणी त्यांची विक्री होत असेल तर वृद्धी अकस्मातपणं होते. फास्ट लेनच्या संपत्तीच्या समीकरणात तितकं सामर्थ्य आहे.

पाचवं रोपटं : मनुष्यबळ प्रणाली (निष्क्रियता श्रेणी : क)

amazon.com ही एक संगणक प्रणालीच्या आधारे चालणारी वितरण व्यवस्था आहे आणि ती मनुष्यबळामार्फत संचालित केली जाते. मनुष्यबळ यंत्रणा ही सर्वांत महागडी आणि चालवण्यास अतिशय किचकट अशी प्रणाली आहे. मनुष्यप्राणी अत्यंत बेभरवशी, खर्चीक आणि नियंत्रण ठेवण्यास कठीण असा असतो. कर्मचाऱ्यांवर अवलंबून असणाऱ्या कंपनीतील कोणालाही विचारून बघा की, कर्मचाऱ्यांना खूश ठेवणं किती आव्हानात्मक असतं ते!

माझ्या स्वतःच्या कंपनीतील कर्मचाऱ्यांबाबत मला हाच अनुभव आला आहे. मला एक तर तंत्रज्ञानात मागं पडावं लागलं किंवा कंपनीला वरच्या पातळीवर नेण्यासाठी मला दोन किंवा जास्त कर्मचारी घ्यावे लागले. माझा व्यवसाय ८०% निष्क्रियतेवर चालणारा होता, त्यामुळं जास्त कर्मचारी नियुक्त केल्यामुळं मला व्यवसायातील नफ्यात घट होणार हे माहीत होतं. कारण कर्मचारी आले की व्यवस्थापन आलं. एका पातळीला तर व्यवस्थापकांच्या देखील वर व्यवस्थापक लागतात.

दुसरा पर्याय असा होता की माझी कंपनी जशी चालली आहे तशी चालवू देणं; अर्थात ऑटोपायलट मोडवर चालवणं आणि कालांतरानं तिची पत कशी कमी होत जाते हे बघत बसणं, (वेब कंपन्यांना सतत नूतनीकरण करण्याची आवश्यकता असते) किंवा 'पुनःश्च हरि ॐ' म्हणत नव्यानं सुरूवात करणं, ('चुमा' मोडमध्ये बरेच तास घालवणं) अथवा ती विकून टाकणं. अनेक पर्यायांचा धांडोळा घेतल्यानंतर मी ती कंपनी विकून टाकायची असं ठरवलं. माझ्या बाबतीत, नवीन कर्मचाऱ्यांच्या नेमणुकीमुळं माझ्या व्यवसायाच्या निष्क्रियता मूल्यात वाढ न होता, घटच झाली असती. अर्थात जास्त कर्मचारी नियुक्त करून मी जास्त पैसे मिळवू शकत होतो, परंतु त्यासाठी मला मिळणाऱ्या रिकाम्या वेळेचा त्याग करण्याची माझी इच्छा नव्हती.

कंपनी विकल्यानंतर एक वर्षानं, मी विमानतळाजवळ गाड्या पार्किंग व्यवसायात काही करता येईल का, याचा अभ्यास केला. फिनिक्स विमानतळावर जाणारे स्थानिक प्रवासी जवळच्याच गाडीतळामध्ये वॅलेट पार्किंग करून दुसऱ्या चालकाच्या गाडीनं विमानतळावर जाऊ शकत होते. थोडक्यात, ही एक भाडोत्री व्यवस्था होती. लोकांनी त्यांच्या गाड्या गाडीतळावर उभ्या केल्या असत्या आणि अशा उभ्या राहणाऱ्या प्रत्येक गाडीमागं मी दर दिवसाचं शुल्क आकारून पैसे मिळवू शकणार होतो. केवळ थोड्याशा वेळेच्या बदल्यात, इंटरनेट व्यवसायासारखा हा व्यवसाय, दिवसाचे चोवीस तास, आठवड्याचे सातही दिवस पैसे मिळवून देणारा होता. आपसूकता मूल्य असलेली ती एक अफलातून कल्पना होती. विमानतळाजवळच विक्रीसाठी असलेली एक जागा मला सापडली आणि ती अतिशय योग्य अशीच होती. हा व्यवसाय प्रत्यक्षात कसा आणता येईल यासाठी मी आकडेवारी करत, अंदाज बांधून एक रूपरेषा आखायला सुरूवात केली.

या आकडेवारीतून मला काहीतरी महत्त्वाचं गवसलं. या व्यवसाय बांधणीचा मूळ कणा होता, 'भाडेतत्त्व', पण ते संचालित केलं जाणार होतं, 'मनुष्यबळ प्रणाली'द्वारा. या व्यवसायाची कल्पना यशस्वी करण्यासाठी मला किमान दोन डझन कर्मचारी नियुक्त करावे

लागणार होते. त्यामुळं मी होतो तिथंच थांबलो आणि मग त्याचा नाद सोडून दिला. मनुष्यबळ प्रणाली खूपच बेभरवशी असते. तसंच त्या प्रणालीच्या व्यवस्थापनात येणाऱ्या अडचणींमुळं त्यातील निष्क्रियता मूल्य एक तर असंभव होतं किंवा फारच कमी होतं.

फास्ट लेन समुदायातील एका महिला सदस्याकडे 'स्वत:च्या गोष्टींची' साठवणूक करण्यासाठी सुविधा आहे. तिचा व्यवसाय भाडेतत्त्वावर चालतो. आपल्याकडील भंगार गोष्टी ठेवण्यासाठी लोक तिला पैसे देतात आणि तिला दरमहिना उत्पन्न मिळतं. तुम्हांला असं वाटत असेल की तिचा हा व्यवसाय, व्यवस्थापक, प्रॉपर्टी मदतनीस अशा मनुष्यबळामार्फत चालत असेल – पण तसं नाहीये. ती ज्या जागांवर साठवणूक करते, ते स्वयंचलित किऑस्क (चौकोनी आकाराची छोटी खोली)असून ते संगणकाद्वारे संचालित होतात. यामुळं तिच्या व्यवसायाचं निष्क्रियता मूल्य ८५% आहे. पण तेच जर स्वयंचलित किऑस्क हटवून तिथे मानवी कर्मचाऱ्यांची नेमणूक केली की झालीच निष्क्रियता मूल्यात घट.

म्हणजे याचा अर्थ, मनुष्यबळ प्रणाली निष्क्रियता मूल्यात घट करणारी असते, असा आहे का?

ते परिस्थितिसापेक्ष आहे.

पहिलं म्हणजे, त्या व्यवसायाचं सध्याचं निष्क्रियता मूल्य किती आहे? तुमच्या मालकीचं कॉफी शॉप आहे आणि त्यात तुम्ही आठवड्याचे ८० तास काम करता, तर निष्क्रियता मूल्य शून्य आहे. मनुष्यबळ प्रणालीत, एका सामान्य व्यवस्थापकामुळं निष्क्रियता मूल्यात ४०% वाढ होऊ शकते. माझ्या व्यवसायात ते ८०% होतं. कर्मचारी नियुक्त करून ते मूल्य कमी झालं असतं.

चांगल्या कर्मचाऱ्यांमुळं पैशाच्या झाडाचं चांगलं संगोपन होतं. वाईट (निकृष्ट) कर्मचारी पैसेरूपी फळं तोडून नेतात तसंच त्यांच्या छाटणीची आवश्यकता असते. पण म्हणून तुम्ही तिथंच थांबू नका. तुम्हांला जर लक्षाधीश, कोट्यधीश बनायचं असेल तर तुम्हांला मनुष्यबळ प्रणालीची (कर्मचाऱ्यांची) गरज लागणारच. एकल उद्योजक पुष्कळ पैसे कमवू शकतात, परंतु तुम्ही एकट्यानं सर्व काही करू शकत नाही. काही वेळा आपला वेळ आणि वाढीचं व्यवस्थापन याला प्राधान्य द्यावंच लागतं.

प्रकरण सारांश : फास्ट लेनची वैशिष्ट्यं

- मंद गती मार्गाच्या, 'पैशासाठी तुमचा वेळ' या व्यावहारिकतेतून स्वत:ची सुटका करून घ्यायची असेल, तर तुम्ही उत्पादक– विशेष करून एखाद्या व्यवसायाचा मालक बनणं गरजेचं आहे.
- व्यवसाय प्रणाली 'पैशासाठी तुमचा वेळ' यातील संबंध भंग करतात. कारण वेळेच्या व्यवहारात त्या एखाद्या भाडोत्री कार्यप्रणालीसारखं काम करतात.
- तुमच्या गरजा, तुमच्या राहणीमानाचे खर्च आणि कर हे सर्व भागवून, जर तुमच्याकडे एखादं आपसूक मिळणारं उत्पन्न असेल तर याचा अर्थ तुम्ही निवृत्त झाला आहात.
- निवृत्ती कुठल्याही वयात घेता येते.

- पैशाच्या झाडाला लागलेली फळं म्हणजे आपसूक/निष्क्रियतेतून मिळणारं उत्पन्न.
- फास्ट लेनचं उद्दिष्ट म्हणजे तुमच्या वेळेव्यतिरिक्त, अशी एक व्यवसाय प्रणाली तयार करणं ज्यातून वेळ शिल्लक राहील.
- भाडेतत्त्व प्रणाली, संगणक प्रणाली, आशय प्रणाली, वितरण प्रणाली आणि मनुष्यबळ स्रोत प्रणाली या पाच प्रणाली म्हणजे पैशाच्या झाडांची रोपटी आहेत.
- स्थावर मालमत्ता, परवाने आणि पेटंट्स ही भाडोत्री प्रणालीची उदाहरणं आहेत.
- इंटरनेट आणि सॉफ्टवेअर व्यवसाय ही संगणक प्रणालीची उदाहरणं आहेत.
- पुस्तकलेखन, ब्लॉगिंग आणि मासिकं ही आशय प्रणालीची रूपं आहेत.
- फ्रेंचाईजिंग, साखळी व्यवसाय, नेटवर्क मार्केटिंग आणि टेलिव्हिजन मार्केटिंग ही वितरण व्यवस्थेची उदाहरणं आहेत.
- मनुष्यबळ प्रणाली तुमच्या आपसूक उत्पन्नात भर टाकू शकते किंवा घट करू शकते.
- मनुष्यबळ स्रोत प्रणाली, व्यवस्थापनात आणि कार्यान्वित करण्यात अत्यंत महागडी प्रणाली आहे.

फास्ट लेन

२०

तुमच्या स्वातंत्र्य सेना उभारा

''श्रीमंत गरिबांवर हुकूमत गाजवतात आणि कर्जदार हे कर्जदात्याचे गुलाम असतात.''

– म्हणी (२२:७) (एनआयव्ही)

श्रीमंतांकडे पैशाचा डोंब कसा उसळतो?

काही वर्षं मी लिमोझिन गाडी चालवण्यात घालवली असल्यानं माझ्या कानांवर अनेक गोष्टी पडत गेल्या. मला गॅरी नावाचा एक ग्राहक आठवतो, वीसेक वर्षांचा असेल. तो पार्ट्यांना जाण्यासाठी आणि मद्यपान करायला जाताना महिन्यातून कित्येक वेळा लिमोझिन भाड्याने घेत असे. त्यातली विचित्र गोष्ट अशी, की तो लिमोझिन शनिवार-रविवार भाड्यानं न घेता, आठवड्याच्या मध्यात घेत असे. त्याच्या आयुष्याचा प्रत्येक दिवसच जणू शनिवार-रविवार होता. जेव्हा तो आमची भाडी भाड्यानं घेत असे तेव्हा मला समजायचं की, हा आठवडा दीर्घ परंतु फायदेशीर असणार आहे, कारण तो आम्हांला तगडी टीप द्यायचा.

त्या वेळी थोड्याशा विमनस्क मन:स्थितीत, परंतु पैसे कमावण्याच्या मागं असल्यामुळं माझी उत्सुकता मी दडपून ठेवू शकत नव्हतो. मी लिमो कंपनीच्या मालकाला विचारलं, ''गॅरीची काय कथा आहे?'' त्यानं मला सांगितलं, ''गॅरी जवळजवळ निवृत्त झाल्यासारखा आहे. नुकतीच त्यानं त्याची ॲडमिनिस्ट्रेटिव्ह ऑफिस कंपनी लक्षावधी डॉलर्सना विकली आहे.'' वा! माझ्यापेक्षा वयानं थोडाच मोठा असलेला हा इसम इतक्यातच निवृत्त होऊन ऐषआरामी जीवन जगत आहे.

पुढं जेव्हा जेव्हा मी त्याच्या गाडीचा चालक होतो तेव्हा तेव्हा, त्याच्या श्रीमंत होण्यामागच्या रहस्याचा एखादा शब्द कानी पडावा म्हणून मी त्याचं बोलणं अगदी कान देऊन ऐकत असे.

आणि मला ते जमलं.

एकदा मद्यधुंद अवस्थेत, त्याच्या क्लबमधील विंगमनला तो सांगत होता, ''म्युनिसिपालटी आणि ट्रेझरीजचे मनापासून आभार, मला आयुष्यात एकही दिवस काम करावं लागणार नाहीये.''

पैशाच्या कोड्याचा आणखी एक तुकडा जुळला होता.

अस्तित्वात असलेल्या उत्कृष्ट निष्क्रिय उत्पन्नाचं दर्शन

मागील प्रकरणात, मी अस्तित्वात असलेल्या सर्वोत्कृष्ट पैशाच्या झाडांच्या रोपट्यांचा उल्लेख टाळला. मी तो उल्लेख काढून टाकला. कारण खऱ्या अर्थानं ती लावून रुजवावीत अशी व्यवसाय रोपटी नाहीत; परंतु ती रोपटी मुळातच तुमच्याकडे आहेत. तुमची अवस्था कशीही असो, तुमच्याकडे व्यवसाय-नोकरी असो वा नसो, अस्तित्वात असलेल्या सर्वोत्कृष्ट पैशाच्या झाडाचा कच्चा माल तुमच्याकडे आधीपासूनच आहे.

काय आहे तो? जरा अंदाज बांधा. भाडेतत्त्व प्रणाली? संगणक व्यवसाय? नेटवर्क मार्केटिंग कंपनी? एखाद्या शोधाचा परवाना? नाही, नाही, नाही. कदापि नाही. अस्तित्वात असलेलं उत्कृष्ट पैशाचं झाड तुमच्याच खिशात आहे. पूर्वापार चालत आलेली वस्तू – पैसा.

हो. पैसा. पैसा हाच सर्व पैशाच्या झाडांचा वृक्षराज आहे.

मग पैसा निष्क्रिय उत्पन्न देणारा कसा होऊ शकतो? तुमच्याकडे जर पुष्कळ पैसे असतील, तर ग्राहकामधून उत्पादकात परिवर्तित होण्याची गुरुकिल्ली तुमच्यापाशी असते. विशेष सांगायचं, तर तुम्ही ऋणकोतून (कर्जदारातून) धनकोच्या (सावकाराच्या) भूमिकेत जाता. तुम्ही कर्मचारी न राहता कंपनीचे मालक बनता. तुम्ही गिऱ्हाईक न राहता, मालक बनता. दुसऱ्या शब्दांत सांगायचं, तर तुमच्या पैशांचा वापर करण्याच्या मोबदल्यात, व्याज किंवा मालकीस्वरूपात लोक तुम्हांला पैसे देतात.

व्याजाचंच उदाहरण पाहू या. जे पैसे कर्जाऊ देण्याच्या शुल्काच्या रूपात मिळतं. वर्तमानात तुम्ही कदाचित, व्याज घेणारे नव्हे- तर व्याज देणारे असाल. घर तारण ठेवण्याच्या बदल्यात कोणीतरी तुम्हांला पैसे कर्जाऊ देतं आणि त्यासाठी तुम्ही भरभक्कम व्याज देता. ते व्याज म्हणजे इतरांच्या लेखी नफा किंवा मिळकत असते.

सावकार बनण्याची क्रिया कदाचित क्लिष्ट वाटते, पण तसं नाहीये. केव्हाही, जेव्हा बँकेकडून ठेवीचं प्रमाणपत्र मिळतं, तेव्हा तुम्ही सावकार झालेले असता. तुम्ही जेव्हा कधी, एखाद्या थेट स्रोताकडून किंवा म्यूच्युअल फंडामार्फत म्युनिसिपल बाँड विकत घेता, तेव्हा तुम्ही सावकार बनता. जेव्हा तुम्ही बँकेत रक्कम जमा करता, तेव्हा तुम्ही सावकार झालेले असता.

सावकार म्हणून तुम्हांला कर्जाची देवाणघेवाण बघायची नसते, तर बसल्याजागी, फक्त व्याजापोटी आलेले धनादेश गोळा करायचे असतात. हे खूपच सोप्पं आणि आपसूक आहे. लिमोझिनचा माझा श्रीमंत ग्राहक – गॅरी, ज्याला आयुष्यात नंतर कधीच एक दिवसही काम करावं लागलं नाही, तो सावकार होता.

जे बचत करतात ते सावकार, मालक आणि उत्पादक बनतात

मी एकदा 'टू-डॅड' या जाहिरातगुरूंची, रेडिओवरची एक जाहिरात ऐकली होती. तो सांगत होता, ''बचत करणारे अपयशी असतात!'' माझा माझ्या कानांवर विश्वासच बसत नव्हता. बचत करणारे अपयशी असतात? मग जेते कोण असतात? जे लोक तुम्हांला स्थावर मालमत्तेसारख्या धोकादायक गुंतवणुकीसाठी लाखोंची उचल घेण्याचे सल्ले देतात ते? बचत करणारे अपयशी नसतात. बचत करणारे जेते असतात. कारण सरतेशेवटी ते सावकार बनतात. बचत करणारेच जेते असतात. कारण ते उत्पादक बनून मालमत्ता उभ्या करतात.

तुमचं पाकीट उघडून डॉलर्सकडे बघा. एक नोट. यातून फार काही खरेदी करता येणार नाही, परंतु निष्क्रिय उत्पन्न मिळवण्याच्या दृष्टीनं हा प्रारंभ ठरू शकतो. त्या एका डॉलर्समध्ये, तुम्हांला आयुष्यभर एक नाणं (ठरावीक उत्पन्न) मिळवून देण्याची ताकद आहे. हो, आयुष्यभर. भले एका नाण्यातून फार काही साध्य होणार नाही, पण पैसे मिळतात हा गुण नक्की दिसून येईल... हे उत्पन्न पूर्णत: निष्क्रिय आहे.

या साध्या वास्तवामुळं मी तिशीतच निवृत्त झालो. मी एक सावकार आहे आणि कर्जाऊ देण्यासाठी म्हणून तुमच्याकडे भरपूर पैसे असतात, तेव्हा तुम्ही अगदी स्वच्छंदपणे जगू शकता. कारण दर महिना तुम्हांला निष्क्रिय मिळकत मिळत राहते.

जर तुमच्याकडे १० मिलियन डॉलर्स आहेत आणि तुम्ही ते केवळ ५% व्याजानं कर्जाऊ दिलेत, तर दर *महिना*, निष्क्रिय मिळकत म्हणून तुम्हांला ४१,६६६ डॉलर्स मिळत राहतील. ८% दरानं तुमची मासिक मिळकत होईल ६६,६६६ डॉलर्स – जी सगळी निष्क्रियपणातून मिळालेली असेल. महिन्याला ६०,००० डॉलर्सहून जास्त! आणि तेदेखील मूळ रकमेला हात न लावता. हे असं तुम्ही वर्षानुवर्षं करू शकता आणि तरीही तुमच्याकडे १० मिलियन डॉलर्स शिलकीत राहतील.

कल्पना करा, दर महिन्याला तुम्हांला ४०,००० डॉलर्सचा धनादेश मिळतोय आणि तेही काहीही न करता. असे दर महिना ४०,००० डॉलर्स मिळवण्यासाठी तुम्हांला किती अडचणी येऊ शकतात? पैजेवर सांगतो, खूप अडचणी येतात. खरं वाटत नाही ना? नाही त्रास होत. मी तरी असाच जगतो. सध्याच्या कमी व्याजदराच्या काळात मी ४ ते ६ टक्के व्याजाच्या श्रेणीत गुंतवणुकीचे सुरक्षित उत्पन्न शोधू शकतो, त्यातील काही करमुक्तही असते. बहुतेक लोकांना वाढीव व्याजदराच्या विचारामुळं कापरं भरतं, पण मला ते आवडतं. मला वाढीव उत्पन्न मिळतं. माझ्यासाठी, व्याजदरातली १%ची वाढ मला दरमहा हजारो डॉलर्स देऊन जातात. आणि व्याजदराच्या अनुषंगानं चलनवाढ होत असल्यानं, माझ्या मिळकतीत महागाईपासून संरक्षण करण्याचे मूळ घटक आहेतच. जर चलनवाढ झाली तर व्याजदर वाढतोच.

मग हे सगळं वास्तवात कसं येतं? माझा इंटरनेट व्यवसाय जरी ८०% निष्क्रिय होता, (हो, मला आठवड्यातले अनेक तास काम करावं लागत असे) तरी माझी कर्ज देण्याची निष्क्रियता ९९.५% होती. तसं म्हणायला गेलं तर मी काहीही करत नाही, परंतु तरीही धनादेश जमा होतो.

डॉलर्सच्या बदल्यात माझा वेळ खर्ची घालवण्याऐवजी, *मी माझा वेळ अशा एका स्वायत्त प्रणालीत गुंतवला, जी निष्क्रिय होतीच, पण त्याच वेळी माझ्या अर्थव्यवस्थेला पैसे पुरवण्यास सक्षम होती.* हा दुहेरी हल्ला होता, जिथं निष्क्रिय उत्पन्न हे अल्प तसंच दीर्घकालीन लक्ष्य होतं.

स्वातंत्र्य सैनिकांची आपली सेना वाढवा

वाचवलेला प्रत्येक डॉलर्स म्हणजे तुमच्या स्वातंत्र्यसेनेतला शिलेदार. जर तुमचे पैसे तुमच्यासाठी लढा देत असतील, तर तुम्हांला मोकळा वेळ मिळतो आणि तुम्ही 'पैशासाठी वेळ' हे समीकरण मोडीत काढता.

धन हेच तुमचं सैन्य आहे. जितके जास्त पैसे, तितके ते तुमच्या स्वातंत्र्यासाठी अधिक लढतील. मंद गती मार्गावरचे, संपत्तीच्या समीकरणातील 'खर्च' या घटकावर लक्ष केंद्रित करतात. खरं तर त्यांनी 'उत्पन्न' या घटकावर अधिक लक्ष केंद्रित करायला हवं. तुमची स्वातंत्र्यसेना वाढवण्यासाठी उत्पन्न हाच महत्त्वाचा घटक आहे.

मी केवळ अमेरिकी डॉलर्सबाबतच बोलत नाहीये, तर सगळ्यांच आंतरराष्ट्रीय चलनांबाबत हे लागू आहे. मी हे लिहीत असताना, माझं बरचसं उत्पन्न, चलनमूल्य अधिक चांगलं असलेल्या अन्य देशांतल्या स्थावर मिळकतीतून, बिगर अमेरिकी डॉलर्समधून मिळालेलं आहे. जलद गती मार्गावरचे स्थानिक पातळीवर नाही तर जागतिक स्तरावर विचार करतात.

तुमच्यासाठी एक डॉलर्स म्हणजे काय आहे? प्रत्येक शुक्रवारी तुम्हांला तत्काळ सेवा देणारी यंत्रणा की तुमच्या पैशाच्या झाडाचं बियाणं? तुमची स्वातंत्र्यसेना? पैशासाठी मारामारी करण्यापेक्षा तुमच्यासाठी लढणारी पैशाची फौज तयार करा.

जलद गती मार्गावरचे (श्रीमंत लोक) चक्रवाढ व्याजाचा उपयोग कसा करतात?

मंद गती मार्गाचा अभ्यास करत असताना मला एक गोष्ट खटकली ती म्हणजे, चक्रवाढ व्याजाचा संबंध वेळेशी असल्यामुळं 'चक्रवाढ व्याज' हे संपत्ती वाढवण्यात कुचकामी आहे. मंद गती मार्गाचं लांगूलचालन करणारे जेव्हा माझं हे ठाम प्रतिपादन वाचतील, तेव्हा तर मला फासावरच देतील. चक्रवाढ व्याजावर टीका करणं म्हणजे तर धनरूपी ईश्वराच्या निंदेची परिसीमाच आहे. परंतु जर मोठ्या रकमेसाठी याचा वापर केला तर निष्क्रिय उत्पन्नाचा एक चांगला मार्ग आहे असंदेखील मी म्हटलं आहे. दोन्ही विधानं परस्परविरोधी वाटताहेत ना?

शिक्षणाप्रमाणंच, मंद गती मार्गवासी आणि जलद गती मार्गवासीय चक्रवाढ व्याजाकडे निरनिराळ्या पद्धतीनं बघतात. मंद गती मार्गवासी (मध्यम वर्गीय) हे चक्रवाढ व्याजाचा वापर अधिक संपत्ती मिळवण्यासाठी करतात, तर जलद गती मार्गवाले याचा वापर उत्पन्ननिर्मिती आणि रोख रकमेसाठी करतात. मंद गती मार्गावरच्यांची सुरूवात ५ डॉलर्सने होते, तर जलद गती मार्गाच्या लोकांची ५ मिलियन डॉलर्सनं.

चक्रवाढ व्याज मला भरपूर पैसे मिळवून देतं. याचा एक हत्यार (साधन) म्हणून मी वापर करतो. निष्क्रिय उत्पन्नाचा हा खूप छान मार्ग आहे. *तरीही, माझ्या संपत्तीसाठी चक्रवाढ व्याज कारणीभूत नाही.* हे खूप गुंतागुंतीचं आहे. संपत्ती उभारण्यासाठी जलद गती मार्गाचे लोक कधीही चक्रवाढ व्याजाचा वापर करत नाहीत, कारण ते त्यांच्या संपत्तीच्या समीकरणात बसत नाही. त्यांच्या फास्ट लेन व्यवसायावर संपत्ती उभारणीचं काम सोपवलेलं असतं.

जेव्हा एखादी श्रीमंत राजकारणी किंवा प्रसिद्ध व्यक्ती तिची संपत्ती जाहिर करते, तेव्हा त्यातील समान गोष्टी लक्षात घ्या. त्यांची संपत्ती व्यावसायिक व्याजातून येत असते, तर रोख रकमा या म्युनिसिपल बाँड्स, ट्रेझरीज किंवा अन्य सहज विकता येण्याजोग्या गुंतवणुकीत ठेवलेल्या असतात. श्रीमंत लोक बाजाराचा उपयोग संपत्ती उभारण्यासाठी करत नाहीत, *तर व्यावसायिक मालमत्तेत वाढ करून ते विद्यमान मालमत्ता वाढवत असतात.* लक्षात ठेवा, इंडेक्स फंडमध्ये गुंतवणूक करून अब्जाधीश बनलेला तो २५ वर्षीय तरुण ही एक परीकथा आहे. धनराशी चालवणारे खरे लक्षाधीशच आहेत. तेच निर्माते (उत्पादक) आहेत!

चक्रवाढ व्याजाचा उपयोग नेमका कसा करावा?

आत्ता, या क्षणी तुम्हांला काय आवडेल? ५ मिलियन डॉलर्स की पुढील चाळीस दिवस दुप्पट होत जाणारी एक पेनी? यात बुद्धी वापरण्याची गरजच नाही, नाही का? तुम्ही ५ मिलियन डॉलर्सच निवडाल. पण ती एक गंभीर चूक ठरेल. आत्ता जर ५ मिलियन डॉलर्सचा स्वीकार केलात, तर, तुम्ही जवळपास ५,५००,०००,००० डॉलर्स गमावून बसाल. हे ५.५ बिलियन डॉलर्स आहेत. खालील तक्ता पैसे दुप्पट होण्याचा वेग दर्शवतो.

एक पेनी (रुपया) दुप्पट कसा होतो?

दिवस	रक्कम	दिवस	रक्कम
१	.०१	२१	१०,४८५.७६
२	.०२	२२	२०,९७१.५२
३	.०४	२३	४१,९४३.०४
४	.०८	२४	८३,८८६.०८
५	.१६	२५	१६७,७७२.१६
६	.३२	२६	३३५,५४४.३२
७	.६४	२७	६७१,०८८.६४
८	१.२८	२८	१,३४२,१७७.२८
९	२.५६	२९	२,६८४,३५४.५६

१०	५.१२	३०	५,३६८,७०९.१२
११	१०.२४	३१	१०,७३७,४१८.२४
१२	२०.४८	३२	२१,४७४,८३६.४८
१३	४०.९६	३३	४२,९४९,६७२.९६
१४	८१.९२	३४	८५,८९९,३४५.९२
१५	१६३.८४	३५	१७१,७९८,६९१.८४
१६	३२७.६८	३६	३४३,५९७,३८३.६८
१७	६५५.३६	३७	६८७,१९४,७६७.३६
१८	१,३१०.७२	३८	१,३७४,३८९,५३४.७२
१९	२,६२१.४४	३९	२,७४८,७७९,०६९.४४
२०	५,२४२.८८	४०	५,४९७,५५८,१३८.८८

आता वरील तक्त्यात दिवसांच्या जागी वर्षं घाला. पहिल्या दिवसापासून तुमचं वय २१ वर्षं आहे असं धरून चाला.

एक पेनी (रुपया) दुप्पट कसा होतो?

वर्षं	रक्कम	वर्षं	रक्कम
वर्ष २१	.०१	वर्ष ४१	१०,४८५.७६
वर्ष २२	.०२	वर्ष ४२	२०,९७१.५२
वर्ष २३	.०४	वर्ष ४३	४१,९४३.०४
वर्ष २४	.०८	वर्ष ४४	८३,८८६.०८
वर्ष २५	.१६	वर्ष ४५	१६७,७७२.१६
वर्ष २६	.३२	वर्ष ४६	३३५,५४४.३२
वर्ष २७	.६४	वर्ष ४७	६७१,०८८.६४
वर्ष २८	१.२८	वर्ष ४८	१,३४२,१७७.२८
वर्ष २९	२.५६	वर्ष ४९	२,६८४,३५४.५६
वर्ष ३०	५.१२	वर्ष ५०	५,३६८,७०९.१२
वर्ष ३१	१०.२४	वर्ष ५१	१०,७३७,४१८.२४
वर्ष ३२	२०.४८	वर्ष ५२	२१,४७४,८३६.४८
वर्ष ३३	४०.९६	वर्ष ५३	४२,९४९,६७२.९६

वर्ष ३४	८१.९२	वर्ष ५४	८५,८९९,३४५.९२
वर्ष ३५	१६३.८४	वर्ष ५५	१७१,७९८,६९१.८४
वर्ष ३६	३२७.६८	वर्ष ५६	३४३,५९७,३८३.६८
वर्ष ३७	६५५.३६	वर्ष ५७	६८७,१९४,७६७.३६
वर्ष ३८	१,३१०.७२	वर्ष ५८	१,३७४,३८९,५३४.७२
वर्ष ३९	२,६२१.४४	वर्ष ५९	२,७४८,७७९,०६९.४४
वर्ष ४०	५,२४२.८८	वर्ष ६०	५,४९७,५५८,१३८.८८

रूपांतरीत तक्ता मंद गती मार्गवासीयाचा असा प्रवास दर्शवतो, जिथं तुमचं सर्व आयुष्य जवळजवळ संपून गेलं तरीही चक्रवाढ व्याज म्हणावं तितकं प्रभावी ठरत नाही. तुमच्या पन्नाशी-साठी पर्यंत मोठी रक्कम मिळणं संभव नाही आणि तेदेखील दरवर्षी १००% परताव्यासह. बाजारातून सरासरी परतावा ७% असेल असं मानलं, तरीही, दुप्पट झाल्यावर वयाच्या ४०व्या वर्षापर्यंत तुम्ही जेमतेम ६ हजारांपर्यंत पोहोचता. शिवाय ही मंद गती मार्गाची स्थिती आहे, जी वेळ आणि अनियंत्रित उत्पन्न यांत जखडलेली आहे.

जलद गती मार्गाच्या लोकांना ही त्रुटी लक्षात येते की चक्रवाढ व्याजाचं साधन हे मोठ्या रकमेसाठीच जास्त प्रभावी ठरतं. चक्रवाढ व्याज जास्त परिणामकारक होण्यासाठी तुम्ही ३० वर्षांचा हा गणितीय बावळटपणा बाजूला ठेवून जे जास्त फायदेशीर त्या लाटेवर स्वार व्हायला हवं.

चक्रवाढ व्याजाची भरतीची लाट

जसं, समुद्रातली भरतीची लाट जोपर्यंत किनाऱ्याला येऊन आदळत नाही, तोपर्यंत तिच्या शक्तीची कल्पना करता येत नाही, तसंच चक्रवाढ व्याजाचं आहे. किनाऱ्यावर येईपर्यंत लाटेची ताकद प्रचंड वाढलेली असते.

बहुतेक मंद गती मार्गवासी समुद्रात आत असलेल्या भरतीच्या लाटेवर आरूढ होतात, पण हाती काय लागतं...? काहीच नाही. ते त्या लाटेवर दिशाहीन भरकटत राहतात. ५,००० डॉलर्सवर १०% व्याज घेऊन कोणी लक्षाधीश बनत नसतं. तुमच्या पगारातून दरमहिना २०० डॉलर्स वाचवून, ३% व्याज देणारं बचत खातं तुम्हांला झटपट श्रीमंत बनवू शकत नाही. समुद्रात लांबवर असलेल्या लाटेवर तुम्ही आरूढ होऊच शकत नाही.

एक पेनी (रुपया) दुप्पट कसा होतो?

वर्षं	रक्कम	वर्षं	रक्कम
वर्ष २१	.०१	वर्ष ४१	१०,४८५.७६
वर्ष २२	.०२	वर्ष ४२	२०,९७१.५२
वर्ष २३	.०४	वर्ष ४३	४१,९४३.०४
वर्ष २४	.०८	वर्ष ४४	८३,८८६.०८
वर्ष २५	.१६	वर्ष ४५	१६७,७७२.१६
वर्ष २६	.३२	वर्ष ४६	३३५,५४४.३२
वर्ष २७	.६४	वर्ष ४७	६७१,०८८.६४
वर्ष २८	१.२८	वर्ष ४८	१,३४२,१७७.२८
वर्ष २९	२.५६	वर्ष ४९	२,६८४,३५४.५६
वर्ष ३०	५.१२	वर्ष ५०	५,३६८,७०९.१२
वर्ष ३१	१०.२४	वर्ष ५१	१०,७३७,४१८.२४
वर्ष ३२	२०.४८	वर्ष ५२	२१,४७४,८३६.४८
वर्ष ३३	४०.९६	वर्ष ५३	४२,९४९,६७२.९६
वर्ष ३४	८१.९२	वर्ष ५४	८५,८९९,३४५.९२
वर्ष ३५	१६३.८४	वर्ष ५५	१७१,७९८,६९१.८४
वर्ष ३६	३२७.६८	वर्ष ५६	३४३,५९७,३८३.६८
वर्ष ३७	६५५.३६	वर्ष ५७	६८७,१९४,७६७.३६
वर्ष ३८	१,३१०.७२	वर्ष ५८	१,३७४,३८९,५३४.७२
वर्ष ३९	२,६२१.४४	वर्ष ५९	२,७४८,७७९,०६९.४४
वर्ष ४०	५,२४२.८८	वर्ष ६०	५,४९७,५५८,१३८.८८

तुम्ही ३० वर्षं टाळून इथून सुरूवात करू शकता का?

जलद गती मार्गावरचे, किनाऱ्यावर येणाऱ्या लाटेचं निरीक्षण करून, तिला किनाऱ्यावरच गाठायला बघतात. किनाऱ्यावर त्या लाटेवर, जास्त परिणामकारकपणं आरूढ होता येतं.

चक्रवाढ व्याजाची शक्ती सक्रिय करण्यासाठी, अधिकाधिक लाभ होण्यासाठी, मोठ्या आकड्यांसोबत किनाऱ्यावरच सुरूवात करा. १० मिलियन डॉलर्सवर व्याजापोटी १०%, म्हणजे वर्षाला १ मिलयन डॉलर्स – अर्थात, दरमहिना ८३,३३३ डॉलर्स.

श्रीमंत लोक चक्रवाढ व्याजाचा उपयोग धनाढ्य होण्यासाठी करत नाहीत हे दर्शवणं, हाच या उदाहरणामागचा उद्देश आहे. त्याचा उपयोग ते उत्पन्न मिळवण्यासाठी, मालमत्ता विकून रोख रक्कम उभारण्यासाठी आणि भांडवल उभारणीसाठी करतात.

१० दशलक्ष डॉलर्सवर ५% करमुक्त उत्पन्न अचानकपणं दरवर्षी ५,००,००० डॉलर्स इतकं निष्क्रिय उत्पन्न निर्माण करते.

समुद्रकिनाऱ्यावर येणाऱ्या भरतीच्या लाटेप्रमाणे, चक्रवाढ व्याज मोठ्या रकमेच्या विरोधात प्रचंड शक्ती निर्माण करते. इथंच पैसा पूर्णपणे निष्क्रिय उत्पन्नाच्या प्रवाहात बदलतो.

तुमचे १० दशलक्ष (किंवा अधिक) डॉलर्स मिळवण्याचे उत्तर हे एका फास्ट लेन व्यवसायातून होणाऱ्या घातांकात्मक लाभवाढीत दडलेले आहे, - निव्वळ उत्पन्न आणि मालमत्ता मूल्य - खर्चामध्ये नाही, शेअर बाजारात नाही आणि नोकरीतही नाही.

प्रकरण सारांश : फास्ट लेनची वैशिष्ट्यं

- वाचवलेला एक डॉलर्स पैशाच्या झाडाचं बीज असतं.
- १० मिलियन डॉलर्सवरील केवळ ५% व्याज म्हणजे महिन्याला ४०,००० डॉलर्सचं निष्क्रिय उत्पन्न असतं.
- फास्ट लेनर्स (श्रीमंत) लोक चक्रवाढ व्याजाचा किंवा बाजाराचा उपयोग धनाढ्य बनण्यासाठी न करता, मिळकत निर्माण, रोखी टिकवून ठेवण्यासाठी तसंच भांडवल उभारणीसाठी करतात.
- वाचवलेला प्रत्येक डॉलर्स तुमच्या स्वातंत्र्यसेनेत भरती झालेला सैनिक असतो.
- श्रीमंत लोक मोठ्या रकमेवर जास्तीतजास्त चक्रवाढ व्याज मिळवतात.
- सरतेशेवटी जलद गती मार्गाचे लोकच सावकार बनतात.

फास्ट लेन

२१

संपत्तीचा खरा नियम

''यशस्वी व्यक्ती होण्यासाठी प्रयत्न करू नका,
मूल्य असलेली व्यक्ती बनायचा प्रयत्न करा.''

–अल्बर्ट आइन्स्टाईन

आकर्षण नको, प्रभाव हवा

प्रभावाचा (इफेक्शन) नियम. नाही, छापण्यातली चूक नाहीये ही. गणित ही जगातली सर्वश्रेष्ठ भाषा आहे. त्यात दुमत किंवा वाद होऊच शकत नाही. दोन अधिक दोन बरोबर चार. १० दशलक्ष ही संख्या नेहमीच २४ पेक्षा जास्त असणार. ही विधानं वास्तव असून, कोणतंही गूढ तत्त्वज्ञान वगैरे नाहीये.

गणित हा नियम आहे.

'रहस्ये' आणि गणिती तत्त्वज्ञान नाही.

तुम्हांला जर श्रीमंत बनायचं असेल, तर ज्याचा ना कोणताही सबळ पुरावा आहे ना तो सिद्ध करता येत अशा कोणत्याही दिशाभूल करणाऱ्या कायद्याऐवजी, विश्वाच्या खऱ्या कायद्याचं (नियम) – गणिताचं निरीक्षण करायला सुरूवात करा. शेकोटीच्या भोवती बसून सकारात्मक नीरस (थातूरमातूर) गाणी गाऊन तुम्ही श्रीमंत होणार नाही. अहो, असे सैरभैर होऊ नका; मला ठाऊक आहे की आकर्षणाचा नियम ऐकायला छान वाटतो आणि त्याचे व्यावहारिक उपयोगही आहेत.

आकर्षणाचा नियम (Law of Attraction - LOA) माहीत नसलेल्यांसाठी हे एक गूढ तत्त्वज्ञान आहे. जे सांगते, की तुम्ही जसा विचार करता त्यामुळं आणि तुमच्या जागृत व अर्धजागृत विचारांमुळं तुमचं प्रत्यक्ष अस्तित्व तयार होतं. एलओए दावा करतं की, तुम्हांला काय हवंय हे तुम्हांला नक्की ठाऊक असेल तर ते विश्वाकडे मागा, बघा ते प्रत्यक्षात येतं आणि अखेरीस ते तुम्हांला मिळतं. श्रीमंतीचा विचार करा आणि बघा, तुम्ही श्रीमंत बनलेले असाल. खूप सोपं वाटतंय, नाही?

एलओएला मानणाऱ्या लोकांपासून मी माझा प्रांजळ अनादर लपवून ठेवणार नाही. केवळ विचार करण्यानं तुम्ही श्रीमंत व्हाल अशी ज्यांची धारणा आहे अशांना पुस्तकं विकली जावीत यासाठी ही बाष्कळ बडबड तयार करण्यात आली आहे. खरं तर एलओए, मोठ्या प्रमाणावर खप होण्यासाठी नवीन वेष्टनात, नव्यानं बाजारात आणण्यात आलेल्या समजुती आणि कल्पनाचित्रं यांचे जुनेच सिद्धान्त आहेत. खरे फास्ट लेनर्स कोण आहेत? तर, एलओए विक्रेते!

साखरेशिवाय केक करायचा?

हे पुस्तक लिहिण्यासाठी मला इतका वेळ का लागला? मी यासाठी दोन वर्षं इच्छा आणि सकारात्मक विचार करण्यात घालवली. आकर्षणाच्या नियमानं हे काम होईल अशी मी वाट पाहिली. मी विश्वाकडे या पुस्तकाची मागणी केली. माझे सर्व मार्ग खुले होते. माझ्या डोळ्यांपुढे ते मला दिसत होतं. किंबहुना एका पुस्तक दुकानातील शेल्फचा फोटो काढून, माझं पुस्तक असलेला फोटो त्यात चिकटवला. काय झालं?

अक्षरश: काहीही नाही. शून्य.

मला माझं लिखित पुस्तक काही या ब्रह्मांडाकडून मिळालेलं नाही. वास्तविक पाहता, चराचरांबद्दल सर्व सकारात्मक विचार आणि चिंतन असूनदेखील, माझ्या पुस्तकासाठी जोपर्यंत मी स्वत: मांडा ठोकून लिहायला सुरूवात केली नाही, तोपर्यंत हे पुस्तक प्रत्यक्षात आलं नाही. मी समन्वित कृतिबद्धता, जाणीवपूर्वक निवड आणि त्या निवडीप्रति कटिबद्धता ठेवत प्रत्यक्ष कृती केली.

जर तुम्हांला आकर्षणाच्या नियमाबद्दल प्रेम असेल आणि ही टीका तुम्हांला आपत्तिजनक वाटत असेल, तरीही ठीक आहे. मी हे, द *मिलिअनेर फास्ट लेन* पुस्तक नवे मित्र जोडायला किंवा सकारात्मक विचारांबाबतची पुस्तकं लिहिणाऱ्यांसाठी लिहिलेलं नाही. स्वत:ला मुक्त करण्यासाठी तुम्ही काय करणं गरजेचं आहे हे सांगण्यासाठी मी हे पुस्तक लिहिलं आहे. जोपर्यंत विचार, उपयोगी पडणाऱ्या कायद्याच्या अनुषंगानं सुसंगत कृतीत परिवर्तित होत नाही, तोपर्यंत (केवळ) विचारांमुळं कोणीही मुक्त (किंवा श्रीमंत) झालेलं नाही. खरं तर, मला सकारात्मक विचारसरणीमुळं यश मिळालं आहे असं जर कोणाला वाटत असेल तर मला ते अपमानास्पद वाटतं. मी एक वास्तववादी आहे; ज्याला मानवी स्वभावांची जाणीव आहे. आणि तोच स्वभाव त्याला कमीतकमी प्रतिकाराच्या मार्गावर आणून सोडणार आहे. अशी 'आकर्षणा'वरची पुस्तकं लाखोंनी खपतात याचं मला अजिबात आश्चर्य वाटत नाही. संपत्तीच्या सर्वांत सोप्या मार्गाची वचनं देणाऱ्या पुस्तकांचा, एखाद्या संभोगावरच्या पुस्तकांसारखा सहज खप होतो.

संपत्तीच्या घटनांची विक्री होते, प्रक्रियेची (त्यामागाच्या कष्टांची) नाही.

होय, सकारात्मकता ही उपेक्षेवर मात करते. विश्वास, समजुती या बदलाचा आरंभबिंदू असतात. कल्पनाचित्रण खूप महत्त्वाचं असतं. तुम्ही करू शकता यावरच जर तुमचा विश्वास नसेल, तर मला तुम्हांला काही सांगायचंय – तुम्ही नाही करू शकणार. हे असलं काही नवीन नाहीये, जुनंच आहे हे. आकर्षणाचा नियम हे जरी हत्यारपेटीतलं चांगलं हत्यार

असलं तरीही त्यातला दोष असा आहे की ते सर्व संपत्ती, सर्व लोक, सर्व संस्कृती आणि सर्व मार्गांच्या पार जाणाऱ्या वास्तवाकडे दुर्लक्ष करते - आणि यालाच आकर्षणाचा कायदा असं म्हणतात.

'आकर्षणाचा दोष' असा की, तो गणिताकडे दुर्लक्ष करतो.

परिणामाचा कायदा : फास्ट लेनचा प्राथमिक धडा

परिणामाचा कायदा असे सांगतो की, *तुमच्या अखत्यारीतील जितक्या जास्त लोकांवर तुमचा जितका परिणाम होईल, त्या प्रमाणात तुम्ही अधिकाधिक श्रीमंत बनत जाल.* थोडक्यात आणि स्वच्छ भाषेत सांगायचं झालं तर : लक्षावधी लोकांवर प्रभाव पाडा आणि लक्षावधी कमवा. (व्याकरण तज्ज्ञांनो, मला तुमचा आरडाओरडा ऐकू येतोय. शांत व्हा. मला प्रभाव (Affect) आणि परिणाम (Effect) यांतील फरक माहिती आहे. *वेबस्टरच्या,* सी अँड जी मेरिअम कंपनीनं, १९१३ साली प्रकाशित केलेल्या, *Revised Unabridged Dictionary* मध्ये (Effection) परिणाम हा शब्द असल्यामुळं मी तो वापरत आहे. त्यात त्याचा नामवाचक - निर्माण, कृत्य असा अर्थ दिलेला आहे.

काही दिवसांपूर्वी मी, द शॉर्टेस्ट *मेक मिलियन्स आर्टिकल एव्हर रिटन* (लक्षावधी पैसे जमा करण्याबाबतचा आतापर्यंतचा सर्वांत छोटा लेख) या शीर्षकाचा एक लेख लिहिला होता. तो लेख किती मोठा असेल, काही अंदाज? एक परिच्छेद? एकं-दोन वाक्यं? नाही. केवळ दोन शब्द. आणि काय होते ते शब्द?

लक्षावधींवर प्रभाव

लाखो लोकांवर प्रभाव पाडा आणि लक्षावधी कमवा. याहून सोपं काही असूच शकत नाही!

दुसऱ्या शब्दांत, आपण किती जणांच्या आयुष्याला स्पर्श केला आहे? तुमचं काम, तुमची मालमत्ता, तुमच्या कौशल्याचा किती जणांना फायदा झाला आहे? तुम्ही कोणकोणत्या समस्या सोडवल्या आहेत? समाजासाठी तुम्ही किती मूल्यवान आहात? जर तुम्ही एखाद्या हॉटेलमध्ये फ्रंट डेस्कला काम करत असाल, तर असा प्रभाव पडणं जरा कठीणच आहे आणि तुमच्या बँकेच्या पासबुकातली रक्कमपण तेच दाखवेल. तुमच्याकडे असलेली रक्कम (किंबहुना नसलेली रक्कम) हे तुम्ही प्रदान केलेल्या (किंवा प्रदान न केलेल्या) मूल्यांचं थेट प्रतिबिंब आहे.

परिणाम म्हणजे व्याप्ती, विशालता किंवा दोन्हीही.

परिणामाच्या कायद्याचा पुरेपूर वापर करायचा असेल, तर तुमच्या व्यवसायाची व्याप्ती आणि विशालता दोन्हींचा प्रभाव असणं गरजेचं आहे. आपल्या फास्ट लेनच्या समीकरणात 'व्याप्ती' आणि 'विशालता' (परिमाण) 'निव्वळ नफा' या घटकात अंतर्भूत असते.

निव्वळ नफा = विकले गेलेले नग (व्याप्ती) x *प्रतिवस्तू नफा (विशालता : परिमाण)*

आपल्या फास्ट लेनच्या नकाशात, संपत्तीच्या समीकरणात, नफा या घटकाद्वारे व्याप्तीचं उदाहरण प्रतिबिंबीत होतं : विकले गेलेले नग. जर तुम्ही २० दशलक्ष पेन विकत असाल आणि प्रत्येक पेनामागे तुम्हांला ७५ सेंट्स फायदा होत असेल, तर तुम्ही १५ मिलियन डॉलर्स कमावता. छोट्या परिमाणातून त्याचा व्याप्तीवर परिणाम होतो. अर्थातच, लिहिण्याचं पेन विकून कोणाच्याही आयुष्यावर फार काही प्रभाव पडत नसतो. संपत्ती व्याप्तीतून संक्रमित होत असते, परिमाणातून नाही.

याउलट, परिमाणांचा काहींवर चांगला परिणाम होतो आणि आपल्या फास्ट लेन संपत्तीच्या समीकरणात तो प्रत्येक वस्तूमागील नफ्यात दिसून येतो. किंमत नेहमीच परिमाणात प्रतिबिंबीत होत असते. तुम्ही एखादं ५० दशलक्ष डॉलर्स किंमतीचं उत्पादन विकलं, तर तुम्हांला विशालता मिळते. याउलट, विशालतेचा काहींवर फार चांगला परिणाम होतो आणि आपल्या फास्ट लेन संपत्तीच्या समीकरणात तो प्रतिनग नफ्यातून प्रतिबिंबीत होतो. किंमत नेहमीच महत्ता दर्शवते. जर तुम्ही ५० मिलियन डॉलर्स किमतीचं एखादं उत्पादन विकलं, तर तुम्ही महान बनू शकता. उदाहरणार्थ, ४०० खोल्या असलेली एक इमारत तुमच्या मालकीची आहे आणि प्रत्येक खोलीमागं तुम्हांला १०० डॉलर्स प्रतिमहिना नफा होत असेल, तर तुम्ही दर महिना ४०,००० डॉलर्स उत्पन्न कमावता. तुम्ही ४०० कुटुंबांना निवारा उपलब्ध करून देत असल्यामुळं तुमचा पडणारा प्रभाव महानतेत असतो, व्याप्तीत नाही. निवारा देणं म्हणजे महानता आहे. महानतेच्या कार्यात व्याप्ती कमी असली तरीही नफा मिळण्याची क्षमता जास्त असते. एखाद्या वस्तूच्या किमतीवरून तिची महानता कळून येते. उच्च मूल्य = उच्च किंमत = जास्त महानता.

जर तुम्ही व्याप्ती आणि महानता यांची सांगड घालू शकलात, तर आपण लाखो-करोडो नाही, तर अब्जांच्या भाषेत बोलू शकतो. स्टीव्ह जॉब्स यांनी महानता आणि व्याप्ती यांची सांगड घालून प्रभाव पाडल्यामुळंच मृत्यूसमयी ते अब्जाधीश होते.

व्याप्तीमधून लक्षाधीश निर्माण होतात. महानतेतून लक्षाधीश निर्माण होतात. व्याप्ती आणि महानतेतून अब्जाधीश निर्माण होतात.

संपत्तीला अनुसरा!

दुर्दैवानं मुळात कायदे नसलेल्या संकल्पनांचं प्रतिनिधित्व करण्यासाठी 'कायदा' हा शब्द सहज भिरकावण्यात आला आहे. आकर्षणाचा कायदा हा मुळात कायदा नसून तो एक सिद्धान्त आहे. 'कायदा' हा शब्द परिपूर्ण (निरपेक्ष) आहे. प्रत्येक वेळी तो १०० टक्के कार्य करतो. जेव्हा तुम्ही तुमच्या दहाव्या मजल्यावरील घराच्या खिडकीतून कलिंगड खाली फेकता, तेव्हा तत्काळ गुरुत्वाकर्षणाचा नियम लागू होतो - प्रत्येक वेळेस कलिंगड जमिनीवर पडणारच. त्याची १०० टक्के निष्पत्ती होणार हे निश्चित.

दुर्दैवानं सकारात्मक विचारसरणी आणि द्रष्टेपणा हे १०० टक्के निश्चिततेसह काम करत नाहीत. समज आणि अभिव्यक्ती हे परिपूर्ण नसतात, त्यामुळं त्यांचं वर्गीकरण, नियम असं करता येत नाही. तथापि, प्रभावाचा नियम परिपूर्ण आहे. मला कोणताही स्व-निर्मित अब्जाधीश दाखवा आणि मी तुम्हांला अशी व्यक्ती दाखवतो जिनं प्रत्यक्ष किंवा

अप्रत्यक्षपणे अनेकांच्या जीवनाला स्पर्श केला असेल. वुडवर्ड आणि बर्नस्टीन यांना डीप थ्रोट म्हणाला होता, ''पैशाला अनुसरा.'' (अमेरिकेतील गाजलेल्या वॉटरगेट स्कॅन्डलमधील वुडवर्ड, बर्नस्टीन हे वॉशिंग्टन पोस्ट वृत्तपत्राचे वार्ताहर होते आणि डीप थ्रोट हा तथाकथित एफबीआय खबऱ्या होता.) आणि जेव्हा तुम्ही असं करता, तेव्हा तुम्हांला एकच खराखुरा नियम सापडतो, तो म्हणजे प्रभावाचा नियम. कारण प्रभावाचं मूळ गणितात रुजलेलं आहे. आणि त्यामुळंच संपत्ती मिळवण्याच्या कोणत्याही मार्गावर तो परिणामकारक होतोच.

मंद गती मार्गाच्या वेढ्यातून सुटण्यासाठी मंद गती मार्गवासी प्रभावाच्या नियमाचा उपयोग करू शकतात. जसं की, खेळाडू, अभिनेते आणि करमणूक उद्योगातील लोक. प्रभावामुळंच आंतरिक मूल्यात कमालीची वृद्धी होते. अचानकपणं समाजाला तुमचं मूल्य अफाट असल्याचं आकलन होतं. हो, हे लोक अद्यापही त्यांचा वेळ आणि पैसा यांचा व्यवहार करतात, परंतु एका अभूतपूर्व मूल्यस्तरावर.

उदाहरणार्थ, तुम्ही एक विनोदी कलाकार आहात आणि लाखो लोकांना हसवू शकता, तर निःशंकपणं तुम्ही लाखो कमवू शकता. तुम्ही जरी पैशाच्या बदल्यात तुमचा वेळ खर्च करत असलात, तरीही तो व्यवहार त्यातून मिळणाऱ्या भरपूर मोबदल्यासाठी करत असता. *जर तुम्ही लाखोंची करमणूक करता आहात, तर तुमची कमाईदेखील लाखोंमध्ये होणार.*

एखादा रॅप गाणारा लाखो गाणी विकतो आणि लाखो कमावतो. एखादी गृहिणी स्वयंपाकघरातील लाखो वस्तूंची विक्री करते आणि लाखो कमावते. लॉटरी लागल्यामुळं एखादा लाखो कमावतो. श्रीयुत वार्कबुक यांच्या मुलाला वारसाहक्कानं लाखो रुपये मिळतात. कारण वार्कबुक्स कंपनीनं लाखो लोकांना सेवा पुरवलेली असते. एखाद्या प्रसिद्ध खेळाडूच्या एजंटला लाखो रुपये मिळतात, कारण त्याच्या ग्राहकानं (खेळाडूनं) लाखो लोकांना खेळ दाखवलेला असतो. *लक्षाधीशांच्या पैशाच्या शोधाचा फिरून एकदा शोध घ्या आणि तुम्हांला त्यात काहीतरी लाखाची गोष्ट सापडेलच.*

संपत्तीच्या मागं विशालता किंवा आवाक्याचा प्रभाव प्रत्यक्ष किंवा अप्रत्यक्षरीत्या असतोच. प्रत्यक्ष किंवा अप्रत्यक्षपणं तुम्ही जितक्या जणांवर प्रभाव पाडाल, तितकीच जास्त संपत्ती तुमच्याकडे आकर्षित होईल.

जितकी संख्या मोठी तितकी संपत्ती जास्त

खेळाडू हे प्रभावाचं अतिशय समर्पक उदाहरण आहे. जर तुम्ही व्यावसायिक बेसबॉल खेळत असाल, तर तुम्हांला आंतरिक मूल्यही तितकंच जास्त मिळेल. २०१४ साली जिआन कार्लो स्टॅन्टन यानं ३२५ मिलियन डॉलर्सचा करार केला. इतक्या पैशांचं समर्थन तुम्ही नेमकं कसं कराल? सोपं आहे. प्रभावाचा कायदा सर्व संपत्तीचं समर्थन करतो. बेसबॉल खेळाच्या माध्यमातून जिआन कार्लो स्टॅन्टन लाखो लोकांची करमणूक करतो. त्याची व्याप्ती विशाल आहे. कोणत्याही व्यावसायिक खेळाडूला हेच लागू होतं. ते लाखो लोकांची करमणूक करत असल्यामुळं त्यांना मोबदलाही लाखोंमध्ये मिळतो. लाखो लोकांना सेवा देणाऱ्या कंपनीमधल्या अधिकाऱ्यांनादेखील पगार लाखोंमध्येच दिला जातो.

शिवाय, ही अतिशय उदात्त अशा जबरदस्त आंतरिक मूल्याची स्थानं आहेत जी प्रभाव कायद्याला प्रभावी करतात. तुम्हांला जर आंतरिक मूल्याच्या माध्यमातून श्रीमंत व्हायचं असेल, तर ते तुम्ही प्रभाव कायद्याच्या माध्यमातूनच करायला हवं. लाखोंवर प्रभाव पडेल असं आपलं स्थान निर्माण करा. तुम्ही अपरिहार्य व्हाल आणि तुमची जागा कोणी अन्य घेऊ शकणार नाही असा खेळाडू, कलाकार किंवा अधिकारी बना.

खेळाडूसारखं लाखो लोकांपर्यंत पोहोचणं शक्य नाही का?

मग मूळ स्रोताकडे जा आणि त्या स्रोताची कास धरा.

उदाहरणार्थ, प्रसिद्ध खेळाडूंचे एजंट्सदेखील त्या खेळाडूंइतकेच श्रीमंत असतात. कारण, प्रभावाच्या कायद्याशी त्यांचा अप्रत्यक्षपणे संबंध येतो. श्रीमंतांच्या मालमत्तेच्या खरेदी-विक्रीचे व्यवहार करणारे दलालदेखील तितकेच श्रीमंत असतात. कारण ते अप्रत्यक्षपणे या कायद्याशी जोडले जातात.

प्रभावाच्या कायद्याला कोणताही मार्गनकाशा किंवा वेळेचा व्यापार किंवा अन्य कशाशीही देणंघेणं नसतं. त्याला केवळ गणितीय मोठ्या संख्येशी देणंघेणं असतं. थोड्याच वेळात देदीप्यमान प्रभाव पाडा अथवा लाखो वेळा थोडा थोडा प्रभाव पाडत राहा.

> *ज्यो मॅग्निट्यूड याच्या मालकीची व्यावसायिक मालमत्ता विकसित करणारी एक कंपनी आहे. तो १४ ऑफिस कॉम्प्लेक्स बांधतो आणि त्याचं छोट्या छोट्या ऑफिसेसमध्ये रूपांतर करतो. एका संपूर्ण विकसित झालेल्या कॉम्प्लेक्समधून त्याला ४,००,००० डॉलर्स (विशालता)* x *१४ (व्याप्ती) अर्थात ५६,००,००० डॉलर्सचा फायदा होतो.*
>
> *ज्यो स्केल सिनेअभिनेत्री-अभिनेत्यांनी घ्यावयाच्या आहारासंबंधी पुस्तकं लिहितो. तो त्या पुस्तकाच्या ८,००,००० प्रती (व्याप्ती) विकतो. प्रत्येक प्रतीमागे ७ डॉलर्स (विशालता) कमावतो. त्यालादेखील ५६,००,००० डॉलर्स कमाई होते.*

मोठ्या संख्येच्या स्रोतांच्या तुम्ही जितके जवळ जाल, तितके तुम्ही संपत्तीच्या जवळ याल. लाखो लोकांना सेवा देणं म्हणजेच लाखो कमावणं.

जास्त कमावण्यासाठी जास्तीचा (मोठा) विचार करा.

प्रकरण सारांश : जलद गती मार्गाची वैशिष्ट्यं

- प्रभावाचा कायदा सांगतो की तुम्ही जितक्या जास्त लोकांवर परिणाम कराल किंवा विश्वासघात कराल; विशालता आणि व्याप्ती या दोन्हींमध्ये, तुम्ही तितके जास्त श्रीमंत व्हाल.
- आपल्या जलद गती संपत्तीच्या समीकरणात नफा दर्शवणारा घटक म्हणजे व्याप्ती अर्थात किती नग विकले गेले आणि याच समीकरणात 'प्रतिनगामागे मिळणारा नफा' म्हणजेच विशालता दर्शवतो.

- आकर्षणाचा कायदा कोणताही कायदा नसून तो एका सिद्धान्त आहे. प्रभावीपणाचा नियम परिपूर्ण आहे आणि तो कोणत्याही मार्गनकाशाशिवाय काम करतो.
- स्व-प्रयत्नानं श्रीमंत झालेल्या सगळ्या व्यक्तींची मुळं प्रभावाच्या कायद्यातच सापडतात.
- प्रभावाच्या कायद्याची परिपूर्णता ही थेट आणि नियंत्रण पद्धतीतून येते. (तुम्ही स्वतःच खेळाडू आहात) अथवा अप्रत्यक्षरीत्या (तुम्ही खेळाडूचे एजंट आहात) या पद्धतीनं येते.
- लाखो कमावण्यासाठी तुम्ही व्याप्तीद्वारे लाखो लोकांना सेवा दिलीच पाहिजे किंवा विशालता म्हणजे थोड्या लोकांना सेवा दिली पाहिजे.

भाग ६ :

संपत्तीसाठी तुमचं वाहन :
स्वतः तुम्ही

फास्ट लेन

२२

स्वत:वर मालकी मिळवा

''आपल्या सभोवताली घडणाऱ्या घटनांचं आणि परिस्थितींचं मूळ आपल्यामध्येच असतं. आपणच रोवलेल्या बीजातून त्यांना अंकुर फुटतात.''

-हेन्री डेव्हिड थोरो

'आधी स्वत:ला पैसे द्या'चा लकवा

फास्ट लेनमध्ये तुम्हांला यश हवं असेल तर त्यासाठी तुमच्याकडे चांगली निगा राखलेली आणि तुमच्या पुढच्या प्रवासासाठी सुसज्ज असणारी गाडी हवी.

तुम्हांला संपत्तीकडे घेऊन जाणारे वाहन *तुम्हीच* आहात.

कृती आणि प्रगती यांच्यासाठी प्रेरणाही *तुम्ही स्वत:च* आहात.

तुमच्या या प्रवासाला *तुम्हीच* जबाबदार आहात आणि स्वत:वर नियंत्रण मिळवण्यासाठी टाकलं गेलेलं पहिलं पाऊलही तुमचंच आहे.

तुम्ही नक्कीच 'आधी स्वत:ला पैसे द्या' हे स्लो लेनमध्ये धावणाऱ्यांचं सर्वसाधारण घोषवाक्य ऐकलं असणार. याचा उगम १९२६च्या प्रसिद्ध द *रिचेस्ट मॅन इन बॅबिलॉन* या जॉर्ज क्लॅसन यांनी लिहिलेल्या पुस्तकात झाला आहे. पुस्तक वाचायला चांगले आहे, यात काही मूलभूत गफलत आहे.

तुम्ही, 'आधी स्वत:ला पैसे द्या' या वाक्याशी फारसं परिचित नसाल तर सांगतो; ही एक स्लो लेन विचारसरणी आहे. यामध्ये, तुम्ही अन्न, इंधन, मोटारीचा हप्ता आणि इतर बिलं भरण्याआधी पैसे वाचवण्याचा (स्वत:ला पैसे देण्याचा) आग्रह केला जातो. यामुळं स्लो लेनमधून जाणाऱ्यांच्या संपत्तिरूपी वाहनाचा, म्हणजेच बाजारातील गुंतवणुकीतून मिळणाऱ्या चक्रवाढ व्याजाद्वारे पैसे वाचवण्याचा वेग वाढेल, असं सांगितलं जातं.

वास्तविक, स्लो लनेमधून जाणाऱ्यांना 'आधी स्वत:ला पैसे द्या' असं सांगणं म्हणजे हाता-पायांनी अधू असणाऱ्या व्यक्तीला उंच जिने चढून जाण्यास सांगण्यासारखं आहे. हे निरर्थक आहे.

तुम्ही जर नोकरी करत असाल तर, तुमची अखेरची पेस्लिप पाहा.

तुमचा एकूण पगार हा तुमच्या वास्तविक पगाराइतकाच असतो का? तो कधीही नसतो आणि काहींमध्ये हा फरक तर ३५ टक्के किंवा त्याहून अधिक असतो. यावर कडी म्हणजे ४०१ (के) आणि आयआरएसारख्या करपूर्व बचतीच्या शस्त्रांमुळं तुमच्या प्राथमिक गुंतवणुकीवर प्रचंड मर्यादा येतात. नोकऱ्यांमध्ये करपूर्व बचतीच्या मार्गातून संपत्ती निर्माण करणं ही संघटना पातळीवर शिक्षाच ठरत असते.

नोकरी हा तुमच्या उत्पन्नाचा प्राथमिक स्रोत असेल तर 'आधी स्वत:ला पैसे' देण्याची तुमची क्षमता कमकुवत पडते. कारण यामध्ये सर्वांत आधी सरकारला पैसे द्यावे लागतात! 'आधी स्वत:ला पैसे द्या'ला खरा अर्थ प्राप्त करून द्यायचा असेल तर तुम्ही खरोखरच स्वत:ला अमर्यादित स्वरूपात पैसे द्यायला हवेत आणि सरकारचा विचार सर्वांत शेवटी यायला हवा. *तुमच्या गाडीचे मालक तुम्हीच असायला हवेत.*

स्वत:ला पैसे देण्यासाठी, तुमची स्वत:वर मालकी हवी

तुमची स्वत:वर मालकी नसल्यास तुम्ही स्वत:ला इतरांच्या आधी पैसे देऊच शकत नाही. तुमचं वाहन (म्हणजे तुम्हीच) हे मुक्त आणि निर्धोक हवं. *तुम्ही जेव्हा नोकरी करत असता, त्या वेळी तुमची मालकी दुसऱ्या कोणाकडेतरी असते.* आणि ज्या वेळी तुमची मालकी दुसऱ्यांकडे असते, त्या वेळी तुम्हांला सर्वप्रथम नाही, तर सर्वांत शेवटी पैसे मिळतात.

तुमच्या वाहनावर – म्हणजे तुमच्यावर नियंत्रण मिळवण्याचा पहिला टप्पा म्हणजे स्वत:वर मालकी मिळवा. जेणेकरून तुम्हांला आधी पैसे मिळतील आणि सरकारला सर्वांत शेवटी. हे साध्य करण्यासाठी, तुमच्या व्यवसायाला एका कंपनीचं स्वरूप द्या, जिच्यावर तुमचं नियंत्रण असेल.

कंपनीमुळं तुम्ही फास्ट लेन ट्रॅकवर जाता, कारण येथे तुमची 'स्वत:ला सर्वांत शेवटी पैसे' देण्याच्या करातून सुटका होऊन 'स्वत:ला आधी पैसे' देण्याचा तत्काळ फायदा मिळतो.

ज्या वेळी तुम्ही स्वत:च कंपनीचे मालक असता, त्या वेळी एकूण नफ्यातून खर्च वगळला जातो आणि उर्वरित नफ्यावर कर आकारला जातो आणि हा कर सरकारला जातो. तसंच, कंपन्यांचं अस्तित्व मालकापासून वेगळं असतं आणि त्या दीर्घ काळ टिकू शकतात. *तुमच्या व्यवसायाची यंत्रणा म्हणून उपयुक्त ठरणारा हा सरोगेट आराखडा आहे.*

ज्या वेळी तुमच्या मालकीची कंपनी असते, त्या वेळी सरकारला (समजा अमेरिका) अंदाजित कराच्या माध्यमातून दर तिमाहीला एकदा, याप्रमाणं वर्षातून चार वेळा कर द्यावा लागतो. तुमच्याकडे कर्मचारी वर्ग असेल तर तुम्ही ज्या ज्या वेळी तुमच्या कर्मचाऱ्यांना पगार देता, त्या प्रत्येक वेळी कर दिला जातो. मी मला एका वर्षात ३६५ वेळा पैसे देतो, तर सरकारला केवळ चारच वेळा देतो. ही पद्धत 'स्वत:ला आधी पैसे द्या,' या तत्वाशी जुळणारीच नव्हे तर संपत्तीकडेही नेणारी आहे, हो ना?

स्वत:ची मालकी कशी मिळवाल?

अनेक उद्योजकांप्रमाणंच मीदेखील एकट्यानंच व्यवसाय सुरू करण्याची भयानक चूक केली होती. जो कोणी सल्लागार तुम्हांला एकट्यानंच किंवा सर्वसाधारण भागीदारीत व्यवसाय सुरू करण्याचा मार्ग दाखवतो, त्याला विमानतळावरील शौचालयाप्रमाणे टाळावे. असे लोक धोकादायक असतात. कारण ते तुम्हांला संरक्षण तर देत नाहीतच, शिवाय संपूर्ण जोखीम तुमच्यावर आणि तुमच्या वैयक्तिक संपत्तीवर टाकतात.

समजा, तुम्ही प्लंबर आहात आणि एकट्यानंच हा व्यवसाय करत आहात. तुम्ही तुमच्या ग्राहकाच्या घरात चुकून पाइप कापायची करवत विसरलात आणि त्या ग्राहकाच्या तीन वर्षांच्या बाळानं त्या करवतीनं स्वत:ला कापून घेतलं तर काय होईल? ते थेट तुमचाच गळा धरतील. कारण तुम्हीच स्वत:साठी कोणतंही संरक्षण नसलेला व्यवसाय-आराखडा निवडला आहे. कोणत्याही कंपनीविरोधात दावा करण्याऐवजी ते तुम्हांला वैयक्तिकरीत्या दोषी ठरवतील आणि तुमच्याकडे जे काही आहे, ते हिसकावले जाईल. अमेरिकास्थित व्यवसायाचा विचार करता, फास्ट लेनमधील व्यवसायासाठीचे सर्वांत उपयुक्त व्यवसाय आराखडे खालीलप्रमाणे आहेत -

१) सी कॉर्पोरेशन
२) एस कॉर्पोरेशन
३) मर्यादित उत्तरदायित्व कॉर्पोरेशन

यांपैकी प्रत्येकाचे काही फायदे आणि काही तोटे आहेत, मात्र प्रत्येकामध्ये दोन समान फायदे आहेत : मर्यादित प्रमाणात उत्तरदायित्व आणि कर सुलभता.

सी कॉर्पोरेशन

सी कॉर्पोरेशन हा असा व्यवसाय-आराखडा आहे की ज्यामुळं वेळेची बचत तर होतेच, शिवाय तो सहजासहजी हस्तांतरीतही करता येतो. कंपनीच्या नफ्यावर कंपनी दरानं प्राप्तिकर लागू होतो आणि एकूण उत्पन्न सर्व भागधारकांमध्ये वितरीत होतं.

काही सी कॉर्पोरेशनचे मालक या आराखड्याचा उपयोग 'उत्पन्नाची विभागणी' हे धोरण राबवण्यासाठी करतात. व्यवसायाचं उत्पन्न हे मालक आणि कंपनी यांच्यात विभागून घेणं हा या धोरणाचा उद्देश असतो. यामुळं, एकाच्याच नावे प्रचंड उत्पन्न न दिसता, मालक आणि कंपनी दोघंही करटप्प्याच्या खालच्या पातळीवर येतात. तुमचं कर-धोरण कसं असावं आणि तुम्ही कोणत्या प्रकारची कंपनी स्थापन करावी, हा या पुस्तकाचा उद्देश नसला, तरीही यातून तुम्हांला एक फास्ट लेन घटक दाखवून दिला गेला आहे आणि तो म्हणजे नियंत्रण.

सी कॉर्पोरेशन आणि त्यांच्या मालकांना दोन वेळा कर भरावा लागत असला (कंपनीच्या नफ्यावर आणि सम भागधारकांच्या लाभांशावर), तरी मोठ्या कंपन्यांसाठी आणि 'मालमत्ता वाढी'चं धोरण असलेल्या कंपन्यांसाठी हा प्रकार फायद्याचा आहे.

दुसऱ्या शब्दांत सांगायचं तर, तुम्ही नफ्याची विभागणी करण्याचं धोरण न स्वीकारता, 'प्रत्यक्ष नफ्या'वर 'मालमत्ता मूल्य' वाढवण्यावर भर देत असाल, तर 'सी कॉर्पोरेशन' तुमच्यासाठी उपयुक्त आहे. सार्वजनिक क्षेत्रातील बहुतांश कंपन्या 'सी कॉर्पोरेशन' असून त्या त्यांच्या भागधारकांना लाभांशाचे वाटप करत नाहीत. त्या महसूल आणि मालमत्ता मूल्य वाढवतात.

एस कॉर्पोरेशन

एस कॉर्पोरेशन ही सी कॉर्पोरेशनप्रमाणंच आहे, फक्त यामध्ये स्वतंत्र संस्था म्हणून कर लागू होत नाही. ही एक 'तात्पुरती' संस्थात्मक रचना समजली जात असल्यानं कॉर्पोरेट नव्हे, तर वैयक्तिक टप्प्यावरील कर भरावे लागतात आणि त्याचं प्रतिबिंब मालकाच्या वैयक्तिक कर विवरणपत्रात पडतं. एस कॉर्पोरेशनमध्येही काही कर फायदे आहेत, कारण यामध्ये मिळणाऱ्या नफ्यावर एकट्याची मालकी असल्यावर भरावा लागणारा स्वयंरोजगार कर लागू होत नाही. मात्र, ज्याप्रमाणं सी कॉर्पोरेशनमध्ये अमर्यादित संख्येनं मालक असू शकतात, त्याप्रमाणं इथं नसतं. एस कॉर्पोरेशनमध्ये शंभर मालकांची कमाल मर्यादा असून अतिरिक्त दाखल्याची आवश्यकता असते.

लिमिटेड लाएबिलिटी कॉर्प. (एलएलसी)

एलएलसी हा प्रकार भागीदारीचे फायदे असणाऱ्या किंवा एकट्याची मालकी असलेल्या कॉर्पोरेशनप्रमाणंच आहे. एलएलसीतून मिळणारा नफा हा त्यातील मालकांकडे, ज्यांना सदस्य म्हणतात त्यांच्याकडे जातो आणि त्याचं प्रतिबिंब त्यांच्या वैयक्तिक कर विवरणपत्रात पडतं. एलएलसी हीसुद्धा 'तात्पुरती' संस्थात्मक रचना समजतात. कारण यातील नफा थेट मालकांच्या नावावर जमा होतो. भागीदारीसाठी, सर्वसाधारण भागीदारीऐवजी एलएलसी किंवा एस कॉर्पोरेशन हाच योग्य आराखडा आहे, कारण यातही लाएबिलिटी संरक्षण नसतं.

छोट्या स्टार्टअप कंपन्यांसाठी, मी एलएलसी किंवा एस कॉर्पोरेशनचाच पर्याय सुचवेन. मी वैयक्तिकरीत्या, भागीदारी आणि एकट्याच्या मालकीपासून दूर राहतो, कारण तिथं कदाचित लाएबिलिटीला मर्यादा राहत नाही.

कॉर्पोरेशन निर्माण करणं हे वाटतं तितकं भयानक नाही. तुम्ही कोणत्याही राज्यात राहत असला तरी यासाठी एक हजार डॉलर्सपेक्षा अधिक खर्च येत नाही. ॲरिझोनासारख्या राज्यात तर एखाद्याला काही शे डॉलर्समध्येच हे काम करता येईल.

आराखडा निवडणं

आराखडा किंवा स्वरूप निवडणं हे, त्या व्यवसायासाप्रतिचं तुमचं उद्दिष्ट आणि तुमचा दृष्टिकोन यांवर अवलंबून असतं. निवड करताना तुम्हांला मदत होण्यासाठी मी काही सर्वसामान्य प्रश्न तुमच्या समोर ठेवतो.

- व्यवसायातून बाहेर पडायचं असल्यास तुमचं धोरण काय असेल? कंपनी सार्वजनिक करायची? ती खासगी गुंतवणूकदाराला विकायची?
- विस्ताराचं तुमचं धोरण काय?
- अगदीच बिकट परिस्थिती आल्यास तुमचं दायित्व काय असेल?
- आत्ताच भांडवल वाढवण्याचा तुमचा विचार आहे का अथवा भविष्यात वाढवणार?
- कर्मचाऱ्यांची भरती करण्याचा तुमचा विचार आहे का?
- नवीन भागीदार करून घेण्याचे तुमचं नियोजन आहे का?
- कमी वेळेत नफा मिळवण्याचा तुमचा विचार आहे का? किंवा सध्यातरी असं करायचं नाही?

तुमच्या उत्तरांतून व्यवसायाची योग्य निवड (स्वरूप) निश्चित होईल. माझ्या व्यवसायामध्ये, मी एस कॉर्पोरेशनपासून ते एलएलसीपर्यंत आणि विश्वस्त संस्थांपर्यंत वेगवेगळे आराखडे वापरतो.

अखेरीस, मी काही कोणी लेखापाल किंवा वकील नाही, त्यामुळं माझं सांगणं म्हणजे कायदेशीर किंवा व्यावसायिक सल्ला समजू नका. तुमच्यासाठी सर्वांत योग्य काय ठरेल, हे ठरवण्याची योग्यता आणि अद्ययावत ज्ञान असलेल्या व्यक्तीचा सल्ला नेहमी घ्या. कायदे, अर्थव्यवस्था, कररचना आणि नियम हे प्रत्येक वर्षी आणि प्रत्येक देशानुसार नेहमी बदलत राहतात.

प्रकरण सारांश : फास्ट लेनची वैशिष्ट्यं

- 'आधी स्वत:ला पैसे' ही नोकरीत अशक्य गोष्ट आहे.
- तुमच्या वाहनावर (स्वत:वरच) मालकी मिळवा, व्यवसाय करण्याच्या कृतीतून तुम्हांला मुक्त करणारी कॉर्पोरेशन सुरू करा. तुमची कॉर्पोरेशन हे तुमचं उसनं घेतलेलं शरीर आहे.
- तुम्हांला सुचवलेले फास्ट लेन व्यवसाय पर्याय : सी कॉर्प, एस कॉर्प किंवा एलएलसी हे आहेत.

फास्ट लेन

२३

आयुष्याचं 'स्टिअरिंग व्हील'

"तुमचं आयुष्य म्हणजे तुम्ही आतापर्यंत जाणते-अजाणतेपणानं घेतलेल्या सर्व निर्णयांची गोळाबेरीज असते. निवड करण्याच्या प्रक्रियेवर तुम्ही नियंत्रण मिळवू शकलात, तर तुम्ही तुमच्या आयुष्याच्या सर्व बाजूंवर नियंत्रण मिळवू शकता. स्वतःवर ताबा मिळवण्यातून येणारं स्वातंत्र्य तुम्ही अनुभवू शकता."

-रॉबर्ट एफ. बेनेट

गरिबीचं मुख्य कारण

गरिबी हा आजार असता, तर त्याचं कारण काय असू शकतं, याचा अंदाज करा. अर्थातच, पैशांची कमतरता. पण हे पडद्यामागील समस्येचं कारण किंवा लक्षण आहे का?

शिक्षणाचा अभाव?

संधीचा अभाव, सकारात्मक आदर्श व्यक्ती किंवा इच्छाशक्ती?

नाही. ही सर्व लक्षणं आहेत.

तुम्ही गरिबीचा नीट माग काढला तर तुमच्या लक्षात येईल की गरिबी ही त्याच एका जागेवरून सुरू झाली आहे, ती म्हणजे निवड.

गरिबी असण्याचं महत्त्वाचं कारण म्हणजे तुमची चुकीची निवड.

सर्व समस्यांचं मूळ

माझं उत्पन्न जसं वाढत गेलं, तसं माझ्या शरीरातील कोलेस्टेरॉलही वाढत गेलं. चांगल्या आयुष्याचा मार्ग हा खादाडपणाच्या दरीतून समांतर जातो. यावर मात करण्यासाठी माझ्या डॉक्टरांनी मला काही औषधं सांगितली. मी ती घेण्यास नकार दिला. कारण मला समस्येच्या मुळावर घाव घालायचा होता, केवळ लक्षणं झाकून टाकायची नव्हती.

तुम्ही जर संपत्तीला एक मोठी औषध कंपनी समजून तिच्याकडे पाहिलं आणि समस्यांकडे दुर्लक्ष करून केवळ लक्षणांवरच वार केले तर तुम्हांला यश मिळणार नाही. थकवा आलाय? ही घ्या गोळी; वजन कमी करायचं आहे? ही आणखी एक गोळी. समस्येकडे कायम दुर्लक्ष होतं आणि लक्षणांवर मात्र तात्पुरत्या उपायांचा मारा केला जातो. कोलेस्टेरॉल कमी करण्यासाठी मी औषधं घेण्यास नकार दिला. कारण त्याद्वारे केवळ लक्षणांवर लक्ष केंद्रित केलं होतं, समस्येवर नाही. *पोषक आहार नसणं ही समस्या होती, कोलेस्टेरॉल हे लक्षण होतं.*

तुमच्या गाडीच्या इंधनाच्या टाकीला बारीक छिद्र पडलं असेल तर तुम्ही ते कसं दुरुस्त करता? केवळ लक्षणांवरच उपाय शोधणारी व्यक्ती गॅस स्टेशनवरील फेऱ्या वाढवेल आणि टाकीत इंधन कायम राहील याची दक्षता घेईल. समस्येवर घाव घालणारी व्यक्ती त्या टाकीचं छिद्र आधी बुजवून टाकेल. एक जण लक्षणांवर उपाय शोधतो (गॅसची टाकी गळकी आहे), तर दुसरा समस्येवर उत्तर शोधतो (गॅसच्या टाकीला छिद्र पडलं आहे). टाकीत इंधन भरल्यानं लक्षणांवर उपाय शोधला जातो, पण समस्या दूर होत नाही. जोर्यंत तुम्ही स्वत:ची पद्धत बदलत नाहीत, तोपर्यंत समस्या तशीच राहते.

यश आणि निवड यांच्याशी या गोष्टीचा काय संबंध?

सोपं आहे : तुम्हांला जिथं असावंसं वाटतं, तिथं तुम्ही नसाल तर तुमची निवड हीच तुमची समस्या आहे.

तुमच्या आजूबाजूची परिस्थिती ही तुमच्या निवडीची लक्षणं आहेत. उदाहरणार्थ, प्रत्येकाला यशासाठी प्रेरित करणारी विधानं आवडतात. मी तुम्हांला अशी दोन विधानं सांगतो :

- मनातील चिकाटी हा अनेकदा यश आणि अपयश यांच्यातील फरक असतो.
- यश म्हणजे धाडस, जिद्द असणं आणि तुम्ही जसं असावं असं तुम्हांला वाटतं, तसं होण्याची इच्छा.

या विधानांमध्ये एक अडचण आहे, ती म्हणजे यामध्ये कोणतीही लक्षणं नाहीत. ती एका मूळ मुद्द्यापासून दूर नेणारी आहेत, तो मुद्दा म्हणजे निवड.

पहिलं विधान तुम्हांला चिकाटीबद्दल सांगतं. तुम्ही चिकाटी कशी टिकवून ठेवता? विचारपूर्वक निवड करून तुम्ही प्रतिक्रिया देता. केवळ एक निवड नाही, तर शेकडो आणि कदाचित हजारो. केवळ एका निवडीवर तुमची चिकाटी टिकून राहू शकत नाही. कोणे एके दिवशी अचानक सकाळी उठून तुम्ही, ''अरे, आज मी जरा चिकाटी दाखवतो,'' असं म्हणू शकत नाही. हे केवळ एकदाच नाही, तर दररोज व्हायला हवं. चिकाटी ही अनेक निवडींच्या धाग्यांपासून तयार होते आणि त्यापासून आयुष्याचं वस्त्र विणलं जातं. तुम्ही एखाद-दुसरा प्रयत्न करून हार मानली, तर तुम्ही चिकाटी दाखवली असं म्हणायचं का? एका अपयशानंतर तुम्ही चिकाटीचा दावा करू शकता का?

त्याचप्रमाणं, दुसरं विधानही याच ढाच्याचं आहे. जिद्द ही एकदाच निवड करायची बाब नाही, ती हजारो वेळा करावी लागते. मी आता निश्चयपूर्वक वागेन, असं तुम्ही ठरवू

शकत नाही; ते वारंवार, ठामपणं आणि निर्धारपूर्वक व्हायला हवं. हे सर्व सांगण्याचा उद्देश म्हणजे, फास्ट लेन म्हणजे 'एकदा प्रयत्न करून पाहू,' असा प्रकार नाही, तुमचं ते जगणं व्हायला हवं.

ती केवळ एक निवड नाही, तर शंभर वेळा तीच निवड असायला हवी. आणि ज्या वेळी तुम्ही अशा निवडींची एकसलग साखळी जोडाल, ती तुम्हांला प्रगतीच्या दिशेनं घेऊन जाईल आणि त्यासाठी करावी लागणारी कृती हीच तुमची जीवनशैली बनेल. अशा जीवनशैलीसाठी तुम्ही केलेल्या निवडी तुम्हांला कोट्यधीश बनवतील.

तुमच्या जीवनाचं स्टिअरिंग व्हील

तुम्ही केलेल्या निवडीमध्येच तुमच्या भविष्यातील घटनांची बीजं असतात. तुमच्या जीवनाचं वस्त्र हे तुम्ही केलेल्या लक्षावधी निवडींच्या परिणामांपासून विणलं जातं. तुम्ही कृती करता, प्रतिक्रिया देता, विश्वास-अविश्वास, चिकाटी-आळशीपणा आणि इतर अनेक गोष्टींमधून तुमचं अस्तित्व प्रकट होतं. तुम्ही तुमच्या आयुष्याबाबत असमाधानी असाल तर त्याचं खापर तुम्ही केलेल्या निवडींवरच फोडावं लागेल. स्वत:ला आणि स्वत: केलेल्या निवडींना दोष द्या.

होय, तुम्ही जसे आहात, ती तुम्हीच केलेली निवड आहे.

माझ्या निवड करण्याच्या शक्तीचा आवाका लक्षात येण्यासाठी मला आयुष्याची २६ वर्षं घालवावी लागली आणि अनेक धक्के सहन करावे लागले. या अडचणींचा परिणाम माझ्या लिमोझिनवरही झाला... पण यालाही मीच जबाबदार आहे, कारण ती माझीच निवड होती.

मी नोकरी करण्याचा पर्याय स्वीकारला.

मी स्वस्तातला (कमी भांडवली) व्यवसाय करण्याचा पर्याय स्वीकारला.

मी शिकागोमध्येच राहण्याचा पर्याय स्वीकारला.

मी कॉलेजनंतर कॉर्पोरेट जीवन टाळण्याचा पर्याय स्वीकारला.

माझ्या मित्रांची निवड मीच केली.

माझ्या व्यावसायिक उद्दिष्टांची निवड मी केली.

सर्व काही मीच निवडलं आणि त्याच वेळी मी माझ्या आयुष्याची पायाभरणी केली. *माझ्या जीवनाचा चालक मीच आहे,* या सत्य विधानाची मला प्रचिती आली असून माझ्या आयुष्यात आलेल्या अडचणी या मी केलेल्या निवडींचेच परिणाम आहेत. मीच माझं आयुष्य त्या ठिकाणी घेऊन गेलो.

तुम्ही कुठंही असा : रेल्वेमध्ये, विमानात, साध्याशा इमारतीमधील टॉयलेटमध्ये किंवा कॅरेबियन समुद्राच्या किनाऱ्यावर... कुठंही. तुम्ही हे वाचत असाल, तर ही निवड तुम्ही केली आहे. हे पुस्तक निवडून वाचण्यासाठी मी तुमच्यावर बळजबरी केली नव्हती. तुम्हीच ती निवड केली. *होय, तुम्ही जिथं ठरवलं, तिथंच तुम्ही आहात.* आणि यावर खूश नसाल, तर इतर चांगल्या पर्यायांचा विचार करण्याची तुम्हांला गरज आहे.

श्रीमंत होण्याचा पर्याय स्वीकारा किंवा गरीब होण्याचा...

श्रीमंतीबाबत विचार करणं आणि श्रीमंत होण्याचा पर्याय स्वीकारणं, यांत फार मोठं अंतर आहे. तुम्ही पादचारी मार्ग निवडू शकता किंवा स्लो लेन किंवा फास्ट लेनदेखील निवडू शकता. एका मोठ्या उद्दिष्टासाठी तुम्ही सर्वांपासून दूर राहू शकता किंवा आहे ते जीवन जगू शकता. मी सांगितलेल्या संकल्पनांवर तुम्ही विश्वास ठेवू शकता किंवा त्याकडे दुर्लक्षही करू शकता. 'निवड' आणि 'तुम्ही' हे सगळीकडे सारखंच राहणार.

तुमचे स्टिअरिंग व्हील (निवड) हे तुमच्या आयुष्यातील सर्वांत प्रभावी नियंत्रण आहे. स्लोलेन मला अजिबात का आवडत नाही? कारण यामध्ये तुम्हांला निवड करता येत नाही आणि ते स्वातंत्र्य इतरांच्या, म्हणजे कंपनी, बॉस, वॉल स्ट्रीट, अर्थव्यवस्था आणि इतर अनेकांच्या ताब्यात जातं.

लोक गरीब होण्याचा पर्याय स्वीकारत नाहीत; ते फक्त चुकीची निवड करतात आणि त्याचा परिणाम म्हणून गरिबी त्यांना हळूहळू विळखा घालते. गरिबीच्या पावलांचा माग काढा. चुकीच्या निवडीच्या प्रभावाखाली या घटना हळूहळू, टप्प्याटप्प्यानं आणि पद्धतशीरपणं होत असतात.

- तुमच्या परीक्षेत किंवा अभ्यासात फसवाफसवी करण्याचा पर्याय.
- केवळ तुमच्या पालकांनी शुल्क भरलं आहे, म्हणून बळजबरीनं कॉलेजमध्ये जाण्याचा पर्याय.
- खोटं बोलण्याचा किंवा प्रामाणिक राहण्याचा पर्याय.
- विमा नसताना गाडी चालविण्याचा पर्याय.
- चांगल्या लोकांना सोडून दुष्ट प्रवृत्तीच्या लोकांशी जवळीक साधण्याचा पर्याय.
- पुस्तक वाचण्याऐवजी टीव्ही पाहण्याचा पर्याय.
- ५५ किमीची वेगमर्यादा असलेल्या भागातून १०५ किमी वेगानं गाडी पळवण्याचा पर्याय.
- कोपऱ्यावरील छोट्या दुकानात चोरी करण्याचा पर्याय.
- अन्न किंवा मद्य यांचं अतिसेवन करण्याचा पर्याय.
- अनोळखी लोकांवर आंधळा विश्वास ठेवण्याचा पर्याय.
- तुमची विशेष ओळख असणाऱ्यांना फसवण्याचा पर्याय.
- उधारीवर खरेदी करण्याचा पर्याय.
- एखाद्या वीकएंडला 'क्रिस्टल मेथ'ची 'मजा' घेण्याचा पर्याय.
- ज्याच्या कामाबद्दल फारशी माहिती नाही, अशा कंत्राटदाराकडून काम करवून घेण्याचा पर्याय.
- आठवड्याला तीस तास व्हिडिओ गेम खेळण्याचा पर्याय.
- चार आठवड्यांच्या भेटीगाठींच्या आधारावरच विवाह करण्याचा पर्याय.
- लायक नसलेल्या भागीदारांसह व्यवसाय सुरू करण्याचा पर्याय.

आत्मघाताचा (पलायनाचा) मार्ग कायमच खुला असतो

मला रस्त्यांवरच्या शर्यती फार आवडत होत्या. माझ्याकडे वेगवेगळ्या मॉडेल्सच्या 'व्हायपर' गाड्या असल्यानं चढाओढ अटळ होती. एका उन्हाळ्यात संध्याकाळी पोटात काही प्याले रिचवल्यावर, माझ्यातल्या अहंकारानं माझा ताबा घेतला आणि मी रस्त्यांवरच्या शर्यतीसाठी सज्ज झालो. मी गाडीचा वेग प्रचंड वाढवला आणि माझं नियंत्रण सुटलं. समोरच्या गर्दीला कसाबसा चुकवत मी एका झाडाला जाऊन धडकलो. सर्व संपून ताळ्यावर आलो त्या वेळी माझ्या 'व्हायपर'च्या पॅसेंजर सीटवर ३० फुटी पाम झाडाचं खोड पडलं होतं. अटक होऊन मी तुरुंगात गेलो. 'मद्यप्राशन करून गाडी चालवणं, बेजबाबदार वर्तणूक...' असे आरोप माझ्यावर ठेवले गेले.

सुदैवानं माझ्या हातून कोणाचा मृत्यू झाला नाही आणि मी स्वत:लाही मारून घेतलं नाही. उलट, मला अटक करणाऱ्या अधिकाऱ्यानं (हा माणूस माझी शर्यत पहिल्यापासून पाहत उभा होता, आहे की नाही गंमत!) सांगितलं की, पॅसेंजर सीटवर झालेला आघात ड्रायव्हर सीटवर झाला असता तर मी मेलोच असतो. माझा जीव वाचला किंवा मृत्यूचा नेम चुकला. आता मागं वळून पाहताना लक्षात येतं की, शर्यत लावण्याचा मी स्वीकारलेला *पर्याय हा आत्मघातकी होता.*

आत्मघातकी (पलायनवादी) निर्णय असे असतात की जे तुमच्या आयुष्याची, स्वप्नांची आणि तुमच्या उद्दिष्टांची कधीही भरून न निघणारी हानी करतात. अशा आत्मघातकी (पलायनवादी) निर्णयांचे परिणाम इतके भीषण असतात की तुमचं आयुष्य धोकादायक रस्त्यांवर भरकटतं, यातून बाहेर पडण्याची वाट फारच बिकट असते आणि बरेचदा यातून बाहेर पडताच येत नाही.

माझ्या हातून कोणाचा मृत्यू झाला असता तर मला अनेक वर्षं तुरुंगात काढावी लागली असती, माझी निम्मी संपत्ती वकिलांवरच खर्च करावी लागली असती आणि मी एकाचा जीव घेतला आहे, या वेदनादायक सत्याच्या ओझ्याखाली मला आयुष्यभर राहावं लागलं असतं. संभाव्य नवीन घटनांनी माझं आयुष्य अचानक बदललं असतं. कितीही पैसा असता तरी त्या बदल्यात तुरुंगवास चुकला नसता आणि दुसऱ्याचा जीव घेतल्यामुळं आत्म्यावर बसलेली दहशत दूर झाली नसती. आत्मघातकी पर्याय तुमचं आयुष्य कायमस्वरूपी बदलून टाकतात.

> *जॅकनं आपल्या स्वप्नातलं घर घेण्यासाठी ८ लाख डॉलर्सचं कर्ज घेतलं. त्याचं वार्षिक उत्पन्न फक्त ६५ हजार डॉलर्स असतानाही त्यानं हा धोका पत्करला. कर्ज सहज उपलब्ध झाल्यानं आणि घरांच्या किमती वाढत असल्यानं त्याने कर्ज स्वीकारलं. त्यानं कर्जासाठीची कागदपत्रं नीट वाचली नाहीत आणि कर्ज देणाऱ्यानं योग्य दरानं व्याज आकारणी केली असावी, अशी समजूत करून घेतली. १८ महिन्यांनंतर त्याच्या व्याजदरात वाढ झाली आणि त्याला हे कर्ज परवडेनासं झालं. त्यामुळं त्याची मालमत्ता जप्त करावी लागली. पुढील १२ वर्षं त्याला पैशांची चणचण भासली. नवीन कर्ज घेण्यासही अपात्र ठरल्यानं व्यवसायाच्या अनेक संधी त्याला सोडून द्याव्या लागल्या.*

वयाच्या २८व्या वर्षीच फास्ट लेन लक्षाधीश असलेल्या आंद्रेकडे सगळं होतं : पैसा, सुंदर पत्नी, एक गुटगुटीत बाळ आणि पाच विविध गावांमध्ये विखुरलेली सात रेस्टॉरंट्स. आंद्रे यशाच्या शिखरावर होता आणि या ठिकाणाहून तो मागे वळून पाहील, असं वाटत नव्हतं. एका शुक्रवारच्या रात्री त्याच्या एका मॅनेजरच्या वाढदिवसाच्या पार्टीमध्ये मद्यप्राशन केल्यानंतर आंद्रे त्याच धुंदीत गाडी चालवत घरी निघाला. आपण घरी नीट जाऊ असं त्याला वाटलं. मात्र, वाटेत त्यानं एक अपघात केला आणि यामध्ये चौघांचं एक कुटुंब मृत्युमुखी पडलं. दारू पिऊन गाडी चालवल्याबद्दल आंद्रेला अटक झाली आणि त्याच्या विरोधात हत्याकांड केल्याचा आरोप ठेवण्यात आला. दोषी ठरल्यामुळं त्याच्या आयुष्यातील पुढील ११ वर्षं तुरुंगात गेली. त्याचा सर्व व्यवसाय बुडाला आणि कुटुंबही सोडून गेलं.

अनेक आत्मघातकी निर्णय घेतल्याने आंद्रेचं आयुष्य कायमस्वरूपी बदलून गेलं. त्यानं दारू पिण्याचा पर्याय स्वीकारला, आपण व्यवस्थितच आहोत, अशी स्वत:ची समजूत करून घेतली आणि तशा अवस्थेत गाडी चालवण्याचं ठरवलं. अनेक पर्याय उपलब्ध असतानाही, बाहेर पडण्याचं त्याचं धोरण स्पष्ट होतं. त्यानं योग्य पर्यायांची निवड केली नाही.

विविध क्रीडास्पर्धांमधील बातम्यांमधून नेहमीच आत्मघातकी निर्णयांच्या गंभीर परिणामांचे वर्णन वाचायला मिळतं. फुटबॉलपटू मायकेल विक यानं एका गुन्हेगारी कृत्यामध्ये सहभाग घेतला आणि त्या घटनेनं त्याच्या आयुष्याची दिशाच बदलून गेली. त्याच्या खेळाचा वारसा (जो काही आहे तो) कधीही पूर्वीसारखा राहिला नाही. त्यानं त्याच्याबद्दलचा आदर गमावला आणि त्याबरोबरच आयुष्याची दोन वर्षंही गमावली. गुन्हेगारी वृत्तीच्या व्यक्तींची साथ देण्याच्या त्याच्या निर्णयानं सुरूवात होऊन त्यानं अनेक चुकीच्या पर्यायांची निवड केली.

आणखी एका एनएफएल फुटबॉलपटूनं अशीच एक निवड केली आणि त्याला जीव गमवावा लागला. बायकोला फसवण्याचा इतका वेदनादायक अंत होऊ शकतो, याचा तुम्ही विचारही करू शकत नाही. पण तसं स्टीव्ह मॅकनायरच्या बाबतीत झालं. त्याच्या बायकोनं टेनेसी राज्यातल्या नॅशव्हिले इथं त्याला गोळी घालून ठार मारल्याचा आरोप झाला. आपला खून व्हावा, असं त्याला वाटलं नसलं, तरी एका बाईचा पाठलाग करावा, असं मात्र त्याला वाटलं होतं. त्यानं त्या महिलेबरोबर संबंध निर्माण करण्याचा मार्ग स्वीकारला आणि फसवणूक करण्याचाही. त्यानं तशी कृतीही केली. आपण केवळ एका निवडीबाबत बोलत नाही आहोत, तर अशा अनेक निर्णयांची ही मालिका आहे ज्यामुळं त्यानं आत्मघात करून घेतला. त्याच्या या निर्णयांमुळंच बंदुकीत गोळ्या भरल्या गेल्या, फक्त खटका दुसऱ्या कोणीतरी ओढला.

ही इतक्यात घडलेली एक घटना आहे. अनेक उच्च प्रतिष्ठित पुरुषांनी (कॉस्बी, वेनस्टेन, लॉअर वगैरे), करिअरला वेग आणण्यासाठी 'असंच' करावं लागतं, असं स्वत:च ठरवून काही महिलांशी चुकीची (बहुतेक गुन्हेगारी स्वरूपाची) वर्तणूक केली. त्यांनी निवडलेला पर्याय अगतिकतेतून नव्हता, तर गंभीर होता. त्यांच्या आत्मघातानं त्यांना घेरलं.

तुमच्या आयुष्याचं स्टिअरिंग व्हील हे एक धोकादायक हत्यार आहे. केवळ तीन इंचांतच सर्व खेळ आहे. वेगात असताना तुमच्या आयुष्याचं स्टिअरिंग व्हील केवळ तीन इंचानं अचानक वळवा आणि तुमचं आयुष्य कधीही माघारी फिरता न येणाऱ्या मार्गावर गेलंच म्हणून समजा किंवा याहून वाईट म्हणजे तुम्ही सरळ भिंतीवर जाऊन आदळाल. मोटारीच्या स्टिअरिंग व्हीलप्रमाणंच तुमच्या निवडीही अत्यंत संवेदनशील असतात. दुर्दैवानं घाताच्या मार्गावर नेणारे रस्ते नेहमीच खुले असतात. आपल्या नुकसानीचं कारण आपणच आहोत, याकडे पूर्णपणं दुर्लक्ष करत लोक स्वत:च्या चुकीच्या निवडीच्या गर्तेत खोलवर रुतत जातात.

आज जे निवडाल, त्याचा परिणाम कायमस्वरूपी राहील

तुम्ही बघालच.

'माझं बरोबरच आहे, तुमचं चूक आहे आणि योग्य वेळ येताच खरं काय ते समोर येईलच' या अर्थाच्या विधानासाठी माझी आई 'तुम्ही बघालच' हा परवलीचा शब्द वापरत असे.

बंड करण्याच्या किशोरवयात असताना ऑफ रोड मोटारसायकलसाठी धरलेल्या माझ्या हट्टापुढं नमून जात आईनं माझ्यावर 'तू बघशीलच'चा प्रयोग केला होता. माझी कल्पना आईला अजिबात आवडली नव्हती आणि तिनं निषेध म्हणून मला, 'तू बघशीलच'चा टोला मारला होता. हे तिचे 'तू बघशीलच' सत्यात उतरण्यासाठी फार काळ वाट पाहावी लागली नाही. यौवनाच्या पूर्ण मस्तीत आणि जोशात असलेल्या आणि मोटारसायकलचा कोणताही अनुभव नसलेल्या १५ वर्षांच्या मुलानं आपलं आयुष्य धोक्यात घातलं होतं. ५० मैल वेगाने गाडी दामटत असताना मी एका खराब रस्त्यावरून घसरून पडलो आणि माझं मनगट, दोन बोटं मोडून घेतली. गुडघ्याची नस तुटली आणि मानही मोडली.

हाडांची दुखापत भरून निघाली असली तरी त्या दिवशी बसलेल्या धक्क्याचा परिणाम अजूनही माझ्या मनावर आहे.

त्यानंतर अनेक वर्षं मला तीव्र मानदुखीचा त्रास होत होता आणि तो कमी करण्यासाठी मला फारच विचित्र पद्धतीनं झोपावं लागत होतं. असंख्य तास आणि पैसा मला फिजिओ थेरेपीवर आणि इतर उपचारांवर खर्च करावा लागला. अनेकदा वाटलं की, पुन्हा एकदा त्या काळात जावं आणि त्या मगरूर मुलाच्या कानशिलात भडकवावी – कसं वागायचं हे कदाचित मी त्याला सांगितलं असतं; हा धडा वाचण्यासाठी कदाचित तो मला सापडला असता आणि त्यानं जी हॉर्सपॉवर निवडली त्यानंतर होणाऱ्या परिणामांची जाणीव कदाचित त्याला झाली असती.

आपण स्वीकारलेल्या पर्यायांचे अनेक दशकांपर्यंत अमर्यादित परिणाम होत राहतात. ही अमर्यादा म्हणजेच हॉर्सपॉवर! माझी रोजची अस्वस्थता मला त्या दुर्दैवी दिवसाची आठवण करून देते, ज्या दिवशी मी अत्यंत चुकीचा पर्याय स्वीकारला होता. आणि आजही मी माझ्या त्या निवडलेल्या पर्यायाचं कर्ज फेडतो आहे... कधीही फिटलं न जाणारं कर्ज!

बटरफ्लाय इफेक्ट (फुलपंखी परिणाम)

तुम्ही या क्षणाला अशी काही निवड करू शकता का, की ज्यामुळं तुमच्या भविष्याची दिशा कायमस्वरूपी बदलून जाईल? तुम्ही हे करू शकता आणि हाच कदाचित गरिबी आणि श्रीमंतीमधील फरक असू शकतो.

तुमच्या सध्याच्या स्थितीपासून दूर नेणाऱ्या छोट्या पर्यायांची तुम्ही ज्या वेळी निवड करता, त्याचे मोठे परिणाम कालांतरानं दिसून येतात.

गोल्फ खेळण्याच्या स्टीकनं (गोल्फक्लब) तुम्ही गोल्फचा बॉल टोलावत असल्याचं चित्र डोळ्यांसमोर आणा. ज्या वेळी त्या गोल्फक्लबच्या पृष्ठभागाचा वेगवान फटका त्या बॉलवर बसतो, त्या वेळी तो बॉल सरळ होलच्या दिशेने जातो. मात्र या गोल्फक्लबचा पृष्ठभाग फक्त एका अंशानं तिरका करून फटका मारल्यास बॉलची दिशा पार बदलून जाते. वास्तविक, फटका मारताना दिशेमधील फरक अत्यल्प असूनही बॉल जसजसा पुढे जातो तशी होल आणि त्यामधील अंतर वाढत जाते आणि अखेर त्याला पुन्हा मूळ दिशेवर आणणं हे जवळपास अशक्य होऊन बसतं. एका चुकीच्या निवडीमुळं आज तुमची दिशा केवळ एका अंशानं बदलेल, पण जसा काळ पुढं जात जाईल तसे चुकीचे परिणामही मोठे होत जातील.

निवडीमुळं अशा प्रकारे दिशाबदल झाल्याचं कालांतरानं दिसून येतं आणि त्याला 'फरकाचा परिणाम' (इम्पॅक्ट डिफरन्शिअल) म्हणतात. तुम्ही पर्याय स्वीकारताना वारंवार दिवाळखोरी दाखवली, तर लक्ष्यापासूनचं अंतर वाढत जातं. हा दिशाबदल सकारात्मक किंवा नकारात्मकही असू शकतो. उदाहरणार्थ, मी ज्या वेळी शिकागोहून फिनिक्सला राहायला गेलो तेव्हा 'फरकाचा परिणाम' प्रचंड प्रमाणात झाल्याचं मला कालांतरानं दिसून आलं. मी हा पर्याय स्वीकारला नसता तर कदाचित माझं आयुष्य वेगळं असतं. तसंच, मी लिमोझिनचा ड्रायव्हर होण्याची बद्दड नोकरी स्वीकारल्यामुळंच व्यवसायासाठी माझे डोळे उघडले. ही निवडही 'विलक्षण हॉर्सपॉवर' असलेली होती आणि त्यामुळं सकारात्मक 'फरकाचा परिणाम' झाला.

ॲश्टन क्रिचर या अभिनेत्याचा २००३ मध्ये आलेला द *बटरफ्लाय इफेक्ट* हा चित्रपट विलक्षण आहे. यात निवडींमध्ये असलेल्या सामर्थ्याचे अतिशय परिणामकारक आणि अचूक चित्रण केलं आहे. या चित्रपटात मुख्य अभिनेता त्याच्या तरुण वयात आत्मघातकी निर्णय घेतो आणि या आत्मघातकी निर्णयांचे परिणाम जसे दिसू लागतात, तसे उलगडत जाणारे प्रत्येक आयुष्य तुम्ही पाहू शकता. तुम्हांला येथे फरकाचा परिणाम दिसेल.

दर दिवशी तुम्ही घेत असलेल्या निर्णयांची फळं येणाऱ्या काही वर्षांमध्ये दिसणार आहेत, हे तुम्ही लक्षात घ्या. प्रश्न असा आहे की, तुमच्या या निवडीचे परिणाम आनंददायक आणि संपत्ती देणारे असतील का? की नैराश्यात टाकणारे आणि गरिबीत लोटणारे असतील?

ताकदीची (हॉर्सपॉवरची) घटती क्षमता

तुमच्या निवडीमुळं भविष्यातील दिशा निश्चित होत असते आणि तुम्ही जितके तरुण असता, तितकी अधिक ताकद वापरून ही निवड केली जाते. दुर्दैवानं, वयानुरूप ही ताकद कमी होत जाते.

हे तुम्हांला गोंधळात टाकणारं असेल, तर पृथ्वीच्या दिशेनं वेगानं येणाऱ्या एका लघुग्रहाची कल्पना करा. हा लघुग्रह ज्या वेळी लक्षावधी मैल दूरवर अवकाशात असतो (तुमच्या तरुण वयातील निवडीचं हे प्रतीक आहे), त्या वेळी त्याच्या दिशेत केवळ एका अंशानं झालेला फरक पृथ्वीला नष्ट होण्यापासून वाचवू शकतो. ही हॉर्सपॉवरची ताकद आहे. आमच्यासारख्या ज्येष्ठ नागरिकांसाठी, लघुग्रह हा पृथ्वीच्या फारच जवळ आलेला आहे (आणि आमच्या मृत्यूच्याही), ज्यामुळं आमची निवड करण्याची क्षमता अत्यंत कमकुवत झाली आहे. अशा वेळी केवळ एका अंशातील फरक पुरेसा ठरत नाही आणि तोच परिणाम साधण्यासाठी किमान दहा अंशांचा फरक करण्याची आवश्यकता असते.

ज्या वेळी तुम्ही वयाच्या पंचविशीच्या आत असता, त्या वेळी तुमच्याकडे प्रचंड ताकद असते आणि तुमच्या निवडीतून मोठ्या प्रमाणात परिणामशक्ती बाहेर पडत असते. वीस वर्षांपूर्वी मी केलेल्या एका साध्याशा निवडीचे परिणाम मला आजही जाणवतात, तो फारच मोठा दिशाबदल होता.

तुम्ही तुमच्या आतापर्यंत केलेल्या निवडींचा आढावा घेतला, तर तुम्ही निर्णय एका झटक्यात घेतला असला (विशेषत: तरुण वयात घेतलेले निर्णय), तरी त्याचे परिणाम आयुष्यभर जाणवत असल्याचं तुम्हांला दिसून येईल.

तुमच्या आयुष्याच्या निवडी या एखाद्या लक्षावधी फांद्या असलेल्या जुन्या ओक वृक्षाप्रमाणं असतात. झाडाच्या बुंध्याजवळ असलेल्या जाड फांद्या म्हणजे तुम्ही सुरूवातीच्या आयुष्यात घेतलेल्या निर्णयांचं प्रतीक आहेत. नंतर पुढं पसरत जाणाऱ्या फांद्या बारीक होत जातात, ज्या तुमच्या आयुष्याच्या सरत्या वर्षांत घेतलेल्या निर्णयांचं रूप असतात.

यौवनात घेतलेले निर्णय अधिक सशक्त असतात आणि त्यापासूनच तुमच्या आयुष्याच्या झाडाचा बुंधा तयार होतो. झाडाचं वय वाढत जातं आणि फांद्या वर पसरत जातात, तशा त्या बारीक आणि कमजोर होत जातात. झाडाला नवीन दिशेनं वाकवण्याची त्यांच्यात क्षमता नसते. कारण बुंधा हा वय, अनुभव आणि जुन्या मुरलेल्या सवयींमुळं जाड झालेला असतो.

माझ्या मोटारसायकल अपघातामध्ये बऱ्यापैकी हॉर्सपॉवर होती, कारण मला आता ती चांगलीच जाणवत आहे. तुम्ही अविवाहित असतानाच वयाच्या २३व्या वर्षी तुम्हांला पाच मुलं असतील, तर तुमच्या निवडीच्या झाडाच्या फांद्या कोणत्या दिशेला वाढतील, असं तुम्हांला वाटतं? तुमचं हे झाड किती जाड आणि ताठर असेल? तुम्ही कॉलेजच्या चार वर्षांत वर्गांना दांड्या मारल्या आणि दारू पीत वेळ वाया घालवला, तर तुमच्या निवडीच्या झाडाला कोणती फळं लागतील? तुमचा सर्वांत जवळचा मित्र अमली पदार्थांची तस्करी करत असेल, तर ही फांदी तुम्हांला कुठं घेऊन जाईल?

वयाच्या १६व्या वर्षी, केवळ शाळेतील एक खोडी म्हणून, डेव्हिडनं स्कूलबसमध्ये धुराचा एक बाँब फोडला. यामुळं १४ मुलांना श्वासाचा त्रास झाला. सुदैवानं ही सर्व मुलं लवकर बरी झाली तरी या घटनेमुळं डेव्हिडला सुधारणा केंद्रात दहा दिवस घालवावे लागले आणि या घटनेनं त्याच्या

आयुष्याला एका वेगळ्याच वळणावर नेऊन सोडलं. इथं डेव्हिडला रुडी भेटला. त्यान डेव्हिडला सफाईदार चोरी करण्याचे 'नियम' शिकवले. या मैत्रीमुळं डेव्हिडनं नव्या करिअरची निवड केली : चोरी. कायद्याच्या कचाट्यातून सात वर्षं लपाछपी केल्यानंतर डेव्हिड पकडला गेला, दोषी सिद्ध झाला आणि नऊ वर्षांसाठी तुरुंगात गेला.

डेव्हिड आणि रुडीची भेट झाली नसतीच तर तो कुठं असता? अग्निशमन दलात? बँकेत अधिकारी? निवड आणि त्यासाठीची हॉर्सपॉवर दीर्घकालीन परिणाम करणारी असते.

वयाच्या १७व्या वर्षी आपल्या पालकांच्या इच्छेविरुद्ध ऑनर्स शिकणाऱ्या अलिशानं घर सोडलं आणि ती ३१ वर्षांच्या एका व्यक्तीबरोबर राहू लागली. या व्यक्तीला ती चार महिन्यांपूर्वीच एका बारमध्ये भेटली होती. तिच्या मित्रानं तिला क्रिस्टल मेथची चव चाखायला दिली. एक गमतीशीर अनुभव म्हणून याची सुरूवात होऊन नंतर ते आयुष्य उद्ध्वस्त करणारं व्यसन बनलं. आपल्या या व्यसनाची धुंदी कायम राखण्यासाठी अलिशानं अनेक बेकायदा उद्योगांना सुरूवात केली, स्वत:च्या आईवडिलांच्या घरी चोरीही केली. एका मॉलमध्ये चोरी करताना ती पकडली गेली आणि तिचं पितळ उघडं पडलं. तिला तीन वर्षं तुरुंगात आणि पुनर्वसन केंद्रात काढण्याची शिक्षा मिळाली.

अलिशानं आपल्या पालकांचं ऐकलं असतं, तर ती आज कुठं असती?

निवड आणि त्यांची ताकद प्रभावी असते.

तुमच्या दैनंदिन आयुष्यात केलेल्या छोट्या निवडी या तुमच्या सवयी आणि जीवनशैली तयार करतात आणि एक प्रक्रिया तयार होते – सर्वांत मोठा परिणाम करणाऱ्या याच गोष्टी असतात.

''चला, फास्ट लेनमधून जाऊ,'' असा निर्णय तुम्ही घेऊ शकत नाही, कारण ही तर फक्त एक घटना आहे.

फास्ट लेन प्रक्रिया म्हणजे शेकडो गोष्टींची निवड असते.

तुम्ही कोणत्याही वयाचे असा, तुमच्या आयुष्याकडे मागं वळून बघा. या आयुष्याच्या मार्गावरील काट्यांचे आणि त्या काट्यांमुळं आलेल्या अडथळ्यांचं विश्लेषण करा. हे काटे म्हणजे निवडी आहेत; छोट्या अथवा मोठ्या; आणि त्या प्रत्येकामध्ये तुम्हांला भलतीकडेच घेऊन जाण्याची समान क्षमता आहे. तुम्ही आज जी काही निवड करता, त्याचा उद्यावर, पुढील आठवड्यांवर, महिन्यांवर, वर्षांवर, दशकांवर आणि हो– पिढ्यांवरही परिणाम होतो.

तुमचं वय ३०पेक्षा कमी असेल, तर तुमच्या निवडींमध्ये सर्वोच्च सामर्थ्य असतं. कारण त्यापासून तुमच्या निवडीच्या झाडाचा बुंधा आकाराला येतो.

निर्णायक वेळ हीच आहे.

प्रकरण सारांश : फास्ट लेनची वैशिष्ट्यं

- खराब निवडी हे गरिबीचं मुख्य कारण आहे.
- तुमच्या निवडी हेच तुमच्या आयुष्याचं स्टिअरिंग व्हील आहे.
- तुम्ही त्याच ठिकाणी आहात, जिथं यायचा पर्याय तुम्ही स्वीकारला होता.
- यश म्हणजे शेकडो निवडींची प्रक्रिया. याच प्रक्रियेतून जीवनशैली बनते.
- तुमच्या आयुष्यात तुम्ही करत असलेली निवड हेच सर्वांत प्रभावी नियंत्रण आहे.
- आत्मघातकी निर्णय तुमच्या आयुष्यावर कायमस्वरूपी विपरीत परिणाम करतात.
- तुमच्या निवडींमध्ये खूप मोठी हॉर्सपॉवर असते किंवा भविष्यात दिशा बदलण्याची क्षमता असते.
- तुम्ही जितके तरुण असाल, तितके तुमच्या निवडीमध्ये सामर्थ्य असते आणि तुमच्या जवळ अधिक हॉर्सपॉवर असते.
- जसा काळ पुढे सरकतो, तशी हॉर्सपॉवर कमी होत जाते, कारण पूर्वी केलेल्या निवडीचे परिणाम अधिक मजबूत आणि बदलण्यास अत्यंत कठीण असतात.

फास्ट लेन

२४

गाडीची काच स्वच्छ करा

''आपण कोण आहोत, याचं भान आल्याशिवाय आपण कोण असायला हवं, त्या दिशेनं पावलं टाकता येत नाहीत.''

–शार्लोट पी. गिलमन

तुमच्या गाडीची काच (विंडशिल्ड) स्वच्छ करा

माझ्या लॅम्बोगिनीमध्ये मी इंधन (गॅस) भरत असताना एक किशोरवयीन मुलगा तिथं आला आणि गाडीबरोबर एक फोटो काढण्याची त्यानं परवानगी मागितली. ''हो, काढू शकतोस,'' असं म्हणून मी त्याला ती दिली. गाडीबाबत बराच वेळ बडबड केल्यानंतर तो म्हणाला, ''मला जेवढं शक्य होतं, तितके फोटो काढून घेतले आहेत, कारण मला अशी गाडी कधीही परवडणार नाही.''

त्याच्या निष्कर्षातच समस्या दडली असल्याचं जाणवलं ना? आपल्याला *कधीही* लॅम्बोगिनी परवडणार नाही, या विधानावर विश्वास ठेवण्याचा पर्याय या युवकानं स्वीकारला होता. त्याला स्वत:च्या गाडीच्या काचेपलीकडचं काही दिसतच नव्हतं. ही फारच जुजबी निवड होती का? आत्मघातकी निवड होती का? केवळ विशिष्ट हॉर्सपॉवरचीच निवड होती का?

आपल्या अनुमानाबाबत निष्पाप वाटणाऱ्या अशा निवडीमध्ये आत्मघाताकडे नेणारी अत्यंत शक्तिशाली हॉर्सपॉवर असते. स्वप्नांना आलेलं हे अपंगत्व आहे.

आपल्या अनुमानाबाबतची त्या युवकाची निवड फारच खालच्या दर्जाची होती आणि त्यामुळंच या निवडीमुळं त्याला नेहमीच सामान्य परिस्थितीच जगावं लागेल. त्याच्या आतील न्यायाधीशानं आधीच निकाल देऊन टाकला आहे आणि तो असा आहे की, आलिशान गाडी ही नेहमीच त्याच्या आवाक्याबाहेर असेल आणि म्हणूनच त्यानं केलेली निवड ही त्याच्या मनोवृत्तीचं प्रतिबिंब ठरते. दुर्दैवानं स्वत:च निर्मिलेल्या विचारांच्या चौकटीच्या, म्हणजे गाडीच्या काचेच्या प्रभावाखाली वास्तविक जगात दुर्बळ करत जाणाऱ्या परिणामांची जाणीव त्याला नाही.

अनुमानाची निवड

मागील प्रकरणामध्ये आपण निवडी आणि त्यांचे जीवनावर होणारे परिणाम, यांबाबत चर्चा केली. हे सर्व तुम्ही कोणत्या प्रकारच्या कृतीची निवड करता, म्हणजे अशी प्रत्यक्ष कृती ज्यामुळं काही परिणाम दिसून येतात; त्या बाबतचे होते. पण तुम्ही अधिक खोलात जाऊन विचार केला, तर या कृती कशामुळं घडल्या? हे करण्यासाठी आणि तशी निवड करण्यासाठी तुम्हांला कोणती प्रेरणा मिळाली? आपल्याकडे निवडीबाबतचे दोन प्रकार आहेत :

१) अनुमानाची निवड (विचार प्रक्रिया)
२) कृतीची निवड (वाचन करण्याची निवड)

अनुमानाच्या निवडीचाच पुढील टप्पा म्हणजे कृतीची निवड. एखाद्या कल्पनेवर तुम्ही विश्वास ठेवला आणि त्याचाच पाठपुरावा केला, तर तुमच्याकडून शक्यतो त्याच कल्पनेला अनुरूप अशी कृती घडते. त्या गॅस स्टेशनवर मला भेटलेला युवक आणि माझ्यात हाच फरक होता : मी लहान असताना ज्या वेळी मला पहिल्यांदाच लॅम्बोगिनी दिसली होती, त्या वेळी मी विचार केला होता, ''कधीतरी, माझ्याकडेही स्वत:ची अशी एक गाडी असेल!'' माझ्या अनुमानाची मी केलेली निवड अत्यंत प्रभावशाली होती आणि त्यामुळं या अनुमानालाच प्रतिबिंबीत करणारी कृती माझ्याकडून झाली.

तुम्ही केवळ तुमच्या काही विशिष्ट संदर्भांच्या चौकटीतच होणाऱ्या घटनांबाबत अनुमान लावण्याचा पर्याय स्वीकारता. तुमचं मन तुमच्या भोवतालच्या घटनांचं वर्गीकरण करतं आणि त्यांना विशिष्ट कप्प्यात बसवतं. उदाहरणार्थ, 'कुत्रा' असं म्हटलं की, तुमच्या डोळ्यांसमोर कदाचित काळ्या रंगाचा लॅब्रेडोर येईल, तर इतर काही जण पुडलची कल्पना करतील. एखाद्या समुद्रकिनाऱ्यावर तुम्हांला अलिशान बंगला दिसला तर, तुम्हांला ते 'लकी' असल्याचं वाटेल की, 'असं काही मला मिळवताच येणार नाही,' असं वाटेल? निवड करण्याची पहिली पायरी म्हणजे तुम्ही कोणत्या प्रकारच्या अनुमानाची निवड करता, ही आहे. कारण तुमच्या सगळ्या कृतींचा उगम तुमच्या अनुमानातूनच होत असतो.

समजा, तुमची नोकरी गेली, तर ही बाब तुम्ही सकारात्मकही घेऊ शकता किंवा नकारात्मकही. वेगानं गाडी चालवत असताना तुम्ही पकडला गेलात, तर तुम्ही चिडचिड करू शकता किंवा त्यांचे आभारही मानू शकता. अनुमान आणि त्यासाठीचे पर्याय यांची निवड करण्याची सुरूवात तुमच्या दोन कानांमधूनच होते आणि ती तुम्हांला कृती करण्याच्या पर्यायांकडे घेऊन जाते.

तुमचं अनुमान हे वास्तव नाही

काही वर्षांपूर्वी मी आणि माझी मैत्रीण एका मित्राच्या घरी पार्टीसाठी गेलो होतो. आम्ही एका छोट्या टेबलाजवळ बसलो होतो. एक अति उत्साही व्यक्ती प्रत्येक टेबलाजवळ जाऊन उत्साहानं बोलत असल्याचं आम्ही पाहिलं. घरविक्री किंवा अशाच प्रकारचं मार्केटिंग ती करत असल्यासारखं वाटत होतं.

तो माणूस तसंच करत होता.

थोड्याच वेळात तो आमच्या टेबलाजवळ आला आणि अचानक विचित्र पद्धतीनं सुरूवात करत तो म्हणाला, ‘‘हाय, तुम्हांला दर महिन्याला दहा हजार डॉलर्स कमवायला आवडेल का?’’ एखाद्या पार्टीमध्ये हा प्रश्न विचारणं अयुक्तिक होतं, त्यामुळं मीपण तितक्याच चुकीच्या पद्धतीनं त्याला प्रत्युत्तर दिलं.

मी विचारलं, ‘‘दहा हजार डॉलर्स? खरंच?’’ मी जाळ्यात अडकलो, असं समजून तो मला वनौषधींसाठी नेटवर्क मार्केटिंगच्या संधी खपवण्याचा प्रयत्न करू लागला. मी त्याला मध्येच थांबवून, हसत म्हणालो, ‘‘हे बघ, मी दर दोन दिवसाला दहा हजार डॉलर्स कमवतो. त्यामुळं माझ्यासाठी तुझी संधी म्हणजे ९० टक्के पगार कपातच आहे. तुला काय वाटलं मला यात रस असेल?’’ त्यानं आश्चर्यानं डोळे मोठे केले आणि या धक्क्यातून सावरल्यावर तो, जसा एखादा उंदीर चीजचा तुकडा न घेताच बिळात पळून जातो, तसा पळाला.

या छोट्याशा घडामोडीत, त्या व्यक्तीनं एक अनुमान बांधलं : प्रतिमहिना १० हजार डॉलर्स म्हणजे प्रचंड पैसा! वास्तविक असं नाही. पैसा अमर्याद असतो. फास्ट लेनमधून जाणारा अशा संधी पार करतो की ज्यातून त्याला सहा आकडी किंवा सात आकडी पैसे मिळू शकतात. *अनुमान हाच मुख्य फरक आहे.*

१० हजार डॉलर्स खूप आहेत, असा मी विचार केला होता, तो दिवस मला आठवतो. ते केवळ अनुमान होतं, सत्य नव्हतं. तुम्ही योग्य पर्याय निवडला आणि योग्य फास्ट लेन मार्गावरून वाटचाल केली तर दर महिन्याला दहा लाख डॉलर्स कमवणंही शक्य आहे. हे अनुमानच तुम्हांला कृतीच्या अधिक योग्य पर्यायांकडे घेऊन जाते. पार्टीतला तो मनुष्य? त्यानं अत्यंत गर्दीचा रस्ता निवडला. स्वतःच एक बहुस्तरीय मार्केटिंग कंपनी तयार करण्याऐवजी तो अशा एका कंपनीत चिकटला.

काहीतरी निर्माण करून गर्दीला सेवा पुरवण्याऐवजी, तो स्वतःच त्या गर्दीत घुसला.

विंडशिल्ड स्वच्छ करण्याची सुरूवात शब्दांपासून होते

आपण बोलत असताना वापरले जाणारे शब्द आणि आपले विचार यांचे परीक्षण करून आपण आपल्या मनाचा ठाव घेऊ शकतो. उदाहरण म्हणून फास्ट लेन फोरमवर व्यक्त झालेली ही प्रतिक्रिया पाहा :

> *‘‘गेल्या शुक्रवारी माझा साखरपुडा झाला! या बाबत माझ्या मनात बरीच चलबिचल होत होती, पण शेवटी मी लग्नाचा आणखी एक प्रयत्न करून पाहण्याचा निर्णय घेतला. ती खूपच चांगली मुलगी आहे आणि सर्वोत्तम असेल ते मिळण्यास ती पात्र आहे आणि मला वाटतं ते मी तिला देऊ शकतो.’’*

हे वाक्य वाचल्यावर तुम्हांला यामध्ये यशाची खात्री जाणवली का? की अपयशाची साखळी दिसली? मी त्या व्यक्तीला लग्नासाठी शुभेच्छा देत असताना, आत्मविश्वासाचा अभाव

असणारे मुळमुळीत शब्द मला त्याच्या बोलण्यातून जाणवले. 'प्रयत्न','मला वाटते...!' ही भाषा अडचण निर्माण करणारी आहे. मला यापेक्षा अधिक काय भावलं असतं?

> *''गेल्या शुक्रवारी माझा साखरपुडा झाला. या बाबत माझ्या मनात बराच काळ चलबिचल होत होती, पण शेवटचं म्हणून मी लग्न करण्याचा निर्णय घेतला. ती खूपच चांगली मुलगी आहे आणि सर्वोत्तम असेल ते मिळण्यास ती पात्र आहे आणि ते मी तिला देऊ शकतो.''*

दोन वाक्यांमधील फरक लक्षात घ्या. एक अधांतरी आहे, तर दुसरं ठाम आहे. दोन्ही विधानांतून एकच गोष्ट सांगितली आहे, असं वाटू शकतं, पण एकातून अपयशाची शक्यता डोकावते; तर दुसऱ्या विधानातून यशाची कटिबद्धता दिसून येते. तुमच्या मनातील भाषेला फार वजन असतं. तुमच्या मेंदूवर शस्त्रक्रिया करण्याआधी डॉक्टर तुम्हांला म्हणाले, ''मला वाटतं मी तुमच्यावर शस्त्रक्रिया करू शकतो आणि ती यशस्वीपणे करण्याचा मी प्रयत्न करेन.'' तर तुम्हांला आश्चर्याचा धक्का बसेल आणि तुम्हांला कदाचित त्याच हॉस्पिटलमध्ये अनेक दिवस काढावे लागतील.

शब्दांचा सुयोग्य वापर आणि विचारांची योग्य दिशा हे तुमच्या दृष्टिकोनाचे विंडशिल्ड साफ करण्यासाठी आणि तुमच्या समोर निर्माण झालेल्या बुडबुड्यांच्याही पुढं पाहण्यासाठी उपयुक्त ठरतात. तुम्ही तुमच्या अनुमानांवर कसं नियंत्रण ठेवणार? तुमच्या मनात तुम्ही कोणत्या प्रकारच्या भाषेचा वापर करता? 'कधीच नाही... मला जमणार नाही, जर-तर'... की मग तुम्ही यापेक्षा अधिक चांगले शब्द वापरता? 'हे शक्य आहे... त्यावर मी मात करेन... मी हे करेन... मला हे शक्य आहे.'

तुमच्या भावविश्वाला जर 'कधीही नाही' आणि 'हे शक्य नाही' यांसारख्या शब्दांची किनार असेल, तर काय होईल माहीत आहे का? होय, तुम्हांला शक्य होणार नाही आणि तुम्ही कधीही करू शकणार नाही!

दर महिन्याला दहा लाख डॉलर्स कमावणं शक्य आहे का? नक्कीच शक्य आहे. फक्त ज्यानं हे शक्य करून दाखवलं आहे, त्याला जाऊन विचारा. त्याच्या विंडशिल्डमधून तुमच्या विंडशिल्डपेक्षा वेगळं कसं काय दिसतं? अनुमानाबाबतची योग्य निवड ही योग्य कृतीत परावर्तित होते. तुमचं अनुमान बदलणं म्हणजे तुमच्या भविष्यातील कृतींना वेगळी दिशा देण्यासारखं आहे.

संपत्ती आणि पैसा या बाबतचं तुमचं अनुमान बदलणं, हाच या पुस्तकाचा उद्देश आहे.

वयाच्या कोणत्याही टप्प्यावर निवृत्ती स्वीकारता येते, यावर विश्वास ठेवा. संपत्ती मिळवण्यासाठी वृद्धावस्था येऊ देणं, ही पूर्व अट नाही. व्यवसायाइतकाच धोका नोकरीतही असतो, यावर विश्वास ठेवा. श्रीमंत होण्यासाठी शेअर बाजार हा हुकमी मार्ग नाही, यावर विश्वास ठेवा. अजून केवळ काही वर्षांतच तुम्ही निवृत्त होऊ शकता, यावर तुम्ही विश्वास ठेवा.

तर मग, नवे विचार तुम्ही कसे अपलोड कराल आणि जुने विचार कसे झटकून टाकाल?

नव्या विचारांशी संबंधित असलेली माहिती, स्रोत आणि व्यक्ती यांचा शोध घ्या.

माझ्यापुरतं सांगायचं, तर ज्यांनी अत्यंत वेगानं संपत्ती कमावली, अशा लोकांच्या आयुष्याचा मी माग घेतला आणि लवकरच मला समजलं की, 'झटकन श्रीमंत व्हा,' ही काही कविकल्पना नाही. शेअर बाजारात पैसा ओतून श्रीमंत झालेला १९ वर्षांचा युवक मला कधी सापडला नाही, पण २४ वर्षांच्या कोट्यधीश गुंतवणूकदाराला, उद्योजकांना, लेखकांना आणि वेबसाइट मालकांना मी भेटलो आहे.

तुम्हांला अतिविशेष परिणाम साधायचा असेल, तर अतिविशेष विचार करावा लागेल... दुर्दैवानं या 'अतिविशेष'पणाची समाजाच्या सर्वसामान्यपणाशी आणि या सर्वसामान्यपणाला खतपाणी घालणाऱ्या विचारसरणीशी नाळ अद्यापही जुळलेली नाही.

स्टिअरिंगसाठीच्या टिप्स : चांगली निवड आणि चांगलं जीवन

तुमचा प्रवास सुरू असताना, स्वत:बद्दल आदर बाळगा आणि विचारा की, आपण योग्य अनुमानाची निवड केली का? आपण योग्य कृतीची निवड केली आहे का? माझ्या स्वप्नांसाठी हे हानिकारक ठरणार नाही ना आणि चांगल्या आयुष्यासाठीच्या माझ्या मार्गात धुकं तर निर्माण करणार नाही ना? मला काय बनायचं आहे, विजयवीर की बळी? मी आव्हान स्वीकारलं आहे की त्यांना शरण गेलो आहे?

पर्याय बदलणं ही तुमचं आयुष्य बदलण्याची झालेली सुरूवात आहे. संपत्तीकडे नेणारे फास्ट लेन वाहन हे डांबरी रस्त्यावरून नाही, तर तुम्ही करत असलेल्या निवडींवरून धावतं. निर्णयाच्या गंभीरतेवर अवलंबून असलेल्या दोन धोरणांचा वापर करून तुम्ही योग्य पर्याय स्वीकारण्यास सुरूवात करा.

१) सर्वांत खराब परिणामांचं विश्लेषण (डब्लूसीसीए)

२) निर्णय घेण्याच्या सर्वसाधारण पद्धतीचा अवलंब (डब्लूएडीएम)

धोकादायक वळणं आणि आत्मघातकी निवडींपासून तुम्हांला दूर नेण्यासाठी 'डब्लूसीसीए'ची रचना केली आहे. याबरोबरच, 'डब्लूएडीएम'ची रचना अनेक आघाड्यांवर मोठे निर्णय घेण्यासाठी मदत म्हणून केलेली आहे. हा दुधारी हल्ला निवडीचे दोन वेगवेगळे परिणाम साध्य करतो : धोकादायक निवडींपासून बचाव आणि चांगल्या निवडीसाठी मदत.

सर्वांत खराब परिणामांचं विश्लेषण (डब्लूसीसीए)

हे निवडीचं पहिलं साधन असून यामध्ये तुम्ही पुढील विचार करणारे आणि संभाव्य परिणामांचं विश्लेषण करणारे असावे लागता किंवा तसं बनणं अपेक्षित असतं. प्रत्येक निर्णयाच्या परिणामांबाबत 'डब्लूसीसीए'ला तुमच्याकडून तीन प्रश्नांची उत्तरं अपेक्षित आहेत –

१) या निवडीचा सर्वांत वाईट परिणाम काय होऊ शकतो?
२) याची शक्यता कितपत आहे?
३) हा धोका स्वीकारण्याची गरज आहे का?

हे तीन प्रश्न तुम्हांला फार विस्तृत वाटत असले तरी तुमच्या विश्लेषण प्रक्रियेला काही सेकंदांपेक्षा अधिक काळ लागणार नाही. तुम्हांला पेनची किंवा कागदाची गरज नाही, तर केवळ तुमची बुद्धी आणि अनुमानाची काळजीपूर्वक निवड यांचा वापर करायचा आहे. 'डब्लूसीसीए'चा वापर करून ज्या वेळी निवडींचे विश्लेषण केले जाते त्या वेळी संभाव्य धोके समोर येतात आणि पर्याय निवडता येतो. आत्मघाताकडे नेणारे रस्ते टाळता येतात.

मी 'डब्लूसीसीए'चा कायमच वापर करतो. उदाहरणार्थ, काही वर्षांपूर्वी एका बारमध्ये बरेच मद्यप्राशन केल्यावर, मी एका नखरेबाज आणि दुसऱ्यांना जाळ्यात ओढण्याचा प्रयत्न करणाऱ्या महिलेला घेऊन घरी गेलो. तिनं परंपरागत पाश फेकले ''माझ्यावर प्रेम कर...!'' दोन तासांच्या ओळखीत मला नीटच समजलं होतं की, हे प्रेम नाही, दुसरंच काहीतरी आहे. दारू पिण्याची तल्लफ असतानाही माझ्या डोक्यात कुठंतरी 'डब्लूसीसीए'चं विश्लेषण सुरू होतं. या निवडीचा सर्वांत वाईट परिणाम काय होईल?

१) मला कदाचित गुप्तरोग होऊ शकतो.
२) माझ्यामुळं ती गर्भवती राहू शकते आणि या व्यक्तीला आयुष्यभरासाठी अडकवून ठेवू शकते.
३) माझ्यावर बलात्काराचा खोटा आरोप होऊ शकतो. (ती काहीतरी विचित्र विधानं करीत होती.)

हे होण्याची शक्यता कितपत आहे?

१) लैंगिक संबंधांमुळं गुप्तरोग : १० टक्के (तिच्या बाहेरख्यालीपणावर आधारित)
२) ती गर्भवती राहणं : १ टक्का
३) खोटे आरोप होणं : ०.५ टक्के

हा धोका पत्करण्यासारखा आहे का? माझं तत्काळ उत्तर 'अजिबात नाही' असंच होते. १० टक्के असो वा १ टक्का, हा धोका फारच मोठा आहे आणि त्यातून होणाऱ्या परिणामांमुळं माझं आयुष्य कायमस्वरूपी बदलून जाऊ शकतं, असं अनुमान मी काढलं. मी त्या महिलेला रोखले आणि एका चांगल्या पर्यायासाठी माझ्या लोचटपणाला आवर घातला. मी असं केलं नसतं तर काय झालं असतं? नक्कीच, मला तात्पुरता आनंद मिळाला असता, पण त्यानंतर काय? मी ज्या महिलेला ओळखतही नाही, तिला अचानक गर्भवती करण्याची माझी तयारी होती का? माझ्या आरोग्यावर घातक परिणाम करणारा रोग मला होईल का आणि त्यामुळं भविष्यात माझी जोडीदार निवडताना मला अडचणी येतील का? माझ्या एका कृतीचे होणारे आत्मघातकी परिणाम मी टाळले.

मी ज्या वेळी गाडी चालवत असतो, त्या वेळी 'डब्लूसीसीए'चा उपयोग होतो. माझ्या जवळ व्हायपर, लॅम्बोगिनी... कोणतीही गाडी असू द्या, इतर मूर्ख वाहनचालक मला कायम रस्त्यावरील शर्यतीत ओढण्याचा प्रयत्न करतात. मी कदाचित ॲक्सिलरेटरवर तीन सेकंदांसाठी पाय जोरात दाबून ठेवत त्याची तयारीही करेन, पण त्या तीन सेकंदांमध्ये मी 'डब्लूसीसीए'चाही वापर करेन. सर्वांत वाईट काय होईल? मी स्वत:ला मारून घेईन किंवा माझ्यामुळं दुसऱ्या कोणाचातरी जीव जाईल. याची शक्यता किती आहे? ३ टक्के? रस्त्यावरच्या शर्यतीमधील माझं कौशल्य पाहता धोका फारच मोठा आहे. मी ॲक्सिलरेटर सोडून देतो आणि या शर्यतीतून बाहेर पडतो. दुसरा ड्रायव्हर काय करतो? काहीतरी सिद्ध करण्यासाठी तो वेगानं पुढं जातो आणि संभाव्य धोक्यांकडे दुर्लक्ष करतो. ठीक आहे, कदाचित त्याच्याकडे दहा वर्षं जुनी आवाज करणारी होंडा होती आणि माझ्याकडे लॅम्बोगिनी होती, म्हणून असेल.

तुम्ही रस्त्यावरील शर्यत जिंका, मी आयुष्याची शर्यत जिंकतो.

निर्णयाची सरासरी कल सारणी (डब्लूएडीएम)

एखाद्या अवघड निर्णयाचा सामना तुम्हांला कधी करावा लागला आहे का? एकदा तुम्ही पहिला पर्याय स्वीकारता आणि दुसऱ्याच दिवशी तुम्हांला वेगळाच पर्याय योग्य वाटू लागतो. कठीण निर्णय घेणं हे दिलेल्या संख्यांपैकी मोठी संख्या ओळखण्याइतकं सोपं असतं तर किती चांगलं झालं असतं.

निर्णय घेण्यासाठी मी 'तुलना' हे आणखी एक साधन वापरतो आणि मोठ्या निर्णयांचा आवाका किती आहे, याचा अंदाज घेतो. तुम्हांला हे माहीत आहे : तुम्ही थांबावं की पुढं जावं? बाहेर पडावं की काम पुढं सुरू ठेवावं? कॉलेजला परत जावं की नाही?

'डब्लूएडीएम'चा वापर करण्यासाठी तुम्हांला कागद आणि पेन्सिल हातात घ्यावी लागेल. किंवा तुम्ही HelpMyDecision.com या संकेतस्थळाला भेट देऊन त्यांनाच तुमच्यासाठी आराखडे बांधण्याची परवानगी देऊ शकता. लक्षात ठेवा, 'डब्लूएडीएम'चा वापर केवळ मोठ्या, महत्त्वाच्या निर्णयांसाठी होतो, त्यामुळं वर्षातून केवळ काही वेळाच तुम्ही याची मदत घेऊ शकता, मात्र 'डब्लूसीसीए'चा वापर तुम्हांला दैनंदिन घडामोडींमध्ये करता येतो. 'डब्लूएडीएम'चा वापर केल्यानं निर्णय घेणं अत्यंत सोपं होतं कारण, त्याद्वारे तुमच्या निर्णयाशी संबंधित असलेल्या गोष्टी तुम्ही वेगळ्या काढता, त्यांचा प्राधान्यक्रम ठरवता आणि नंतर प्रत्येक निर्णयाचं मूल्यमापन करून त्याचं गांभीर्य जोखता. अधिक मूल्य हे चांगल्या निर्णयाचं प्रतिबिंब आहे. उदाहरणार्थ, तुम्हांला डेट्रॉइट किंवा फिनिक्स या दोन ठिकाणांपैकी एका ठिकाणी राहण्याबाबत निर्णय घ्यायचा असेल तर 'डब्लूएडीएम' तुम्हांला साधं संख्यात्मक मूल्यांकन करून देतं, जसं डेट्रॉइट ८८ आणि फिनिक्स ९३. तुम्हांला राहण्यासाठी फिनिक्स हा चांगला पर्याय असल्याचं या मूल्यांकनाच्या आधारावर सांगता येतं. 'डब्लूएडीएम' हे व्यक्तिनिष्ठ असून त्यासाठी तुमच्याकडून ठाम वस्तुनिष्ठतेची आवश्यकता असते. असं असल्यास तुमच्या प्राधान्यक्रमांना अनुरूप असे योग्य निर्णय घेण्यासाठीचं हे उत्तम साधन आहे.

'डब्लूएडीएम'चा वापर करण्यासाठी किमान दोन पर्याय समोर असणं आवश्यक आहे, अर्थात यापेक्षा अधिक पर्याय असले तरी चालू शकतात. समजा, तुम्ही खरोखरच डेट्रॉइटमध्ये राहत आहात आणि फिनिक्सला राहायला जाण्याचा विचार करत आहात. अद्यापही निर्णय घेताना तुमच्या मनाची चलबिचल होत असून संभ्रम कायम आहे. एकदा तुम्हांला जावंसं वाटतं, तर दुसऱ्या दिवशी आहे तेच बरे आहे, असं वाटू लागतं. सर्वसाधारणपणं, ज्या वेळी प्रत्येक निर्णयाशी संबंधित इतर अनेक निर्णय असतील तर अशा प्रकारची संभ्रमता शक्य आहे.

अशा वेळी कागद आणि पेन्सिल हातात घ्या. कागदावर तीन कॉलम आखा. प्रमुख मुद्दा असे पहिल्या कॉलमला शीर्षक द्या आणि पुढील दोन कॉलम्समध्ये तुमचे पर्याय नोंदवा. जसे 'डेट्रॉइट' आणि 'फिनिक्स.'

निर्णयाची सरासरी कल सारणी (डब्लूएडीएम)		
कारणीभूत घटक	**डेट्रॉइट**	**फिनिक्स**

दुसरे म्हणजे, तुमच्या निर्णयामध्ये कोणत्या मुद्द्यांचा विचार आवश्यक आहे? वातावरण? शाळा? राहणीमानाचा खर्च? कुटुंबाच्या जवळ असणं? निर्णयाशी संबंधित असलेले हे सर्व मुद्दे लिहून काढा, मग तो मुद्दा कितीही छोटा अथवा कमी महत्त्वाचा असो. हे सर्व मुद्दे 'फॅक्टर्स' या कॉलमखाली लिहा. तुमचे 'डब्लूएडीएम' असे दिसेल –

निर्णयाची सरासरी कल सारणी (डब्लूएडीएम)		
कारणीभूत घटक	**डेट्रॉइट**	**फिनिक्स**
हवामान		
शाळा		
जीवनावश्यक खर्च		
व्यावसायिक वातावरण		
करप्रणाली		
सुरक्षितता		
करमणुकीची साधनं		
कुटुंबाशी जवळीक		

तिसरी महत्त्वाची बाब म्हणजे, निर्णय घेताना विचार करण्यासारख्या प्रत्येक मुद्द्यासमोर, निर्णयाच्या दृष्टिकोनातून त्याच्या महत्त्वानुसार त्याचे १ ते १० अशा आकड्यांमध्ये मूल्यांकन करा. उदाहरणार्थ, तुमच्यावर वातावरण बदलाचा परिणाम होतो, त्यामुळं वातावरण या मुद्द्यासमोर तुम्ही १० ही संख्या लिहू शकता. त्याचप्रमाणं, तुमची मुलं आता १८ वर्षांच्या पुढची आहेत, त्यामुळं चांगल्या शाळा परिसरात असणं हा काही आता तितकासा महत्त्वाचा मुद्दा ठरत नाही आणि त्यामुळंच त्यासमोर तुम्ही ३ ही संख्या लिहू शकता. असे सर्व मुद्द्यांसाठी करा. आता तुमचा 'डब्लूएडीएम' असा दिसेल. :

निर्णयाची सरासरी कल सारणी (डब्लूएडीएम)

कारणीभूत घटक	डेट्रॉइट	फिनिक्स
हवामान (१०)		
शाळा (३)		
जीवनावश्यक खर्च (६)		
व्यावसायिक वातावरण (२)		
करप्रणाली (७)		
सुरक्षितता (४)		
करमणुकीची साधनं (८)		
कुटुंबाशी जवळीक (७)		

प्रत्येक मुद्द्याचे तुम्ही १ ते १० या स्वरूपांत मूल्यांकन केल्यावर, तुमचा प्रत्येक पर्याय या प्रत्येक मुद्द्याशी १ ते १० या आकडेवारीच्या आधारे पडताळून पाहा.

डेट्रॉइटमधील शाळांना तुम्ही २ गुण द्या, तर फिनिक्समधील शाळा तुम्हांला अधिक चांगल्या वाटत असल्यानं त्यांना ३ गुण द्या.

डेट्रॉइटमधील मनोरंजनाच्या सोयींना तुम्ही ५ गुण दिले आहेत. कारण ही तुमच्या लाडक्या 'रेड विंग्ज'ची कर्मभूमी आहे. फिनिक्सला मात्र तुम्ही २ गुण दिले आहेत.

प्रत्येक मुद्दा आणि पर्याय एकमेकांशी ताडून पाहा. तुमचे 'डब्लूएडीएम' आता असे दिसायला हवे :

निर्णयाची सरासरी कल सारणी (डब्लूएडीएम)		
कारणीभूत घटक	**डेट्रॉइट**	**फिनिक्स**
हवामान (१०)	२	८
शाळा (३)	२	३
जीवनावश्यक खर्च (६)	५	७
व्यावसायिक वातावरण (२)	६	४
करप्रणाली (७)	६	७
सुरक्षितता (४)	३	६
करमणुकीची साधनं (८)	५	२
कुटुंबाशी जवळीक (७)	१०	०

यानंतर प्रत्येक ओळीमध्ये, मूल्यांकन आणि गुण यांचा गुणाकार करा आणि तो गुणांनंतर कंसात मांडा. उदाहरणार्थ, मनोरंजनाच्या मुद्द्याच्या ओळीमध्ये डेट्रॉइटला ४० पॉइंट (८ मूल्यांकन x ५ गुण) मिळाले आहेत, तर फिनिक्सला १६ पॉइंट (८ मूल्यांकन x २ गुण) मिळाले आहेत. सर्व ओळींमध्ये अशीच आकडेमोड करा.

आता तुमचे 'डब्लूएडीएम' असे दिसायला हवे.

निर्णयाची सरासरी कल सारणी (डब्लूएडीएम)		
कारणीभूत घटक	**डेट्रॉइट**	**फिनिक्स**
हवामान (१०)	२ (२०)	८ (८०)
शाळा (३)	२ (६)	३ (९)
जीवनावश्यक खर्च (६)	५ (३०)	७ (४२)
व्यावसायिक वातावरण (२)	६ (१२)	४ (८)
करप्रणाली (७)	६ (४२)	७ (४९)
सुरक्षितता (४)	३ (१२)	६ (२४)
करमणुकीची साधनं (८)	५ (४०)	२ (१६)
कुटुंबाशी जवळीक (७)	१० (७०)	० (०)

या सरावाची अंतिम पायरी म्हणजे फक्त प्रत्येक पर्यायाला मिळालेल्या पॉइंट्सची बेरीज करणे. ज्या पर्यायासमोर सर्वाधिक पॉइंट आहेत, तीच तुमची अंतिम निवड आहे. तुमचे अंतिम डब्लूएडीम असा दिसायला हवे.

निर्णयाची सरासरी कल सारणी (डब्लूएडीएम)

कारणीभूत घटक	डेट्रॉइट	फिनिक्स
हवामान (१०)	२ (२०)	८ (८०)
शाळा (३)	२ (६)	३ (९)
जीवनावश्यक खर्च (६)	५ (३०)	७ (४२)
व्यावसायिक वातावरण (२)	६ (१२)	४ (८)
करप्रणाली (७)	६ (४२)	७ (४९)
सुरक्षितता (४)	३ (१२)	६ (२४)
करमणुकीची साधनं (८)	५ (४०)	२ (१६)
कुटुंबाशी जवळीक (७)	१० (७०)	० (०)
	<u>२३२</u>	<u>२२८</u>
चांगला पर्याय		

या काल्पनिक उदाहरणामध्ये तुम्ही डेट्रॉइटलाच कायम राहणं आवश्यक आहे. कारण त्याला दुसऱ्या पर्यायाच्या तुलनेत अधिक, म्हणजे २२८च्या तुलनेत २३२ पॉइंट्स मिळाले आहेत.

तुमच्या दृष्टीनं महत्त्वाच्या असलेल्या मुद्द्यांच्या मूल्यांकनामध्ये तुम्ही पूर्णपणं प्रामाणिक राहिलात तर मोठे निर्णय घेण्यासाठी 'डब्लूएडीएम' हे उत्तम साधन आहे. माझ्या आयुष्यात कठोर निर्णयांबाबत स्पष्टता मिळवण्यासाठी मी अनेक वेळा 'डब्लूएडीएम'चा वापर केला आहे. मी फिनिक्सला राहायला जायला हवं हे मला निश्चित समजलं, माझा व्यवसाय विकण्याची का आवश्यकता आहे, हेदेखील मला पटलं आणि या 'डब्लूएडीएम'च्या मदतीनं मी काही चुकीच्या गुंतवणुकी करण्यापासूनही बचावलो आहे.

२००५ मध्ये, लास व्हेगासमधील एका रेस्टॉरंटमध्ये गुंतवणूक करण्याची संधी मला उपलब्ध झाली होती. मला निर्माण होणाऱ्या संधी आणि या रेस्टॉरंटचे इतर संस्थापक यांबाबत मी पूर्ण अभ्यास केला आणि आता निर्णय घेण्याची वेळ आली होती. मला काही ठरवताच येत नव्हतं. माझा हा निर्णय-लकवा मी 'डब्लूएडीएम' विश्लेषणाच्या साह्यानं दूर केला. मी गुंतवणूक करू नये, असं या विश्लेषणानं सुचवलं आणि मी तसंच केलं. एका वर्षानंतर मला असं समजलं की गुंतवणूक खड्ड्यात गेली असून सर्व गुंतवणूकदारांचे पैसे

बुडाले आहेत. 'डब्लूएडीएम'नं मला अनिश्चिततेच्या भोवऱ्यातून बाहेर काढत माझे सव्वा लाख डॉलर्स वाचवले.

तुम्ही एखाद्या देशाचा नकाशा पाहिला, तर तुम्हांला महामार्ग, रस्ते, चौक असे विविध मार्गांना नेणारे लक्षावधी रस्ते दिसतील. तुमचे पर्याय तुमचा रस्ता ठरवणार आहेत. ते कदाचित आकर्षक शॉर्टकट असतील किंवा विनाशाकडे नेणारी वळणं असतील. निर्णय घेण्यात मदत करणारी वरील दोन साधनं ही तुमच्या श्रीमंतीच्या प्रवासातील दिशादर्शक चिन्हं आहेत.

गाडीच्या आरशावरून तुमची नजर हटवा

आज हाच तुमच्या उर्वरित संपूर्ण आयुष्याचा आरंभबिंदू आहे. होय, हा आज म्हणजेच तुम्ही काल ज्याच्यासाठी चिंता करत होता, तो 'उद्या' आहे. भूतकाळाबाबतची सर्वांत मोठी समस्या म्हणजे आपण नको त्या गोष्टी लक्षात ठेवतो आणि आपण काय करायला हवे होते, हे विसरत नाही. तुमचे डोळे मागील काळ दाखवणाऱ्या आरशावरच खिळून राहिले तर तुम्ही भूतकाळातच अडकून पडता. आणि भूतकाळात अडकलेलं असताना तुम्ही निश्चितच पुढं पाहत नसता. तुम्ही पुढं पाहत नसाल तर तुम्ही भविष्यातील स्वप्नं साकार करू शकत नाहीत.

विश्वाला तुमच्या भूतकाळाशी काहीही देणंघेणं नसतं. त्या बाबतीत ते आंधळं आहे. मी शाळेत असताना गुलाबी पँट घातली होती का, याची चिंता विश्वाला नाही. (*मियामी व्हाइस* आठवतोय का?) फ्रान्सिस फ्रँकनबरोबर माझं भांडण झालं आणि मी हरलो, याच्याशीही विश्वाला देणंघेणं नाही. तुम्ही 'यूसीएलए'मधून एमबीए केले आहे किंवा तुमचे वडील अमली पदार्थांची तस्करी करतात किंवा तुम्ही माध्यमिक शाळेत असतानाही रात्री झोपेत गादी ओली करत होता, या कोणत्याच गोष्टीचे विश्वाला कौतुक नाही. केवळ एक आणि एकच व्यक्ती भूतकाळातील घटनांना धार लावत त्या स्मरणात ठेवते, ती व्यक्ती म्हणजे तुम्ही स्वत:!

जर विश्वाला काही देणंघेणं नाही, तर तुम्ही का एवढी चिंता करता?

तीन भावंडांमध्ये सर्वांत लहान असल्यामुळं, माझी सर्रास थट्टामस्करी होत होती, याचा अंदाज तुम्ही बांधू शकता. 'जाड्या, मूर्ख' असं काहीही...! पण केवळ माझा भाऊ मला १२ वर्षं मूर्ख म्हणत असला तरी त्यामुळं त्याचं वास्तवात रूपांतर झालं नाही.

तुमचा भूतकाळ हा कधीही भविष्यकाळाची जागा घेऊ शकत नाही, अर्थात तुम्ही तशी परवानगी दिली नाही तरच!

नाणं वरती फेकण्याबाबत विचार करा.

तुम्ही नाणं कितीही वेळा वर फेकलं तरी, छापा पडेल की काटा, हे ठामपणं सांगता येत नाही. त्यामुळं भूतकाळाच्या आधारावर भविष्यातील घडामोडींचे आराखडे बांधता येत नाहीत.

तुमचा भूतकाळही सारखाच आहे.

तुम्ही पाच वेळा प्रेमात फसलात, याचा अर्थ तुम्ही सहाव्या वेळीही फसाल असा होत नाही, विशेषतः आधीच्या प्रसंगांवरून तुम्ही काही शिकला असाल तर! केवळ तीन तासांपूर्वी तुम्ही लोकांना बर्गर भाजून देत असाल, याचा अर्थ तुम्ही पुढील वर्षी लक्षाधीश होणार नाही, असा होत नाही. हे जग सर्व काही विसरून जातं. मी फरशी साफ करत होतो आणि पिझ्झा डिलिव्हर करत होतो, या घटनांना फार काळ लोटलेला नाही.

तुमच्या स्मृती आत्मघातकी आहेत का?

तुमच्या स्मृती या तुमच्या निवडींप्रमाणंच असतात. त्या आत्मघातकी असतात, अंधूक असतात किंवा अत्यंत स्पष्ट असतात. पर्यायांच्या परिणामांच्या उलट इथं तुम्हांला तुमच्या भूतकाळाचं कसं वर्गीकरण करायचं आहे, याचा पर्याय तुमच्याकडे उपलब्ध असतो. भूतकाळातील नोंदी कायमस्वरूपी विस्मरणात टाकता येतात.

उदाहरणार्थ, एका रेस्टॉरंट व्यवसायात आयुष्यभराची जमापुंजी गुंतवल्यावर हा व्यवसाय डब्यात गेल्यास आणि तुमचे सगळे पैसे बुडाल्यास त्या बाबतची तुमची स्मृती अत्यंत तीव्र असते किंवा आत्मघातकी असू शकते. तुमची ही स्मृती आणि तिनं समोर उभं केलेलं चित्र कदाचित असं असेल :

''व्यवसायात गुंतवणूक करणं धोक्याचं आहे. मी पुन्हा असं कधीही करणार नाही,'' किंवा ''पुढच्या वेळी मी भागीदारी विकून टाकेन, खरेदी करणार नाही.'' *पहिला विचार हा आत्मघातकी होता, तर दुसरा विचार तीव्र होता.*

भविष्य आणि भूतकाळाकडे कोणत्या नजरेतून बघायचं, याचा तुमच्याकडे पर्याय आहे.

त्याचा तुम्हांला फायदा होतो किंवा तो अडचणीत आणतो. ज्या वेळी मी माझ्या अपयशाकडे पाहतो, ते मला भविष्यातील सुधारणांसाठी साह्यकारी ठरतं. हा जबाबदारी/उत्तरदायित्वाचा प्रकार आहे. मी काय शिकलो? भविष्यकाळात मी काय बदलू शकतो? मी काय विसरू शकतो?

ज्या वेळी माझ्या व्हायपर गाडीला अपघात झाला होता आणि मी जवळपास मेलोच होतो, त्या वेळी माझ्यात सर्व काही गमावल्याची भावना निर्माण झाल्याचं मला आठवतं. मला त्या भावना आणि त्या स्मृती पुन्हा माझ्या मनात आणायच्या नव्हत्या आणि त्या स्मृती माझ्या भविष्यातील बदलाला कारणीभूत ठरल्या : रस्त्यावरील शर्यती या मूर्खांसाठी असतात, हा धडा मी शिकलो. याच्या उलट, मी माझ्या अहंकाराला खतपाणी घालत रस्त्यांवरील शर्यती सुरूच ठेवू शकतो आणि निश्चय करू शकतो की, मी पुढील शर्यत कधीही हरणार नाही. आपल्या या दोन्ही निर्णयांचे परिणामांमध्ये बदल करता येणे शक्य नसले तरी तुम्ही स्मृतींचा वापर कसा करायचा, याचा निर्णय घेऊ शकता. शाळेत असताना जिम्नॅस्टिकच्या खेळासाठी मला सर्वांत शेवटी निवडलं गेलं, या स्मृतीवर माझं भवितव्य अवलंबून असू शकत नाही. तुमची ओळख तुमच्या भूतकाळावर अवलंबून राहिली तर तुम्हांला भविष्यात जे काही साध्य करायचं आहे, ते करणं जवळपास अशक्य होऊन जाईल.

प्रकरण सारांश : फास्ट लेनची वैशिष्ट्यं

- तुम्ही कोणत्या प्रकारचं अनुमान करता, त्यावरच तुमची कृतीबाबतची निवड ठरते.
- तुम्ही कोणतं अनुमान काढता किंवा कोणतंही अनुमान काढत नाहीत, यावर आपोआपच तुमची सक्रिय राहण्याची अथवा निष्क्रिय राहण्याची कृती ठरते.
- ज्यांचं अनुमान वास्तवात उतरलं आहे, त्यांच्याशी तुलना करत तुम्ही तुमच्या अनुमानाची निवड बदलू शकता.
- सर्वांत वाईट शक्यतांचं विश्लेषण केल्यानं तुम्ही आत्मघातकी निर्णय टाळू शकता.
- 'डब्लूएडीएम'चा वापर करून तुम्ही इतर पर्यायांबाबतच्या शक्यता आणि अंतर्गत मुद्दे पडताळून पाहू शकता आणि मोठे निर्णय अधिक चांगल्या प्रकारे घेऊ शकता.
- विश्वाला स्मृती नसते, ती केवळ तुम्हांला असते.
- तुमचा भूतकाळ विचारांना प्रेरणा देणारा किंवा आत्मघातकी असू शकतो. यामधून निवड तुम्हांला करायची आहे.
- तुमची नजर भूतकाळावर खिळलेली असेल तर तुम्हांला भविष्यात जसं बनायची इच्छा असेल, तसं तुम्ही कधीही बनू शकत नाहीत.

फास्ट लेन

२५

दिशाभूल करणाऱ्या प्रवाहांपासून दूर राहा

" 'उपहास' म्हणजे सामान्य व्यक्तींनी प्रतिभावंतांना वाहिलेली श्रद्धांजली."

–ऑस्कर वाइल्ड

फास्ट लेनचा नैसर्गिक प्रवाह

मानवजातीनं लावलेला सर्वांत महान शोध हा विमानांचा आहे. कारण ही विमानं गुरुत्वाकर्षणाचा नैसर्गिक नियम मोडतात आणि भौतिक शास्त्राच्या नियमांचंही सहज उल्लंघन करतात. इतकी जड वस्तू हवेत कशी काय उडू शकते? वस्तू केवळ हवेत उडते आहे, हे ऑर्व्हिल आणि विल्बर या राइट बंधूंच्या शोधाचं वैशिष्ट्य नव्हतं; तर समाजाच्या गुरुत्वाकर्षणाला भेदणं, हे त्यापेक्षाही अधिक आकर्षक होतं.

"उडणं अशक्य आहे."
"तुम्ही दोघं म्हणजे मूर्ख आहात."
"तुम्ही तुमचा वेळ वाया घालवत आहात."
"केवळ मूर्खपणा..."

उडण्याचा प्रयत्न करण्याआधीच राइट बंधूंना समाजाच्या या नैसर्गिक प्रवाहाविरोधात, म्हणजे युवा मनांना कलुषित करणाऱ्या समाजाच्या नैसर्गिक अटींविरोधात जावं लागलं. फास्ट लेनमधील सदस्यानं एक वाक्य पोस्ट केलं आहे :

> *"बालवाडीच्या शाळेत जा आणि तेथील विद्यार्थ्यांना विचारा की, तुमच्यापैकी किती जणांना गाता येतं? प्रत्येक हात वर येईल. १३ वर्षांनंतर मोठ्या झालेल्या त्याच मुलांना हाच प्रश्न पुन्हा विचारा. निवडक हातच वर येतील. काय बदल झाला? बालवाडीतल्या मुलांना, तुम्हांला गाता येत नाही*

असं कोणीही सांगितलेलं नसतं त्यामुळं आपण गाऊ शकतो, यावर त्यांचा पूर्ण विश्वास असतो.''

अत्यंत अचूक विधान आहे. आपण निराशावादी लोकांचं ऐकायलाच नको, कारण ते समाजाच्या बंधनात जखडलेले असतात. तुमच्या वाहनाच्या वेगाच्या विरोधात समाज कायमच आपला प्रवाह सोडत असतो. सामाजिक नियम झुगारले जाण्याची तुम्ही चिंता करू शकत नाही, कारण झुगारून दिलेल्या नियमालाही दोन प्रकारे फायदा होत असतो. सर्वसाधारण लोकांनी साधलेल्या सर्वसाधारण परिणामांपेक्षा अधिक काही तुम्हांला साध्य करायचं असल्यास तुम्हांला असामान्य दृष्टिकोन बाळगावा लागेल आणि तो दृष्टिकोन प्रत्येकाच्याच मर्जीचा निश्चितच नसणार.

तुम्ही जितके धूर्तपणं आणि अपवादात्मक वागाल, तुम्हांला तितक्या प्रमाणात सामाजिक चौकटीला आव्हान द्यावं लागेल.

असामान्य संपत्ती कमवायची असल्यास तुमच्यामध्ये असामान्य विश्वास असणं आवश्यक आहे.

दुर्गंधीयुक्त (दूषित) प्रवाहाकडे पाठ फिरवा

तुम्ही प्रवाहाकडे पाठ फिरवली, तर तो अधिकच वेगवान बनतो. मला हे करावंच लागलं, नाही तर मी अपयशी ठरलो असतो. कॉलेजमधून पदवी प्राप्त केल्यावर मी एखादी चांगली नोकरी करणं अपेक्षित होतं. मी ते केलं नाही, उलट स्वत:चा उद्योग करण्याच्या खटपटीला लागलो.

माझ्या घरच्यांना वाटलं की मी वेड्यासारखं काहीतरी करतो आहे आणि त्यांनी स्पष्टपणं सांगितले की, गेल्या पाच वर्षांत घेतलेलं शिक्षण तू वाया घालवत आहेस. माझ्या मित्रांना वाटलं की माझी दिशाभूल झाली आहे. ''काय यार, दोन पदव्या भिंतीवर लटकलेल्या असताना पिझ्झा डिलिव्हरी करणं आणि लिमोझिनचा वाहनचालक होणं, तुला शोभतं का?'' कॉलेजमधून बाहेर पडलेल्यांसाठी ठरवून दिलेल्या मार्गावरून मी दूर गेल्यानं अनेक मुलीही मला डेटिंग करत नव्हत्या.

फास्ट लेनमधून जायचं असेल आणि आयुष्याला वेग आणायचा असेल, तर जे लोक तुमच्यावर विरोधात चुकीचे प्रवाह निर्माण करतात त्यांच्याकडे पाठ फिरवणं तुम्हांला जमायला हवं. समाजाचं गुरुत्वाकर्षण आणि त्यांच्या अपेक्षांचं ओझं तुम्ही झुगारून द्यायला हवं. तुम्ही या नैसर्गिक गुरुत्वाकर्षणावर नियंत्रण मिळवलं नाही तर मग तुमचं आयुष्य आत्मवंचना करणाऱ्या चक्रव्यूहात अडकून कुजून जाईल. समाजाला मान्य असणारे हे चक्रव्यूह म्हणजे : झोपेतून उठा, कामाला जा, घरी या, खा, टीव्ही पाहा, झोपायला जा... आणि वर्षानुवर्षं हेच करत राहा.

तुम्हांला हे कळायच्या आधी, आयुष्याची ४५ वर्षं निघून गेलेली असतात आणि तुमच्याकडे आर्थिक नियोजनासाठी केवळ २५ वर्षं उरलेली असतात. काळ निघून जातो,

स्वप्नं मरून जातात आणि शिल्लक काय राहतं? आता काय करायचं, असा विचार करणारं जुनं झिजत चाललेलं शरीर!

घाणेरड्या (दिशाभूल करणाऱ्या) प्रवाहांना कोण कारणीभूत असतं?

१) ज्यांना काही समजून घ्यायचं नाही, असे मित्र आणि नातेवाईक.
२) स्लो-लेनचा प्रचार करणारी माध्यमं आणि शैक्षणिक संस्था.
३) संपत्ती ही इतर लोकांसाठी असते, असे बिंबवणारे पालक.
४) तुमचं घर हीच मोठी गुंतवणूक आहे, असा दावा करणारे स्लो-लेन गुरू.
५) आज १०० डॉलर्स गुंतवा आणि ५० वर्षांनी त्याचे १ कोटी डॉलर्स होतील, असं शिकवणारे स्लो-लेन गुरू.
६) तुमच्या सभोवतालचं वातावरण.

बाष्कळ बडबडणाऱ्या (आत्मप्रौढी मिरवणाऱ्या) मानवी प्रवाहांपासून बचाव करणं

जे लोक तुमच्या उद्दिष्टाला पाठबळ देत नाहीत, ते फसवे मानवी प्रवाह आहेत. ते तुमच्या प्रवासात अडथळे आणतात. ज्या वेळी तुम्ही उत्स्फूर्तपणं एखादी कल्पना किंवा कृती सांगता, त्यावेळी असे लोक संशय आणि अविश्वास व्यक्त करतात आणि पठडीतल्या शंका व्यक्त करतात : ''अरे, हे शक्य होणार नाही,'' ''कोणीतरी हे आधीपासूनच करत आहे,'' ''तू कशाला चिंता करतोस?''... प्रेरणादायी वर्तुळात अशा लोकांना 'द्वेषी किंवा स्वप्नचोर' असं संबोधतात.

अशा लोकांकडे तुम्ही पाठ फिरवली पाहिजे. प्रत्येक उद्योजकाच्या आयुष्यात असे फसवे प्रवाह असतातच. नेटवर्क मार्केटिंग करणारे लोक मलाच फसवा प्रवाह म्हणतात. फास्ट लेनवरील प्रवासात हे नेटवर्कवाले नेहमीचे अडथळे आहेत. लक्षात ठेवा, हे लोक नेहमीच्या, समाजानं रूढ केलेल्या, मळलेल्या वाटांवरच विश्वास ठेवणारे असतात. त्यांना फास्ट लेन म्हणजे काय, याची कल्पनाच नसते आणि त्यावर विश्वासही नसतो. त्यांच्या चौकटीबाहेरच्या वस्तू त्यांच्यासाठी अज्ञात असतात. अशा वेळी तुम्ही त्यांच्या समोर फास्ट लेनबद्दल बोलत असाल तर त्या त्यांच्यासाठी परग्रहावरील गोष्टी असतात.

उत्पादक म्हणून तुम्ही संख्येनं कमी असता आणि उर्वरित सर्व हे ग्राहक असतात. इतरांपेक्षा (जे श्रीमंत नाहीत) वेगळे ठरण्यासाठी तुम्हांला (जे श्रीमंत होणार आहेत) सशक्त बचाव करणं आवश्यक असतं अन्यथा त्यांचे विषारी विचार तुमच्या मनाला हानी पोहोचवतात. जुन्या सवयींमध्ये अडकलेल्या, नकारात्मक आणि मर्यादित विचार करणाऱ्यांशी जवळीक साधणं म्हणजे आत्मघाताकडे जाण्यासारखं आहे. हे अनियंत्रित प्रवाह तुमच्यावर थेट जाळं टाकतात आणि तुमचे स्वतःवरील नियंत्रण जाते. एक जुनी म्हण आहे : ''तुम्ही कुत्र्याबरोबर बाहेर फिरायला जा, गोचीड तुमच्याही अंगाला चिकटतं. ''

हा फरक तुमचं रूपांतर अशा एका उमलत्या फुलात करतो ज्याला संरक्षण, पाणी आणि भरपूर सूर्यप्रकाश आवश्यक असतो. नकारात्मक विचार असणारे मित्र, कुटुंब आणि सहकारी हे काळ्या ढगांसारखे आहेत. स्वतःचं संरक्षण करा किंवा सर्वसामान्यपणापुढं हार पत्करत परिणामांना सामोरे जाण्याची तयारी ठेवा.

फसव्या पर्यावरणीय प्रवाहांपासून बचाव करणं

मानवनिर्मित फसवे प्रवाह तुम्ही कदाचित दूर लोटू शकता, पण पर्यावरणात असलेल्या विरोधी प्रवाहांवर सहजपणं नियंत्रण ठेवता येत नाही. हे पर्यावरणीय प्रवाह काय असतात?

माझ्यासाठी, ते शिकागोच्या स्वरूपात होते. ऋतू बदलला की माझ्यात नैराश्य येतं आणि पुन्हा ताजेतवाने होण्यासाठी मला सूर्याची गरज असते. चक्रीवादळाचा प्रभाव असलेले शिकागो हे माझ्यासाठी असाच एक प्रवाह होतं आणि मला यश मिळवायचं असेल त्याकडे पाठ फिरवायलाच हवी होती. मी तिथून बाहेर पडलो आणि पृथ्वीवरील सर्वाधिक ऊन पडत असलेल्या ठिकाणांपैकी एका ठिकाणी जाऊन राहायला लागलो. मी जर त्या वेळी त्या प्रवाहाकडे पाठ फिरवली नसती तर आज हे पुस्तक अस्तित्वातच नसतं. मी त्या चक्रीवादळाकडे पाठ फिरवली नसती तर आज काय करत असतो? मला माहीत आहे की, मी इथं असा आनंदी, इतरांपेक्षा ३० वर्षं आधीच निवृत्त झालेला नसतो. मी कदाचित केनेडी महामार्गावरच्या वाहतूक कोंडीशी झगडत असतो आणि नैराश्य टाळण्यासाठी गोळ्या घेत असतो. मी हे सर्व टाळलं.

माझ्या दिशेनं येणाऱ्या या पर्यावरणीय प्रवाहांचं मी जाणाऱ्या प्रवाहांमध्ये रूपांतर केलं. माझ्या सर्व समस्यांसाठी मी पर्यावरणाला दोषी ठरवत नसलो, तरी त्याच्यामुळं संपत्ती मिळवण्यातील उत्साह आणि त्यासाठीची कटिबद्धता यांच्या दरम्यान अंतर पडत होतं.

आणखी एक अडथळा आणणारा प्रवाह म्हणजे कामाच्या ठिकाणी असलेलं वातावरण. तुम्ही करत असलेलं काम तुम्हांला आवडत नसेल तर तुमच्या जीवनातील चैतन्य निघून जातं, हा एक अडथळाच आहे. दिवसभर तुम्ही अशा कामात अडकून पडला आणि तुमची स्वप्नं, फास्ट लेन योजना यासाठी वेळच राहिला नाही, तर मग संपलं; या प्रवाहात तुम्ही वाहत जात आहात.

मी मोठा होत असताना अभ्यास केलेल्या अनेक यशस्वी उद्योजकांपैकी सिल्वेस्टर स्टेलॉन हा एक होता. सिल्वेस्टर हा अभिनेता म्हणून ओळखला जात असला तरी तो एक उद्योजक आहे. कोट्यवधी लोकांना भावलेल्या 'रॉकी'चा स्क्रीन प्ले ही त्याचीच निर्मिती होती. या चित्रपटात आपल्यालाच मुख्य भूमिका मिळायला हवी, या आणि अशा काही विशेष अटींवरच त्यानं हा स्क्रीन प्ले विकला होता.

दुसऱ्यांवर प्रभाव टाकणं हे सिल्वेस्टरला नवीन नव्हतं. त्याच्या यशामागील अनेक कारणांपैकी एक कारण म्हणजे 'पठडीतील काम' करण्यास त्याचा असलेला तीव्र विरोध. तो म्हणतो की, त्यानं जर एखाद्या कंपनीत नोकरी केली असती तर त्याची स्वप्नं विरून गेली असती. कंपनीतील नोकरीनं त्याला पूर्णपणे गिळून टाकलं असतं. त्यामुळं कॉर्पोरेट वातावरण हा आपल्यासाठी अडथळा ठरणारा प्रवाह आहे, हे त्यानं ओळखलं होतं.

तुमच्या भोवतीचं वातावरण तुमच्यासाठी अडथळा ठरत असेल, तर तुम्ही हा प्रवाह दूर करण्यासाठी बचावात्मक पावलं उचलली पाहिजेत. तुमच्या स्वप्नांच्या आड कोणते प्रवाह येत आहेत? नियंत्रण मिळवा आणि तुमच्या आयुष्याची दिशा सकारात्मकरीत्या बदलू शकणारे निर्णय घ्या.

सर्जनशील वेगवान वारे

माझ्या भोवतीचं पर्यावरण हा माझ्यासाठी विरोधी प्रवाह होता. तुमच्यासाठी कदाचित, नकारात्मक विचार करणारे मित्र किंवा इतर स्लो लेनचा प्रभाव असणारे लोक हे विरोधी प्रवाह असू शकतात. तुम्ही ज्या वेळी या लोकांकडे पाठ फिरवता, तुम्ही हे प्रवाह मोडून काढता आणि ज्या वेळी तुमच्या उद्दिष्टांना पाठबळ देणाऱ्या लोकांबरोबर तुम्ही वावरता, त्या वेळी तुम्ही तुमच्या पाठीमागं वाऱ्याचं बळ निर्माण करता आणि त्यामुळं तुम्हांलाही वेग येतो. सकारात्मक विचार करणारे लोक तुमच्या विकासाला हातभार लावतात, तुमच्या अपयशाचं दुःख कमी करतात आणि तुमच्या स्वप्नांमध्येही स्वतःची गुंतवणूक करतात. चांगल्या व्यक्ती तुमच्या स्वप्नांचं वहन करतात; त्या केवळ तुम्हांला प्रेरणा देणारे साधन बनत नाहीत, तर तुम्हांला अधिकाधिक संधी मिळाव्यात यासाठीही प्रयत्नशील असतात.

लोक हे रस्त्यांसारखेच असतात – एक तर ते तुमच्यासाठी नव्या संधी घेऊन येतात किंवा तुम्हांला अपयशाच्या दारात नेऊन सोडतात. या रस्त्यांची गुणवत्ता ही केवळ त्या व्यक्तींच्या गुणवत्तेवरच आधारित असते.

तुमच्या आयुष्यातील सहकाऱ्यांची तुलना युद्धासाठी सज्ज झालेल्या लष्करातील तुकडीबरोबर करा. तुम्ही कोणाबरोबर युद्धावर जाणार आहात? तुमचा मित्र मार्क, जो नेहमी उशिरा येतो, खोटे बोलतो आणि दर शनिवारी रात्री दारू प्यायला जातो. तुमची मैत्रीण ल्युसी – जी दर तीन आठवड्यांनी नवीन नोकरीच्या शोधात फिरते, बनावट धनादेश दिले म्हणून जिला पकडलं होतं आणि संध्याकाळी बाहेर भटकण्यासाठी अतिश्रीमंतांना जाळ्यात ओढण्याचा कायम प्रयत्न करते. तुम्ही अशा लोकांवर विश्वास ठेवू शकता का? या लोकांना बरोबर घेऊन तुम्ही युद्धावर जाणार आहात का? तुमचं उत्तर 'नाही' असं असेल तर मग तुमच्या टीममध्ये चांगल्या योद्ध्यांची निवड करण्याची आवश्यकता आहे.

हे कसं करणार? उद्योजकांच्या क्लबमध्ये सहभागी व्हा, नेटवर्किंगच्या कार्यक्रमांना उपस्थित राहा, तुमच्यासारखाच विचार करणाऱ्यांशी मैत्री करा आणि तुमच्या योद्ध्यांच्या टीममध्ये कोणाची निवड करायची, ते ठरवा. तुम्हांला जसं यश हवं आहे, तसं यश मिळवलेल्या लोकांचे चरित्र आणि पुस्तके वाचा. योग्य मार्गदर्शक शोधा. 'फास्ट लेन फोरम'सारख्या फास्ट लेन विचारधारा असलेल्या उद्योजकांच्या गटात दाखल व्हा. 'या फोरममुळं माझं आयुष्य बदलून टाकलं,' असा ईमेल मला आला नाही, असा एकही आठवडा जात नाही. हा आयुष्याला वेग देणारा प्रवाह आहे.

मित्रांनो, हे युद्ध आहे आणि तुमचं आयुष्य पणाला लागलेलं आहे. तुम्हांला असे योद्धे हवे आहेत की जे मृत्यूच्या दाढेतही अजिंक्य असतील आणि स्लो लेन ट्रॅक्टरच्या प्रकाशझोतालाही निष्प्रभ करतील; ताकदवान स्लो लेनवाला दिसताच क्षणी शस्त्र टाकून पळून जाणारे आपल्याला नकोत. तुमच्या आजूबाजूच्या वातावरणाचा आणि तुमच्या सहकाऱ्यांचा आढावा घ्या आणि त्यांच्यातील विरोधी प्रवाह असणारे कोण, हे ओळखा. त्यानंतर, वेगानं विचार करत कृती करा : हे प्रवाह दूर करता येतील का? त्यांच्याकडे दुर्लक्ष करता येईल का किंवा त्यांच्यावर नियंत्रण ठेवता येईल का? नैसर्गिक प्रवाह सोडल्यास,

तुमच्या समोरील इतर प्रवाहांबाबतचा निर्णय तुम्हीच घेऊ शकता. जे लोक प्रवाह मोडून काढत त्यांना मागं टाकतात, यश त्यांच्याच मागं जातं.

इतर महत्त्वपूर्ण किंवा महत्त्वपूर्ण दिशाभूल?

तुमच्या गाडीत तुमच्या शेजारीच बसलेल्या व्यक्ती या तुमच्यासाठी सर्वांत ताकदवान विरुद्ध प्रवाह म्हणजेच अडथळा ठरू शकतात. तुमच्याच शेजारी बसून त्या तुम्हांला तुमच्या खराब कल्पनांवर व्याख्यानं देतात आणि तुमच्या अपयशाची वारंवार आठवण करून देतात. किंवा, त्या व्यक्ती काहीच न बोलता तुमचं लक्ष भरकटवतात. रेडिओ सुरू असतानाही त्या स्वत: शिट्टी वाजवतात, गाडीतील वातानुकूलित यंत्रणा विनाकारण ॲड्जस्ट करतात, काचा खालीवर करतात, जुनी गाणी गुणगुणत बसतात... किंवा त्या बॅकसीट ड्रायव्हरच्या भूमिकेत शिरतात. ''चार्ल्स! चार्ल्स! असं कर, तसं कर, इकडं वळ! असं नाही मूर्खा!'' हा प्रकार तुमच्या प्रवासासाठी अत्यंत धोकादायक ठरू शकतो आणि हे लोक आहेत तरी कोण? ते तुमच्या गाडीत कसे शिरले?

या व्यक्ती म्हणजे 'इतर महत्त्वपूर्ण' असतात. इतर नवउद्योजकांबरोबर बोलत असताना मला जाणवलं की हे 'इतर महत्त्वपूर्ण' लोक (पती किंवा पत्नी, मैत्रीण, प्रेयसी, प्रियकर) तुमच्यासाठी प्रचंड मोठे अडथळे ठरू शकतात. तुमच्या कल्पना आणि लक्ष्याला काहीही किंमत न देणारा जोडीदार असणं म्हणजे ओल्या मातीनं गच्च भरलेला ट्रेलर ओढून नेण्यासारखं आहे. तुमच्या जोडीदाराला उद्योजकांची मानसिकता पटत नसेल किंवा समजत नसेल आणि स्लो लेनमधूनच जाण्याची आवड असेल, तर तुमचा स्वत:चा विकास होण्याची अपेक्षा तुम्ही कशी करणार? तुमच्या बाजूनं तुमच्यासाठी कोणी लढत असेल तर ते प्रेरणादायी असतात, पण ते जर विरोध करणारे असतील तर त्यांच्यामुळं तुम्ही संकटात सापडू शकता.

माझी पहिली गर्लफ्रेंड ही लग्नासाठीची अत्यंत योग्य मुलगी होती. मात्र, तिच्यावर स्लो लेन विचारसरणीचा पूर्ण प्रभाव होता. उद्योजक होण्यासाठी मी इतका का आसुसलेला आहे, हे तिला समजतच नव्हतं. मला जसं अपयश येत गेलं तसा आमच्यातील तणाव वाढत गेला आणि अखेर संबंध तुटले. यात आमच्या दोघांपैकी कोणाचाही दोष नव्हता, फक्त आम्ही दोघं वेगवेगळ्या मार्गांवरचे प्रवासी होतो.

खराब नातेसंबंध हे तुमच्या फास्ट लेन यशाच्या रस्त्यातील मोठे अडथळे असतात. ते तुमची ऊर्जा शोषून घेतात आणि तुमच्या स्वप्नांना धूसर बनवतात. हे म्हणजे नदीच्या प्रवाहाच्या विरोधात बोट वल्हवण्यासारखं आहे. नको असलेले प्रवासी केवळ भार ठरत नाहीत तर चित्त विचलितही करतात आणि काही वेळा त्यांना दूर करताना तुम्हांला बराच आर्थिक ताण येतो. होय, घटस्फोट हा प्रकार भावनिक आणि आर्थिकदृष्ट्या त्रासाचा आणि खर्चाचा आहे. ज्या मार्गावरून क्वचितच कोणी जातं, त्या मार्गावरून प्रवास करणं हे आधीच अवघड असतं. तर मग अशा वेळी, ज्यांना तुमच्या लक्ष्याच्या दिशेनं यायचंच नाही, त्यांना बरोबर घेऊन तुम्ही गाडीत अतिरिक्त भार का वाढवता? तुमच्यावर आणि तुमच्या ध्येयावर विश्वास असणाऱ्या व्यक्तीबरोबरच तुम्ही संबंध जोडले आहेत का? की, हे संबंध हे कोमट पाण्यासारखे आहेत, जे चांगलेही नाही आणि वाईटही नाही; फक्त

शांतपणे उभं राहण्यासाठी ठीक आहेत? असं असेल, तर तुमचा सहप्रवासी कोण असावा, याचा फेरआढावा घेण्याची वेळ आली आहे.

प्रकरण सारांश : फास्ट लेनची वैशिष्ट्यं

- समाजाचा नैसर्गिक ओढा अपवादात्मक नसावा, सर्वसाधारण असावा.
- विखारी संबंध तुमची ऊर्जा शोषून घेतात आणि तुमच्या असामान्य ठरू शकणाऱ्या उद्दिष्टांपासून तुम्हांला विचलित करतात.
- तुमच्या आयुष्यात असलेले लोक हे युद्धभूमीवर जाणाऱ्या सैनिकांच्या तुकडीप्रमाणं असतात. ते एक तर तुम्हांला वाचवतात किंवा तुमचा विनाश करतात.
- चांगले नातेसंबंध तुमच्या विकासाचा वेग वाढवतात, तर खराब नातेसंबंध तुम्हांला हानिकारक ठरतात.

फास्ट लेन

२६

तुमचं आदिम इंधन : वेळ

''वेळ ही काही वस्तू नाही, जी तुम्ही केकप्रमाणं इतरत्र वाटू शकता.
वेळ हा आयुष्याचा एक घटक आहे.
ज्या वेळी तुमच्याकडे कोणी तुमची वेळ मागतं,
त्या वेळी ते खरं तर तुमच्या आयुष्याचाच एक हिस्सा मागत असतात.''
-अँटोनेट बॉस्को

सहा डॉलर्सची चिकन हंडी

बहुतांश लोक श्रीमंत का होत नाहीत? 'सहा डॉलर्सच्या चिकन हंडीच्या पलीकडे जाण्याची गरज नाही.' ही त्या वेळी मोठीच बातमी झाली होती : फास्टफूड विकणाऱ्या एका मोठ्या रेस्टॉरंटनं, इंटरनेट कूपन असलेल्या कोणाही व्यक्तीला मोफत चिकन हंडी देण्याची जाहिरात केली होती. लोकांनी या रेस्टॉरंटबाहेर गर्दी केली आणि फुकट मिळणाऱ्या या सहा डॉलर्स किमतीच्या चिकन हंडीसाठी ते तासन्‌तास रांगा लावून उभे राहिले. काहीतरी फुकट मिळतंय म्हणून अनेक तास रांगेत उभं राहणाऱ्यांपैकी तुमच्या कोणी ओळखीचं आहे का?

तुम्ही त्यांच्यापैकी एक नाही ना?

या अशा अनेक घटना वारंवार घडत असतात आणि तरी यावर माझी प्रतिक्रिया एकच असते : या लोकांना झालं तरी काय? मी तुम्हांला सांगतो : *या लोकांना स्वत:च्या वेळेची किंमत शून्य असल्याचे वाटते.* हे फुकटच आहे! आपण श्वासावाटे जशी हवा शरीरात घेतो, त्याप्रमाणंच वेळही प्रचंड आणि अमर्याद असल्याबाबत त्यांना ठाम विश्वास असतो. ते असे जगतात की जसं काही ते चिरंजीव आहेत. त्यांना खात्री असते की, आयुष्याचं इंधन असलेली वेळेची टाकी कधीही रिकामी होणार नाही.

मला आश्चर्य वाटतं की, या लोकांच्या आयुष्यात फक्त तीन आठवड्यांचा कालावधी उरला तरी ते फुकट मिळणाऱ्या चिकनसाठी रांगेत उभं राहतील का? त्यांच्याकडे तीन महिने शिल्लक असतील तर ते काय करतील? तीन वर्षं? असा कोणता दिव्य क्षण असेल की

ज्या वेळी या लोकांमध्ये तर्कशुद्धपणा आणि विचार यांची जाणीव निर्माण होईल? आणि त्यांना समजेल की, फुकटच्या चिकन हंडीसाठी तीन तास रांगेत उभं राहणं परवडणारं नाही? या तेलकट चिकनच्या कथेमागील सत्य हे आहे की, *वेळेची किंमत ओळखण्यात दारिद्र्य दाखवा, तुम्ही स्वत: दरिद्री व्हाल.* वेळ वाया घालवणं हा तुमच्या जीवनशैलीचाच एक भाग असेल तर तुम्हांला जिथं अजिबात जायचं नाही, त्याच ठिकाणी तुम्ही अडकून पडाल, हे निश्चित.

जरा आजूबाजूला पाहा. तुमचे मित्र, कुटुंब आणि सहकारी त्यांच्या वेळेची काय किंमत करतात? चार पैसे वाचवण्यासाठी ते एखाद्या रांगेत बराच काळ उभं राहतात का? दहा डॉलर्स वाचवण्यासाठी ते ४० मिनिटं दूरपर्यंत गाडी चालवतात का? *'डान्सिंग विथ स्टार्स'* या कार्यक्रमात कोण जिंकणार, हे उत्सुकतेनं पाहण्यासाठी ते आपल्या सोफ्यात बसून राहतात का?

सर्वसाधारण अमेरिकन व्यक्ती दिवसाला चार तास टीव्हीसमोर असते. म्हणजे, ६५ वर्षांच्या आयुष्यात ९ वर्षं टीव्हीसमोरच जातात. नऊ वर्षं? नऊ.

का?

उत्तर सोपं आहे...

आयुष्याचा कंटाळा आला आहे. आयुष्य फार काही चांगलं नाही. तासन्‌तास ऑनलाइन *क्लॅश ऑफ क्लॅन्स* किंवा *कँडी क्रश* खेळणारी व्यक्ती मला दाखवा आणि मी तुम्हांला अशी व्यक्ती दाखवतो जी कदाचित फारशी यशस्वी नाही. ज्या वेळी आयुष्याचा कंटाळा येतो त्या वेळी त्यापासून सुटका करून घेण्याची धडपड सुरू होते. मला टेलिव्हिजनची गरज नाही; कारण मी उत्तम अशा वास्तववादी आयुष्यात माझ्या वेळेची गुंतवणूक केली आहे, मला त्यासाठी दर मंगळवारी रात्री ८ वाजता प्रसारित होणाऱ्या काल्पनिक सुटकेच्या मार्गांची गरज नाही.

पुन्हा एकदा, बहुसंख्य लोकांचे विचार सर्वसाधारणच असतात आणि अशा बहुसंख्याकांसाठी वेळ ही अशी संपत्ती आहे जिला फारशी किंमत नाही आणि जी फार विचार न करता वाया घालवता येण्यासारखी आहे. नऊ वर्षं *'गेम ऑफ थ्रोन्स'* किंवा *'हाउ आय मेट युवर मदर'* पाहण्यात वेळ घालवण्यापेक्षा, ती नऊ वर्षं अशा व्यवसायात का गुंतवत नाहीत ज्यातून पुढील तीस वर्षं तुम्हांला लाभांश मिळेल?

टायटॅनिक : तुमचे जहाज किती लवकर बुडतं?

केवळ पैसे वाचवण्यासाठी तासन्‌तास रांगेत उभं राहणारे लोक नकळत आपल्या हातात एक फलक घेऊन उभे असतात : ''मी जीवनापेक्षा पैशालाच अधिक महत्त्व देतो,'' असं त्यावर लिहिलेलं असतं. ही निवड म्हणजे घोडचूक आहे.

वेळेला पैशांपेक्षा अधिक महत्त्व आहे, हे स्पष्ट करणारं एक अत्यंत उत्तम उदाहरण १९९७ मधील *'टायटॅनिक'* या चित्रपटात पहायला मिळतं. हे जहाज बुडत असताना आणि केवळ काहीच लाइफबोटी शिल्लक असताना बिली झेन यांनी साकारलेला कॅलडेन हॉकली हा श्रीमंत पोलाद उद्योगपती स्वत:चा जीव वाचवण्यासाठी लाइफबोट ऑफिसरशी वाद

घालतो आणि त्याला रोख पैसे देऊन बोटीची मागणी करतो. तो ऑफिसर अत्यंत ठामपणं त्याची ही ऑफर नाकारतो आणि म्हणतो : ''तुमचे पैसे आता तुमचा जीव वाचवू शकत नाहीत, जितका ते माझा वाचवू शकतात.''

त्यावर काही क्षण विचार करा.

''तुमचे पैसे आता तुमचा जीव वाचवू शकत नाहीत, जितका ते माझा वाचवू शकतात.''

किती सामर्थ्यशाली वाक्य आहे!

त्या आठ सेकंदांत वेळेची खरी किंमत समोर येते आणि आपण आपल्या मृत्यूच्या जवळ येत जाणाऱ्या वेळेशी तिची तुलना करतो. एकदा तुमची वेळ संपली की, तुमचं जीवन संपलं. तुमचं घड्याळ बंद पडलं की कितीही पैसे दिले तरी तुमचा जीव वाचू शकत नाही.

फास्ट लेनमधून जाणाऱ्यांना हे निश्चित माहीत असते की *वेळ ही त्यांच्या आयुष्याच्या इंधनाची टाकी आहे.* ज्या वेळी ही टाकी रिकामी होते, आयुष्य संपून जाते. पैसा नव्हे, १९६९ची अद्ययावत केलेली मुस्टँग गाडी नाही, आजोबांचे जुन्या नाण्यांचे संकलन नाही, तर वेळ ही तुमच्याकडील सर्वांत मोठी संपत्ती आहे. होय, वेळ.

आपण सर्व जण बुडत असलेली जहाजे आहोत, हे वास्तव आहे. अशा वेळी तुम्ही वेळेची काय किंमत करणार? तिचा काळजीपूर्वक वापर करणार की निष्काळजीपणे वाया घालवणार? तुमची टाकी जशी काही कधीच रिकामी होणार नाही, अशा समजुतीत तुम्ही तुमचे आदिम इंधन वाया घालवणार?

तुम्ही जन्मतःच श्रीमंत आहात आणि रिकाम्या हातांनीच मरणार आहात

काळ हा सर्वांत महान न्यायाधीश आहे. तुम्ही जन्मतःच तुमची इंधनाची टाकी पूर्ण भरलेली असते. हे इंधन पुन्हा भरण्यासाठी कोणताही पंप उपलब्ध नाही आणि ज्या वेळी तुम्ही पहिला श्वास घेता, त्याच वेळी इंधनाचा वापर सुरू होतो.

तुमच्या नश्वरतेच्या मर्यादेच्या बाहेर वेळेची निर्मिती करता येत नाही. उत्तम आरोग्य आणि आहार यांच्या जोरावर आपण आपले ७६ वर्षांचे आयुष्य ८२ वर्षांपर्यंत नक्कीच लांबवू शकतो. काळाचा अमर्यादितपणा नश्वरतेच्या चौकटीत आल्यावर मर्यादित होतो. पृथ्वीवर मानवाचे आयुष्य मर्यादित असतानाही ते अमर्याद असल्यासारखे आपल्याला वागावे लागते, ही सर्वांत मोठी फसवणूक आहे.

वास्तव हेच आहे की, वेळेचा प्रचंड दुष्काळ आहे, तर पैसा हा विपुल प्रमाणात उपलब्ध आहे.

कोणत्याही दिवशी, जागतिक चलनी बाजारात ३ ट्रिलियन डॉलर्सचे व्यवहार होत असतात. म्हणजेच ३,००,००,००,००,०००. तुम्हांला अंदाज यावा म्हणून सांगतो, तुम्ही दररोज दहा लाख डॉलर्स याप्रमाणे आठ हजार वर्षं खर्च केला तरी ३ ट्रिलियन डॉलर्स संपणार नाहीत. एका दिवसात होणारी ही उलाढाल खर्च करण्यासाठी आपल्याला १०९ वेळा जन्म घ्यावा लागेल. पैसा प्रचंड प्रमाणात उपलब्ध आहे आणि जोपर्यंत जगभरातील सरकारे तो छापत आहेत, तोपर्यंत तो तसाच अमर्याद राहणार आहे.

आता, तुमच्याकडे आठ हजार वर्षांचा जीवनकाळ नसल्याने, पैशाचा स्रोत अमर्याद आहे, वेळेची मात्र कमतरता आहे, हे अधिक तार्किक नाही का? तुम्ही कधीही अधिक पैसे मिळवू शकता, मृत्यूला मात्र चुकवू शकत नाही. तुमच्या आर्थिक संपन्नतेचे भवितव्य हेच आहे की, तुमच्याकडे कितीही पैसा असू द्या, तुम्ही निष्कांचनच मरणार आहात. काळाकडून होणारा तुमच्या इंधनाचा वापर तुम्ही थांबवू शकत नाही, कारण त्यातून दर सेकंदाला इंधन बाहेर पडतेच आहे. तुम्ही हे आयुष्य खूप आनंदात व्यतीत करू शकता किंवा अत्यंत नैराश्यात घालवू शकतात – वेळेला काहीही फरक पडत नाही आणि वेळ पुढे जातच राहते. वेळेचा तुटवडा असल्याने सहा डॉलर्स किमतीच्या चिकन हंडीसाठी तुमच्या आयुष्याचे तीन तास वाया न घालवणे, हेच योग्य नाही का?

बांधील वेळ ही मोकळ्या वेळेसाठी मोजलेली खंडणी आहे

दोन प्रकारच्या वेळा मिळून तुमचा जीवनकाळ तयार झालेला असतो : *तुमचा मोकळा वेळ आणि तुमचा बांधील वेळ.*

जीवनकाळ = मोकळा वेळ + बांधील वेळ

मोकळा वेळ हा तुम्हांला हवा तसा व्यतीत करण्यासाठी असतो : टीव्ही, बागेत जाऊन जॉगिंग, व्हिडिओ गेम, झोप, खाणे, सुट्टी असे काहीही. जर तुम्ही इतरांप्रमाणेच असाल, तर तुम्हांला मोकळा वेळ फक्त संध्याकाळी आणि आठवड्याच्या शेवटीच मिळतो, या वेळेचा व्यवहार पैशांशी होत नाही.

'बांधील वेळ' याच्या उलट असतो. तुम्ही सकाळी ज्या वेळी उठता, अंघोळ करता, कपडे घालून तयार होता, रेल्वे स्थानकापर्यंत जाता, वाट पाहता, कामासाठी प्रवास करता आणि नंतर आठ तास काम करता... हा तुमचा बांधलेला वेळ आहे. आठवडाभराच्या कामातून आलेला थकवा दूर करण्यासाठी ज्या वेळी तुम्ही तुमचा संपूर्ण वीकेंड स्वतःला रिचार्ज करण्यासाठी घालवता, त्या वेळी ती तुमची बांधील वेळ असते. बांधील वेळ म्हणजे तुमचे प्रत्यक्ष काम आणि काम करण्यासाठी तुम्हांला करावे लागणारे काम. सकाळची ठरावीक कामे, गर्दी, घरी बसून किचकट अहवाल तयार करणे, निव्वळ 'रिचार्ज'... पैसा कमवण्यासाठी तुम्ही जो काही वेळ खर्च करता, तो सर्व बांधील वेळ आहे.

तुम्ही जर लॉटरी जिंकलात तर कदाचित तुम्ही नोकरी सोडून द्याल कारण आता वेळ बांधून ठेवण्याची गरज नाही आणि त्या वेळेची जागा अचानक मोकळ्या वेळेने घेतली आहे.

पैशाने मोकळा वेळ विकत घेता येतो आणि बांधील वेळेपासून सुटका करून घेता येते.

मात्र, तुमच्या मोकळ्या वेळेची एक शोकांतिक म्हणजे तो 'मोफत' मिळत नाही, तो विकत घेतला जातो आणि तुमच्या बांधील वेळेची किंमत त्यासाठी मोजावी लागते. तुम्ही दोन आठवड्यांची सुट्टी उपभोगू शकता. कारण त्यासाठी तुम्ही तुमच्या वर्षभराच्या बांधील वेळेची किंमत मोजलेली असते. तुम्ही सोफ्यावर बसून थंड बिअर घेत आरामात बसू शकता. कारण त्यासाठी आठ तासांची बांधील वेळ तुम्ही खर्च केली आहे.

तुमचा मोकळा वेळ मिळवण्यासाठी बांधील वेळ ही एक खंडणी बनली आहे.

योग्य वेळ विरुद्ध अयोग्य वेळ

आपल्या आयुष्यात योग्य वेळ असते आणि अयोग्य वेळही असते. योग्य वेळ म्हणजे तुमचा मोकळा वेळ आणि अयोग्य वेळ म्हणजे तुमचा बांधील वेळ. स्लो लेनमधून जाणारे लोक वेळेची खंडणी देतात – नोकरी करण्यात जाणारा वेळ आणि मार्केटमध्ये गुंतवलेला वेळ. लक्षात ठेवा, दोन दिवसांच्या मोकळ्या वेळेसाठी पाच दिवसांचा बांधील वेळ खर्च करणे हा अत्यंत तोट्याचा व्यवहार आहे. वेळेशी बांधून केलेले आर्थिक नियोजन हे फारसे चांगले नसते.

तुम्ही जर गुलामगिरीत जन्माला आला असाल, तर तुमचे आयुष्य हे १०० टक्के बांधलेल्या वेळेत अडकून पडलेले असते, तुमच्याकडे शून्य टक्के मोकळा वेळ असतो. आपल्याकडे एकूण वेळ किती आहे, याचा अंदाज करता येत नसला तरी तुम्ही वेळेचे गणित मात्र बदलू शकता.

केवळ एक दिवस बांधील वेळ आणि उरलेले सहा दिवस मोकळा वेळ मिळाला तर तुम्हांला आवडेल काय? बांधील वेळेवर हात मारून तुम्ही मोकळा वेळ चोरून घेऊ शकलात तर तुमच्या आयुष्यात 'अयोग्य वेळे'च्या तुलनेत अधिक प्रमाणात 'योग्य वेळ' असेल.

डिकीत असलेले सर्व भंगार फेकून द्या!

तुम्ही नाकासमोर जाणाऱ्या सरळ रस्त्यावर मोटारींची शर्यत करत असाल तर तुम्हांला माहीत आहे की गाडीतील प्रत्येक ग्रॅम वजनावर बरेच काही अवलंबून असते. गाडी हलकी करण्यासाठी रेसर त्यांच्या गाडीतील अनावश्यक सामान काढून टाकतात. यामुळं परिणामकारकता, वेग आणि कार्यक्षमता वाढते आणि त्याचा परिणाम म्हणून तुम्ही वेगानं शर्यत पूर्ण करता. अनावश्यक वजन असल्यास मोटारीवर बराच ताण येतो.

असे असूनही संपत्तीकडे जाण्याच्या तुमच्या प्रवासात, तुम्ही भारंभार वजन वाढवण्याची चूक करतच असता. तुमच्या गाडीच्या डिकीमध्ये असणाऱ्या भंगार सामानामुळं तुम्हांला अधिक काम करावं लागत आहे. आणि ज्या वेळी तुम्ही खूप काळ खूप काम करता, ते तुमची ऊर्जा शोषून घेतं आणि तुम्ही खचून जाता.

हे अनावश्यक वजन म्हणजे परजीवी कर्ज आहे.

परजीवी कर्ज म्हणजे तुम्ही जगाला देणं असलेली प्रत्येक गोष्ट.

गुलामगिरीच्या जीवनशैलीची ही विष्ठा आहे.

तुमच्या नव्या कोऱ्या चकाकत्या 'इन्फिनिटी'वर साठ महिन्यांच्या कर्जाचा हप्ता आहे. असाच ३० वर्षांचा हप्ता घरावर आहे, तुमचे महागडे डिझायनर कपडे केवळ चार महिने बाहेर जाण्यासाठी वापरले जातात आणि हो, कधी काळी फारच आवडलेले फर्निचरही तुमचा घात करते.

हे सर्व अनावश्यक सामान तुम्हांला गुलामगिरीत आणि बांधील वेळेत जखडून ठेवते.

जेव्हा तुम्हांला बळजबरीने काम करावे लागते, त्या वेळी तुमची निवड मर्यादित होते आणि अशा मर्यादित निवडींमुळं संधीची दारं बंद होतात. माझ्या आईने जमा केलेल्या

बाहुल्यांचा भयानक संग्रह सोडला, तर एखादा परजीवी माझ्या मानेवर बसून रक्त शोषून घेत असल्याच्या कल्पनेसारखे भयानक काहीही नाही. परजीवी कर्जाचा तुमच्या प्रवासावर विपरीत परिणाम होतो, हे कर्ज रक्तपिपासू आहे, ते मोकळ्या वेळेचा, ऊर्जेचा, स्वातंत्र्याचा, आरोग्याचा आणि अर्थातच खऱ्या संपत्तीचा नाश करणारे आहे.

परजीवी कर्ज मोकळी वेळ गिळंकृत करते

परजीवी कर्ज हे बांधील वेळेचे महत्त्वाचे कारण आहे. तुम्ही नक्कीच 'चित्त चोर' हा शब्द ऐकला असणार. परजीवी कर्जाबाबत बोलायचे तर ते 'आयुष्य चोर' आहे. परजीवी कर्ज हे मस्तवाल डुकरासारखे आहे, ते तुमच्या मोकळ्या वेळेला खाऊन फस्त करते आणि बदल्यात घाण म्हणून तुम्हांला बांधील वेळ देते. कोणतेही कर्ज जे तुम्हांला काम करायला भाग पाडते, ते मोकळा वेळ खर्च करून बांधील वेळेच्या रूपात तुम्हांला मिळालेले असते.

कर्ज फेडण्यासाठी रक्ताचा सतत पुरवठा होणे आवश्यक आहे आणि हे रक्त तुमच्या जीवनाच्या इंधनाच्या टाकीतून, म्हणजेच वेळेतून शोषले जाते. आणि वेळेची मर्यादा निश्चित असल्याने, बांधील वेळेत झालेली वाढ ही फक्त एकाच स्रोतातून येते : तुमचा मोकळा वेळ.

परजीवी कर्जाची किंमत

सर्वसाधारण अमेरिकन व्यक्तीकडे तिच्या लायकीपेक्षा अधिक संपत्ती असते. उधारीच्या बळावरच जीवनशैली तयार केली असल्याने त्यातून बांधील वेळेच्या स्वरूपात गुलामगिरीची जीवनशैली तयार होते. आयुष्याचा जीवनकाळ मर्यादित असल्याने, हा बांधील वेळ तुमच्या मोकळ्या वेळेवर अतिक्रमण करत विस्तारत जातो. हाच बांधील वेळ तुमचा प्रवासाचा मार्ग फुटपाथकडे नेतो.

पुढील वेळी तुम्ही एखादे मजेदार गॅझेट कर्जाच्या साह्याने विकत घ्याल, त्या वेळी तुम्ही नक्की काय विकत घेत आहात, हे समजून घ्या. तुम्ही एक परजीवी कर्ज विकत घेत आहात, जे तुमच्या मोकळ्या वेळेचे रूपांतर बांधील वेळेत करते.

उदाहरणार्थ, समजा तुम्ही ४ हजार डॉलर्स किमतीची एक ऑडिओ सिस्टिम विकत घेतली आणि तुम्ही दर तासाला १० डॉलर्स कमवत आहात. ऑडिओ सिस्टिम किती महागात पडली? या भंगाराचे ओझे किती?

हे कर्ज फेडण्यासाठी तुम्हांला तासाला १० डॉलर्स या दराने पुढील चारशे तास काम करावे लागणार असल्याने तुमच्या मोकळ्या वेळेचे ४०० तास ही या सिस्टिमची खरी किंमत आहे. यात दहा टक्के व्याजाची भर टाका आणि तुमच्यावरील एकूण ४४० तासांचा अतिरिक्त भार झाला असल्याचे तुम्हांला दिसेल.

त्यामुळे पुढील वेळी कार्ड स्वॅप करण्याआधी वस्तूची खरी किंमत काढा : मला किती प्रमाणात मोकळा वेळ खर्च करावा लागणार आहे? तुम्ही जे काही खरेदी करता, त्याच्या एकच नाही, तर दोन प्रकारच्या किमती असतात :

१) वास्तवातील पैशांमधील किंमत
२) बांधील वेळेत रूपांतरीत झालेला तुमचा मोकळा वेळ

चॉकलेट चीप कुकीजचा कायदा

मी ज्या वेळी स्वत:हून शहरातून बाहेर पडलो, त्या वेळी मी फार लवकर 'चॉकलेट चीप कुकीजचा कायदा' शिकलो : किराणा खरेदी करताना दुकानातल्या बास्केटमध्ये जर कुकीज नसतील तर त्या घरीही येत नाहीत. आणि त्या घरी आणल्या नाहीत तर त्या तोंडातही पडत नाहीत. आणि तोंडात पडल्या नाहीत, तर तुमच्या पोटाचा घेरही वाढत नाही.

परजीवी कर्जही याच कायद्याच्या आधारे काम करते. परजीवी कर्जावर नियंत्रण मिळवण्यासाठी त्याच्या मूळ स्रोतावर नियंत्रण मिळवा : तो स्रोत म्हणजे तातडीने खूश करणारा, पण फुटपाथवर नेणारा मार्ग. पुढील वेळी तुम्हांला 'मॅसी'मधून काही वस्तू खरेदी करायच्या असतील, तर स्वत:ला विचारा : सहा महिन्यानंतर ही वस्तू आपल्यासाठी गरजेची असणार आहे का, की इतर अनावश्यक वस्तूंप्रमाणेच ती अडगळीत पडणार आहे? चार महिन्यांतच, ही बकवास जीन्स कपाटाच्या मागच्या बाजूस पडणार आहे का? पुन्हा एकदा लक्षात घ्या, पुढील वेळी जेव्हा तुम्ही परवडत नसतानाही काहीतरी फॅशनेबल विकत घ्याल, त्या वेळी तुम्ही परजीवी कर्जरूपी धरणाचे दार उघडाल आणि त्यामुळं आलेल्या पुरामुळं तुम्ही फुटपाथवर येऊन पडाल.

उत्पादनाच्या किमतीमुळं तुमच्या खिशाला चाट पडणार नसेल तर ती परजीवी ठरत नाही, तुम्ही तुमचा मोकळा वेळ वाचवत आहात!

विचार करा!

यातून तुम्हांला 'सहज स्वातंत्र्य' विकत घेता येईल का?

माझे त्यावर नियंत्रण असेल की माझ्यावर त्याचे नियंत्रण असेल?

काही लोक लोखंडी सळयांमागील गुलामगिरी स्वीकारतात, तर काही जण मखमली भिंतींमागील गुलामगिरी पत्करतात. दोन्ही सारखीच आहे. आपल्याला हवे तसे जगण्यासाठी मोकळा वेळ असणे हीच सर्वांत मोठी संपत्ती आहे. फास्ट लेन म्हणजे तुमची जीवनशैली समृद्ध असणे आणि वेळेच्या बाबतीतही समृद्धता असणे होय.

'मोकळ्या वेळे'चे खराब मूल्यांकन गरिबीकडे नेते

श्रीमंत असो वा गरीब, प्रत्येकाकडे वेळ समान असतो, त्याचे समान वाटप होते आणि समान पद्धतीनेच सर्व जण त्याचा वापर करतात. दर दिवशी तुम्ही त्याचा वापर करता, मी वापर करतो. तुमचे शेजारीही त्याचा वापर करतात. कोणालाही कमी नाही की कोणालाही अधिक नाही. प्रत्येकासाठी २४ तास मिळतात. कोणालाही अतिरिक्त फायदा मिळत नाही. तुम्ही, मी, आपल्या सर्वांनाच वापर करण्यासाठी, वाया घालवण्यासाठी आणि खर्च करण्यासाठी चोवीसच तास मिळतात.

वेळ हा पृथ्वीवरील सर्वांत महान न्यायाधीश आहे.

तर मग, काही जणच श्रीमंत कसे होतात आणि उर्वरित सर्व जण हप्ते फेडत बसतात? मोकळ्या वेळेची किंमत तुम्ही काय ठरवता, तुम्ही पुढे जाण्यासाठी कोणती दिशा निवडली आहे आणि तुमच्यावर किती परजीवी कर्ज आहे, यावरून सर्व फरक ठरतो. वर्तणुकीवरून ओळखा : गरीब की श्रीमंत?

- ही व्यक्ती दुपारपर्यंत झोपून असते.
- ही व्यक्ती तासन्‌तास टीव्हीवर रिॲलिटी शो बघते.
- ही व्यक्ती २० डॉलर्स वाचवण्यासाठी दोन तास लांबपर्यंत गाडी चालवते.
- ही व्यक्ती १०० डॉलर्स वाचवण्यासाठी अनेक थांबे असलेल्या विमानाचे तिकीट खरेदी करते.
- ही व्यक्ती तासन्‌तास सोशल मीडियावर आणि गप्पाष्टकांच्या ब्लॉगवर वेळ घालवते.
- '*वर्ल्ड ऑफ वॉरक्राफ्ट*' या गेममध्ये ही व्यक्ती १०व्या लेव्हलवर आहे.
- ही व्यक्ती शिकागो कब्सचा प्रत्येक सामना पाहते.

खराब निवडीतून जन्माला आलेल्या मोकळ्या वेळेबाबतच्या खराब मूल्यांकनातच गरिबीचे मूळ असते.

'वेळ वाया घालवणाऱ्यांना' वेळेची अजिबात किंमत नसते.

अशा प्रकारचे लोक, दुकान उघडताक्षणीच कमी किमतीत वस्तू मिळतात म्हणून पहाटे चारपासूनच वॉल मार्टच्या बाहेर रांगा लावतात. ३२ इंची एचडी टीव्ही मोफत मिळेल, या आशेने ते 'बेस्ट बाय'च्या बाहेरच झोपतात. फुकट नाश्ता मिळेल या आशेने ते 'आयकिया'च्या बाहेर ताटकळत उभे राहतात.

वेळ वाया घालवणारे अत्यंत कंजूसही असतात

कंजूस माणसे प्रत्येक डॉलर्सला असे काही चिकटून राहतात की जणू तो डॉलर्स पुन्हा त्यांच्याकडे येणारच नाही. पैसे वाचवण्यासाठी अत्यंत कंजुषी हा मार्ग नव्हे.

उदाहरणार्थ, माझ्या एका जुन्या मैत्रिणीला व्यायामासाठी सायकल हवी होती आणि तशी सायकल तिला तिच्या घरापासून प्रचंड दूर असलेल्या एका दुकानात असल्याचे समजले. मी तिला म्हटले, ''त्या किमतीपेक्षा २९ डॉलर्स अधिक दे आणि जवळच्याच दुकानातून ती सायकल घेऊन टाक.'' पण नाही, ती कंजूस होती. २९ डॉलर्स वाचवण्यासाठी तिने एक तासभर गाडी दामटली.

वेळ किती गेला? जवळपास अडीच तास. इंधनाचा खर्च वगळता वाया गेलेल्या प्रत्येक तासाची किंमत पाच डॉलर्स धरू या.

मला माहीत आहे त्याप्रमाणे ती काही दर तासाला पाच डॉलर्स इतके कमवत नाही. पण या दराने वेळ वाया घालवायला तिला काहीही वाटत नाही.

कंजूस माणूस पैसे वाचवण्यासाठी वेळेचा प्रचंड अपव्यय करतो. अनेक थांबे असलेल्या विमानप्रवासापासून ते विमानतळापर्यंत जाण्यासाठी शेअर शटल सेवेचा वापर, चार पैसे वाचवण्यासाठी प्रचंड त्रास सहन करणे, हे काही योग्य नाही.

या व्यक्तींकडे जगण्यासाठी केवळ तीन महिने शिल्लक असतील तरीही ते 'बेस्ट बाय'च्या बाहेर स्लिपिंग बॅगमध्ये पडून राहत वाट पाहत बसतील का? सहा महिने? सहा वर्षं? कोणता क्षण येईल, त्या वेळी हे लोक फुटपाथवर पसरलेली आपली स्लिपिंग बॅग आवरून ठेवतील आणि म्हणतील, ''अरे, एका इलेक्ट्रॉनिक स्टोअरच्या बाहेर फुटपाथवर मी काय करत आहे? माझ्या आयुष्याचा हा सुयोग्य वापर आहे का?''

फुटपाथवरून चालणारेच फुटपाथवर झोपतात.

होय, माझ्या वेळेबाबत मीही फार निष्काळजी होतो, माझ्या अडचणीच्या काळातही.

फास्ट लेनमधून जाणारे लोक कोणताही निर्णय घेताना आधी वेळेचा विचार करतात, कारण ती त्यांच्याकडील सर्वांत मूल्यवान संपत्ती असते.

फास्ट लेनमधून जाणारे वेळेच्या बाबतीत फारच काटकसरी असतात, तर स्लो लेनमधून जाणारे पैशाच्या बाबतीत काटकसरी असतात.

फुटपाथवरून आणि स्लो लेनमधून जाणारे लोक निर्णय घेताना फक्त आणि फक्त केवळ पैशांचा विचार करतात : कोणती नोकरी केल्याने अधिक पगार मिळेल? सर्वांत स्वस्त वस्तू कोठे मिळतात? मला चिकन फुकटात कोठे मिळेल? पैसा दुर्मिळ आहे आणि वेळ गेलेल्या गोष्टींची आठवण करून देतो आणि गडबड होते. तुम्हांला श्रीमंत व्हायचे असेल, तर श्रीमंत असल्यासारखा विचार तुम्हांला करावा लागेल.

वेळ सर्वशक्तिमान आहे.

प्रकरण सारांश : फास्ट लेनची वैशिष्ट्यं

- फास्ट लेनमधून जाणाऱ्यांच्या दृष्टीनं वेळ ही सर्वांत मूल्यवान संपत्ती असते.
- वेळेची तीव्र कमतरता असून पैसा मात्र मुबलक प्रमाणात उपलब्ध आहे.
- तुम्ही पैसा कमवण्यासाठी खर्च करत असलेली वेळ म्हणजे बांधील वेळ आहे, तर तुम्ही हवा तसा खर्च केलेला वेळ म्हणजे तुमचा मोकळा वेळ आहे.
- तुमचा जीवन कालावधी मोकळा वेळ आणि बांधील वेळ, यांपासून तयार झाला आहे.
- मोकळा वेळ विकत घ्यावा लागतो आणि त्यासाठी तुमचा बांधील वेळ खर्च करावा लागतो.
- फास्ट लेनमधून जाणारे लोक बांधील वेळेचे मोकळ्या वेळेत रूपांतर करण्याचा प्रयत्न करतात.
- परजीवी कर्ज तुमचा मोकळा वेळ खाऊन टाकते आणि घाणीच्या स्वरूपात बांधील वेळ तुम्हांला मिळते.
- उधळपट्टीची जीवनशैली असल्याची किंमत दोन प्रकारे चुकवावी लागते : त्याचा स्वत:चा असा खर्च तर असतोच आणि त्यामुळे तुमचा मोकळा वेळही खर्च होतो.
- परजीवी कर्ज त्याच्या स्रोतापाशी म्हणजेच तातडीच्या इच्छेपाशीच थांबवायला हवे.

फास्ट लेन

२७

खराब झालेले जुने ऑइल बदला...

"शाळेत शिकलेल्या सर्व गोष्टी विसरून गेल्यावर जे शिल्लक राहते, ते शिक्षण असते."

–अल्बर्ट आइन्स्टाईन

दर ३ हजार मैलांनंतर गाडीतील ऑइल बदला

मोटार खरेदी केल्यानंतरची पहिली सूचना असते : दर ३ हजार मैलांनंतर गाडीतील ऑइल बदला. या सूचनेकडे दुर्लक्ष केलं तर तुमची गाडी तिच्या अपेक्षित आयुष्यापेक्षा लवकर खराब झालीच म्हणून समजा. वारंवार ऑइल बदलल्याने तुमची गाडी अधिक कार्यक्षमतेने पळते; मात्र ऑइल बदलले नाही तर ते जुने होते आणि प्रवास खडतर होतो. खडतर प्रवास तुम्हांला अंतिम रस्त्यावरून नेऊ शकतो.

फास्ट लेनमधून प्रवास करायचा असेल तर गाडीत ताजे ऑइल हवे. पण हे ऑइल म्हणजे काय? *ऑइल म्हणजे शिक्षण, ज्ञान.* अवघड आहे, पण शक्य आहे. तरीही काळजी घ्या, ऑइल योग्य प्रकारचे हवे आणि योग्य कारणांसाठी हवे.

कच्च्या रस्त्यांनी जाणारे ऑइल बदलण्याच्या भानगडीत पडत नाहीत. तीन हजार मैलांनंतर त्यांची ताकद संपून जाते. पदवी मिळाली तेव्हाच त्यांनी अखेरचे ऑइल बदललेले असते. स्लो लेनमधून जाणारे लोक किंमत वाढवण्याच्या विशेष कारणासाठी ऑइलिंग करतात. अधिक वेतन कशामुळं मिळणार? उच्च शिक्षणामुळं की पदवीमुळे? असा विचार ते करतात. फास्ट लेनमधून जाणारे मात्र भंगाराचे दुकान येइपर्यंत गाडीला नियमित ऑइलिंग करतात.

पदवी मिळणे ही अखेर नसून सुरूवात आहे

या वास्तवाला सामोरे जा. *तुम्हांला उद्या जिथे पोहोचायचे आहे, तिथे जाण्यासाठी तुम्हांला आज जी काही माहिती आहे, ती पुरेशी नाही.* तुम्ही वारंवार स्वत:ला अद्ययावत करायला हवे, वारंवार संशोधन हेच शिक्षण आहे.

दुर्दैवाने पदवी मिळाली की शिक्षण संपले असेच सर्वत्र भासवले जाते. पदवी मिळवतानाचे तुमचे वय कितीही असो, तुम्ही मोठ्या व्यक्ती म्हणून जगण्यास सुरूवात करता.

मजा संपली आणि खरे आयुष्य सुरू झाले. पदवी मिळताच शिक्षण थांबवणे म्हणजे संपत्तीचा केलेला नाश आहे.

> *तुमच्या आयुष्यातील सर्वांत परिणामकारक कमाई पदवीनंतरच होते, त्यामुळे शाळा-कॉलेजमधील शिक्षण संपल्यावरही अध्ययनाची प्रक्रिया सुरूच ठेवणे, हे अधिक हुशारीचे लक्षण नाही का? जिम गॅलगरला ११ वर्षांपूर्वी पदवी मिळाली आणि तो अद्यापही बेरोजगार आहे. जिम हा स्टॉक ब्रोकर आहे, पण इंटरनेट तंत्रज्ञानाचा वापर वाढल्याने त्याचे कौशल्य धोक्यात आले असून ते निरुपयोगी ठरण्याच्या मार्गावर आहे. त्या विशिष्ट कामासाठी जिमने घेतलेले शिक्षण आता कालबाह्य ठरले असून सध्याच्या जगात त्याचा काहीही उपयोग नाही. जग पुढे गेले आहे, तरीही जिम आणि त्याचे शिक्षण जागच्या जागीच आहे. स्वत:चा अपमान गिळून त्याला एका साध्या फर्निचरच्या दुकानात सेल्समनचे काम करावे लागले. त्याने त्याच्या गाडीतील ऑइल ११ वर्षांपूर्वी अखेरचे बदलले होते, त्यामुळे त्याची सर्व आर्थिक गणिते विस्कटून गेली. ऑइल न बदलण्याची जिमकडून चूक झाली आणि त्यामुळे संपत्तीकडे जाण्याचा त्याचा मार्गही चुकला.*

शिक्षण, जे तुमचे ऑइल आहे, हा तुमच्या संपत्तीकडे जाण्याच्या प्रवासातील अत्यावश्यक घटक आहे. ज्या वेळी तुम्ही सातत्याने नवे शिक्षण, नवी कौशल्ये आणि नवा उत्साह आत्मसात करता तेव्हा नवीन मार्ग खुले होतात आणि सर्व काही सुरळीत होते. योग्य शिक्षणामध्ये प्रचंड हॉर्सपॉवर असते. जुन्या शिक्षणाच्या वाटेला नव्या संधी फारशा येत नाहीत.

शिक्षणाची भूमिका

स्लो लेन आणि फास्ट लेन या दोन्ही मार्गांवर शिक्षण हे अत्यंत मोलाचे असते. त्याच्या भूमिकेत मात्र अत्यंत ठळक फरक आहे. स्लो लेनमध्ये शिक्षणाचा उपयोग जे आहे त्याचीच किंमत वाढवण्यासाठी केला जातो, तर फास्ट लेनमध्ये त्याचा वापर *व्यवसायाची निर्मिती आणि त्याची वाढ करण्यासाठी केला जातो.* शिवाय, फास्ट लेन शिक्षणाला अशा काही प्रक्रियेचे कवच असते की ज्यातून परजीवी कर्ज किंवा त्यासारखे काही निर्माण होत नाही. फास्ट लेनमध्ये असताना शिक्षणाचा उपयोग पैशाच्या झाडाची आणि व्यवसाय यंत्रणेची ताकद अधिक उजळून टाकण्यासाठी केला जातो. तुम्ही चाकाचा एखादा दातरा नाही आहात, *तुम्ही चाकाचीच निर्मिती करण्यास शिकता.*

उदाहरणार्थ, समजा, जिथे मला उच्च दर्जाचे सेल्समन निवडण्याचे प्रशिक्षण मिळेल, अशा प्रशिक्षण शिबिरात मी गेलो, तर माझ्या व्यवसायाची आणि माझ्या पैशाच्या झाडाची

उत्पादकता वाढवणाऱ्या एखाद्या उपक्रमात मी सहभागी झाल्यासारखे आहे. इतरांशी सहज संवाद वाढवणारी वेबसाइट फिचर्स कशी तयार करायची, या बाबत माहिती देणाऱ्या कॉम्प्युटर तंत्रज्ञानावरील एखादे नवीन पुस्तक मी वाचले, तर त्या सुविधेचा वापर कसा करायचा, हे मी शिकतोय. पुन्हा एकदा, फास्ट लेन शिक्षण हे तुमच्या व्यवसायाची वाढ करण्यासाठी असते. याउलट, स्लो लेन शिक्षणाची रचना हीच ते शिक्षण घेणाऱ्या व्यक्तीची आहे जी किंमत वाढवण्याच्या हेतूने केली असते. यंत्रणेतला एक गिअर बनण्यासाठी ती असते.

फास्ट लेन फोरममधील एकाला एमबीए करण्याची संधी उपलब्ध झाली आणि त्याने विचारले की त्याचा काही फायदा आहे का? मी 'नाही' असेच उत्तर दिले असते, पण हे चित्र जरा वेगळे होते. एक म्हणजे, एमबीएची किंमत पैशात नाही, तर वेळेत करतात, कारण सरकार त्यासाठी पैसे पुरवते. दुसरे म्हणजे या संबंधित व्यक्तीने फास्ट लेन विचारसरणी स्वीकारली होती, त्यामुळे तिचा उद्देश स्वत:ची किंमत वाढवणे हा नव्हता, तर फास्ट लेन यंत्रणेत उपयुक्त ठरणाऱ्या ज्ञानात भर घालणे हा होता. मी त्याला 'हो' असे उत्तर दिले.

'कसे ते मला ठाऊक नाही!'

ऑइल बदलल्याने तुमच्या गाडीचे आयुष्य काही महिन्यांनी किंवा वर्षांनी वाढत असेल, तर त्याचा काय उपयोग? शिक्षण सुरूच ठेवताना त्यावर दबाव किंवा परजीवी कर्जाचा भार येणे उपयोगाचे नाही, उलट त्यामुळे तुमच्या फास्ट लेन यंत्रणेला अधिक सुलभपणा यायला हवा. कसा? वास्तव जगालाच तुमचे विद्यापीठ बनवा. होय, *तुम्ही स्वत:च तुमचे विद्यापीठ आहात.*

कोणत्याही यशस्वी उद्योजकाला विचारा, ते हेच सत्य तुम्हांला सांगतील : कोणत्याही पुस्तकातून किंवा प्राध्यापकाकडून तुम्ही जितके शिकता त्यापेक्षाही अधिक तुम्हांला तुमच्या व्यवहारांतून, काही गोष्टी प्रत्यक्ष करण्यातून आणि अपयशातून, पुन्हा पुन्हा करून पाहण्यातून शिकायला मिळते.

पण तुम्ही ''कसे करायचे मला माहितच नाही!'' असे रडगाणे गात बसता. थांबवा हा प्रकार. सर्वाधिक वापरल्या जाणाऱ्या पळवाटांच्या यादीतील क्रमांक एकवरील सार्वजनिक शत्रू असलेले वाक्य म्हणजे ''कसे करायचे मला माहीतच नाही!'' तर मग कसे करायचे हे तुम्हांला का माहीत नाही? कारण तुम्ही स्वत:ला कसे करायचे ते शिकवलेच नाही आणि तुम्हांला ते शिकून घेण्याची मनापासून इच्छाही नाही. ज्ञान मिळवण्यासाठी धडपड करण्यापेक्षा ''मला माहीत नाही'' या वाक्यामागे लपणे फार सोपे आहे.

सध्याच्या माहितीच्या युगात, *कसे शोधायचे हे माहीत नाही, असे कारण तुम्ही सांगूच शकत नाही.*

मी कॉलेजमधून दोन व्यावसायिक पदव्या घेऊन बाहेर पडलो : मार्केटिंग आणि फायनान्स. यांतील एकही पदवी कॉम्प्युटर सायन्सशी संबंधित नाही. कॉम्प्युटर प्रोग्रॅमिंगचा कोणताही अनुभव न घेताच मी पदवीचे शिक्षण घेतले. तरीही इंटरनेटच्या माध्यमातून मी लाखो डॉलर्स कमावतो. गंमत आहे ना, १३ वर्षांच्या खर्चीक अशा संस्थात्मक शिक्षणानंतर, मी कधीही इंटरनेट किंवा वेब तंत्रज्ञानाचे अधिकृत शिक्षण घेतले नाही. माझे कॉम्प्युटरचे

शिक्षण प्राथमिक व्यावसायिक शिक्षणापुरतेच मर्यादित होते. इंटरनेट शिकण्यासाठी मी कधीही शाळा–कॉलेजमध्ये गेलो नाही, तर मग हे ज्ञान, कौशल्य मला कसे प्राप्त झाले? मी माझ्या गाडीतील ऑइल नियमितपणे बदलले. मी स्वत:च स्वत:ला शिकवले. मी पुस्तके वाचली, लायब्ररीचा वापर केला, वेबसाइटवर अनेक तास खर्च करून संशोधनपर माहिती, लेख आणि विकीपीडियावरील माहिती वाचली. ज्ञानाच्या मागे लागून ते आत्मसात केले.

काही वर्षांपूर्वी, मी ज्या वेळी इंटरनेटमध्ये माझे करिअर सुरू केले, त्या वेळी त्यातून सहज बाहेर पडू शकलो असतो आणि त्यासाठी नेहमीच्या कारणांचा आश्रय घेतला असता : कसे करायचे मला माहीत नाही! वेबसाइटचे प्रोग्रॅमिंग कसे करायचे ते मला माहीत नाही! ग्राफिक डिझायनिंगबाबत मला माहीत नाही! सर्व्हर मॅनेज कसा करायचा, ते मला माहीत नाही! मार्केटिंगसाठी मजकूर कसा लिहायचा ते मला माहीत नाही! ही सर्व कारणे तुमच्या स्वप्नांना गुदमरवून टाकणाऱ्या प्लास्टिक बॅगसारखी आहेत, अर्थात तुम्ही या बॅगमध्येच डोके खुपसून बसलात तर..! याउलट, 'मला माहीत नाही' या वाक्याने वेबसाइटबाबतचे माझे स्वप्न संपत नाही, तर सुरू होते. त्यामुळे त्या बॅगेतून तुमचे डोके बाहेर काढा!

आज माझी स्वत:ची प्रकाशन संस्था आहे आणि उद्योजकांना मार्गदर्शन करण्यासाठी मी पोर्टल चालवतो. हा व्यवसाय सुरू करण्याचे नियोजन करत असताना, यातील शून्य माहितीच्या आधारावर मी सुरूवात केली. माझ्या समोरील अडचणी दूर करण्यासाठी मला शिकणे भाग होते. सर्व माहिती शोधून काढावी लागली आणि समस्या दूर कराव्या लागल्या. सर्च इंजीन हेच माझे शिक्षक बनले. माझ्या कौशल्यांना (माझे ऑइल) मी वारंवार अद्ययावत केले नसते, तर माझा सर्व प्रवास आधीच संपला असता. ज्ञानाची सातत्याने ओढ ठेवल्यानेच मी या सतत बदलणाऱ्या जगात स्वत:ला कार्यक्षम ठेवू शकलो आणि फास्ट लेन संधीसाठी स्वत:ला उपलब्ध ठेवू शकलो.

पदवीनंतर शिक्षण थांबत नाही, तर ते सुरू होते.

आणि सर्वांत उत्तम म्हणजे माझे स्वयंशिक्षण हे फास्ट लेनमधील दुप्पट वेग देणारे इंजीन होते, माझ्या कौशल्यांवर परजीवी कर्जाचा किंवा सामाजिक दबावाचा कोणताही भार नव्हता.

शिक्षण मोफत उपलब्ध आहे

फुकटच्या जगातील सर्वांत मोठी विसंगती म्हणजे ज्ञानाचा पुरेसा उपयोग न होणे. तुमच्या घराजवळ असलेल्या पुस्तकांच्या दुकानात जा आणि खोलवर श्वास घ्या. वेगळा वास आला का? तो वास अमर्यादित ज्ञानाचा आहे.

जवळच्या लायब्ररीमध्ये जा आणि जरा नजर फिरवा. अद्भुत! पुस्तकांच्या भिंतीच्या भिंती उभ्या आहेत, कोणतेही पुस्तक तुम्ही उचलू शकता. समजा, यातील प्रत्येक पुस्तक, प्रत्येक परिच्छेद आणि प्रत्येक वाक्य तुम्हांला वाचून समजले आहे. तर मग तुमच्या यशामध्ये 'मला माहीत नाही'चा अडथळा निर्माण होऊ शकतो का?

शिक्षण सर्वत्र फुकट उपलब्ध असल्याचे पाहून मी आश्चर्यचकित आहे, तरीही अनेक लोक त्याकडे दुर्लक्ष करण्याचा पर्याय निवडतात.

शिक्षण म्हणजे झाडावरून न तोडलेले फळ आहे आणि ते तोडण्यासाठी फक्त एका शिडीची गरज असते. तरीही अनेक लोक झापडबंद विचारसरणीचाच आधार घेत, ''मला शिक्षण परवडणार नाही,'' असंच म्हणतात.

मला माफ करा, पण हे तुम्हांला आळशी बनवणारे कारण आहे.

तुमच्या उपयोगासाठी शिक्षण मोफत उपलब्ध आहे. अमर्याद ज्ञान तुमच्या बोटांवर हजर आहे आणि तरीही ते मिळवण्याच्या आड फक्त एकच गोष्ट येते आहे ती म्हणजे तुम्ही स्वतः! होय, तुम्हीच.

बंद करा तो टीव्ही आणि पुस्तक हातात घ्या, वाचा ते. फुटबॉलचा व्हिडिओ गेम खेळणे बंद करा आणि लायब्ररीमध्ये जाऊन बसा. एक्स बॉक्सचा नाद सोडा आणि पुस्तके वाचा. फास्ट लेनवर विश्वास असणाऱ्यांचे डोके दर आठवड्याला कधी ना कधी पुस्तकात खुपसलेले असते. ते सेमिनारला जातात, उद्योगांवरील चर्चा पाहतात. वेगवेगळे विषय आणि धोरणे जाणून घेण्यासाठी ते गुगल आणि यूट्यूब पाहतात.

विशेष शारीरिक कौशल्ये वगळली, तर कोणत्याही विषयातील तज्ज्ञ होण्याची तुमच्यामध्ये अंगभूत क्षमता आहे. मग तो कोणताही विषय असो. जगातील कोणतेही पुस्तक मला चांगला गायक किंवा बास्केटबॉल खेळाडू बनवू शकत नाही, पण पुस्तके ही इतर क्षेत्रांमध्ये, नवख्या व्यक्तीचे एका तज्ज्ञ व्यक्तीमध्ये रुपांतर घडवून आणू शकतात. तुम्ही चलन विनिमयातील तज्ज्ञ बनू शकता, रिअल इस्टेट, उद्योग, वेब प्रोग्रॅमिंग, सेल्स, वक्ता या कशातही प्रवीण होऊ शकता. शारीरिक कौशल्याची अट नसलेल्या कोणत्याही क्षेत्रात तुम्ही तज्ज्ञ होऊ शकता. त्यासाठी तुम्हांला काय करावे लागते? ते ज्ञान मिळवण्याची तुमची जिद्द आणि सर्वांत महत्त्वाचे : ते मिळवण्यासाठी खरोखरच पाऊल उचलणे.

मी ज्या वेळी माझ्या घराची फेररचना केली, तेव्हा माझ्या दारातील भव्य भिंतींना फोक्स पटिंग करायचे होते. फोक्स पेंटिंग हे एक किचकट तंत्रज्ञान असून चमकता आणि खोली निर्माण करणारा आलिशान पृष्ठभाग तयार करण्यासाठी त्याचा वापर केला जातो. माझ्या जवळ दोन पर्याय उपलब्ध होते : व्यावसायिक तज्ज्ञाला बोलवून ते काम करून घ्यायचे किंवा स्वतःच शिकायचे. मला कलेची आवड असल्याने आणि मी निवृत्त असल्याने, मी गंमत म्हणून हे आव्हान स्वीकारण्याचे ठरवले आणि स्वतःच पेंटिंग करण्याचा निर्णय घेतला.

मी इंटरनेटवर गेलो आणि काही तास व्हिडिओ ट्युटोरिअल्स पाहिली. त्यानंतर मी आवश्यक ते सर्व सामान खरेदी केले. पुढील काही दिवस मी कार्डबोर्डवर या पेंटिंगचा सराव केला. एका आठवड्याच्या आतच मी फोक्स पेंटिंगमध्ये पारंगत झालो. मी एका आठवड्यात एक नवे कौशल्य शिकलो. काही दिवसांपूर्वीच मी, 'मला माहीत नाही' या वर्तुळात होतो आणि आता माझ्याकडे असे कौशल्य होते की ठरवले तर त्याचा वापर करून मी पैसेही कमवू शकत होतो. सर्वांत चांगला फोक्स पेंटर प्रत्येक चौरस फुटामागे १२ डॉलर्स कमवतो. एका आठवड्यात मी असे कौशल्य शिकलो की ज्यामुळे फास्ट लेनमध्ये शिरण्याचा एक छोटा मार्ग मी खुला केला.

कौशल्य आणि ज्ञान केवळ तुमची वाट पाहात उभे आहेत. कोणीही तुमच्या हातात पुस्तक आणून देणार नाही की ज्ञानाची सप्रेम भेट देणार नाही. तुम्हांलाच ते मिळवावे

लागेल, त्यावर कष्ट घ्यावे लागतील आणि त्याचा वापर करावा लागेल. *ज्ञान मिळवून त्याचा वापर केल्याने तुम्ही श्रीमंत होऊ शकता.*

तर मग तुम्हांला हे अमर्याद ज्ञान स्वस्तात कोठे मिळू शकेल? श्वासावाटे जशी तुम्ही हवा शरीरात घेता, तसेच ज्ञान सर्वत्र उपलब्ध आहे, झाडावर लटकलेल्या सफरचंदाप्रमाणे ते फक्त कोणीतरी तोडून घेण्याची वाट पाहत आहे.

पुस्तकांची दुकाने : तुमच्या शैक्षणिक खर्चाच्या बदल्यात तुम्हांला मिळणारा सर्वांत चांगला परतावा म्हणजे पुस्तके आहेत. ती खरेदी करा किंवा उधारीवर घ्या, पण वाचा.

लायब्ररी : ज्ञानाचे सर्वांत मोठे फुकट असलेले भांडार आणि ''मला पुस्तके परवडत नाहीत'' या पळवाटेला पळवून लावण्याचे साधन. माझी सुरूवातही मी लायब्ररीपासूनच केली.

इंटरनेट फोरम/ युट्यूब चॅनेल : समान विचारधारा असलेले व्यासपीठ शोधा आणि यशप्राप्त व्यक्तींकडून काहीतरी शिकून घ्या. प्रवाहात तुम्हांला वेग देणाऱ्यांचा शोध घ्या.

इंटरनेट वर्ग : परवडणारे आणि सोयीचे, उदाहरणार्थ यूडेमी, लिंडा आणि खान.

इंटरनेट ब्लॉग /पॉडकास्ट / स्क्रीनकास्ट / वेबकास्ट : पळवाटांना नष्ट करणारे आणखी एक साधन.

सेमिनार : चांगल्या सेमिनारचा चांगला उपयोग होतो. फक्त ते योग्य लोकांनी आयोजित केलेल हवेत, 'झटकन श्रीमंत व्हा'चा सल्ला देणाऱ्या गुरूंनी नव्हे.

टेलिव्हिजन : केबल टीव्हीने टेलिव्हिजनला शैक्षणिक बनवले आहे. रिॲलिटी शोच्या जंजाळातून बाहेर पडा आणि शैक्षणिक मूल्य असणाऱ्या वाहिन्या पाहा : हिस्टरी, डिस्कव्हरी, सायन्स, एचजी टीव्ही, मिलिटरी आणि नॅशनल जिओग्राफिक.

कॉलेजनंतरच्या शिक्षणाचे वर्ग : बहुधा ज्युनिअर कॉलेजतर्फे हे वर्ग चालवले जातात, यातून तुम्हांला एखाद्या विशेष शाखेचे अधिकृत शिक्षण घेण्याचे अनेक पर्याय उपलब्ध होतात.

मोफत नियतकालिके : ट्रेडपबडॉटकॉम आणि फ्रिबिझमॅगडॉटकॉम वर जा आणि तुम्हांला ज्या विषयांची आवड आहे, त्या बाबतच्या नियतकालिकांसाठी मोफत नोंदणी करा.

दुर्दैवाने अमर्यादित ज्ञान आपल्या आजूबाजूला असते; परंतु अनेक लोक याकडे दुर्लक्ष करतात. उदाहरण म्हणून एक यशस्वी रिअल इस्टेट गुंतवणूकदार असलेल्या लॉनी स्क्रग्ज यांनी शिक्षणाबाबत व्यक्त केलेले विचार वाचा (लॉनीस्क्रग्जडॉटनेट).

> *मी दोन नोकऱ्या करत होतो. शिक्षणामुळे माझे आयुष्य बदलून गेले. माझ्या पैशांचा वापर कसा करायचा हे शिकण्याआधी मी केवळ कामच करत*

होतो. मी त्या वेळी इतका अशिक्षित होतो की, दोन नोकऱ्या करणे हाच आर्थिक स्वातंत्र्य मिळवण्याचा मार्ग आहे, असे मला वाटत होते. मी हेच अनेक वर्षं केले. अखेर मला समजले की, दिवसाला मर्यादित तासांचे बंधन आहे आणि मला आर्थिक सुरक्षितता मिळवण्यासाठी हे तास कमी पडत होते. याहून अधिक चांगला मार्ग निश्चितच असायला हवा. मी त्याचा शोध घेण्यास सुरूवात केली. मला ज्या वेळी समजले की शिक्षण आणि ज्ञान हे त्यावरील उत्तर आहे तेव्हा मी माझ्या मनाची तयारी केली आणि शिक्षण घेण्यास सुरूवात केली. त्याआधी मी जे काही केले ते केवळ 'शाळेत जाणे' इतकेच होते... मला आता समजले की मला शिक्षणाची गरज होती.

आता मी मागे वळून पाहतो तेव्हा मला दिसते की, इतर लोक जी मजा करतात, ती मी कधी केली नाही, पण मी फक्त योग्य गोष्टी केल्या. आणि आज मी आर्थिक स्वातंत्र्य आणि आर्थिक सुरक्षा उपभोगतो आहे. मला जे हवे ते मी करू शकतो. माझे अनेक मित्र अद्यापही नोकरी करत आहेत आणि त्यांना कधीही न समजणाऱ्या आर्थिक सुरक्षेचा शोध घेत आहेत. माझ्या जवळ बाहेर पडण्याचे जे पर्याय होते, तेच त्यांच्या जवळही होते. मात्र त्यांनी चुकीच्या पर्यायांची निवड केली. ते सर्व जण शाळा शिकले आहेत, पण आर्थिक स्वातंत्र्य मिळवण्यासाठी आवश्यक असलेले शिक्षण त्यांनी मिळवलेले नाही. तेच लोक मला म्हणतात, ''तू किती लकी आहेस''.

सर्वांत चांगली गुंतवणूक तुम्ही स्वत:मध्येच करू शकता. त्यामुळे तातडीने तुमच्या शिक्षणासाठी खर्च करण्याची तयारी ठेवा किंवा मग शिक्षणाच्या अभावानंतर भली मोठी किंमत मोजण्याची तयारी ठेवा. तुम्ही आज घेतलेल्या निर्णयांमधून तुमचे आर्थिक भवितव्य ठरणार आहे. योग्य निवड केली जाईल, याची काळजी घ्या, कारण तुम्हांला या निर्णयाच्या परिणामांबरोबरच आयुष्य काढायचे आहे.

श्रीमंत लोकांना ठाऊक असते की, पदवीदान समारंभ झाल्यानंतर शिक्षण थांबत नाही, तर ते सुरू होते. जग सातत्याने बदलत आहे आणि त्याच्या बदलत्या स्वरूपानुसार तुमचे शिक्षण होणे आवश्यक आहे, अन्यथा तुम्ही सर्वसामान्यपणाकडे वाटचाल करता.

'माझ्याकडे वेळ नाही!'

'मला माहीत नाही'च्याच पुढचा टप्पा म्हणजे 'माझ्याकडे वेळ नाही!' तुमच्या गाडीतील ऑइल बदलण्यासाठी तुम्हांला जगाच्या पाठीवर कुठे वेळ मिळणार आहे? मी पुरेशा गांभीर्याने विचारतो की, पूर्ण वेळ नोकरी आणि घरात असणारी दोन बाळं यांच्या दरम्यान वेळ कुठून मिळणार? या दरम्यानच सर्व काही दडलेले आहे.

ऑइल बदलणे इतके काही अवघड नाही, जर तुम्ही त्याची सांगड तुमच्या सध्याच्या सातत्याने, वारंवार केल्या जाणाऱ्या कृतीशी घातली तर! वेळ अत्यंत थोडा असला तरी

एकाच वेळेत दोन कामे करून तुम्ही त्यात भर घालू शकता. 'एकाच दगडात दोन पक्षी मारणे' ही म्हण तुम्हांला ठाऊकच आहे. अधिकाधिक वेळ काढा आणि तुमची संपत्ती अधिकाधिक वाढेल. एकाच वेळेच्या मर्यादेत दोन उद्दिष्टे साध्य करा. तुमच्या आयुष्यालाच विद्यापीठ बनवा. तुम्हांला 'जीवनाच्या विद्यापीठा'तील वेळेला फसवणाऱ्या काही क्लृप्त्या सांगतो, ज्यांचा मी माझ्या कार्यक्षमतेवर परिणाम होऊ न देता वापर केला.

ड्रायव्हिंग विद्यापीठ : वाहतूक कोंडीत अडकले असताना ऑडिओ पुस्तके ऐका किंवा वित्तीय घडामोडींबाबतच्या बातम्या ऐका. वाहतूक कोंडीच्या अडचणीचे रूपांतर शिक्षणात होईल.

व्यायाम विद्यापीठ : तुम्ही जिममध्ये व्यायाम करत असताना पुस्तके, पॉडकास्ट आणि नियतकालिके कानांत ओता. दोन व्यायामप्रकारांच्या दरम्यान, ट्रेड मिलवर धावताना किंवा सायकलिंग करताना, व्यायामाचे रूपांतर शिक्षणात होऊ द्या.

प्रतीक्षा विद्यापीठ : तुम्हांला ज्या वेळी वाट पाहावी लागण्याची शक्यता वाटते, म्हणजे विमानतळ, दवाखाने आणि अत्यंत निर्दयी अशी वाहन परवाना केंद्र, अशा ठिकाणी वाचण्यासाठी काहीतरी हातात असू द्या. हातावर हात ठेवून नुसते बसू नका, शिका.

टॉयलेट विद्यापीठ : शैक्षणिक मूल्य असलेले काहीतरी वाचल्याशिवाय कधीही राहू नका. दररोज नवे काहीतरी शिकण्याच्या उद्देशाने तुमच्या 'बसण्याचा वेळ' (करून झाले तरी) वाढवा. तुमचे ऑइल बदलण्यासाठी टॉयलेट विद्यापीठ ही सर्वोत्तम जागा आहे, कारण येथे तुम्हांला रोजच जावे लागते आणि येथे तुम्हांला वेळ द्यावाच लागतो. म्हणजेच, तुम्ही गुंतवलेल्या वेळेवर तुम्हांला अमर्याद परतावा मिळतो! टॉयलेटसाठीची वेळ शिक्षणात परिवर्तित झाली.

नोकरी विद्यापीठ : शक्य असल्यास कामाच्या ठिकाणीही वेळ मिळाला तर वाचा. माझ्या निरुपयोगी रोजगाराच्या कालावधीत (लिमोझिन गाडी चालवणे, पिझ्झा डिलिव्हर करणे) मी माझ्या 'वाट पाहण्याच्या' वेळेचा फारच आनंद लुटला. प्रवासी मिळण्याची वाट पहात असताना किंवा पिझ्झा आणि फुलांची ऑर्डर मिळण्याची वाट पहात असताना, मी वाचत होतो. पॉकेट पोहर खेळण्यात मी वेळ घालवत नव्हतो; वाचत होतो. तुमच्या नोकरीदरम्यान मिळणाऱ्या मोकळ्या वेळेचा तुम्ही सदुपयोग केला तर असे समजा की शिकण्यासाठी तुम्हांला पैसे मिळत आहेत. निरुपयोगी नोकरीचे रूपांतर शिक्षणात झाले.

टीव्ही – वेळेचे विद्यापीठ : टीव्हीपासून स्वत:ला दूर ठेवू शकत नाही? ठीक आहे; तुम्ही काम करत असलेल्या ठिकाणीच टीव्ही ठेवा आणि टीव्हीवर कार्यक्रम ऐकत असतानाच तुमच्या फास्ट लेन योजनेवर काम करा. 'स्टारट्रेक'चे तेच तेच भाग पुन्हा पुन्हा पाहत असतानाच, ज्यामध्ये जिथे कोणताही माणूस कधीही गेला नाही तेथील दृश्ये दाखवली जाताना, मी वेबसाइट प्रोग्रॅमिंग कसे करायचे ते शिकलो. आणि खरे सांगायचे तर, हे

लिहीत असतानाही मी *मंडे नाइट फुटबॉलवर* 'न्यू ऑर्लिन्स सेंट्स' विरुद्ध 'न्यू इंग्लंड पॅट्रॅऑट्स' यांच्यातील सामना पाहत आहे. न सुटणाऱ्या सवयीचे मी कामात आणि शिक्षणात रूपांतर केले.

तुम्ही आधीच वापरलेल्या वेळेबाबत विचार करा. आयुष्याच्या विविध घडामोडींमध्ये किती तासांचा वेळ वाया गेला असेल? नऊ वर्षं टीव्हीसमोर? हा वेळ वाया घालवण्याची गरज नव्हती. फास्ट लेन ऑइल बदलण्यासाठी ही वेळ योग्य आहे. तुमच्या एकाच वेळी करायच्या अनेक कामांचे हुशारीने नियोजन करा, कारण अनेक कामे एकाच वेळी करताना गांभीर्य आणि एकाग्रता जाते, असे सिद्ध झाले आहे.

ऑइल बदलण्यास सुरूवात करताना, तुम्हांला आवडणारा एखादा विषय निवडा किंवा स्वत:मध्ये सुधारणा करण्यासाठी एखादी गोष्ट निवडा. तुम्हांला लेखन किंवा विक्री फारशी चांगली जमत नाही का? लायब्ररीमध्ये जा आणि वाचायला सुरूवात करा. *फास्ट लेन* लिहिण्याची सुरूवात करण्यापूर्वी मी प्रकाशन, लेखन या विषयांवरील सहा पुस्तके खरेदी केली. मी डोळे झाकून हे पुस्तक लिहून प्रकाशित केलेले नाही; या प्रक्रियेदरम्यान मी स्वत:च स्वत:ला शिकवले.

दरवर्षी किमान १२ किंवा महिन्याला किमान एक पुस्तक वाचण्याचे ध्येय निश्चित करा. तुम्ही माझ्यासारखे वेगाने वाचणारे असाल तर आठवड्याला एक पुस्तक संपवाल. तुम्ही जितके ज्ञान मिळवाल, फास्ट लेनवरील प्रवासात तुम्हांला तितकी अधिक गती मिळते, यापेक्षा अधिक मी तुम्हांला स्पष्ट करून सांगू शकत नाही.

ऑइल बदलण्यासाठी ५० हजार डॉलर्स

अखेरच्या वेळी मी जेव्हा 'वाट पाहत असताना ऑइल बदलण्याच्या' एका ठिकाणी गेलो होतो तेव्हा तिथे ऑइल बदलून देण्याच्या एका जाहिरातीवर अधिक सेवा पुरवण्याच्या नावाखाली मूळ २१.९९ डॉलर्स किमतीवर ११० डॉलर्स असे चिकटवण्यात आल्याचे मला दिसले. ऑइल बदलण्यासाठी तुम्हांला ३० डॉलर्सपेक्षा अधिक खर्च येतच नाही आणि त्याहून अधिक कोणी सांगत असेल तर त्यात काही तरी शंकास्पद आहे. पुस्तकाची सरासरी किंमत २० डॉलर्स असते. जुनी पुस्तके अजून स्वस्त मिळतात. लायब्ररीमधील पुस्तके फुकट वाचायला मिळतात. पदवीनंतर ज्युनिअर कॉलेजमध्ये व्यावसायिक शिक्षण घेतानाचा प्रत्येक तास ३० डॉलर्स किमतीचा असतो. ऑइल बदलणे हे फार स्वस्तातले काम आहे. तरीही, आपण कर्जाच्या बेड्या आपल्या पायांत अडकवून घेतो आणि नंतर ऑइल बदलण्यासाठी हजारो डॉलर्स खर्च करतो.

एके दिवशी मी सरकारच्या आर्थिक मदतीच्या धोरणाला जाहिरपणे विरोध करणाऱ्या एका विद्यार्थिनीला पाहिले. तिने हातात एक मोठा फलक धरला होता, त्यावर लिहिले होते– ''मला सर्वोत्तम गुण आहेत, ९० हजार डॉलर्स कर्ज आहे आणि बेरोजगार आहे – अडचणीतून बाहेर पडण्याचा माझा मार्ग कोठे आहे?''

तुमचा बाहेर पडण्याचा मार्ग कोठे आहे?

तुम्हांला सांगतो, तुमच्या बाथरूममध्ये जा, लाइट लावा आणि आरशात पाहा. तुम्हांला जे दिसेल, तोच तुमचा बाहेर पडण्याचा मार्ग आहे.

डोक्यावर कर्जाचा डोंगर असलेल्या आणि तरीही नोकरी नसलेल्या अनेक पदवीधरांच्या करुण कहाण्या ऐकण्याचा मला कंटाळा आहे. स्वत:ची जबाबदारी उचला. कॉलेजमधून बाहेर पडला की तुम्हांला नोकरी मिळेल, या परीकथांमध्ये आणून तुम्हांला सोडलेले आहे. पण वास्तव असे आहे की, ज्या वेळी तुम्ही तुमच्या वाहनाचे नियंत्रण बाहेरील परिस्थितीच्या हाती सोपवता, त्या वेळी तुम्ही अशा ठिकाणी जाऊन पोहोचता जिथे घरीच तयार केलेल्या एका कागदी फलकावर तुमच्या शिक्षणातील हुशारी आणि डोक्यावर असलेल्या सहा आकडी कर्जाचे आकडे लिहिलेले असतात.

याचे कोणालाही घेणेदेणे नाही. तुम्ही कर्जात आहात, कारण तुम्हीच ते स्वीकारले होते. तुम्ही कर्जात आहात; कारण तुम्ही वास्तवापासून दूर असलेल्या जगात आहात आणि त्यावरील नियंत्रणावर तुम्ही पाणी सोडले आहे. तुम्ही स्लो लेनवरचा मार्ग निवडला आहे. कर्ज घेण्यासाठी तुमच्यावर कोणी बळजबरी केली होती का? तुम्हांला नोकरी नाही. कारण तुम्ही अशा राजकीय नेत्यांना मतदान केले जे उत्पादकांना खड्ड्यात घालतात आणि ग्राहकांना सवलती देतात. वास्तवाला सामोरे जा.

आपल्या आयुष्यावर बांधील वेळेची बळजबरी करणारा ऑइल बदलाचा खर्चीक मार्ग स्वीकारणे हे मूर्खपणाचे आहे. लक्षात ठेवा, परजीवी कर्जाला त्याच्या उगमाबाबत चिंता नसते, त्याला फक्त तुमचा मोकळा वेळ खायचा असतो आणि तो खाताना त्याला कधीतरी चटकदार मसालाही चवीला लागतो.

संमेलन (परिषदेचं) अपयश

कोणता मूर्ख माणूस एखाद्या परिषदेसाठी (परिषदेतील भाषणं ऐकण्यासाठी) ५० हजार डॉलर्स खर्च करेल? अनेक जण करतात. फास्ट लेन फोरमवर विचारला जाणारा हा सर्वसामान्य प्रश्न आहे. अमुक अमुक व्यक्ती रिअल इस्टेट या विषयावर ५० हजार्स डॉलर्स तिकीट ठेवून तीन दिवसांची परिषद आयोजित करत आहे. मी त्या परिषदेला जाऊ का? काय करत आहात? तुम्हांला वेड लागले आहे का? तुम्ही कशावर पैसे खर्च करत आहात, याची कल्पना आहे का? मी तुम्हांला सांगतो, जे पुस्तक बाजारात १९ डॉलर्सला मिळते, त्या पुस्तकात काय आहे हे कोणा एका व्यक्तीकडून समजून घेण्यासाठी तुम्ही ५० हजार्स डॉलर्स खर्च करत आहात.

५० हजार डॉलर्सचं संमेलन म्हणजे, आम्ही प्रकाशक *लोक आळशी आहेत* असे जे नेहमी म्हणतो, त्याची ही अतिशयोक्ती आहे. लोकांना वाटते, सर्व काही आपल्या हातात हवे. त्यांना काहीही वाचायचे नसते आणि कोडी सोडवायची नसतात. त्यांना हाताला धरून सगळीकडे घेऊन जावे असे वाटत असते किंवा त्याहून अधिक म्हणजे कोणीतरी सर्व काही त्यांच्यासाठी केलेले हवे असते. लोकांना केवळ कार्यक्रम हवे असतात, प्रक्रिया नको असते. आणि मग ५० हजार डॉलर्सच्या संमेलनासारखे कार्यक्रम तयारच असतात.

काहीतरी नवीन शिकण्यासाठी संमेलन किंवा परिषदा हा चांगला मार्ग आहे, पण ते संमेलन योग्य प्रकारचे हवे, जे तुम्हांला परवडेल. ते उत्पादकांनी आणि अनुभवी तज्ज्ञांनी आयोजित केलेले हवे, व्यावसायिक आणि सार्वजनिक सभेतील वक्त्यांची गरज नाही. बहुतेक महागडी संमेलनं ही तुमच्या खिशातून प्रत्येक डॉलर्स काढून घेण्यासाठी अत्यंत कुशलतेनं आयोजित केलेली असतात. अनेक निकृष्ट संमेलनं ही दिवसभराची किंवा अधिक खर्चाची असतात. आणि ते उत्तम कपडे घातलेले आयोजक, सादरकर्ते कोण असतात? त्यांच्यावर एका विरोधाभासाचा प्रभाव असतो – 'लाखो लोकांना भाषणे देऊन श्रीमंत व्हा, पण स्वत: काय शिकवता त्यातून श्रीमंत होऊ नका.'

फास्ट लेन फोरमच्या एका सदस्याने तिला एका प्रसिद्ध लेखकाने आयोजित केलेल्या परिषदेत आलेला अनुभव सांगितला :

> *सर्वप्रथम, तुम्हांला इतरांशी संपर्क साधण्यास 'मनाई' केलेली असते. तुम्हांला तशी परवानगी दिली तरी लोकांना लगेच समजेल की हे संमेलन किंवा परिषद म्हणजे फक्त दुसऱ्या एका महागड्या, म्हणजे जवळपास ५० हजार डॉलर्स खर्चाच्या संमेलनाची जाहिरात करण्यासाठी आयोजित केले आहे. दुसरे म्हणजे, तुम्ही स्वत:च्या बळावर जे काही समजून घेतले त्याशिवाय तुम्हांला या संमेलनामधून काहीही शिकायला मिळत नाही. जगात खरोखर इतके मूर्ख लोक कसे काय असू शकतात? बँकेच्या खात्यात खणखणाट असतानाही केवळ काहीतरी चांगले मिळण्याच्या आशेने अनेक लोक ५० हजार डॉलर्स कुठून आणतात? आणि शेवटचे म्हणजे, या संमेलनामध्ये एक सत्र असते ज्यामध्ये ते तुमच्या क्रेडिट कार्डची मर्यादा वाढवून देतात, कारण श्रीमंत लोक पैसा निर्माण करतात आणि गरीब लोक तो कमावतात. मग नंतर सगळे जण जातात आणि आपली क्रेडिट मर्यादा वाढवून घेतात आणि मग काय होत असेल? संमेलन आयोजित करणारे लोक, तुम्ही पुढे जाण्यासाठी किती 'उत्सुक' आहात, त्याचा अंदाज घेऊन तुमच्या समोर १६ हजार ते ५० हजार डॉलर्सचा प्लॅन ठेवतात. विचित्र आहे ना? तसे दिसून मात्र येत नाही, कारण अनेक लोक हातात क्रेडिट कार्ड घेऊन कत्तल करवून घेणाऱ्या जनावरासारखे पैसे भरण्यासाठी रांगा लावतात. संशयास्पद आत्मसमाधानाची संवेदना घेऊन आणि शर्टवर 'मी स्वत:मध्येच गुंतवणूक केली आहे,' असे आकर्षक स्टिकर लावून ते बाहेर पडतात.*

५० हजार डॉलर्सचा ऑइल – बदल हा ५० हजार डॉलर्सच्या सेमिनारसारखा धक्कादायक आहे. चांगल्या संमेलनासाठी एक हजार डॉलर्सपेक्षा अधिक खर्च करावा लागत नाही आणि ते संमेलन प्रतिष्ठित तज्ज्ञ, अनुभवी व्यक्तींनी आयोजित केलेले असते. चांगल्या संमेलनातून तुम्ही शिकता आणि त्यासाठी तुम्हांला नव्या आलिशान गाडीच्या खरेदीइतके पैसे मोजावे लागत नाहीत. खराब संमेलन ही अधिक भपका असणारी, तुमच्यावर दबाव आणणारी आणि तुम्हांला गरीब करणारी असतात. अशी संमेलनं फक्त पैसा कमवण्यासाठी आयोजित केली जातात, तुम्हांला मदत करण्यासाठी नाही.

चांगले संमेलन आणि खराब संमेलन यांच्यात फरक कसा कराल? पहिले लक्षण म्हणजे त्यासाठीचे शुल्क. कोणतेही अवाजवी शुल्क असणे म्हणजे, आयोजकाला तुम्हांला माहिती सांगण्यापेक्षा पैसा कमावण्यात अधिक रस आहे, याचे निदर्शक आहे. दुसरे लक्षणही किमतीबाबतच आहे. 'मोफत' या शब्दापासून दूर रहा. 'मोफत' या शब्दाचा अर्थ, आठ मिनिटांची माहिती आणि नंतर महागड्या संमेलनासाठी आठ तास जाहिरात. तिसरा तपासायचा मुद्दा म्हणजे ते कोणी आयोजित केले आहे? त्यात मार्गदर्शन करणारे व्यावसायिक वक्ते आहेत की जे काही सांगितले जाणार आहे त्याचा प्रत्यक्ष वापर करणाऱ्या अनुभवी व्यक्ती आहेत? ही आकर्षक जाहिरात वाचा : 'जॉनी गुरूच्या मार्गदर्शनाने लाखोंची संपत्ती निर्माण केली आहे' आणि मग याच जाहिरातीमध्ये लिहिलेले असते – 'जॉनी गुरू संमेलनाला उपस्थित नसतील'. अरेच्चा! खरा सर्जन जर उपलब्ध नसेल तर अन्य कोणालाही तुम्ही स्वत:ची शस्त्रक्रिया करू द्याल का? हे अतिशय निकृष्ट (दर्जाहीन) संमेलन आहे.

प्रकरण सारांश : फास्ट लेनची वैशिष्ट्यं

- फास्ट लेनमधून जाणारे लोक पदवीनंतर त्यांच्या शिक्षणाला सुरूवात करतात, त्याआधी नाही.
- फास्ट लेनमधून जाणारे लोक हे त्यांच्या व्यवसायासाठी आणि त्यांच्या पैशाच्या झाडाचा विस्तार करण्यासाठी शिक्षण घेतात, स्वत:ची किंमत वाढवण्यासाठी नाही.
- फास्ट लेनमधून जाणाऱ्यांना चाकामधील आरा बनण्याची इच्छा नसते, त्यांना चाकच बनायचे असते.
- 'कसे करायचे मला माहीत नाही' ही पळवाट कडक शिस्तीने पुसून टाकता येते.
- अमर्याद ज्ञान सर्वत्र आहे आणि ते मोफत उपलब्ध आहे. ते मिळवण्यासाठी आवश्यक असलेल्या शिस्तीची मात्र कमतरता आहे.
- जिथे शारीरिक कौशल्याची आवश्यकता नाही, अशा कोणत्याही क्षेत्रात तुम्ही तज्ज्ञ होऊ शकता.
- इतर गोष्टींसाठी राखून ठेवलेल्या वेळेतही तुम्ही काहीतरी वेगळे शिकू शकता.
- महागडी संमेलनं आयोजित करणारे कार्यक्रमांच्या नावाखाली पोकळ आश्वासने देत कच्च्या रस्त्यांवरून जाणाऱ्यांचा आणि स्लोलेनमधून भटकणाऱ्यांचा फायदा उठवतात.

फास्ट लेन

२८

अंतिम रेषा पार करा

"सर्व गोष्टी तुम्हांला नियंत्रणात असल्यासारख्या वाटत असतील,
तर तुम्ही पुरेशा वेगाने जात नाही आहात."

–मारिओ आंद्रेती

फास्ट लेनमधील विजेते रेडलाइनवर तावून सुलाखून निघतात

विजेते रेडलाइनवर तावून सुलाखून निघतात, त्यांना आकार येतो. रेडलाइन म्हणजे काय? रेडलाइन म्हणजे अत्यंत शुद्ध, निर्भेळ (विशुद्ध) *बांधिलकी (कटिबद्धता)*.

पैशांचे झाड, व्यवसाय आणि यंत्रणा एका रात्रीत उभी करता येत नाही. पिरॅमिड मशीन तयार करण्यासाठी चुमाला अनेक वर्षं लागली. बांधिलकी ही पैशांच्या झाडाला आवश्यक असणारे पाणी, खत आणि निगा यांचे मिश्रण आहे. मला माहीत आहे की, बांधिलकी या शब्दामुळे अनेक जण नाराज होऊन निघून जाण्याची शक्यता आहे. तुम्हांला वाटत असेल की फास्ट लेन प्रक्रिया ही सोपी आहे, तर मग आत्ताच थांबा आणि पुन्हा एकदा स्लो लेनमध्ये निघून जा. तो मार्गही तसा सोपा नाही!

लक्षात ठेवा, 'झटकन श्रीमंत व्हा' ही जाळ्यात अडकवणारी भूलथाप आहे. चांगला व्यवसाय उभा करणे म्हणजे एखाद्या बाळाला जन्मापासून ते मोठे होईपर्यंत वाढवण्यासारखेच आहे, जसे पालक त्यांच्या बाळाच्या लालनपालनासाठी कटिबद्ध असतात; तुम्ही तुमच्या व्यवस्थेसाठी आणि तुमच्या व्यवसायासाठी कटिबद्ध असणे आवश्यक आहे. हीच ती रेडलाइन आहे, जिथे तुमच्या गाडीच्या मर्यादेची कसोटी लागते आणि तुमच्याही मर्यादेची परीक्षा पाहिली जाते...

तुम्ही इच्छुक आहात की कटिबद्ध आहात?

अनेक लोक त्यांच्या आयुष्यात पहिल्याच गिअरवर प्रवास करताना भरकटतात आणि नंतर अचानक आश्चर्यचकित होतात की, मी इथे कसा आलो? पैसे मिळवावे असे

कोणाला वाटत नाही? दुर्दैवाने संपत्ती मिळवावी आणि आर्थिक सुरक्षा यावी, अशी 'इच्छा' बाळगण्यासाठी काहीही कष्ट पडत नाहीत. इच्छा ही बालवाडीसारखी असते, ती कधीही पुरेशी नसते आणि जे लोक केवळ 'इच्छा' बाळगतात, त्यांची गाडी कायम पहिल्याच गिअरमध्ये अडकते.

पहिल्या गिअरमधून बाहेर पडण्यासाठी, चांगले निर्णय घेणे हा आपल्या जीवनशैलीचा भाग होत नाही तोपर्यंत अशा निर्णयांची साखळीच तयार होण्याची आवश्यकता असते. ही एका रात्रीत घडून येण्यासारखी गोष्ट नाही. इच्छा आणि बांधिलकी (कटिबद्धता) यांमध्ये अत्यंत ठळक फरक आहे. हा फरक तुमच्या कामाचा दर्जा आणि सातत्य यांवरून दिसून येतो.

इच्छा बाळगणारे पुस्तक वाचतात आणि कटिबद्ध लोक हे पुस्तक ५० वेळा कृतीत उतरवतात. इच्छुक माणसांना व्यवसाय सुरू करायचा असतो; कटिबद्ध लोक कागपत्रांसह अर्जही करून टाकतात. इच्छुक माणसे त्यांच्या व्यवसायासाठी सोमवार ते शुक्रवार रोज एक तास खर्च करतात; कटिबद्ध लोक सातही दिवस कोणत्याही वेळी व्यवसायासाठी काम करण्यास सज्ज असतात. इच्छा तुम्हांला आलिशान गाडी कर्जाने घेण्यास भाग पाडते, बांधिलकीची वृत्ती तुम्हांला दुचाकीवर नेते आणि अतिरिक्त पैसा व्यवसायात गुंतवण्यास सांगते. इच्छा म्हणजे श्रीमंत दिसणे आणि कटिबद्धता म्हणजे श्रीमंत होण्यासाठीचे नियोजन आहे.

'फेसबुक'चे संस्थापक मार्क झुकेरबर्ग यांनी केवळ इच्छेच्या बळावर जगातील सर्वाधिक वापरली जाणारी सोशल नेटवर्किंग साइट तयार नाही केली, तर ते त्यासाठी समर्पित होते. इलॉन मस्क यांनी केवळ रस आहे म्हणून रॉकेट विज्ञानात भर नाही घातली, त्यासाठी ते समर्पित होते. इच्छा म्हणजे सलग तिसऱ्यांदा अपयश आले की प्रयत्न सोडून देणे– तर समर्पण म्हणजे शंभर अपयशानंतरही सातत्याने प्रयत्न करणे.

माझी कंपनी उभारत असताना माझी यंत्रणा, माझे सहकारी आणि मी पूर्णपणे समर्पित होतो. मी आठवड्याच्या प्रत्येक दिवशी १२ तास काम करत माझी यंत्रणा उभारण्यासाठी आणि ती निर्दोष करण्यासाठी झटत होतो. मला त्यासाठी रात्री मित्रांबरोबरच्या पार्टीचा त्याग करावा लागला. मी एका छोट्याशा अपार्टमेंटमध्ये राहिलो. दुपारच्या आणि रात्रीच्या जेवणात मी स्वस्तातला पिझ्झा खात होतो. माझी योजना यशस्वी करण्यासाठी मी भांडी घासण्यासही तयार होतो. माझ्या मित्रांना ज्या वेळी व्हिडिओ गेममध्ये सर्वांत वेगवान मोटार मिळण्याबाबत चिंता वाटत होती, त्या वेळी मी माझ्या आर्थिक स्वातंत्र्याचा विचार करत होतो. मला व्हिडिओ गेममधील नाही, तर प्रत्यक्षातील वेगवान मोटार हवी होती. माझे मित्र काल्पनिक जगात विजेते ठरण्यासाठी समर्पित होते, त्याच वेळी मी वास्तव जगात विजेता ठरण्यासाठी समर्पित होतो. *फास्ट लेनमधील विजेते रेडलाइनवरच तयार होतात.*

'बऱ्याच लोकां'पासून स्वत:ला दूर ठेवा

तुम्हांला एखादी गोष्ट मिळवण्याची किती तीव्र इच्छा आहे? त्यासाठी तुमच्या गाडीतच रात्र काढण्याची तुमची तयारी आहे का? तुमच्या मित्रांची स्वत:ची घरे असताना, तुम्ही एखाद्या छोट्या अपार्टमेंटमध्ये दिवस काढू शकता का? दीड लाख किलोमीटर धावलेल्या खटारा गाडीसाठी तुम्ही नव्या कोऱ्या बीएमडब्लूवर पाणी सोडू शकता का? तुमच्या मित्रांना ५०

हजार डॉलर्स वार्षिक उत्पन्न देणाऱ्या नोकऱ्या असताना तुम्ही मॅलोनीज बार अँड ग्रीलमध्ये वेटर म्हणून काम करू शकता का? तुमची इच्छा किती तीव्र आहे?

अनेक लोकांची अशी इच्छा नसते आणि हाच विजेते आणि पराभूत यांच्यातील फरक असतो. जीवघेण्या स्पर्धेत ५० वर्षं काढण्याची कल्पना ही, त्यातून बाहेर पडण्यासाठी जिवापाड कराव्या लागणाऱ्या मेहनतीपेक्षाही भयानक आहे. तुम्ही आत्ता लगेचच सर्वसाधारण सुखी जीवन मिळवू शकता किंवा नंतर अत्यंत समाधानी सुख मिळवू शकता. फास्ट लेनमधून धावणारे अल्पकालीन सुखाचा त्याग करून ज्ञानाच्या मागे धावतात, जेणेकरून त्याच्या साह्याने दीर्घकालीन, अतिभव्य सुख मिळवता येईल.

चिखलात उतरून कपडे खराब करण्याची वेळ ज्या वेळी येते, त्या वेळी अनेक लोक पहिल्या गिअरमध्येच राहून निवांतपणे जाण्याचा पर्याय निवडतात आणि रेडलाइनवरील कष्ट टाळतात. रेडलाइन पार करण्यात अनेक अडथळे असून ते तुमचा मार्ग खडतर करतात.

कार्निज मेलॉन विद्यापीठातील प्राध्यापक रँडी पॉश यांना ज्या वेळी अखेरच्या स्टेजमधील कर्करोग झाल्याचे निदान झाले, त्या वेळी त्यांनी आमचा शेवटचा तास घेण्याची कृपा केली. व्हिडिओ संदेशात ते म्हणाले :

> *''अडथळा आणणाऱ्या भिंती असण्यामागेही काही कारण असते. त्या भिंती तुम्हांला दूर ठेवण्यासाठी नसतात; तर एखादी गोष्ट साध्य करण्याची तुम्हांला किती तीव्र इच्छा आहे, हे सिद्ध करण्याची संधी त्यामुळे मिळते. ज्या लोकांना त्या गोष्टी मिळाव्यात असे तीव्रपणे वाटत नसते, त्यांना रोखण्यासाठी त्या भिंती असतात. या भिंती इतर लोकांना थांबवतात.''*

या संदेशाच्या अखेरच्या ओळीत 'इतर लोक' असे दोन शब्द आहेत. तुमचा समावेश या 'इतर लोकां'मध्ये होणार नाही, यासाठी तुम्ही जागरूक असायला हवे. कारण, 'इतर लोक' हा 'अनेक लोक' याला समानार्थी शब्द आहे. अनेक लोक हे असे ग्राहक असतात की आणखी दोन हप्त्यांनंतर दिवाळखोरीत जाऊ शकतात. अनेक लोक हे त्यांचे मित्र कर्जावर जगत असल्याचे दिसत असूनही, आपल्या व्यवसायात दीर्घकालीन गुंतवणूक करत नाहीत. अनेक लोक हे त्यांच्या मित्रांच्या आणि नातेवाइकांच्या ''हे काही कामाचे नाही,'' या सूचनेला बळी पडत त्यांच्या स्वप्नांचा नाश करून घेतात. अनेक लोकांची सुरूवात उत्साहाने होते आणि ते भरपूर आनंदात असतात, पण पहिल्याच खड्ड्यात किंवा अपयशात ते खचून जातात. अनेक लोक 'मी हरलो' या वाक्याला शरण जातात आणि यश, म्हणजेच फास्ट लेनमधील वेगवान विकासाचा मार्ग काही हात अंतरावरच असल्याचे माहीत नसल्याने प्रयत्न सोडून देतात.

''आपण तिथपर्यंत पोहोचलो आहोत का?'' संपत्ती हा कपटी प्रकार आहे. तो कमजोरांना निर्दयीपणे दूर करतो. तुमचा प्रवास उत्साह, आश्चर्य, समर्पण आणि पुनर्निमाण अशा अपेक्षित मार्गावरून होईल. फास्ट लेन यशाला वेळेच्या गुंतवणुकीचा आणि प्रयत्नांचा टोल भरणे आवश्यक आहे. या टोलच्या आधारावरच तुम्ही इतरांपेक्षा वेगळे ठरता आणि इतर प्रत्येकाला दूर ठेवता.

रेडलाइनवरील या प्रयत्नांना टाळता येत नाही किंवा तुमच्यासाठी ते दुसऱ्यांकडून करवूनही घेता येत नाहीत. काम आणि त्याग यांसाठी तुमच्या अपेक्षांचा प्राधान्यक्रम ठरवा, तुमचे उद्दिष्ट निश्चित करा आणि समजून चाला की, तुम्हांला दोन दिवसांच्या मोबदल्यात पाच दिवसांचा खर्च नको असल्याने तुम्ही आताच टोल भरत आहात. फास्ट लेनमधील संधी मिळवण्यासाठी आवश्यक असलेले कष्ट तुम्ही घेतले नाहीत, तर तसे प्रयत्न इतर कोणीतरी करेल. तुम्ही जर इतरांपेक्षा वेगळे नसाल, तर तुम्हांला एका नव्या विश्वाचा शोध लागेल. *तुम्ही इतरांपेक्षा वेगळे जगू शकाल.*

ब्रेकवरून तुमचा पाय हटवा!

अपयश हा यशाचा घाम आहे आणि मी घामात डबडबलो आहे.

तुम्ही स्टेप, स्पिन किंवा एरोबिक्सच्या क्लासला जात असाल, तर तुम्हांला तुमचे लक्ष्य माहिती असते : भरपूर व्यायाम करून घाम गाळा, हृदयाला होणारा रक्तपुरवठा अधिकाधिक करा आणि वजन घटवा. तुम्ही कार्डिओ क्लासला गेलात आणि तुमच्या मार्गदर्शकाने घाम न गाळण्याचा सल्ला दिला तर त्यामुळे त्याचा उद्देशच नाहीसा होईल. कष्ट केल्याने साहजिकच घाम येतो आणि हा घामच तुमच्या कष्टाचा पुरावा असतो.

दुर्दैवाने तुम्ही अपयशाला घाबरलात आणि ब्रेकवरील पाय हटवण्यास नकार दिला, तर ही विडंबना तुमच्या वाटेला येईल. *अपयश हा यशाचा घाम आहे.* घाम गाळल्याशिवाय तुम्ही ज्याप्रमाणे हृदयाची क्षमता वाढवू शकत नाहीत, त्याचप्रमाणे अपयश मिळाल्याशिवाय तुम्ही यशाचा अनुभव घेऊ शकत नाहीत.

अपयश म्हणजे यशाला मिळत असलेला नैसर्गिक प्रतिसाद आहे. तुम्ही अपयश टाळण्याचा प्रयत्न करत असाल तर तुम्ही यशही टाळत आहात. सातत्याने ब्रेक दाबून ठेवत तुम्ही संपत्तीच्या मार्गावर गाडी चालवू शकत नाही. तुम्हांला धोका पत्करावाच लागेल. या प्रक्रियेत त्रास सहन करा आणि अपयशाची चव घ्या.

अपयशाची भीती का वाटते? उत्तर : वाइटात वाईट काय होऊ शकते याचे अतिरंजित चित्रण करणे. सर्वाधिक वाईट काय होऊ शकते आणि हे होण्याची शक्यता किती? तुम्हांला परत सर्व काम करावे लागेल का? तुम्हांला किंवा तुमच्या पत्नीला दुसरी नोकरी करावी लागेल का? फार मोठी गोष्ट आहे. ज्या वेळी तुम्ही समाजाच्या प्रवाहाला विरोध करता, तुम्हांला घाम गाळावा लागतो.

धोके पत्करून काम करा. असे केल्याने फारसा फरक पडतही नाही. तुम्ही नव्या व्यक्तींना भेटता. नव्या संधी तुमच्या समोर उलगडतात. तुम्हांला प्रतिक्रिया मिळतात. 'लकी ब्रेक' तुमच्या आयुष्याशी एकरूप होतात. काही तरी करण्यानेच अनेक महान गोष्टी घडून येतात.

होय, फास्ट लेन हा धोकादायक प्रवास आहे. अपयश निश्चितपणे येणार. प्रयत्न आणि अपयश यांतूनच मी कॉम्प्युटर कोडिंग शिकलो. मला योग्य पद्धत समजेपर्यंत मी शेकडो वेळा यामध्ये अपयशी ठरलो आहे. अत्यंत दुष्ट वाटणाऱ्या नेटवर्क मार्केटिंगच्या क्लृप्त्या, ज्वेलरी होलसेल भावात विकणे आणि थेट मार्केटिंगच्या योजना ही सर्व माझ्या अपयशाची उदाहरणे आहेत. प्रत्येक वेळी मी आधीचे अपयश पुसून टाकत झालेल्या गोष्टींचे

विश्लेषण केले, त्यातून काहीतरी शिकलो, चूक दूर केली आणि पुन्हा प्रयत्न केला. मी कृती केली, मूल्यांकन केले आणि दुरुस्ती केली. ब्रेक मोकळे झाले मित्रा!

मी एकदा ऐकले की, 'हुशार माणूस स्वतःच्या चुकांपासून शिकतो. शहाणा माणूस इतरांच्या चुकांपासून शिकतो.' तुम्ही माझ्या चुकांपासून शिकू शकता. फास्ट लेन प्रक्रिया मी एका रात्रीतून नाही शिकलेलो. अपयशाच्या उजेडातच मी ती शोधून काढली आहे. अपयशाची भीती वाटणे स्वाभाविकच आहे, पण अपयशामुळं अनुभव मिळतो आणि अनुभवातूनच शहाणपण मिळते.

फास्ट लेनमधील धोक्यांपासून आयुष्यभराची पुंजी मिळू शकते

बिल गेट्स हे 'वन हिट वंडर' आहेत. त्यांनी एकच कंपनी उभी केली आणि त्यातून अब्जावधी डॉलर्स कमावले. इतके कमवण्यासाठी त्यांना फक्त एक कंपनी पुरेशी ठरली. दोनदा दिवाळखोरीत जाऊनही सध्याच्या लक्षावधी डॉलर्सच्या कंपनीच्या आधारावर मलाही काही लोक 'वन हिट वंडर' म्हणू शकतात. फारच छान. नो हिट वंडर असण्यापेक्षा वन हिट वंडर असणे कधीही चांगले. केवळ एकच उत्तम काम करा आणि तुमचे आयुष्य मार्गी लागलेच म्हणून समजा.

तुमच्या समोर आव्हान आहे : तुम्हांला सिक्सर मारायची असेल तर तुम्हांला क्रिजमध्ये उभे राहून जोरदार बॅट घुमवावी लागेल. पॅव्हेलियनमध्ये बसून किंवा घरी सोफ्यावर बसून 'चितोज' गिळत 'हॅलो ३' गेम खेळत तुम्ही सिक्सर मारू शकत नाही. क्रिजमध्ये या – बॅट घुमवा. जोरदार फटके मारायला सुरूवात करा! बॉल चुकतील, फटके हवेत फिरतील. मात्र अनेक वेळा बॅट घुमवल्यावर आणि या खेळाच्या वेगाशी जुळवून घेतल्यावर तुमची नजर पक्की होईल आणि बॉलवर सहजतेने बॅट बसेल.

बुद्धिमान धोके पत्करा आणि मूर्खपणाचे धोके सोडा

धोक्यांचे विश्लेषण करण्याची जेव्हा वेळ येते, त्या वेळी दोन प्रकारचे धोके असल्याचे लक्षात येते. सर्वोत्तम किंवा सर्वांत वाईट परिणामांवर आधारित : बुद्धिमान धोके आणि मूर्खपणाचे धोके असे ते प्रकार आहेत.

विमानाने लास व्हेगासला जाऊन महिनाभराचा पगार जुगारात गमवायचा हा मूर्खपणाचा धोका आहे. गाडीचे ब्रेक खराब असताना महामार्गावर गाडी पळवणे हा मूर्खपणाचा धोका आहे. ज्या वेळी तुम्ही मूर्खपणाचे धोके टाळून *बुद्धिमान धोके* पत्करता, त्या वेळी तुम्ही कालानुरूप तुमच्या संपत्तीचा आलेख वेगाने वर नेता. बुद्धिमान धोक्यांमध्ये फारच मर्यादित खड्डे असतात, पण वरचढ बाजू अमर्यादित असतात. *मूर्खपणाच्या धोक्यांमध्ये* कधीही तळ लागणार नाही इतका खोल खड्डा असतो, तर वरचढ बाजू मात्र फारच मर्यादित किंवा अल्प जीवी असतात.

बहुतेक सर्व मूर्खपणाच्या धोक्यांची निश्चित लक्षणे दिसून येत नाहीत. त्यांची स्पष्ट अशी व्याख्याच नाही आणि त्यांना ओळखण्यासाठी आधी बराच अभ्यास करावा लागतो.

मी ज्या वेळी माझ्या ८५० हॉर्सपॉवरच्या फिनिक्स गाडीमध्ये बसून रस्त्यावरच्या शर्यतीसाठी उतरतो त्या वेळी मी कोणतेही लक्षण न दाखवणारा मूर्खपणाचा धोका पत्करत असतो. मर्दपणा दाखवण्याचा अचानक निर्माण झालेला उत्साह आणि तात्पुरत्या अहंकारामुळे निर्माण झालेली खुमखुमी या त्या वेळच्या वरचढ ठरणाऱ्या बाबी असतात, तर अपघात आणि त्यात माझे किंवा अजून कोणाचेतरी मरण हे खोल खड्डे असतात. वरचढ बाजू मर्यादित आणि अल्पकालीन आहे, तर खड्डे हे अमर्याद आणि खोल आहेत. होय, हे कदाचित वेडगळ वाटेल.

मूर्खपणाच्या धोक्याचे आणखी एक उदाहरण तुम्हांला सांगतो आणि ते सांगण्यासाठीच मी हे प्रकरण लिहिले आहे. मी हे पुस्तक क्लाउड कॉम्प्युटिंग ॲप्लिकेशनवर लिहीत आहे. म्हणजेच मी एका बाह्य स्रोतावर किंवा बाहेरील एका सर्व्हरवर लिहीत आहे. माझ्या या कामाचा बॅकअप मी ठेवलेला नाही. क्लाउड सर्व्हर फेल झाले, तर माझे कामच संपले.

मूर्खपणाचे धोके कोणत्याही छोट्या-मोठ्या स्वरूपात आणि आकारात येऊ शकतात, त्यामुळेच मी दिवसातील सर्वाधिक मूर्ख ठरलो होतो. मला माफ करा, मी परत मूळ पदावर येतो.

ओके. पुन्हा मूळ मुद्द्यावर येतो.

आता आपण बुद्धिमान धोक्यांबाबत बोलू. मी ज्या वेळी इंटरनेट कंपनीमध्ये एक लाख डॉलर्स गुंतवतो, त्या वेळी मी एक बुद्धिमान धोका पत्करत असतो. मी माझी इंटरनेट कंपनी विकून टाकली, तेव्हाही त्यातून मिळालेली काही रक्कम पुन्हा त्याच कंपनीत गुंतवली. मी एक लाख डॉलर्स का गुंतवले आणि स्वत:ला धोक्यात का टाकले? या कंपनीचे मी मूल्यांकन केल्यावर तिला यश मिळण्याची शक्यता अधिक असल्याचे माझ्या लक्षात आले. माझ्या छोट्या कंपनीचे रूपांतर १० कोटी डॉलर्स मूल्याच्या मोठ्या कंपनीत करण्याचे त्यांचे उद्दिष्ट होते. यात ते यशस्वी ठरले, तर माझ्या छोट्याशा एक लाख डॉलर्स गुंतवणुकीचे मूल्य कोट्यवधी डॉलर्स होणार होते. उलट झाले असते तर? कंपनीला अपयश येण्याची शक्यता होती आणि माझ्या गुंतवणुकीचे पतमूल्यांकन बरेच घसरले असते. या घटनेत अपयशाचा धोका मर्यादित होता, तर यशाची शक्यता बऱ्यापैकी अधिक होती. हा बुद्धिमान धोका आहे.

फास्ट लेन व्यवसाय करण्यासाठी तुम्ही तुमची नोकरी सोडली, तर तो एक बुद्धिमान धोका आहे. तुमची यशाची शक्यता अनेक पटींनी वाढते. आणि अपयशाची? तुम्हांला कदाचित अत्यंत साधी राहणी ठेवावी लागेल : फरशी पुसणे, बर्गरच्या दुकानात काम करणे, केवळ भात खाऊन राहणे आणि दुचाकीवरून किराणा आणायला जाणे. त्याहून वाईट काय असू शकते, तर तुमच्या मुलाला किंवा मुलीला नुकताच बाजारात आलेला आयफोन घेण्यास तुम्ही नकार द्याल. हे खरेच इतके वाईट आहे का? तुम्हांला जर तुमचे ध्येय निश्चितपणे माहीत असेल आणि त्या मार्गावर चालण्यासाठी तुम्ही समर्पित असाल, तर नाही. हे सर्व, तुम्हांला काय करायची इच्छा आहे आणि काय नाही, यावर अवलंबून आहे. धोका स्वीकारता तो आधी काळजीपूर्वक आणि अत्यंत हुशारीने निवडावा लागतो. मूर्खपणाचे धोके कमी करा आणि बुद्धिमान धोक्यांचा फायदा उठवा. आणि अपयश आले,

तर माझ्यावर विश्वास ठेवा – *कधीच प्रयत्न न केल्याची टोचणी लागून राहण्यापेक्षा अपयश आल्याच्या दु:खात राहणे कधीही सोपे असते.*

'कधीतरी'ला दणका द्या

रेडलाइन पार करण्यापासून लोकांना काय रोखते?

'कधीतरी'चा अडथळा असतो. ''कधीतरी मी... कधीतरी मी हे करेन, कधीतरी मी ते करेन, कधीतरी जेव्हा मुले मोठी होतील, कधीतरी ज्या वेळी कर्ज फिटेल... कधीतरी...'' आणि तरीही हा 'कधीतरी' कधीच येत नाही. 'कधीतरी' हा प्रकार तुमच्या मनाच्या पोकळीत दूरच्या क्षितिजावर दिसतो.

कधीतरी हा धोकादायक आणि दुर्बळ करणारा प्रकार आहे. तो तुम्हांला एका अधांतरी, दिशाहीन मार्गावर अडकवून ठेवतो. तो 'कधीतरी' आला आहे, तुमच्या समोर अत्यंत स्पष्टपणे दिसत असून मला 'उद्या'वर ढकलू नका, अशी विनवणी करत आहे. हा बदल घडवून आणण्यासाठी 'फास्ट लेन'मधून तुम्हांला हेच सांगायचे आहे की : *'कधीतरी'ला आजच बनवा.*

तुम्ही कधी कुठे लांबवर गाडी चालवत गेला आहात आणि सर्व सिग्नलवर तुम्हांला हिरवाच दिवा मिळाला आहे, असे कधी झाले आहे का? दुर्दैवाने ज्या वेळी संधी आणि कमीतकमी धोक्याबाबत विचार केला जातो, तेव्हा लोक अत्यंत योग्य वेळेची, म्हणजे सर्वच सिग्नल हिरवे होण्याची वाट पाहतात आणि हे 'कधीतरी' होणार असते. स्लो लेनमध्ये शोभणारी कारणे सांगणाऱ्या कोणालाही विचारा की, तू पुढे का गेला नाहीस, कशासाठी थांबून राहिला आहेस? तुम्हांला ठरावीक उत्तरे मिळतील :

''मी बढतीची वाट पहात आहे.''
''माझी मुले मोठी होण्याची वाट पाहत आहे.''
''मी कर्जातून मुक्त होण्याची वाट पाहत आहे.''
''मला काही पैसा मिळण्याची मी वाट पाहत आहे.''
''मी नवीन वर्षाची वाट पाहत आहे.''
''मी शाळा संपण्याची वाट पाहत आहे.''
''माझ्या पत्नीला नोकरी मिळण्याची मी वाट पाहत आहे.''
''मी अर्थव्यवस्थेत बदल होण्याची वाट पाहत आहे.''
''गरम पाण्याचे हिटर दुरुस्त होण्याची वाट पाहत आहे.''
''मी याची वाट पाहत आहे...''
''मी त्याची वाट पाहत आहे...''

या सर्व कारणांमध्ये 'मी वाट पाहत आहे...' हा धागा समानच असतो. तुम्ही कशाची वाट पाहत आहात? 'कधीतरी'ची! कधीतरी कोणत्यातरी गोष्टीसाठी, कोणत्या तरी

घटनेसाठी किंवा काही 'जर–तर'साठी. दुर्दैवाने या मनाने निर्माण केलेल्या पळवाटा तयार होतात आणि पुसल्या जातात आणि संधीच्या शोधात असलेला त्याच मार्गावर वर्षानुवर्षं घुटमळत राहतो. सर्व सिग्नल हिरवे होण्याची वाट पाहत बसणे म्हणजे दरवर्षी नोव्हेंबर महिन्याच्या तिसऱ्या बुधवारी आकाश जांभळे होण्याची वाट पाहत बसण्यासारखे आहे.

मी तुम्हांला अद्यापही स्पष्टपणे सांगितले नसेल, तर तसे सांगू द्या : अचूक वेळ असा काही प्रकार नसतो. 'कधीतरी' आजच आहे. आज म्हणजेच आत्ता. सात 'आज' एकत्र केल्याने आठवडा, तर ३६५ 'आज' एकत्र केल्याने वर्ष बनते. तुमच्याकडे जे काही शिल्लक आहे ते 'आज'च आहे. आणि तुम्ही वाट पाहत बसला तर संधी निघून जाईल. फास्ट लेनवरील तुमचा प्रवास कधीही सुरू होणार नाही आणि वर्षानुवर्षं जुन्या पळवाटा दूर होत नाहीत, तोपर्यंत नवीन पळवाटा तयार होतात. संधीबरोबर काय निघून जाते याचा अंदाज आहे का? वेळ! होय आणि वेळ जशी निघून जाते, तुमच्या आयुष्याची वाळू, म्हणजेच आपल्या आयुष्यातील दिवस निसटत जातात.

संधी कधीही वेळेची चिंता करत नाही

संधी कायम आपल्या आसपास फिरकत असते आणि ज्या वेळी ती जवळ येते, तिला पकडून ठेवणे आणि पळून जाऊ न देणे महत्त्वाचे असते. धोक्याचा अंदाज घ्या आणि कृती करा. दुर्दैवाने संधी कधीही तुमच्या वेळेबाबत चिंता करत नाही. तुमच्या आजूबाजूची परिस्थिती काय आहे, तुमच्या गाडीचे हप्ते थकले आहेत का, तुमच्या आयुष्यात अनेक अडचणी आहेत का, यांच्याशी संधीला काही देणेघेणे नसते. ती तिच्या इच्छेअनुसार येते आणि निघूनही जाते, तिला स्वत:ची मर्जी आहे आणि भीती म्हणजे काय, हे तिला माहीत नाही. संधी ही बदलांच्या आणि आव्हानांच्या पेहरावात येत असते. लक्षात ठेवा, बदल केल्यानेच अनेक जण कोट्यधीश झाले आहेत.

फास्ट लेन फोरम (TheFastlaneForum.com) म्हणजे माझ्या अतिरिक्त वेळेत मी साधलेल्या संधीचे उदाहरण आहे. हे पुस्तक लिहिण्याच्या अनेक वर्षं आधीपासून माझा फोरम कार्यरत आहे, कारण मला कोणतीही कल्पना न देता संधी माझ्या दारावरून जात होती. माझे पुस्तक पूर्ण झाल्यानंतरच मी 'फास्ट लेन फोरम'साठी ठरवून वेळ देऊ लागलो. अर्थात, पुस्तकाचा पहिला शब्द लिहिण्याच्या अनेक वर्षं आधी, मी पूर्वी ज्या बिझनेस फोरममध्ये वारंवार जात होतो, तिथे भेट दिली. मला लक्षात आले की, 'जुन्या आठवणीं'मध्ये अडकून राहिल्याने या फोरमच्या कार्यक्षमतेवर परिणाम झाला आहे आणि फुटकळ विक्रेत्यांनी, म्हणजे काहीतरी बकवास, बनावट आणि बिनकामाच्या योजना सांगणाऱ्यांनी या फोरमचा ताबा कसा मिळवला आहे, तेदेखील मी पाहिले. एके काळी चांगल्या असलेल्या या उद्यानात सर्वत्र वाळवी लागली होती. लोक बदलाची किंवा पर्यायाची मागणी करत होते.

भविष्यात एक फोरम सुरू करण्याचा विचार माझ्या मनात होताच.

पण संधी माझ्या सोयीअनुसार येत नव्हती.

ही संधी अचानक एका वळणावर दिसली आणि तिचा आवाज थेट काळजात घुसला.

अंघोळ करत असतानाच हा विचार मनात आला आणि मी तसाच ओला बाहेर आलो. कोणतीही तयारी नसताना, मी तयार केलेली नसतानाही, ती संधी पकडली. मी तिचे स्वागत केले, तिला दार उघडून आत घेतले. माझ्या वेळेत नाही, तर 'संधी'च्या वेळेत... आणि 'कधीतरी'चे रूपांतर 'आज'मध्ये झाले. *या निर्णयामुळेच मी पहिला शब्द लिहिण्याच्या आधीच पुस्तकाच्या प्रसिद्धिपूर्व शेकडो प्रती विकू शकलो.*

जगातील अनेक यशस्वी उद्योजकांनी आपल्या उद्योगाची सुरूवात कॉलेजमध्ये असतानाच केली आहे. तुम्हांला या कंपन्या माहीत आहेत : मायक्रोसॉफ्ट, डेल, फेडेक्स आणि फेसबुक. या कंपन्यांच्या संस्थापकांनी प्रतिकूल वेळेत संधी साधली आणि बुद्धिमान धोका पत्करला. या उद्योजकांनी आपल्या पळवाटांचे समाधान न करता समोर आलेली संधी चटकन साधली. 'पदवी झाल्यावर बघू' किंवा 'उन्हाळ्याच्या सुटीनंतर बघू' किंवा 'माझ्या मॅथ्स २०२ परीक्षेनंतर बघू', अशी कारणे नाही सांगितली. अपूर्ण गरजांच्या रूपात संधी तुमच्या समोर येतात आणि ज्या वेळी त्या तुमच्या दारावर थाप देतात, त्या वेळी दार उघडा! प्रतिसाद नाही दिला तर संधी निघून जाते आणि दुसऱ्यांचे दार वाजवते. कदाचित मग ते दार उघडतील.

मग तुम्ही का नाही? अचूक वेळ ही फारच क्वचित असते. वाट पहात राहिल्याने सर्वसाधारणपणातच वाढ होते. ही वेळ अचूक हवी, ती संधी अचूक हवी असे म्हणत लोक त्यांचे संपूर्ण आयुष्य वाट पाहण्यात घालवतात. अचूक परिस्थिती कधीही येत नाही. मग हाती काय लागते? जाणारी वेळ, म्हातारपण आणि स्वप्नांचा भंग होताना पाहणे!

...आणि आता तुमच्याकडे गॅरेजच्या बाहेर गाडी काढून रस्त्यावर धावण्याची संधी निर्माण झाली आहे. याच रस्त्यावरून तुमचा फास्ट लेन प्रवास सुरू होणार आहे. फास्ट लेनचा मार्ग तुम्हांला संपत्तीकडे घेऊन जातो. तुमच्याकडे फास्ट लेनचा नकाशा आहे आणि स्लो लेनवरून जाणारे, कच्च्या रस्त्यावरून जाणारे कसे असतात, हेदेखील तुम्हांला माहीत आहे. तुमच्या गाडीची दिशा कोणती ठरवायची हे तुम्हांला समजले आहे. कोणती मनोवृत्ती ही संपत्तीसारखी आहे आणि कोणती कर्जासारखी आहे, हे तुम्हांला माहीत आहे. तुमच्या गाडीच्या वेगाला विरोध करणाऱ्या गुरुत्वाकर्षण शक्तीची तुम्हांला जाणीव आहे. गॅरेजच्या बाहेर गाडी काढत संपत्तीकडे जाणाऱ्या मार्गावर ती पळवण्यासाठीची सर्व साधने तुमच्याकडे आहेत. होय, हीच वेळ आहे रस्त्यावर उतरण्याची!

प्रकरण सारांश : फास्ट लेनची वैशिष्ट्यं

- इच्छा हा पहिला गिअर आहे, समर्पण म्हणजे रेडलाइन आहे.
- कष्ट आणि समर्पण यांमुळेच विजेते हे पराभूतांपेक्षा वेगळे ठरतात.
- काही लोक दीर्घकालीन भव्य सुखापेक्षा अल्पकालीन सर्वसाधारण सुखाची निवड करतात.
- इतरांपेक्षा वेगळे जगण्यासाठी, इतर लोकांपेक्षा वेगळे काहीतरी करावे लागते.
- तुमच्या अपेक्षांना कष्ट, त्याग आणि मार्गावरील इतर अडथळ्यांचे कवच घाला. हेच ते भूसुरूंग आहेत ज्यांच्याद्वारे कमकुवत लोकांना रस्त्यावरून दूर केले जाते आणि त्यांना 'अनेक' लोकांमध्ये फेकले जाते.

- यश मिळवताना अपयश येणे साहजिकच आहे. त्याची अपेक्षा करा आणि त्यापासून शिका.
- केवळ एक सिक्सर तुम्हांला आर्थिक सुरक्षित आयुष्य देईल, कदाचित हे काही पिढ्यांसाठीही असू शकेल.
- लक्ष न देता तुम्ही सिक्सर मारू शकत नाहीत.
- मूर्ख धोक्यांमध्ये अमर्याद (दीर्घकालीन) खड्डे असतात आणि मर्यादित (अल्पकालीन) वरचढ बाजू असतात.
- बद्धिमान धोक्यांमध्ये वरचढ बाजू अमर्याद (दीर्घकालीन) असतात आणि खड्डे फारच मर्यादित (अल्पकालीन) असतात.
- अचूक वेळ असा काही प्रकार नसतोच आणि 'कधीतरी'ची वाट पाहण्यात वेळेचा फार अपव्यय होतो.

भाग ७ :

संपत्तीकडे जाण्याचे मार्ग

फास्ट लेन

२९

योग्य रस्ता संपत्तीच्या मार्गावर नेतो

"जो रस्त्याची सुरूवात निवडतो, रस्त्यावरील अखेरच्या स्थानाची निवडही तोच करतो. शेवट कसा होणार, हे तुम्ही कोणते साधन निवडता, त्यावर अवलंबून असते."

–हेन्री इमर्सन फास्डेग

संपत्तीकडे नेणाऱ्या तुमच्या मार्गावरचे पुढचे सर्व रस्ते बंद आहेत का? डेड एन्ड आहे का?

संपत्तीकडे नेणाऱ्या प्रवासाचा संबंध असल्याने रस्ता म्हणजे काय, हे समजून घ्यायला हवे. तुम्ही जर स्लो लेनमधून जाणारे असाल, तर तुमचा मार्ग म्हणजे नोकरी : डॉक्टर, वकील, इंजिनिअर, सेल्समन, सलून व्यवसाय, वैमानिक इत्यादी.

तुम्ही जर फास्ट लेनमधून धावणारे असाल तर उद्योग हा तुमचा मार्ग आहे : उद्योजकता, रिअल इस्टेटमध्ये गुंतवणूक, लेखक किंवा संशोधक. दुर्दैवाने आर्थिक मर्यादांमुळे बहुतेक नोकऱ्या आणि आश्चर्यकारकरीत्या अनेक उद्योगही या मार्गावर नाहीत. शिकागोतून पूर्वेच्या दिशेने बाहेर पडणारा रस्ता तुम्हांला कधीही लास व्हेगासला घेऊन जाऊ शकत नाही. हा डेड एन्ड आहे! तुम्ही एखाद्या त्रासदायक उद्योगाच्या मार्गावर असाल तर तुम्हांला सारखी वळणे घ्यावी लागतात आणि दिशा सातत्याने बदलावी लागते : रस्त्याच्या बाहेर या, वळा किंवा मागे फिरा.

या मार्गाचा लाखो उद्योग मालकांना सामना करावा लागतो. चुकीच्या रस्त्यावरून जात ते स्वत:ची फसवणूक करवून घेतात आणि नंतर आपल्याला संपत्तीने हुलकावणी का दिली, याबद्दल आश्चर्य करत बसतात. दिवसाला आठ तास झगडत बसण्याऐवजी ते १२ तास व्यवसायात लढत बसतात. यंत्रणेच्या दुहेरीपणाचा फायदा घेण्याऐवजी ते वेळेचा पैशांसाठी व्यापार करतात. दोन दिवसांच्या सुटीसाठी पाच दिवस खर्च करण्यापेक्षा ते एका दिवसासाठी सहा दिवस किंवा सातही दिवस खर्च करतात. असे ते आयुष्यभर करतात.

फास्ट लेन तत्त्वज्ञानाकडे तुम्ही दुर्लक्ष केले आणि केवळ 'उद्योग सुरू करा' या फास्ट लेनने केलेल्या आव्हानाचे अंधानुकरण करत लिंबू सरबत विक्रीची टपरी टाकली, तर ते माझे अपयश ठरेल. हा मार्ग अयोग्य आहे. कारण त्यामध्ये संपत्ती निर्माण होण्याची शक्यता फारशी नाही. कसे? तुमचा मार्ग हा 'परिणामकारक कायद्या'च्या आधारावर आखलेला असावा.

प्रभाव पाडण्याचा मार्ग : पाच फास्ट लेन आज्ञा

प्रभावकारक कायदा सांगतो की तुम्ही लाखो लोकांवर प्रभावी परिणाम पाडायला हवा. लाखो लोकांवर कसा परिणाम करणार?

स्लो लेनमध्ये तुम्ही स्वत:चे मूलभूत मूल्य वाढवता, लोकांसाठी दुर्लभ होता आणि लक्षावधी रुपये कमावता. फास्ट लेनमध्ये तुम्ही असा काही व्यवसाय करता ज्याचा संबंध लाखो लोकांच्या आयुष्याशी येतो आणि त्याचा त्यांच्या राहणीमानावर सकारात्मक परिणाम होतो. तुमचा मार्ग परिसरावरील परिणामाच्या भागातून जात नसेल किंवा हा भाग टाळण्यासाठी बाह्य वळण घेणारा असेल, तर माफ करा- पण तुम्ही चुकीच्या रस्त्यावर आहात.

फास्ट लेनद्वारे मिळणाऱ्या संपत्तीच्या सूत्राचे सामर्थ्य हे परिणामकारक कायद्याची अंमलबजावणी करणाऱ्या व्यवसायाच्या आधारावरच असते. व्यवसायाच्या संधी भरपूर असतात, पण दुर्दैवाने त्यातील अनेक संधी तुम्हांला फास्ट लेन मार्गावर घेऊन जात नाहीत. वस्तूंवर १५ टक्के सवलत देणाऱ्या किरकोळ मालाच्या दुकानात तुम्ही वेळ वाया घालवत असाल तर मग लाखो जणांवर परिणाम करण्याची अपेक्षा तुम्ही कशी करु शकता?

तुमचा मार्ग जर परिणामाच्या दिशेने आव्हानात्मक वाटचाल करत असेल तर तुमचा दृष्टिकोनही अधिक स्पष्ट होतो. कारण 'परिणाम' हा संपत्तीचा गोलकीपर आहे.

परिणामकारक कायद्याचा प्रकाश पाडण्यासाठी आणि तुमचा फास्ट लेन मार्ग उजळवून टाकण्यासाठी, त्याची पाच फास्ट लेन आज्ञांच्या आधारे, म्हणजेच 'सेंट्स'च्या आराखड्यात चाचपणी करा.

१) नियंत्रणाची (कंट्रोल) आज्ञा

२) प्रवेशाची (एन्ट्री) आज्ञा

३) गरजेची (नीड) आज्ञा

४) वेळेची (टाइम) आज्ञा

५) व्यापकतेची (स्केल) आज्ञा

'सेंट्स' ही फास्ट लेन लिटमस चाचणी आहे. ती तुमच्या मार्गावर शिक्कामोर्तब करते. तुमचा मार्ग (किंवा संभाव्य मार्ग) संपत्तीकडे जातो का? तो फास्ट लेन मार्ग आहे का? त्याला फास्ट लेन मार्ग बनवता येईल का? त्याच्यामुळे परिणाम साधता येईल का? तुमचा

मार्ग कोट्यवधी डॉलर्स मूल्याच्या उद्योगनिर्मितीकडे नेतो का, सहजपणे उत्पन्न देणारा आहे का आणि त्याचा शेवट निर्गुंतवणुकीत होणार आहे का?

सर्व पाचही आज्ञांची अथवा सूचनांची अंमलबजावणी करणारा रस्ता तुम्हांला वेगाने अत्यंत श्रीमंत बनवेल. तुम्ही नियमांचा भंग केलात, तर त्या मार्गावरून संपत्ती मिळवण्याची संधी कमी होते आणि त्याबरोबरच परिणाम करण्याची तुमची क्षमताही कमी होते. एखाद्दुसऱ्या आज्ञेचा भंग करणे शक्य आहे आणि तरीही तुम्ही लवकर श्रीमंत होऊ शकता, पण तरीही तुमचे लक्ष्य हे कायम सर्व – पाच आज्ञांची अंमलबजावणी करणाऱ्या मार्गाचा शोध घेणे, हेच असावे. सामर्थ्यशाली रस्ते हे सामर्थ्यशाली संपत्ती निर्माण करतात. दुर्दैवाने उद्योगांच्या बहुतेक संधी या आज्ञांचा अव्हेर करणाऱ्या असतात आणि या संधी अपयशी ठरल्या तरी त्यांची तुम्ही फारशी काळजी करण्याची गरज नसते.

प्रकरण सारांश : फास्ट लेनची वैशिष्ट्यं

- कोणताही उद्योग म्हणजे योग्य मार्ग नाही. फार कमी रस्ते 'परिणामकारक कायद्या'च्या जवळून किंवा त्या आधारावर पुढे जातात.
- सर्वांत उत्तम आणि पूर्णपणे फास्ट लेन मार्ग हे 'सेंट्स'चा आराखडा पाळतात; म्हणजेच पाच फास्ट लेन आज्ञांचे पालन करतात : नियंत्रण, प्रवेश, गरज, वेळ आणि व्यापकता.

फास्ट लेन

३०

नियंत्रणाची आज्ञा

''एखादी व्यक्ती स्वत:वर जितका भरवसा ठेवू शकते,
तितका इतर कशावरही ठेवू शकत नाही.''

–जॉन गे

चालकाच्या जागेचा आग्रह धरा

होय किंवा नाही. तुम्ही एक तर फास्ट लेनमधून गाडी चालवत असता किंवा तुम्ही तसे करत नसता. तुमचे तुमच्या आर्थिक नियोजनावर नियंत्रण असते किंवा नसते. हे असे दोनच पर्याय असतात, त्यामध्ये अन्य काहीही नसते. आणि तुम्ही जर चालक नसाल, तर तुम्ही प्रवासी सीटवर बसला आहात आणि नियंत्रण अन्य कुणाच्यातरी हातात आहे. तुमच्या स्वप्नातील गाडी, बोट किंवा विमान डोळ्यांसमोर आणा. छान, आता या घ्या त्याच्या किल्ल्या. तुमच्या जवळ एक तास आहे, त्यात कोणाचाही अडथळा येणार नाही. तुम्ही या किल्ल्यांवर झडप घालून वाहनाचा ताबा घ्याल आणि प्रत्येक मिनिटाचा वापर कराल का? की झटकन माघार घेत प्रवासी सीटवर बसून म्हणाल, ''तुम्हीच नियंत्रण हातात घ्या. मी येथेच बसतो आणि मजा बघतो.'' हे अतार्किक नाही का? अगदीच असे म्हणता येणार नाही. कारण अनेक लोकांचा व्यवसायाकडे पाहण्याचा दृष्टिकोन असाच असतो. ते संभ्रमात पडतात, चालकाची जागा सोडून देतात आणि नियंत्रणाच्या आज्ञेचा भंग करतात. असे केल्याने ते स्वत:च्या आर्थिक नियोजनावर नियंत्रण मिळवण्याच्या संधीचा त्याग करतात आणि अखेरीस दुसऱ्याच कुणालातरी श्रीमंत करतात.

फास्ट लेनमधील संभ्रम

आयुष्यात संभ्रमात असणाऱ्यांच्या नशिबी कच्चा रस्ता असतो आणि तेच बळी ठरतात, तर व्यवसायातील संभ्रमी व्यक्ती नियंत्रणाच्या (कंट्रोल) आज्ञेचा भंग करतात.

(कंट्रोल सी) – ई–एन–टी–एस

व्यवसायात दुसऱ्यांचा आधार घेणारी व्यक्ती धोक्यांपासून स्वत:चा बचाव करण्याचा प्रयत्न करत आपल्या मातृसंस्थेच्या छताखाली लपून बसते. या गुलामीच्या संबंधामुळे नियंत्रण सुटते आणि तुम्हांला तर कोण्या चालकावर अवलंबून राहावे लागते. ज्या वेळी तुमच्याकडे व्यवसायाचे नियंत्रण असते, तुमच्या व्यवसायातील *प्रत्येक गोष्टीवर* तुमचे नियंत्रण असते – कंपनीवर, उत्पादनावर, त्यांच्या किंमतींवर, महसुलाच्या आराखड्यावर आणि कार्यपद्धतीवरही! तुम्ही तुमच्या कंपनीच्या प्रत्येक बाजूवर नियंत्रण मिळवू शकत नसाल, तर तुम्ही अचानक, अनपेक्षितपणे येणाऱ्या अपघाती वळणाकडे स्वत:ला नेत आहात.

फास्ट लेन चालक नियंत्रण स्वत:कडे ठेवतात. जे आज्ञेचा भंग करतात, त्यांच्याकडे नियंत्रण नसते.

थोडक्यात :

- चालक स्वत: एमएलएम कंपनी निर्माण करतात; अशा कंपन्यांमध्ये नोकरी करत नाहीत.
- चालक हे फ्रेंचाइजी विकतात; खरेदी करत नाहीत.
- चालक हे सहयोगी प्रकल्प देऊ करतात; स्वीकारत नाहीत.
- चालक हे खासगी गुंतवणूक निधी चालवतात, त्यात गुंतवणूक करत नाहीत.
- चालक हे मालविक्री करतात, तो खरेदी करत नाहीत.
- चालक ड्रॉपशिपिंगची सुविधा देऊ करतात, तिचा वापर करत नाहीत.
- चालक रोजगार पुरवतात; स्वत: नोकरी करत नाहीत.
- चालक हे भाडे आणि रॉयल्टी स्वीकारतात; ते भाडे अथवा रॉयल्टी देत नाहीत.
- चालक परवाने देतात; परवाने खरेदी करत नाहीत.
- चालक आयपीओ शेअर्स विकतात; खरेदी करत नाहीत.
- चालक हे प्रचलित ट्रेंडचा स्वीकार करत नाहीत; ते स्वत: ट्रेंड प्रचलित करतात.

तर मग तुम्ही फास्ट लेनमधून स्वत: गाडी चालवत आहात? की दुसऱ्यांचा आधार घेणारे आहात?

दुसऱ्यांचा आधार घेणाऱ्यांचे हे वर्णन तुमच्याशी मिळतेजुळते असेल तरी, निराश होऊ नका आणि बचावात्मक स्थितीतही जाऊ नका. प्रत्येक वेळी तुम्हीच चालक असू शकत नाहीत. मीसुद्धा काही वेळा दुसऱ्याचे नियंत्रण असलेल्या गोष्टी करतो. फास्ट लेनमधून जाताना लिफ्ट मागणाराही चांगले पैसे कमावतो, कधीकधी तर प्रचंड कमावतो. मात्र तरीही, एक लक्षात ठेवा : चालक आपल्या हाती नियंत्रण कायम ठेवतो आणि प्रचंड पैसे कमावतो. दुसऱ्यांचा आधार घेणारा फार तर *बऱ्यापैकी पैसे* कमावतो.

बऱ्यापैकी पैसे विरुद्ध प्रचंड पैसे

बऱ्यापैकी पैसे, प्रचंड पैसे आणि अतिप्रचंड पैसे यांमध्ये फरक आहे. बऱ्यापैकी पैसे म्हणजे २० हजार डॉलर्स प्रतिमहिना.

प्रत्येक नेटवर्क मार्केटिंग कंपनीचा कॉल आला की त्यांचे वाक्य ठरलेले असते – ''तुम्हांला महिन्याला १० हजार डॉलर्स कमवायची इच्छा आहे का?'' फारच भारी. तुमची विंडशिल्ड आठवा. हे पैसे प्रचंड आहेत, असे फक्त तुमच्या डोक्यात आहे. हे पैसे कमी नसले तरी त्या आधारे तुम्ही खासगी जेट विमान किंवा ४० फुटी यॉट खरेदी नाही करू शकणार.

प्रचंड पैसा म्हणजे महिन्याला दोन लाख डॉलर्स. दर महिन्याला दोन लाख डॉलर्स कमावण्याच्या विचारानेच तुमच्या जीवनशैलीत आमूलाग्र बदल होईल. इतके तुमचे उत्पन्न असेल तर जीवन बदलून जाणारच.

शिवाय, अतिप्रचंड पैसे असाही प्रकार आहे, जेथे तुम्ही दर महिन्याला दहा लाख डॉलर्सपेक्षा अधिक कमावता. ही अतिशयोक्ती वाटते का? अजिबात नाही. ज्या वेळी तुम्ही सर्व पाच आज्ञांचे पालन करता आणि तुमच्या कंपनीवर नियंत्रण ठेवता, त्या वेळी दहा लाख डॉलर्स कमाई करणे अशक्य नाही.

प्रचंड किंवा अतिप्रचंड पैसे कमावण्यासाठी तुमचे तुमच्या यंत्रणेतील प्रत्येक गोष्टीवर नियंत्रण हवे. तुम्ही ज्या वेळी नियंत्रण सोडता आणि इतर कोणा उच्च पदस्थाकडे नियंत्रण देता त्या वेळी तुम्ही त्या चालकाकडे प्रचंड पैशाचा ओघ वळवता आणि स्वत: प्रवासी बनून बऱ्यापैकी पैसे कमावता.

उदाहरणार्थ, माझ्या कंपनीतर्फे एक सहयोगी म्हणजे ॲफिलिएटेड कार्यक्रम पुरवला जातो. यातील चांगली कामगिरी करणारा माझा सहकारी महिन्याला वीस हजार डॉलर्स कमावतो. होय, तो बऱ्यापैकी पैसे कमावतो. तो लिफ्ट मागणारा प्रवासी आहे आणि मी चालक आहे, सर्व व्यवस्थेवर माझे नियंत्रण आहे. तरीही, त्याला वाटत असलेल्या धोक्यांबाबत विचार करा. मी कोणत्याही क्षणी नवीन धोरण लागू करू शकतो, ज्यामुळे त्याला मिळणारी प्राप्ती कदाचित कमी होऊ शकते. त्याला किती उत्पन्न मिळावे, हे मी ठरवतो आणि तो – मी त्याच्या बरोबर केलेला करार मोडणार नाही किंवा त्यात सुधारणा करणार नाही, या आशेवर धोका पत्करतो. सर्वांत महत्त्वाचे म्हणजे, चालक असल्याने प्रचंड पैसा कमावणारा (दोन लाख डॉलर्स प्रतिमहिना) मी आहे आणि तो मात्र बऱ्यापैकी पैसे (२० हजार डॉलर्स प्रतिमहिना) कमवण्यावर समाधानी आहे.

याचप्रमाणे, तुम्ही कदाचित 'ॲडसेन्स मिलिअनेअर्स' या इंटरनेट उद्योजकांच्या ग्रूपबाबत ऐकले असेल. गुगल ॲडसेन्स हे एक जाहिरातीचे नेटवर्क असून त्यात आपला मजकूर ऑनलाइन प्रसिद्ध करणाऱ्यांना त्यांच्या वेबसाइटवरील ट्रॅफिकच्या माध्यमातून पैसे कमावण्याची संधी दिली जाते. गुगल ॲडसेन्सचा वापर करून अनेक सहयोगी, ब्लॉगर्स आणि प्रकाशकही बऱ्यापैकी पैसे कमावतात. काही मजकूर पुरवणारे आणि ब्लॉगर तर सहा आकडी पैसे मिळवतात. हा पैसा प्रचंड असल्याचे म्हणता येईल, पण तरीही यामध्ये गुगल (चालक) अतिप्रचंड पैसा कमावते.

नियंत्रण सुटणे = अपघात

लिफ्ट मागण्यातील धोक्यांचा विचार करा. तुम्ही एका अनोळखी व्यक्तीच्या गाडीत बसता आणि त्यांच्या गाडी चालवण्यावर भरवसा ठेवता. फास्ट लेनमध्ये लिफ्ट मागणे हे प्रचंड मोठा धोका स्वीकारण्यासारखे आहे, विशेषत: ज्या वेळी तुमच्या बरोबर तुमचे कुटुंबही असते. माझा हा अनुभव अगणित उद्योजकांनाही आला असून त्यांनी यापासून मोठा धडा घेतला आहे.

थोडी पार्श्वभूमी सांगतो : माझ्या फोरमने गुगल ॲडव्हर्टायझिंग नेटवर्कचा फायदा घेतला होता. यामध्ये माझ्या फोरमच्या वेबसाइटवर दिसणाऱ्या जाहिरातीवर कोणी क्लिक केले की, मला पैसे मिळत होते. हा लिफ्ट मागण्याचाच प्रकार होता. गुगल चालकाच्या जागेवर, तर माझा फोरम प्रवासी सीटवर होता. माझ्या फोरमच्या एका कार्यक्रमात ई बुक मार्केटिंगबाबत चर्चा झाली. ही चर्चा सुरू असतानाच, एका कर्जबाजारी झालेल्या माजी बास्केटबॉलपटूबाबत एक विनोद केला गेला आणि (थोडक्यात सांगायचे तर) गुगलमधील लोक आम्हांला म्हणाले की तुम्ही नियमांचा भंग केला. माझ्या फोरमवरील जाहिराती थांबवल्या गेल्या आणि उत्पन्नही बंद झाले. आता विचार करा, मला या जाहिरातींमधून महिन्याला १५ हजार डॉलर्स कमाई होत असेल, तर एका झटक्यात ती शून्यावर आली!

थोडेसुद्धा नियंत्रण नाही. काहीही बोलू शकत नाही. बदलण्याचा कोणताही अधिकार नाही. मला त्यांची समजूत काढण्यासाठी आठ दिवस लागले, पण त्यामुळे मला प्रवासी म्हणून लिफ्ट मागण्यातील धोके समजले. त्या आठ दिवसांतील माझे, त्या विशिष्ट गोष्टीतून मिळणारे उत्पन्न शून्यावर आले होते. चालक आणि लिफ्ट मागणारा या संबंधांमध्ये, चालक हा कायम लिफ्ट मागणाऱ्यापेक्षा अधिक पैसे कमावतो आणि फास्ट लेन धोरणातील एक महत्त्वाची बाब पाळतो : *नियंत्रण.*

अन्य कोणाकडेतरी तुमच्या उत्पन्नाचा स्रोत थांबवण्याचे अधिकार आहेत, अशी कंपनी चालवण्याचा मी विचारही करू शकत नाही. कोणीतरी येऊन 'बटन बंद' करू शकतो आणि तुमचा व्यवसाय डब्यात घालू शकतो, तर तुम्ही तुमच्या आर्थिक नियोजनाशी एक प्रकारचा जुगारच खेळत आहात. लिफ्ट मागण्यातील सर्वांत मूलभूत धोका म्हणजे तुम्ही गाडीच्या किल्ल्या दुसऱ्याच्या ताब्यात देता. या चालकाने जर भिंतीवर गाडी धडकवली, तर त्याच्या बरोबर कोणाचे नुकसान होईल? :

तुमचेच.

लिफ्ट मागण्यातील एक अडचण म्हणजे तुम्हांला चालक कसा आहे, हे माहीत नसते. हा चालक नीतिमान असेल, नियम पाळणारा आणि प्रामाणिक असू शकतो किंवा तो भ्रष्ट आणि दुष्ट असू शकतो. तो कसाही असो, तुम्ही तुमचे अधिकार चालकाकडे दिलेले असतात. *ज्याच्या हाती किल्ल्या असतात, त्याच्याच हातात अधिकार असतात.*

असे असूनही कोट्यवधी लोक अशा प्रकारे दुसऱ्यांच्या हातात सातत्याने नियंत्रण सोपवत असतात. ते फ्रेंचाइजीबाबत करार करतात. मार्केटिंग, जाहिराती, रॉयल्टी असे महत्त्वाचे निर्णय घेण्याचे अधिकार ते दुसऱ्यांना देतात. ते अशा वितरण व्यवस्थेत सहभागी होतात जिथे नफ्याचा वाटा कसा असावा, हे इतरांनी ठरवलेले असते. त्यांच्या उत्पन्नाचा

ओघ एकाच केंद्रीय स्रोतातून बाहेर पडतो. काय करावे आणि काय करू नये, अशा सूचना स्वीकारणाऱ्या यंत्रणेचा ते भाग बनतात. कॉर्पोरेट जगातील हुकूमशहांकडे ते बंदी म्हणून राहतात आणि आपण आपले बॉस नाही आहोत, याची त्यांना जाणीवही होत नाही. तुमचे उत्पादन, त्याची किंमत किंवा मार्केटिंगबाबतचे धोरण बदलण्याचा तुम्हांला अधिकार नाही, तर मग बॉस तुम्ही आहात का?

दशकभरापूर्वी, मी एका नेटवर्क मार्केटिंग कंपनीमध्ये प्रवेश केला होता. माझ्या एका मित्राने बऱ्यापैकी पैसा कमावला होता. अखेर कंपनीने त्यांचे उत्पादन आणि नफ्याचा वाटा देण्याचे प्रमाण बदलले. माझ्या मित्राच्या उत्पन्नावर परिणाम झाला आणि अखेर ते बंदच झाले. त्याने निर्माण केलेली संपत्ती (त्याचे खड्डे आणि पैशांचा ओघ) काही महिन्यांमध्येच वाफेसारखी उडून गेली. ''माझी स्वत:ची कंपनी आहे,'' असा तो दावा करत असला तरी त्याचे कशावरही नियंत्रण नव्हते. नियंत्रणाची आज्ञा मोडण्याची चूक त्याच्याकडून झाली. त्याच्या व्यवसायाची किल्ली त्याच्याकडे नव्हतीच आणि त्याचे साम्राज्य म्हणजे राजकीय पक्षांनी निर्माण केलेल्या एका बनावट भूमीवरील मृगजळ ठरले, जिथे त्याला काहीही आवाज नव्हता.

ज्या वेळी चालक अचानक वळण घेतात आणि नियम बदलतात, त्यांच्या बदललेल्या मार्गाने जाण्याशिवाय तुमच्या समोर दुसरा पर्याय शिल्लक नसतो. जर ती दिवाळखोरी किंवा अक्षम्य चूक असेल, तर त्यांचे हे बुडते जहाज तुमचेही असते. तुम्हांला खरोखरच अशा प्रकारच्या भागीदारीत व्यवसाय करायचा आहे का?

शार्कचा विचार करा, गप्पी माशांचा नको

तुम्ही जर मत्स्यालयात राहत असाल, तर तुम्हांला शार्क बनून राहायला आवडेल की गप्पी मासा?

शार्क खातो... गप्पी हे खाद्य असते.

व्यवसाय ही ग्राहकांची मने आणि त्यांचे पैसे जिंकण्यासाठीची मोठी जीवघेणी स्पर्धा आहे. हा एक महासागर असून येथे अनेक जीव एका गोष्टीसाठी एकमेकांना आव्हान देत असतात : पैसा. या सागरी खेळामध्ये तुम्ही अन्नसाखळीच्या सर्वांत वरच्या बाजूला असण्याची आवश्यकता आहे, सर्वांत तळाला राहून लढणारे नाही.

वर चढणाऱ्या कॉर्पोरेट शिड्या निर्माण करा, त्या शोधून त्यावर चढू नका.

पिरॅमिड कंपन्या तयार करा, तिथे नोकरी करू नका.

उत्पादनाचा विचार करा, किरकोळ विक्रीचा नाही.

शार्क बनण्यासाठी, तुम्ही शार्कप्रमाणेच विचार करण्याची आवश्यकता आहे. शार्क मोठा विचार करतो, तर गप्पी मासा छोटा विचार करतो. शार्क बनून तुम्हांला तुमची विचार करणारी यंत्रणा भेदून तिच्यात बदल करावा लागणार आहे.

जागतिक विचार करा, स्थानिक नको.

नेतृत्व करण्याचा विचार करा, पाठोपाठ जाण्याचा नाही.

नव्या संशोधनाचा विचार करा, त्याची नक्कल करण्याचा नाही.

गप्पी माशातून शार्क माशामध्ये रूपांतराची आणि बदल होण्याची सुरूवात तुमच्या विचारांपासूनच होते, कारण तुमचे लक्ष तुरळकांवरून बहुतेकांकडे जाते.

तुम्ही तुमच्या फास्ट लेन रस्त्यावरून जात असताना, शार्कच्या भूमिकेत जा आणि संपूर्ण महासागराला तुमची कर्मभूमी माना. तुम्ही माशांचा घोळका कधी बघितला आहे का? कोणताही मासा स्वतंत्रपणे काही करत नसतो, ते एकत्रितच सर्व कृती करत असतात. दुर्दैवाने अनेक लोकांना या वर्तणुकीतील धोका दिसतच नाही. त्यांच्या स्वत:पेक्षा अधिक सामर्थ्यवान असलेल्या एका शक्तीच्या सामुदायिक नियंत्रणाखाली वागणाऱ्या एकाच माशासारखे ते असतात. या माशांच्या घोळक्यांकडे कोणाचे लक्ष जाते? शार्कचे. शार्क बना, शिकारी बना; गप्पी मासे नव्हे. चालक बना, लिफ्ट मागत फिरू नका.

तुमच्याच ब्रँडमध्ये गुंतवणूक करा!

तुम्ही कोणाच्या पैशांच्या झाडाला पाणी घालत आहात? तुम्ही तुमच्या स्वत:च्या ब्रँडमध्ये गुंतवणूक करत आहात की इतर कोणाच्या?

तुम्ही रस्त्यांवरून फिरणारी अशी गाडी बघितली असेलच, जिच्यावर एखाद्या कंपनीचे नाव आणि स्टिकर लावून जाहिरात केली जाते. एखाद्या पेयाची विक्री करणाऱ्या नेटवर्क मार्केटिंगची किंवा देशातील सर्वांत मोठ्या मेकअप कंपनीची केली जात असलेली ही जाहिरात म्हणजे त्या गाडीच्या चालकाकडून केली जाणारी अधिकृत घोषणा असते : ''लोकहो, मी माझे आयुष्य दुसऱ्या कोणाच्यातरी ब्रँडसाठी देत आहे.''

शार्कचा वावर असलेल्या समुद्रात राहणारे हे गप्पी मासे असतात.

काही दिवसांपूर्वीच माझ्या जिमच्या पार्किंग एरियामध्ये एक ज्येष्ठ महिला मला भेटली. तिने तिची गाडी थांबवली आणि माझ्या लॅम्बोगिनीची आणि तिच्या विशेष लायसेन्स प्लेटची माहिती विचारली. मग तिने तिचा मूळ प्रश्न विचारला, ''तुम्ही नेटवर्क मार्केटिंग करता का?'' यावर काही उत्तर देण्याच्या आधी मी तिच्या गाडीवर एक नजर टाकली. तिची गाडी म्हणजे एक जुनाट, टायर बदलून थोडे रंगकाम करण्याची गरज असलेली ह्युंदाई मोटार होती. बाजूची काच गायब होती (त्याऐवजी चिकटपट्टीने प्लॅस्टिक चिकटवले होते). मोटारींच्या दारांवर तिच्या नेटवर्क मार्केटिंग कंपनीच्या महानतेचे वर्णन केले होते :

''घरीच काम करून प्रचंड पैसा कमवा, कॉल करा ५५५-५५५-५५५५!''

तिची कंपनी (आणि तिचा रस्ता) फारच उत्तम असेल, विकायला काढली तर, माझ्या गाडीच्या पुढील टायरपेक्षाही कमी किंमत येऊ शकेल, अशी जुनी ह्युंदाई गाडी ती का वापरत होती? ती स्वत:च जर फार पैसे कमवत नसेल, तर 'घरीच काम करून प्रचंड पैसे कमवा,' अशी जाहिरात ती कशी करू शकत होती? मी या महिलेला अत्यंत नम्रपणे विचारले की, ज्यावर तिचे नियंत्रण नाही, त्या व्यवसायात का गुंतवणूक केली? तुम्ही दुसऱ्या कोणासाठी तरी भविष्याचे भव्य चित्र का रंगवत आहात? त्याऐवजी तुमच्या स्वत:च्या भविष्यासाठी असे चित्र का नाही रंगवत?

ती महिला हसली. थातूरमातूर बोलून तिने स्वत:चा बचाव करायचा प्रयत्न केला आणि माझे विश्लेषण नाकारले. जसे काही ती जे करत होती, ते योग्यच होते आणि त्याचा फायदाही होत होता. माझ्या सूचनांना तिच्या ठायी काहीही किंमत नव्हती. ठीक आहे. तुम्ही जे करत आहात, ते चालू ठेवा आणि त्यामुळे तुम्हांला खरे स्वातंत्र्य मिळते का ते पाहू. माझे काहीही ऐकू नका, तुम्हीच माझ्याशी बोलायला आला होता. मी आता निवृत्त झालो आहे आणि माझे स्वप्न जगत आहे. मी जे बोलतो ते अहंकारी आणि गर्विष्ठपणाचे वाटेल, त्याबद्दल माफ करा, पण तर्क अनेक व्यक्तींपासून दूर असतो.

तुम्ही ज्या वेळी तुमच्या आयुष्याची आणि वेळेची इतरांच्या ब्रँडमध्ये डोळे झाकून गुंतवणूक करता, त्या वेळी तुम्ही त्यांच्या मार्केटिंगच्या चक्राचा एक हिस्सा बनलेला असता. त्यांच्या मोठ्या चित्रामध्ये तुम्ही रंगाचा एक बारीक ठिपका असता. प्रचंड पैसे कमवण्याची संधी सोडून तुम्ही बऱ्यापैकी पैसे कमवण्याच्या विचाराला शरण जाता. युवा उद्योजक असताना स्वत:च्या ब्रँडमध्ये गुंतवणूक न करण्याची घोडचूक मी केली होती. फास्ट लेनमध्ये असताना लिफ्ट मागणे हा असा रोग आहे ज्याने अनेक संभाव्य उद्योजकांना दुर्बळ केले आहे. मी मुद्दामहून 'संभाव्य' असा शब्द वापरला, कारण लिफ्ट मागणे हा काही उद्योग नाही. याचे कारण- निर्मिती आणि नवसंशोधन हे उद्योजकत्वाच्या मुळाशी असावे लागते. लिफ्ट मागणारे पथदर्शी नसतात; ते निर्मिती आणि नवसंशोधन करू शकत नाहीत. ते विक्री करतात, प्रक्रिया करतात आणि व्यवस्थापनही करतात. चालकाने त्याचे दुकान बंद केले तर मग तुमचे कामच संपले.

चालकाने त्याचे उत्पादन बदलले आणि तोच तुमच्या उत्पन्नाचा एकमेव स्रोत असेल तर तुम्ही काय करणार? फास्ट लेनमधून जाणाऱ्यांचे त्यांच्या उत्पादनावर, ब्रँडवर, संपत्तीवर आणि आर्थिक नियोजनावर नियंत्रण असते. डोळ्याला पट्टी लावून ते इतरांच्या हातात नियंत्रण देऊन चांगले काहीतरी होण्याची आशा करत नाहीत.

फास्ट लेन म्हणून नेटवर्क मार्केटिंगचा विचार... फक्त...

नेटवर्क मार्केटिंग हा फास्ट लेनचाच एक मार्ग आहे; केवळ आणि केवळ, नेटवर्क मार्केटिंग कंपनीचे तुम्ही मालक असाल तर! फास्ट लेनमधून जाताना तुम्हांला या कंपन्या तयार करायच्या आहेत, त्यामध्ये सहभागी व्हायचे नाही.

तुमच्या शंका दूर करण्याआधी सांगतो की, माझे अनेक फेसबुक फ्रेंड जे नेटवर्क मार्केटिंगमुळे खूप प्रेरित झाले आणि नंतर त्यात बुडालेले आहेत. मी माझी मते कधीही जाहिरपणे सांगितली नाहीत, कारण त्यात त्यांना स्वत:चे पाहायचे होते. दर महिन्याला २० हजार डॉलर्स ही कमाई त्यांना प्रचंड वाटत असेल तर वाटू दे. सर्व नियंत्रण त्यांच्याकडेच आहे, असे त्यांना वाटत असेल तर तसे वाटू दे.

सत्य सर्वांसमोर आणण्यासाठी मला चार नेटवर्किंग कंपन्याचा आढावा घ्यावा लागला. काय आहे हे सत्य? प्रशांत महासागराच्या एका किनाऱ्यावर आलिशान घरात राहत असलेले आणि ज्यांच्या दारात अत्यंत महागड्या गाड्या उभ्या आहेत, असेच लोक अशा कंपन्यांचे संस्थापक किंवा वरिष्ठ पदाधिकारी असतात - काही वर्षांनंतर यामध्ये प्रवेश करणारे वितरक नव्हे.

नेटवर्क मार्केटिंगबाबत मला वाटणारे असमाधान मी लपवत नाही, परंतु त्याची कारणमीमांसा चुकीची आहे. नेटवर्क मार्केटिंग हे उद्योजकतेचा आव आणत लिफ्ट मागण्याचेच धोरण आहे. माझी नाराजी ही गैरसमज निर्माण करण्याच्या प्रकारावर आहे : 'स्वतःच स्वतःचे बॉस व्हा! स्वतःच कंपनीचे मालक व्हा!' किंवा 'अतिरिक्त कमाई करा' अशा प्रलोभनांच्या जाळ्यात लक्षावधी लोक अडकतात.

अशा प्रकारच्या दाव्यांमध्ये अल्प प्रमाणात तथ्य असले तर त्यालाच बहुस्तरीय मार्केटिंगचे (एमएलएम) सार (मूलभूत तत्त्व) म्हणता येईल आणि ते सार म्हणजे विक्री, वितरण आणि प्रशिक्षण; पण उद्योजकता नाही.

मी चार एमएलएम कंपन्यांमध्ये सहभागी झालो होतो. पण या काळात एकदाही उत्पादन, संशोधन आणि विकास, मार्केटिंगबाबतच्या पूर्व अटी, नियम, किमतीचे विश्लेषण किंवा कंपनीचे मालक म्हणून घ्यावा लागणारा एकही निर्णय मी घेतल्याचे मला आठवत नाही. तुम्ही नेटवर्क मार्केटिंग करत असाल, तर तुम्ही स्वतःचा व्यवसाय करत नाहीत. तुम्ही फक्त नोकरीचे व्यवस्थापन आणि विक्री करणारी संस्था तयार करत असता. हे म्हणजे गादीखाली पैशांची थप्पी लावून त्याला गुंतवणूक म्हणण्यासारखे आहे.

अनेक वर्षांपूर्वी, माझा एक मित्र होता; त्याला एमएलएममध्ये चांगले यश मिळाले होते आणि अजूनही काही जणांना तसे यश मिळते. ते सोडा, मी पण बऱ्यापैकी कामगिरी केली होती. पण दोन गोष्टी मला फारच खटकल्या. एक म्हणजे, माझ्याकडे कसलेही नियंत्रण नव्हते. मी कंपनीच्या दयेवर, त्यांच्या धोरणांवर, प्रक्रियेअनुसार, उत्पादनानुसार, किंमत धोरणानुसार आणि जे काही माझ्यासमोर ठेवले जाईल त्यानुसार जगत होतो. मी काम करत असलेल्या कंपनीने ज्या वेळी त्यांचे सर्वोत्तम उत्पादन बंद केले, त्या वेळी माझा कोणताही दोष नसताना माझ्या उत्पन्नात अचानक खड्डा पडला होता, हे मला स्पष्ट आठवते.

एमएलएममध्ये चांगले यश मिळवलेल्या माझ्या त्या मित्राचे काय झाले? कॉर्पोरेट धोरणांना विरोध केल्याने त्याला बाहेर पडावे लागले आणि मला असे समजले की तो गेली काही वर्षं योग्य संधीच्या शोधात आहे. पण तो त्याच चक्रात फिरत आहे : कोणत्यातरी मोठ्या संधीचा आधार घेतो, निष्फळ प्रयत्न करतो आणि मग दुसरी संधी शोधतो. मला अखेरचे समजले तोपर्यंत तो काही श्रीमंत झाला नव्हता आणि निवृत्तही झाला नव्हता. तो 'रॅट रेस'मध्ये नाही, तर 'रॅबिट रेस'मध्ये अडकला होता आणि एका गाजरामागून दुसऱ्या गाजराच्या दिशेने धावत होता.

दुसरीही एक गोष्ट माझ्या लक्षात आली : मी उद्योजक असल्यासारखे मला वाटतच नव्हते. फारच बुजबुजाट असलेल्या पोळ्यात, कष्टकरी मधमाशीसारखा मी राबतोय, असे मला वाटत होते. माझ्या अतोनात कष्टांचा, त्यातून फार थोडे पैसे मिळत असले, तरी फायदा उठवणाऱ्या एका मोठ्या कंपनीचा मी कर्मचारी आहे, असे मला वाटत होते. मला मनातून जाणवत होते की मी कुठेतरी अनेक प्रकारच्या आज्ञांचा आणि अलिखित नियमांचा, म्हणजे 'प्रवेशासाठीच्या आज्ञे'चा, 'नियंत्रणासाठीच्या आज्ञे'चा आणि 'प्रत्येकासाठीच्या नियमा'चा (प्रकरण ३१ वे) भंग करत होतो.

यामध्ये सहभागी होऊ इच्छिणाऱ्या प्रत्येकाला, ते उद्योजकच होणार असल्याचे भासवले जाते, जिथे प्रत्यक्षात ते एका फास्ट लेन प्लॅनमधील केवळ सेल्स मॅनेजर असतात. या प्रकारासाठी माझ्या मनात नावड निर्माण होण्यास हा घटक कारणीभूत आहे. या लोकांच्या आयुष्यात फार मोठा बदल घडून येतो का? अर्थात, मला याबद्दल वादविवाद करायचा नाही. *फॉर्च्युन 500मध्ये* नाव असलेल्या कंपन्यांमधील आघाडीचे सेल्समन भरपूर पैसा कमावतात. लॉटरी जिंकणाऱ्यांनाही भरपूर पैसा मिळतो. पण या सर्व अपवादात्मक घटना आहेत, निश्चितपणे होणाऱ्या नाहीत. एमएलएम वितरक हे उद्योजकत्वाची झूल पांघरलेले कंत्राटी कर्मचारी असतात आणि ते त्यांचे नियंत्रण नसलेल्या एका कार्यक्षेत्रात, ज्याचे प्रत्यक्ष नियंत्रण आहे अशा दुसऱ्या एका फास्ट लेनरसाठी काम करतात. *नेटवर्क मार्केटिंग करणारे हे फास्ट लेनमधून जाणाऱ्यांच्या सैन्यातील सैनिक असतात.*

एवढे सांगितल्यावर मला मारण्यासाठी सज्ज झालेल्या सर्व एमएलएम मित्रांना मी एक गोष्ट स्पष्ट करू इच्छितो : एक उद्योजक म्हणून मला नेटवर्क मार्केटिंग प्रिय आहे. भविष्यात मी कधी माझे स्वत:चे नवीन उत्पादन शोधून काढले आणि त्याचे वितरण करण्याची आवश्यकता भासली तर मी नेटवर्क मार्केटिंगलाच पहिली पसंती देईन. याहूनही अधिक म्हणजे, एमएलएममध्ये शिकण्यासारखे प्रचंड आहे : विक्री, प्रेरणा, टीममध्ये एकसंध राहून काम करणे आणि नेटवर्किंग. मला खात्री आहे, तुम्ही नेटवर्क मार्केटिंगमध्ये यशस्वी ठरला तर तुम्ही कशातही यशस्वी ठरू शकता.

माझ्या मित्राबाबत बोलायचे झाले, तर तो फास्ट लेनमधील गाड्यांमध्ये लिफ्ट मागणारा होता. त्याला हे समजलेच नाही की, नेटवर्क कंपनीत नोकरी केल्याने फास्ट लेन संपत्ती मिळणे दुर्मिळ आहे, उलट नेटवर्क कंपनी निर्माण केल्यास अशी संपत्ती मिळते. तुम्ही अशी कंपनी तयार करायला हवी जिच्यामध्ये लोक भरती होण्यास उत्सुक असतील. तुमच्याच हातात उत्पादन आणि धोरण यांबाबत नियंत्रण असेल. तेव्हा निर्मात्याच्या भूमिकेत शिरा.

फास्ट लेनमधून जाणारे त्यांचा स्वत:चा ब्रँड तयार करतात आणि त्यातच गुंतवणूक करतात; लिफ्ट मागणारे दुसऱ्या कोणाच्या तरी ब्रँडमध्ये गुंतवणूक करतात आणि त्यातून थोडेफार उत्पन्न मिळण्याची आशा करतात. तुम्ही तुमच्या व्यवस्थेवर नियंत्रण मिळवले नाही, तर तुमचे पैशाचे झाड किंवा तुमचा ब्रँड, या कशावरही तुमचे नियंत्रण नसते. तुम्ही पिरॅमिडच्या सर्वांत वरच्या भागातच असण्याची आवश्यकता असून इतरांना तुम्ही सूचना करायला हव्यात. *पिरॅमिडवर चढायचे थांबवा आणि त्याची निर्मिती करण्यास सुरूवात करा.*

प्रकरण सारांश : फास्ट लेनची वैशिष्ट्यं

- लिफ्ट मागणारे त्यांच्या व्यवसायाचे नियंत्रण फास्ट लेनरच्या हातात देतात.
- बऱ्यापैकी पैसा आणि प्रचंड पैसा यांमध्ये फरक आहे. लिफ्ट मागणारे बऱ्यापैकी पैसा कमवू शकतात, तर फास्ट लेनमधून जाणारे प्रचंड पैसा कमवतात, कधीकधी तर अतिप्रचंड पैसा मिळतो.

- चालक-प्रवासी/लिफ्ट मागणारा यांच्यातील संबंधांत, चालक स्वत:कडे नियंत्रण ठेवतो, तर प्रवासी हा चालकाच्या मर्जीवर अवलंबून असतो.
- लिफ्ट मागणारा हा दुसऱ्या कोणाच्यातरी फास्ट लेन योजनेतील एक छोटा हिस्सा असतो.
- तुमचे नियंत्रण असलेल्या कंपनीमध्ये प्रत्येक गोष्टीची परिपूर्ण माहिती करून घ्या.
- नेटवर्क मार्केटिंगचा उद्योजकतेबरोबर जितका संबंध आहे, त्यापेक्षा कितीतरी अधिक संबंध विक्री, नेटवर्किंग, प्रशिक्षण आणि प्रेरणा यांच्याशी आहे.
- नेटवर्क मार्केटिंगमुळे नियंत्रण आणि प्रवेश यांबरोबरच कधीकधी गरज या आज्ञेचाही भंग होतो.
- नेटवर्क मार्केटिंग करणारे फास्ट लेनमधून जाणाऱ्यांच्या सैन्यातील सैनिक असतात.
- नेटवर्क मार्केटिंग ही अतिशय प्रभावी वितरण यंत्रणा आहे. फास्ट लेनमधून जाणाऱ्यांनी अशा यंत्रणेची निर्मिती करण्याचा विचार करावा, त्याचा केवळ एक भाग बनू नये.
- नेटवर्क मार्केटिंगमध्ये विक्री, प्रेरणा आणि एकसंध टीम तयार करून काम करण्यातून बरेच काही चांगले शिकायला मिळते.
- तुम्ही नेटवर्क मार्केटिंगमध्ये यशस्वी झालात, तर तुम्ही फास्ट लेन व्यवसायातही यशस्वी होऊ शकता.

फास्ट लेन

३१

प्रवेशाची आज्ञा

''आपल्या योजना फसतात. कारण त्यांच्या समोर कोणतेही लक्ष्य नसते. कोणत्या ध्येयाच्या मागे आपण धावतो आहोत, हे जेव्हा माणसाला माहीत नसते, त्या वेळी कोणत्याच वाऱ्याची दिशा अचूक नसते.''

–सेनेका

तुम्ही एक तर मेंढी होऊ शकता किंवा मेंढपाळ

१९९४चे वर्ष होते. मी एका प्रचंड उकाडा असलेल्या प्रेक्षागृहात अडकून पडलो होतो. मुंग्यांच्या वारुळातील एक मुंगी असल्याप्रमाणे मी एका गोंधळाच्या वातावरणात लोकांच्या गर्दीत होतो. काही महिने आधीच मी एका नेटवर्क मार्केटिंग कंपनीमध्ये नोकरीला सुरूवात केली होती आणि ही त्या कंपनीची मासिक प्रोत्साहनाचा डोस देणारी बैठक होती. जमलेल्यांमध्ये उत्साह संचारला होता, ते अगतिक झाले होते आणि धावायला उत्सुक होते.

मला यातील काहीही होत नव्हते. मी आजूबाजूला पाहिले. मला व्यवसाय नावाचा प्रकार दिसतच नव्हता, उलट एक प्रकारचा धर्म दिसला. जणू काही आदेश मिळताच, कोणताही विचार न करता त्यावर झडप घालण्यासाठी सज्ज असलेली ही ड्रोनची तुकडी होती आणि मीदेखील जवळपास त्यामध्ये सहभागी होणारच होतो. पण मी सहजासहजी त्यामध्ये सामील होणार नव्हतो. मी प्रश्न विचारले. मी ज्या मार्गावरून जाणार आहे त्या मार्गाची सातत्याने माहिती विचारत होतो, अडचणी विचारत होतो आणि उत्सुकही होतो.

''तुम्ही किती पैसा कमवणार?'' मी सुरूवातीलाच विचारले आणि पुन्हा पुन्हा विचारले. एखाद्या राजकीय व्यक्तीने द्यावीत, तशी मला वरवरची उत्तरे मिळत गेली आणि संघटनेतील काही विशिष्ट व्यक्तींची उदाहरणे दिली जात होती. मी मूर्ख बनणाऱ्यांपैकी नव्हतो. ''ठीक आहे, तुम्ही मला आधीच सांगितले की, बिल हॅन्सन दर महिन्याला ३० हजार डॉलर्स कमावतो, पण तुम्ही किती कमावता? आणि तुम्ही? आणि तुम्ही? आणि या सभागृहात असलेले इतर ३००० लोक किती कमावतात?''

वास्तव हेच होते की, त्यापैकी काही जण सोडले, तर कोणीही पैसे कमावत नव्हते.

का?

प्रवेशाची आज्ञा भंग करणाऱ्या एका प्रचंड वाहतूक कोंडी असणाऱ्या रस्त्यावरून ते गाडी चालवत होते. गर्दी असलेल्या, कोंडी झालेल्या रस्त्यातून खूपच हळूहळू जाता येते. अर्थात जाता आले तर.

प्रवेशाची आज्ञा

मी चार वेळा नेटवर्क मार्केटिंगमध्ये अयशस्वी ठरलो. कारण माझ्या मनात एक सत्य कायम सलत होते : हा रस्ता 'प्रवेशाच्या आज्ञे'चा भंग करतो.

सी (एन्ट्री) – एन–टी–एस

प्रवेशाची आज्ञा तुम्हांला सांगते की, *कोणत्याही व्यवसायामधील सुरूवातीला असणारे अडथळे जसजसे कमी होत जातात किंवा दूर होतात, तसा तो मार्ग उतरणीला लागतो आणि स्पर्धा मात्र अधिक तीव्र होत जाते.* व्यवसायात प्रवेशाच्या वेळी प्रचंड अडथळे असल्यास मार्ग अधिक पक्का होतो, स्पर्धा कमी होते. या मार्गांवरून जाताना अपवादात्मक काहीतरी करायची गरज असते.

व्यवसायाच्या प्रवेशालाच कमी उंचीचे अडथळे असल्यास तो रस्ता कमकुवत असतो. कारण सहज प्रवेश मिळाला तर स्पर्धा अधिक तीव्र होते, गर्दी वाढते आणि सर्वांचे एकच लक्ष्य असते. आणि इतकी गर्दी असेल तर काय होते? ट्रॅफिक जाम होऊन हालचाली ठप्प पडतात.

दुसऱ्या शब्दांत सांगायचे, तर जर 'व्यवसायात पडणे' हे 'दोनशे डॉलर्स घ्या आणि वितरण किट द्या' असे करण्याइतके सोपे असेल, तर प्रवेशाच्या वेळी काहीच अडथळे नाहीत असे समजावे आणि या संधीकडे दुर्लक्ष करावे. चॅन चिली रेस्टॉरंटच्या मागे झोपा काढणारा कोणीही ज्यो ब्लो नावाचा माणूस तुम्ही करत असलेला व्यवसाय एका मिनिटात सुरू करू शकत असेल, तर हा तुम्हांला हवा असलेला व्यवसाय नाहीच! जगात असे, प्रवेशात कोणताही अडथळा नसलेले अनेक उद्योग रस्तोरस्ती पडलेले आहेत. त्यामुळेच हे उद्योग यशस्वी होत नाहीत आणि ते करणारे लोक श्रीमंत होत नाहीत.

साधारण दशकभरापूर्वी, 'ई–बे वर कमवा लाखो डॉलर्स!' या जाहिरातीची धूम होती. हा प्रकार फार काळ चालला नाही, कारण त्याने नंतर 'प्रवेशाच्या आज्ञे'चा भंग केला. तुम्ही जर १० मिनिटांमध्ये ई बे व्यवसाय सुरू करत असाल तर विचार करा, परिस्थिती काय असेल? तुमच्याप्रमाणेच लक्षावधी लोक असे करू शकतात. आणि यांपैकी किती जणांनी लाखो डॉलर्स कमावले? सर्वांत प्रथम संधी ज्यांनी साधली ती, ई बे आणि ई बेच्या संस्थापकांनी! हे सर्व जण फास्ट लेनमधून गेले आणि त्यांनी लिफ्ट मागण्याच्या तयारीत असलेल्या लाखो जणांना बरोबर घेतले. यातील काहींनी चांगली कामगिरी केली, तर लाखो जण तसेच राहिले.

काही वर्षांपूर्वी इंटरनेट ब्लॉगिंगचीही टूम निघाली होती. ब्लॉगर्सना हजारो डॉलर्स मिळत होते. हे खरे आहे, पण आता लक्षावधी डॉलर्स कमावलेले ब्लॉगर दुर्मिळ आहेत. असे का? सर्वांना सहज प्रवेश मिळाल्याने या संधीचे सामर्थ्य कमी झाले, गर्दी वाढली, स्पर्धा वाढली आणि सर्व साचून राहिले. हा तोच तोचपणा आल्याने विक्रीमूल्य कमी झाले. विक्रीमूल्य कमी झाल्याने नफ्याचे प्रमाण कमी झाले. तुम्ही जो व्यवसाय करत आहात, तोच व्यवसाय जर कोणीही एका दिवसात किंवा त्याहूनही कमी वेळात सुरू करू शकत असेल, तर तुम्ही प्रवेशाच्या आज्ञेचा भंग करत आहात आणि तुमच्यावर कठीण परिस्थिती ओढवू शकते.

नेटवर्क मार्केटिंग किंवा मल्टीलेव्हल मार्केटिंग (एमएलएम) कायमच प्रवेशाच्या आज्ञेचा भंग करते – अर्थात, जोपर्यंत तुम्ही स्वत: एमएलएम कंपनी स्थापन करत नाही आणि तिचे मालक होत नाही तोपर्यंत. दोन हजार जणांनी भरलेल्या एका हॉलमध्ये तुम्ही आहात आणि तुम्ही जे करत आहात तेच इतर सर्व जण करत आहेत, तर तुम्ही अनेक अडचणींचा सामना करता आहात. या सर्वांमध्ये नावीन्यपूर्ण कोण आहे, नेता कोण आहे आणि लाल समुद्रात आलिशान जहाजावर पार्टी कोण करत आहे? हॉलमधील स्टेजवर बसलेली व्यक्ती जिने एमएलएम कंपनीची स्थापना केली आहे. तो फास्ट लेनमधून जाणारा आहे. आणि तुम्ही? माफ करा, पण तुम्ही त्या व्यक्तीच्या फास्ट लेन सैन्यातील केवळ एक सैनिक आहात, त्याच्या मार्केटिंगच्या धोरणातील एक प्यादे आहात. एमएलएमच्या संस्थापकाला पिरॅमिड चढून जाण्याची गरज नसते, कारण तो *स्वत:च पिरॅमिड उभा करतो.* तुम्ही पिरॅमिड बांधणारे होऊ शकता किंवा त्यावर चढणारे. तुम्ही मेंढी होऊ शकता किंवा मेंढपाळ.

सहज प्रवेशावर मात करण्यासाठी 'अपवादात्मकता' आवश्यक

तुम्ही प्रवेशाच्या आज्ञेचा भंग केला असेल, तर *अपवाद* बनण्याची तयारी ठेवा. अपवादात्मकतेमुळे प्रवेशाच्या वेळी निर्माण झालेले दोष दूर होतात. दुर्दैवाने अपवादात्मकतेमध्ये फार कष्ट आहेत. शाळेतील सर्वसाधारण धावपटूने धावण्यातच करिअर करण्याबाबत घेतलेल्या निर्णयासारखेच ते आहे.

उदाहरण सांगतो – मी ज्या वेळी त्या हॉलमध्ये नेटवर्क मार्केटिंग करणाऱ्या इतर हजारो जणांबरोबर बसलो होतो तेव्हा माझ्या लक्षात आले की, या हजारो जणांचे यश एकसारखेच आहे, मला त्यांच्यापेक्षा वेगळे ठरावेच लागेल. मला त्यांच्यातील सर्वोत्तम व्हावेच लागेल. स्वत:शी प्रामाणिकपणे विचार केल्यावर मला समजले की, या रचनेत मी अपवादात्मक कामगिरी करू शकत नाही. एकसारखाच विचार करणाऱ्या ५० हजार 'वितरकां'मध्ये मी एकटा अपवाद ठरू शकतो का? मला शंका होती. याउलट, मी ज्या वेळी माझा इंटरनेट व्यवसाय सुरू केला, त्या वेळी माझ्यासमोर जेमतेम १२ स्पर्धक होते. या १२ जणांमध्ये मी अपवाद ठरू शकतो का? निश्चितच.

अपवादात्मकतेचे आणखी उदाहरण सांगता येईल. व्यावसायिक पातळीवर पोकर खेळणे आणि शेअर्स, भविष्य निधी व करन्सी ट्रेडिंगसारखे आर्थिक व्यवहार करणे. दोन्ही बाबतींत प्रवेशाच्या आज्ञेचा भंग होतो आणि हे व्यवसाय करण्यासाठी फारसे अडथळे

येत नाहीत. मी दहा हजार डॉलर्स खिशात ठेवून लास व्हेगासला जाऊन पोकर स्पर्धेत कोणत्याही वेळी सहभागी होऊ शकतो. मी ब्रोकरेज अकौंटमध्ये दहा हजार डॉलर्स भरून कधीही करन्सी ट्रेडिंग सुरू करू शकतो. *मुक्त प्रवेश दिल्याने आपोआप बाजार तयार होतो* आणि बाजारात यशस्वी होण्यासाठी तुम्हांला अपवाद ठरत, या सहज प्रवेशाला भुलून येथे आलेल्या कमकुवत लोकांचा फायदा उठवावा लागतो. या क्षेत्रातील तज्ज्ञ अशा लोकांना 'डेड मनी' म्हणून संबोधतात.

करन्सी मार्केटमध्येही असाच प्रकार असतो. नवीन खेळाडू येतात आणि जातात, चलन व्यापार करतात, नशीब उजळण्याची वाट पाहतात, पण हे सुरू असताना केवळ काहीतरी वेगळे करणारे आणि या क्षेत्रात वेगळा मार्ग चोखंदळणारे लोकच, म्हणजे करन्सी प्लॅटफॉर्म, घरांसाठी दलाली किंवा पोकर वेबसाइट असे करणारे लोकच लक्षावधी डॉलर्स कमावतात.

एक जुनी म्हण आहे, 'खाणीतून सोने खोदण्यासाठी गर्दी झाली असताना, तुम्ही खड्डे खणू नका, फावडे विका!' ज्या वेळी प्रवेशाचा मुद्दा समोर येतो, त्या वेळी तुमचे उद्योगक्षेत्र किंवा तुमचा व्यवसाय हा प्रत्येकासाठी उपलब्ध असणे योग्य नाही. कारण तसे असेल तर तुम्हांला अपवाद ठरावे लागते. आणि जर तुम्ही अपवादात्मक असाल, तर मग सहज प्रवेश हे ओझे न ठरता, ती एक जमेची बाजू ठरते.

प्रवेश ही एक प्रक्रिया आहे; समारंभ नाही

तुम्ही करत असलेला व्यवसाय प्रवेशाची आज्ञा मोडतो की नाही, हे तपासायचे आहे का? ते सोपे आहे : हा व्यवसाय करणे म्हणजे एक *समारंभ* आहे की *प्रक्रिया?* खरे बिझनेस स्टार्टअप निर्माण करणे ही प्रक्रिया आहे, एखादा समारंभ नाही. तुम्हांला 'वितरण किट' मिळाली किंवा तुम्ही एक ऑनलाइन फॉर्म भरून दिला म्हणजे अचानक तुम्ही व्यवसायात प्रवेश केला, असे असेल तर तुम्ही प्रवेशाच्या आज्ञेचा भंग केला आहे. याउलट, मला जर सेडोना ॲरिझोना येथे हॉटेल सुरू करायचे असेल, तर मला आधी जागा शोधावी लागेल, तिचा व्यवहार करावा लागेल, कर्ज काढावे लागेल, विमा उतरवावा लागेल, परवाना घ्यावा लागेल, कर्मचाऱ्यांची भरती करावी लागेल आणि इतर दहा गोष्टी कराव्या लागतील. प्रवेश ही एक अत्यंत सविस्तर प्रक्रिया आहे.

संपत्ती मिळवण्यासारखा व्यवसाय सुरू करणे म्हणजे एक निश्चितपणे घेतलेल्या निर्णयांची एक सलग साखळी असून त्यापासून एक प्रक्रिया बनते. नेटवर्क मार्केटिंग कंपनी स्थापन करणारे लोक फार चांगली कामगिरी करतात. कारण त्यांना माहीत आहे की, लोकांना फक्त समारंभ करायला आवडतो आणि 'हा अर्ज भरा आणि तुमचा व्यवसाय सुरू झालाच' यापेक्षा अधिक चांगला समारंभ काय असू शकतो? *प्रवेशातील सुलभतेचा ते फायदा उठवतात.*

एक उद्योजक म्हणून आपल्याला कंपनी सुरू करायची असते जिथे इतर लोक समारंभपूर्वक सहभागी होतील. स्वत:ला फसवू नका. एखाद्या उद्योगविषयक मासिकाच्या पाठीमागे लिहिलेल्या पत्त्यावर चेक पाठवला, म्हणजे आपण आपला व्यवसाय सुरू केला

असे होत नाही. जो व्यवसाय सुरू करण्यासाठी किंवा त्यात सहभागी होण्यासाठी केवळ दहा मिनिटे लागतात, तो प्रवेशाच्या आज्ञेचा भंग करतो. प्रवेशाबाबतचा नियम मोडा आणि तुम्ही एका सर्वसाधारण जगात जाण्याची तयारी ठेवा, जिथे कोण्या एका फास्ट लेनमधून जाणाऱ्या योजनेचा तुम्ही एक छोटासा भाग असाल.

सर्व जण हेच करतात!

महामार्गावरील वाहतूक कोंडीमध्ये तुम्ही कधी तासन्तास अडकून पडला आहात का? तर मग 'प्रत्येक जण हेच करतो आहे' यामध्ये तुमचे स्वागत आहे. वाहतूक कोंडी असलेला रस्ता म्हणजे जिथे सर्वच जण आहेत तो रस्ता. 'प्रत्येक जण हेच करत आहे, तर मी हे करणार नाही.' मी या रस्त्यापासून दूर जाईन आणि तुम्हीही हेच करायला हवे.

का?

कारण प्रत्येक जण श्रीमंत असत नाही. प्रत्येक जण जर श्रीमंत असता तर, 'सर्व जण हेच करतात' हे सूत्र यशस्वी ठरले असते.

ज्या वेळी पैशांचा प्रश्न येतो त्या वेळी सर्वांत मोठा धोक्याचा इशारा असतो तो म्हणजे, 'प्रत्येक जण'. 'प्रत्येक जण' हा धोका सूचित करणारा लाल झेंडा तुम्हांला दिसला तर लक्षात घ्या की, तुम्ही प्रवेशाच्या आज्ञेचा भंग केला आहे. प्रत्येकाला एकच गोष्ट करायची असेल, तर त्यात अपयश हे ठरलेलेच आहे.

घरबांधणीच्या काळात ज्या वेळी 'सर्व जण' वेड्यासारखे घर खरेदीच्या मागे लागले होते, त्या वेळी मी याउलट केले. मी त्यांच्यापासून दूर राहिलो आणि घरे विकली. ज्या वेळी सर्व जण खरेदी करत असतील, त्या वेळी तुम्ही विक्री करा. आणि ज्या वेळी सर्व जण वेड्यासारखे विकत असतील, त्या वेळी तुम्ही खरेदी करा किंवा किमान त्यापासून तटस्थ राहा.

इतिहासात 'प्रत्येक जण हेच करतो आहे'ची अनेक उदाहरणे सापडतील. ९०च्या दशकामध्ये तंत्रज्ञान कंपन्यांचे शेअर्स खरेदी करण्याची आलेली लाट, त्यानंतर तेलाच्या किमतीत झालेली प्रचंड वाढ, गृहखरेदी क्षेत्राची नंतर झालेली पडझड आणि त्यामुळे जगभरात आलेली आर्थिक मंदी आणि काही काळापूर्वीच बिटकॉइन/ क्रिप्टो करन्सीचा मुख्य चलन व्यवहारांमध्ये उदय झाला आहे. ही सर्व उदाहरणे 'प्रत्येक जण करतो आहे,' या अत्यंत रहदारीच्या रस्त्याची उदाहरणे असून हे रस्ते येऊ घातलेल्या संकटाकडे नेणारे असतात. मेंढ्यांचा कळप ज्याप्रमाणे खाटीकखान्याकडे जातो, तसाच हा प्रकार आहे.

'प्रत्येक जण' – इशाऱ्याची खूण

१९९०च्या दशकात ज्या वेळी तंत्रज्ञान कंपन्यांच्या शेअर्सचे भाव गगनाला भिडले होते, त्या वेळी मी माझे बरेच पैसे गमावले, कारण मी इतरांच्या मागे मागे गेलो. मी त्यापासून धडा घेतला. काही काळापूर्वी जेव्हा घरखरेदीला उधाण आले होते, त्या वेळी मी घरखरेदी केली नाही. या वेळी मी ही लाट ओसरायच्या आत तीन मालमत्ता विकल्या. घरखरेदीचा

बाजार कोसळला आणि त्यापाठोपाठ शेअर्सचे भावही पडले. मी या सर्वांपासून दूर बराच पैसा कमवून बसलो होतो. मी हे सर्व कसे केले?

'प्रत्येक जण हे करतो आहे'ची खूण मी ओळखली, कारण प्रत्येक जण श्रीमंत झाला असता, तर 'सर्व जण हे करत आहेत,' ही उक्ती यशस्वी ठरली असती. हा तर्क तुम्हांला जरा बनावट वाटत असला तरी त्याने मला कधीही धोका दिलेला नाही. 'प्रत्येक जण हे करतो आहे,' हे मला कसे समजेल? सोपे आहे. ज्या वेळी कोणत्याही गुंतवणुकीबाबत, तुम्हांला ग्राहकांच्या एका गटाचा, म्हणजे सर्वसाधारण लोकसंख्येचा भाग बनवणार आहे त्या बाबत, अतार्किक दावे केले जातात त्या वेळी मला समजते की ही बाहेर पडण्याची आणि बाहेरच थांबण्याची वेळ आहे.

ज्या वेळी बाथरूम दुरुस्तीसाठी प्लंबर येतो आणि त्याच्या तीन भाड्याने दिलेल्या आणि गेल्या तीन महिन्यांत १५ टक्के मूल्यवाढ झालेल्या मालमत्तांबाबत गप्पा मारत बसतो, त्या वेळी बाहेर पडण्याची आणि बाहेरच थांबण्याची वेळ आलेली असते.

ज्या वेळी तुमचा खासगी प्रशिक्षक त्याच्या इंटरनेट शेअर्सबाबत तुम्हांला माहिती सांगतो आणि गेल्या दोन महिन्यांत ४० टक्के कमावल्याचे सांगतो, त्या वेळी बाहेर पडण्याची आणि आणि बाहेरच थांबण्याची वेळ आलेली असते.

ज्या वेळी ट्रकचालक असलेला तुमचा एखादा भाऊ तुम्हांला क्रिप्टो करन्सीमध्ये गुंतवणूक करायचा सल्ला देतो, कारण त्यात २५० टक्के वाढ झालेली आहे, त्या वेळी बाहेर पडण्याची आणि आणि बाहेरच थांबण्याची वेळ आलेली असते.

टाकून देण्यासारखा पैसा - म्हणजे 'सर्व जण'- हा नेहमी कोणत्याही लाटेच्या अखेरीस बाहेर येतो.

टाकून देण्यासारखा पैसा म्हणजे कोण? ग्राहक! पैशांच्या मागे धावणारे!

पण काही चलाख लोकांनी या 'सर्व जणांच्या नियमा'वर चांगलेच प्रभुत्व मिळवले आहे. बाहेर पडण्याऐवजी ते दुसऱ्या बाजूला उभे राहतात आणि पडझडीतूनही नफा कमावतात. ज्या वेळी एखाद्या योजनेचा फुगा फुटतो, त्या वेळी अनेक कोट्यधीश आणि अब्जाधीश निर्माण होतात. कारण त्यांना प्रत्येक अतार्किक प्रगतीच्या पाठोपाठ येणाऱ्या संकटाची चाहूल लागलेली असते.

२००९ मध्ये ज्या वेळी स्टॉक मार्केटमध्ये चलती होती, कोण खरेदी करत होते आणि कोण विक्री करत होते? प्रत्येक जण विक्री करत होता. मी त्यांच्या पुढे होतो आणि एक वर्ष आधीच विक्री केली होती. वॉरेन बफेट हे खरेदी करत होते. प्रत्येक जण विक्री करत असताना जगातील सर्वांत श्रीमंत माणूस खरेदी करत होता. प्रत्येक जण चूक करू शकतो का? होय, करू शकतो.

तुम्हांला इतर सर्वांपेक्षा वेगळे जगायचे असेल, तर तुम्ही इतरांसारखे असून चालणार नाही. याची आणि अपवादाची गल्लत करू नका. कळपाचे नेतृत्व तुम्ही करायचे आहे आणि 'प्रत्येकाने' तुमच्या मागे यायचे आहे. ज्या वेळी सर्व मेंढ्या बळी जाण्यासाठी एका रांगेत उभ्या असतील, त्या वेळी तुम्ही खाटीकखाना सुरू करायला हवा.

प्रकरण सारांश – फास्ट लेन वैशिष्ट्यं

- प्रवेशाची आज्ञा तुम्हांला सांगते की, प्रवेश करतानाचे अडथळे दूर झाले तर स्पर्धा वाढते आणि मार्ग कमकुवत होतो.
- सहज प्रवेश मिळत असेल तर अधिक गर्दी होते, अधिक गर्दी झाल्यास स्पर्धा वाढते आणि अधिक स्पर्धा निर्माण झाल्यास सहभागी लोकांना मिळणारी संधीही कमी होते.
- ज्या व्यवसायात सर्वांना सहज प्रवेश मिळतो तिथे नियंत्रणाचा अभाव असतो आणि हा व्यवसाय क्षमता कमी झालेल्या बाजारात उभा असतो.
- कमकुवत प्रवेशाच्या परिस्थितीवर मात करण्यासाठी अपवाद ठरणे अत्यावश्यक असते.
- व्यवसाय सुरू करणे ही एक टोल असलेली प्रक्रिया आहे, समारंभ नाही.
- 'प्रत्येक जण' म्हणजे सर्वसाधारण लोक आणि मुख्य प्रवाहातील माध्यमे त्यांचा वापर करून घेतात.
- जर प्रत्येक जण श्रीमंत असता, तर 'सर्वजण हेच करतात'ला अर्थ प्राप्त झाला असता. आणि सर्व जण श्रीमंत आहेत, तर मग कोणीही श्रीमंत नाही.
- 'सर्व जण हेच करत आहेत' हा अधिक विचार करण्यासाठीचा इशारा असून तो 'टाकून देण्यासारख्या पैशाचा' प्रवेशमार्ग आहे.

फास्ट लेन

३२

गरजेची आज्ञा

''एकमेकांसाठी आयुष्य अधिक सुसह्य करता येत नसेल,
तर मग आपण कशासाठी जगत आहोत?''

–जॉर्ज इलियट

वाळूचा पाया असला तर घरे कोसळतात

नव्याने सुरू झालेल्या उद्योगांपैकी ९० टक्के उद्योग पाच वर्षांत कोसळतात आणि असे का होते हे मला माहीत आहे. ते अपयशी ठरतात. कारण ते 'गरज' या आज्ञेचे उल्लंघन करतात.

सी– ई– (नीड) – टी – एस

ज्या वेळी तुमच्या व्यवसायाचा पायाच चुकीचा असतो त्या वेळी तो अपयशी ठरतो. वाळूचा पाया असलेली घरे कोसळतातच. गरज या आज्ञेचा भंग करणाऱ्या उद्योगांचा समावेश ९० टक्के अपयशी या वर्गात होतो किंवा नोकरी म्हणून त्यांची संभावना होते. उद्योगाचे कार्यक्षेत्र जिंकून घेणे ही एक सोपी आणि बऱ्याच वेळा दुर्लक्षित अशी संकल्पना आहे. खरे तर ती अत्यंत आवश्यक असायला हवी, पण तशी ती नसते. *जो व्यवसाय गरजा भागवतो आणि जीवनमूल्य पुरवतो, तो यशस्वी ठरतो.* जे उद्योग लोकांच्या अडचणी दूर करतात, ते नफा कमावतात. स्वार्थी, स्वान्तसुखाय उद्देशाने सुरू केलेले उद्योग फार काळ टिकत नाहीत.

त्यामुळे उद्योगाचा उद्देश काय, याचा विचार करा. त्यांचे अस्तित्व कशासाठी आहे? 'तुम्हांला जे आवडते ते करा' ही तुमची स्वार्थी इच्छा पूर्ण करण्यासाठी? की, मला संपत्ती आणि आर्थिक बाबींचे स्वातंत्र्य आहे, हे जगाला दाखवून देण्यासाठी? खरे सांगतो, तुमच्या इच्छा, स्वप्ने, महत्त्वाकांक्षा, तुमच्या –'मी हे का केले' किंवा श्रीमंत होण्यासाठीच्या तुमच्या इतर कारणांमध्ये जगाला काडीचाही रस नाही. आपल्या पालकांचे मत चुकीचे ठरवून तुम्हांला स्वत:ची फेरारी गाडी घ्यायची इच्छा असली तरी लोकांना त्याच्याशी काही

देणेघेणे नसते. कॉर्पोरेट अमेरिकेने तुमच्यावर अन्याय केला, याची कोणालाही चिंता नसते. कोणाला काहीही देणेघेणे नाही! होय, हे जग अत्यंत स्वार्थी आहे आणि तुम्हांला फास्ट लेनमध्ये जायचे आहे म्हणून कोणीही तुम्हांला पाठबळ देणार नाही.

तर मग लोकांना कशाशी देणेघेणे असते?

तुमच्या उद्योगातून त्यांना काय मिळणार आहे, त्यांना कशी मदत होईल, याच्याशी लोकांना देणेघेणे असते. तुमच्या उद्योगात त्यांच्यासाठी काय आहे? यामुळे त्यांचे प्रश्न सुटतील का? त्यांचे आयुष्य अधिक सुसह्य होणार आहे का? त्यांना निवारा मिळणार आहे का? त्यांचे पैसे वाचणार आहेत का? त्यांना काही शिकायला मिळेल का? काहीतरी जाणीव करून देता येईल का? मला सांगा, असे काय आहे ज्यामुळे मी तुमच्या उद्योगासाठी माझा पैसा खर्च करावा? तुम्ही माझ्या आयुष्यात कोणत्या प्रकारची भर घालत आहात?

आपण उत्पादक-ग्राहक या संबंधांकडे पुन्हा एकदा वळू. ग्राहक हे स्वार्थी असतात. ''माझ्यासाठी तुमच्याकडे काय आहे,'' अशी ते विचारणा करतात. उत्पादक म्हणून यशस्वी होण्यासाठी, *तुमच्या स्वार्थीपणाचा त्याग करा आणि इतरांच्या स्वार्थीपणाचा विचार करा.*

पैशांच्या मागे धावायचे थांबवा – गरजा पूर्ण करण्यामागे धावा

केवळ पैसा मिळवण्यासाठी कधीही उद्योग सुरू करू नका. पैशांच्या मागे धावायचे थांबवा आणि गरजा पूर्ण करण्यामागे धावायला सुरूवात करा. मी एक बाब तुम्हांला पुन्हा सांगतो. कारण या पुस्तकातील सर्वांत महत्त्वाची गोष्ट आहे, तुमच्या स्वार्थी इच्छेच्या दृष्टिकोनातून उद्योगाबाबत विचार करू नका; मग ती स्वार्थी इच्छा म्हणजे पैसा असेल, तुमची स्वप्ने असतील किंवा 'तुम्हांला जे आवडते ते' असेल. त्यापेक्षा गरजा, प्रश्न, अडचणीच्या जागा, सेवेमधील कमतरता आणि भावना यांचा पाठलाग करा.

अनेक उद्योजक अयशस्वी ठरतात. कारण ते एका स्वार्थी वातावरणाच्या आधारावर उद्योग उभा करतात आणि स्वार्थी वातावरणात चांगला नफा देणारा उद्योग आकार घेऊ शकत नाही; असे उद्योग थेट ९० टक्के अपयशी ठरणाऱ्या कचऱ्यात जाऊन पडतात.

''मला उत्पन्नाचा नवीन मार्ग हवा आहे.''

''मी यामध्ये तज्ज्ञ आहे, त्यामुळं मी हे करेन.''

''मी 'श्रीमंत व्हा' हे पुस्तक वाचले आहे आणि त्यामध्ये व्यवसाय सुरू करण्यास सांगितले आहे.''

चूक, चूक, सर्वथा चूकच!

पुन्हा एकदा सांगतो- स्वार्थी, स्वतःच्या समाधानासाठी निर्माण केलेले वातावरण म्हणजे, गरज या आज्ञेचा भंग करण्यासाठी वाजतगाजत दिलेले निमंत्रण आहे.

ज्या वेळी तुम्ही स्वार्थीपणाचा त्याग करता आणि तुमच्या व्यवसायाची दिशा, तुमच्या गरजा पूर्ण करण्यापेक्षा इतर लोकांच्या गरजा पूर्ण करण्याकडे वळवता, त्याच वेळी तुम्ही आणि तुमचा व्यवसाय पैशाला आकर्षित करतो. प्रथम द्या आणि नंतर घ्या. पहिला

क्रमांक गरजेचा, पैशांचा नाही! तुमच्या स्वार्थी गरजांचा आधार घेत बाजारपेठेवर प्रभाव टाकण्याचा प्रयत्न करा आणि मी तुमच्या अपयशावर पैज लावेन.

ज्यो हा मार्शल आर्ट्समध्ये प्रवीण होता आणि त्याला त्याच्या या कलेचा अभिमान होता. त्याच्या गुरूंचा सल्ला मानून त्याने 'जे आवडते ते' करण्यास सुरूवात केली आणि मार्शल आर्ट केंद्र सुरू केले. दहा महिन्यांच्या आत त्याला हे केंद्र बंद करावे लागले, कारण २१ हजार डॉलर्स वार्षिक नफ्यावर त्याच्या कुटुंबाचा चरितार्थ चालणे शक्य नव्हते.

सुरूवात करण्यापूर्वीच ज्योला अपयश मिळणार हे निश्चित होते. त्याने अशा उद्योगात प्रवेश केला होता जो चुकीच्या उद्योजकतेच्या वाळूने भरलेल्या मार्गावरून जात होता, या उद्योगाचे वातावरण एका स्वार्थी गरजेने आणि स्वार्थी महत्त्वाकांक्षेने भारलेले होते : ''मी मार्शल आर्ट्समध्ये निपुण आहे आणि मला ही कला आवडते, त्यामुळं मी प्रशिक्षण केंद्र सुरू करायला हवे.'' इतर जगाच्या गरजा हा व्यवसायाचा योग्य पाया असतो, तुमच्या स्वार्थी इच्छा हा नाही. स्वतःचे स्वार्थी हेतू पूर्ण करण्याऐवजी, ज्योने काय विचार करायला हवा होता?

- ''माझ्या परिसरात मार्शल आर्ट केंद्राची खरंच गरज आहे का?''
- ''सध्या सुरू असलेल्या इतर मार्शल आर्ट केंद्रांमध्ये अशी काय कमतरता आहे जी मी माझ्या केंद्राद्वारे दूर करू शकतो?''
- ''मार्शल आर्ट शिकणाऱ्या विद्यार्थ्यांना मी अधिक चांगले काय देऊ शकतो?''
- ''मी मार्शल आर्टसाठी कोणते योगदान देऊ शकतो?''

ज्यो अपयशी ठरला. कारण तो जे देऊ करत होता, त्याची बाजारात गरज नव्हती आणि त्याचे उद्देश स्वार्थी होते. ज्योने वरील प्रश्नांचा अभ्यास केला असता तर यशाच्या मार्गावर वाटचाल करण्याची त्याची संधी कित्येक पटींनी वाढली असती.

अनेक वर्षांपूर्वी, अर्थव्यवस्थेला वेग येत असतानाच्या काळातली ही घटना. ॲरिझोनामधील चँडलर या छोट्याशा उपनगरात माझी आई राहत होती. तिच्या घराशेजारी एक स्टोअर उभारताना मी पाहिले. इमारत बांधून पूर्ण झाली आणि व्यवहाराला सुरूवात झाली तेव्हाच मला तिथे अपयशाचे ढग दिसू लागले होते. ते मला कसे कळले?

हे नवीन दुकान म्हणजे हिप-हॉप स्टाइल कपड्यांचे बुटीक होते. तुमचा सीट बेल्ट घट्ट लावा, अपयश समोरच आहे! का? कारण हे बुटीक 'गरजेच्या आज्ञे'चा भंग करत होते. या परिसराला अशा प्रकारच्या हिप-हॉप स्टाइल दुकानाची *गरज नाही.* हे गाव म्हणजे शहर नाही, येथे जवळपास कुठलाही क्लब नाही आणि या गावाला हिप-हॉपचा गंधही नाही. उलट, तेथून शंभर यार्डपेक्षाही कमी अंतरावर एक वृद्धाश्रम आहे. ९१ वर्षांच्या आजीबाई या त्या हिप-हॉप दुकानाच्या ग्राहक असू शकतात का? स्वार्थीपणा ही यामधील खरी समस्या आहे. दुकानाचा मालक त्याच्या स्वतःच्या आवडीअनुसार आणि

त्याच्या हिप-हॉप संगीतावरील व संस्कृतीवरील प्रेमापोटी तसे वागत होता. कदाचित त्याला मार्गदर्शन करणाऱ्यांनी ''तुला आवडते तसे कर,'' असे सांगितले असावे. उद्देश काहीही असो, 'गरज' ही बाजारातील 'मागणी' या बाह्य गोष्टीवर आधारित असावी, आपल्या मनातील गोष्टीवर अवलंबून नसावी. ते बुटीक १२ महिन्यांपेक्षा अधिक काळ चालणार नाही, असा मी अंदाज बांधला. १८ महिन्यांनंतर ते दुकान बंद पडले. गरज नसताना ते सुरू केले असल्याने त्या मार्गावर सर्वत्र वाळू पसरलेली होती.

पैशांसाठी हपापलेले लोक पैशांच्या मागे धावतात; गरजेच्या नाही!

उद्योजक होऊ इच्छिणाऱ्या अनेकांच्या पोस्ट मी कायम वाचत असतो. उद्योग सुरू करून प्रचंड संपत्ती मिळवण्याची त्यांची मोठी स्वप्ने असतात. कोणत्याही बिझनेस फोरममधील वातावरणाचा थोडा अनुभव घ्या, तुम्हाची दिशाभूल करणारे, स्वार्थी हेतूंनी प्रेरित आणि वातावरण कलुषित करणारे विचार दिसतील.

- उद्योगाच्या माध्यमातून मी पैसा कसा मिळवू?
- केवळ २०० डॉलर्सच्या बळावर मी कोणता व्यवसाय सुरू करू शकतो आणि तरीही महिन्याला पाच हजार डॉलर्स कमवू शकतो?
- मी कोणता घरगुती व्यवसाय सुरू करू शकतो?
- माझा एक मित्र छोटी उपकरणे तयार करतो, ही उपकरणे विकून मला पैसा मिळवता येईल, असे तुम्हांला वाटते का?
- ॲमेझॉनवर मी असे काय विकू की ज्यामुळे मला प्रचंड पैसा मिळेल?
- चीनमधून आयात करून ई-बेवर विकता येईल, असे चांगले उत्पादन कोणते?
- अत्यंत अल्प गुंतवणुकीच्या आधारावर कोणता चांगला व्यवसाय सुरू करता येईल?

तुम्ही थोडा वेळ शांत बसून स्वत:ला असे प्रश्न विचारत असाल तर तुम्ही अपयशी ठरण्याची शक्यता अधिक आहे. कारण या सर्व प्रश्नांमधून तुमची पैसा मिळवण्यासाठीची तगमग दिसून येते, गरज किंवा मूल्य यांचा कोठेही विचार होताना दिसत नाही. तुम्ही उलट्या दिशेने जात आहात. मी अशा उद्योजकांना 'पैशांसाठी हपापलेले' म्हणतो. ते अस्थिर शेअर बजारातील परिस्थितीअनुसार त्यातील हेलकाव्यांप्रमाणे एका उद्योगाकडून दुसऱ्या उद्योगाकडे धावपळ करतात. त्यातून गरजाहि पूर्ण होत नाहीत आणि व्यवसायाला गतीही मिळत नाही. काही वेळा हे स्वार्थी उद्योजक ग्राहकांच्या मागणीकडे पूर्णपणे दुर्लक्ष करून अधाश्यासारखे पैशाच्या मागे लागत ज्या प्रकारे उद्योग करतात, त्यामुळे धक्का बसतो.

पैशांच्या मागे धावणारे (मनी चेसर्स) हे असे ग्राहक असतात जे अद्यापही उत्पादकाच्या भूमिकेत गेलेले नसतात. त्यांना उत्पादक व्हायचे असते, पण तरीही ते स्वार्थीपणाने ग्राहकासारखाच विचार करतात.

उदाहरणार्थ, घरविक्रीच्या व्यवसायात लाट आलेली असताना, पैशांच्या मागे धावणाऱ्यांनी कर्ज मिळवून देण्याचे आणि रिअल इस्टेट एजंटचे व्यवसाय पत्करले. या

क्षेत्रातील वाढीचा फुगा फुटल्यावर अतिरिक्त असलेल्या सर्वच गोष्टींची चांगलीच साफसफाई झाली. जेव्हा मालमत्ता जप्ती होण्याचे प्रकार सुरू झाले, त्या वेळी मग कर्जाची फेरबांधणी करून देणारे हे नवे 'मनी चेसर्स' बनले. पैसे मिळवण्याच्या प्रत्येक लाटेमध्ये हे मनी चेसर्स केवळ आपले स्वार्थी हेतू साध्य करण्यासाठी एका व्यवसायातून दुसऱ्या व्यवसायामध्ये उडी घेत असतात. जगात अनेक स्वार्थी ग्राहक वारंवार निर्माण होत असल्याने पैशांच्या मागे धावणारे लोकही तगून राहतात, कधीकधी तर ते फार मोठे यशही मिळवतात. अर्थात, जोपर्यंत ते एखाद्या गैरव्यवहारात अडकत नाहीत किंवा त्या व्यवसायाचा फुगा फुटत नाही, तोपर्यंत. एक काळ तर असा येतो की सर्वत्र गैरव्यवहार, स्कीम, महागाई यांना प्रचंड जोर येतो. कारण पैशाच्या मागे धावणाऱ्यांची चलती असते आणि बाजारात असमतोल येतो.

पैशांना आकर्षून घेणे म्हणजे पैसे विसरून जाणे

तुम्हांला भरपूर पैसे कमवायचे आहेत का? तर मग, पैशाला तुमच्याकडे आकर्षून घ्या, तुम्ही त्याच्या मागे धावू नका.

पैसा हा प्रकार खोडसाळ मांजरीसारखा असतो. तुम्ही तिला पकडण्यासाठी धावलात तर ती पळून जाते. ती झाडावर चढून बसते, झुडपामागे लपते किंवा बागेत पळते. मात्र तुम्ही तिच्याकडे दुर्लक्ष केले आणि मांजर ज्याकडे आकर्षित होईल, अशा गोष्टींकडे लक्ष केंद्रित केले, तर मांजर स्वतःहून तुमच्या जवळ येते आणि तुमच्या मांडीवर बसते.

स्वार्थी माणसांकडे पैसा कधीही आकर्षित होत नाही. तो समस्या सोडवणाऱ्या व्यवसायाकडे आकर्षित होतो. जे लोक गरजा पूर्ण करतात आणि काहीतरी मौलिक योगदान देतात, त्यांच्याकडे पैसा जातो. *भरपूर प्रमाणात गरजा पूर्ण करा आणि भरपूर प्रमाणात पैशाला आकर्षित करून घ्या.*

तुम्ही आयुष्यात *कमावलेला पैसा* म्हणजे तुम्ही इतरांना *जितकी किंमत* दिली असेल, त्याचे प्रतिबिंब असते. या परस्पर संबंधांकडे दुर्लक्ष केले तर संपत्ती तुमच्याकडे दुर्लक्ष करेल. सर्व यशस्वी झालेल्या उद्योगांमध्ये एक समान धागा असतो : बाजारात होणाऱ्या विक्रीचा आढावा घेत ग्राहकांच्या गरजा पूर्ण करणे. तुमचा व्यवसाय टिकेल की नाही, हे ग्राहक आणि बाजारपेठ ठरवते; तुम्ही स्वतः नाही. समजा तुम्ही एक कोटी वस्तू विकल्या, तर समजून चाला की एक कोटी लोकांनी तुमची वस्तू उपयुक्त असल्याचे मान्य केले आहे किंवा त्यांची गरज पूर्ण झाली आहे.

अत्यावश्यक गरजा, इच्छा आणि समस्यापूर्ती अशा सिमेंटपासून बनलेला फास्ट लेन मार्गच उत्तम असतो, वाळूने भरलेला मार्ग निसरडा असतो. दगडांनी भरलेला रस्ता तुम्हांला अडचणीत आणणाऱ्या मार्गावर नेतो. मोठ्या प्रमाणावर किंवा अत्यंत प्रभावीपणे गरजा पूर्ण करण्याचा विचार करा. हा प्रकार बिल गेट्स यांनी जशी सॉफ्टवेअर कंपनी सुरू केली, त्याप्रमाणेच आहे. किंवा एखाद्या जुन्याच गोष्टीला नवा मुलामा दिल्याप्रमाणे आहे. दररोज दहा हजार लोकांना सेवा पुरवणारी वेबसाइट तुमच्या मालकीची असेल तर तुम्ही काहीतरी प्रभाव निर्माण करता आहात. एक हजार लोकांना घरे पुरवणारी रिअल इस्टेट कंपनीचे तुम्ही मालक असाल, तर तुम्ही प्रभाव निर्माण करत आहात.

काही करा, पण प्रभाव निर्माण करा आणि लोकांच्या आयुष्यात काहीतरी योगदान देण्यास सुरूवात करा. तुमच्या जगाच्या बाहेर जरा डोकावून पाहा. स्वार्थीपणा सोडून निःस्वार्थी बना.

तुम्हांला अजून काही ठोस हवे आहे का? ठीक आहे. दहा लाख लोकांना खालीलपैकी काहीतरी एक साध्य करायला लावा :

१) त्यांना छान वाटेल, असे काहीतरी करा. (करमणूक, संगीत, व्हीडिओ गेम)
२) अडचणी सोडवण्यासाठी त्यांना मदत करा.
३) त्यांना शिक्षण द्या.
४) चांगले दिसण्यासाठी त्यांना मदत करा. (आरोग्य, पोषण आहार, चांगले कपडे, मेकअप)
५) त्यांना सुरक्षित वातावरण द्या. (घर, सुरक्षा, आरोग्य)
६) त्यांच्यामध्ये सकारात्मक भावना निर्माण करा. (प्रेम, आनंद, हास्य, आत्मविश्वास)
७) प्राथमिक भूक (अन्न) ते वासना (लैंगिक) असे समाधान निर्माण करा.
८) त्यांचे आयुष्य सुखकर बनवा.
९) त्यांच्या स्वप्नांना आकार द्या आणि त्यांना आशेचा किरण दाखवा.

...आणि मी तुम्हांला खात्रीने सांगतो, तुम्ही कोट्यवधी कमवाल.

त्यामुळे पुढील वेळी जेव्हा तुम्ही पैसे मिळवण्याचा मार्ग शोधण्यासाठी ऑनलाइन सर्च करत असाल, तेव्हा जरा वेळ घ्या आणि स्वत:ला विचारा, ''जगाला देण्यासाठी माझ्याकडे काय आहे?'' जगासाठी काहीतरी मूल्य देणारे योगदान द्या, पैसा तुमच्याकडे चुंबकाप्रमाणे आकर्षित होईल!

'तुम्हांला जे आवडते ते करा' आणि ते करतानाच नष्ट व्हा

आणखी एका गुरुवाक्यापासून सावध राहा : ''तुम्हांला जे आवडते ते करा, पैसा तुमच्या मागे येईल.'' धादांत खोटे! गरजेच्या आज्ञेचा भंग करण्याची तुमची इच्छा असेल तरच असे काहीतरी करा. ''तुम्हांला जे आवडते ते करा,'' हे दांभिक गुरूंनी आणि तथाकथित मार्गदर्शकांनी पसरवलेले आणखी एक स्वप्नरंजन असून असे गुरू किंवा मार्गदर्शक सहसा स्वत: खड्ड्यात जाण्याच्या मार्गावर असतात. दुर्दैवाने ''तुम्हांला आवडते ते करा,'' असे सांगणाऱ्या मार्गावरून संपत्तीचे दर्शन सहसा होत नाही. उलट, हा रस्ता तुम्हांला कदाचित नाशाच्या मार्गावर घेऊन जाऊ शकतो.

तुम्ही जर माझ्यासारखे असाल, तर 'तुम्हांला आवडते ते करा,' हा कोणत्याही परिस्थितीत पर्याय ठरू शकत नाही. तुम्हांला काय आवडते त्याचा विचार करा आणि नंतर त्यासाठी कोणी पैसे देईल, याचा विचार करा. तुम्हांला जे करावेसे वाटते, त्यामुळे कोणाची गरज पूर्ण होत आहे का? हे करून तुम्हांला चांगले पैसे मिळवता येतील, इतके तुम्ही त्यामध्ये प्रवीण आहात का? बहुतेक वेळा तुम्ही तसे नसता.

'तुम्हांला आवडते ते' करण्यासाठी तुमच्या जवळ दोन गोष्टी असण्याची आवश्यकता आहे : १) तुमच्या या आवडीमुळे गरज भागायला हवी आणि २) तुम्ही त्यामध्ये जगावेगळे काहीतरी करायला हवे.

मला बास्केटबॉल खेळायला आवडते, पण माझा खेळ अत्यंत खराब आहे. माझे बास्केटबॉलवरील प्रेमाचे रूपांतर करिअरमध्ये करता येणार नाही. मला पियानो वाजवायलाही खूप आवडतो. पण यातही मी अगदीच साधारण आहे. मला अनेक गोष्टी आवडतात, पण मला त्या नीट येत नाहीत! मला या आवडणाऱ्या गोष्टींपैकी कोणत्याही एकात करिअर करायचे असेल तर माझ्याकडे अमर्याद वेळ आणि पैसा हवा. कारण या गोष्टींसाठी मला कोणी एक छदामही देणार नाही. तुमच्या अतिसामान्य गोष्टींमध्ये कोणाला रस असणार?

या पुस्तकाचाच विचार करा. मला लेखन करायची प्रचंड आवड आहे. 'मला जे आवडते ते' करायचे हे एक उदाहरणच आहे आणि माझे हे स्वप्न मला फास्ट लेनमुळं पूर्ण करता आले. कर्जफेड करण्यासाठी (जे माझ्यावर नाही) मला जर या पुस्तकाची गरज असती, तर मला खात्री आहे की ते फेडले गेले असते. या पुस्तकाच्या १० प्रती खपतील की एक कोटी, मला काहीही ठाऊक नव्हते. त्यामुळे मी त्यावर अवलंबून राहिलो नाही.

पैसे मिळवण्यासाठी 'आवडते ते करा' ही कल्पना फारशी चांगली नाही, कारण आपण ते करण्यास फारसे चांगले नसतो. तसेच, अनेक लोक त्यांना 'आवडते ते' करत असल्याने या बाजारपेठेत फारच गर्दी होते आणि नफ्याचे प्रमाण घटते. केवळ स्पर्धा वाढते.

एखादे पुस्तक लिहिणे, हा अशा गर्दीच्या बाजारपेठेत घुसण्याचाच प्रकार आहे. केवळ मला लिहायला आवडते म्हणून त्यातून पैसा मिळेलच असे नाही. उलट, मला लिहायला आवडते, याच्याशी इतरांना काहीही घेणेदेणे नाही. तुम्हांला आहे का? निश्चितच नाही! *मी जे लिहिले आहे, त्याचा तुम्हांला काही फायदा आहे का, एवढेच तुम्हांला बघायचे आहे.*

एका नियतकालिकाच्या मुलाखतीत आरजे किर्क या अब्जाधीशाला त्याच्या यशाचा पाया काय, असा प्रश्न विचारण्यात आला होता. तो म्हणाला, ''मी उपयुक्त आहे की नाही, हे लोकांनी ठरवायचे आहे.'' तुम्ही उपयुक्त आहात की नाही, हे तुम्ही स्वत: नाही ठरवायचे. याचा निर्णय बाजारपेठ घेते.

लोक त्यांच्या समाधानासाठी पैसे मोजतात; 'मला आवडते ते' करण्याची तुमची इच्छा पूर्ण करण्यासाठी ते पैसे देत नाहीत.

त्यांच्या समस्या सोडवण्यासाठी ते पैसे देतात, तुमच्या आनंदासाठी नाही.

समस्या सुटल्या तर लोक पैसे देतात.

तुमच्या कोणत्याही आवडीसाठी लोक तुम्हांला फुटकी कवडीही देणार नाहीत. 'तुम्हांला आवडते ते करा' यातून जर लोकांची गरज पूर्णपणे भागत नसेल, तर त्यासाठी कोणीही पैसे देत नाही.

हे पुस्तक मी यामुळे लिहू शकलो. कारण, माझ्या लेखन कौशल्यावर शिक्कामोर्तब करण्यासाठी मला पैसे मिळण्याच्या शाश्वततेची गरज नव्हती. हे वाक्य जरा अवघड वाटत असेल, तर तुम्ही माझा मुद्दा सिद्ध केला आहात. कदाचित मी फार चांगला लेखक नसेनही. पुस्तकाच्या खपाचे आकडे बाजूला ठेवा, पण हे पुस्तक म्हणजे 'तुम्हांला आवडते

ते करा'चे एक उदाहरण आहे, मग यात मी चांगला असेन किंवा नसेन. फास्ट लेनमध्ये असताना तुम्ही तुमच्या समीकरणातून पैशांना बाजूला ठेवू शकता.

आता, 'मला आवडते ते' करण्यातून पैसे मिळवणे हा उद्देश नसतो, मी फक्त ते करतो.

दुसऱ्या शब्दांत सांगायचे, तर पैशांमुळंच मी 'मला हवे ते' करू शकतो, मी ते स्वत:हून केले नाही. हा विचित्रच प्रकार आहे ना?

बास्केटबॉल खेळण्यासाठी लेब्रॉन जेम्सला पैसे मिळतात. कारण तो या खेळात निपुण आहे. फास्ट लेनमधून जाताना, अनेक उद्दिष्टांपैकी एक उद्दिष्ट म्हणजे तुमच्या 'आवडते ते' करण्याच्या कृतीतून पैसे मिळण्याची अट बाजूला करणे. फास्ट लेन यश म्हणजे मी आठवड्याचे सातही दिवस बास्केटबॉल खेळू शकतो. दिवसभर मी व्हिडिओ गेम खेळू शकतो. 'मला आवडते ते' करण्यासाठी मला पैसे मिळावेत ही अपेक्षा नाही. कारण, मी ते मोफत करतो.

आवडत्या आणि चांगल्या प्रकारे येत असलेल्या एखाद्या गोष्टीतून पैसे कमावणाऱ्या मोजक्या लोकांपैकी तुम्ही एक असाल, तर तुम्ही धन्य आहात. आणि तुमचे अभिनंदन! कारण तुम्हांला कदाचित फास्ट लेनची आवश्यकता नाही. स्लो लेनदेखील तुम्हांला पुरेशी ठरु शकते. काहीही हरकत नाही. पण आमच्यासारखे जे लोक आपल्या आवडीचे रूपांतर पैशांमध्ये करू शकत नाहीत, त्यांना फास्ट लेनने काही पर्याय सुचवले आहेत.

'तुम्हांला आवडते ते करा' हे खोटे आणि दिशाभूल करणारे आहे

तुमच्या आवडीच्या क्षेत्रात तुम्ही नोकरी अथवा व्यवसाय करू शकत नसाल, तर तुम्ही एका जाळ्यात अडकण्याची दाट शक्यता आहे. अशा वेळी स्लो लेन या शत्रूबरोबर हातमिळवणी करणे हीच तुमची नैसर्गिक प्रतिक्रिया ठरते. तुम्हांला आवडणाऱ्या गोष्टींच्या मोबदल्यात, तुम्हांला न आवडणाऱ्या गोष्टी करण्यात तुम्ही आयुष्य वाया घालवता. तुम्ही म्हणता, ''मला जे आवडत नाही, ते काम मी पाच दिवस करतो जेणेकरून उरलेले दोन दिवस मी दुसरे काही तरी मला जे आवडते ते करेन.'' ही देवाणघेवाण तुम्हांला तर्कशुद्ध वाटते का?

उदाहरणार्थ, माझा मित्र अँडी हा बँकेत वसुली अधिकारी म्हणून काम करतो. त्याला ही नोकरी अजिबात आवडत नाही. आम्ही एकत्र पेग घेत असताना, मी त्याच्या तक्रारी ऐकतो, त्याचे नैराश्य पाहतो आणि नोकरीतील अडचणी ऐकतो : नाझींसारखे छोट्या छोट्या गोष्टींचे व्यवस्थापन, फारसा कार्यक्षम नसणारा बॉस आणि बावळट सहकारी... सगळ्या आघाड्यांवर त्यालाच लढावे लागते. तो हा त्रास आठवड्याचे पाच दिवस सहन करतो. यानंतर त्याचा विरंगुळा काय ? तर त्याला मिळणारे शनिवार-रविवार. 'आवडते ते' करण्याच्या या दोन दिवसांसाठी तो 'आवडत नाही ते' करत असतो.

यानंतर लोक त्यांना 'आवडते ते' करण्यासाठी दुसरे काहीतरी करतात किंवा भरकटतात. उदाहरणार्थ, पॉलिनला शिवणकाम करायला आवडते आणि शिवलेले कपडे ती ऑनलाइन विकते. जोसला ऑटोमोटिव्ह ऑडिओ आवडतात, त्यामुळं त्याने मोटार स्टिरिओ शॉप सुरू केले. जेनिसला कोरीव काम करायला आवडते आणि ती स्थानिक आर्ट गॅलरीत तिच्या वस्तू विकते. गॅरीला व्यायाम करायला प्रचंड आवडते, त्यामुळं तो पर्सनल ट्रेनर बनला.

हा पर्याय स्वीकारण्याचे दोन धोके संभवतात :

१) यातून तुम्हांला फार लवकर पैसे मिळत नाहीत.
२) यामुळे तुमची आवड कमी होण्याची शक्यता असते.

सर्वप्रथम, 'तुम्हांला आवडते ते करा,' यातून फारच क्वचित वेळा अधिक वेगाने पैसा मिळतो, कारण केवळ तुम्हीच एकटे तुम्हांला आवडते ते करत नसता, तर तुमच्यासारखे हजारो जणही त्यांना आवडते ते करत असतात (*अमेरिकन आयडॉलसाठीच्या* पहिल्या आठवड्यातील ऑडिशन्स ऐका, तुम्हांला पटेल). गरज ही फार कमकुवत असते. यामुळे बाजारात गर्दी होते आणि नफ्याचे प्रमाण कमी होते.

माझ्या जिममध्ये पर्सनल ट्रेनरची नोकरी करणाऱ्या एकाने मला सांगितले की, महिन्याचा खर्च भागवताना त्याची धावपळ होते. त्याचे कारण विचारल्यावर तो म्हणाला की, पर्सनल ट्रेनिंगमध्ये आता इतके लोक आले आहेत की तो त्याला अपेक्षित असलेले पैसे आकारू शकत नाही. ट्रेनरची संख्या वाढल्याने त्याच्या फीमधून मिळणाऱ्या उत्पन्नावर परिणाम झाला आहे आणि जेव्हा मागणीपेक्षा (गरज) पुरवठा अधिक असतो, त्या वेळी किंमत कमी होते. गरज अधिक नाही, पुरवठा मात्र भरपूर आहे.

पर्सनल ट्रेनिंगच्या व्यवसायात इतकी गर्दी कशी झाली? कारण सोपे आहे. बाजारात गरज कशाची आहे, याचा विचार न करता गुरूंनी सांगितले : आवडेल ते करा. दुर्दैवाने, तुम्हांला ते काम करणे आवडत असेल, तर मला खात्री आहे, इतर हजारो जणांनाही ते आवडत असेल. ज्या वेळी तुम्ही 'तुम्हांला आवडेल ते' करत असता, त्या वेळी तीव्र स्पर्धेला सामोरे जाण्यासाठी सज्ज राहा. अधिक नफा कोणाला मिळतो? पर्सनल ट्रेनर? की गुन्हा घडलेली जागा साफ करण्यासाठी कंपनी सुरू केलेल्या व्यक्तीला अधिक पैसे मिळतात?

दुसरा धोका म्हणजे, ज्या वेळी तुम्ही पैशासाठी काम करता, त्या वेळी तुमचे त्या कामाबाबतचे प्रेम कमी होण्याची शक्यता असते. पैसे मिळावेत म्हणून तुम्हांला एखादे काम बळजबरीने करावे लागत असेल, तर जरी तीच तुमची आवड आहे असा समज तुम्ही करून घेतला असला, तरी ती आवड अथवा प्रेम धोक्यात येते.

काही दशकांपूर्वी, मी लिमोझिन गाडीचा ड्रायव्हर म्हणून काम करत होतो, कारण मला ड्रायव्हिंग आवडत होते. दिवसभराचे काम संपता संपता, मला ड्रायव्हिंगचा वैताग यायला लागला. काम संपल्यावर मी घरीच बसून राहू लागलो, कारण मला ड्रायव्हिंग नकोसे वाटू लागले. माझी आवड कमी झाली होती.

माझी एक मैत्रीण होती, तिने केवळ छंद म्हणून एक चित्र उत्तमरीत्या काढले होते. व्यवसाय म्हणून ती पूर्ण वेळ चित्र का काढत नाही, असे मी तिला विचारल्यावर ती म्हणाली, ''मला ज्या वेळी तीव्र इच्छा होते, त्याच वेळी मी चित्र काढते.'' याआधी तिने ज्या वेळी पैसे मिळवायच्या हेतूने चित्र काढले होते, त्या वेळी तिच्या सर्जनशीलतेवर इतर काही उद्दिष्टांचा, म्हणजे पैसे, भावनाहीनता यांचा प्रभाव पडला होता.

'तुम्हांला आवडते ते करा' हे फक्त व्यावसायिक खेळाडूंसाठी आहे, कारण ते त्यांच्या खेळाच्या सर्वोच्च स्थानावर असतात. आणि तरीही, कोट्यवधी पैसे कमावल्यावरही,

यातील अनेक खेळाडूंचे भवितव्य सारखेच असते. खेळाबाबतची त्यांची आवड कमी होते. नृत्य करणाऱ्यांचे नृत्यावरील प्रेम कमी होते, कलाकारांचे कलेवरील प्रेम कमी होते. पैसा आणि आयुष्यात असणाऱ्या मागण्या या तुमच्या प्रेमाला ग्रहण आणतात आणि त्याचे रूपांतर ओझ्यात करतात.

'तुम्हांला आवडते ते' करण्याच्या पर्यायाचा अवलंब केल्यास तुम्हांला कदाचित काही काळ आनंद मिळू शकतो, तरीही यासाठीची बाजारपेठ अत्यंत गर्दीची आहे आणि त्याहून महत्त्वाचे म्हणजे, यामुळे तुमचे संबंधित गोष्टीबाबतचे नैसर्गिक प्रेम नष्ट होऊ शकते.

तुमची प्रेरणा : प्रेमापासून तीव्र इच्छेकडे वळा

फास्ट लेनमधून धावण्यासाठी तुमचे प्रेरणादायी इंधन म्हणजे प्रेम नव्हे, तर तीव्र इच्छा हे आहे. तुमचे भविष्य घडवण्याची तीव्र इच्छा आणि वैयक्तिक विकासासाठीची तीव्र इच्छा! एखाद्या विशिष्ट उद्दिष्टासाठी तुम्ही तीव्र इच्छा मनात बाळगली, तर तुम्ही त्यासाठी काहीही करू शकता. लॅम्बोगिनी विकत घेण्याची माझी तीव्र इच्छा होती आणि त्यासाठी मी काहीही करण्यास तयार होतो. कुत्र्याची घाण उचला, फरशी पुसा, पहाटे तीन वाजेपर्यंत काम करा, काहीही करावे लागले तरी ते करण्यामागे माझी एक प्रेरणा होती. लिमोचा ड्रायव्हर बनणे ही माझी आवड किंवा तीव्र इच्छा होती का? अजिबात नाही. पण माझ्या भविष्यातील उद्दिष्टांबाबत आणि जीवनाकडून माझ्या काय अपेक्षा आहेत, त्या पूर्ण करण्याबाबत माझी तीव्र इच्छा होती. यामुळे मला कृती करण्याची आणि ती पुन्हा पुन्हा करण्याची प्रेरणा मिळाली.

तुमच्या वाहनाला एका प्रेरणेची, स्टार्टरची आवश्यकता आहे, ज्याच्यामुळं तुम्ही सकाळीच बिछान्यातून बाहेर पडाल आणि उगवलेल्या दिवसातील आव्हानांना सामोरे जाण्यासाठी सज्ज राहाल. ही प्रेरणा म्हणजेच तीव्र इच्छा! इतर लोक कदाचित याला साधन म्हणतील, उद्देश म्हणतील किंवा 'कशासाठी'? असे विचारतील. तुम्हांला तुमच्यासाठी, तुमच्या कुटुंबासाठी किंवा इतर कशासाठी काहीतरी भव्य हवे आहे. प्रत्येकासाठी हे वेगवेगळे असते, पण ज्या वेळी तुम्हांला ते गवसते, तुम्ही त्यासाठी काहीही करता.

ज्या वेळी तुम्ही तुमचे लक्ष्य साध्य करण्यासाठी, अशा रस्त्यावर मार्गस्थ होता जो तुमचे स्वप्न पूर्ण करेल, त्या वेळी त्याचा प्रभाव दैनंदिन घडामोडींवर होतो. तुम्ही आता जे करत आहात त्यामुळे तुम्हांला पुरेसे पैसे मिळत नसतील, तर तुमची 'अंतिम उद्दिष्टे' किंवा 'कशासाठी' यांचा शोध घ्या, जे तुम्हांला कृती करण्यासाठी प्रेरणा देतील.

तुमचे **'कशासाठी'** हा काय प्रकार आहे? तुम्ही हे कशासाठी करता आहात? फास्ट लेनमधून का जायचे? तुम्हांला कोणाला चुकीचे ठरवायचे आहे? माझी **'कशासाठी'ची** कारणे अशी आहेत :

"मला माझ्या आईचे कर्ज फेडायचे आहे."
"गजर न लावताच मला उठायचे आहे."
"पैशांचा दबाव न येऊ देता मला पुस्तक लिहायचे आहे."

''डोंगराच्या कुशीत स्वीमिंग पूल असलेले एक मोठे घर मला हवे आहे.''

''मला लॅम्बोगिनी हवी आहे.''

''मला बदल घडवून आणायचा आहे.''

''मला त्याला चुकीचे ठरवायचे आहे.''

तीव्र इच्छा ही 'तुम्हांला आवडते ते करा'वर मात करते, कारण तीव्र इच्छा ही सर्वसाधारण असते आणि कोणत्याही ध्येयावर ती कमी प्रमाणात लक्ष केंद्रित करू शकते. ज्या वेळी 'तुम्हांला आवडते ते करा'वर लक्ष केंद्रित असते, त्या वेळी हे लक्ष त्या क्षेत्रापुरतेच मर्यादित राहते आणि तुमच्याकडून 'गरजेची आज्ञा' मोडली जाण्याची शक्यता असते.

तुम्ही हा व्यवसाय का सुरू करत आहात?

कारण तुम्हांला तो आवडतो म्हणून?

किंवा बाजारपेठेत त्याची मागणी आहे म्हणून?

मी पुन्हा एकदा सांगतो : तुमच्या अंतिम उद्दिष्टासाठी, म्हणजे 'कशासाठी'ची तीव्र इच्छा बाळगल्यानेच फास्ट लेन कृती होते.

माइक रोव्ह याने 'डर्टी जॉब्स' नावाचा एक केबल टेलिव्हिजन शो आयोजित केला होता. यामध्ये अशा अनेक उद्योगांचे मालक सहभागी होत होते, ज्यांना त्यांच्या कामाची आवड नव्हती. जनावरांच्या शेणाची चाचणी घेण्यापासून ते कबुतराची घाण साफ करण्यापर्यंतचे त्यांचे व्यवसाय होते. हे काम ही त्यांची तीव्र इच्छा होती.

यापैकी कोणत्याही उद्योगपतीला ते करत असलेल्या कामाची आवड नव्हती, पण ते त्यांचे 'कशासाठी' हे साध्य करण्यासाठी प्रेरित करणारे होते आणि त्यांच्या बँक खात्यामध्ये भली मोठी रक्कम होती. यामध्ये फारशी स्पर्धा नव्हती. कारण इतर अनेक जण त्यांना 'आवडते ते' करण्यात मग्न होते. या कधीही टाळता येणाऱ्या 'कशासाठी'ची तुम्हांला गरज आहे. यामुळेच तुमच्या दैनंदिन कामाचे रूपांतर तीव्र इच्छेत होईल, 'सकाळी लवकर उठणे' याचा परिणाम फास्ट लेन रस्त्यावर वेगाने धावण्यात होईल. तुमचे असे कोणते 'कशासाठी' आहेत आणि ते इतके समर्थ आहेत का, की तुम्हांला पुढे जाण्यासाठी प्रेरणा देतील?

तीव्र इच्छेमुळे कामाचा ताण नाहीसा होतो

माझी कंपनी नवखी होती त्या काळात, मी अनेक तास काम करत असे. त्याचा मला त्रास होत होता का? अजिबात नाही. मी त्याचा आनंद लुटत होतो. कारण मी ते 'कशासाठी' करतो आहे, हे मला माहीत होते आणि मी त्याच दिशेने जात होतो. या प्रवासात अनेक कठीण प्रसंग आले, आव्हाने आली आणि त्यांचाही मी आनंद घेतला. मला हवे ते मिळवण्यासाठी मी व्याकूळ झालो होतो आणि मला ते मिळणारच होते. *फास्ट लेन हे काही अंतिम ठिकाण नाही, हा एक वैयक्तिक प्रवास आहे.*

हे पुस्तक लिहिणे हादेखील एक कष्टमय प्रवास होता आणि मी मान्य करतो की हे काम मी तीन वेळा सोडून दिले होते. का? एक वर्षभर लिखाण केल्यानंतरही ते संपले नाही

म्हणून माझी लिहिण्याची इच्छाच मरून गेली होती. माझ्या प्रेमाचे रूपांतर द्वेषात झाले होते. मी 'मला आवडते ते' करत होतो आणि अचानक हे प्रेम आटले. कारण लोक या पुस्तकाची वाट पाहत होते. मी माझ्या मित्राजवळ कबूल केले की, मी हे सोडून देतो. मला यातून काहीच आनंद मिळत नाही आणि पुस्तक पूर्ण करण्याची मला गरजही नाही.

तर मग, माझे लिखाणावरून मन उडून गेल्यावरही हे पुस्तक मी पूर्ण कसे केले? मला माझी तीव्र इच्छा समजली आणि त्यामुळे मी हे पुस्तक पूर्ण केले : इतरांची स्वप्ने पूर्ण होताना पाहण्यात मला प्रचंड आनंद मिळतो. जेव्हा मेलेल्या स्वप्नाला अचानक जिवंतपणा येतो, माझ्या अंगात प्रचंड उत्साह संचारतो. मला जेव्हा काम अर्धवट सोडून द्यावेसे वाटले, तेव्हा मला एखादा आभार मानणारा मेल आला : ''तुमच्या फोरममुळे माझे आयुष्य बदलले.'' किंवा ''धन्यवाद, माझे आयुष्य अधिक चांगले झाले.'' या प्रेरणेच्या चलनामुळे माझे लिखाणाचे प्रयत्न पुन्हा एकदा कृतीत उतरले. आवड, त्रास ते तीव्र इच्छा – असा माझा प्रवास झाला.

तुमचा मार्ग तुमच्या सुंदर स्वप्नाशी एकरूप करा

जो मार्ग तुमच्या स्वप्नांशी एकरूप होत नाही, तो तुम्हांला कोठेही नेत नाही. तुम्ही स्वप्नांचा त्याग करता, आयुष्य कुजून जाते. तुमच्या बालपणाकडे वळून पाहा, जेव्हा तुम्हांला कोणीतरी विचारले होते, ''मोठा झाल्यावर तुला काय व्हायचे आहे?'' या प्रश्नाच्या आडून समोरच्याला काय विचारायचे होते?

तुमच्या स्वप्नांचा मार्ग कोणता ते ओळखण्यासाठीची ती एक चौकशी होती आणि याला बहुधा नेहमीच स्वप्नाळू उत्तरे मिळतात. मला विचाराल, तर मला अवकाशवीर (हॅन सोलो यासाठी कारणीभूत आहे), चित्रपट निर्माता (जॉर्ज लुकासला दोष द्या) आणि लेखक (आयझॅक असिमोव्ह कारणीभूत) व्हायचे होते.

तुम्हांला काय व्हायचे होते? तुमचे सर्वांत बंडखोर आणि सुंदर स्वप्न कोणते होते? आणि मग विचार करण्यासारखा प्रश्न म्हणजे : तुम्ही ते स्वप्न आता जगू शकता का? किंवा पुढे जगण्याची काही शक्यता आहे का? बहुधा, 'नाही' हेच उत्तर असावे, कारण स्लो लेनमध्ये हे स्वप्न मारले गेले.

रीक या माझ्या मित्राला मी हाच प्रश्न विचारला. आश्चर्य म्हणजे, त्याने या प्रश्नाला, ''मला व्हेरिझॉन वायरलेस कंपनीत विक्री प्रतिनिधी व्हायचे आहे,'' असे उत्तर नाही दिले. तो म्हणाला, ''मला रेस कारचा ड्रायव्हर व्हायचे होते.'' तर मग, रीक आज सेल फोन विकत का फिरतो आहे? रेस कार ड्रायव्हर बनण्याचे आपले स्वप्न पूर्ण करण्याची एखादी तरी संधी शिल्लक आहे का? नाही. हे स्वप्न मरून गेले आणि त्याचा रस्ता भरकटला आहे. विशेष म्हणजे, रीक त्याच्या नोकरीला चिकटून आहे आणि बढती मिळण्याची वाट पाहतो आहे आणि विचार करतो आहे की, याहून अधिक काहीतरी मिळायला हवे.

आणि आता साराची गोष्ट. तिने या प्रश्नाचे उत्तर, ''मला टॅको बेल येथे शिफ्ट मॅनेजर म्हणून काम करायला आवडेल,'' असे दिले नव्हते. तिला कलाकार व्हायचे होते. पण आज सारा काय काम करते? ती अत्यंत चुकीच्या शिफ्टमध्ये काम करताना दिसते. ज्या आळशी

माणसाला क्रीम आणि लहान मुलांचा रंग यांतील फरकही कळत नाही, त्याच्याकडून डायनिंग रूमच्या फरशा पुसून घेते. फरशी पुसायचा मॉप ज्या वेळी ती कोनाड्यात फेकून देते त्या वेळी सारा अस्वस्थ होते, ''माझे आयुष्य असे का बनले आहे?''

या लोकांची खरी समस्या ते करत असलेली नोकरी ही नाही. आपण बहुतेक जणांनी आपल्याला न आवडणाऱ्या, चीड आणणाऱ्या नोकऱ्या केलेल्या आहेत. मुख्य अडचण ही आहे की, त्यांचे कोठेही न नेणारे रस्ते कधीही त्यांच्या स्वप्नांशी एकरूप होत नाहीत. केवळ महिन्याची बिले भरण्यातच त्यांची स्वप्ने विरून जातात. आपले रस्ते स्वप्नांमध्ये एकरूप करण्याऐवजी (किंवा स्वप्नाच्या मार्गावर जाण्याऐवजी), त्यांचे रस्ते कधीही सुटका होऊ न शकणाऱ्या चक्रव्यूहातून जातात. आयुष्य खडतर बनते. व्हेरिझॉन किंवा टॅको बेल कंपनीत काम करणे अजिबात चुकीचे नाही. उलट, मी ज्या अर्थहीन नोकऱ्या केल्या त्या तुलनेत या नोकऱ्यांमध्ये किमान चांगली बढती तरी मिळत असेल. पण कृपया, या नोकऱ्यांना तुम्ही सर्वस्व मानू नका, तुमचा अंतिम मार्ग हा नव्हे, कारण कदाचित या रस्त्याचा 'अंतिम टप्पा' कधीच येत नाही.

तुम्ही लक्षात घ्या, जर तुमचे स्वप्न मेले, तर तुमची तीव्र इच्छाही संपते. 'इच्छाच नसणे' ही भावना तुम्हांला रेल्वे फलाटावरील सर्वांत महान व्हायोलिनवादक बनवते. 'इच्छा नसणे' ही भावना तुम्हांला सर्वसाधारण बनवते अणि गर्दीत आणून सोडते. 'इच्छा नसणे' हे तुम्हांला दुःखी बनवणारे आहे. 'इच्छा नसणे' हे संपत्तीहीन होण्यासारखे आहे.

जर तुम्ही प्रेरणा मिळवण्यासाठी धडपडत असाल, तर तुमच्या स्वप्नांना पुन्हा उजाळा द्या आणि ती स्वप्ने वास्तवात उतरवणाऱ्या रस्त्यांच्या मार्गावर येण्याचा प्रयत्न करा. मृत स्वप्ने कधीही तीव्र इच्छेचा माग काढू शकत नाहीत. तीव्र इच्छेमुळे तुमची इच्छाशक्ती जागृत होते आणि इतर लोक जे करतात, त्यापेक्षा वेगळे काहीतरी करण्याची प्रेरणा देते.

फास्ट लेनमधून जाणारे इतरांपेक्षा वेगळ्या पद्धतीने काम करतात, म्हणून ते इतरांपेक्षा वेगळे आयुष्य जगतात. वर्षांच्या स्वातंत्र्यासाठी चार वर्षं कष्ट घ्या. दुर्दैवाने बहुतेक लोक चार आठवड्यांच्या किंवा त्यांना जितकी दीर्घ सुटी झेपेल तितक्या स्वातंत्र्यासाठी चाळीस वर्षं कष्ट करतात.

तुमचा 'बर्फ टॉयलेट'मध्ये शोधा

तुमची तीव्र इच्छा, साधन किंवा 'कशासाठी,' हे कसे शोधाल? हे सर्व उत्साहाच्या भरात किंवा नैराश्यातून येते. फास्ट लेन फोरमवर (TheFastlaneForum.com) प्रसिद्ध झालेली ही गोष्ट वाचा :

मी एका गरीब कुटुंबात वाढलो आणि एका तुटक्याफुटक्या गोदामात, ज्याचे रूपांतर आम्ही घरात केले होते, तिथे राहिलो. हिवाळ्याचा काळ सर्वांत वाईट असायचा, कारण आमचे पाण्याचे पाइप गोठून जायचे आणि आम्हांला पाणीच मिळायचे नाही. त्यामुळं टॉयलेटमध्ये पाणी टाकण्याचा एकमेव मार्ग म्हणजे बाहेर पडलेला बर्फ घेऊन येणे, टॉयलेटच्या टाकीत टाकणे आणि तो

वितळण्याची वाट पाहणे. हे फ्लश करता यावे म्हणून टाकीत बर्फ भरताना मी माझ्या आईला पाहिले आहे. सर्वांत वाईट म्हणजे, दर वेळी कोणी टॉयलेटला जाऊन आले की हे पुन्हा करावे लागायचे. मी माझ्या मनाशी विचार केला, ''मला असे पुन्हा कधीही जगायचे नाही!''

तुमची तीव्र इच्छा – 'टॉयलेटमध्ये हव्या असलेल्या बर्फासारखी' – काय आहे?

लेझली वॉलबर्न हिला प्राण्यांबद्दल आत्यंतिक प्रेम आहे. कुत्र्यांना मारून टाकणाऱ्या सरकारी निवारागृहांनी तिचा अपेक्षाभंग केला असल्याने स्वत:चे श्वान बचाव केंद्र, जिथे कुत्र्यांना मारून टाकले जाणार नाही, तिला सुरू करायचे आहे. तिला 'आवडते ते' करत असतानाच तिला त्या बचाव केंद्रातून पैसेही मिळणार असले तरी हे काही तिच्या स्वप्नांच्या जवळपासही नाही किंवा यातून तिचे स्वप्न पूर्ण करण्यासाठी आवश्यक असणारा पैसाही मिळणार नाही. श्वान बचाव केंद्रांसाठी खरेच खूप खर्च येतो. त्यामुळे हे करण्यापेक्षा लेझलीने तिच्या तीव्र इच्छेचे प्रेरणेमध्ये रूपांतर केले आणि एक फास्ट लेन व्यवसाय (प्राण्यांशी कोणताही संबंध नसलेला) सुरू केला आणि त्यातून मिळणाऱ्या पैशातून ती तिचे स्वप्न पूर्ण करू शकली. तिच्या तीव्र इच्छेमुळे पैशांची कोणतीही अडचण न येता ती स्वप्न पूर्ण करू शकली.

तुमच्या गतायुष्याकडे मागे वळून पाहा, ज्या वेळी उत्साहाच्या भरात किंवा/आणि असमाधानाच्या भावनेने तुमच्या आयुष्यात उलथापालथ झाली होती.

ती तुमची खरी तीव्र इच्छा होती. माझ्या बाबत सांगायचे, तर मी किशोरवयात असताना प्रथमच लॅम्बोगिनी पाहिली त्या वेळी मी इतका प्रेरित झालो होतो की, मी तेव्हाच निर्णय घेतला होता, ''एक दिवस माझ्याकडे स्वत:ची लॅम्बोगिनी असेल''. माझ्या आईने, नवरा नसताना, तीन मुलांना वाढवताना अनेक लहानसहान कामे करून पैसे कमावले होते, या असमाधानातून माझ्या मनात तीव्र इच्छा निर्माण झाली होती. मला लॅम्बोगिनी हवी होती आणि माझ्या आईवरील कामाचा ताणही कमी करायचा होता. उत्तेजना(गरजा आणि इच्छा) ही असमाधानाप्रमाणेच (परिस्थितीबाबत अतृप्तता) तीव्र इच्छेच्या इंधनाचे काम करते.

या दोन्ही बाबींमुळे इतर जे करत नव्हते, ते करण्यासाठी मी प्रेरित झालो.

तुम्हांला तुमच्या तीव्र इच्छा समजल्या तर तुम्हीही करू शकाल.

प्रकरण सारांश : फास्ट लेनची वैशिष्ट्यं

- गरजेची आज्ञा तुम्हांला सांगते की, जो व्यवसाय गरजा पूर्ण करतो तो यशस्वी ठरतो. या गरजा म्हणजे दुसऱ्यांच्या अडचणी, न सुटलेल्या समस्या, नोकरीत खंड पडणे किंवा भावनिक असमाधान अशा कोणत्याही स्वरूपात असू शकतात.

- एकूण व्यवसायांपैकी ९० टक्के व्यवसाय अपयशी ठरतात. कारण ते बाजारातील मागणीअनुसार नसून स्वत:च्या गरजांसाठी सुरू केलेले असतात.
- तुमची स्वप्ने पूर्ण करणाऱ्या किंवा पैसा मिळवून देणाऱ्या स्वार्थी इच्छांशी कोणालाही देणेघेणे नाही; तुमच्या व्यवसायातून त्यांना काय मिळणार, याच एका गोष्टीशी त्यांना घेणेदेणे असते.
- पैशांसाठी हपापलेले लोकही स्वार्थीपणातून सुटलेले नाहीत; त्यांचे व्यवसायही त्यांच्या स्वार्थी गरजा पूर्ण करण्याच्याच मार्गावरून जात असतात.
- लोक तुमच्या व्यवसायाला त्यांच्या पैशांच्या रूपाने मत देतात.
- पैशाच्या मागे जा आणि तो तुमच्यापासून दूर जाईल. मात्र, तुम्ही त्याकडे दुर्लक्ष केले आणि पैशाला आकर्षित करणाऱ्या गोष्टीवर लक्ष केंद्रित केले, तर पैसा तुमच्याकडे स्वत:हून येईल.
- दहा लाख लोकांना मदत करा आणि तुम्ही कोट्यधीश व्हाल.
- 'तुम्हांला आवडते ते' करत असताना पैसा मिळावा असे तुम्हांला वाटत असल्यास तुमच्या आवडीतून इतरांच्या गरजा पूर्ण होणे आवश्यक आहे आणि हे करण्यात तुम्ही अत्यंत कुशल असायला हवे.
- 'तुम्हांला आवडते ते करा' हे तुम्हांला अत्यंत बजबज असलेल्या बाजारपेठेत नेऊन सोडते आणि यात नफा फारच कमी असतो.
- तुमच्याकडे भक्कम आर्थिक स्रोत असतील तर तुम्ही 'तुम्हांला आवडते ते' करू शकता आणि त्यासाठी तुम्हांला पैसे मिळावेत अशी अपेक्षा करण्याचीही आवश्यकता नाही किंवा तुम्ही त्यात फार चांगले असण्याचीही गरज नाही.
- स्लो लेनमधून जाणाऱ्यांना 'तुम्हांला आवडते ते करा' बरोबरच 'नको ते करा'चाही डोस दिला जातो. पाच दिवस न आवडणारे आणि दोन दिवस आवडणारे.
- पैसे मिळवण्यासाठी 'आवडते ते' करताना तुमच्या आवडीबद्दल नावड निर्माण होण्याचा धोका असतो.
- 'हे सर्व कशासाठी' या प्रश्नाचे उत्तर असलेले तुमचे अंतिम उद्दिष्ट प्राप्त करण्याची तीव्र इच्छा बाळगा, तुम्हांला फास्ट लेन यश मिळेल.
- या 'कशासाठी'साठी तुम्ही प्रेरित झाला तर तुमच्या कामातून तुम्हांला आनंद मिळेल.
- 'तुम्हांला आवडते ते' करण्यातून सहसा गरजेच्या आज्ञेचा भंग होतो.
- तुमच्या स्वप्नांशी एकरूप होणारा मार्गच तुमच्यासाठी योग्य मार्ग आहे.

फास्ट लेन

३३

वेळेची आज्ञा

''एखाद्या गोष्टीचे मूल्य म्हणजे, ती मिळवण्यासाठी तत्काळ किंवा भविष्यात कधीतरी जितक्या प्रमाणात, ज्याला मी जीवन म्हणतो–
ते जीवन खर्च करण्याची आवश्यकता आहे, तो काळ.''

–हेन्री डेव्हिड थोरो

बंधने तोडून टाका

सर्वांत लोकप्रिय (आणि चुकीचा अर्थ लावण्यात आलेली) आज्ञा म्हणजे 'वेळेची आज्ञा'. तुमचा व्यवसाय आणि त्यातून मिळणारे उत्पन्न यांचा वेळेशी संबंध नसावा, ही यासाठीची अट आहे. तुम्ही नसतानाही तुमचा व्यवसाय तुमच्यासाठी पैसा मिळवू शकतो का? वेळेच्या आज्ञेचा उद्देश काम न करता उत्पन्न आणि बहरलेले पैशांचे झाड असा आहे.

सी–ई–एन– (टाइम) –एस

नफा देणारा उद्योग हा संपत्ती किंवा वेळेपासून अलिप्तता देत नाही. काही उद्योगपतींनी तर त्यांच्या व्यवसायाशीच लग्न केलेले असते. त्यांचा व्यवसायातील हा दिखाऊपणा हीच त्यांची नोकरी आणि आयुष्यभरासाठीचा तुरुंगवास असतो.

स्टार्टअप कंपनी असताना, तिच्या वाढीच्या आणि स्थिर होण्याच्या काळात तुम्ही जीव आणि प्राण एकत्र करून व्यवसायात बुडून जाणे समजण्यासारखे आहे. पण तुम्ही ४० वर्षं तोच जीवनक्रम ठेवावा, हे अपेक्षित नाही. वेळेची आज्ञा तुम्हांला विचारते :

- ''मी उपस्थित नसतानाही कामकाज व्यवस्थित सुरू राहील, इतका हा व्यवसाय स्वयंचलित आणि आखीव आहे का?
- ''एचआर विभाग सुरू करता येईल, इतक्या प्रमाणात मला नफा मिळतो आहे का?''

- ''पैशाच्या झाडापासून नुकतेच तयार झालेले रोप लावल्यामुळे माझ्या कामकाजाला फायदा होऊ शकतो का?''
- ''मला वेळ देण्याची गरज न पडताच मी हा व्यवसाय कसा सुरू ठेवू?''

नोकरी करणे म्हणजे तुमच्या वेळेच्या मोबदल्यात पैसा, असा प्रकार आहे आणि होय, काही व्यवसायही असेच असतात. फास्ट लेनचा उद्देशच उत्पन्नापासून तुमच्या वेळेचा संबंध तोडणे हा आहे, मग हे उत्पन्न कोट्यवधींमध्ये नसले तरी चालेल. तुम्हांला आठवड्याला १० तास काम करून ६० हजार डॉलर्स कमवायला आवडेल की, आठवड्याला ७० तास काम करून १ लाख ४० हजार डॉलर्स कमवायला? मी तर कायम पहिलाच पर्याय निवडेन.

ॲशलिन गार्डनरला कला आणि साहित्याची आवड आहे. तिच्या गुरूंनी केलेल्या दिव्य मार्गदर्शनानंतर, तिने 'आवडते ते' करण्याचा निर्णय घेतला आणि एक कॉफी शॉप उघडले. या शॉपमध्ये स्थानिक कलाकारांबाबत माहिती आणि आठवड्याला विविध साहित्याचे वाचन असा कार्यक्रम तिने आखला. नव्याने प्रेमात पडलेल्या प्रेमिकांप्रमाणेच तिच्या या व्यवसायाची सुरूवात दणक्यात झाली आणि लोकांमध्ये त्या बाबत उत्सुकता निर्माण झाली. मात्र, दोन वर्षांनंतर तिचा व्यवसाय सर्वसाधारण पातळीवर आला आणि प्रेमाचे रूपांतर कष्टात झाले. ॲशलिनच्या लक्षात आले की, ती या व्यवसायाची मालक नाही, तर हा व्यवसाय तिचा मालक झाला आहे.

तिला पहाटे चार वाजताच दुकान उघडावे लागते आणि तिथे ती रात्री आठ वाजेपर्यंत असते. आठवड्याचे सर्व दिवस चालणारा व्यवसाय कंटाळवाणा ठरतो. कर्मचारी येत राहिले, जात राहिले आणि जे चांगले कर्मचारी होते, त्यांना हवा असलेला पगार देणे ॲशलिनला परवडत नव्हते. तिचे खासगी-सार्वजनिक आयुष्य असे काही राहिलेच नाही, तिला कधीच वेळ मिळत नसल्याने तिच्या बॉयफ्रेंडनेही तिला अलविदा केले. जिम्नॅशियम, बरोबरच योग वर्गासाठी फी भरूनही त्यासाठी ती वेळच काढू शकली नाही. आपला वेळ आणि आयुष्य पुन्हा एकदा मिळवण्यासाठी ॲशलिनने एक व्यवस्थापक नेमण्याचा विचार केला. दुर्दैवाने व्यवस्थापक नेमल्याने तिचा नफा अगदीच तुटपुंजा राहिला. काहीच लाभ न घेता व्यवसाय चालवणे परवडणारे नव्हते आणि ती देत असलेल्या वेळेच्या तुलनेत मिळणारा नफा क्षुल्लक होता. तीन वर्षांनंतर तिने व्यवसाय बंद केला आणि ती पुन्हा एकदा मालक या पदावरून कर्मचारी या पदावर आली. ॲशलिनला व्यवसायात अपयश आले नाही. तिचे कॉफी शॉप चांगले सुरू होते आणि तिला बऱ्यापैकी पैसे मिळत होते. मग ती कुठे कमी पडली? वेळेची आज्ञा पाळण्यात तिला अपयश आले आणि इतर अनेक व्यावसायिकांप्रमाणेच तिनेही केवळ उत्साह दाखवला.

कधीही न वाढणारे पैशाचे झाड

यशस्वी उद्योग चालवणे म्हणजे काही गंमत किंवा खेळ नाही, विशेषत: तुमचा व्यवसाय जर वेळेच्या आज्ञेचा भंग करत असेल तर! अनेकदा लोकांना आपल्या व्यवसायाबद्दल, तो कसा असेल या बाबत फार चुकीच्या कल्पना असतात. अनेक गुरूंनी आणि मार्गदर्शकांनी सांगितलेले असते की, स्वत:च स्वत:चे बॉस व्हा,' 'आवडते ते करा,' यश मिळवण्यासाठी ही प्रेरणा पुरेशी आहे. या दिशाभूल करणाऱ्या गोष्टींवर त्यांचा विश्वास असतो. दुर्दैवाने अशा उद्योगांचे मालक होण्याची स्वप्ने बघणाऱ्यांचा मार्ग वाळवंटातून जाणाऱ्या मार्गाशी एकरूप होतो. आणि माफ करा, पण पैशाचे झाड वाळवंटात उगवत नाही.

ॲशलिनचे आणि तिच्या कॉफी शॉपचे उदाहरण डोळ्यांसमोर ठेवा. कॉफी शॉप चालले नाही, असे नाही, पण ती अपयशी ठरली. ॲशलिन ही खरोखरच स्वत:च स्वत:ची बॉस होती का? नक्कीच, पण केवळ इतकेच पुरेसे नव्हते. तिच्यावर कला आणि साहित्याबाबत तिला वाटणाऱ्या प्रेमाचा प्रभाव होता, त्यामुळे ती स्वत:च स्वत:ची बॉस होण्यासाठी प्रेरित झाली होती. हा दिशाबदल सकारात्मक ठरू शकत असला तरी त्यामुळे तुम्ही दुष्काळी मार्ग टाळू शकत नाहीत. पाण्याची कमतरता असलेल्या मातीमध्ये तुम्ही फुले उगवू शकत नाहीत.

फास्ट लेनमधून जाताना, तुम्ही कोणताही व्यवसाय सुरू करू शकता, पण कालांतराने तो व्यवसाय स्वयंचलित व्हावा, यासाठी तुम्ही प्रयत्न करायला हवेत. तुम्ही त्यापासून दूर असलात तरीही पैशांचे झाड बहरलेले हवे. तुम्ही वेळेची आज्ञा पाळण्यात अपयशी ठरलात, तर दोन अडथळ्यांमुळे तुम्हांला अपयश येऊ शकते. ते अडथळे म्हणजे :

१) तुमचा व्यवसायच तुटवडा असताना सुरू झाला असल्याने तुम्हांला वाढीसाठीची बिजे मिळू शकत नाहीत.

२) नापीक जमिनीत रोपे उगवत नाहीत.

तुमचा व्यवसाय जर पैशाच्या झाडाच्या बियाण्यांवर अवलंबून असेल तर त्यामध्ये पैशाचे झाड वाढवण्याची क्षमता असणे आवश्यक आहे. कंटेन्ट सिस्टिम, कॉम्प्युटर सिस्टिम, सॉफ्टवेअर सिस्टिम, वितरण यंत्रणा आणि मनुष्यबळ ही सर्व पैशाच्या झाडासाठीची बियाणी आहेत. तुमच्या व्यवसायात जर यांपैकी कशाची कमतरता असेल तर व्यवसाय अधिक स्वयंचलित बनवण्यासाठी ती कमतरता दूर करता येईल का?

ॲशलिनच्या कॉफी शॉपच्या वाढीसाठी तिला पैशाच्या झाडाचे एक बीज, मनुष्यबळ– व्यवस्थापकाच्या रूपात आवश्यक असल्याचे तिने ओळखले होते. तिला त्यासाठी लागणारी किंमत मोजता येत नव्हती आणि त्यामुळे हे बीज तिला उपलब्ध झाले नाही. तिचा व्यवसायच मुळात तुटवड्यातून सुरू झाला होता. तिने तिच्या आर्थिक स्रोतांकडे दुर्लक्ष केले आणि व्यवस्थापकाची नेमणूक केली, म्हणजे हवे असलेले बीज पेरले, तर ते उगवणारच नाही, कारण नफा काहीच उरणार नाही. नापीक जमिनीत पैशाचे झाड उगवत नाही. तुम्ही पैशाच्या झाडासाठी आवश्यक असलेल्या बियाण्यांचा आधार न घेता व्यवसाय सुरू केला तर अपयशाला सुरुवात होते. बहुतेक व्यवसायांनी निवडलेल्या

मार्गावरील मुख्य अडचण ही असते की ते वेळेची आज्ञा पाळत नसल्याने त्यांना पैशाच्या झाडाचा आनंद घेता येत नाही. त्यांना बियाणेच उपलब्ध होत नाहीत आणि जी काही उपलब्ध असतात, ती मातीत पेरली जात नाहीत.

प्रकरण सारांश : फास्ट लेनची वैशिष्ट्यं

- वेळेशी बांधिलकी असलेला व्यवसाय म्हणजे नोकरीच.
- तुमचा वेळ खर्च न करता जो व्यवसाय पैसा मिळवून देतो, तो व्यवसाय वेळेची आज्ञा पाळतो.
- वेळेची आज्ञा पाळण्यासाठी, आर्थिक नियोजन असलेल्या यंत्रणेचा वापर असलेला व्यवसाय सुरू करा किंवा तशी यंत्रणा अमलात आणा.

फास्ट लेन

३४

प्रमाणाची आज्ञा

"व्यवसायामध्ये यश मिळवण्यासाठी तुम्ही केवळ एकदा अचूक असायला हवं."

–मार्क क्युबेन

वेगमर्यादा – १५ की १५०?

तुमच्या व्यवसायाचा मार्ग ज्या वेळी प्रमाणाच्या आज्ञेचा भंग करतो, त्या वेळी संपत्तीवाढीच्या वेगावर मर्यादा येतात. दुसऱ्या शब्दांत सांगायचे तर, तुम्हांला एक वेगमर्यादा आखून दिलेली असते. कोणत्याही मार्गावर १५ किलोमीटर वेगाने गाडी चालवा, तुम्ही कोणत्याही ठिकाणी फार लवकर पोहोचू शकत नाही.

प्रमाण म्हणजे एक प्रकारचा प्रभाव आहे आणि या प्रभावाच्या आधारावर फास्ट लेनमधील संपत्तीच्या सूत्राला ताकद मिळते.

सी– ई– एन– टी– (स्केल)

व्यवसायातील प्रभाव म्हणजे मैदानावर खेळण्यासारखे किंवा पाण्यात राहण्यासारखे आहे. तुम्ही पाण्यात अधिवास करण्यासाठी समुद्राची निवड करा किंवा बागेतल्या स्वीमिंग पूलची. व्यवसायात सहा प्रकारचे अधिवास असतात :

- स्थानिक / सामुदायिक (पूल)
- कौंटी/ शहर (तलाव)
- राज्यस्तरीय (खाऱ्या पाण्याचे तळे)
- विभागीय (सरोवर)
- राष्ट्रीय (समुद्र)
- जागतिक (महासागर)

स्थानिक पातळीवर किंवा केवळ काही लोकांसाठीच पुरेशा ठरणाऱ्या स्वीमिंग पूलमध्ये तुम्हांला प्रमाणाचा अंदाज येणार नाही. अर्थात, हे शक्य आहे, पण त्यासाठी भव्यता हवी आणि भव्यता ही फार सहज उपलब्ध होत नाही. तुम्ही जर टॅनिंग सलूनचे मालक असाल तर तुमचे प्रभावक्षेत्र स्थानिक पातळीवरील आहे. तुमचे स्वत:चे एक बऱ्यापैकी मोठे रेस्टॉरंट असेल तर तुमचे प्रभावक्षेत्र शहर किंवा कौंटी असे असते. तुमची जर इंटरनेट कंपनी असेल तर जग हे तुमचे प्रभावक्षेत्र. तुमचे प्रभावक्षेत्र जितके मोठे असेल, फास्ट लेनमधील तुमचा संभाव्य वेग किंवा प्रभाव तितका जास्त असतो.

'होम रन' काढण्यासाठी बॅट फिरवा, एकेरी–दुहेरीसाठी नाही

अब्जाधीश मार्क क्युबेन यांनी त्यांच्या ब्लॉगवर लिहिले होते की, व्यवसायात तुम्हांला किती वेळा फटका बसला हे महत्त्वाचे नसून तुम्ही केवळ एकदाच बरोबर असणे महत्त्वाचे असते आणि ते 'एकदाच' तुमचे आयुष्य मार्गी लावू शकते. सोप्या शब्दांत सांगायचे, तर *केवळ होम रन काढण्याचा उद्योग करा.*

व्यवसाय हा बेसबॉलसारखाच असतो. हा खेळ अशा मैदानावर खेळा जिथे तुम्ही होम रन करू शकता. जिथे उंच फटके मारण्यास बंदी असेल, तिथे खेळूच नका! उदाहरणार्थ, एखाद्या मुख्य रस्त्यावर तुमचे कपड्यांचे दुकान असेल तर तुम्ही प्रमाणाच्या आज्ञेचा भंग करत आहात. कारण, केवळ त्या स्थानिक बाजारात आलेले लोकच तुमच्या दुकानात येणार. हे प्रमाण मोडण्यासाठी, दुकानाच्या मालकाने आपले प्रभावक्षेत्र वाढवण्याची आवश्यकता आहे. त्यासाठी अधिक दुकाने उघडणे, फ्रेंचाइजी देणे किंवा इंटरनेटवर विक्री करणे, असे प्रकार करावेत.

दुर्दैवाने अनेक उद्योजक 'आमची शाखा कोठेही नाही' हे तत्त्व स्वीकारतात. त्यांचे प्रभावक्षेत्र मर्यादित राहते. त्यांच्या मार्गावर ठळक अक्षरांत लिहिलेले असते : 'वेग मर्यादा – १५'. होम रन मारणे अशक्य असते आणि त्यांचा अधिवास आक्रसून जातो. तुम्ही जर मसाज थेरेपिस्ट असाल, तर तुमच्या दाराबाहेर हजारो जणांची रांग कधीही नसेल. कोणतेही प्रभावक्षेत्र नसेल. आणि फास्ट लेन सूत्रामध्ये प्रभाव नसेल तर तुम्हांला कोणतीही संधी नाही! प्रमाणाची आज्ञा ही 'परिणामकारक कायद्या'च्या मार्गावरील एका रस्त्यावरील टोलनाक्याप्रमाणे असते.

फास्ट लेनमधील संपत्तीचे सूत्र : नि:शस्त्रपणा

ज्या वेळी तुम्ही प्रमाणाच्या आज्ञेचा भंग करता, त्या वेळी तुम्ही फास्ट लेन संपत्तीच्या सूत्राची शस्त्रेच काढून घेता आणि त्याचे सामर्थ्य कमी करून स्लो लेनच्या पातळीवर आणून सोडता. फास्ट लेनमधील संपत्तीचे सूत्र आठवा :

संपत्ती = निव्वळ नफा + मालमत्तेचे मूल्य

मालमत्तेच्या मूल्याचा अंदाज निव्वळ नफ्याच्या आधारावर काढता येतो, या नफ्याचा अंदाज एका विक्रीतून होणारा नफा आणि किती विक्री झाली, या गुणाकारातून काढता येतो.

निव्वळ नफा = विक्री झालेल्या वस्तू x विक्रीतून झालेला नफा

जर विक्री होणाऱ्या वस्तू मर्यादित असतील, तर तुम्ही प्रभाव दडपून टाकत आहात. प्रभाव निर्माण झाल्याशिवाय तुम्ही वेगाने संपत्ती निर्माण करू शकत नाही. तुम्ही ज्या वेळी प्रमाणाची क्षमता नसलेल्या मार्गावरून व्यवसाय करता, त्या वेळी तुम्ही फास्ट लेनमधील संपत्तीच्या सूत्राला निष्क्रिय बनवता.

हे समजून सांगण्याचे माझे लाडके उदाहरण म्हणजे, एका व्यक्तीने तिच्याच परिसरात प्रसिद्ध असलेल्या सँडविचच्या दुकानाची फ्रेंचाइजी मिळवली. तिचा हा व्यवसाय प्रमाणाच्या आज्ञेचा भंग करतो. कारण होणारी विक्री आणि मिळणारा नफा अत्यंत मर्यादित असणार आहे.

कितीही जोर लावला तरी ही व्यक्ती एका दिवसात किती सँडविच विकू शकेल?

पन्नास? शंभर? एका दिवसात किती तास असतात? चोवीस.

काही समानता दिसत आहे का? एका दिवसात शंभरहून अधिक सँडविच विकण्याचे उद्दिष्ट असायला हवे. मग १० हजार किंवा एक लाखाचे काय?

एका दिवसात जास्तीतजास्त सँडविच विकण्याचा दुसरा मार्ग या दुकान मालकाकडे आहे का?

सध्याच्या परिस्थितीत अजिबात नाही.

तो त्याच्या स्थानिक बाजारापुरताच मर्यादित आहे. तो ऑस्ट्रेलियात राहणाऱ्या माणसाला कधीही 'कोल्ड कट कॉम्बो' विकू शकणार नाही, अगदी शेजारच्या शहरातही तो काही विकू शकणार नाही. प्रमाण मर्यादित आहे, यामुळे त्याचा मार्गावरील वेग कमी होत आहे, अगदी स्लो लेन मार्गासारखा.

याहून बिकट परिस्थिती म्हणजे समीकरणाच्या दुसऱ्या टोकावरही, एका वस्तूच्या विक्रीतून मिळणाऱ्या नफ्यावरही मर्यादाच आहेत. एका सँडविचच्या आणि पेयाच्या विक्रीतून जास्तीतजास्त किती नफा मिळणार? दोन डॉलर्स!

पुन्हा एकदा, आपण एका मर्यादित आकड्यांच्या चौकटीतच चर्चा करत आहोत. *या संख्येत संपत्ती निर्माण करण्याचे सामर्थ्य नाही; ते संपत्तीवर मर्यादा आणतात.*

मला चूक ठरवण्याआधी एक गोष्ट स्पष्ट करतो : स्थानिक बाजारातील रेस्टॉरंटचा मालक श्रीमंत होऊ शकत नाही, असे मला अजिबात म्हणायचे नाही. उलट, मी अशा काही रेस्टॉरंट मालकांना ओळखतो की ज्यांचा व्यवसाय खूप चांगला चालतो आहे. अर्थात, ते अशा प्रकारचे रेस्टॉरंट चालवतात जिथे प्रमाणाच्या आणि भव्यतेच्या बळावर अधिक लोकांपर्यंत पोहोचता येते. तुमचे एका डिनरचे बिल ३०० डॉलर्स होत असेल आणि केवळ आजूबाजूच्या परिसरातूनच नाही, तर शहरभरातून तुमच्याकडे ग्राहक येत असतील,

तर तुमच्या व्यवसायाची व्याप्ती निश्चितच वाढलेली असते. एका सँडविचमागे २ डॉलर्स इतका नाही, तर प्रतिव्यक्ती ८० डॉलर्सपर्यंत तुमचा नफा वाढतो आणि त्याबरोबर मद्य असेल तर हा नफा १६० डॉलर्सपर्यंत वाढतो.

व्याप्ती किंवा भव्यता = प्रमाण

प्रमाण किंवा प्रभाव वाढवण्यासाठी *भव्यता* किंवा *व्याप्ती* वाढवणे अत्यावश्यक आहे. किंमत किंवा मूल्याबरोबरच भव्यता वाढते. तुम्ही ह्युंदाईऐवजी लॅम्बोगिनी विकत असाल, तर फक्त त्या लॅम्बोगिनीच्या प्रचंड किमतीमुळेच भव्यतेमध्ये प्रचंड फरक पडतो. तुम्ही परिणामकारक ठरण्याच्या जवळ जाऊन पोहोचता (लॅम्बोगिनीचे मालक परिणामकारक कायद्याचा अतिवापर करून घेतात). तुम्ही श्रीमंत व्यक्तींसाठीचे इस्टेट एजंट म्हणून काम करत असाल आणि कोट्यवधी डॉलर्सची संपत्ती विकून देत असाल, तर केवळ त्या किमतीच्या जोरावरच तुम्ही तुमची भव्यता वाढवता. अधिक किंमत आणि मूल्यामुळे निश्चितपणे भव्यता येते. तुम्ही मॅनहटनमधील अत्यंत आलिशान अपार्टमेंट यशस्वीपणे विकून दिले, तर तुम्हांला त्या भव्यतेचा आणि त्यामुळे होणाऱ्या परिणामाचा अंदाज येईल. तुम्ही भव्यतेचा आधार घ्याल, तर तुमचा प्रभाव पडणार, हे जवळपास निश्चित आहे.

भव्यतेशिवाय असणाऱ्या व्याप्तीनेही प्रभाव निर्माण करता येतो. ही व्याप्ती म्हणजे प्रचंड संख्या असते. तुम्ही जितक्या लोकांपर्यंत पोहोचाल, तितके प्रमाण वाढण्याची शक्यता असते. तुमच्या व्यवसायाचा ग्राहक कोण आहे? स्थानिक नागरिक की जगभरातील लोक? तुम्हांला व्यवसाय करण्यासाठी जितका मोठा अवकाश मिळेल, तितकी संपत्ती अधिक मिळवण्याची तुमची क्षमता वाढते.

शहरातील मुख्य रस्त्यावर सँडविच विकत बसणारा कधीही भव्यता किंवा प्रभाव निर्माण करू शकत नाही. ४० हजार डॉलर्सच्या वार्षिक उत्पन्नाचे रूपांतर चार लाख डॉलर्समध्ये करण्याची त्याची क्षमता आहे का? नाही. त्याचा मार्ग सुरू होण्याआधीच संपलेला आहे. त्याने फ्रेंचाइजी विकत घेतलेली नाही, एक नोकरीच विकत घेतली आहे. दररोज शंभर लोकांना एक डॉलर नफ्याने सँडविच मिळवून फारसे काही हाती लागत नाही, हे जोपर्यंत त्याला समजत नाही, तोपर्यंत तो श्रीमंत होऊ शकत नाही.

प्रमाणाचा फायदा

प्रमाणाची आज्ञा तुमच्याकडून फास्ट लेन संपत्तीच्या सूत्राचा विस्तार करणाऱ्या व्यवसायाची अपेक्षा करते. परिणामकारक कायद्याला एक संधी द्या! संपत्तीला एक संधी द्या! तुमचा व्यवसाय (किंवा भविष्यातील व्यवसाय) प्रमाणाच्या आज्ञेचे पालन करतो की नाही, हे तुम्हांला कसे समजेल? विचारा :

- या व्यवसायातून मिळणारा फायदा अमर्यादित आहे का? म्हणजे दर महिन्याला दोन हजार डॉलर्स ते दोन लाख डॉलर्स?
- तुमच्या या व्यवसायाचे मूल्य कोट्यवधींमध्ये आहे का?

- या व्यवसायाचा लाखो जणांवर प्रभाव पडतो आहे का? किंवा किमान शेकडो जणांना फायदा होतो आहे का? ग्राहकवर्ग स्थानिक पातळीवरील आहे की जगभरात सर्वत्र आहे?
- फ्रेंचाइजी देणे, साखळी निर्माण करणे किंवा अतिरिक्त व्यवसाय केंद्र स्थापन करून या व्यवसायात वाढ करून त्याचा विस्तार स्थानिक बाजारपेठेच्याही बाहेर करता येणे शक्य आहे का?
- सर्वांत चांगला मापदंड – किती प्रमाणात वस्तू विकल्या जाऊ शकतात? शंभर की कोट्यवधी?
- सर्वांत चांगला मापदंड – एका वस्तूच्या विक्रीतून जास्तीतजास्त किती नफा मिळू शकतो? या व्यवसायाचे स्वरूप भव्य होऊ शकते का?

या प्रश्नांची उत्तरे सकारात्मक नसती तर तुम्ही एका झापडबंद व्यवसायातच अडकून राहण्याची शक्यता आहे, जिथे संपत्ती निर्मितीसाठी पोषक वातावरण नसते.

छोट्याशा प्रभावक्षेत्रात निर्माण होणारी संपत्तीही कमीच असते. प्रमाण म्हणजे मोठी आकडेवारी. जरा मोठा विचार करा, राष्ट्रीय किंवा आंतरराष्ट्रीय पातळीवरचा! मोठी आकडेवारी किंवा प्रमाण हे परिणामकारक कायद्यातील वाटा आहेत. कोट्यधीश व्हायचे असेल, तर तुम्ही कोट्यवधी लोकांवर प्रभाव पाडायला हवा. मुख्य रस्त्यावरील एका छोट्या दुकानात बसून हे साध्य होणार नाही, पण देशभरात अशी शंभर दुकाने थाटलीत तर शक्य आहे.

परिणामाच्या कायद्याच्या मार्गावरून जा

भरपूर पैसा कमवू इच्छिणाऱ्या माझ्या एका मित्राने मला विचारले की कॉफी विक्रीसाठी फ्रेंचाइजी मिळवून तो व्यवसाय करणे योग्य आहे का? मी त्याला 'नाही' म्हटले. माझ्या उत्तराने त्याला धक्काच बसला. कारण तो 'स्वत:च स्वत:चे मालक व्हा' याचीच पुंगी वाजवत होता. मला त्याची ही कल्पना अजिबात आवडली नाही, कारण त्यामुळे परिणामकारक कायद्याच्या अंमलबजावणीला अडथळा येत होता.

अडचण?

आर्थिक स्वातंत्र्य हे त्याचे लक्ष्य होते.

हेच जर त्याचे लक्ष्य असेल, तर स्थानिक बाजारात कॉफीची फ्रेंचाइजी मिळाल्याने ते साध्य होण्यासारखे नाही. कॉफी शॉप उघडल्याने त्याला परिणामाच्या कायद्याचा वापरच करता येणार नाही. दिवसाला शंभर कप कॉफी विकल्याने तो प्रमाणही गाठू शकत नाही की प्रभावही पाडू शकत नाही. आणि त्याला कॉफीची अशी वीस दुकाने नको आहेत, केवळ एकच दुकान पुरेसे वाटते, तर तो परिणामापासून फार दूर आहे.

त्याचा रस्ता बंद झाला आहे.

जर परिणामाच्या कायद्याचा मार्गच बंद असेल, तर तुम्ही श्रीमंत होऊच शकत नाही. संपत्तीकडे जाणारे सर्व मार्ग परिणामाच्या कायद्याच्या मार्गातूनच जातात. स्लो लेनमधून

जाणाऱ्यांसाठी, अंतर्गत शक्तींचा प्रचंड स्फोट झाल्यास, जसे : लक्षावधी लोकांसमोर गाणे म्हणणे, लक्षावधी लोकांची करमणूक करणे, लक्षावधी लोकांसमोर खेळ करणे... असे केले तरच परिणाम साधला जातो. फास्ट लेनमधून जाणारे लोक प्रमाण किंवा मालमत्ता मूल्य वाढवून, म्हणजे कोट्यवधी वस्तू विका, कोट्यवधींची मदत करा, कोट्यवधी लोकांच्या उपयोगी पडा आणि कोट्यवधी लोकांवर प्रभाव पाडा, यातून परिणामकारक कायद्याचा फायदा मिळवतात.

परिणामाच्या कायद्याच्या मार्गातील अडथळे

परिणामाचा कायदा समजण्यात उद्योजकांना तीन गोष्टींचा अडथळा असतो : प्रमाण, भव्यता आणि स्रोत.

परिणाम साधण्यातील सर्वांत मोठा अडथळा प्रमाणाचा असतो. तुम्ही जर कोट्यवधी लोकांसाठी उपयुक्त ठरू शकत नसाल, तर तुम्ही कोट्यवधी डॉलर्स कमवूही शकत नाही. पुन्हा एकदा माझ्या मित्राच्या कॉफी शॉपमध्ये येऊ. फास्ट लेनच्या सूत्रातून पाहिल्यास त्याच्या दुकानातून होणारी विक्री अत्यंत मर्यादित आहे. कारण त्याच्या या दुकानाची ओळख स्थानिक परिसरापुरतीच मर्यादित आहे. त्याची विक्री एका विशिष्ट संख्येच्या चौकटीत अडकून पडली आहे – येथे प्रमाण हा प्रकार अस्तित्वातच नाही. तो न्यूझीलंडमधील कोण्या एका व्यक्तीला कधीही कॉफी विकू शकणार नाही. ज्या व्यवसायात वाढीचे प्रमाण नसते, असा व्यवसाय हा वेग वाढवता न येणाऱ्या मोटारीसारखा असतो.

माझ्या मित्रासमोर चौकट मोडण्यासाठी एकच पर्याय शिल्लक होता तो म्हणजे विविध ठिकाणी आणखी फ्रेंचाइजी विकत घेणे. देशभरात त्याच्याकडे २९ फ्रेंचाइजी असतील, तर तो एका दिवसात ६,००० कॉफी विकू शकतो. प्रमाण सिद्ध झाले आणि ते परिणामाच्या कायद्याशी जोडले गेले. अर्थात, फास्ट लेनमधील सर्वोत्तम धोरण म्हणजे अधिक संख्येने फ्रेंचाइजी विकत घेण्यापेक्षा त्या विकणे अधिक फायद्याचे आहे.

माझ्या मित्राला जर अनेक फ्रेंचाइजी नको असतील तर तो प्रमाणाबाबतचा अडथळा दूर करू शकत नाही. प्रमाणाशिवाय (एकूण विक्री) किंवा भव्यतेशिवाय (प्रत्येक विक्रीतून मिळणारा नफा) तो अशा प्रकारचा व्यवसाय चालवतो आहे की ज्यातून त्याला अत्यंत अल्प मालमत्ता मूल्य मिळेल. त्याचे संपत्तीचे समीकरण कमकुवत होऊन परिणामाचा कायदा त्याच्यापासून दूर जाईल आणि त्याच्या नशिबी एक मध्यम वर्गीय कामसू जीवन येईल. मध्यम वर्गीय उत्पन्न आणि कमजोर मालमत्ता मूल्य यांच्यामुळे तो संपत्तीच्या समीकरणापासून दूर जात स्लो लेनमधून जाऊ लागेल.

भव्यता हा परिणाम साधण्यातील आणखी एक अडथळा आहे.

आपल्या कॉफी शॉपच्या दुकानाचा मालक प्रमाणाच्या चौकटीत अडकल्याने, त्याच्या समोरील पर्यायाची चाचपणी भव्यतेच्या आधारावर करता येते. दुर्दैवाने भव्यतेचा हा मार्गही बंद झालेला आहे. प्रत्येक विक्रीतून मिळणाऱ्या नफ्यात फारसा बदल करता येण्यासारखा नाही. प्रत्येक विक्रीतून एका ठरावीक मर्यादेपेक्षा अधिक नफा मिळवणे शक्य नाही आणि त्या वस्तूची किंमत वाढवणे म्हणजे विक्री घटवण्यासारखे आहे. एक कॉफीच्या विक्रीतून

एक लाख डॉलर्स नफा मिळवणे हे केवळ अशक्य आहे. परिणामाच्या कायद्याचा थेट वापर करता येणे हा संपत्ती मिळवण्याचा हुकमी मार्ग आहे, तर अप्रत्यक्ष वापरातून मिळवणे इतके सहज नाही, कारण परिणाम हा नेहमीच मालक आणि उत्पादक यांच्या बाजूने काम करतो, कर्मचारी आणि ग्राहकांच्या बाजूने नाही.

उदाहरणार्थ, तुम्ही एका खासगी रुग्णालयात डॉक्टर म्हणून काम करत आहात. तुम्ही म्हणू शकता की तुम्ही अनेकांवर प्रभाव पाडू शकत असल्याने तुम्ही श्रीमंत व्हायला हवे. खरे तर, सगळे डॉक्टर अनेकांसाठी परिणामकारक ठरत असल्याने ते सर्वच जण श्रीमंत असायला हवेत, हो ना? खरे तर नाही. या कल्पनेतील एक खोट म्हणजे, *परिणामाचा कायदा हा केवळ ज्याच्या हाती नियंत्रण असते, त्यालाच मान देतो.*

त्या खासगी रुग्णालयाचे काय? ते रुग्णालय ज्याच्या मालकीचे आहे, त्याला त्या परिणामांचा सर्व फायदा मिळतो, त्याने नोकरीला ठेवलेल्या डॉक्टरांना नाही. नोकरीवर असलेल्या डॉक्टरांना परिणामांचा थेट फायदा मिळेलच असे नाही, कारण नियंत्रण त्यांच्या हातात नसते. तरीही ते श्रीमंत होऊ शकतात का? नक्कीच, पण या बाबतचा निर्णय ज्याच्या हाती यंत्रणेचे नियंत्रण आहे, त्याने त्या यंत्रणेचा विस्तार करण्याचे ठरवले तरच.

ज्या डॉक्टरांची स्वत:ची प्रॅक्टिस आहे आणि ते इतरही डॉक्टरांना नोकरीस ठेवतात, त्यांना परिणामाच्या कायद्याचा पूर्ण फायदा मिळतो आणि ते श्रीमंत होतात. *यंत्रणा निर्माण करणाऱ्यांच्याच बाजूने परिणाम कायम झुकलेला असतो.*

कायद्याचा आधार कसा मिळवाल?

तुम्हांला परिणामाच्या कायद्याचा आधार घ्यायचा असेल, तर प्रमाण किंवा भव्यता यांच्या अडथळ्यातून रस्ता दाखवणाऱ्या मार्गावरून गाडी चालवा, पण हे करताना त्याच्या स्रोतावरील नियंत्रण सोडू नका. जर तुम्ही स्रोत होऊ शकत नसाल, तर *जो स्रोत असेल त्याची काळजी घ्या.*

चांगली बाब म्हणजे परिणामाच्या कायद्याला समांतर जाणारा रस्ता कोणता, हे तुम्ही सहज ओळखू शकता. तुमचा रस्ता कोणताही असू द्या, तो कोणत्याही दिशेने नेणारा असो, तो लक्षावधी लोकांवर प्रभाव टाकणारा (प्रमाण) ठरू शकतो का? तो काही जणांवर प्रचंड प्रभाव पाडू शकतो का (भव्यता)?

- तुम्ही असे गॅझेट तयार केले की जे कोट्यवधी लोक वापरू शकतात तर तुम्हांला अचानक प्रमाण साध्य होते आणि तुम्हांला परिणामाच्या कायद्याचा थेट आधार मिळतो. फास्ट लेन संपत्ती मिळणे शक्य आहे.
- *अमेरिकन आयडॉलच्या* अंतिम फेरीत तुमची निवड झाली आहे, तर तुम्हांला अचानक प्रमाण साध्य होते आणि तुम्हांला परिणामाच्या कायद्याचा थेट आधार मिळतो. फास्ट लेन संपत्ती मिळणे शक्य आहे.
- तुम्ही एक वेबसाइट तयार केली जी एकल मातांना उपयुक्त आहे, तर तुम्हांला अचानक प्रमाण साध्य होते आणि तुम्हांला परिणामाच्या कायद्याचा थेट आधार मिळतो. फास्ट लेन संपत्ती मिळणे शक्य आहे.

- 'फॉर्च्युन 100' च्या यादीत असलेल्या कंपनीत मुख्य वित्त अधिकारी पदापासून केवळ दोन पदे दूर असाल, तर तुम्हांला अप्रत्यक्षपणे प्रमाण साध्य होते आणि तुम्हांला परिणामाच्या कायद्याचा आधार मिळतो. फास्ट लेन संपत्ती मिळणे शक्य आहे.
- तुम्ही वकील आहात आणि खून-खटल्यांची प्रकरणे चालवत असाल, तर तुमच्याकडे अप्रत्यक्ष प्रभाव असतो आणि तुम्हांला परिणामाच्या कायद्याचा आधार मिळतो. फास्ट लेन संपत्ती मिळणे शक्य आहे.
- तुम्ही एका यशस्वी रिटेल स्टोअरची उभारणी केली आणि देशभरातील इतर ३०० उद्योजकांना त्याची फ्रेंचाइजी दिली, तर तुमच्याकडे प्रमाणही आहे आणि प्रभावही आहे. तुम्हांला परिणामाच्या कायद्याचा आधार मिळतो. फास्ट लेन संपत्ती मिळणे शक्य आहे.
- त्वचेच्या कर्करोगाचे निदान करणारे उपकरण तुम्ही शोधून काढले, तर तुमच्याकडे प्रभाव आणि प्रमाण आहे आणि तुम्हांला परिणामाच्या कायद्याचा आधार मिळतो. फास्ट लेन संपत्ती मिळणे शक्य आहे.

मोठी स्वप्ने पाहा, पण प्रमाणाचा आणि/किंवा प्रभावाचाही विचार करा.

फास्ट लेनमधील तुमच्या समीकरणाचे विश्लेषण करा किंवा तुमच्या जवळील साधनांचे परीक्षण करा. तुम्ही किती प्रमाणात विक्री करू शकता आणि प्रत्येक विक्रीतून किती नफा मिळू शकतो?

तुमच्याकडे किती प्रमाणात ग्राहक येतात?

उदाहरणार्थ, एक लेखक म्हणून माझ्याकडे प्रमाण आहे, या प्रमाणामुळे मला परिणामाच्या कायद्याचा आधार मिळतो. माझा ग्राहकवर्ग कोणता? इंग्रजी भाषा येणारे देश, कोट्यवधी लोक! या पुस्तकाला ऑस्ट्रेलिया आणि न्यूझीलंडमधून मागणी येते, तेव्हा मला या प्रमाणाची जाणीव होते. हे जग ही माझी कमाल मर्यादा आहे. माझ्या मार्गावर वेगमर्यादा नाही आणि त्यामुळे मला परिणामाच्या कायद्याचा फायदा होतो.

प्रकरण सारांश : फास्ट लेनची वैशिष्ट्यं

- तुमचा एकूण ग्राहकवर्ग हा तुमचे व्यवसाय क्षेत्र ठरवतो. व्यवसाय क्षेत्र जितके विस्तारित, संपत्ती मिळण्याची क्षमता तितकी अधिक.
- व्यवसाय हा एकट्याने करू शकता किंवा कौटुंबिकही करू शकता. त्याची ताकद प्रमाणावर ठरते आणि ती व्यवसाय क्षेत्रावर ठरते.
- तुम्ही प्रमाणाची आज्ञा भंग केल्यास फास्ट लेन संपत्तीचे समीकरण निष्प्रभ होते.
- विस्तार (एकूण विक्री) आणि/किंवा भव्यता (विक्रीतून झालेला नफा) यांच्या साह्याने प्रमाण साध्य करता येते.
- परिणामाचा कायदा तुम्हांला संपत्तीच्या मार्गावर नेतो; पण प्रमाण, भव्यता किंवा स्रोत यांचा अडथळा येऊ शकतो.

- परिणामाचे फायदे मालकांना आणि निर्मात्यांना मिळतात. अनियंत्रित क्षेत्रात अप्रत्यक्षपणे या प्रमाणाकडे किंवा भव्यतेकडे दुर्लक्ष केल्यास संपत्ती मिळण्याची शक्यता नसते.
- परिणाम साध्य करण्यासाठी तुम्हांला तुमचे नियंत्रण असलेल्या क्षेत्रातील प्रमाणाच्या किंवा भव्यतेच्या मर्यादा ओलांडाव्या लागतील.
- प्रमाण, भव्यता किंवा स्रोत यांच्या कमतरतेमुळे संपत्ती निर्माणाच्या मार्गातील वेगावर बंधने येतात.

फास्ट लेन

३५

वेगवान संपत्ती : जोडमार्ग

''जो तुमच्या उपकाराची कधीच परतफेड करू शकणार नाही,
अशा कोणासाठी काहीतरी केल्याशिवाय तुम्ही
एक परिपूर्ण दिवस कधीही जगू शकत नाही.''

–जॉन वूडन

चौक

तुम्हांला जर देशाच्या बाहेर जायचे असेल, तर सर्वांत हळू जाणाऱ्या नाही, तर सर्वांत वेगवान रस्त्यावरून गाडी चालवा. हे जरा तर्कसंगत वाटते, अपवाद फक्त आर्थिक स्वातंत्र्य मिळवण्याच्या मार्गाचा. यामध्ये वेगवान रस्त्यांवरून जाण्याऐवजी अनेक लोक हळू जाणारा रस्ता निवडतात आणि काही वेळा तो रस्ता त्यांना हव्या त्या ठिकाणी नेतदेखील नाही.

एखादा उद्योग सुरू करणे हा मोठा निर्णय आहे. हा उद्योग बळजबरीने करा आणि तो एखादा छंद जोपासल्यासारखा चालेल. आणि छंद म्हणून चालवल्या जाणाऱ्या उद्योगातून मिळणारा पैसाही छंदासारखाच असतो.

मी वयाच्या विशीत असताना, मी अनेक उद्योग केले, कशातही यश मिळाले नाही. हा माझ्या आयुष्यातील एक चौक होता आणि माझा त्या महिन्यातला सर्वांत आवडता उद्योग लिमोझिन गाडी चालवणे हा होता.

मला माझे खर्च भागवायचे होते, म्हणूनच मी ही नोकरी पत्करली होती. पण माझा आणखीही एक उद्देश होता : घुसखोरी.

मला लिमोझिन कंपनीचा मालक होण्याची इच्छा होती.

मी कधीही या व्यवसायात शिरलो नसल्याने ड्रायव्हर म्हणून तिथे शिरकाव करून जरा बारकावे शिकून घ्यावे असा विचार केला. अनेक वर्षं हे काम केल्यानंतर, मला हवी असलेली संधी – माझा चौक आला. लिमोझिन कंपनीच्या मालकाने त्याची कंपनी विकायला काढली आणि मला ती देऊ केली, त्यासाठीचे कर्जही तेच देणार होते. माझ्या

समोर ही संधी चालून आली होती – लिमोझिन सर्व्हिसचा मालक होण्याची संधी! फक्त एकच समस्या होती.

मी कफल्लक होतो.

केवळ काही आठवडे आधी मी फिनिक्सला निघून जाण्याचा निर्णय घेतला होता आणि त्याची तयारीही सुरू केली होती.

आणि हे समोर आले.

मी थांबावे का?

तसेच, गेल्या वर्षभरात व्यवसायातील अपेक्षांनी दबून गेलेल्या कंपनीच्या मालकाला पाहिल्यानंतर, मला एक महत्त्वाची गोष्ट लक्षात आली : मला या नोकरीतून आनंदच मिळत नव्हता. हा व्यवसाय आठवड्याचे सातही दिवस चोवीस तास चालत होता आणि अनेकदा पहाटेच काम सुरू होत असे. आणि मी? अशा पहाटेच काम करणाऱ्या मूर्खांपैकी मीपण एक होतो.

त्यामुळे माझ्या समोर एक असा पर्याय शिल्लक राहिला की तो खड्ड्यात घालणारा ठरला असता किंवा मला पुढे नेणाराही ठरला असता. मला हाच रस्ता निवडायचा होता का? सुरुवातीला एकही पैसा द्यावा न लागणारी ही संधी मी स्वीकारावी आणि फिनिक्सला विसरून जावे का?

मी काय केले असेल?

निर्णय घेताना ठामपणा येण्यासाठी मी माझे 'डब्लूएडीएम'चे सूत्र वापरले. होय, या पुस्तकात जे सांगितले आहे, त्याचा मी खरोखरच वापर केलेला आहे! अर्थातच, फिनिक्सचा विजय झाला आणि मी लिमोझिन कंपनी खरेदी करण्याचा विचार सोडून दिला. पण त्या निर्णयप्रक्रियेत असे काय होते की ज्यामुळे मला योग्य मार्ग निवडताना आणि तशी योग्य कृती करताना मदत झाली?

मला पाचही फास्ट लेन आज्ञा माहीत आहेत आणि व्यवसायाचा कोणता मार्ग 'फास्ट लेनयुक्त' आहे, हेपण माहीत आहे. दोन्ही पर्यायांचे परिणामही मला ठाऊक होते.

फास्ट लेनची शुचिता : पाच आज्ञा

अनावश्यक व्यवसायात गुंतवणूक करू नका.

पैशांच्या मोबदल्यात वेळ खर्च करू नका.

मर्यादित प्रमाणात/प्रभावात काम करू नका.

नियंत्रण कधीही सोडू नका.

तुमच्या स्टार्टअप उद्योगाचे रूपांतर कधीही एखाद्या समारंभात होऊ देऊ नका.

मी ज्या वेळी विश्लेषण केले तेव्हा लक्षात आले की, लिमोझिन सर्व्हिस हा एक चांगला व्यवसाय असला तरी तो पूर्णपणे फास्ट लेन व्यवसाय नव्हता. या व्यवसायात प्रवेशाची आणि नियंत्रणाची आज्ञा पाळली जात होती, पण त्याला प्रमाण नव्हते, हा व्यवसाय केववळ शिकागोच्या काही उपनगरांमध्येच चालत होता.

या व्यवसायातून तुम्हांला मोकळा वेळच मिळत नव्हता; मला अनेक तास काम करावे लागले असते आणि एकूण नफा पाहता अधिक माणसे कामावर ठेवणे मला परवडले नसते.

आणि ही काही लोकांची एकमेव गरज नव्हती. शिकागोमध्ये लिमो कंपन्या डझनावारी होत्या.

हा व्यवसाय 'फास्ट लेन'वर आणण्यासाठी प्रचंड वेळ, प्रयत्न आणि पैसा खर्च करावा लागला असता.

मला मनात खोलवर कुठेतरी वाटत होते की, मला पहिल्यापासूनच फास्ट लेनवर असलेल्या एखाद्या व्यवसायात उतरायचे आहे, इतर कोणत्या व्यवसायाला फास्ट लेनमध्ये आणण्यासाठी धडपड करायची नाही.

परिपूर्ण फास्ट लेनमध्ये संपत्ती मिळवण्याची सर्वाधिक क्षमता असते आणि मला हे माहीत होते. ज्या वेळी तुम्ही परिणामाच्या कायद्याचा आदर करता, पैसा तुमच्या पायाशी येतो. परिपूर्ण फास्ट लेन मार्ग कोणते, ज्यावर अतिवेगाने जाता येते? कोणते मार्ग परिणामाच्या कायद्याशी समांतर जातात आणि फास्ट लेनसाठी उपयुक्त असतात?

तीन फास्ट लेन जोडमार्ग

सर्वाधिक क्षमता असलेला फास्ट लेन रस्ता तीन 'आय' किंवा तीन 'इंटरस्टेट' (जोडमार्ग) हा आहे असे मला वाटते, कारण या मार्गांवर सर्वाधिक वेगाने जाता येते आणि तो पाचही फास्ट लेन आज्ञा पूर्ण करतो किंवा करू शकतो. हे तीन जोडमार्ग म्हणजे :

१) इंटरनेट

२) इनोव्हेशन (नवसंशोधन)

३) इंटेन्शनल इटरेशन

प्रत्येक जोडमार्गाला इतर अनेक डझनावारी मार्ग येऊन मिळतात. हे तिन्ही जोडमार्ग एकत्र आणा आणि तुमच्या प्रवासासाठी तुमच्यासमोर शेकडो मार्गांचे जाळे निर्माण होईल.

क्षमता असलेला फास्ट लेन १ : इंटरनेट

इंटरनेट व्यवसाय हा सर्वाधिक क्षमता असलेला जोडमार्ग आहे. गेल्या दशकभरात इंटरनेटच्या आधारावर जितके लोक कोट्यधीश झाले असतील, तितके इतर कोणत्याही मार्गांनी कधीही झाले नाहीत. ट्रॅव्हल एजंट, स्टॉक ब्रोकर, वर्तमानपत्रे आणि नियतकालिके असे अनेक जुने पठडीतले व्यवसाय इंटरनेटने नष्ट केले आणि अजूनही करत आहे. इंटरनेट हा फास्ट लेनमधील शार्क आहे.

इंटरनेट क्षेत्रातच मला माझे भविष्य सापडले आणि लिमोझिनबाबतची संधी नाकारण्यामागेही हे एक कारण होते. इंटरनेट हा सध्या उपलब्ध असलेला सर्वोत्तम फास्ट

लेन मार्ग आहे, कारण तो तुमची गरज ओळखून पाचही आज्ञांचे तत्काळ पालन करतो. त्याला नैसर्गिकरीत्याच जगभरात सर्वत्र ग्राहक आहे, संगणकांद्वारे ते आपोआपच स्वयंचलित असते, तुम्ही ज्यावर नियंत्रण मिळवू शकता असे हे माध्यम आहे (दुर्दैवाने अनेक जण तसे ठेवत नाहीत) आणि 'प्रत्येका'चा प्रवेश रोखण्याइतपत त्याचे दरवाजे अद्यापतरी भक्कम आहेत. इंटरनेट व्यावसायिक मॉडेलचे सर्वसाधारणपणे सात प्रकार पडतात :

१. वर्गणीवर आधारित

युजरला, म्हणजे वापर करणाऱ्याला डेटा, माहिती किंवा सॉफ्टवेअर उपलब्ध करून दिले जाते आणि त्या बदल्यात मासिक शुल्क आकारले जाते. हा डेटा काही घडामोडी, विक्रीबाबत माहिती, व्यवस्थापन करणाऱ्या सेवा (सोशल मीडिया डॅशबोर्ड), कंपन्यांची माहिती किंवा अगदी जुन्या पद्धतीची पोर्नोग्राफी अशा कोणत्याही स्वरूपात असू शकतो. तुम्ही देत असलेल्या माहितीसाठी ज्या वेळी १० हजार लोक तुम्हांला दर महिन्याला ९.९५ डॉलर्स देत असतील, तर तुम्ही फास्ट लेनमधून धावत आहात असे समजा!

मी ज्या वेळी माझी कंपनी सुरू केली, मी अनेक वेब सेवांसाठी पैसे देत होतो, सर्व सेवा वर्गणीवर आधारित होत्या. डेटा ॲनालिस्टपासून (माझ्या वेबसाइटला कोण कोण भेट देत आहे?) ते संलग्न असणाऱ्या व्यवस्थापनापर्यंत (माझी सेवा कोणाला हवी आहे?).

एक वेबसाइट देखरेख सेवा पुरवणारी कंपनी वेबसाइटवरील घडामोडींचा ट्रॅक ठेवत असे. किती क्लाएंटना ते सेवा पुरवतात, याची माहिती त्यांच्या होमपेजवर दिली होती. त्यांच्याकडे त्या वेळी २० हजार क्लाएंट होते आणि मी त्यांना महिन्याला ५० डॉलर्स वर्गणी देत होतो. मी भरत असलेली वर्गणी हीच सरासरी मानली तर २० हजार गुणिले ५० डॉलर्स, म्हणजे १० लाख डॉलर्स दर महिन्याची कमाई! इंटरनेट व्यवसायाच्या पद्धतीचे हे एक अचूक उदाहरण आहे, ज्यामध्ये यंत्रणा हाच एक व्यवसाय आहे. कोणतेही उत्पादन नाही, माल पाठवणे नाही. डोक्याला ताण नाही.

मी अंदाज बांधला की, या वेबसाइटच्या मालकाला किमान ७५ टक्के नफा मिळत असेल, म्हणजे दर महिन्याला सरासरी साडे सात लाख डॉलर्स. महिन्याला ७,५०,००० डॉलर्स कमवत असताना कोट्यधीश होण्यास तुम्हांला कितीसा वेळ लागणार? की, त्यापेक्षा तुम्ही तुमच्या ४५ हजार डॉलर्स वार्षिक पगारातून महिन्याला २०० डॉलर्सची बचत करत बसणार?

फारसे महत्त्व नसलेल्या क्षेत्रात काम करत राहणे हास्यास्पद आहे. Buffer.com, Adobe आणि होय, माझे फास्ट लेन फोरम (मोफत आहे, पण अपग्रेडसाठी शुल्क) ही काही सशुल्क वेबसाइटची उदाहरणे आहेत.

२. मजकूर आधारित

मजकूर आधारित मॉडेल म्हणजे ऑनलाइन वृत्त नियतकालिके आणि एखाद्या विशिष्ट मुद्द्याची किंवा उद्योगाची माहिती देणारे ब्लॉग. या सेवा मजकूर अथवा माहिती मोफत

पुरवतात आणि ही माहिती वाचणाऱ्यांपर्यंत पोहोचू इच्छिणाऱ्यांकडून जाहिराती मिळवतात. माझा फास्ट लेन फोरम हा काहीसा मजकुरावर आधारित पैसा मिळवून देणारा प्रकार आहे. अशा प्रकारच्या प्रकारामध्ये यश मिळवणे अवघड आहे, कारण प्रवेश तसा फार सोपा आहे आणि हा व्यवसाय अनेक लोकांच्या सहभागावर अवलंबून आहे. शिवाय, माहिती-प्रकारात संलग्न कार्यक्रम खूप असतात, जे एकमेकांवर अवलंबून असतात.

३. संभाव्य ग्राहक उपलब्ध करून देणे (लीड जनरेशन)

लीड जनरेशन सेवेमध्ये ग्राहकांना सेवा पुरवतानाच दुसऱ्या एका या क्षेत्राशी संबंध नसलेल्या कंपनीला माहिती गोळा करून दिली जाते. हेच काम मी लिमोझिन कंपनीसाठी करतो. मी अनेक क्षेत्रांमधून माहिती गोळा करून एकत्र करतो, त्यामध्ये ग्राहकांनाही समाविष्ट करतो आणि ग्राहकांची ही माहिती लिमो कंपन्यांना विकतो. लीड जनरेशन हा प्रकार वेगवेगळ्या क्षेत्रांत विखुरलेल्या उद्योगांमध्ये लोकप्रिय आहे, यामध्ये बहुधा छोट्या आणि मध्यम आकाराच्या उद्योगांचा समावेश असतो. हवाई वाहतूक क्षेत्रात कदाचित लीड जनरेशन उपयुक्त ठरणार नाही; पण प्लॅस्टिक सर्जनसाठी हे फायद्याचे आहे. लीड जनरेशनमुळे दोन प्रकारच्या गरजा पूर्ण होतात : १) वेळ आणि पैसा वाचवण्याची ग्राहकांची इच्छा आणि २) नवीन प्रकारच्या ग्राहकांच्या शोधात असलेल्या उद्योगपतींची गरज

४. सामाजिक संलग्नता (सोशल नेटवर्क/कम्युनिटी/फोरम)

कम्युनिटी बिल्डिंग हा मजकूर लिहिण्यासारखाच एक प्रकार आहे. संकेतस्थळे (वेबसाइट्स) पाहणाऱ्यांसाठी मजकूर गोळा करण्यापेक्षा येथे लोकांना गटांमध्ये एकत्र केले जाते. कॉलेजमध्ये जाणाऱ्या विद्यार्थ्यांसाठी म्हणून फेसबुकची सुरुवात झाली होती आणि आता ते सर्व वयाच्या लोकांसाठी उपयुक्त ठरणारे सोशल नेटवर्क बनले आहे. लिंक्ड-इनला अनेक फिरत्या व्यावसायिकांची पसंती मिळाली आहे. सोशल नेटवर्क हे समान विचारांच्या लोकांचे, मग ते रहस्यकथा लिहिणाऱ्या लेखकांपासून ते सुटीच्या दिवशी इंजीनची जुळवाजुळव करायला आवडणारे, या सर्वांचे त्यांच्या त्यांच्या गटात एकत्रीकरण आहे. कम्युनिटी बिल्डिंग हा प्रकार मात्र इतक्या विस्तृत प्रमाणात सहकार्यापुरता मर्यादित नाही. तुमच्या युट्यूब किंवा इन्स्टाग्राम अकाउंटला ५ लाखांहून अधिक सबस्क्राइबर असतील, तर तुम्हीच कम्युनिटी बिल्डिंग आहात.

५. दलालीची (ब्रोकरेज) सिस्टिम

दलाल हे लोक खरेदीदार आणि विक्री करणारे यांना एकत्र आणतात आणि त्यांच्यामधील व्यवहाराला मदत करतात. एखाद्या उद्योगासाठी ते बाजारपेठ तयार करतात आणि प्रत्येक व्यवहारातून पैसे कमावतात. उदाहरणार्थ, माझी वेबसाइट लिमोझिनसाठी आरक्षण करून देत होती आणि भाड्याच्या पैशांतून विशिष्ट टक्के दलाली मिळत होती. पे-पाल, अपवर्क, कार्सडायरेक्ट आणि ट्रॅव्हलॉसिटी ही या सिस्टिमची उदाहरणे आहेत.

६. जाहिरात

दलालीप्रमाणेच, जाहिरातदारही खरेदीदार आणि विक्री करणाऱ्यांना एकत्र आणतात आणि व्यवहार शुल्काच्या ऐवजी जाहिरात शुल्क आकारतात. माझी स्वत:चीही एक वेबसाइट आहे, त्यावर लिमोझिनच्या विक्रीची जाहिरात केली आहे. वेबसाइटवर विक्रीसाठी आलेल्या प्रत्येक लिमोझिनमागे जाहिरात शुल्क आकारले जाते. मी खरेदीदार आणि विक्री करणाऱ्यांची भेट घडवून आणतो. ई बेसारख्या काही प्लॅटफॉर्म दलाली आणि जाहिरात अशा दोन्ही गोष्टी करतात. गुगल आणि याहूसारखे सर्च इंजीन हे जाहिरात आणि दलाली या दोन्ही बाजू सांभाळतात.

७. ई कॉमर्स

ई कॉमर्स म्हणजे इंटरनेटच्या माध्यमातून वस्तूंची, सेवांची आणि माहितीची विक्री करण्याचा प्रकार आहे. ॲमेझॉन, टारगेट आणि राकुटेन ही काही मोठ्या ई कॉमर्स कंपन्यांची उदाहरणे आहेत. काही छोट्या स्थानिक स्टोअर चालकांनीही विस्तार करून ई कॉमर्स मॉडेल निर्माण केले आहे. माझ्या परसातही सौर ऊर्जेवर चालणारे २४ दिवे आहेत. हे दिवे मी मिनीसोटामधील ई कॉमर्स स्टोअर चालवणाऱ्या एका छोट्या विक्रेत्याकडून खरेदी केले आहेत. काही वर्षांपूर्वीच, हे दुकान अत्यंत स्थानिक पातळीवर काम करत होते आणि कोणताही विस्तार नव्हता. पण ई कॉमर्सचा आधार घेतला आणि ते स्टोअर अचानक जागतिक झाले आणि आता पार फिनिक्सपर्यंत ते आपल्या वस्तू विकत आहेत.

ई कॉमर्स हे माहितीशी संबंधितही असू शकते. इंटरनेटवरून माहितीचे प्रचार करण्याचे एक उत्तम उदाहरण म्हणजे ई-बुक. मी माझे पुस्तक जेव्हा ई बुक प्रकारात इंटरनेटवर विकतो, त्या वेळी मी ई कॉमर्समध्ये सहभाग घेत असतो. एक तर मी ट्रंकेत माझी पुस्तके भरून ती ॲरिझोना विद्यापीठाच्या पार्किंगच्या जागेत विकू शकतो किंवा वेबसाइट तयार करून युरोपमधील लोकांपर्यंत पोहोचून पुस्तके विकू शकतो.

तुम्ही ज्या वेळी इंटरनेटकडे एक फास्ट लेन रस्ता म्हणून बघता, त्या वेळी तो आपल्या फास्ट लेन संपत्तीच्या समीकरणाच्या तुलनेत अत्यंत शक्तिशाली वाटतो.

संपत्ती = निव्वळ नफा + मालमत्तेचे मूल्य

वस्तूंच्या एकूण विक्रीचा विचार करता (म्हणजेच, एकूण उत्पन्नाचा), इंटरनेटच्या वापरामुळं जग हीच तुमची सर्वोच्च मर्यादा बनते. याशिवाय, फास्ट लेन संपत्तीच्या समीकरणातील घटक असलेले मालमत्तेचे मूल्य हे केवळ एकूण उत्पन्नाच्या आधारावरच नाही, तर इंटरनेटवरील ट्रॅफिकवरही जोखले जाते. कोणताही नफा नसताना अनेक वेबसाइट अब्जावधी डॉलर्सला विकल्या गेल्या आहेत. तुमच्या वेबसाइटला भेट देणाऱ्यांची संख्या, म्हणजेच ट्रॅफिकलाही वाढीसाठी अमर्याद आकाश आहे. एकूण नफा आणि संपत्तीचे मूल्य या फास्ट लेन घटकांना व्हर्च्युअल जगात वाढीची अमर्याद संधी आहे.

क्षमता असलेला फास्ट लेन २ : नवसंशोधन

नवसंशोधन हे परिपूर्ण फास्ट लेनचे आणखी एक उदाहरण असून यातही अनेक उपमार्ग आहेत. हा तसा श्रीमंत होण्यासाठीचा जुनाच मार्ग आहे : उत्पादन, सेवा किंवा नवी माहिती शोधून काढा, तिचे उत्पादन करा आणि वितरण करा.

नवसंशोधनात कोणतीही नवनिर्मिती आणि त्यापाठोपाठ तिचे वितरण यांचा समावेश होतो. मी पुन्हा एकदा सांगतो : नवसंशोधनात दोन बाबी असतात :

१) उत्पादन

२) वितरण

नवीन उत्पादन शोधून काढा, त्याबद्दलच्या माहितीसह ते विका, इंटरनेटवर विका, क्यूव्हीसीवर विका, १० हजार मार्केट नेटवर्किंग वितरकांच्या माध्यमातून विका किंवा २० घाऊक विक्रेत्यांना विका, पण २० हजार किरकोळ विक्रेत्यांना विकू नका.

नवसंशोधनाचे उत्पादन काय असावे?

ग्राहकाची गरज किंवा इच्छा पूर्ण करणारी कोणतीही गोष्ट विकता येते.

- अन्न (मद्य, बार्बेक्यू सॉस, कुकीज, सिक्रेट रेसिपी)
- गृहोपयोगी वस्तू (धूळ साफ करणारे रोबोट, अवजारे, हँगर्स)
- आरोग्य आणि स्फूर्ती (जीवनसत्त्वे, वनौषधी, एनर्जी ड्रिंक, बार, 'मर्दपणा' आणणाऱ्या गोष्टी)
- माहिती (पुस्तके, नियतकालिक, सशुल्क वार्तांकने)
- वैयक्तिक (कपडे, पर्स, बूट, ग्लोव्हज)
- ऑटोमेटिव्ह (ॲक्सेसरी, ॲड-ऑन, स्टीक-ऑन)
- गेम किंवा खेळणी

वेगाने श्रीमंत होण्यासाठी नवसंशोधन हा पूर्वीपासून योग्य मार्ग समजला जातो आणि तो अद्यापही तितकाच उपयुक्त ठरत आहे. पण यातही गैरसमज करून घ्यायला नको. संशोधन म्हणजे एखादी मोटार, टेलिफोन किंवा एखादी सेगवेसारखी गाडी शोधून काढणे नव्हे, तर कोणतीही एक गोष्ट घेऊन त्यात सुधारणा करणे किंवा बदल करणे. एखादी जुनी, टाकून दिलेली गोष्ट घ्या आणि तिला अधिक चांगले बनवा. एखादे फारसे प्रसिद्ध नसलेले उत्पादन शोधा आणि ते विकत घेऊन नव्या रूपात ते जगासमोर आणा. अप्रचलित असलेले काहीतरी करा आणि ते बाजारात प्रचलित करा.

टीव्हीवरील एका कार्यक्रमात मी पाहिले की एका शोधकर्त्याने जुनाट आणि कळाहीन दिसणाऱ्या बाटल्यांमधील व्होडका काढून ती चकाकत्या बाटल्यांमध्ये भरली. मलाही एका वाढदिवसाला कवटीच्या आकाराची व्होडकाची बाटली मिळाली होती. अनेक शतकांपासून व्होडका प्यायली जाते. तरीही त्या उद्योजकाने हे जुनाट उत्पादन हातात घेऊन त्याला एक वेगळी आणि हटके चकाकी दिली. काही वेळा हे इतके सोपे असते.

याबाबतीत स्नगी हे माझे सर्वांत आवडते उदाहरण आहे. हे मोठ्या आकारातील हात असलेले ब्लँकेट अनेक वर्षांपासून लोकांना माहीत आहे. मात्र, एकाने ही संकल्पना उचलली, त्याची फेररचना केली आणि त्याची बाजारात विक्री केली. परिणाम काय झाला, तर त्यांची चाळीस लाख विक्री झाली आणि बाजारात ते ब्लॉकबस्टर ठरले.

नवसंशोधन ही *उत्पादन आणि वितरण* असे दुहेरी आव्हान असलेली प्रक्रिया आहे.

गरज पूर्ण करणारे उत्पादन शोधून काढणे ही लढाईची अर्धी बाजू आहे. दुसरी अर्धी बाजू म्हणजे तुम्ही शोधलेले उत्पादन लाखो जणांच्या हातात पोहोचवणे. यामध्ये वितरणाचे विविध मार्ग असतात : माहिती पसरवणे (मास मीडियाद्वारे विक्री), घाऊक व्यापार (वितरक आणि ठोक विक्रेत्यांना विका) आणि थेट मार्केटिंग (प्रिंट मीडिया, टपाल सेवा, इंटरनेट यांद्वारे विक्री).

उदाहरणार्थ, मी ज्या वेळी हे पुस्तक लिहिले, त्या वेळी मी उत्पादकाच्या भूमिकेत होतो. लिखाण पूर्ण झाले, नीट जुळणी केली, संपादन केले आणि ते प्रत्यक्ष छापले. ही माझी संशोधनाची प्रक्रिया होती. मात्र, संशोधनाच्या सर्व मार्गाप्रमाणंच, उत्पादनही एका दीर्घ चालणाऱ्या युद्धातील एक छोटा हिस्सा आहे.

वितरणातूनच खरी लढाई जिंकता येते.

लोकांच्या हातात पडले नाही तर कोणत्याही महान उत्पादनाला काहीही किंमत नाही आणि याचसाठी वितरणाची आवश्यकता असते. माझे पुस्तक यशस्वीपणे जगभरात पोहोचवायचे असेल, तर मला ॲमेझॉन (वितरण यंत्रणा), पुस्तक वितरक (ठोक विक्रेते) आणि इंटरनेट (आणखी एक वितरण यंत्रणा) यांची मदत घेणे आवश्यक होते.

होय, तुम्ही शोधलेले उत्पादन कोणत्याही स्वरूपात असू शकते आणि त्याची निर्मिती चीनमध्येही होऊ शकते किंवा तुम्ही एखाद्या सुटीच्या दिवशी लिहिलेले ई-बुकही तुमचे उत्पादन ठरू शकते. नवसंशोधन - पुस्तकापासून ते उत्पादनांपर्यंत - हा फास्ट लेन मार्ग आहे. तुम्हांला कधी आश्चर्य वाटले आहे की, झटकन श्रीमंत होण्याचा मार्ग सांगणारे पुस्तक का विकतात? आणि तरीही त्या पुस्तकातला मजकूर हा आधी प्रसिद्ध झालेल्या ३० पुस्तकांपेक्षा फारसा वेगळा नसतो. लेखकांना माहीत असते की, हा क्षमता असलेला फास्ट लेन मार्ग आहे.

कोणत्याही फास्ट लेन मार्गावर पुस्तक किंवा त्यातील शब्द यांचे कधीही आव्हान नसते. जगातील अनेक महान पुस्तके फारशी कोणी वाचलेली नसतात आणि सर्वसाधारण दर्जाच्या पुस्तकांच्या लाखो प्रती विकल्या जातात. सगळा फरक मार्केटिंगच्या तंत्रात, सार्वजनिक वितरण आणि जुन्या प्रकारच्या विक्रीतंत्रात आहे. *पुस्तक लिहिणे हा काही व्यवसाय नाही, विक्री करणे हा आहे.*

मला जर हे पुस्तक लाखो जणांना विकायची इच्छा असेल, तर मला तर आधी ते छापावे लागेल आणि नंतर वितरण करावे लागेल. मला त्याची विक्री, प्रसिद्धी, प्रचार, उपलब्धता, चर्चा, मुलाखती, पुस्तकाविषयी लिहिणे या सर्व गोष्टींची व्यवस्था करावी लागेल. मला वितरणाच्या व्यवसायात गुंतवणूक करावी लागेल. फास्ट लेन संपत्तीच्या समीकरणाचा फायदा घ्यायचा असेल आणि परिणामाच्या कायद्याच्या जवळ जायचे असेल, तर मला माझ्या निश्चयाचे कवच घालून फक्त काम, काम आणि काम करावे लागेल.

क्षमता असलेला फास्ट लेन ३ : इंटेन्शनल इटरेशन (आयआय)

अखेरचा फास्ट लेन जोडमार्ग म्हणजे 'इंटेन्शनल इटरेशन' (आयआय). इटरेशन म्हणजे एखादे उद्दिष्ट, लक्ष्य किंवा परिणाम साधण्यासाठी एखादी प्रक्रिया पुन्हा पुन्हा करण्याची कृती किंवा साधन.

इंटेन्शनल इटरेशन हा क्षमता असलेला फास्ट लेन मार्ग आहे, मात्र यात फार मोठी आव्हाने आहेत. कारण हा मार्ग पाच नाही, तर केवळ चार आज्ञांचे पालन करतो.

इंटेन्शनल इटरेशनची प्रक्रिया म्हणजे अखेरच्या प्रमाणाची आज्ञा पूर्ण करण्यासाठीची कृती आहे. हे प्रमाण एक तर मनुष्य संसाधनाच्या माध्यमातून किंवा पुन्हा पुन्हा मिळवलेल्या यशातून साध्य करता येते.

उदाहरणार्थ, रिअल इस्टेटमध्ये गुंतवणूक करणाऱ्याने एका कुटुंबासाठी उपयुक्त ठरणारे घर बँकेच्या लिलावात खरेदी केले आणि नंतर ते भाडेतत्त्वावर दिले, तर यातून प्रमाण साध्य होत नाही आणि या एका कृतीतून तसे काही निर्माणही होत नाही. या गुंतवणूकदाराला त्याच्या फास्ट लेन संपत्तीच्या सूत्रातून फार काही हाती लागणार नाही; भाडे हा निव्वळ उत्पन्नाचा स्रोत आहे आणि संपत्तीचे मूल्य हे त्या घराच्या बाजारातील मूल्यावर अवलंबून आहे.

या अडचणीतून मार्ग काढण्यासाठी गुंतवणूकदार 'आयआय'चा वापर करेल आणि पुन्हा एकदा याच प्रक्रियेतून जाईल. एक घर विकत घेण्याऐवजी तो ५० घरे विकत घेईल. अर्थात, बोलणे सोपे आणि हे अत्यंत धिम्या गतीने होणारे काम आहे. वास्तविक, गुंतवणूकदाराने एकेरी धावाच मिळतील, असेच क्षेत्र निवडले आहे आणि होम रन काढायची असेल, तर 'आयआय'चा वापर धोरण म्हणून व्हायला हवा.

इटरेशन हा एकेरीच्या आधारावर होम रन स्कोअर करता येण्यासारखा फायदेशीर मार्ग आहे.

फ्रेंचाइजी देणे हे 'आयआय'चे आणखी एक उदाहरण आहे.

इंटेन्शनल इटरेशन डोळ्यांसमोर ठेवत तुम्ही एखादे छोटे दुकान उभे केले, तर फक्त एक दुकान हे तुमचे उद्दिष्ट नसते. फ्रेंचाइजी किंवा साखळीच्या माध्यमातून अशी शेकडो किंवा हजारो दुकाने सुरू करण्याचे तुमचे ध्येय असते.

इंटेन्शनल इटरेटर हा अनेक यशांमधून त्याची स्वत:ची अशी यंत्रणा विकसित करण्यासाठी व्यवसायात उतरतो. एका छोट्या दुकानाची सुरुवात करताना बऱ्याच वेळा चार आज्ञांचे उल्लंघन होते, मात्र इटरेशनचा वापर करून तो लवकरच एक परिपूर्ण फास्ट लेन उद्योग बनू शकतो. फास्ट लेन फ्रेंचाइजिंग म्हणजे पद्धतशीर यंत्रणा राबवून स्थानिक पातळीवर व्यवसाय उभा करायचा आणि ही कल्पना राष्ट्रीय किंवा आंतरराष्ट्रीय पातळीवर राबवायची. एखादी संकल्पना, ब्रँड किंवा यंत्रणा वारंवार वापरून ती विकणे आणि नंतर स्वत: त्या यंत्रणेपासून दूर होणे, हे इटरेटरचे उद्दिष्ट असते. त्यामुळे तुमचा व्यवसाय कदाचित फास्ट लेन नसेल, पण 'आयआय'चा वापर करून फ्रेंचाइजी किंवा साखळी व्यवसाय निर्माण करून त्याचे रूपांतर फास्ट लेनमध्ये करता येण्यासारखे आहे.

माझ्या फोरममधील एका भागाचे नाव 'कँडी किऑस्क फास्ट लेन आहे का?' असे आहे. एखाद्या मॉलमध्ये स्वयंचलित कँडी किऑस्क ठेवणे हा फास्ट लेन प्लॅन असू शकतो का, हे तपासून पाहायला फोरममधील लोकांना आवडते. फक्त एकाच किऑस्कपुरता विचार करता, हे काही फास्ट लेन नाही. मात्र, 'आयआय'चा वापर केला तर? शक्य आहे, फक्त ऑनलाइन रिटेल व्यवसायामुळे अमेरिकेतील सर्व मॉल्स बंद पडायला नकोत. एका मॉलमधील एक किऑस्क तुम्हांला श्रीमंत बनवू शकणार नाही. कारण हा एकेरी धावांवर भर देणारा व्यवसाय आहे. पण, ५० मॉल्समध्ये तुम्ही २०० किऑस्क ठेवले तर कदाचित तुमचे काम होईल. कारण, यामुळे निव्वळ उत्पन्नात वाढ होते, संपत्तीचे मूल्य वधारते आणि प्रभावही अधिक पडतो.

इंटेन्शनल इटरेशन हे मर्यादित प्रमाणाच्या अडचणीवरील फास्ट लेन उत्तर आहे.

प्रकरण सारांश : फास्ट लेनची वैशिष्ट्यं

- परिपूर्ण फास्ट लेन हा पाचही आज्ञा पूर्ण करतो : नियंत्रण, प्रवेश, गरज, वेळ आणि प्रमाण.
- गरजेवर आधारित वातावरणाचा विचार करता, इंटरनेट हा सर्वांत वेगवान जोडमार्ग आहे, कारण तो अत्यंत प्रभावीपणे सर्व आज्ञा पूर्ण करतो.
- नवसंशोधन हे कोणत्याही प्रकारचे असू शकते : लेखन, संशोधन किंवा सेवा.
- संशोधनात यश हवे असल्यास त्याला वितरणाची जोड देण्याची आवश्यकता आहे.
- इंटेन्शनल इटरेशनच्या मदतीने एकेरीवर आधारित व्यवसायाचे रूपांतर होम रन मारणाऱ्या व्यवसायात करता येते. इंटरेशनचा वापर करून प्रमाणाची अडचण दूर करता येते.

फास्ट लेन

३६

तुमचा मोकळा रस्ता शोधा

''नवीन वेगळ्या गोष्टी करता येतात, यावर विश्वास ठेवण्यास सुरुवातीला लोक नकारच देतात, नंतर ते आशा बाळगतात की असं होऊ शकतं, नंतर तसं प्रत्यक्ष घडताना ते पाहतात – नंतर अशा गोष्टी जेव्हा पूर्ण होतात तेव्हा सगळं जग आश्चर्यचकित होऊन म्हणतं की, शतकांपूर्वी ते का केलं गेलं नाही?''

–फ्रान्सिस हॉजसन बर्नेट

गरजा, कल्पना, संधी आणि मोकळा रस्ता

संधी आणि त्यांचे प्रतिनिधित्व करणारे खुले रस्ते हे चहूबाजूंना असतात. जरा इकडेतिकडे पाहा. स्टोअर काउंटरवर तक्रार करणारी ती व्यक्ती पाहा. संधी. तुम्ही जेव्हा बँकेत फोन करता त्या वेळी विविध माहिती सांगून वैताग आणणारा व्हॉइस मेल. संधी. भर बाजारात असूनही अद्याप विकले न गेल्याने पडून राहिलेले ते घर. संधी. रस्त्याच्या बाजूला पडलेला कचरा. संधी. फ्रिजमध्ये दोन दिवस ठेवल्याने वास लागलेले ते सँडविच. संधी. ऑनलाइन फोरमवर वेळ घालवणारे ते लोक. संधी.

तुम्हांला जर तुमच्या आजूबाजूला असलेल्या संधी दिसल्या नाहीत, तर तुम्ही तुमची फास्ट लेन फ्रिक्वेन्सी त्यांच्याशी जुळवून घेतली नाही, असेच म्हणावे लागेल. तुम्ही जर मानसिकतेत थोडा बदल केला, तर तुमच्या आजूबाजूला असलेले रस्ते अचानक तुमच्यासाठी खुले होतात. अनेक उद्योजक संधीचा चुकीचा अर्थ लावतात, कारण त्यांच्या दृष्टीने संधी म्हणजे आमूलाग्र बदल घडवून आणणारी किंवा महान अशी कोणतीतरी कल्पना. त्यांना एखादी नवीकोरी, परिपूर्ण आणि कधीही कोणीही उपयोगात न आणलेली कल्पना हवी असते. अशी कल्पना जी एका दिव्यभव्य समारंभात सर्वांसमोर मांडता येईल. हा फारच दुर्मिळ प्रकार आहे.

संधी म्हणजे विजेचा बल्ब किंवा मोटारीच्या शोधाप्रमाणे आमूलाग्र, दिव्य असा बदल नसतो. तर अपूर्ण असलेली गरज किंवा अर्धवटपणे पूर्ण होत असलेली गरज–

इतक्या साध्या स्वरूपात ती संधी असू शकते. असुविधेवर तोडगा काढणे ही संधी असते. संधी म्हणजे गोष्टी साध्य सहज करणे. संधी ही एक भावना असते. संधी म्हणजे सुख. संधी म्हणजे अधिक चांगली सेवा. संधी म्हणजे दुःख दूर करणे. संधी म्हणजे मोडकळीस आलेल्या कंपन्यांची भरभराट करणे.

कोणीतरी हे करत आहे

तुमच्याकडे एक फार चांगली कल्पना आहे; पण कोणीतरी दुसरी व्यक्ती आधीपासूनच त्या कल्पनेवर काम करत आहे का? तर काय झाले? तुम्ही ते अधिक चांगल्या प्रकारे करा.

'कोणीतरी हे करत आहे,' हा कायमच होणारा आभास असून तो मार्गातील अडथळ्याचे काम करतो. *कोणीतरी नेहमीच आधीपासून हे करतच असणार.* सर्वांत मोठा प्रश्न हा आहे की, तुम्ही ते अधिक चांगल्या प्रकारे करू शकणार की नाही? तुम्ही ही गरज अधिक चांगल्या प्रकारे भागवू शकणार की नाही? त्यात अधिक भर घालणार की अधिक चांगल्या प्रकारे मार्केटिंग करणार? इंटरनेटवर लिमोझिन पोर्टल सुरू करावे की नाही, या संभ्रमात मी होतो त्या वेळी ती कल्पना फारच उत्तम असल्याचे मला वाटले. परंतु जेव्हा वेबसाइटवर त्याचा शोध घेतला तेव्हा मला सत्य समजले. मला जी कल्पना एकदम नवी आणि कोणालाही कधीही न सुचलेली वाटत होती परंतु ते काम आधीपासूनच करणाऱ्या अनेक कंपन्या होत्या. त्या वेळी, माझी कामाची फ्रिक्वेन्सी मी जुळवून घेतलेली नव्हती. मी ही कल्पना सोडून देणार होतो आणि जगातील सात अब्ज लोकांपैकी कोणालाही न सुचलेली एखादी अफलातून कल्पना शोधून काढण्यासाठी विचारात गढून जाण्यास सज्ज झालो होतो. पण माझ्या एका मैत्रिणीने माझा दृष्टिकोन बदलला आणि माझा अँटिना योग्य फ्रिक्वेन्सीला जुळवून दिला. ती म्हणाली, ''स्पर्धा तर संपूर्ण जगात आहे. तू फक्त काम कर आणि ते अधिक चांगल्या प्रकारे कर.''

तिने योग्यच सांगितले होते. व्यवसायात स्पर्धेचा अडथळा पार करावाच लागतो. ही संधी एक खुला मार्ग होता, बंद झालेला नाही. वेबवर उपलब्ध असलेल्या सध्याच्या सेवा शोधणे फारसे सोपे नव्हते आणि त्यातील अनेक भाग तर युजर फ्रेंडलीदेखील नव्हते. ही अर्धवट पूर्ण झालेली गरज मी ओळखली आणि संधीच्या या मार्गावरून पुढे जाण्याचा निश्चय केला. 'रस्ता बंद आहे,' अशा पाट्या लावलेले अनेक अडथळे असले तरी मी पुढे गेलो. दहा वर्षांनंतर, त्या सर्व कंपन्या बहुधा बंद पडल्या किंवा दुर्लक्षित राहिल्या. खरे सांगायचे तर, त्या लिमोझिन क्षेत्रातील आघाडीच्या व्यावसायिकांना माझे वर्चस्व झुगारून देता आले नाही आणि त्यांनी दुसरा व्यवसाय सुरू केला.

मोठ्या कल्पना विसरा; अधिक चांगल्याकडे लक्ष द्या

यशस्वी उद्योग हे एखाद्या नवीन आणि अभूतपूर्व कल्पनेच्या आधारावर मोठे होतातच, असे नाही. यशस्वी उद्योजक हे वापरात असलेल्या कल्पनांमध्येच सुधारणा करून त्याची अंमलबजावणी करतात. व्यवस्थितरीत्या पूर्ण केल्या न जाणाऱ्या गरजा ते शोधतात आणि त्या संबंधी अधिक चांगला उपाय लोकांसमोर ठेवतात. *मोठ्या कल्पना टाळा आणि*

चांगल्या अंमलबजावणीकडे लक्ष द्या. आधी कधीही अमलात न आणलेल्या कल्पनेची तुम्हांला गरज नाही. जुन्या कल्पना पुरेशा आहेत, फक्त त्या उचला आणि अधिक चांगला वापर करा! कोणालाही जमले नसेल, अशा पद्धतीने ती कल्पना राबवा!

अनेक वर्षांपूर्वी, सर्गी ब्रायन आणि लॅरी पेज यांनी इंटरनेटकडे पाहून असे म्हटले असते की, अरे, इथे याहू, स्नॅप, अल्टा व्हीस्टा अशी अनेक सर्च इंजिन्स उपलब्ध आहेत. गुगलची गरजच काय? हे काम तर आधीच कोणीतरी करत आहे. मग काय झाले असते? त्यांनी असा विचार केला नाही ते बरे झाले आणि आता गुगल हे सर्वांत अधिक वापरले जाणारे सर्च इंजीन ठरले आहे. त्यामुळेच ब्रायन आणि पेज हे आज अब्जाधीश आहेत. अत्यंत नवीकोरी कल्पना? नाही, चांगली अंमलबजावणी केली तरच गरज व्यवस्थित भागवली जाते.

जगात सर्वत्र अनेक वर्षांपासून डिपार्टमेंटल स्टोअर्स आहेत. पण त्यामुळे सॅम वॉल्टनला 'वॉल मार्ट' स्थापन करण्यापासून कोणी रोखू शकले नाही. जेव्हा हा मार्ग बंद झाल्यासारखे वाटत होते, त्या वेळी तो खुलाच होता.

हॅम्बर्गर्स अनेक वर्षांपासून मिळत आहेत. पण, रे क्रोक याला मॅक्डोनल्ड्स सुरू करताना त्याचा अडथळा नाही जाणवला. जेव्हा हा मार्ग बंद झाल्यासारखे वाटत होते, त्या वेळी तो खुलाच होता.

हॉवर्ड शुल्ट्झ याने स्टारबक्स हा प्रकार सुरू केला, त्याच्या हजारो वर्षांपासून लोकांना कॉफी माहीत आहे. त्याची ही नवी कल्पना होती का? अजिबात नाही, स्टारबक्सने कॉफीला अत्याधुनिक रूप दिले आणि एक नवा ब्रँड, नवे वातावरण लोकांना दिले आणि त्यांचा कॉफीशी भावनिक संबंध जोडला. जेव्हा हा मार्ग बंद झाल्यासारखे वाटत होते, त्या वेळी तो खुलाच होता.

जगभरात सर्वत्र अनेक वर्षांपासून डीव्हीडी भाड्याने मिळतात, पण त्यामुळे नेटफ्लिक्स किंवा रेडबॉक्स यांना नवी कंपनी स्थापन करण्यात आणि अर्धवट पूर्ण होत असलेल्या गरजेत 'सुलभता' आणण्यापासून कोणी रोखले नाही. जेव्हा हा मार्ग बंद झाल्यासारखे वाटत होते, त्या वेळी तो खुलाच होता.

हजारो वर्षांपासून मद्य तयार केले जाते. पण जिम कोक याला 'सॅम ॲडम्स' सुरू करताना किंवा सॅम कलिजिओनी याला 'डॉगफिश हेड क्राफ्ट ब्रिव्हरी' सुरू करताना काही अडथळा आला नाही. या दोन्ही कंपन्या अमेरिकेतील सर्वाधिक वेगाने वाढणाऱ्या मद्य कंपन्या आहेत. डॉगफिशची सुरुवात १९९५ मध्ये केवळ १० गॅलन घरगुती मालातून आणि काही पैशांतून झाली होती. जेव्हा हा मार्ग बंद झाल्यासारखे वाटत होते, त्या वेळी तो खुलाच होता.

माणूस ताठ चालू लागला, तेव्हापासून पृथ्वीवर कचरा आहे. पण त्यामुळं ब्रायन स्क्युडमोरला १-८००-गॉट-जंक स्थापन करून आणि नंतर तिची फ्रेंचाइजी देताना अडचण आली नाही, तसेच वेन हुईझिंगा यांनाही एक ट्रक आणि बोटावर मोजण्याइतके ग्राहक यांच्या आधारावर कचरा व्यवस्थापन करताना अडथळा आला नाही. वेन यांनी त्यांच्या 'वेस्ट मॅनेजमेंट' कंपनीचा समावेश 'फॉर्च्युन *500*' मध्ये करून दाखवला. कचरा दूर करणे

ही काही नवी गरज होती का? की, ती अधिक चांगल्या प्रकारे पूर्ण करण्याची गरज होती? जेव्हा हा मार्ग बंद झाल्यासारखे वाटत होते, त्या वेळी तो खुलाच होता.

हात असलेले ब्लँकेट? अनेक वर्षांपासून लोकांना हा प्रकार माहीत आहे. पण म्हणून केवळ इन्फॉर्मेशनल बाजाराच्या जोरावर ४ कोटी ब्लँकेट्स विकण्यापासून स्नगीला कोणीही अडवू शकले नाही. जुन्याच कल्पनेची अधिक चांगली जाहिरात आणि चांगली अंमलबजावणी केली गेली. जेव्हा हा मार्ग बंद झाल्यासारखे वाटत होते, त्या वेळी तो खुलाच होता.

फेसबुकच्या बऱ्याच आधीपासून 'माय स्पेस'ची धूम होती, पण त्यामुळे मार्क झुकेरबर्ग थांबला नाही. त्याला एक त्रुटी दिसली आणि त्याने ती पूर्ण केली. नंतर वाढ होत गेली, तसा बदल केला गेला. जेव्हा हा मार्ग बंद झाल्यासारखे वाटत होते, त्या वेळी तो खुलाच होता.

अर्धवट पूर्ण केल्या जाणाऱ्या गरजा हा बंद मार्ग वाटत असला तरी तो खुलाच असतो. यशस्वी उद्योजक जुन्याच कल्पना, सेवा आणि उत्पादने हाती घेतात आणि त्या फक्त अधिक चांगल्या करतात किंवा त्यांना नवी दिशा देतात.

खुले मार्ग कसे ओळखणार?

एखादी अपूर्ण गरज दिसली नाही आणि तिचा फास्ट लेन संधीत उपयोग करावासा वाटला नाही, असा एकही दिवस जात नाही. माझे मन त्याच दिशेला वळते. कारण माझ्या तीव्र संवेदनांमुळे अशा संधींचे रानच मला दिसते. अनेक लोकांना जे दिसत नाही किंवा ऐकू येत नाही, ते मला दिसते किंवा ऐकू येते. तुम्हीही तुमचे डोळे किंवा कान या फ्रिक्वेन्सीला कसे जुळवून घेऊ शकता? थोडा सराव केला तर हे अगदी सोपे आहे.

खुले रस्ते, गरजा आणि संधी या सर्वसाधारणपणे 'सांकेतिक शब्दांतून' समोर येतात. 'हीच संधी आहे!' ज्या वेळी तुम्ही स्वतःला (किंवा इतरांना) या शब्दांकडे निरखून पाहताना पकडाल, त्या वेळी तुम्ही एक संभाव्य संधी उलगडलेली असते. ही काही सर्वसामान्य विधाने आहेत :

''मला याचा राग येतो...''
तुम्हांला कशाचा राग येतो? त्या रागाचे कारण दूर करा आणि तुमचा खुला रस्ता समोरच दिसेल.

''मला हे आवडत नाही...''
तुम्हांला काय आवडत नाही? न आवडणारे दूर करा आणि तुमचा खुला रस्ता समोरच दिसेल.

''यामुळं मला नैराश्य येते...''
निराशाजनक काय आहे? ते नैराश्य दूर करा आणि तुमचा खुला रस्ता समोरच दिसेल.

''हे असे का आहे?...''
मलाही माहीत नाही, का आहे? ते 'का' दूर करा आणि तुमचा खुला रस्ता समोरच दिसेल.

''मी हे करणे गरजेचे आहे का?...''
तुम्ही करणार का? वरील वाक्यातील 'आहे का?' काढून टाका आणि तुमचा खुला रस्ता समोरच दिसेल.

''माझी इच्छा आहे की, तिथे...''
काय आहे तुमची इच्छा? तुमची इच्छा असेल, तर इतरांचीही इच्छा असेल. इच्छा सत्यात उतरवा आणि तुमचा खुला रस्ता समोरच दिसेल.

''मला याचा कंटाळा आला आहे...''
तुम्हांला कशाचा कंटाळा आला आहे? कोणाचातरी कंटाळा घालवा आणि तुमचा खुला रस्ता समोरच दिसेल.

''याचा वैताग येतो...''
कशाचा वैताग येतो? तो वैताग दूर करा आणि तुमचा खुला रस्ता समोरच दिसेल.

संधी ही सहज ओळखू येणाऱ्या सांकेतिक शब्दांद्वारे समोर येते आणि ती त्या शब्दांतून तिची उपस्थिती दर्शविते. उदाहरणार्थ, खाताना माझ्या तोंडातून अन्न बाहेर पडते. अंगात पांढरा शर्ट आहे आणि स्पॅघेटी खात आहे, तर मग विसरूनच जा. शिवाय, ओठ आत ओढून ते चावायची मला घाणेरडी सवय आहे. मी जेव्हा मला चावतो, त्या वेळी तोंडात अनेक फोड येतात. हा त्रास मला शाळेपासून आहे. हे फोड आठवडाभर टिकतात आणि त्याचा फार त्रास होतो. ''मला या तोंडातील फोडांचा फार कंटाळा आला आहे.'' मला हा आवाज ऐकू आला. भाषेकडे लक्ष द्या – ''मला कंटाळा आला आहे...'' ट्रिंग ट्रिंग, संधी!

मला होणाऱ्या त्रासामुळे मी तोंडातील फोडांबाबत इंटरनेटवरून माहिती मिळवली. हे फोड येणे कसे थांबवावे, या बाबत मला काही विरोधाभासी आणि धक्कादायक माहिती मिळाली. काही लोकांनी सांगितले होते की 'एक्स' व्हिटॅमिन घ्या, काही जण म्हणाले की 'वाय' वनौषधी खा. (एक्स व्हिटॅमिन आणि वाय वनौषधी ही खरी नावे नाहीत, मी माझा फॉर्म्युला गुप्त ठेवत आहे!) त्यामुळं मी एक्स व्हिटॅमिन आणि वाय वनौषधी विकत घेतली आणि पुन्हा एकदा ओठ चावला जाण्याची वाट पाहू लागलो.

ती चूक झालीच. काहीतरी खात असताना मी माझा ओठ चावला. काही दिवसांनी मला जाणवले की चावले गेले त्या ठिकाणी फोड येत आहेत. मी तत्काळ एक्स व्हिटॅमिन आणि वाय वनौषधी यांचा मारा केला. विशेष म्हणजे, असे फोड नंतर आलेच नाहीत त्यामुळे एक्स व्हिटॅमिन आणि वाय वनौषधी यांनी या फोडांविरोधात योग्य काम केल्याचे सिद्ध झाले. आता जेव्हा केव्हा ओठ चावला गेल्यानंतर तोंडात फोड येण्याची चिन्हे दिसतात, मी पुन्हा एकदा तेच खातो आणि फोड कधीच येत नाहीत. गेल्या तीन वर्षांत मला तोंडात फोड

आलेले नाहीत. दर महिन्याला एकदातरी असे फोड येत होते, ते आता कधीच येत नाहीत. मला संधी सुस्पष्ट दिसली. मी माझा विशेष 'फोडविरोधी' फॉर्म्युला बाजारात विकू शकत होतो. माझ्या जवळ नियंत्रण, प्रवेशातील पुरेसे अडथळे, प्रमाण आणि वेळ या गोष्टी होत्या. किती लोकांना तोंडात फोड येतात ? हे फोड घालवणारी किती प्रकारची औषधे बाजारात आहेत? थोडीशीच आहेत. जी आहेत त्यांचे मार्केटिंग तरी नीट झाले आहे का? मी त्यापेक्षा अधिक चांगले करू शकतो का? (एक नोंद : माझा आहार निश्चित झाल्याने माझ्या तोंडात फोड येणे आणि फॉर्म्युल्याची आवश्यकता या दोन्ही गोष्टी कायमच्या संपल्या!).

खुल्या मार्गावरील संधी ही सहसा खूप सोप्या भाषेत तुमच्या समोर येते : असुविधा, नैराश्य, अडथळा, तक्रारी, समस्या आणि कार्यक्षमतेतील त्रुटी. तुम्ही या समस्यांवर हल्ला करा आणि तोडगा सुचवा – सर्व लोकांना हा तोडगा सुचवा आणि मी तुम्हांला खात्री देतो, पैसा तुमच्या मागे येईल! बोधवाक्य : 'लोकांचे प्रश्न सोडवा आणि तुमचा पैशाचा प्रश्न आपोआप सुटेल.'

अपयशातूनच मार्ग खुला होतो

दुर्दैवाने सर्वांत कमी वेळा अवलंबलेला फास्ट लेन मार्ग हा अपयशांनी भरलेला असतो, सरळसोट नसतो. म्हणजे अडथळे निश्चितपणे येणार. *यशाच्या मार्गावर प्रत्येक जण अपयशी ठरतो.* असे अपयश आल्यावर नंतर काय होते, यातूनच विजेते कोण आणि पराभूत कोण, हे निश्चित होते. तुम्ही कशी प्रतिक्रिया देणार? 'हा फास्ट लेन काही कामाचा नाही' असा निष्कर्ष काढून तुम्ही तुमचा प्रवास थांबवणार का? की तुम्ही रस्ता बदलणार? की तसेच पुढे जात राहणार?

जे अपयश तुम्हांला नव्या दिशेला घेऊन जाते, त्यामध्ये संशोधनाची सर्वांत प्रबळ उत्पादक शक्ती असते. हार्ट पेसमेकर, मायक्रोवेव्ह ओव्हन, पेनिसिलीन आणि रबर ही सर्व अपयश आणि अपघात यांची सर्वांत अचूक उदाहरणे आहेत. अपयशामुळे मार्ग खुला होतो आणि या अपयशातूनच मार्ग काढण्याचे धाडस संशोधकांमध्ये असते.

होय, तुमचा रस्ता सोडून देणे आणि दिशा बदलणे हा कधीतरी चांगला पर्याय असू शकतो. पण 'सोडून देणे' आणि 'रस्ता सोडून देणे' यांतील फरक नीट समजून घ्या. 'सोडून देणे' म्हणजे तुमच्या स्वप्नांचा त्याग करणे आणि त्यांना अशक्यपणाच्या कपाटात बंद करून ठेवणे. 'रस्ता सोडून देणे' याचा अर्थ दिशा बदलणे आणि नव्या रस्त्यावरून जाणे.

खासगी शिकवणी केंद्र सुरू करण्यासाठी तुम्ही तुमची शिक्षकाची नोकरी सोडली, तर तुम्ही केवळ रस्ता बदलला आहात. जर तुम्ही टॅनिंग सलून बंद करून इंटरनेट कंपनी सुरू केली, तर तुम्ही एक रस्ता बंद करून दुसरा रस्ता खुला केला आहात. तुम्ही नेटवर्क मार्केटिंग कंपनीतून बाहेर पडून तुमची स्वतःची तशी कंपनी सुरू केली, तर तुम्ही रस्ता बदलला आहात.

मी अनेक वेळा रस्ते बदलले, पण माझ्या स्वप्नांचा त्याग कधीही केला नाही. तुमचा रस्ता हा तुमच्या स्वप्नांशी कधीही जुळणारा नसेल, तर कदाचित रस्ता बदलण्याची वेळ आलेली आहे.

प्रकरण सारांश : फास्ट लेनची वैशिष्ट्यं

- संधी म्हणजे एखाद्या महान गोष्टीचा शोध घेणे नसून, कार्यक्षमतेतील त्रुटी, असुविधा आणि त्रास देणाऱ्या गोष्टींचा शोध घेणे आहे.
- तुमच्या रस्त्यावर स्पर्धेचा अडथळा नको. स्पर्धा सगळीकडे आहे आणि 'ती अधिक चांगल्या प्रकारे करायची' हे तुमचे उद्दिष्ट असावे.
- फास्ट लेनमधील यश हे अंमलबजावणीवर अवलंबून असते, कल्पनेवर नाही.
- जगातील सर्वांत यशस्वी उद्योजकांकडे महान संकल्पना नव्हत्या, त्यांनी फक्त वापरात असलेल्या कल्पनांना अधिक चांगले रूप दिले आणि त्या अधिक लोकांपर्यंत पोहोचवल्या.
- संधी ही तुमच्या भाषेतून आणि विचारांतून प्रकट होते तशीच ती दुसऱ्यांच्या भाषेतूनही प्रकट होते.
- अपयशातून नवा मार्ग खुला होतो.
- तुम्ही ज्या वेळी स्वप्नांचा त्याग करता, तेव्हाच तुम्ही 'सोडून' देता.

फास्ट लेन

३७

तुमच्या रस्त्याचा अंतिम थांबा ठरवा

*''आपल्या ध्येयापर्यंत पोहोचता न येणे यामध्ये जीवनाची शोकांतिका नसून,
पोहोचण्यासाठी कोणतेच ध्येय नसणे, ही शोकांतिका आहे.''*

–बेंजामिन मायस

तुमचा अखेरचा टप्पा कोणता?

फास्ट लेनमध्ये तुमच्या अखेरच्या टप्प्याची काळजी केली जात नाही; त्याला फक्त एक साधन व्हायचे असते. महागड्या इटालिअन गाड्या आणि आलिशान घरे तुमच्यासाठी फारशी महत्त्वाची नसतील.

मी समजू शकतो.

कदाचित तुम्ही समाजसेवक असाल आणि तुम्हांला लोकांमध्ये चांगूलपणाचा प्रचार करत साधेपणाचे आयुष्य जगायचे असेल किंवा धर्मादाय आणि स्वयंसेवी संस्थांना देणगी द्यायची असेल. फास्ट लेन मार्गावरील प्रवासाचा अंतिम टप्पा हा तुम्हांला आनंद आणि स्वातंत्र्य मिळवून देण्याचा आहे. आर्थिक दबावातून स्वातंत्र्य; बॉसपासून स्वातंत्र्य; अलार्म, दोन तासांचा प्रवास; चुकीची समीकरणे (९ ते ५, दोन दिवसांसाठी पाच दिवस, २ आठवड्यांसाठी ५२ आठवडे आणि ४० वर्षं केवळ आठ टक्के) आणि संपूर्ण जग तुमच्यासाठी आहे, हे समजण्याचे स्वातंत्र्य.

स्वातंत्र्याची किंमत : पैसा

स्वातंत्र्याला एक किंमत असते आणि ती किंमत म्हणजे पैसा. भौतिक सुख देणारी फेरारी घ्यायची असो किंवा समाज कल्याणासाठी संस्था उभी करायची असो... या दोन्हींसाठी पैसा आवश्यक असतो. समुद्र पोहत तुम्ही जगप्रवास करू शकत नाही. तुम्हांला प्रवासासाठी पैसे द्यावे लागतात आणि पैसा हा शत्रू आहे असे तुम्हांला वाटत असेल तर तुम्ही आधीपासूनच भरकटलेले आहात.

फास्ट लेन फोरमवर, एका युजरच्या पोस्टमधून सिद्ध होते की, लोकांना स्वातंत्र्याच्या झाडाची फळे तर चाखायची असतात, पण ते झाड लावण्यासाठी धडपड करायची इच्छा नसते.

मी शेकोटीजवळ काही लोकांबरोबर गप्पा मारत बसलो होतो. पैशांचा विषय चर्चेत आला. एक जण सांगू लागला की, पैसा म्हणजे आयुष्यात सर्वस्व नाही आणि हा पैसा म्हणजे काही सत्य नाही – केवळ समाजाने स्वीकारलेला एक आभास आहे – आणि त्याला एखादा बदमाश उद्योगपती होण्याऐवजी गरीब व्यक्ती व्हायचे आहे. 'स्व'चा शोध घेण्यासाठी आपण आपले आयुष्य मागे सोडून दिले आहे, त्यामुळे खोली आणि राहण्याचा खर्च वाचवण्यासाठी तो इथे (फुकट) राहत आहे, असे त्याने मला सांगितले.

आपल्या चार वर्षांच्या मुलाला मागे सोडून आल्यामुळे त्याला हे जगणे अवघड जात होते – पण तरीही त्याला स्वतःचा शोध घ्यायचा होता. अखेर, पैसा म्हणजे आयुष्य नाही. त्याला शहराच्या कडेला डोंगरापाशी केवळ एक छोटे घर आणि घोडा हवा होता. शेकोटीभोवती असणारे इतर सर्व लोक माना डोलवत होते आणि त्याच्या शहाणपणाबद्दल कौतुक करत होते. पहिली गोष्ट मला मान्य आहे : आयुष्याचा संबंध पैशाशी नाही, वेळेशी आहे – तर मग घराच्या (पैशांच्या नाही!) शोधासाठी आठवड्याचे चाळीस तास का वाया घालवत आहात? दुसरी गोष्ट, पैशाने माणूस बदलत नाही; तो फक्त त्यांना ते जसे आहेत, त्यापेक्षा अधिक बनवतो. तिसरी गोष्ट, डोंगराच्या कडेला एक घर आणि घोडा विकत घेण्यासाठी १५ लाख डॉलर्स खर्च येतो. आणि सर्वांत महत्त्वाचे म्हणजे, तुम्ही स्वतःचा शोध घेण्यासाठी स्वतःच्याच मुलाचा त्याग केला? आणि या सर्व प्रक्रियेत तुम्हांला कवडीचेही उत्पन्न मिळत नाहीये? तुमच्या शहाणपणाच्या या प्रवासाचा, तसेच तुम्ही ज्याला मागे सोडून आला आहात त्या मुलाच्या भावनिक आणि आर्थिक गरजांचा खर्च कोण करतो आहे? मी असे अनेक लोक पाहिले आहेत जे पैशांचा आणि त्या संबंधित सर्व गोष्टींचा तिरस्कार करतात; पण तरीही त्यांना अखेरीस : मोकळा वेळ आणि स्वतःचे स्वप्न साकार करण्याची क्षमता हवी असते. तो ज्या वेळी त्याची बडबड करत होता, त्या वेळी मी त्या चर्चेतही सहभाग घेतला नाही. थोडक्यात सांगायचे, तर आपण (त्याने स्वतःने नाही) त्याच्या छोट्या घराचा, घोड्याचा खर्च करावा आणि इतर कोणीतरी त्याच्या मुलाचे संगोपन करावे, असे त्याला म्हणायचे होते.

स्वप्न मोठे असो वा छोटे, त्यासाठी किंमत मोजावी लागते आणि ती किंमत म्हणजे पैसा मोजावा लागतो. पण किती?

तुमचा अंतिम टप्पा निश्चित करा : सुरुवातीच्या चार पायऱ्या

तुमचा अंतिम टप्पा म्हणजे तुम्हांला हवी असलेली जीवनशैली आणि ती उपभोगण्याचे स्वातंत्र्य.

हा अंतिम टप्पा गाठण्यासाठी दोन धोरणे पाळावी लागतात.

पहिले म्हणजे, पैशांची व्यवस्था. यामध्ये तुम्ही पैसे इतक्या प्रमाणात साठवता की त्यातून महिन्याला मिळणारे व्याज आणि लाभांश यांतून तुमची जीवनशैली उपभोगता येईल.

दुसरे म्हणजे व्यवसाय यंत्रणा. ज्यामुळं तुमच्या जीवनशैलीला तसेच तुमच्या पैशांच्या व्यवस्थेला आधार देता येईल इतका पैसा तुम्हांला मिळत राहील.

हे साध्य करण्यासाठी, तुमच्या समोर निश्चित लक्ष्य असणे आवश्यक आहे. विशेषत: तुम्हांला आणि तुमच्या कुटुंबाला किती पैशांची आवश्यकता आहे?

तुम्हांला हव्या असलेल्या स्वातंत्र्याची आणि जीवनशैलीची किंमत किती आहे?

हे ओळखण्यासाठी खालील चार पायऱ्यांचा वापर करता येईल :

१) **जीवनशैली निश्चित करा : तुम्हांला काय हवे आहे?**
२) **त्यासाठीच्या किमतीचा अंदाज घ्या : तुमची स्वप्ने साकार करण्यासाठी किती खर्च येईल?**
३) **लक्ष्य निश्चित करा : पैशांची व्यवस्था आणि व्यवयातील उत्पन्नाची लक्ष्ये निश्चित करा**
४) **हे सर्व सत्यात उतरवा : त्यासाठी पैसा खर्च करा आणि खुला करा.**

पायरी १ : जीवनशैली निश्चित करा

तुम्हांला कशी जीवनशैली हवी आणि त्यासाठी किती पैसा खर्च होऊ शकतो, हे आधी निश्चित करा. तुम्हांला एखादे मोठे घर हवे आहे का किंवा स्वयंसेवी संस्था हवी आहे का? तुम्हांला नक्की काय हवे आहे? सर्व काही लिहून काढा.

सरावाचा भाग म्हणून, मी एक उदाहरण देतो.
तीन मोटारी : मर्सिडीझ, हायब्रीड कार आणि मिनीव्हॅन.
६,००० चौरस फुटांचे घर, त्यात कारंजे, पूल आणि धबधबा.
डोंगरामध्ये एक छोटी केबिन.
वर्षातील तीन महिने प्रवास करता येण्याची क्षमता.
माझ्या मुलांसाठी खासगी शाळा.

पायरी २ : किमतीचा अंदाज घ्या

प्रत्येकासाठी दर महिन्याला येणाऱ्या खर्चाचा अंदाज काढा. शिवाय त्याबरोबर येणारे इतरही काही खर्च आहेत : कर, सोयीसुविधा, देखभाल, विमा इत्यादी. आरोग्य विमा, अन्न या जीवनावश्यक बाबी विसरू नका.

तीन मोटारी : २,००० डॉलर्स
घर : ५,००० डॉलर्स
केबिन : १,००० डॉलर्स
प्रवास : १,००० डॉलर्स
खासगी शाळा : १,००० डॉलर्स

जीवनशैलीची किंमत : १०,००० डॉलर्स प्रतिमहिना

यानंतर, महिन्याला करावा लागणारा खर्च आणि इतर गोष्टींकडेही लक्ष द्या. म्हणजे तुमचे कपडे, गॅजेट्स, मुलांसाठी खेळणी, मनोरंजन इत्यादी. जगण्याचा एकूण खर्च काढण्यासाठी, हे तुमच्या जीवनशैलीसाठीच्या खर्चात समाविष्ट करा.

जगण्याचा एकूण खर्च = १०,००० डॉलर्स प्रतिमहिना (जीवनशैलीची किंमत)
+ ४००० डॉलर्स प्रतिमहिना (इतर खर्च)
जगण्याचा एकूण खर्च = १४,००० डॉलर्स प्रतिमहिना

यानंतर, तुमचा जगण्याचा निव्वळ खर्च काढण्यासाठी एकूण खर्चाला ०.६० किंवा ६० टक्क्यांनी भागा. हे सर्व संभाव्य कर आहेत.

जगण्याचा निव्वळ खर्च = १४,०००/०.६० = २३,३०० डॉलर्स प्रतिमहिना

पायरी ३ : लक्ष्य निश्चित करा

या पायरीचे मुख्य उद्दिष्ट म्हणजे तुमच्या समोर दोन लक्ष्य निश्चित करणे : पैसे मिळवण्यासाठी *व्यवसाय यंत्रणा* आणि *पैशांची व्यवस्था.* पैशांच्या व्यवस्थेचे लक्ष्य निश्चित करण्यासाठी, तुमचा जगण्यासाठी येणाऱ्या निव्वळ खर्चाला १२ ने गुणा आणि नंतर ०.०५ किंवा ५ टक्क्यांनी भागा. पैशांच्या व्यवस्थेतून जास्तीतजास्त ५ टक्के उत्पन्न मिळू शकते.

पैशांची व्यवस्था : (२३,३३३ डॉलर्स x १२) / ०.०५ = ५,५९९,९२० डॉलर्स

तुमच्या व्यवसायाच्या यंत्रणेचे लक्ष्य गाठण्यासाठी, तुमच्या जगण्यासाठीच्या एकूण मूल्याला ५ ने गुणा. हे म्हणजे पैशाच्या व्यवस्थेला अनुरुप असणारा परिणाम साध्य करण्यासाठी आवश्यक असलेले परिमाण आहे.

व्यवसाय यंत्रणेचे लक्ष्य = (१४ हजार डॉलर्स x ५) = ७०,००० डॉलर्स प्रतिमहिना

ही तुमची दोन लक्ष्ये आहेत.

एक म्हणजे, अशी व्यवसाय यंत्रणा तयार करण्याचा प्रयत्न करा– ज्यातून तुम्हांला कोणतेही काम न करता दर महिन्याला ७० हजार डॉलर्स एवढे उत्पन्न मिळेल. या उत्पन्नापैकी, ४० टक्के करासाठी, ४० टक्के तुमच्या पैशाच्या व्यवस्थेसाठी आणि २० टक्के

तुमच्या जीवनशैलीसाठी लागतील. यामुळे तुमच्या जीवनशैलीचे लक्ष्य साध्य होते आणि त्याबरोबरच तुमच्या पैशाच्या व्यवस्थेसाठीही पैसा मिळत राहतो.

दुसरे एक लक्ष्य म्हणजे तुमच्या एकरकमी पैशाच्या व्यवस्थेतून विनासायास मिळणारे उत्पन्न. तुम्हांला हवी असलेली आणि पैशांची व्यवस्था असलेली जीवनशैली जगण्यासाठी, तुमच्या समोरील पैशांचे लक्ष्य आहे : ५,५९९,९२० डॉलर्स. या रकमेवरील ५ टक्के व्याज म्हणून महिन्याला जवळपास २३ हजार डॉलर्स मिळतात, यातून जीवनशैली आणि कर यांचा खर्च भागतो.

या दुधारी व्यवहारामुळे, पैशाच्या व्यवस्थेलाही पैसा पुरवणाऱ्या व्यवसायातूनच तुम्हांला काम न करता मिळणाऱ्या उत्पन्नाचा स्रोत तयार होतो. याचा परिणाम म्हणजे तुमचा अंतिम टप्पा सहज तुमच्या हाती येतो. तुम्ही प्रत्यक्ष निवृत्त न होताही, निवृत्तीचा आनंद घेऊ शकता.

उदाहरणार्थ, माझ्या वेबच्या व्यवसायातून मला नियमितपणे दर महिन्याला १ लाख डॉलर्स मिळतात. हे उत्पन्न महिनोन्‌महिने सुरू आहे. तरीही, कोणत्याही क्षणी माझ्या जवळ २ कोटी डॉलर्सहून अधिक पैसे नसतात, पण जीवनशैली हा पर्याय होता. कारण, *माझ्या व्यवसायाच्या यंत्रणेतून निर्माण होणारा पैसा हा एकरकमी पैशाच्या व्यवस्थेएवढाच होता.* अतिरिक्त उत्पन्नातून माझ्या पैशाच्या व्यवस्थेची सोय झाली.

नंतर केव्हातरी, अपेक्षेइतकी संपत्ती निर्माण करण्यासाठी मी काही मालमत्ता विकली. जर तुमच्या व्यवसायाच्या यंत्रणेमुळे तुम्हांला काम न करताही पैसा मिळत असेल, तर तो तुम्ही तुमच्या जीवनशैलीचा उपभोग घेण्यासाठी आणि पैशांच्या व्यवस्थेसाठी वापरू शकता.

पायरी ४ : वास्तवात उतरवा

तुमच्या समोरील तीन फुटांवरचे पाहण्यास सुरुवात करा, तीन मैलांकडे लक्ष देऊ नका. दूर पर्वतांच्या कडांकडे पाहिल्यास तुम्ही दबून जाल, त्यामुळे त्याचा विचार करायचे थांबवा.

प्रचंड मोठी कामे करण्याची गुरुकिल्ली म्हणजे त्याचे छोट्या छोट्या तुकड्यांत रूपांतर करा. २६ मैलांवर लक्ष्य केंद्रित केल्यास तुम्ही २६ मैलांची मॅरेथॉन जिंकू शकत नाही. आधी एक, मग दोन, नंतर तीन, मग चौथ्या मैलाला पार करण्याकडे लक्ष द्या.

मी हे फास्ट लेन फोरमवर (TheFastlaneForum.com) नेहमी पाहतो : ''मला दर महिन्याला ५ हजार डॉलर्स कमवायला आवडेल? मी ते कसे कमवू?'' पैशांच्या मागे धावण्याचा हा प्रकार चुकीचा असला, तरी तुमचे हे उद्दिष्ट साध्य करण्यासाठी तुम्हांला पहिली पायरी म्हणून महिन्याला ५० डॉलर्स कमवावे लागतील. दर महिन्याला ५० डॉलर्स कसे कमवायचे, हे तुम्हांला समजल्याशिवाय तुम्ही एका महिन्यात ५००० डॉलर्स कमवू शकत नाही. तरीही, लोकांना या प्रक्रियेतून जायचे नसते आणि केवळ समारंभ हवे असतात, हे आश्चर्यचकित करणारे आहे.

तुमची पैशांची व्यवस्था लावण्यासाठी, एक नाणे घ्या आणि गल्ल्यात टाका.

अभिनंदन! तुम्ही तुमच्या लक्ष्यापासून फक्त २५ पावले दूर आहात.

मी अजिबात गंमत करत नाहीये.

५६,००,००० डॉलर्स हे तुमचे लक्ष्य नाही, तर ५६,००,००,००० पेनी हे तुमचे लक्ष्य आहे.

रोज दिवसाअखेर तुमच्याकडील सुट्टे पैसे गल्ल्यात टाका. इकडे ६० सेंट सापडतील, तिकडे २५ सेंट सापडतील, आणखी कुठे ११५ सेंट सापडतील. त्या सर्वांची बेरीज होत जाते आणि तुम्ही दररोज तुमच्या लक्ष्याच्या दिशेने वाटचाल करता.

हा मूर्खपणा वाटतो का?

अजिबात नाही, मी अशीच सुरुवात केली होती आणि मी आजही ती सवय कायम ठेवली आहे; कारण या सवयीमुळे तीन उद्देश साध्य होतात.

एक म्हणजे, तुम्ही दररोज जेव्हा गल्ल्यामध्ये पैसे टाकता, त्या वेळी आपले लक्ष्य जवळ येते आहे हे डोळ्यांसमोर आणण्यासाठी तुम्ही स्वत:ला प्रशिक्षण देता. तुम्हांला दररोज त्याची आठवण राहते. अर्थातच, तुम्ही या प्रकारे ५६ कोटी नाणी गोळा करू शकत नाही, पण दूर असणाऱ्या लक्ष्याच्या दिशेने सातत्याने प्रगती करत राहणे, हा यामागील उद्देश आहे.

दुसरी गोष्ट म्हणजे, यामुळे तुम्ही वारंवार मूल्यांकन करता : लक्ष्य साध्य करण्यासाठी तुम्ही आज जोर लावला का, की सुट्या पैशांचा गल्ला हेच तुमच्याकडील एकमेव साधन आहे? तुम्ही फास्ट लेन व्यवसाय करत आहात की अद्यापही नोकरीतच अडकून पडला आहात?

तिसरा उद्देश म्हणजे, तुमचा पैशांशी असलेल्या *संबंधात* बदल घडवून आणणे. तुम्ही जर पैशांच्या व्यवस्थेबाबत पुरेसे गंभीर असाल, तर तुम्हांला पैशांबाबत तुमच्या मनात असलेल्या दृष्टिकोनात फार मोठा बदल करावा लागेल. तुमच्या लेखी पैसा म्हणजे काय आहे? बाजारात नुकत्याच आलेल्या *'कॉल ऑफ ड्यूटी'ला* खरेदी करण्याचे माध्यम? की तुमच्या स्वातंत्र्यासाठी लढणाऱ्या सैन्यातील एक सैनिक?

अंतिम टप्पा म्हणजे तुमच्या पैशाच्या व्यवस्थेला ब्रोकरेज फर्मचा आधार द्या. तुमच्या पैशाच्या व्यवस्थेचे प्रतिनिधित्व करणारे एक खाते उघडा. सर्वसाधारणपणे, बहुतेक ब्रोकरेज अकौंटमध्ये किमान १ हजार डॉलर्स अनामत रक्कम ठेवावी लागते. तुमचे जर आधीपासूनच अकौंट असेल तर तुम्हांला ५ टक्के वार्षिक व्याज देणारी एखादी योजना निवडा आणि त्यात पैसे गुंतवा. किंवा, दुसरा पर्याय म्हणजे तुम्ही ट्रेडिंग अकौंट सुरू करून, नेहमीच्या म्यूच्युअल फंडाऐवजी, नियमितपणे होणाऱ्या एक्सचेंज ट्रेडेड फंडचा फायदा उठवू शकता. तुमचे खरेखुरे अकौंट सुरू करण्यासाठी मी तुम्हांला काही ब्रोकरेज फर्म सुचवतो :

१) फिडेलिटी (Fidelity.com/1-800-FIDELITY)

२) व्हॅनगार्ड (Vanguard.com/1-877-662-7447)

३) टी. रोव प्राइस (TRowePrice.com/1-800-638-5660)

४) टीडीअमेरिट्रेड (TDAmeritrade.com/1-800-454-9272)

अकौंट सुरू करण्यासाठी तुमच्याकडे एक हजार डॉलर्स नसतील, तर तितके पैसे कमावल्यावर तुम्ही हे अकौंट सुरू करु शकता. तुमच्या सुट्या पैशांच्या गल्ल्यातून तुम्हांला दरवर्षी साधारण ५०० डॉलर्स मिळू शकतात. तुम्ही खरेखुरे अकौंट सुरू केल्यास, तुम्हांला काम न करता मिळणाऱ्या पैशांचा अनुभव घेता येईल. तुमच्या या विनाकाम पैशांच्या व्यवस्थेत जर ५० हजार डॉलर्स असतील (फास्ट लेनमधून जायचे असल्यास हे पुरेसे नाहीत) तर, तुम्हांला दर महिन्याला मिळणाऱ्या व्याजाच्या पैशातून हा उत्पन्नाचा स्रोत पाहायला मिळतो. उदाहरणार्थ, जर तुमच्या पैशांच्या व्यवस्थेसाठी तुम्ही जागतिक बाँडमध्ये गुंतवणूक केली आणि त्यातून वर्षाला ६.५ टक्के व्याज मिळत असेल तर तुम्हांला ५० हजार डॉलर्सची गुंतवणूक करून दर महिन्याला काहीही न करता २७० डॉलर्स मिळतात.

आता, मी पुन्हा सांगतो, फास्ट लेन संपत्ती ही निव्वळ उत्पन्न आणि संपत्तीच्या मूल्यातून तयार होते – स्टॉक मार्केट किंवा मिळणाऱ्या व्याजातून नाही. या अकौंटला तुमच्या फास्ट लेन व्यवसायातून पैसा जायला हवा, तुमच्या पगारातून वाचलेल्या पैशांमधून नाही.

मार्गाचे नियम : अर्थसाक्षरता

माझी बहीण ज्या वेळी २१ वर्षांची झाली, तिने तिच्यासाठी नवी कार खरेदी केली – निसान पल्सर. अर्थजगतातील तिची ही पहिली चूक होती आणि अर्थसाक्षरतेशी माझी झालेली तोंडओळख होती.

या कारचे हप्ते भरताना माझी बहीण मेटाकुटीला येत असे आणि ज्या वेळी मी तिला तिच्या कर्जाचे स्टेटमेंट वाचायला सांगितले, मी थक्कच झालो. मी जरा तपासणी केली आणि तिला विचारले की, तू ही कार कशी खरेदी केली? तू व्यवहार कसा केला?

ती म्हणाली, ''मी डिलरला सांगितले की, मी महिन्याला ३९९ डॉलर्स देऊ शकते.'' व्यवहार करण्यातील कमकुवतपणा ही तिची मोठी चूक नव्हती तर अर्थनिरक्षरता ही होती. तिला जे हवे होते, तेच डिलरने तिला दिले होते आणि त्यामुळेच ती कर्जात बुडाली होती. तिने मूळ किमतीपेक्षा कितीतरी अधिक किमतीने गाडी घेतली आणि जवळपास बेकायदा दराने कर्ज घेतले. माझ्या बहिणीला जसे हवे होते अगदी तसेच डिलरने दिले : ३९९ डॉलर्सचा दर महिन्याला हप्ता. आणि बाकीच्या गोष्टी त्याने गृहीत धरल्या. तिचे कर्ज ६० महिन्यांसाठी होते (जे ४८ महिन्यांसाठी हवे होते) आणि व्याजाचा दर १८.८ टक्के होता (जो ९ टक्के हवा होता). म्हणजे, एका चुकीमुळे तिला गाडी दुप्पट किमतीला पडली आणि ती चूक म्हणजे आर्थिकदृष्ट्या निरक्षर असणे.

पैशांच्या व्यवस्थेचे व्यवस्थापन करण्यासाठी अर्थसाक्षरता हवी

तुम्ही मूलभूत वित्त आणि अर्थशास्त्राकडे निष्काळजीपणे पाहत असाल तर तुम्ही अर्थसाम्राज्य उभे करू शकत नाहीत. ही शिस्त म्हणजे आर्थिक साम्राज्याचा पाया आहे आणि त्या आधाराशिवाय, कच्च्या रस्त्यावरून जाणेही धोकादायक आहे.

लक्षात ठेवा, अधिक पैसे असल्याने पैशाचा प्रश्न सुटत नाही. पदवी मिळाल्यानंतर शिक्षण बंद करणे हे कच्च्या रस्त्याच्या दिशेने टाकलेले पहिले पाऊल असेल, तर मूलभूत वित्त आणि अर्थशास्त्राचा अभ्यास न करणे हे दुसरे पाऊल आहे.

हे जग अर्थ निरक्षर लोकांनी भरलेले आहे आणि त्यांना गाडीही चालवता येत नाही आणि रस्त्याचे नियमही माहीत नाहीत.

लहान असताना आपल्याला पैशांचे व्यवस्थापन कसे करायचे किंवा आर्थिक शिस्त कशी पाळायची, या बाबत काहीच शिकवले जात नाही. शिकाऱ्यांचा वावर असलेल्या या जंगलात आपल्याला प्रवेश दिला जात नाही. अनेक बुद्धिमान लोकांना साध्यासाध्या अर्थ-संकल्पनांबाबत अज्ञान असते. उदाहरणार्थ :

- व्याजाचे दर
- करप्राप्त आणि करमुक्त उत्पन्न
- गहाण संपत्तीवरील हप्ते
- चेकबुक बॅलन्सिंग
- मूलभूत दर आकारणी
- गुंतवणुकीवरील उत्पन्नाची आकडेवारी काढणे
- शेअरचे भाव का पडतात, का वर जातात?
- बँकेतील ठेवींवर १५ टक्के व्याजाची हमी म्हणजे 'गैरव्यवहार' कसा आहे?
- स्टॉकमधील कॉल्स आणि पुट्स हे पर्याय कसे काम करतात?
- विमा कशासाठी असतो?
- म्यूच्युअल फंडाचे काम कसे चालते?
- रोखे म्हणजे काय, त्यांची किंमत कमी-जास्त कशी होते?
- जागतिक चलन म्हणजे काय?

विनाकाम पैसे मिळवून देणाऱ्या पैशाच्या व्यवस्थेचा पुरेपूर फायदा घ्यायचा असेल, तर तुमच्या या पैशांच्या व्यवस्थेचे इंधन असणाऱ्या या आर्थिक उपकरणांची तुम्ही नीट माहिती करून घेण्याची आवश्यकता आहे. सरळव्याज कसे काढायचे, हे तुम्हांला माहीत आहे का? गुंतवणूक परतावा? व्याजाचे दर वाढल्यावर रोख्यांच्या किमतीचे काय होते, हे तुम्हांला माहीत आहे का? करमुक्त उत्पन्न आणि करप्राप्त उत्पन्न यांतील फरक तुम्हांला सांगता येईल का ?

अर्थनिरक्षर लोक पैशांच्या व्यवस्थेचे व्यवस्थापन करू शकत नाहीत. तुमच्या या मार्गावर यशस्वी होण्यासाठी, तुम्हांला या रस्त्याचे नियम ठाऊक असणे आवश्यक आहे आणि संपत्तीसाठी चालकाचे शिक्षण, म्हणजे मूलभूत वित्त आणि अर्थशास्त्र शिकून घेणे आवश्यक आहे.

तुमच्याकडील साधनांच्या तुलनेत साधे जगा – स्लो लेन?

अर्थसाक्षरतेचा पहिला नियम म्हणजे तुमच्याकडील साधनांच्या तुलनेत साधे जगा. होय, स्लो लेनच्या समर्थकांचे हे फार जुने तत्त्वज्ञान असून ते 'तुमच्या उत्पन्नापेक्षा कमी खर्च करा' या गणितीय सूत्राला पर्याय ठरणारे आहे. १० डॉलर्स कमाई असेल तर २० डॉलर्सचा खर्च नको.

पण याचा फास्ट लेनशी संबंध आहे?

अर्थातच, अट फक्त एकच आहे : *तुमच्याकडील साधनांच्या तुलनेत साधे जगा, त्या साधनांचा विस्तार करण्याचा हेतू मात्र मनात ठेवा.*

'तुमच्याकडील साधनांच्या तुलनेत साधे जगा,' हे वाक्य कोणत्याही उत्पन्नाच्या पातळीला पूरक आहे. 'साधन' हा यातील समान धागा आहे. बिल हा ५० हजार डॉलर्स कमवत असेल आणि जॅक १० लाख डॉलर्स कमवत असेल तर कोणाकडे साधने अधिक आहेत? कोण आलिशान जीवन जगू शकेल? दोघेही कदाचित त्यांच्या साधनांच्या चौकटीत तसे जगत असतील, पण जॅकची जीवनशैली प्रचंड भिन्न असेल.

लक्षात ठेवा, *स्लो लेनमधून जाणारे खर्च कमी करण्याचा प्रयत्न करतात, तर फास्ट लेनमधून जाणारे उत्पन्न आणि संपत्तीचे मूल्य वाढवण्याचा विचार करतात.*

तुम्ही ऐटीत राहू शकता आणि तरीही तुमच्या साधनांच्या तुलनेत साधेपणाने जगू शकता. फक्त फास्ट लेनमधून जाणाऱ्यांसाठी हे एक मोठे आव्हान असते. कारण, आपल्याला आधी पैसे मिळतात, शेवटी नाही. तुम्ही पैसे कमावल्यावर बऱ्याच काळाने कर भरायचा असतो. त्यामुळे 'तुमच्याकडील साधनांच्या तुलनेत साधे' जगण्यासाठी सरासरीपेक्षा अधिक शिस्तीत जगायला हवे.

अर्थ सल्लागार कधीही निरक्षरता दूर करत नाही

मी स्वतःच माझा अर्थ सल्लागार आहे; कारण मला नियंत्रण गमवायला आवडत नाही. अर्थ सल्लागाराचे सहकार्य घेतल्याने कदाचित तुम्हांला उपयोग होऊ शकतो, फक्त एक गोष्ट होऊ शकत नाही : *अर्थ सल्लागार कधीही निरक्षरता दूर करत नाही.* होय, तुमच्या दुपारच्या भोजनात सॅलड आहे, याचा अर्थ तुम्ही रात्रीच्या भोजनाला डोनट खावेत, असा होत नाही. तुम्ही अर्थ सल्लागाराची मदत घेतली, तर त्याने दिलेल्या सल्ल्याचे मूल्यांकन करण्याची क्षमता तुमच्यामध्ये हवी. व्याजाचे दर वाढत असताना तुम्हांला तुमचा सल्लागार रोखे विकत घेण्याचा सल्ला देतो का? तुम्ही आधीच अनेक शेअर खरेदी केले असताना तुमचा सल्लागार तुम्हांला आणखी खरेदी करण्याचा सल्ला देत आहे का? तुमचा सल्लागार, एखाद्या गुंतवणुकीची तुम्हांला 'खोटी वाटेल' इतपत स्तुती का करत आहे? *साक्षरता तुम्हांला तुमच्या सल्लागाराने दिलेल्या सल्ल्याचे मूल्यांकन करण्याची क्षमता देते.*

ऑक्टोबर २००९ मध्ये, अभिनेता निकोलस केज (ज्याची २००८ मधील कमाई ४ कोटी डॉलर्सपेक्षा अधिक होती असे म्हणतात) याने, त्याच्या आधीच्या व्यवसाय व्यवस्थापकाविरोधात २ कोटी डॉलर्सचा दावा केला. चुकीचा सल्ला देऊन, कफल्लक

होण्याच्या मार्गाचा सल्ला दिल्याचा आरोप निकोलस याने केला. त्याने सांगितले की, त्याला अत्यंत धोकादायक अशा गुंतवणुकीत पैसा गुंतवण्याचा सल्ला दिला गेला आणि त्यामुळे त्याचे फार मोठे नुकसान झाले. या दाव्याला दिलेल्या प्रत्युत्तरात निकोलसच्या व्यवसाय व्यवस्थापकाने, 'त्याने दिलेला सल्ला नव्हे, तर निकोलसने केलेला अमाप खर्च हे आर्थिक अडचणींचे कारण,' असल्याचा दावा केला.

खरे कारण काहीही असो, तुम्हांला जर तुमचा सल्लागार तपासून घेता येत नसेल, तर तुमच्याकडे नियंत्रण राहत नाही. चांगला सल्ला आणि चुकीचा सल्ला यांतील फरक तुम्हांला समजला नाही तर तुमच्याकडे नियंत्रण राहत नाही. जे लोक आर्थिक नियोजन करून देणाऱ्यांचा सल्ला घेतात त्यांच्यासाठी *: साक्षरता हा विमा आहे.* ज्याप्रमाणे अधिक पैसा हा तुमचे खराब अर्थनियोजन सुधारू शकत नाही, त्याचप्रमाणे अर्थ सल्लागार तुमची अर्थ निरक्षरता दूर करत नाहीत.

अर्थनिरक्षरता तुम्हांला धोक्यात घालू शकते आणि सर्वांत वाईट परिणाम म्हणजे गैरव्यवहार. बर्नार्ड मॅडॉफ यांच्या गुंतवणूक योजनेत हजारो जणांची फसवणूक झाली आणि अब्जावधी डॉलर्सचे नुकसान झाले. सर्वांत धक्कादायक म्हणजे या बाबतची धोक्याची घंटा अनेक वर्षे आधीच वाजली होती. पण जेव्हा तुम्ही अर्थनिरक्षर असता, त्या वेळी तुम्ही बहिरे असता आणि जेव्हा तुम्ही बहिरे असता, *त्या वेळी तुम्हांला घंटा ऐकू येत नाही.*

प्रकरण सारांश : फास्ट लेनची वैशिष्ट्यं

- फास्ट लेन हा तुमचा टप्पा साधण्याचे साधन आहे. कारण स्वप्ने पूर्ण करण्यासाठी पैसा खर्च करावा लागतो.
- मोठ्या ध्येयांना छोट्या तुकड्यांमध्ये विभाजित करून ती साध्य करा.
- दररोज बचत केल्याने तुमचे पैशाबरोबर विशेष संबंध तयार होतात. ही तुमची स्वातंत्र्य मिळवण्याची विनाकाम यंत्रणा असून तुमच्या सैन्यातील एक अतिरिक्त सैनिक आहे.
- पैशांची व्यवस्था ही संपत्ती वाढवण्यासाठी नसते, तर उत्पन्न वाढवण्यासाठी असते. संपत्ती वाढवण्याचे काम तुमच्या फास्ट लेन मार्गावर सोडा.
- तुम्ही अर्थनिरक्षर असाल तर आर्थिक साम्राज्य उभे करण्यासाठी तुम्हांला फार झगडावे लागेल.
- 'तुमच्याकडील साधनांच्या तुलनेत साधेपणाने जगा' हे प्रत्येक उत्पन्न पातळीला सयुक्तिक ठरते.
- फास्ट लेनमधून जाणाऱ्यांसाठी 'साधनांच्या तुलनेत साधेपणाने जगा' म्हणजे त्यांच्या साधनांचा विस्तार करणे, हे आहे.
- अर्थ सल्लागार तुमची अर्थनिरक्षरता दूर करत नाही आणि साक्षरता हा विमा आहे.
- अर्थनिरक्षरतेमुळे तुमचे नियंत्रण कमजोर होते, विशेषतः अर्थ सल्लागाराने दिलेल्या सल्ल्याचे मूल्यमापन करताना.

भाग ८ :

तुमचा वेग :
संपत्तीला गती द्या

फास्ट लेन

३८

यशाचा वेग

''कल्पना म्हणजे केवळ बौद्धिक फुशारकी.''

–एम. जे. डिमार्को

'अरे वा! २२० मैल प्रतितास.'

माझी लॅम्बोगिनी जेव्हा सार्वजनिक ठिकाणी पार्क केलेली असते, त्या वेळी मी अनेक युवकांकडून '२२०'चा उच्चार झालेला ऐकला आहे. तिच्या स्पीडोमीटरवरील टॉप स्पीड २२० मैल प्रतितास असा आहे. इतकी पॉवर असतानाही, ही गाडी कधीही २२० मैल प्रतितास या वेगाने चालवली गेलेली नाही, १५० मैल प्रतितास या वेगानेही नाही. कारण, '२२० मैल प्रतितास' ही त्या गाडीच्या वेगाची सर्वोच्च क्षमता आहे आणि या पुस्तकात तुम्ही जे काही वाचले असेल ते सर्व : निष्क्रिय, न वापरलेली क्षमता आहे.

फास्ट लेन तत्त्वज्ञान आणि त्यातील समीकरणे हा शक्य असलेला सर्वोच्च वेग आहे.

फास्ट लेनचा नकाशा आणि त्याचे संपत्तीचे सूत्र समजून घेतल्यानंतर तुम्ही कच्च्या रस्त्यापासून आणि स्लो लेनपासून दूर जाल. तुमची गाडी अद्ययावत आहे आणि तिच्यात इंधन पूर्ण भरलेले आहे. तुम्हांला केवळ रस (आवड) नाही, तर तुम्ही त्यासाठी समर्पितही आहात. संपूर्ण प्रक्रियेतून जाण्याची तुमची तयारी आहे, काय हवे आणि कोठे जायचे आहे हे निश्चित ठाऊक आहे. तुम्ही योग्य रस्त्यावर आहात, आता ॲक्सिलरेटरवर पाय दाबण्याची वेळ आली आहे.

काही न करणे, हेच अपेक्षित आहे

'एका रात्रीत श्रीमंत व्हा' या छापाच्या प्रचारकी उत्पादनांचा खरोखरच काही फायदा होतो का? परकीय चलनाचा व्यापार करून किंवा विनाव्याज कर्जाने रिअल इस्टेटमध्ये गुंतवणूक करून तुम्ही खरोखरच कोट्यवधी कमवू शकता का? खरे म्हणजे होय, पण हा प्रचारकी व्यवसाय करणारे तुम्हांला त्यांच्या उत्पन्नाचे खरे मॉडेल कधीही सांगणार नाहीत, ते म्हणजे: *नियोजनपूर्वक निष्फळता.*

नियोजनपूर्वक निष्फळता यामध्ये मार्केटिंग करणाऱ्याची अपेक्षा असते की ते जे काही विकत आहेत, त्याची ग्राहकाला गरजच नाही, तुम्ही त्याचा वापरच करणार नाहीत. आणि जर तुम्ही त्याचा वापरच केला नाही, तर तुम्ही पैसेही परत मागत नाहीत.

काही न करणेच अपेक्षित आहे. उत्पादकांच्या व्यावसायिक समीकरणात मानवी स्वभावाची महत्त्वाची भूमिका असते. 'झटकन श्रीमंत व्हा'ची टीव्हीवरील जाहिरात (किंवा पॉप-अॅपद्वारे ऑनलाइन) ही मानवी स्वभावाचा फायदा उठवते, कारण मनुष्याला कार्यक्रम हवे असतात आणि ते प्रक्रिया टाळतात. सर्वांत कमी प्रतिकाराचा मार्ग म्हणजे काहीही न करण्याचा किंवा मनापासून न करण्याचा. वास्तविक, अनेक लोक - मग त्यांना फास्ट लेन धोरण मान्य असो वा नसो ते - जराही माहिती मिळवण्याचा प्रयत्न करत नाहीत. ते फक्त नकाशाकडे टक लावून पाहतील आणि त्यांना सर्व समीकरणे मान्य होतील, पण ते कधीही रस्त्यावर उतरून ॲक्सिलरेटरवर पाय दाबणार नाहीत. तुमच्याकडे खजिन्याकडे जाण्याचा नकाशा असणे ही एक गोष्ट आहे आणि घराबाहेर पडून त्या नकाशानुसार जाणे, ही दुसरी बाब आहे. सर्वसाधारणपणा टाळण्याचा प्रयत्न करत असताना काहीही न करणे, हेदेखील सर्वसाधारण आहे.

वेगासाठी धोरण : चेस, चेकर्स नव्हे

फास्ट लेन व्यवसायाचा विचार करणे म्हणजे वेग नव्हे, तर तसा व्यवसाय निर्माण करणे म्हणजे वेग होय. वेग म्हणजे व्हिडिओ गेम बंद करणे. वेग म्हणजे गरज शोधून काढणे आणि त्यावरील उत्तर शोधून त्याचा नमुना तयार करणे. वेग म्हणजे तुमच्या कंपनीच्या स्थापनेसाठीची कागदपत्रे पूर्ण करणे. वेग म्हणजे संपर्क वाढवणे आणि तुमच्या कामाला जगापर्यंत पोहोचवणे. वेग म्हणजे ज्या वेळी तुमचे स्पर्धक चेकर्स खेळत असतील, तेव्हा तुमच्या व्यवसायाकडे बुद्धीबळासारख्या धोरणी खेळाप्रमाणे पाहणे.

बुद्धीबळ हा गुंतागुंतीच्या चाली असलेला गुंतागुंतीचा खेळ आहे आणि तुमचा व्यवसाय याचप्रमाणे चालवायला हवा. दुर्दैवाने अनेक व्यवसाय मालक त्यांच्या व्यवसायाकडे, चेकर्सप्रमाणेच, केवळ एकाच झापडबंद नजरेतून पाहतात. सर्व सोंगट्या एकसारख्याच पद्धतीने हलवल्या जातात. बुद्धीबळात मात्र प्रत्येक चालीला वेगवेगळे कंगोरे असतात; कारण प्रत्येक सोंगटी वेगवेगळ्या उद्देशांसाठी वेगवेगळ्या पद्धतींनी खेळवली जाते. जे उद्योजक चेकर्स खेळात स्पर्धा करतात, ते स्वत:ला पराजयाच्या खेळात ढकलतात.

का ?

चेकर्स खेळणाऱ्या उद्योजकांच्या खेळात एकच चाल असते : किंमत. किंमत वाढवा, किंमत कमी करा, मूल्य कमी करा, स्वस्त पुरवठादार शोधा. ''हे देवा, मी सर्वांत स्वस्त माल कसा विकू, जेणेकरून सर्व जण माझ्याचकडून विकत घेतील?'' या एकाच दृष्टिकोनामुळे उद्योजक चक्रव्यूहात अडकतात आणि 'सर्वांत स्वस्त' होण्याच्या ध्येयाने विविध प्रकारच्या ऑफर्स देत राहतात.

लिमो व्यवसायात, किमतीचे युद्ध प्रबळ होते. कारण, मालकांनी त्यांच्या ब्रँडला एकाच दृष्टिकोनानुसार आकार दिला होता : माझी ऑफर सर्वांत स्वस्त असेल, तर मी अधिक व्यवसाय करू शकेन.

यश मिळवण्यासाठी तुम्ही चेकर्स खेळणे सोडून द्यायला हवे आणि बुद्धीबळपटूप्रमाणे धोरणीपणाने चहूबाजूंचा विचार करायला सुरुवात करायला हवी. ती कशी करणार? व्यवसायातील प्रत्येक भागाला तुम्ही बुद्धीबळातील सोंगटी समजा. या सोंगट्या तुम्ही कशा हलवता, त्यावर फास्ट लेनवरील तुमचा वेग किंवा दिशाहीनता हे निश्चित होते.

- राजा : *तुमची अंमलबजावणी*
- वजीर : *तुमचे मार्केटिंग*
- उंट : *तुमची ग्राहक सेवा*
- घोडा : *तुमचे उत्पादन*
- हत्ती : *तुमचे कर्मचारी*
- प्यादे : *तुमच्या कल्पना*

प्रत्येक मुद्द्याचा कीस काढणे हा काही या पुस्तकाचा उद्देश नाही (२०१७ मध्ये मी प्रकाशित केलेल्या 'अनस्क्रिप्टेड' या पुस्तकात सविस्तर माहिती आहे). मी काही महत्त्वाच्या गती निर्माण करणाऱ्या घटकांबाबत सांगेन की ज्यांच्यामुळे तुम्हांला वेग येईल. तुम्हांला एक यंत्रणाच उभी करायची आहे.

अंमलबजावणी हाच 'राजा' आहे : कल्पना म्हणजे 'प्यादे'

संभाव्य शक्य असलेला वेग ही एक अधांतरी कल्पना आहे आणि ती प्रत्यक्षात आणण्यासाठी तिची प्रत्यक्ष अंमलबजावणी करणारा कोणीतरी हवा असतो. ज्या वेळी तरुण मुले स्पीडोमीटरवर २२० मैल प्रतितासाचा आकडा पाहतात, ते एका कल्पनेकडे किंवा शक्यतेकडे पाहत असतात. व्यवसायामध्ये, कल्पना या प्याद्यासारख्या असतात, त्या म्हणजे पार्किंगमध्ये उभ्या असलेल्या लॅम्बोगिनीच्या स्पीडोमीटरवरील २२० मैल प्रतितास हा आकडा असतो. प्रत्यक्ष वेग म्हणजे त्याची अंमलबजावणी – ॲक्सिलरेटरवर दाबलेला पाय – आणि हाच संपूर्ण खेळाचा खराखुरा राजा असतो.

शक्य असलेला वेग – कल्पना
प्रत्यक्ष वेग – कल्पनेला दिलेला वेग आणि अंमलबजावणी

तुमच्या मेंदूमध्ये तयार झालेली कल्पना म्हणजे गॅरेजमध्येच बॅटरी डाउन झाल्याने पडून असलेली सुपर कार आहे. त्यामुळे काहीही साध्य होत नाही आणि तिच्या उद्देशाकडे दुर्लक्ष होते. अंमलबजावणी म्हणजे ती कल्पना प्रत्यक्षात आणणे आणि बॅटरी चार्ज करणे. अंमलबजावणी म्हणजे ती सुपर कार गॅरेजच्या बाहेर काढणे आणि ॲक्सिलरेटर इतक्या जोरात दाबणे की ज्यामुळे वाऱ्याचा एक झोत भपकन तुमच्या तोंडावर येईल. अंमलबजावणी म्हणजे ही कल्पना तुमच्या मनातून बाहेर काढून शक्यतेच्या रस्त्यावर आणणे.

कल्पना आणि अंमलबजावणी यांमध्ये फरक करताना उद्योजकांना बरेच झगडावे लागते.

त्यांना वाटते की, ही कल्पना फार मोलाची आहे; पण प्रत्यक्षात कल्पना सुचणे म्हणजे यश मिळणे नव्हे, तर तिची *अंमलबजावणी* केल्यानंतर ते मिळू शकते.

"मला एक कल्पना सुचली आहे!"

हो का?

बरं मग?

अशीच कल्पना हजारो जणांना सुचलेली आहे. तुम्ही त्यांच्यापासून वेगळे कसे ठरता? ते अंमलबजावणी करतात, तुम्ही करत नाहीत आणि तुम्ही काहीच करत नाहीत. तुम्ही फँटसी फुटबॉल खेळण्यात अनेक तास वाया घालवता. तुमची सकाळ झोपा काढण्यात जाते. तुम्ही नोकरी करण्यात पाच दिवस घालवता. तुम्ही सगळे काही करता, पण त्या सुचलेल्या कल्पनेच्या अंमलबजावणीसाठी काही करत नाही. कल्पना म्हणजे तुमच्या मेंदूत झालेली एक रासायनिक प्रक्रिया आहे. हा एक इव्हेंट आहे, त्याच्या आयोजनासाठी जरा प्रयत्नांची आवश्यकता आहे.

कल्पना म्हणजे एक इव्हेंट आहे, अंमलबजावणी ही एक प्रक्रिया.

अचानक अद्‌भुत कल्पना सुचली आणि उद्योग सुरू केला, असा प्रकार यशस्वी उद्योजक करत नाहीत. ते ती अचानक सुचलेली कल्पना (इव्हेंट) स्वीकारतात आणि त्याची प्रचंड प्रमाणात अंमलबजावणी (प्रक्रिया) करतात. आपल्या कल्पनांमध्ये यशस्वी ठरलेले आणि पराभूत झालेले यांच्यात 'अंमलबजावणी' या घटकाचा फरक असतो.

तुम्हांला तीस वर्षं आधीच निवृत्त व्हायचे असेल, तर तुमच्याकडे वर्चस्व निर्माण करणारा, अथक काम करणारा राजा हवा. हातचे राखून काम करणारा आणि क्षमताहीन राजा खेळात पराभूत होतो आणि शर्यत जिंकत नाही.

कल्पना बिनकामाच्या असतात; अंमलबजावणी मूल्यवान असते

माझ्या फोरमवर १० मिनिटे वेळ व्यतीत करा आणि तुमच्या लक्षात येईल, की बहुतेक सर्व उद्योजकांना कल्पना खूपच आवडतात, पण ते अंमलबजावणीबाबत फारसे बोलत नाहीत. त्यांच्यांवर खेळातील प्याद्यांचाच प्रभाव असतो.

माझ्याकडे एक मस्त कल्पना आहे!
यावर कोणी काम करत आहे का?
कोणी तरी चोरी करेल, म्हणून मी ही कल्पना सांगू शकत नाही!
मी तुम्हांला कल्पना सांगण्यापूर्वी तुम्ही कोणाला सांगणार नाही, असे मला लिहून द्याल का?

नाही. मी तुम्हांला काहीही लिहून देणार नाही आणि मला तुमच्या कल्पनेशी काही घेणेदेणेही नाही. संपत्तीच्या या जगात, कल्पनांना काहीही किंमत नसते, तरीही त्यांना सोन्यासारखी वागणूक मिळते. कल्पना सुचलेले लोक त्यांच्या कल्पनांचा अत्यंत हुशारीने कसा बचाव करतात, आपली कल्पना चोरांच्या या जगात चोरली तर जाणार नाही ना याची काळजी कशी घेतात हे पाहायला मजा येते. प्रत्यक्षात या लोकांची ही कल्पना शेकडो जणांपर्यंत आधीच पोहोचलेली असते.

ज्याला कल्पना सुचते, तो त्या कल्पनेचा खरा मालक नसतो, तर जो त्या कल्पनेवर अंमलबजावणी करतो, तो मालक असतो.

उद्योजक डेरेक सिव्हर्स (Sivers.org) यांच्या म्हणण्याप्रमाणे, कल्पना हा फक्त गुणाकार आहे, तर अंमलबजावणी म्हणजे खरा पैसा. आपल्या फास्ट लेन बुद्धीबळाच्या खेळात, कल्पना (प्यादे) म्हणजे संभाव्य शक्य असलेला वेग आहे, तर अंमलबजावणी (राजा) म्हणजे ॲक्सिलेटरवर दिलेला दाब आहे.

या उदाहरणातून सिद्ध होते की, एखादी महान कल्पनेची (संभाव्य शक्य असलेला वेग/शक्तीशाली प्यादे) खराब अंमलबजावणी झाली (ॲक्सिलरेटरवर पुरेसा दबाव नाही/कमकुवत राजा) तर ती कल्पना अर्थहीन ठरते.

प्यादे : कल्पना (शक्य असलेला सर्वोच्च वेग)

बिनकामाची कल्पना = १ मैल प्रतितास
कमकुवत कल्पना = ५ मैल प्रतितास
बऱ्यापैकी कल्पना = ३५ मैल प्रतितास
चांगली कल्पना = ६५ मैल प्रतितास
महान कल्पना = १०० मैल प्रतितास
अप्रतिम कल्पना = २०० मैल प्रतितास

राजा : अंमलबजावणी (ॲक्सिलरेटरवरील दाब)

शून्य अंमलबजावणी = १ डॉलर्स
कमकुवत अंमलबजावणी = १००० डॉलर्स
बऱ्यापैकी अंमलबजावणी = १०,००० डॉलर्स
चांगली अंमलबजावणी = १,००,००० डॉलर्स
महान अंमलबजावणी = १०,००,००० डॉलर्स
अप्रतिम अंमलबजावणी = १,००,००,००० डॉलर्स

तुम्ही नीट पाहिले तर लक्षात येईल की, अप्रतिम कल्पना आणि शून्य अंमलबजावणी यांची किंमत जेमतेम २०० डॉलर्स असते.

शक्य असलेला अप्रतिम वेग (कल्पना) आणि ॲक्सिलरेटरवरील शून्य दाब (अंमलबजावणी). बऱ्यापैकी कल्पना आणि अप्रतिम अंमलबजावणीची किंमत तरी ३५ कोटी डॉलर्स असते.

तुम्हांला लक्षात येईल की, तुमची कल्पना आणि तिचा शक्य असलेला वेग यांच्यापेक्षा *तुम्ही कशी अंमलबजावणी करता*, यावर सर्व काही अवलंबून असते.

मी ज्या वेळी माझा वेब व्यवसाय सुरू केला होता, इतर अनेक कंपन्यांनी आधीच त्यांच्या वेबसाइट विकसित केल्या होत्या. 'कोणीतरी आधीपासूनच हे करत आहे,' असे

कारण देण्याऐवजी, मी चांगल्या पद्धतीने अंमलबजावणी केली आणि या व्यवसायात आघाडी मिळवली.

माझी कल्पना फार वेगळी होती का?

नाही. ही एक बरी कल्पना होती, पण मी इतर स्पर्धकांच्या तुलनेत चांगली अंमलबजावणी केली.

पैसा मिळवण्याचे माझे तंत्र यशस्वी झाल्यावर आणि प्रचंड संख्येने लोकांनी त्याची पुनरावृत्ती केल्यानंतर, माझा व्यवसाय खाली गेला की अयशस्वी झाला? अजिबात नाही, कारण यशासाठी कल्पना महत्त्वाची नव्हती, *तिची अंमलबजावणी महत्त्वाची होती.*

ज्या स्पर्धकांनी माझी कल्पना उचलली, त्यांच्याकडे या संपत्तीच्या खेळातला शक्तिशाली राजा म्हणजेच अंमलबजावणी नव्हती. प्यादे मारून बुद्धीबळ जिंकता येत नाही.

मूळ कल्पना त्यांची नसूनही इन्स्टाग्राम आणि फेसबुक हे सोशल नेटवर्किंगमध्ये सर्वाधिक लोकप्रिय कसे ठरले? अंमलबजावणी. अंमलबजावणी म्हणजे सुपीक मेंदूतून बाहेर आलेल्या दुर्गंधीयुक्त वासाचे, म्हणजे कल्पना, गुलाबाच्या सुगंधात रूपांतर करण्यासारखे आहे.

मी संपूर्ण पुस्तकात काय सांगतो आहे, याचा विचार करा. कल्पना सुचणे ही नित्याची बाब असताना अंमलबजावणी इतकी अवघड का असते? पुन्हा एकदा आपण आपल्या संपत्तीच्या सूत्राकडे येत आहोत : इव्हेंट विरुद्ध प्रक्रिया. अंमलबजावणी करण्यासाठी एका प्रक्रियेतून जावे लागते : प्रयत्न, त्याग, शिस्त आणि सातत्य. कल्पना म्हणजे फक्त इव्हेंट.

तुम्हांला जर ६० लाख मैल वेगाने प्रवास करायचा असेल आणि तुम्ही १५ मैल प्रतितास या वेगाने जात असाल, तर अपेक्षित ठिकाण गाठायला तुम्हांला ४५ वर्षं लागतील. हा स्लो लेन मार्ग आहे. तुम्ही जर ९५ मैल प्रतितास वेगाने गेलात तर तुम्ही तिथे सात वर्षांतच पोहोचाल. हा फास्ट लेन मार्ग आहे. व्यवसायाचा वेग अंमलबजावणीवर अवलंबून आहे. फास्ट लेनचा वेग म्हणजे व्यवसायाचा चहुबाजूंनी विस्तार करणे आणि निव्वळ नफा आणि संपत्तीच्या मूल्याच्या होणाऱ्या पावसाचा फायदा उठवणे.

प्रकरण सारांश : फास्ट लेनची वैशिष्ट्यं

- वेग म्हणजे कल्पनेचे रूपांतर अंमलबजावणीत करणे.
- अनेक लोक अत्यंत महत्त्वाच्या उपयुक्त माहितीचा उपयोग न करता ती वाया जाऊ देतात.
- यशस्वी फास्ट लेन उद्योग हे बुद्धीबळाप्रमाणे चहुबाजूंचा विचार करून चालवले जातात. झापडबंद उद्योगांमध्ये केवळ किमतीचा विचार होतो.
- सुचलेल्या कल्पनांची अंमलबजावणी हा विजेते आणि पराभूत यांच्यातील फरक असतो.
- व्यवसायामध्ये, अंमलबजावणी ही प्रक्रिया आहे तर कल्पना हा केवळ इव्हेंट आहे.
- कल्पना म्हणजे संभाव्य शक्य असलेला वेग. अंमलबजावणी म्हणजे प्रत्यक्ष वेग.

- तुमची अप्रतिम कल्पना इतर अनेक लोक उचलतात. जो त्या कल्पनेचाच विचार करतो, त्याच्या हाती काही लागत नाही. पण, जो त्या कल्पनेवर अंमलबजावणी करतो, त्याला सर्व काही मिळते.
- जेव्हा कल्पना (संभाव्य शक्य वेग) आणि अंमलबजावणी (ॲक्सिलरेटरवरील दाब) यांचा मेळ बसतो, तेव्हाच प्रत्यक्ष पैसा आणि वेग हाती येतात.
- कल्पना म्हणजे बौद्धिक फुशारकी आहे. अंमलबजावणीमुळे तिला गुलाबासारखा सुंदर वास आणता येतो.

फास्ट लेन

३९

जाळा तो बिझनेस प्लॅन, अंमलबजावणीला सुरुवात करा

''जगातील सर्वोत्तम कल्पनेवर जोपर्यंत तुम्ही कृती करत नाही, तोपर्यंत तिचा तुम्हांला काहीही उपयोग नाही. ज्या लोकांना दूध हवे आहे, त्यांनी गाय स्वत:हून आपल्या जवळ येईल या आशेने शेताच्या मध्यभागी स्टुलावर शांतपणे बसून राहू नये.''

-कुर्टिस ग्रॅन्ट

जगाला हवी तशीच ते प्रतिक्रिया देते

जगाला हवी तशीच ते प्रतिक्रिया देते. तुम्हांला जर वाटत असेल १+१=२ आणि जग तुम्हांला सांगत असेल की उत्तर ३ आहे, तर तसेच समजा, अगदी तुमची बुद्धी तुम्हांला काहीही सांगत असली तरी.

ज्या वेळी तुमच्या कल्पनांचा, योजनांचा आणि व्यवसायाचा मुद्दा येतो, तुम्ही जोपर्यंत त्याची अंमलबजावणी करत नाही, तोपर्यंत त्यातील काय उपयुक्त आहे, हे तुम्हांला कधीही समजत नाही.

व्यवसायाच्या बाबतीत, मी त्याला 'बॉक्सच्या बाहेर काढा,' असे म्हणतो.

मी जेव्हा केव्हा नवीन सेवा सुरू केली किंवा माझ्या वेबसाइटमध्ये नवीन फीचर सुरू केले, तो लोकांच्या प्रतिक्रिया जाणून घेण्याचा एक प्रयोग ठरला. आणि प्रत्येक प्रयोगाने मला आश्चर्यचकित केले.

''वेबसाइटचे हे नवीन डिझाइन एकदम हिट जाणार आहे.''

आणि नंतर, बाप रे, नाराज आणि संतप्त लोकांचे शेकडो ईमेल मला येतात, ज्यांना मला झाडावर लटकवून मारायची इच्छा झालेली असते.

तुमची कल्पना कशी आहे, याचा अंतिम निर्णय बाहेरचे जग आणि त्या जगाच्या गरजा पुरवणारी बाजारपेठ यांच्या हातात असतो. जगाला तुमची ऑफर आवडली, तर ते तुम्हांला वेळ, विचार आणि पैसा या रूपाने मतदान करतात.

त्यांना तुमची ऑफर आवडली नाही, तर ते पैसा स्वत:च्याच खिशात ठेवतात आणि इतरत्र शोध घेतात. आणि यातील जे नाराज असतात, ते तुम्हांला ईमेल करत किंवा ब्लॉगवर पोस्ट करत, तुम्ही मूर्ख असल्याचे स्पष्टपणे सांगतात.

समुदायाने निर्णय दिला आहे

माझ्या वेबसाइटच्या फेररचनेसाठी आणि तिचे नवीन स्वरूप तयार करण्यासाठी मी सहा आठवडे घालवले होते. मी अत्यंत उतावीळ झालो होतो, सर्वांना ही नवी रचना आवडणार होती – अत्यंत सरळ, युझर फ्रेंडली आणि माझ्या कौशल्याचे ती प्रतीक होती.

नंतर मी ही नवी रचना लाँच केली.

आणि जगाने त्याकडे पाठ फिरवली.

तक्रारींचा पाऊस पडला. माझ्या वेबसाइटचा बाउंड रेट (म्हणजे, लोक साइटच्या एका पेजला भेट देतात आणि लगेचच साइट बंद करतात) गगनाला भिडला. कन्व्हर्जन रेट तर जवळपास शून्य झाला. दर दिवशी १२०० लीड्सवरून मी जेमतेम ५०० लीड्सवर आलो.

समुदायाने निर्णय दिला होता.

त्या डिझाइनमध्ये मी गुंतवणूक केलेली असतानाही मी तातडीने जुन्या डिझाइनचा आधार घेतला आणि सहा आठवड्यांचे माझे काम कचऱ्याच्या डब्यात टाकले. माझी सर्वोत्कृष्ट रचना हे सर्वोत्कृष्ट अपयश ठरले. जगाने त्याचा इशारा दिला, तो मला समजला आणि मी त्याला प्रतिक्रिया दिली.

तुमच्या लक्षात येईल की, *तुम्ही कोणत्या दिशेने जायला हवे, हे प्रत्येक वेळी जग ठरवत असते.* ते तुम्हांला इशारा देते.

जगाने तुम्हांला सांगावे यासाठी काय कराल?

तुम्ही ज्यावर अंमलबजावणी केली आहे– अशा कल्पना, संकल्पना जगासमोर ठेवा आणि त्यांना प्रतिक्रिया देऊ द्या. तुमच्या महान कुंचल्याने जगाला रंगवा आणि मग तुम्ही किती बरोबर आहात आणि किती चूक, हे जग तुम्हांला सांगेल. तुमच्या अमलात आणलेल्या कल्पनांना बॉक्समध्ये ठेवा.

मृत प्राध्यापकाचा संपलेला विरोध

जगाला तुमच्या कल्पनांशी काहीही देणेघेणे नसते; ते फक्त प्रतिक्रिया देते. हे एक सामान्य सत्य बिझनेस प्लॅन नावाच्या उद्योजकतेचे धडे देणाऱ्या संस्थांच्या भिंतींना तडा देते. या मानहानीजनक विधानाविरोधात शिक्षणतज्ज्ञ आरडाओरडा करतील. पण आणखी एक विटंबना ऐकायला सज्ज राहा : *बिझनेस प्लॅन बिनकामाचे असतात.*

होय, माझा हाच दावा आहे.

बिझनेस प्लॅन बिनकामाचे असतात. कारण हे प्लॅन म्हणजे औषधांच्या साह्याने तगून राहिलेल्या कल्पना असतात.

अन्न शिजवताना घेतलेला हुटर्स नॅपकीन सोडला, तर माझ्याकडे कधीही कोणताही बिझनेस प्लॅन नव्हता. उलट, माझे सर्वांत उत्तम बिझनेस प्लॅन म्हणजे नोटपॅडवरच्या रेघोट्या, ओल्ड आर्बीजचा लोगो असलेली बॅग, बेबी रुथ चॉकलेटचे रॅपर आणि तुमच्या आयफोनवरील व्हॉइस मेमो अशा प्रकारचे होते. बिझनेस प्लॅनमधील अडचण ही आहे की ते संभाव्य शक्य असलेल्या वेगाचेच एक प्रतीक असतात. गॅरेजमध्येच पडून असलेल्या सुपर कारप्रमाणे भासणारे हे प्लॅन या सुपर कारच्या शेजारीच गॅरेजमध्ये असलेल्या गवत कापणाच्या मशीनपेक्षा फारसे पॉवरफुल नसतात. *अंमलबजावणीबरोबर सांगड घातली नाही, तर बिझनेस प्लॅन हे बिनकामाचे असतात.*

नंतर काय होते, याचा काही अंदाज?

तुम्ही ज्या क्षणी अंमलबजावणीला सुरुवात करता, मी तुम्हांला आताच जे सांगितले, तेच जगही तुम्हांला सांगते : तुमचा बिझनेस प्लॅन बिनकामाचा आहे.

बाजारपेठ (जग) तुमच्या व्यवसायाला अशा काही दिशेला नेते की तुम्ही तुमच्या बिझनेस प्लॅनमध्ये ठरवलेल्या दिशा हरवून जातात. कोणत्याही यशस्वी उद्योजकाला विचारा, ते नक्की सांगतील की त्यांना 'हे' करायचे होते, पण आता 'ते' करावे लागत आहे. ते एक उत्पादन तयार करण्याची तयारी करतात आणि विकताना दुसरेच विकावे लागते.

तुम्ही कोणत्या दिशेला जावे, हे जग तुम्हांला वारंवार सांगत असते आणि तुमच्या १५० पानांच्या पॉवर पॉइंट बिझनेस प्लॅनला जग दोन पैसेही देत नाही.

इन्स्टाग्रामची सुरुवात चेक-इन लोकेशन ॲप्लिकेशन म्हणून झाली होती. पण बाजारातील गरज ओळखून त्यांनी फोटोग्राफीवर अधिक भर देत, त्यांच्या ॲपचे रूपांतर सोशल नेटवर्कमध्ये करत, जगातील सर्वांना ते उपलब्ध करून दिले. मी माझ्या वेबसाइटची सुरुवात डिरेक्टरी म्हणून केली होती आणि आता त्याचे रूपांतर लीड जनरेशन पोर्टलमध्ये केले आहे. कल्पनेचे रूपांतर प्रत्यक्षात झाल्याच्या क्षणीच तुमच्या बिझनेस प्लॅनच्या चिंध्या करण्याची अफाट ताकद बाजारपेठेत असते.

अर्थात, यामुळे आर्थिक नियोजनातून सूट मिळत नाही.

एखाद्या व्यवसायासाठी आवश्यक असलेल्या आर्थिक स्रोतांची निश्चित माहिती असल्याशिवाय त्यामध्ये उडी घेणे हे डोके आपटून घेण्यासारखे आहे. लिमोझिन कंपनीच्या ऐवजी, लिमोझिन वेबसाइट तयार करण्याचा मी ज्या वेळी निर्णय घेतला, त्या वेळी मी त्यासाठी लागणाऱ्या पैशांचे विश्लेषण केले. अर्थात, मी नियोजनाच्या गुंत्यांत आणि अडथळ्यांमध्ये स्वत:ला अडकवून घेतले नाही, कारण अंमलबजावणीला तो पर्याय ठरू शकत नाही.

गरजा कशाचा शोध घेत आहेत, याचा शोध घ्या आणि फक्त तसे करा.

जग त्याचे काम करेल आणि तुम्हांला तुमच्या प्रवासाची दिशा सांगेल.

पण मला साहसी भांडवल हवे आहे!

मला माहीत आहे, मला माहीत आहे : मला आतापासूनच आक्षेप ऐकू येत आहेत. बिझनेस प्लॅनशिवाय तुम्हांला साहसी भांडवल किंवा गुंतवणूक कोण देणार?

नाहीच मिळणार.

बिझनेस प्लॅन नसेल तर तुमच्या व्यवसायात कोणीही गुंतवणूक करणार नाही. पण कृपया, मी काय सांगतो ते ऐका. बिझनेस प्लॅन हा काही मुद्दा नाही किंवा तो कधीही असणार नाही.

ज्यांची अंमलबजावणी चांगली होईल, तेच जगात सर्वोत्तम बिझनेस प्लॅन ठरतील.

तुम्ही जर यशस्वी उद्योजक असाल, तर लोकांना अचानक तुमचाच बिझनेस प्लॅन हवा असतो. कारण त्यांना माहीत असते की तुम्ही तो अमलात आणू शकता. एखाद्या उद्योजकाने दोनच वर्षांपूर्वी त्याची कंपनी दोन कोटी डॉलर्सला विकली असेल आणि त्याने मला जर बिझनेस प्लॅन दिला, तर त्या प्लॅनचे भवितव्य काय हे मी ओळखले असल्याचे तुम्हीही ओळखाल. प्लॅनला काहीही मूल्य नसते, *तो प्लॅन समोर ठेवणाऱ्या व्यक्तीला* आणि तिने आधी यशस्वीपणे केलेल्या अंमलबजावणीला मूल्य असते.

आज मला अशी काही माणसे माहीत आहेत ज्यांना मी माझा बिझनेस प्लॅन दिला तर ते त्याचे भवितव्य ओळखू शकतात. त्यांना माहीत आहे की मी आधीही बिझनेस प्लॅन वास्तवात आणताना यशस्वीपणे अंमलबजावणी केलेली आहे. तुमच्याकडे जर यशस्वी अंमलबजावणीचा इतिहास नसेल, तर बिझनेस प्लॅन कचऱ्यात टाकून देण्याच्याच लायकीचा आहे.

व्यावसायिक नियोजनाच्या आधारे नाही; अंमलबजावणीच्या आधारे गुंतवणूक मिळवा

हाती काहीही नसताना केवळ ९०० डॉलर्सच्या आधारावर मी माझी कंपनी सुरू केली होती. कोणी गुंतवणूकदार नाही, कोणाचे आर्थिक साहाय्य नाही आणि मदतही नाही. मी जर ९५ तासांच्या बिझनेस प्लॅनवर १५० तास खर्च केले असते, तर तो प्लॅन कोणी वाचलाही नसता. कारण मी त्यांच्यासाठी कोणीही नव्हतो. माझ्याकडे पैसा नव्हता, आधी काम करण्याचा अनुभव नव्हता, कोणताही प्रोजेक्ट मिळवला नव्हता, तो पूर्ण केला नव्हता, काहीच साध्य केलेले नव्हते.

तरीही, मी जसजसा माझा व्यवसाय उभारला आणि वाढवला, काहीतरी जादू घडून आली. माझ्या कल्पना वास्तवात उतरल्या आणि सर्व जग त्याकडे पाहू शकले. आणि अचानक मी जगासाठी विश्वासार्ह बनलो.

> *दीर्घकालीन गुंतवणूक करणाऱ्यांनी (व्हेंचर कॅपिटलिस्ट) आणि आर्थिक पाठबळ देऊ इच्छिणाऱ्यांनी (एंजल कॅपिटॅलिस्ट) माझ्याशी संपर्क साधला – मी स्वत:हून त्यांचीशी संपर्क साधला नव्हता.*

अचानक, लोकांना व्यावसायिक नियोजन समजून घ्यावंसं वाटलं. त्यांच्यात इतका अचानक बदल कसा झाला? काही वर्षांपूर्वीचा मी तोच होतो ना?

नक्कीच, पण कागदावरील कल्पनेपेक्षा, *माझ्याकडे अंमलबजावणी करण्यासारखी एक मूर्त संकल्पना होती.*

फास्ट लेन फोरमवरील एक सर्वसाधारण प्रश्न म्हणजे 'माझ्या कल्पनेसाठी मी गुंतवणूकदार कोठे शोधू?' ती कल्पना म्हणजे एखादा शोध असेल किंवा नवीन वेबसाइट असेल, याच्याशी काही संबंध नाही, पण माझे उत्तर निश्चित आहे, जे या लोकांना कधीही ऐकायला नको असते.

तुम्हांला गुंतवणूकदार हवे आहेत ना, मग बाहेर पडा आणि अंमलबजावणी करा.

चाचणी मॉडेल तयार करा.

ब्रँड तयार करा.

इतरांना स्पष्टपणे दिसेल किंवा स्पर्श करता येईल, असा ट्रॅक रेकॉर्ड तयार करा.

प्रक्रियेत स्वत:ला बुडवून घ्या.

ज्या वेळी तुम्ही कल्पनेचे वास्तवात रूपांतर करता, गुंतवणूकदार त्यांच्या तिजोऱ्या तुमच्यासाठी उघडतात. त्यामुळं, चांगली कामगिरी करा आणि तेच तुम्हांला पैसा देण्यासाठी धडपडतील.

ज्या वेळी तुमच्याकडे १२० पानांचा अहवाल, तक्ते, संघटनात्मक कौशल्य दाखवणारे ग्राफ याशिवाय काहीही नसते, अंमलबजावणी नसते, त्या वेळी खासगी गुंतवणूकदार तुमच्या बिझनेस प्लॅनमध्ये कधीही गुंतवणूक करत नाहीत. *ज्यांना अंमलबजावणीचा अनुभव असतो, त्यांनाच ते पैसे देतात.* हाच तुमचा सर्वोत्तम बिझनेस प्लॅन असेल!

त्यामुळे आपल्या व्यवसायाला गुंतवणूकदार हवेत, असे तुम्हांला खरोखरच वाटत असेल तर, बाहेर पडा आणि तुमच्या कल्पनेला प्रत्यक्षात उतरवा. गुंतवणूकदारांना प्रत्यक्ष पाहता येईल, स्पर्श करता येईल, जाणवेल, असे काहीतरी द्या. तुमच्या अंमलबजावणीचा नमुना त्यांना दाखवा, कारण त्यामुळेच फास्ट लेन मार्गावर वेग येतो.

प्रकरण सारांश : फास्ट लेनची वैशिष्ट्यं

- तुम्ही कोणत्या दिशेला जावे, यासाठी जग तुम्हांला इशारे देते.
- बिझनेस प्लॅन हे बिनकामाचे असतात. कारण ते म्हणजे उसन्या शक्तीवर तगून राहिलेल्या कल्पना असतात.
- तुमच्या कल्पनांशी जगाचा संबंध येतो, तुमचा बिझनेस प्लॅन अर्थहीन ठरतो.
- बाजारपेठ तुम्हांला अशा दिशेला वळवते जिचा तुम्ही आधी विचारही केलेला नसतो.
- ज्याची अंमलबजावणी योग्य प्रकारे झाली आहे, तोच बिझनेस प्लॅन जगात सर्वोत्तम असतो, कारण अंमलबजावणीमुळेच बिझनेस प्लॅन वास्तवात येतो.
- तुमच्याकडे अंमलबजावणीचा अनुभव असेल तर अचानक लोकांना तुमचा बिझनेस प्लॅन पाहण्याची इच्छा निर्माण होते.
- तुमच्या व्यवसायासाठी तुम्हांला गुंतवणूक मिळवायची असेल तर आधी कृती करा आणि असे काही तरी निर्माण करा की त्यातून अंमलबजावणी झाल्याचे दिसून येईल.
- जे प्रत्यक्षात आहे आणि खरे आहे, त्यातच गुंतवणूक करायला गुंतवणूकदारांना आवडते, अनेक कागदपत्रे रंगवलेल्या तुमच्या कल्पनांशी त्यांना देणेघेणे नसते.

फास्ट लेन

४०

पादचारी लोक तुम्हांला श्रीमंत बनवतील

''जर तुम्ही एक चांगला अनुभव दिला, तर ग्राहक एकमेकांना त्या बाबत सांगतात. तोंडी पसरला जाणारा शब्द खूप शक्तिशाली असतो!''

–जेफ बेझोस

तुमच्या बुद्धीबळाच्या पटावरचा उंट

जेव्हा आयुष्य खडतर असते, आपण धर्मगुरू, पाद्री किंवा सज्जन व्यक्तींचा सल्ला घेतो. या लोकांकडे आपण आयुष्यातील अडचणी सोडवण्यासाठी जाऊ शकतो. पण, ज्या वेळी तुमच्या व्यवसायाचा मुद्दा येतो, तेव्हा सल्ला घेण्यासाठी तुम्ही कोणाकडे जाता? व्यवसायाच्या आघाडीवर तुमच्या ग्राहकांबरोबर कोण असते? व्यवसायातल्या बुद्धीबळाच्या खेळातील उंट म्हणजे तुम्ही तुमच्या ग्राहकांना कशी वागणूक देता – ग्राहक सेवा. तुमची ग्राहक सेवा ही तुमच्या नेहमीच्या धर्मगुरूंसारखीच असावी – मदत करण्यास सदा तत्पर. मदत, सहकार्य आणि अडचणीतून सुटका.

माझा अंतर्गत नकाशा : माझे ब्लॅक बुक

फास्ट लेन नकाशा म्हणजे माझ्या संपत्तीच्या मार्गावरील होकायंत्र आहे, पण माझ्याकडे एक अंतर्गत नकाशाही आहे. नाही, तो नकाशा म्हणजे बिझनेस प्लॅन नाही.

तो म्हणजे माझे छोटेसे ब्लॅक बुक.

हे ब्लॅक बुक म्हणजे सुंदर ललनांचे फोन नंबर असलेली गुप्त डायरी नाही. त्यात माझ्या व्यवसायात दररोज येणाऱ्या अडचणी, तक्रारी किंवा चुका यांची नोंद केलेली आहे. या छोट्या पुस्तकाने गेली अनेक वर्षं मला मार्गदर्शन केले आहे.

ज्या वेळी उद्योजकाच्या कानांवर एखादी तक्रार जाते, त्या वेळी बहुतेक उद्योजक त्याकडे दुर्लक्ष करतात. बहुतेक जण ही तक्रार एखाद्या कर्मचाऱ्याच्या दिशेने टोलवतात आणि तक्रारीचे निवारण होईल, अशी आशा करतात.

फास्ट लेनमध्ये असे होत नाही.

तक्रारी हा अत्यंत सुंदर प्रकार आहे. त्या तुम्हांला फुकट प्रतिक्रिया देतात आणि तुमच्या व्यवसायातील त्रुटी दाखवून देतात. *त्या मार्गावरील गोंगाटाची जाणीव करून देतात.*

माझ्या ग्राहकांनी केलेल्या तक्रारींची मी नोंद ठेवतो, कारण त्या मला ग्राहकांच्या मनातील चित्र दाखवतात. एकाने तक्रार केली याचा अर्थ इतर दहा जणांचीही अशीच तक्रार असणार. माझ्या ब्लॅक बुकमध्ये एकच तक्रार वारंवार आली याचा अर्थ मला त्या मुद्द्यावर गंभीरपणे विचार करून तिचे निवारण करणे अत्यावश्यक आहे.

तक्रारी म्हणजे लोकांचे इशारे असतात, जे तुम्हांला तुमची दिशा दाखवतात.

मार्गावरील गोंगाटाचे चार प्रकार

तुमच्या नव्या वेबसाइट, उत्पादन किंवा संकल्पनेबाबत सर्व जग त्याचे मत प्रदर्शित करेल, तेव्हा त्याच्याकडून तुमची काय अपेक्षा असेल? कोणत्या गोष्टींकडे लक्ष द्यावे आणि कशाकडे दुर्लक्ष द्यावे? एकूण चार प्रकारच्या तक्रारी असतात :

१. बदल करण्याबाबत तक्रारी
२. अपेक्षांबाबत तक्रारी
३. त्रुटींबाबत तक्रारी आणि
४. खोट्या तक्रारी

बदल करण्याबाबत तक्रारी

लोकांना आवडते असे काहीही घ्या आणि त्यात बदल करा, तुमच्या कंपनीच्या विरोधातील लोक आकांडतांडव करतील. तुम्हांला आठवत असेल, कोक कंपनीने त्यांचा फॉर्म्युला बदलला होता? बाप रे! त्यांची हिंमतच कशी झाली? ‘एचबीओ’ने त्यांच्या वाहिनीवरील *सॅप्रानोस* हा गॅंगस्टर ड्रामा बंद करण्याचा निर्णय घेतला होता. देवा, हा बदल कोणालाच आवडला नाही आणि बदलाला विरोध करणे ही नैसर्गिक मानवी वृत्ती आहे.

बदलामुळे आराम, अपेक्षा आणि सुरक्षा धोक्यात येतात.

मी ज्या वेळी माझ्या वेबसाइटची फेररचना केली होती आणि त्या विरोधात शेकडो तक्रारी आल्या होत्या, मी थोड्या फार प्रतिकाराची अपेक्षा केलीच होती. असा विरोध सर्वसाधारण आहे. खरे तर, मी गेल्या १० वर्षांमध्ये जितक्या वेळा फेररचना केली, तितक्या वेळा मला विरोधाला सामोरे जावे लागले. विचारण्याजोगा प्रश्न म्हणजे, किती झाले म्हणजे सर्वसाधारण असते आणि किती प्रमाणात विरोध सहन करावा?

बदलासाठीच्या तक्रारीतून फारच कमी घेण्यासारखे असते आणि त्यामुळेच त्यांचा अर्थ काढणे अधिक अवघड जाते. मी केलेली रचना अपयशी ठरली आणि मोठ्या प्रमाणात तक्रारी आल्याचे गोळा केलेल्या माहितीवरून सिद्ध होत होते. बाउन्स रेट तिप्पट झाला होता आणि कन्व्हर्जन रेशोवर परिणाम झाला होता. मला हे अपयश पचवावे लागले, माघार घ्यावी लागली आणि पुन्हा सुरुवात करावी लागली.

ज्या वेळी तुम्ही बदल करता, त्या वेळी तक्रारींचा सामना करावा लागतो हे शंभर टक्के! यातील सगळ्यांच तक्रारींवर तुम्ही विचार करून कृती करण्याची गरज नसते, कारण विरोध हा मानवी स्वभावच आहे. यात तुमच्या कामातील योगदानाचा काही संबंध नाही.

अपेक्षांबाबतच्या तक्रारी

ज्या वेळी तुम्ही ग्राहकांच्या अपेक्षांविरुद्ध काम करता, त्या वेळी अपेक्षांबाबतच्या तक्रारी ते करतात. तुम्ही त्यांना तुमच्या बरोबर व्यवसाय करण्यासाठी तयार करता, ते तुमच्याकडून एक विशिष्ट अपेक्षा करतात आणि नंतर तुम्ही त्यांना जे काही पुरवता, ते त्यांच्या अपेक्षेप्रमाणे नसते. हे असे होते, कारण एक तर तुमची सेवा अपयशी ठरलेली असते किंवा बाजारपेठेतील बदलामुळे त्यांच्या अपेक्षेअनुसार काम करता येत नाही. कारण काहीही असो, या दोन्हींमुळे अडचण निर्माण होते. आणि ही तुमची अडचण असते, ग्राहकांची नाही. तुम्ही त्यांच्या गरजा पूर्ण करण्याचा अधिक चांगला प्रयत्न करायला हवा किंवा त्यांच्या अपेक्षांमध्येच बदल करण्याचे तंत्र अवगत करायला हवे.

''तुमची सेवा बकवास आहे.''

ही तक्रार मी शेकडो वेळा ऐकली आहे आणि तरीही माझी कंपनी ही केवळ सुरूच नसून उत्तम प्रगतीही करत आहे. मी देत असलेली सेवा खरोखरच बकवास असती आणि मीदेखील ते मान्य केले असते, तर मी यशस्वी कसा ठरलो असतो?

मी आलेल्या तक्रारींचा खोलवर अभ्यास करतो.

जे जाहिरातदार तक्रार करतात, ''तुमची सेवा बकवास आहे,'' ते मी जशी रचना केली आहे, त्याप्रमाणे त्या सेवेचा वापर करत नाहीत. त्यामुळे ते चुकीच्या अपेक्षा करतात. मी एक लीड जनरेशन सेवा चालवतो, ज्याद्वारे माझ्या ग्राहकांना लीड्स ईमेलद्वारे पाठवले जातात. लीड्सबाबत अशी अपेक्षा असते की, त्या लीड्सच्या आधारावरच तुम्ही निर्णय घ्यावा. एखादी लीड तीन आठवड्यांपूर्वीच मिळाली असेल, तर त्याकडे कोणी पाहत नाही आणि त्यावर कामही करत नाही. तुम्ही कधीतरी लॉग-इन होणार आणि मग लीड बुक करणार, असेही होत नाही. होय, माझी सेवा बकवास आहे, जर तुम्ही तिचा योग्य प्रकारे वापर केला नसाल तर.

माझ्या ग्राहकांना लक्ष्य करण्याऐवजी, मी त्यांच्या अपेक्षांचे योग्य प्रकारे व्यवस्थापन करतो.

मी त्यांना सांगतो, की जो नियमितपणे फॉलो करतो त्यांच्याचसाठी या लीड्स उपयुक्त असतात. तुम्ही जर त्यांचा योग्य वेळी वापर केला नाही, तर त्या वाया जातात.

तसेच, माझ्या बऱ्याचशा ग्राहकांना संपर्क साधण्याची सवय नसल्याने, मी एक जनजागृती मोहीम आखत व्यावसायिक पातळीवर प्रतिक्रिया मिळवण्याचा प्रयत्न केला. मी जर ग्राहकांच्या तक्रारींचे व्यवस्थापन करू शकत नसेन, तर त्यांच्या अपेक्षांचे व्यवस्थापन करणे योग्य ठरेल.

माझे ग्राहक जर पैसा मिळवत असतील आणि तरीही मला पैसे देत नसतील, तर ते मला समजते.

तुम्ही ज्या वेळी रेस्टॉरंटमध्ये हालिबुट मासा मागवला आणि तुमच्या समोर तो न तळताच आला, तर चमचमीत अन्न खाण्याची तुमची अपेक्षा भंग होते. तुम्ही तक्रार करता. पण तरीही, त्या रेस्टॉरंट मालकासमोर एक मोठा प्रश्न असतोच. मासा कच्चाच कसा दिला गेला? शेफला हा पदार्थ येत नव्हता का ? स्वयंपाकघरातील उपकरणे जुनाट झाली आहेत का? अपेक्षांबाबत आलेल्या तक्रारींमधून कामकाजातील त्रुटी, मार्केटिंगमध्ये दिली गेलेली चुकीची माहिती किंवा उत्पादनाबाबतच असलेली समस्या यांची आपल्याला माहिती मिळते.

जर तुम्ही घराचा पुनर्विकास करून देणाऱ्याला बोलावले आणि तो जर तुम्हांला 'दोन आठवड्यांत बाथरूमचे रंगरूप बदलून' टाकण्याची हमी देत असेल, तर ते काम दोन महिने चालते. तुमच्या अपेक्षांचा भंग होतो आणि अशा वेळी एक तर कामाची जाहिरात करणाऱ्याने योग्य ती माहिती देणे अपेक्षित असते किंवा म्हटल्याप्रमाणे त्याची कार्यवाही होणे आवश्यक असते. कोणताही प्रकार असो, कामकाज आणि मार्केटिंग यांत बदल अपेक्षित आहे.

त्रुटींबाबत तक्रारी

तुमचा ग्राहक तुमच्याकडे वारंवार एखाद्या गोष्टीची मागणी करत असेल आणि तुमच्याकडे ती नसेल, तर त्रुटींबाबत तक्रारी येतात.

त्रुटीबाबतच्या तक्रारी अत्यंत मौल्यवान असतात आणि त्या अपूर्ण गरजांची जाणीव करून देतात.

लीड जनरेशनच्या माझ्या सुरुवातीच्या काळात, लिमोझिन सर्व्हिस देणाऱ्याकडून वारंवार येणारी एक तक्रार म्हणजे - ''तुम्ही लग्न समारंभासाठी सेवा पुरवत नाही.'' लग्नकार्यासाठी ग्राहक लिमोझिन मागू शकतात आणि अशी सेवा देणारे अनेक जण ही सेवा देत नव्हते. त्याचप्रमाणे, अनेक सेवा देणारे विमानतळापर्यंतही सेवा देत नव्हते.

तक्रारींचा ढीग लागला आणि एक नवी यंत्रणा उदयाला आली.

मी माझ्या वेबसाइटवर एक असे फीचर समाविष्ट केले ज्यामध्ये ते देत असलेल्या सेवांची नोंद करू शकत होते... आणि समस्या सुटली.

वादाचा मुद्दाच संपल्यानंतर, मी *माझ्या लीड्सचा दर वाढवला.*

अधिक मूल्य हे मोठे परिणाम, अधिक नफा आणि वाढत्या संपत्ती-मूल्याचे निदर्शक होते.

त्रुटींबाबतच्या तक्रारी म्हणजे संधींसाठी मोठी खाण आहे. ग्राहकांना नक्की काय हवे हे ते बरोबर सांगतात आणि हे समजून घेण्यासाठी तुम्हांला एकही पैसा खर्च करावा लागत नाही. अपूर्ण गरजा तुम्हांला अत्यंत सहजपणे समजतात.

खोट्या तक्रारी

मार्च २००५ मध्ये, एक महिला वेन्डी रेस्टॉरंटमध्ये गेली आणि तिने दावा केला की तिच्या चटणीच्या वाटीत हाताचे तुटलेले बोट सापडले. केवळ तक्रार करणे हा तिचा उद्देश नव्हता,

तर या रेस्टॉरंटला कोर्टात खेचण्याचा तिचा इरादा होता. सुदैवाने या महिलेचा तक्रारी करण्याचा स्वभाव उघड झाल्यानंतर तिच्याच विरोधात तक्रार दाखल करण्यात आली. दुसऱ्याच महिन्यात लास व्हेगास पोलिसांनी तिला चोरीच्या गुन्ह्याखाली अटक केली.

खोट्या तक्रारी हा हे सर्व सांगण्यामागील मुद्दा आहे.

कोणत्याही व्यवसाय मालकाला विचारा, ते तुम्हांला सांगतील की खोट्या तक्रारींमुळे कितीतरी मनस्ताप होतो आणि त्यातून समाजाचा वाईट चेहरा समोर येतो : व्यवसाय-मालकाला लुबाडण्यासाठी खोट्या तक्रारी करा.

माझा जवळपास दर आठवड्याला अशा खोट्या तक्रारी करणाऱ्यांशी सामना होत असतो.

एखादा ग्राहक चुकून चुकीची किंमत टाकतो आणि दुसऱ्या मूर्खाला वाटते की, त्याला लिमोझिन ५० डॉलर्स प्रतितासाऐवजी ५ डॉलर्स प्रतितासाने मिळेल. ''तुम्ही मला माझे पैसे परत द्या नाही तर मी माझ्या वकिलाला भेटून तुम्हांला कोर्टात खेचेन,'' अशी धमकी येते. नक्कीच, तुमच्याकडे तुमचा वकील असेल, जा, ऑल द बेस्ट. छपाईतील चुकीवरून भांडताना तुम्ही ४५ डॉलर्स मिळवण्यासाठी वकिलाला २५० डॉलर्स प्रतितास या दराने पैसे देणार का? तुम्ही कोणत्या दर्जाचे मूर्ख ठरत आहात, याची तुम्हांला जाणीव आहे का?

दुर्दैवाने ज्या वेळी तुमच्याकडे लाखो ग्राहक असतात त्या वेळी तुम्हांला कच्च्या रस्त्यावरून जाणाऱ्या हजारो जणांचा सामना करावा लागतो. होय, हे तुम्हांला जरा विचित्र वाटेल. कारण शोषक तक्रारदार हे नेहमीच खालच्या पातळीवरील खोट्या तक्रारी करतात. फुकट जेवण मिळवण्यासाठी जर तुम्ही तुमच्या सूपमध्ये माशी टाकत असाल, तर मला माफ करा, पण तुम्ही खोटारडे आहात.

तुम्ही अशा शोषक तक्रारदारांचा सामना कसा कराल?

तुम्ही एकदा त्यांच्याशी सौजन्याने बोला, तुमची भूमिका मांडा आणि सोडून द्या.

तुमचा लढा कशाशी आहे ते ठरवा

एक जुनी म्हण आहे, 'मला यशाची गुरुकिल्ली माहीत नाही; परंतु प्रत्येकाला खूश करणे ही अपयशाची गुरुकिल्ली आहे.'

माझा व्यवसाय सुरू करताना मी प्रत्येकाला खूश करण्याचे उद्दिष्ट समोर ठेवले होते.

हा वेडेपणा असल्याचे लवकरच सिद्ध झाले.

तक्रारींना नेहमीच स्थिर बुद्धीनेच दूर करायला हवे, म्हणूनच मी नोंदी ठेवतो. मला या तक्रारींचा एक पॅटर्न ओळखायचा होता, जेणेकरून मी माझ्या सेवेचे मूल्य वाढवू शकेन. मला माहीत होते की चांगल्या उत्पादनामुळेच चांगले ग्राहक निर्माण होतात आणि चांगले ग्राहक नेहमीच अधिक पैसे देतात.

सध्याच्या काळात तुमच्या व्यवसायाबद्दल असलेल्या तक्रारींचा माग ठेवणे फारच सोपे झाले आहे. तुमचे ग्राहक काय म्हणतात, याचा माग ठेवण्याची सुविधा ट्विटरने उपलब्ध

करून दिली आहे. वेबसाइटवर तुमच्या कंपनीच्या नावाचा उल्लेख झाला की तुम्हांला अलर्ट पुरवण्याची सोय गुगलने केली आहे. सोशल मीडियाच्या साहाय्याने तुम्हांला फीडबॅक ठेवणे सोपे जाते, पण गोंगाटाचा अर्थ समजून घेणे अवघड जाते.

''तुमच्या सेवेसाठी मला पैसे द्यावेसे वाटत नाहीत.''

काही तक्रारींकडे दुर्लक्ष करणेच आवश्यक असते. जर तुम्ही प्रत्येकालाच खूश करण्याचा प्रयत्न करत बसला तर तुम्हांला वेड लागेल.

तुम्हांला कोणाशी लढायचे आहे, हे निश्चित करा.

अनेकांना मदत करतानाच तुमच्या व्यवसायाला उपयुक्त ठरणाऱ्या तक्रारींचे निवारण करा. एक व्यवसाय-मालक म्हणून तुम्ही लक्षात ठेवायलाच हवे की, तुमचा जरी कोणी बॉस असला तरी, जी व्यक्ती तुम्हांला पैसे देते ती ग्राहक असते आणि त्यांचे म्हणणे नेहमीच ऐकून घेतले पाहिजे - पण काहींकडे दुर्लक्षही करायला हवे.

वैतागाचे रूपांतर फायद्यात करा

हा शब्द अधिक चांगल्या प्रकारे वापरण्याची गरज नाही. सध्याच्या काळातील ग्राहक सेवा वैताग आणणारीच आहे. जगभरातल्या व्यवसायात ग्राहकांबाबतच्या खराब अनुभवांच्या दलदलीत आपण इतके फसलो आहोत की, जरा बरी असणारी ग्राहक सेवाही आपल्याला एकदम प्रमाणित वाटू लागली आहे.

तुम्ही कधी मदतीसाठी संगणक उत्पादक कंपनीशी संपर्क साधला आहे का?

किंवा तुमच्या मोठ्या राष्ट्रीय बँकेत फोन केला आहे का?

किंवा तुमचा आरोग्य विमा देणाऱ्याला?

वैताग, वैताग आणि आणखी वैताग.

ग्राहक सेवा ही एक कला असून सध्या ही कला हरवली आहे. व्यवसायांकडून मिळणाऱ्या सेवेच्या आपल्या अपेक्षा इतक्या खालच्या पातळीवर गेल्या आहेत की आपण त्यांच्याकडून काहीच सकारात्मक होण्याची अपेक्षा ठेवू शकत नाही : बाजूला करा, यात काही रस नाही किंवा खराब, तर्कहीन.

माझ्या घराच्या जवळच एक कॉर्नर रेस्टॉरंट असलेला छोटा मॉल आहे. त्याचा मालक दर सहा महिन्यांनी बदलतो. मी त्याच्या जवळपासच राहत असल्याने मला माहीत आहे की आतापर्यंत तिथे चार रेस्टॉरंट सुरू झाली आणि ती बंदही पडली. पहिल्या तीन रेस्टॉरंटच्या अपयशाबद्दल माहीत नाही, पण चौथ्याबद्दल मला थोडी माहिती आहे.

मी त्या नव्या रेस्टॉरंटमध्ये जेवायला गेलो होतो, तेव्हा तिथे अन्न चांगल्या दर्जाचे होते, पण सेवा मात्र फारशी चांगली नव्हती. ग्लास कायम रिकामेच राहायचे. प्लेट्स कळाहीन होत्या. वेटर तर इतक्या उद्धटपणे वागत होती, की जसे काही आम्ही तिथे गेल्याने त्यांची अडचणच झाली आहे. तिथून बाहेर पडताना माझ्या डोक्यात विचार आला की, हे रेस्टॉरंट फारसे चालणार नाही. काही महिन्यांतच तिथे बाहेर पाटी लागली - 'भाड्याने देणे आहे', माझे म्हणणे खरे ठरले.

एक ग्राहक म्हणून कोठे गेल्यास खराब ग्राहक सेवेने मनस्ताप होत असला तरी, तुम्ही उद्योजक असाल तर अशा तक्रारी तुमच्यासाठी एक संधी असते.

ग्राहक सेवा जिथे कमी पडते, तिथे मोठ्या संधीची दारे उघडतात.

अपेक्षांचे सौंदर्य हे आहे की, त्या विरुद्ध प्रवाहाने काम करतात. अपेक्षांबाबतच्या तक्रारी म्हणजे नकारात्मक अपेक्षाभंग असतो, तर ग्राहक सेवा ज्या 'एसयूसीएस' (सक्स) असतात, त्या सकारात्मक अपेक्षाभंग करतात.

वैतागाऐवजी 'एस–यू–सी–एस'

तुम्ही अपेक्षापूर्ती करणारे ग्राहक सेवा धोरण अवलंबा. तुम्ही तुमचा व्यवसाय संपूर्ण जगात मोठ्या प्रमाणात विस्तारित कराल. मी याला 'एस यूसीएस' किंवा 'सुपीरिअर अनएक्सपेक्टेड कस्टमर सर्व्हिस' असे म्हणतो.

ग्राहक सेवेचा ज्या वेळी मुद्दा येतो, त्या वेळी थोडाफार वैताग येणारच अशीच आपली अपेक्षा असते. फास्ट लेनमधून जाणाऱ्यांसाठी ही फार मोठी संधी आहे. उदाहरणार्थ, समजा माझ्या खात्यातून कोणीतरी १० हजार डॉलर्स काढून घेतल्याचे माझ्या लक्षात आले तर माझी पहिली प्रतिक्रिया संतापाचीच असेल. चिडचिड झाल्यावर माझी दुसरी प्रतिक्रिया म्हणजे बँकेत फोन करून ही चूक दुरुस्त करायला लावणे. या वेळी, बँकेत फोन केल्यावर काय होईल, या बाबत माझ्या मेंदूत एक अंधूक चित्र आपोआप तयार होते.

मी काय अपेक्षा करतो किंवा माझा 'अपेक्षांचा नमुना' असा असतो :

- मला रेकॉर्ड केलेला संदेश किंवा यांत्रिक उत्तर ऐकू येईल, अशी अपेक्षा असते.
- माझी अपेक्षा असते की मला आता कधीही न संपणारी बटणे दाबत राहावे लागेल: अमुकसाठी १ दाबा, तमुकसाठी २ दाबा आणि आणखी कशासाठी तरी ३ दाबा.
- मला वाटते की एका व्यक्तीकडून दुसऱ्या व्यक्तीकडे टोलवाटोलवी केली जाईल.
- सफाईदार इंग्रजी येत नसलेल्या एखाद्या 'स्टीव्ह' नाव असलेल्या– पण आवाजावरून प्रदीप किंवा संजय असल्याचे वाटणाऱ्या व्यक्तीबरोबर संभाषण होईल, असे अपेक्षित असते.

या माझ्या अपेक्षा असतात. या अशा अजिबात नसाव्यात, यात मुळीच शंका नाही. पण माझी बँक आणि तिच्यासारख्या इतर शेकडो बँका अशीच सेवा पुरवतात, कारण त्यांच्याकडून तशीच अपेक्षा असते.

आपण जरा हे चित्र पलटू या, दुसरी बाजू पाहू या.

समजा मी बँकेत फोन केला आणि यांत्रिक आवाजात न गुंतवता, मला एखाद्या उत्तम इंग्रजी येणाऱ्या व्यक्तीने प्रतिसाद दिला तर? कोणताही ध्वनिमुद्रित आवाज नाही, १ दाबा, २ दाबा नाही, यांत्रिक आवाज नाही. एक जिवंत व्यक्ती माझ्या प्रश्नांना उत्तर देत आहे, जसे तुम्हांला फोन आल्यावर तुम्ही उत्तर देता. पाच मिनिटे त्या ग्राहक सेवा केंद्रातील प्रतिनिधीबरोबर बोलल्यावर माझी अडचण दूर झालेली आहे आणि हो, हे करताना माझा

फोन दुसऱ्या कोणाकडे तरी ट्रान्स्फरही केला गेला नाही. मला स्वर्गात असल्यासारखा आनंद होईल.

हा 'एसयूसीएस' इव्हेंट आहे : सुपर अनएक्सपेक्टेड कस्टमर सर्व्हिस इव्हेंट.

हे म्हणजे नैसर्गिकरीत्या वैताग आणणाऱ्या ग्राहक सेवेचे रूपांतर 'एसयू सीएस'मध्ये करण्यासारखे आहे.

तुमच्या लक्षात आले असेल की, ज्या वेळी तुम्ही तुमच्या ग्राहकाच्या अपेक्षांचा सकारात्मक पद्धतीने भंग करता, तुम्ही त्यांना तुमच्याशी बांधून घेता, त्यांना परत तुमच्याकडे येण्यास भाग पाडता आणि तुमचे कायमस्वरूपी ग्राहक बनवता.

मोफत मनुष्यबळ यंत्रणेचा फायदा उठवा

स्वतः काम न करता उत्पन्न मिळवून देणारी यंत्रणा म्हणजे मनुष्यबळ यंत्रणा – जुन्या पद्धतीने काम करणारी माणसे. कर्मचारी राखणे हे स्वस्ताचे काम नसल्याने, मनुष्यबळ यंत्रणेला योग्य व्यवस्थापनाची गरज असते. अशा वेळी तुम्हांला मोफत मनुष्यबळ यंत्रणा मिळाल्यास फायदा होणार नाही का?

तुम्हांला हा फायदा मिळू शकेल, फक्त तुम्ही तुमच्या व्यवसायासाठी कायमस्वरूपी ग्राहक निर्माण करायला हवेत.

ग्राहक सेवा जी 'एसयूसीएस' आहे, जी ग्राहकांच्या कमी अपेक्षांचा भंग करून सकारात्मक अनुभव देते, ती ग्राहकांचे कायमस्वरूपी ग्राहकांमध्ये रूपांतर करते.

ते तुमच्या व्यवसायाशी कायमस्वरूपी जोडले जातात आणि तुम्हांला अखेरपर्यंत मोफत सल्ला देण्याचे काम करतात. तोंडी प्रसिद्धी किंवा समाजातील प्रतिमा हा जाहिरातीचा सर्वोत्तम प्रकार आहे. हा परिणाम म्हणून, या सामाजिक प्रतिमा आणि कायमस्वरूपी ग्राहकांमागील गणितीय सूत्र असे आहे : १ + १ = ३.

कारण दोन ग्राहक त्यांच्या तोंडी प्रचारातून एक नवीन ग्राहक निर्माण करतात. ग्राहकांच्या आनंदावरील गुंतवणुकीचा हा परतावा अमर्याद असतो.

तुमच्या कंपनीच्या विकासावर प्रसिद्धीसाठी केलेल्या जाहिरातींपेक्षा तुमच्या ग्राहक सेवा धोरणाचा परिणाम मोठा होतो. समाधान हे पुरेसे नाही, कारण याचा अर्थ त्यांच्या अपेक्षा पूर्ण झाल्या आहेत. कायमस्वरूपी ग्राहक निर्माण करण्यासाठी *तुम्ही त्यांना समाधानापेक्षाही अधिक काहीतरी द्यायला हवे.*

माझ्या कंपनीच्या संभाव्य खरेदीदारांबरोबर ज्या वेळी मी चर्चा करतो त्या वेळी मला कायम एक प्रश्न विचारला जातो :

''तुम्ही जाहिरातींवर किती खर्च करता?''

माझे अनपेक्षित उत्तर?

'शून्य.'

अविश्वास आणि संशय लगेचच व्यक्त होतो. नक्कीच, मी जेव्हा सुरुवात केली होती, त्या वेळी मी जुन्या पद्धतीचाच अवलंब केला होता : प्रचार, मार्केटिंग, जाहिरात आणि

टेलिफोनिक प्रचार. पण नंतर काही काळाने, जाहिरातीवर होणारा माझा खर्च शून्यावर आला, कारण माझ्या जाहिरातदारांनी माझ्यासाठी 'फुकट' काम करायला सुरुवात केली.

ज्या वेळी तुमच्या ग्राहकांना तुमचा व्यवसाय आवडतो, ते तुमच्याशी कायमस्वरूपी बांधील राहतात आणि तुमचा प्रचारही करतात. ते विनामोबदला मनुष्यबळ यंत्रणेचे काम करतात आणि जिथे गरज असेल तिथे तुमच्या नावाचा प्रचार करतात.

तुमच्या व्यवसायासाठी बांधील ग्राहक कसे तयार कराल?

'एसयूसीएस' – सुपीरिअर अनएक्स्पेक्टेड कस्टमर सर्व्हिस असलेली ग्राहक सेवा पुरवा. ज्या वेळी तुम्ही एखाद्या कंपनीला ईमेल करता, त्या वेळी खऱ्या व्यक्तीचा प्रतिसाद मिळण्यास तुम्हांला किती दिवस लागतात? एक दिवस? एक आठवडा? माझ्या कंपनीत मी माझ्या ग्राहकांना, काही आठवड्यांमध्ये नाही, तासांमध्येही नाही तर काही मिनिटांच्या आत प्रतिसाद देतो. आमचा प्रतिसादाचा कालावधी तपासण्यासाठीही लोक आम्हांला ईमेल करतात.

मी माझ्या ग्राहकांच्या अपेक्षांचा भंग करण्याचा व्यवसाय करतो आणि मला त्याचा फायदाच होतो. मी हा प्रकार ग्राहक सेवेतही करतो. माझ्या कंपनीत केलेल्या फोनला खऱ्या कंपनीत काम करत असलेल्या खऱ्या, जिवंत व्यक्तीकडून प्रतिसाद मिळतो. १ दाबा, २ दाबा असा प्रकार नाही. ग्राहक सेवेची जबाबदारी दुसऱ्यावर सोपवलेली नाही, कारण मला सेवा पुरवण्याची जबाबदारी दुसऱ्यांवर सोपवायची नव्हती.

कायमस्वरूपी ग्राहक तयार होण्याने व्यवसायाचा विस्तार वेगाने होतो, कारण *मनुष्यबळ यंत्रणा बोलते.* उदाहरणार्थ, 'लिक्विड वेब' हा माझा वेब होस्टिंग पुरवठादार आहे. मी तांत्रिक अडचणीसाठी लिक्विड वेबला फोन करून माझी अडचण नोंदवली होती. आता त्यांच्याकडून प्रतिसाद येण्यास एक ते दोन दिवस जातील, असा मी अंदाज केला होता.

माझा अपेक्षाभंग झाला. दहा मिनिटांच्या आत लिक्विड वेब सपोर्ट टीमने मला प्रतिसाद दिला आणि २० मिनिटांमध्ये माझी अडचण दूर झाली होती. ते 'एसयूसीएस' असलेली ग्राहक सेवा पुरवत होते आणि लोकांचा अपेक्षाभंग करत होते.

याचा परिणाम काय झाला?

मी आता लिक्विड वेबचा कायमस्वरूपी ग्राहक झालो आहे. मला ज्या वेळी कोणी विचारेल, ''तुम्ही कोणत्या साइट होस्टिंग कंपनीची शिफारस कराल?'' मी आत्मविश्वासाने 'लिक्विड वेब'चे नाव सांगेन. मी त्यांचा प्रामाणिक ग्राहक बनलो आहे. मी लिक्विड वेबला दोन प्रकारचे चलन देतो : १) माझा पैसा आणि २) मी त्यांच्या सेवेसाठी वारंवार करत असलेली शिफारस. हे दुसऱ्या प्रकारच्या चलनाचे परिणामकारक मूल्य अमर्याद आहे. कारण, आता मी त्यांच्यासाठी फुकट काम करणारा, त्यांच्या उत्पादनाची जाहिरात करणारा मनुष्यबळ झालो होतो. तुमच्याकडे असा एकच नाही तर दहा हजार ग्राहक असतील, तर मिळणाऱ्या क्षमतेचा विचार करा. तुमचा व्यवसाय वर्षाला २ टक्क्यांनी वाढेल की २०० टक्क्यांनी?

तुमच्या व्यवसायासाठी चांगला आणि मोठा ग्राहकवर्ग निर्माण करण्यासाठी तुमच्या ग्राहकांच्या अपेक्षा ओळखा. तुमच्याशी व्यवसाय करताना त्यांच्या काय अपेक्षा असतात

ते जाणून घ्या. ते तुमची आणि तुमच्या स्पर्धकांची कशी तुलना करतात? तुमच्याकडून ग्राहकांना कशा प्रकारची सेवा अपेक्षित आहे, याचा सखोल आढावा घ्या आणि नंतर अपेक्षाभंग करा.

तुम्ही जेव्हा केव्हा तुमच्या ग्राहकांचा सकारात्मक अपेक्षाभंग कराल, ते तुमच्याकडून पुन्हा पुन्हा खरेदी करतील. यामुळं ते तुमच्यासाठी विनावेतन मनुष्यबळ यंत्रणेचे, संपर्काचे, कायमस्वरूपी ग्राहकाचे आणि फुकट जाहिरातदाराचे काम करतील. या सर्वांमुळे एक प्रकारचा वेग निर्माण होतो. आणि वेगातून संपत्ती निर्माण होते.

चांगली ग्राहक सेवा पुरवण्यासाठी थोडा अधिक खर्च येतो, पण त्यामुळे मिळणारा फायदा हा खर्चापेक्षा कितीतरी पटींनी अधिक असतो. नवीन ग्राहक शोधण्याऐवजी, सध्याचा ग्राहकवर्ग जपून ठेवण्यासाठी अधिक खर्च केला तर तुमचा व्यवसाय सरासरी पाच वर्षं अधिक चालेल.

दुर्दैवाने ज्या व्यवसाय-मालकांना आधी पैसा हवा असतो आणि नंतर गरजा पूर्ण करायच्या असतात, ते शक्यतो त्यांच्या जाहिरातींचा निधी नवे ग्राहक शोधण्यासाठी खर्च करतात. असे ग्राहक त्यांच्या व्यवसायाशी आणि यथातथा ग्राहक सेवेशी फारसे परिचित नसतात. ही एक न संपणारी लढाई आहे, जणू काही छिद्र पडलेल्या बोटीतून तुम्ही बादलीने पाणी बाहेर फेकून देत आहात : जुन्या नाराज ग्राहकांऐवजी नवे, तसेच ग्राहक शोधा.

ग्राहकांचा अपेक्षाभंग करा.

एकनिष्ठ ग्राहक तयार करा.

तुमच्यासाठी काम करणारी, तेही फुकट अशी मनुष्यबळ यंत्रणा विकसित करा.

पैशाला आकर्षित करून घ्या.

तुमच्या निष्ठा कोठे आहेत?

'स्वत:च स्वत:चे बॉस व्हा' हे व्यवसायाच्या मालकीतील सर्वांत मोठे थोतांड आहे. या मंत्राच्या आधारे जगू पाहणाऱ्या मालकांना लवकरच, ते कोणाचेही बॉस नसल्याचे समजून चुकते. त्यांचा व्यवसाय बंद पडतो, ते कर्जबाजारी होतात. तुमच्या ग्राहकांना तुमचा बॉस आणि क्रमांक एकचे भागीदार बनवल्याने तुमच्या व्यवसायात यश मिळू शकते.

भागीदार म्हणजे एखादी व्यक्ती, गट किंवा संघटना जिची एखाद्या संस्थेत प्रत्यक्ष किंवा अप्रत्यक्ष भागीदारी असते. कारण तिच्यावर कंपनीच्या कृती, उद्दिष्टे किंवा धोरणे यांचा थेट परिणाम होतो किंवा होणार असतो. दीर्घकालीन म्हणून उभारलेले व्यवसाय बंद पडतात. कारण तुम्हीच तुमचे स्वार्थी भागीदार असता आणि ग्राहकांकडे दुर्लक्ष करता.

ग्राहक सेवा वैताग देणारी का असते, हे तुम्हांला खरोखरच जाणून घ्यायचे आहे?

कारण, व्यवसायाचे मालक आपल्या ग्राहकांना भागीदारांच्या रांगेत सर्वांत शेवटचे स्थान देतात. सार्वजनिक क्षेत्रातील कंपन्या तर सर्वाधिक अपराधी असतात. कारण, त्यामध्ये सम भागधारक प्रथम क्रमांकावर, शेअर बाजार दुसऱ्या क्रमांकावर आणि अधिकारी वर्ग तिसऱ्या क्रमांकावर असतो. सर्वांत शेवटी विचार होणारे कोण असताात, याचा काही अंदाज?

तुम्ही आणि मी.

मी माझ्या कर्मचाऱ्यांना वारंवार आणि अनेकदा हे सांगतो की, तुमचा पगार ग्राहक देतात, मी नाही – त्यामुळं त्यांना खूश ठेवा.

माझी वेगाने पळणारी मोटार किंवा मोठे घर हे माझे स्वार्थी हेतू नाहीत. माझे ग्राहक हे मूल्यवान आहेत. कारण *त्यांच्यात सामर्थ्य आहे, हे मला माहीत आहे.* माझी निष्ठा माझ्या ग्राहकांप्रति आहे. होय, मला बॉस आहे आणि मला जे मिळवण्याची इच्छा आहे, त्या सर्वांची किल्ली या बॉसच्या हाती आहे.

मोठे असल्यासारखे दाखवा, पण कृती छोटी करा.

कॉलेजमध्ये असताना माझ्या जिममध्ये, माझ्या शिक्षकांना साध्या साध्या नावांचेही विडंबन करण्याची सवय होती. त्यामुळे हॅंडरसनचा हॅंकरसन व्हायचा, तर सीग्रॅमचे सेग्रेव्ह्ज व्हायचे. तुमचे नाव काहीही असू द्या, ते त्याची वाट लावणार. हा त्यांचा विचित्रपणा होता की ते केवळ गंमत करत होते, मला माहीत नाही.

आणखी दहा वर्षांनंतर काय परिस्थिती असेल, माझ्या वेबसाइटचा मुख्य तंत्रज्ञान अधिकारी कोण असेल? मार्क सेग्रेव्ह्ज? अरे, बघा, माझे वेब डेव्हलपर कोण आहेत – ग्रेशने हॅंकरसन! वॉव... म्हणजे मी माझ्या कॉलेजमधील मित्रांनाच नोकरी दिली का? नाही, अजिबात नाही, विशेषत: त्यांच्या नावांचे इतर खऱ्या व्यक्तींच्या नावांशी साधर्म्य असल्यानंतर तर नाहीच. यापैकी कोणीही माझ्यासाठी काम करत नाही. तरीही, तुम्ही माझ्या वेबसाइटच्या 'कॉन्टॅक्ट' किंवा 'अबाउट अस' सेक्शनला भेट दिली, तरी त्यांचे नाव सीटीओ, बिझनेस डेव्हलपमेंट किंवा वेब निर्माता अशा अनेक उच्च पदांवरील अधिकारी म्हणून आलेले तुम्हांला दिसेल. हे लोक माझ्या कंपनीचे कर्मचारी नाहीत, पण तरीही माझा कर्मचारी वर्ग वाढत असल्याचे आणि तो खूप मोठा असल्याचे दिसते.

याची सर्व सुरुवात माझ्या कर्मचाऱ्यांबरोबर केलेला एक निरुपद्रवी अंतर्गत विनोद म्हणून झाली असली, तरी नंतर मला त्याचे फायदे लक्षात येऊ लागले : त्यामुळे माझे काम मोठे असल्यासारखे दिसू लागले. प्रभावी, भरपूर निधी असलेले आणि विस्तार पावणारे. अर्थात, प्रत्येक व्यक्तीअनुसार, कर्मचाऱ्यांच्या यादीत १९८७च्या जिममधील विडंबन केलेल्या नावांमुळे नैतिक मर्यादेचा मुद्दा आला तरी, माझा हेतू स्पष्ट होता : *मोठे असल्यासारखे दाखवा, पण कृती छोटी करा.*

'एसयूसीएस' निश्चित करणे

मोठ्या कंपन्या अनेकदा अत्यंत खराब सेवा पुरवतात. याउलट, छोट्या कंपन्या त्या तुलनेत सेवा पुरवण्यात तत्पर असतात, शिवाय त्याला वैयक्तिक संबंधाचा स्पर्शही असतो. माझा उद्देश असा असतो की, माझ्याकडे एखाद्या मोठ्या कंपनीसारखे सामर्थ्य असल्यासारखे दिसावे आणि तरीही लोकांना अशी वैयक्तिक सेवा द्यावी की जणू काही मी एकटाच काम करत आहे. ज्या वेळी तुम्हांला एखाद्या मोठ्या कंपनीकडून अत्यंत पद्धतशीर आणि अत्युच्च

सेवा मिळते, तुम्ही 'एसयूसीएस' निर्माण करता आणि त्यामुळे कायमस्वरूपी आणि एकनिष्ठ ग्राहक बनता.

ग्राहक सेवा म्हणजे वैताग, अशीच सर्वत्र भावना असताना तुमच्यासाठी ही व्यवसायासाठी मोठी संधी आहे. मोठे असल्यासारखे दिसून छोटी छोटी कामे केल्याने 'एसयूसीएस' इव्हेंट तयार होतो. ग्राहक सुरुवातीला सर्वसाधारण सेवा अपेक्षित करतो. जी कंपनी कोणत्याही भौतिक पायाभूत रचनेशिवाय कार्यरत असते, तिच्यासाठी ही क्लृप्ती काम करते. अर्थात, तुमचे छोटेसे किराणा मालाचे दुकान असताना तुम्ही ते खूप मोठे असल्याचे दाखवू शकत नाही, पण आमच्यासारख्या इंटरनेट कंपन्या असल्या, तर तसे करणे शक्य आहे.

अनेक व्यवसाय-मालकांना जाळ्यात अडकवणारा सापळा याच्या उलट आहे : *ते छोटे असल्यासारखे दाखवतात, पण कामे मोठी करतात.*

'जो ब्लो एंटरप्राइजेस'. या नावामुळे, तुम्ही एक शक्तिशाली, प्रतिष्ठित कंपनी आहात, असा आत्मविश्वास येतो का? हे नाव ओरडून सांगते - 'हा वन-मॅन शो' आहे आणि यातून नवखेपणा दिसून येतो. माफ करा, पण 'जो ब्लो एंटरप्राइजेस' या नावातच अपयश आहे. मला खात्री आहे की त्यांना कोणता लोगोपण नसेल आणि समजा असेलच, तर तो अनाकर्षक, कंटाळवाणा दिसणारा आणि कोणतेतरी फुकटचे सॉफ्टवेअर वापरून तयार केलेला असेल. या कंपनीची वेबसाइट अजिबात बदल न होणारी, कोणतीही घडामोड नसलेली आणि बालिश असेल. कॉमिक सॅन्स काही त्यांच्यासाठी प्रोफेशनल डिझाइन करून देणार नाही. ही कंपनी जगभरात उत्पादन विकते, पण त्यांचा टोल-फ्री नंबर नाही. छोटी, छोटी आणि छोटी.

ज्या वेळी त्यांचा छोटासा व्यवसाय मोठी कृती करतात, त्या वेळी अडचणी निर्माण होतात. या कंपन्यांमध्ये तुम्ही फोन करा आणि तुम्हांला 'हे बटन दाबा, ते बटन दाबा' या जाळ्यात अडकवले जाते. ईमेल पाठवला तर? विसरून जा, बहुतेक ई-मेलना उत्तरच मिळत नाही आणि ज्या काही निवडक जणांना उत्तर मिळते, तेही काही आठवड्यांनी आणि - 'आम्ही तुमच्याशी लवकरच संपर्क साधू' असा. हा 'लवकरच' कधीच येत नाही. ग्राहक सेवा तुमच्या अडचणीवर काही तासांमध्ये, नाही तर काही आठवड्यांनंतर प्रतिसाद देते.

तुम्ही जर आठवड्याला चार तास काम करण्यावर भर देत असाल, तर तुमचा व्यवसाय वाढणार नाही. कारण तुमचा स्वार्थ हा तुम्हांला व्यवसाय वाढवण्यापेक्षा अधिक महत्त्वाचा वाटतो. छोटे दिसा आणि मोठी कामे करा, तुम्ही तुमच्या स्वत:साठी खड्डा खोदत असता.

स्पर्धकांनी सुरुवात करायच्या आत त्यांना मागे टाका

'मोठे असल्यासारखे' दिसण्यामागे माझा आणखी एक उद्देश म्हणजे माझ्या स्पर्धकांनी शर्यतीला सुरुवात करण्याच्या आधीच त्यांना पराभूत करणे. ज्या वेळी कोणालातरी (किंवा कोणतीतरी कंपनी) दुकान सुरू करायचे असते आणि तुमच्याशी स्पर्धा करायची असते, ते सर्वप्रथम तुमची माहिती काढतात. ते तुमच्या वेबसाइटला भेट देतात, तुम्ही काय करता, तुम्ही किती पैसे आकारता त्याचा अभ्यास करतात. नवख्या उद्योजकासाठी, मोठी कंपनी

ही कायम धडकी भरवणारी असते, जशी मलाही भरली होती... ''अरे बाप रे! त्यांच्याकडे १२ कर्मचारी आहेत, मी एवढा छोटा- त्यांचा सामना कसा करू?''

जर त्या उद्योजकाला वाटले की ते तुमच्याशी स्पर्धा करू शकत नाहीत.कारण तुम्ही फार मोठे आहात आणि तुमच्याकडे खूप पैसा आहे, तर मग स्पर्धा सुरू होण्याआधीच तुम्ही जिंकलेले असता. एक तर ते खचून जातात किंवा दुसऱ्या क्षेत्रात जिथे फार स्पर्धा नाही, तिथे जातात. *मोठे असल्यासारखे दिसा, कृती छोटी करा.*

प्रकरण सारांश : फास्ट लेनची वैशिष्ट्यं

- तक्रारी या मूल्यवान असतात आणि त्या तुमच्या ग्राहकांच्या मनाचा आरसा असतात.
- बदलासाठीच्या तक्रारींचा अर्थ लावणे हे अवघड असते आणि त्यांची सत्यता पटवण्यासाठी तुम्हांला अतिरिक्त माहितीची आवश्यकता असते.
- अपेक्षांबाबतच्या तक्रारी या तुमच्या व्यवसायातील किंवा तुमच्या वितरण व्यवस्थेच्या कामकाजातील त्रुटी दाखवून देतात.
- त्रुटीमधील तक्रारी या अपूर्ण गरजा सांगतात, तुमच्या उत्पादनाचे किंवा सेवेचे मूल्य वाढवतात आणि महसुलाच्या नवीन संधी तुम्हांला दाखवून देतात.
- सर्वोत्तम ग्राहक सेवा ही अत्यंत सोपी असते. फक्त तुमच्या ग्राहकांच्या छोट्या अपेक्षांचा सकारात्मक पद्धतीने भंग करा.
- सेवेतील त्रुटी ही फास्ट लेनमधून जाणाऱ्यांसाठी संधी असते.
- समाधानी ग्राहक हा मनुष्यबळ यंत्रणा ठरू शकतो. कारण तो तुमच्या व्यवसायाचा मोफत प्रचार करतो.
- समाधानी ग्राहक असण्याचे दोन फायदे असतात : त्यांच्याकडून पुन्हा व्यवसाय मिळतो आणि तोंडी प्रचारामुळे नवीन व्यवसायही मिळतो.
- तुमच्या स्वार्थीपणाला जे काही हवे आहे, ते सर्व देण्याची ताकद समाधानी ग्राहकाच्या हाती असते.
- मोठे असल्यासारखे भासवून छोट्या पातळीवर काम केल्याने तुम्ही ग्राहकांचा सकारात्मक पद्धतीने अपेक्षाभंग करता.
- मोठे असल्याचे भासवल्यानंतर तुम्ही संभाव्य स्पर्धकांना घाबरवून दूर करता.

फास्ट लेन

४१

उचलेगिरी करणाऱ्यांवर अंकुश लावा

"लोक हेच कंपनीची सर्वांत मोठी संपत्ती असतात. तुमचे उत्पादन कार असू द्या की कॉस्मेटिक, त्यामुळं काही फरक पडत नाही. कंपनीतील लोक जितके चांगले असतात, तितकीच कंपनी चांगली असते."

–मेरी के. ॲश

तुमच्या महालात अंदाधुंदी आहे

तुमचा व्यवसाय हीच तुमची हवेली, महाल आहे. जर तुम्ही हवेलीमध्ये फितूर लोकांना जागा दिली, तर तुम्ही निश्चितच अडचणीत येणार. आपण पुन्हा एकदा बुद्धीबळाचे उदाहरण पाहू. हत्ती किंवा हवेली – हे तुम्ही व्यवसायात कोणत्या व्यक्तींना स्थान देता, त्याचे प्रतीक असते. यामध्ये कर्मचारी, भागीदार, गुंतवणूकदार आणि सल्लागार येतात.

व्यावसायिक विवाह : भागीदार

व्यवसायात भागीदार असणे म्हणजे विवाह केल्यासारखेच आहे. एक तर ही भागीदारी फारच उत्तम पद्धतीने काम करते किंवा भांडण होऊन घटस्फोट होतो.

तीन वर्षांपूर्वी, जिम आणि माइक हे एका बारमध्ये मद्य पीत बसले होते आणि त्यांना एक अप्रतिम कल्पना सुचली आणि त्यातून त्यांनी एकत्र भागीदारी करत एक व्यवसाय सुरू केला. एकत्र येऊन काम करणे, याच एका उत्साहातून त्यांनी हा व्यवसाय सुरू केला होता. नफ्यात ५० टक्के वाटा घ्यायचा, असे मान्य करून त्यांनी तातडीने काम सुरू केले. माइकने कंपनीसाठी पहिला ग्राहक आणला, तर जिमने दुसरा ग्राहक आणला. काही महिन्यांमध्येच, त्यांच्याकडे एकूण २८ ग्राहक झाले. दोघांनाही पुरेसा नफा मिळेल आणि नोकऱ्या सोडून देता येतील, इतपत हा व्यवसाय वाढला होता.

दोन वर्षांनंतर, जिमचा व्यवसायातील वेळ आणि कामाचा दर्जा यांच्यावर परिणाम होण्यास सुरुवात झाली. जिम दिवसभरात काय काय करतो, त्याच्या प्रत्येक मिनिटावर माइकचे लक्ष होतेच, पण चिंता वाटावी, असे काहीतरी त्याच्या लक्षात आले. ज्या वेळी माइक कंपनीसाठी चार ग्राहक आणत असे, तेव्हा कुठे जिम एक ग्राहक आणत होता आणि कधीकधी तर एकही नाही. त्याच्या नंतर लक्षात आले की, 'आठवड्याचे चारच तास काम करा' असा सल्ला देणारे एक पुस्तक जिम वाचत होता. परिस्थिती आणखी बिकट होताना, जिमकडून येणाऱ्या ग्राहकांकडून फारसा फायदा होत नव्हता आणि त्याचा फटका माइकला सहन करावा लागत होता. आणि तरीही प्रत्येक शुक्रवारी, घड्याळाचा गजर लावल्याप्रमाणे जिम नफ्यातील त्याच्या ५० टक्के वाट्यासाठी हजर राहत असे.

माइकने जेव्हा जिमला या गोष्टी निदर्शनास आणून दिल्या, जिम एकदम बचावात्मक पवित्र्यात गेला आणि तणाव वाढण्यास सुरुवात झाली. यामुळे जिमच्या कार्यक्षमतेमध्ये आणखी घट झाली आणि अनेकदा सलग काही महिने त्याला एकही ग्राहक मिळेनासा झाला. ही भागीदारी मोडीत काढण्याचा माइकने प्रयत्न केला, पण जिमने त्याला विरोध केला. तो भागीदारी कशाला सोडेल? माइकच्या प्रयत्नांमधून मिळणाऱ्या नफ्यातून ५० टक्के वाटा त्याला फुकट मिळत होता. अखेर माइकला वकील बोलावून कायदेशीर उपाय करावा लागला. काही वर्षांनंतर, भागीदारी मोडीत निघाली आणि त्याबरोबरच मैत्रीही.

भागीदारी ही विवाहासारखीच असते. सुरुवातीच्या प्रेमप्रकरणानंतर आणि वासना उडून गेल्यावर, ही भागीदारी स्वभाव, एकरूपता आणि परस्पर योगदान यांवरच टिकून राहायला हवी. माझे सुरुवातीच्या काळातील सर्व उद्योग हे असेच भागीदारीतील होते आणि त्या सर्वांमध्ये मला प्रचंड अपयश आले. माझे सर्वच भागीदार खराब होते असे नाही, पण आमच्या कामाची पद्धत, मूल्ये आणि दृष्टिकोन हे एकमेकांशी जुळत नव्हते. मला आठवते, एका भागीदाराची ९ ते ५ अशी नियमित नोकरी होती आणि अंतर्गत खेळांमध्ये त्याला बराच रस होता. प्राधान्यक्रमाच्या यादीत व्यवसाय हा चौथ्या किंवा पाचव्या क्रमांकावर होता. दुसरा एक भागीदार आणखी चार व्यवसाय करत होता आणि मी? माझ्यासाठी हाच व्यवसाय एकमेव प्राधान्यक्रमावर होता. फरक तुमच्या लक्षात आला का ?

फास्ट लेन फोरमवर 'भागीदारीसाठी' शोध घ्या आणि तुम्हांला भागीदारीत तोटा झाल्याच्या असंख्य तक्रारी दिसू लागतील. एका भागीदाराला विस्तार करायचा होता, दुसऱ्याला ब्रँड विकसित करायचा होता. एकाला जाहिरात करायची होती, दुसऱ्याला अजून विकास करायचा होता. एका भागीदाराला महागड्या गाड्या आणि पैसा हवा होता आणि तरीही तो कामावर उशिरा येत होता आणि लवकर जात होता. भागीदारी ही विवाहासारखीच असते – निम्म्या वेळा ती अपयशी ठरते. कारण हे भागीदार एकमेकांना अनुरूप नसतात.

'ते' म्हणतात की, तुमच्या कौशल्यांना पूरक असणारी कौशल्ये असणाऱ्या लोकांबरोबर तुम्ही भागीदारी करायला हवी. मी जर मार्केटिंग करणारा असेन, तर मी

तांत्रिक ज्ञान असलेल्या व्यक्तीबरोबर भागीदारी करायला हवी. मी जर चांगला लोकसंपर्क असलेला आणि विक्रीक्षेत्रातील असेन, तर मी विश्लेषणात तरबेज असलेल्या व्यक्तीबरोबर भागीदारी करायला हवी. अशा भागीदारीमुळे सुरुवात चांगली होणार असली, तरी असे करणे म्हणजे केवळ समान प्रकारचे संगीत आवडते म्हणून प्रथमच भेटणाऱ्या व्यक्तीशी विवाह करण्यासारखे आहे. इतर अनेक अशी व्यक्तिवैशिष्ट्ये असतात ज्यामुळं भागीदारी बनते किंवा मोडते.

- तुमची कामकाजाची काही नैतिक पद्धत आहे का? तुम्ही रात्रंदिवस डोळ्यांत तेल घालून काम करत असताना तुमचा भागीदार बाहेर मजा करतो का?
- तुमच्या दोघांचा दृष्टिकोन एकसमान आहे का? किंवा ते एकमेकांना पूरक आहेत का?
- तुम्हांला हळूहळू विकास करायचा आहे का आणि तुमच्या मित्राला जग आपल्या मुठीत घ्यायचे आहे का, तेही वेगाने?
- तुम्हांला फ्रेंचाइजी विकायची आहे आणि तुमच्या भागीदाराला केवळ बिल भागवण्यापुरते एकच केंद्र हवे आहे का?
- तुम्ही या व्यक्तीवर पूर्ण विश्वास ठेवू शकता का?
- तुमचा आणि त्याचा स्वभाव सारखाच आहे का?
- धोका स्वीकारण्याची दोघांची सारखीच तयारी आहे का?

थोडक्यात सांगायचे, तर लोक चुकीच्या कारणांसाठी भागीदारी करतात. म्हणजे लोक चुकीचा दृष्टिकोन ठेवून (गरजेला प्राधान्य नसलेले) व्यवसाय सुरू करतात, ते चुकीचा दृष्टिकोन *(विविधता)* मनात ठेवून भागीदारी करतात. भागीदारांना एकरूपता नको असते, त्यांना धोक्यामध्ये, खर्चात आणि कामाच्या ताणात विविधता हवी असते. अशा वेळी, एका भागीदाराला नेहमीच दुसऱ्याने ताण उचलावा, असे वाटत असते. आणि ज्या वेळी एखादा अधिक भार उचलतो, त्या वेळी तणाव वाढतो.

बहुतेक विवाहांप्रमाणेच, भागीदारीही चांगली चालू शकते. फक्त तुम्ही कोणाबरोबर आयुष्य व्यतीत करणार आहात, याची खात्री करून घ्या. एकमेकांची क्षमता जोखण्यासाठी तुमच्या कॉलेजमधील जोडीदाराबरोबर केलेला दोन आठवड्यांचा हनीमून हा पुरेसा ठरत नाही. दोन आठवड्यांच्या भेटीगाठीच्या आधारावर तुम्ही कोणाशी लग्न करू शकता का?

तुमच्याजवळ 'ए + ए' असू द्या

माझ्या डेस्कवर ज्या वेळी ९० पानांची कायदेशीर नोटीस येऊन पडते, त्या वेळी मी माझ्या गुंतवणूकदारांबरोबर अनेक वेळा चर्चा केली आहे; काय सांगितले आहे आणि काय लिहिले आहे, या दोन वेगळ्या गोष्टी असतात. 'पाच वर्षांसाठी १० टक्के सुट्टीवर' असे आम्ही बोललो असताना यामध्ये 'दहा वर्षांसाठी पाच टक्के,' असे का लिहिले आहे? या कायदेशीर कागदांच्या ढिगातून ही विसंगती कोणी शोधून काढली? मी नाही, माझ्या वकिलांनी (ॲटर्नी).

अशीही वेळ येते ज्या वेळी व्यवसायात झालेला एक खर्च नोंदवायचा राहिला तर तुम्हांला करामध्ये हजारो डॉलर्सचा दंड बसतो. कोणाला माहीत असते की ३८ हजार डॉलर्स किमतीची इंटरॲक्टिव्ह व्हॉइस रिस्पॉन्स यंत्रणा ही घसारा म्हणून नोंदवली जाते, ज्या वेळी तुम्हांला तो फक्त एक अवाजवी किमतीचा टेलिफोन वाटत असतो? (अकौंटंट)

माझ्याजवळ जर या 'ए'ची *(अकौंटंट आणि ॲटर्नी)* चांगली टीम नसती, तर मी गरीब राहिलो असतो. असे चांगले लोक सापडणे फार अवघड असते, कारण ते कंत्राटाने नेमलेल्या भागीदारासारखेच असतात, तुमच्या हवेलीची किल्ली असलेला हा आणखी एक गट असतो.

माझ्याप्रमाणे मूर्खासारखे वागू नका. मला अजूनही माझी पहिली अकौंटंट स्पष्टपणे आठवते आहे. कोणत्याही ओळखीतून नाही, तर यलो पेजेसमधून केवळ आंधळा विश्वास ठेवून मी तिला शोधले होते. माझ्या करांचे नियोजन करण्याची तिला फारशी काळजी वाटत नव्हती, हे मला लवकरच समजले. माझ्या व्यवसायाची किंवा मला कशाची काळजी वाटते, याच्याशी तिला काही घेणेदेणे असल्याचे दिसत नव्हते. केवळ फॉर्म भरण्याची आणि ते काम उरकून टाकण्याची घाई. याहून अधिक म्हणजे, तिचे बहुतेक क्लाएंट हे स्लो लेनमधून जाणारे होते, ज्यांना त्यांच्या कंपन्यांपेक्षा फॉर्म भरण्याचीच अधिक काळजी होती. ''चांगली निवड केलीस, एम.जे. मला अशी व्यक्ती हवी होती, जिची मनोवृत्ती फास्ट लेन असेल.'' मी अशा व्यक्तीचा प्रचंड शोध घेतला. अनेक अकौंटंट्सची मुलाखत घेतल्यानंतर आणि त्यांची माहिती मिळवल्यानंतर, मला असा एक जण सापडला की ज्याच्या क्लाएंटपैकी बहुतेक जण उद्योगांचे मालक होते.

तुम्ही तुमच्या हवेलीच्या किल्ल्या कोणाकडे विश्वासाने सोपवत आहात, या बाबत काळजी घ्या, कारण असे लोक तुम्हांला आर्थिक दिवाळखोरीत टाकू शकतात. निकोलस केजबद्दल सांगितलेले आठवतेय ना, त्याच्या व्यवस्थापकाने त्याला जवळपास गरिबीतच लोटले होते. तपास करा आणि चौकशी करा. यशस्वी आणि प्रस्थापित उद्योजकांचा सल्ला घ्या. तुमच्या या दोन 'ए'ना तुमचे संभाव्य भागीदार म्हणून वागणूक द्या, कारण त्यांना तुमच्या हवेलीमध्ये अनिर्बंध प्रवेश असतो आणि ज्यांच्याकडे किल्ल्या असतात ते तुम्हांला चुकीच्या दिशेलाही नेऊ शकतात.

मद्याबरोबर तुम्हांला विद्युत करवत आवडेल का?

ज्या वेळी तुम्ही आंधळेपणाने कशावरही – व्यवसाय, आर्थिक गुंतवणूकदार, सुरक्षा अशा कशावरही – विश्वास ठेवता त्या वेळी तुम्ही स्वत:ची फसवणूक करून घेण्यासाठी सज्ज असता.

मद्याची एक जुनी जाहिरात आहे, ज्यामध्ये एक जोडपे एका खेडेगावातील अंधाऱ्या रस्त्यावरून गाडी चालवत असते आणि त्यांना एक जण लिफ्ट मागतो. त्याच्याकडे मद्याची बाटली आणि विद्युत करवत असते. गाडी चालवणाऱ्याला त्या व्यक्तीला लिफ्ट द्यायची असते, कारण चालकाला जे हवे असते ते त्या व्यक्तीकडे असते – मद्य. पण त्याचे करवतीकडे लक्ष जात नाही. आंधळा विश्वास म्हणजे सुनसान रस्त्यावर लिफ्ट मागणाऱ्या

व्यक्तीला, विद्युत करवतीमुळं होणाऱ्या त्रासाकडे दुर्लक्ष करत केवळ त्याच्याकडील मद्यावर डोळा ठेवून लिफ्ट देण्यासारखे आहे.

तुम्ही तुमच्या विश्वासालाच तुमची संपत्ती बनवायला हवे, जी इतरांनी कमवायला हवी. शब्दांपेक्षा कृतीमधून सर्व काही व्यक्त होऊ द्या. ज्या वेळी तुम्ही विश्वासाऐवजी शब्दांनाच अधिक महत्त्व देता, त्या वेळी तुमच्यावर हल्ला होणे सहज शक्य असते.

मी आतापर्यंत नोकरीस ठेवलेला सर्वांत खराब कर्मचारी म्हणजे एक जन्मजात खोटारडी महिला होती, जिने माझ्याकडे चोरी केली. मी तिला नोकरीवर का घेतले? तिने मला शब्दांच्या जाळ्यात अडकवले. मुलाखत सुरू असताना तिने मला सांगितले की ती चर्चमध्ये समूहगान करते आणि ती एक धार्मिक वृत्तीची महिला आहे. मी कोणत्याही धार्मिक बाबींमध्ये पडत नसलो तरी मी धर्माचा संबंध प्रामाणिकपणाशी लावला आहे. त्यामुळे माझा बचाव भेदला गेला आणि मी कोणतीही चौकशी न करता तिला नोकरीवर ठेवले. अनेक वर्षांनी (आणि अनेक धडे मिळाल्यानंतर) मला सत्य उमगले.

प्रथम खात्री करून घ्या, नंतर विश्वास ठेवा

माजी राष्ट्राध्यक्ष रोनाल्ड रेगन एकदा म्हणाले होते, ''विश्वास ठेवा, पण आधी खात्री करून घ्या.'' मी जेव्हा त्या खोटारड्या व्यक्तीला नोकरीला ठेवले होते, मी विश्वास ठेवला होता, पण खात्री करून घेतली नव्हती. अनेक चोऱ्या, व्हिडिओ कॅमेरे आणि कागदपत्रांचा शोध इतका उपद्व्याप केल्यानंतर सत्य बाहेर आले. मी फार उशिरा खात्री करून घेतली आणि त्याचा फटका मला बसला.

आपली वित्तयंत्रणा हे विश्वासाचे अत्यंत वाईट उदाहरण आहे. बर्नार्ड मॅडॉफ याने आतापर्यंतचा सर्वांत मोठा चिटफंड गैरव्यवहार केला आणि लोकांच्या अब्जावधी डॉलर्सचे नुकसान झाले. केवळ एक व्यक्ती लाखो लोकांकडून अब्जावधी डॉलर्स लुबाडू शकते? खात्री न करता ठेवलेला विश्वास. हजारो लोकांनी मॅडॉफवर विश्वास ठेवला आणि हजारो जण खात्री करून घ्यायला विसरले. ज्यांनी खात्री करून घेतली, त्यांनी गुंतवणूक केली नाही आणि काही जणांनी धोक्याचा इशाराही दिला होता. ''आम्ही विश्वास ठेवणारे लोक आहोत आणि आम्हांला सर्वांत चांगल्या गोष्टीवर विश्वास ठेवायचा असतो. आम्हांला परीकथांवर विश्वास ठेवायचा असतो आणि अखेरपर्यंत आनंदी राहायचे असते. फेसबुकवर जाहिरात करून आपण लाखो डॉलर्स कमवू शकतो, यावर आम्हांला विश्वास ठेवायचा असतो, जोपर्यंत आम्ही सल्ला देणाऱ्या गुरूला ९७ डॉलर्स पे-पालद्वारे देत आहोत तोपर्यंत.''

ज्या वेळी मी कॉलेज संपल्यावर उद्योजकतेमध्ये करिअर सुरू केले होते त्या वेळी मी प्रत्येकावर विश्वास ठेवला होता. मला संपत्ती मिळवून देतील, असा विश्वास असणाऱ्या अनेक भन्नाट योजना मी विकत घेतल्या होत्या. तुम्ही ज्या वेळी प्रत्येकावर विश्वास ठेवता, तेव्हा काय होते? तुमचा घात होतो. तुम्ही आळशी होता. तुम्ही गुन्हेगारांना आमंत्रित करता. तुम्ही जेव्हा प्रत्येकावर विश्वास ठेवता, तुम्ही नियंत्रणाच्या आज्ञेचा भंग करणाऱ्या व्यवसायाच्या संधींच्या पाठीमागे लागलेले असता. तुमच्या आर्थिक मार्गावरील प्रवासात इतर लोक तुम्हांला सूचना करतात. आणि असे ज्या वेळी घडते, तेव्हा अपघात होतात

आणि तुमचा घात होतो. जगात केवळ एकाच व्यक्तीवर तुम्ही आंधळेपणाने विश्वास ठेवू शकता, ती व्यक्ती म्हणजे 'तुम्ही स्वतः'.

एवढी निंदा कशासाठी? हे जर तुम्हांला आत्ताच समजले नाही, तर नंतर नक्कीच समजेल. *ज्या वेळी तुम्ही लाखो जणांसाठी काम करता, त्या वेळी लाखो जणांच्या संपर्कात येता.* त्याच वेळी तुम्हांला ग्राहक-उत्पादक यांच्यातील संबंध समजतो. कितीतरी लोक तुम्हांला खड्ड्यात घालण्यासाठी प्रयत्न करत असतात, हे पाहून तुमचे डोळे उघडतात. खोटारडे, फसवणारे आणि फितूर लोक यांच्यापासून कोणतीही जागा सुरक्षित नाही. तुमची अपेक्षा नसलेल्या ठिकाणीही हे लोक आढळतात : चर्चमध्ये, विवाह मंडळांमध्ये आणि तुमच्या आलिशान क्लबमध्येही.

मी एखाद्या गुंतवणुकीबाबत प्रचंड खात्री करून घेतल्यानंतरही त्यामध्ये जर १० हजार डॉलर्स गमावले, तर ते मी समजू शकतो. सहज येणारे पैसे, सहज जातात. तरीही, मी कोणावर आंधळेपणाने विश्वास ठेवत त्याला माझ्या गाडीत बसवले आणि माझे १० हजार डॉलर्सचे नुकसान झाले, तर ही वेगळी गोष्ट आहे. आज मी कोणावरही विश्वास ठेवत नाही, पण प्रत्येकाला विश्वास सिद्ध करण्याची संधी देतो. या जगात अनेक चांगले लोक आहेत आणि त्यांची संख्या दुष्ट लोकांपेक्षा कितीतरी अधिक आहे. फक्त अशा चांगल्या व्यक्ती शोधण्यासाठी आणि त्यांना तुमच्या आयुष्यात आणण्यासाठी जरा मानसिक श्रम घ्यावे लागतात. त्यामुळे तुम्ही कोणाला लिफ्ट देत आहात, या बाबत जरा काळजीपूर्वक निर्णय घ्या. थंड पेयाच्या मोहात न पडता, करवतीकडेही लक्ष असू द्या.

खराब शोफरला काढून टाका

तुमचे सहकारी कामकाज पाहतात का? तुम्ही घरात नसताना, हवेलीचा कारभार कोण पाहतो? तुमच्या व्यवसायाला दिशा कोण देतो?

अत्यंत चांगली ग्राहक सेवा पुरवणे ही एक बाब झाली, ती पुरवणारे कर्मचारी मिळवणे ही दुसरी बाब आहे. ज्या वेळी तुम्ही तुमचे लक्ष तळावर केंद्रित करता, तेव्हा आघाडीकडे सहसा दुर्लक्ष होते. १० डॉलर्स प्रतितासावर फ्रंट डेस्कवर काम करणारा, अप्रशिक्षित कर्मचारी तुम्हांला किती महागात पडतो? तुमच्या ग्राहकांना तुमच्या व्यवसायाबद्दल एकनिष्ठ बनवण्यासाठी, कर्मचाऱ्यांनाही तुमची ग्राहकांबद्दलची विचारसरणी समजायला हवी. तुमची लाखो डॉलर्सची गुंतवणूक तुम्ही कोणाही कर्मचाऱ्याच्या हाती वाया घालवण्यासाठी देऊ शकत नाही. *खराब ग्राहक सेवेचा अनुभव आल्यास जगातील कोणतीही दिव्य शक्ती त्यामध्ये बदल घडवून आणू शकत नाही.*

लास व्हेगासमध्ये नऊ दिवस राहिल्यानंतर मला समजले की, कितीही चकचकितपणा असला, तरी यांत्रिक सेवा ही व्यवसायातील अंतिम जबाबदारी असते. आपल्या सहकाऱ्यांपासून, अकार्यक्षम कर्मचाऱ्यांपासून, अस्ताव्यस्त घरापासून, वाहतूक कोंडीपासून आणि नेहमीच्या जीवनावश्यक घडामोडींपासून पळ काढण्यासाठी अनेक जण लास व्हेगासला सुटी काढून येतात. माझ्या एका मित्राच्या कंपनीच्या परिषदेमुळे मी लास व्हेगासमध्ये रिओ हॉटेलमध्ये उतरलो होतो. मी या हॉटेलमध्ये आधी कधीही थांबलो

नव्हतो आणि इतर परिस्थितीत मी हॉटेलची निवडही केली नसती. ही जागा काळोखी आणि जुनीपुराणी वाटत होती, गाद्याही नरम नव्हत्या आणि खोल्याही योग्य स्थितीत नव्हत्या. तरीही, मला येथील कर्मचारी वर्ग चांगला वाटला. डील करणारे अत्यंत मित्रत्वाने वागत होते आणि कसिनोमधील स्टाफ आमच्या छोट्या मागण्याही तत्परतेने पूर्ण करत होता. मी येथे आनंदात राहिलो.

तीन दिवस रिओमध्ये राहिल्यानंतर मी व्हेनेटिअन हॉटेलमध्ये शिफ्ट झालो. या हॉटेलचे बुकिंग माझ्या अमेरिकन एक्स्प्रेसमधील मध्यस्थाने केले होते. ज्यांना व्हेनेटिअन हॉटेलबद्दल माहीत नसेल, त्यांना सांगतो की हे हॉटेल नवीन असून भव्य वास्तुरचना, आकर्षक खांब, आलिशान शँडिलर्स आणि इतर श्रीमंती दाखवून देणाऱ्या बाबींनी ते परिपूर्ण आहे. या हॉटेलमध्ये मी सहा दिवस थांबलो.

दुर्दैवाने त्या सहा दिवसांनंतर मी येथे परत कधीही आलो नाही.

मला येथील आधुनिक इटालिअन वास्तुरचना आवडली, पण लोक वैताग आणणारे होते. धक्कादायक घटनांना पहिल्याच दिवशी सुरुवात झाली आणि प्रत्येक दिवशी धक्के बसतच गेले. कर्मचाऱ्यांकडून आलेले अनुभव भयावह होते : लक्ष न देणारे सफाई कर्मचारी, विविध सेवांसाठी दीर्घ काळ थांबवून ठेवणे, मागितले ते देण्यात कुचराई करणे, यांत्रिक कर्मचारी, अवाढव्य दर आणि त्यापेक्षाही महत्त्वाचे म्हणजे बाहेर पडायची सोयही नाही. यातून मला दोन महत्त्वाचे धडे मिळाले :

१. एसयूसीएस ग्राहक सेवा तत्त्वज्ञान तुमच्या कर्मचाऱ्यांपर्यंत पोहोचवणे अत्यावश्यक आहे.
२. आकर्षक उत्पादन हे तुमच्या खराब ग्राहक सेवेची मखलाशी करू शकत नाही.

एक, ग्राहकांबद्दलचा तुमचा दृष्टिकोन तुमच्या कर्मचाऱ्यांपर्यंत पोहोचणे आवश्यक आहे. हेच लोक तुमच्या व्यवसायाचे दूत असतात आणि तुमचे व्हिजन ते जगासमोर सादर करतात. हेच कर्मचारी तुमच्या व्यवसायाचे शोफर असतात आणि ते जर बेजबाबदार असतील, तर तुमच्या व्हिजनची 'ऐशीतैशी' होण्यास वेळ लागत नाही.

तुमच्या कंपनीबाबत लोकांचे काय मत असावे, हे तुमचे कर्मचारी ठरवतात.

मला इतकी खराब वागणूक देण्याचे आणि दुर्लक्ष करण्याचे व्हेनेटिअन हॉटेलचे धोरण होते का? मला शंका आहे. व्यवस्थापन ते कर्मचारी या साखळीत 'संपर्काचा अभाव' हे त्यांना आलेल्या अपयशामागील कारण आहे. फक्त एकच कर्मचारी नाही, तर अनेक जण. तुम्ही एकटेच दिवसभर जहाज चालवू शकत नाही. तुमच्या कर्मचाऱ्यांच्या हातीही काही साधने असतात आणि त्यांना जर त्यांचे काम नीट करता येत नसेल तर ते समाधान देऊ शकत नाहीत आणि तुम्हांला उत्तरे देण्यास भाग पाडतात. ग्राहककेंद्रित धोरण आखले आणि त्याची प्रत्यक्ष अंमलबजावणी करण्यास कर्मचाऱ्याला अपयश आले, तर अशा धोरणाचा काहीही उपयोग नाही.

दुसरा धडा हा आहे की, वस्तू कितीही आकर्षक म्हणजे, अत्याधुनिक तंत्रज्ञान (फॅशनेबल वेबसाइट) किंवा भव्य वास्तुरचना (आलिशान हॉटेल) असली तरी ते खराब

ग्राहक सेवेची भरपाई करू शकत नाहीत. व्हेनेटिअन हॉटेलचा अब्जावधी डॉलर्सचा भव्यपणा दिसत असला, तरी संगमरवरी फरशा, कलाकुसरीचे खांब, असे असले तरी त्यांची ग्राहक सेवा त्रासदायक होती. याविरूद्ध, रिओ हॉटेलची इमारत जुनाट असली तरीही ग्राहक सेवा उत्तम दर्जाची होती आणि त्यामुळे चांगला अनुभव आला.

ही विसंगती एकेरी मार्गाचे प्रतिनिधित्व करते : उत्तम ग्राहक सेवा - एसयूसीएस असलेली सेवा - तुमच्या इतर त्रुटींची भरपाई करू शकतात, पण उत्तम दिखावा हा खराब ग्राहक सेवेला किंवा खराब मानवी संपर्काला पर्याय ठरू शकत नाही. व्हेनेटिअन हॉटेलची फरशी सोन्याचीही असू शकते, त्याने काही फरक पडत नाही.

खराब अनुभव आल्यास त्याची भरपाई कशातही होऊ शकत नाही.

तुम्ही सर्वोत्तम समुद्रकिनाऱ्यावर सर्वोत्तम हॉटेल बांधू शकता, पण ग्राहक हेच तुमच्यासाठी अडचण ठरत असतील आणि त्यांच्या मागण्यांकडे दुर्लक्ष होत असेल तर ते कधीही तुमच्याकडे परत येणार नाहीत. विस्तारवादी व्यवसायाची वाढ ही उत्तम ग्राहक सेवेच्या आधारावर होते आणि तुमचा आघाडीचा कर्मचारी तुमचा दृष्टिकोन सामाईक करतो. हा दृष्टिकोन सीईओ कार्यालयाच्या भिंतीवर रंगवलेल्या प्रेरणादायी वाक्यांमधून मिळत नाही.

प्रकरण सारांश : फास्ट लेनची वैशिष्ट्यं

- व्यवसायातील भागीदारी ही विवाहाइतकीच महत्त्वाची असते.
- चांगला अकौंटंट आणि ॲटर्नी तुमचे हजारो किंवा लाखो पैसे वाचवतो.
- अकौंटंट आणि ॲटर्नीकडे तुमच्या हवेलीच्या किल्ल्या असतात; तुमचा त्यांच्यावर पूर्ण विश्वास असल्याची खात्री करून घ्या. कारण, तुम्हांला योग्य अथवा चुकीच्या दिशेने नेण्याची त्यांच्यात ताकद असते.
- बिनधास्त ठेवलेला विश्वास तुम्हांला बिनधास्तपणे धोक्यात टाकतो.
- खात्री न करता विश्वास ठेवल्यास होणाऱ्या परिणामांवर तुमचे नियंत्रण नसते.
- तुमच्या कंपनीबद्दल लोकांचे काय मत असावे, हे तुमचे कर्मचारी ठरवतात.
- उत्तम ग्राहक सेवा ही तुमच्यातील त्रुटींवर पांघरूण घालू शकते, पण उत्तम दिखावा तुमच्या खराब ग्राहक सेवेवर पांघरूण घालू शकत नाही.
- ग्राहक सेवेबाबतचे विचार हे मानवी संवादातून व्यक्त होत असतात- सीईओ कार्यालयावर रंगवलेल्या महत्त्वाकांक्षी विधानांतून नाहीत.

फास्ट लेन

४२

कोणाचेतरी तारणहार बना

''बाजारपेठ ही चांगल्या उत्पादनांनी कधीही खच्चून भरत नाही;
परंतु ती खराब उत्पादनांसह तातडीने भरली जाते.''

-हेन्री फोर्ड

लखलखत्या चिलखतातील तुमचा सैनिक

तुमचे उत्पादन किंवा सेवा इतर कोणासाठी तरी लखलखते चिलखत घातलेल्या सैनिकाप्रमाणे आहे का? त्यामुळे काही फायदा होणार आहे का? की, तुमचा हा सैनिक स्वार्थीपणा असलेला आणि तुमच्या आशेमुळे प्रेरित झाला आहे? अशी आशा जी काळ्या घोड्यावरून दौडत येते आणि तुम्हांला तुमचे स्वत:चे बॉस बनवतानाच श्रीमंतही बनवते?

'मीसुद्धा'ची गर्दी असलेले जग

'मीसुद्धा' व्यवसायांमधून 'मीसुद्धा' उत्पन्न मिळते. गरज ओळखून व्यवसाय सुरू करण्याऐवजी इतरांनी आधीच सुरू केलेला व्यवसाय सुरू करणे फारसे अवघड नाही. अशा व्यवसायांमध्ये काहीही वेगळेपणा किंवा वैशिष्ट्य नसते आणि ते लवकरच 'मीसुद्धा'च्या गर्दीत हरवून जातात आणि 'स्वत:च स्वत:चे बॉस व्हा'चा आभास दूर झालेल्या त्यांच्या मालकांना वेड लागायची पाळी येते. चुकीच्या उद्देशाने सुरू केलेले व्यवसाय हे सरळ *व्यापारीकरणाच्या* डब्यात जाऊन पडतात आणि तुम्हांला एक टाळता न येण्याजोगी, चेकर खेळण्यासारखी गोष्ट करायला लावतात.

व्यापारीकरण म्हणजे काय?

व्यापारीकरण हे एक उत्पादन अथवा सेवा आहे, जी सर्व पुरवठादारांकडे एकसमान असते. उदाहरणार्थ, प्रचंड व्यापारीकरण झालेली सेवा म्हणजे हवाई प्रवास. बहुतेक लोक एकाच विमानसेवेवर अवलंबून नसतात, ते सर्वोत्तम किमतीशीही एकनिष्ठ नसतात. उत्पादनाचे व्यापारीकरण होते.

आणखी एक उदाहरण म्हणजे इंधन. मला उपलब्ध असलेल्या सात विविध इंधन पंपांपैकी कोणत्याही पंपावर इंधन मिळू शकते; कारण या उत्पादनाचे व्यापारीकरण झालेले आहे.

व्यापारीकरण झालेल्या वस्तू किंवा सेवेसाठी लोक केवळ एकाच मुद्द्याचा विचार करून ती खरेदी करतात : किंमत. जर तुम्ही असे करत नसाल तर समजा, त्या उद्योगाने इतरांच्या तुलनेत चांगले उत्पादन बाजारात आणले आहे. तुमचे उत्पादन वैशिष्ट्यपूर्ण नसेल, तर त्याला बाजारात फारशी संधी नाही आणि तुम्हांला स्वतःला गर्दीपासून वेगळे ठेवण्यासाठी किंमत कमी करणे भाग पडते.

योग्य कारणासाठी व्यवसायात उतरा

तुम्ही व्यवसाय कशासाठी करत आहात? तुमचे कारण चुकीचे असण्याची शक्यता अधिक आहे.

याचे उत्तम उदाहरण म्हणजे लिमो व्यवसाय. या व्यवसायात रेल्वे स्थानकावरील गेटची जितक्या वेळा उघडझाप होते, तितक्या कंपन्या नव्याने निर्माण होत असतात. हा व्यवसाय सुरू करण्याची इच्छा कोणाला का व्हावी? या क्षेत्रात तशी गरज आहे म्हणून? नाही. लोक हा व्यवसाय करतात; कारण ते स्वतःची स्वार्थी गरज भागवत असतात – कारण त्यांना करून पाहायचे असते, जसे मला काही वर्षांपूर्वी करायचे होते. खरे तर लिमो व्यवसाय म्हणजे ड्रायव्हरचे शिक्षण झाल्यानंतरची पदवी मिळवल्यासारखे आहे. बाजारपेठेत नव्या लिमोझिन कंपनीची आवश्यकता आहे का? या स्पर्धेत टिकून राहील अशी वैशिष्ट्यपूर्ण सेवा देण्याचा कोणता इरादा आहे का?

अजिबात नाही.

हेतू अत्यंत स्वार्थी होता : *माझी स्वतःची लिमो कंपनी असावी, त्यामुळे तशी एक कंपनी मी सुरू करणार.* यामुळे बाजारपेठेत मागणी कमी आणि पुरवठा जास्त होतो. फारसे ग्राहक नसतानाही खूप साऱ्या लिमो रस्त्यावरून फिरताना दिसतात. ज्या वेळी मागणीपेक्षा पुरवठा अधिक असतो, त्या वेळी किंमत कमी होतेच आणि अचानक त्या उत्पादनाचे व्यापारीकरण होते.

बाजारातील गरजेकडे दुर्लक्ष केल्यास व्यापारीकरण होते आणि येथे तुम्ही अत्यंत कमी किंमत देऊ करणाऱ्या खरेदीदाराला तुमचा आत्मा विकता. या दुष्टपणाला कोठून सुरुवात होते? लोक अशा प्रकारे व्यवसाय सुरू करतात की ज्याला फारशी मागणी नाही. 'आवडते ते' करण्याच्या किंवा 'माहीत आहे ते' करण्याच्या प्रयत्नांत ते व्यवसायाला सुरुवात करतात.

कार्पेट स्वच्छ करण्याचा व्यवसाय असलेल्या एका व्यक्तीने फास्ट लेन फोरमवर अशाच प्रकारची एक घटना सांगितली. त्याने लिहिले होते की :

> *मी जे काही करत होतो, त्यातून खूपच फरक पडणार होता तरीदेखील लोकांना माझी सेवा नको होती, ही समस्या होती. लोक त्यांच्या*

कार्पेटची स्वच्छता शक्य तितक्या लांबणीवर टाकत होते. त्यामुळे वास्तवात, ज्याला फारशी किंमत नाही, अशी सेवा मी पुरवत होतो. अशा प्रकारे मी या निष्कर्षास आलो की, मला माझ्या व्यवसायाचा उद्देश बदलावा लागेल. माझ्या व्यवसायाचा उद्देशच बदलेल असा कोणता मोठा बदल मी करू? लोक त्याची आज किंमत काय करतात? मला वाटते, मी चुकीच्या उद्देशांवर आधारित व्यवसायात उतरलो आहे.

मला या व्यक्तीबद्दल वाईट वाटते.

कार्पेट स्वच्छ करण्याचा व्यवसाय त्याने का सुरू केला असावा? बाजारात याची गरज होती का? की त्यालाच काहीतरी काम हवे होते आणि स्वत:चा एक व्यवसाय हवा होता?

कारण कोणतेही असो, तो अशा क्षेत्रात काम करत होता, जिथे व्यापारीकरण झाले होते. प्रत्येक ग्राहकासाठी व्यवसायाचे मालक भांडत होते, प्रत्येक गिऱ्हाइकामागे त्यांना कमीतकमी पैसे मिळत होते. त्याला जर व्यवसाय करायचा असेल, तर त्याने किंमत घटवायला हवी होती.

माझा मुद्दा हा आहे की, तुम्ही तुमच्या व्यवसायाचे क्षेत्र बदलू शकत नाही, कारण तुम्ही आधीच या व्यवसायात उतरला आहात. व्यवसाय क्षेत्र योग्य निवडले असते तर तुम्ही या उद्योगातील अडचणी दूर करू शकला असता किंवा पूर्ण न झालेल्या गरजा पूर्ण करण्यामागे असता. ज्या वेळी शेकडो लोक एखादा व्यवसाय सुरू करतात– कारण फक्त त्यांना तो कसा सुरू करायचा हे माहीत असते किंवा त्यांना तो सुरूच करायचा असतो (गरजेशी काही संबंध नाही), तुम्ही व्यापारीकरणाच्या टप्प्यावर येऊन पोहोचता : किंमत काही डॉलर्सपर्यंत खाली आलेली असते. गरज अत्यंत मर्यादित असते (मर्यादित मागणी) आणि ती पूर्ण करणारे भरपूर असतात (पुरवठा). त्यामुळे, सुरुवातीलाच हा *उद्योग पूर्णपणे टाळावा* किंवा एखादी अडचण आणि असमानता दूर करण्याचा प्रयत्न करावा, एकदा त्यात उतरल्यानंतर क्षेत्र बदलणे हा मुद्दा उरत नाही. तुमचे उत्पादन जर कोणाचे संरक्षण करत नसेल, लोकांपासून आणि त्यांच्या अडचणींपासून दूर जात असेल, तर त्याचे व्यापारीकरण होणारच.

स्पर्धेपासून तुमची नजर हटवा

माझी इंटरनेट सेवा ग्राहकांसाठी असली, तरी मला पैसे देणारे गिऱ्हाईक हे छोटे व्यवसाय-मालक आहेत. ज्या वेळी तुमचा दररोज शेकडो छोट्या व्यावसायिकांशी संपर्क येतो, त्या वेळी ते व्यवसायाकडे कोणत्या दृष्टिकोनातून पाहतात, याची तुम्हांला जवळून ओळख होते. माझ्याप्रमाणेच सर्व व्यवसाय-मालक विचार करत असतील, अशी माझी चुकीची समजूत होती. परिस्थिती यापासून वेगळी होती. माझ्या फार चटकन लक्षात आले की, *अनेक व्यावसायिकांचे स्वत:च्या व्यवसायापेक्षा त्या क्षेत्रातील स्पर्धेकडेच अधिक लक्ष होते.* आपल्या व्यवसायाला दिशा देण्याऐवजी दुसरे काय करत आहेत हे पाहण्यासाठी ते काहीही

करत होते. म्हणजेच, तुम्ही स्वत:च्या उत्पादनाकडे दुर्लक्ष करत आहात आणि स्वत:हून सुरुवात करण्याऐवजी केवळ प्रतिसाद देण्यासाठी सज्ज आहात.

तुमचे डोळे तुमच्या गाडीवर आणि समोरच्या रस्त्यावर आहेत का? की तुम्ही आजूबाजूने जाणाऱ्या मोटारींवर लक्ष ठेवून आहात?

''अरेच्चा! एक्सेल लिमोझिनने त्यांचे तासाचे दर ५ डॉलर्सने कमी केले! बाप रे, दरावर नियंत्रण ठेवणाऱ्यांकडे तक्रार करा!''

''अरे बाप रे, गॉडफ्रे लिमोझिन त्यांच्या २०११च्या मॉडेलची जाहिरात, २०१७चे मॉडेल म्हणून करत आहे! मी वकिलालाच गाठतो.''

जर तुमचे डोळे कायम तुमच्या स्पर्धकाच्या हालचालींवरच राहिले, तर काय होईल?

तुमची नजर तुमच्या मार्गावरून दूर जाईल. जर तुम्ही कोणाच्या मागावर असाल तर याचा अर्थ तुम्ही नेतृत्व करत नाही आहात. आणि तुमच्याकडे नेतृत्व नसले तर तुम्ही काही संशोधनही करू शकत नाही.

एखाद्या कंपनीने काहीतरी केले आणि तुम्ही त्यावर प्रतिक्रिया दिली, तर तुम्ही प्रतिक्रियावादी ठरता, सुधारणावादी नाही. तुम्ही जे करता त्याला ते का फॉलो करत नाहीत?

तुमच्या स्पर्धकाने केलेली प्रत्येक गोष्ट तुमच्यावर प्रभाव टाकत असेल, तर तुम्ही स्वत:च्या व्यवसायाशी आणि तुमच्या ग्राहकांशी अप्रामाणिक आहात.

स्पर्धेचा वापर कसा करावा

आणखी एक गोष्ट सांगतो : ९५ टक्के वेळा स्पर्धेला विसरून जा आणि उरलेली ५ टक्के वेळ ही स्पर्धकांच्या त्रुटींचा फायदा उठवण्यासाठी आणि तुमच्या व्यवसायाचे वेगळेपण सिद्ध करण्यासाठी खर्च करा. तुम्ही तुमची स्पर्धा विसरून जाता, त्या वेळी आपोआपच तुमचे लक्ष तुमच्या व्यवसायामध्ये लागते, संशोधन कार्याकडे लागते आणि तुमच्या ग्राहकांची मने जिंकता येतात. आणि ज्या वेळी तुम्ही गरजा पूर्ण करता, तुमच्या ग्राहकांचे सैन्य वाढत जाते आणि एक गोष्ट अचानक घडते : *प्रत्येक जण तुमच्या मागे येतो.*

माझ्या उद्योगामध्ये मीच नेतृत्व करतो. मी अनेक वेगळे प्रकार सुरू केले आणि लोकांनी त्याचे अनुकरण केले. मी जर काही नवीन वैशिष्ट्यांची भर टाकली, तर माझे स्पर्धकही काही महिन्यांनंतर तसेच करतात. लीड जनरेशनमधून पैसे तयार करणारी माझी पहिलीच कंपनी आहे, नंतर डझनावारी कंपन्यांनी तिचे अनुकरण केले. माझे डोळे इतरांवर रोखलेले नव्हते, कारण माझे माझ्या यशाकडेच आणि माझ्या ग्राहकांचे समाधान करण्याकडेच पूर्ण लक्ष होते.

तुम्ही केवळ काही अपवाद म्हणूनच तुमच्या स्पर्धकांकडे लक्ष द्यायला हवे, तेही परिस्थितीचा फायदा उठवण्यासाठी.

त्यांचा कमकुवतपणा शोधून काढा आणि ते जे देऊ शकत नाहीत, ते तुम्ही द्या.

गरज शोधून काढा. त्यांच्या ग्राहक सेवेतील त्रुटींचा फायदा उठवा. चांगली सेवा मिळवणे शक्य आहे का? नाराज ग्राहक त्यांचा संताप वेबसाइटवर व्यक्त करतात का?

मी ज्या वेळी माझी पहिली कंपनी सुरू केली होती तेव्हा माझी स्पर्धा त्या वेळी सुरू असलेल्या वेबसाइट आणि यलो पेजेसवरील लोकांपुरती मर्यादित होती. धोका हा दोघांमधील कमकुवतपणा होता. जाहिरात करण्यासाठी तुम्हांला बरेच पैसे मोजावे लागत होते, मग त्या जाहिरातीचा फायदा होवो अथवा न होवो. तुम्ही ५ हजार डॉलर्स खर्च केले आणि तुम्हांला एकच नवा ग्राहक मिळाला, तर तुम्ही एका ग्राहकासाठी ५ हजार डॉलर्स खर्च केल्यासारखे आहे. हे जरा धक्कादायक समीकरण आहे ना? मला तर हे व्यवसाय-मालकांसाठी फारच धोकादायक वाटले. त्यामुळे मी त्यातून बाहेर पडण्याचा प्रयत्न केला.

जुन्या कंपन्या असतील, तर स्पर्धेमुळे तुम्ही जे करायला हवे ते करण्यापेक्षा, जे करायला नको तेच करावे लागते. माझा सर्वांत जवळचा स्पर्धक हा ईमेलला कधीही प्रतिसाद न देणारा म्हणून प्रसिद्ध होता. यामुळे फायदा उठवण्याची मला एक संधी मिळाली.

तुम्ही जर रस्त्यावरून नजर हटवून तुमच्या स्पर्धकांवर हेरगिरी करत असाल, तर मग त्यातून काही तरी संधी मिळवण्याचा प्रयत्न करा.

कमकुवतपणाचा फायदा उठवल्यानेच अनेक ब्रँड्स तयार झाले आहेत.

ते काय चुकीचे करत आहेत?

त्यांची अकार्यक्षमता कशात आहे?

ग्राहकांच्या असमाधानामध्येच तुमचे मूल्य वाढवण्याची आणि वेगळेपण सिद्ध करण्याची संधी असते. *वेगळेपण हे व्यापारीकरणाच्या विरोधातील संरक्षण आहे.* स्पर्धेवर नजर टाकताना तुमचा एकच उद्देश असावा : कमकुवतपणा शोधणे आणि नंतर तुमच्या स्वत:च्या कार्यक्षेत्रात त्या कमकुवतपणावर मात करणे. ग्राहकांसाठी हे वेगळेपण म्हणजे नवीन काहीतरी मिळाल्यासारखे वाटते. आणि असे वाटणे म्हणजे तुम्हांला अधिक ग्राहक मिळण्यासारखे आहे.

प्रकरण सारांश : फास्ट लेनची वैशिष्ट्यं

- तुम्ही ज्या वेळी चुकीच्या उद्देशांवर आधारित व्यवसायक्षेत्र निवडता, त्या वेळी व्यापारीकरण होते. 'माझा स्वत:चा व्यवसाय सुरू करायचा आहे,' 'हे कसे करायचे ते मला माहीत आहे, त्यामुळे मी माझा व्यवसाय सुरू करू शकतो.'
- तुमच्या स्पर्धकांवर नजर ठेवण्यात आणि त्यांचे अनुकरण करण्यात तुम्ही अधिक वेळ खर्च करत असाल, तर तुम्ही नवीन काहीही करत नाही.
- तुमच्या स्पर्धेचा उपयोग दुसऱ्यांचा कमकुवतपणा शोधण्यासाठी, वेगळेपण सिद्ध करण्यासाठी आणि मूल्य वाढवण्यासाठी करा.

फास्ट लेन

४३

ब्रँड निर्माण करा, व्यवसाय नाही

''प्रत्येकाच्या गळ्यात एक अदृश्य चिन्ह लटकत असते : 'मला महत्त्व द्या.' इतरांबरोबर काम करत असताना हा संदेश कधीही विसरू नका.''

–मेरी के. ॲश

वजीर ओळखा : मार्केटिंग आणि ब्रँडिंग

बुद्धीबळात, तुम्ही वजीर गमावलात तर खेळ गमावता. व्यवसायात, बहुतेक उद्योजक त्यांच्या वजिराचे संरक्षण न करताच खेळत असतात.

तुम्ही टीव्हीवरील जाहिरात पाहून एखादी वस्तू विकत घेतली आहे का आणि त्या वस्तूचा वापर केला, ती कुचकामी ठरली आणि जाहिरातीमध्ये दाखवल्याप्रमाणे सर्वोत्तम ठरली नाही, असे झाले आहे का? त्यानंतर, न पटल्यामुळे तुम्ही ती वस्तू परत करायला गेला आणि तिथे स्वत:ला अतिहुशार समजणाऱ्या व्यक्तीने तुम्हांला ती चांगलीच असल्याचे पटवून दिले आहे का? ही मार्केटिंगची ताकद आहे : खराब लोक, खराब सेवा आणि खराब उत्पादन, पण जबरदस्त मार्केटिंग.

तुमचे उत्पादन जर यथातथा असेल (कमकुवत घोडा), ग्राहक सेवा खराब असेल (दारू प्यायलेला उंट) आणि क्षमताहीन लोक असतील (मूर्खांनी भरलेली हवेली), तरीही शक्तिशाली वजिराच्या जिवावर तुम्ही तग धरू शकता.

वजीर हा बुद्धीबळातील सर्वांत शक्तिशाली घटक असतो. मार्केटिंगच्या जोरावर लोकांना फुटकळ वस्तूही विकता येतात. मार्केटिंगमुळे सेवेतील त्रुटी लपवता येतात. अकार्यक्षमतेवर त्यामुळे पडदा पडतो आणि वस्तू किती आवश्यक आहे, हे ते लोकांना कायम पटवून देतात. उत्तम मार्केटिंगची ताकद म्हणजे, परिणामकारक जाहिरात मोहीम राबवत उत्पादनांची विक्री करणे, मग त्यामध्ये कितीही त्रुटी असल्या तरी त्या लपवून ठेवणे. मार्केटिंग हा निष्कर्षाचाच एक खेळ आहे आणि निष्कर्ष काहीही असो, तेच वास्तव असते.

ब्रँड्स निर्माण करा, व्यवसाय नाही

व्यवसाय टिकून राहतात, ब्रँड्स प्रसिद्ध होतात. ब्रँड हे व्यापारीकरणापासून बचाव करण्याचे चांगले शस्त्र आहे. ज्या वेळी तुमच्या व्यवसायातून फक्त महिनाभराची बिले भागवता येतात, त्या वेळी तुम्ही चेकर्स खेळत असता आणि झापडबंद असता. लोक हे ब्रँडशी आणि त्याबरोबरच्या संबंधांशी एकनिष्ठ असतात, व्यवसाय अथवा उद्योगाशी नाही.

ज्या वेळी तुम्ही 'व्होल्वो'चा विचार करता, तुमच्या मनात कशाचा विचार येतो? माझ्या डोळ्यांसमोर 'सुरक्षा' येते. पोर्शे? मला वेग आठवतो. आणि फेरारी? आलिशान. फोक्सवॅगन? वास्तववादी... जी नंतर २०१५मध्ये त्यांच्या डिझेल तंत्रज्ञानातील फसवणुकीमुळं अविश्वासास पात्र ठरली. टोयोटा? विश्वासार्हता. तरीही, जेव्हा कोणी शेव्हरलेटचा उल्लेख करतो, त्या वेळी दिवाळखोरी, संघटनांमधील भांडणे आणि अनिश्चित विश्वासार्हता याशिवाय मनात स्पष्ट असे काहीही येत नाही. काही वाहन उत्पादकांनी त्यांचे ब्रँड्स तयार केले, तर काहींनी केवळ व्यवसाय केला.

कार्पेट स्वच्छ करण्याचा व्यवसाय करत असलेल्या आपल्या मित्राचाही स्वत:चा व्यवसाय आहे, पण ब्रँड नाही. ब्रँडला ओळख निर्माण करण्याची समस्या नसते, व्यवसायांना असते. आपल्या या मित्राला, अजिबात उठाव नसलेल्या आणि 'मी सुद्धा'ची गर्दी झालेल्या या बाजारात चांगली कामगिरी करायची असेल तर त्याला स्वत:चा ब्रँड विकसित करण्याची आणि इतरांपासून स्वत:ला वेगळे सिद्ध करण्याची आवश्यकता आहे. शेव्हरलेटच्या वाहतूक कोंडीमध्ये त्याने लॅम्बोगिनी होण्याची आवश्यकता आहे. इतरांपेक्षा त्याचा कार्पेट स्वच्छ करण्याचा व्यवसाय वेगळा करायचा असेल तर त्याने काय करायला हवे? त्याचा दर २० टक्क्यांनी अधिक असतानाही लोकांनी त्याचीच सेवा का घ्यावी?

या कठीण प्रश्नांची उत्तरेही कठीण आहेत, विशेषत: त्याने चुकीची निवड करत या क्षेत्रात प्रवेश केला असताना. अधिक तपास केला असता, अनेक बेइमान स्पर्धक हे चांगल्या आकर्षक आवरणांखाली खोट्या जाहिराती करत असल्याचेही आढळून आले आहे. कदाचित या उद्योगातील कमकुवतपणाचा फायदा उठवण्यासारखा आहे का? या अपप्रवृत्तींचा फायदा उठवण्याचे मी त्याला आव्हान केले. कदाचित तो स्वत:चा, 'फालतूपणा न करणारा' कार्पेट क्लीनर म्हणून ब्रँड विकसित करू शकतो आणि त्यासाठी अतिरिक्त पैसे न आकारताही, रंगसफेदी न करताही एक निश्चित किंमतही ठरवू शकतो.

संगणक तयार करणारी 'ॲपल' कंपनी हे, गरजेच्या किंवा त्रासदायक गोष्टींच्या आधारावर स्व:चा ब्रँड विकसित करण्याचे एक फार उत्तम उदाहरण आहे. लोकांना संगणकाशी संबंधित असलेल्या व्हायरस, स्पायवेअर आणि 'युअर अपडेट्स आर रेडी' यांचा वैताग येत असतो. पर्सनल कॉम्प्युटरचा हा कमकुवतपणा ॲपलने हेरला आणि ती अडचण दूर केली. त्यांनी इतिहासातील एक सर्वांत यशस्वी ब्रँड म्हणून स्वत:ची ओळख निर्माण केली. ॲपलची उत्पादने स्वस्त नाहीत, कारण त्यांनी एक ब्रँड विकसित केला आणि म्हणूनच ते अधिक किमतीची अपेक्षा करू शकतात. 'ॲपल' असा शब्द उच्चारताच अनेक गोष्टी डोळ्यांसमोर येतात : क्रिएटिव्ह, नवीन ट्रेंड निर्माण करणारे, वापरण्यास सोपे आणि भरपूर काही. मी ज्या वेळी पर्सनल कॉम्प्युटरचा विचार करतो, माझ्या डोळ्यांसमोर

निळी स्क्रीन, चुकीच्या ॲक्टिव्हिटी आणि अपडेट होण्याआधी 'तुम्ही तुमचा संगणक री-बूट करणे आवश्यक' असा १७ वेळा तरी आलेला संदेश, असेच येते. एक व्यवसाय आहे, तर दुसरा ब्रँड आहे.

स्वत:चं वेगळेपण (यूएसपी) निर्माण करा

स्वत:चा ब्रँड विकसित करण्याचा पहिला टप्पा म्हणजे युनिक सेलिंग प्रपोझिशन, म्हणजेच यूएसपी असणे. यूएसपीशिवाय असलेला व्यवसाय म्हणजे सुकाणू नसताना, बाजारपेठेतील अनियंत्रित वाऱ्यांचा जोर असताना तुम्ही 'मी सुद्धा' व्यवसायाच्या लाटेत वाहून जाण्यासारखे आहे. यूएसपी नसलेला व्यवसाय तुम्हांला अजिबात वेगळेपण देत नाही, फायदा देत नाही किंवा तार्किक कारण देत नाही, जेणेकरून इतरांना कमी किमतीच्या आवरणात आशेव्यतिरिक्त इतरही काही मिळेल.

तुमचा यूएसपी म्हणजे, तुमचा ब्रँड अँकर असतो आणि तोच तुमचे मूल्य वाढवतो.

तुमची कंपनी इतरांपेक्षा वेगळी कशी ठरते?

इतरांना सोडून ग्राहकांनी तुमच्याकडूनच का खरेदी करावी?

माझा यूएसपी फार शक्तिशाली होता : कोणताही धोका नसलेली जाहिरात – ''आम्ही तुम्हांला काही दिले नाही, तर तुम्हीही आम्हांला काही देऊ नका.''

जाहिरातदारांवर बराच ताण असतो. कारण महागड्या जाहिराती करून ते कंटाळलेले असतात. अशा जाहिरातींमधून धोका डोकावत असतो : 'आधी ५ हजार डॉलर्स भरा आणि नंतर आशा करा आणि नंतर प्रार्थना करा.' मी अशा त्रासदायक बाबी शोधून काढल्या, त्यातील अडचण दूर केली आणि नंतर जाहिरात केली.

आपल्या कार्पेट स्वच्छ करणाऱ्याकडे कोणताही यूएसपी नव्हता. इतरांपासून वेगळे ठरण्यासारखे त्याच्याकडे काहीही नव्हते, जणू काही तांदळाच्या ५० किलोच्या पोत्यातील तो एक दाणा होता.

ब्रँड विकसित करण्यात यूएसपीचा वाटा फार मोठा आहे आणि त्यामुळे कमी दर्जाच्या किंवा साध्या उत्पादनासाठीही तुम्ही अधिक किंमत अपेक्षित करू शकता. ''तुम्ही दिलेले पॅकेट एका रात्रीत तुम्हांला हवे तिथे पोहोचवले जाईल,'' असे सांगणारे फेडेक्स जगभरात प्रसिद्ध झाले. 'एम अँड एम' सांगते – ''आमचे मिल्क चॉकलेट तुमच्या हातात नाही, तोंडात विरघळते.''

या यूएसपीमुळे त्यांचा व्यवसाय कसा वाढतो याची नोंद घ्या. मला डॉमिनोज पिझ्झा आवडत नाही (जरी मी कधीकाळी त्यांच्याकडे नोकरी करत होतो तरीही), पण त्यामुळे पिझ्झाचे साम्राज्य उभे करण्यापासून त्यांना कोणी रोखू शकले नाही. त्यांचा यूएसपी आहे – '३० मिनिटांपेक्षा कमी वेळेत तुमच्या दारात पिझ्झा आणून दिला जाईल, अन्यथा तो तुम्हांला मोफत मिळेल.' डॉमिनोजने ग्राहकांची गरज ओळखली. पिझ्झा ऑर्डर करणे ही एक किचकट प्रक्रिया होती. त्यांनी ती अडचण दूर केली, ब्रँड तयार केला आणि नंतर इतिहास निर्माण झाला. गेल्या काही काळातच, व्हेगन चीजचा पर्याय देणारी डॉमिनोज ही

जगातील पहिली वेगवान पिझ्झा-साखळी ठरली. या त्यांच्या वेगळेपणामुळे त्यांनी त्यांची बाजारपेठ वाढवत नवे ग्राहक मिळवले, ज्यांनी आतापर्यंत कधीही डॉमिनोजचा विचार केला नव्हता.

तुमचा यूएसपी तयार करणे

तुमच्या कंपनीसाठी यूएसपी कसा विकसित करायचा? त्यासाठी पाच टप्पे आहेत.

पहिला टप्पा : फायदे विशद करा

योग्य कारणांसाठी व्यवसायात उतरा : मूल्य निर्माण करण्यासाठी किंवा वाढवण्यासाठी, अडचणी सोडवण्यासाठी किंवा गरज भागवण्यासाठी. यामुळे तुमचा पहिला यूएसपी तयार होईल. तुम्ही आधीपासूनच एखाद्या व्यवसायात असाल, तर तुमच्या उत्पादनाचा सर्वांत मोठा फायदा कोणता – जो इतर स्पर्धकांच्या तुलनेत वेगळा आहे, हे शोधून काढा. तुमच्या उत्पादनाचे कोणतेही ठळक वैशिष्ट्य नसेल की ज्यामुळं ग्राहक तुमच्याकडे खेचला जाईल, तर तुम्ही कोणत्याही यूएसपीशिवाय काम करत आहात.

दुसरा टप्पा : इतरांपेक्षा वेगळेपण जपा

यूएसपी असण्याचा उद्देश म्हणजे इतरांच्या तुलनेत वेगळेपण सिद्ध करणे. यामुळे इतरांच्या तुलनेत लोकांनी तुमचे उत्पादन का घ्यावे, हे तुम्ही पटवून देऊ शकता. त्यांना तुम्ही सांगू शकता की, आमच्या कंपनीशिवाय हा फायदा तुम्हांला कोणीही देणार नाही.

यूएसपीमधून प्रभावी कृती होण्याची आवश्यकता आहे– ज्यातून निकड आणि इच्छा निर्माण होईल.

'वजन कमी करा'चे रूपांतर 'जाडी नाहीशी करा' किंवा 'पौंड घटवा' यामध्ये करायला हवे.

तुमच्या यूएसपीतील वेगळेपणामुळे ग्राहक ज्या वेळी खरेदीचा निर्णय घेतात, तेव्हा ते तुमच्याकडे आकर्षित होतात. तुम्ही जर पर्सनल कॉम्प्युटरऐवजी मॅकची निवड केली तर त्या वेळी तुम्ही व्हायरस आणि ब्लोटवेअर यांना टाळून सुरक्षा, वेग आणि विश्वासार्हता यांची निवड करता.

तिसरा टप्पा : नेमकी वैशिष्ट्यं सांगा आणि त्याचे पुरावे द्या

गोंगाट सर्वत्र आहे आणि त्यातून मार्ग काढायचा असेल तर ग्राहकांना नैसर्गिकरीत्या वाटणारा संशय तुम्हांला दूर करता आला पाहिजे. हे करण्यासाठी वैशिष्ट्यपूर्ण राहा आणि शक्य असेल तर पुरावे देण्याची तयारी ठेवा.

वेबसाइट : 'तुमची गाडी २० किंवा त्यापेक्षा कमी दिवसांत विकून देतो, उशीर झाला तर सेवा मोफत.'

उत्पादन : '२० पौंड वजन कमी करा अन्यथा एक छदामही देऊ नका.'
सेवा : 'तुमचे घर ३० दिवसांत विकून देतो, नाही तर आम्हीच विकत घेऊ.'

'आम्ही वेळेवर डिलीव्हरी देतो' अशी जाहिरात डॉमिनोज पिझ्झा करत नाही, ते म्हणतात- '३० मिनिटांच्या आत डिलिव्हरी देतो, नाहीतर पिझ्झा फुकट'. ही एक वैशिष्ट्यपूर्ण कृती आहे आणि त्या कृतीचा पुरावाही आहे. (आम्ही जर कार्यक्षमता दाखवली नाही तर तुम्हांला पिझ्झा मोफत मिळेल). माझे उदाहरण घेतले, तर माझ्या जाहिरातदारांना लीड्स पाठवण्याची जबाबदारी माझीच आहे. मी जर ते काम केले नाही तर मला पैसे मिळणार नाहीत. 'आम्ही तुम्हांला व्यवसाय मिळवून देतो, नाहीतर तुम्ही काहीही पैसे देऊ नका.'

चौथा टप्पा : छोटेसे, स्पष्ट आणि आटोपशीर ठेवा

सर्वांत उत्तम यूएसपी हे छोटे, स्पष्ट आणि प्रभाव पाडणारे असतात. लांबलचक वाक्यरचना लोक विसरून जातात.

पाचवा टप्पा : तुमचा यूएसपी सर्व मार्केटिंग साहित्याशी एकरूप करा

तुमच्या व्यवसायाच्या प्रत्येक कृतीतून जर यूएसपी लोकांपर्यंत पोहोचत नसेल, तर तो अर्थहीन आहे. तुमच्या सर्व सार्वजनिक संपर्कांमध्ये तुमच्या यूएसपीचा समावेश करा.

- तुमचे ट्रक, गाड्या आणि इमारती.
- तुमची जाहिरात, प्रचार साहित्य आणि सोशल मीडिया अकौंट.
- बिझनेस कार्ड, लेटरहेड, चिन्हे, ब्रोशर आणि फ्लायर्स.
- तुमची वेबसाइट आणि तुमची ईमेल सिग्नेचर.
- तुमची व्हॉइस मेल सिस्टिम, रिसेप्शनिस्ट/विक्रीची टॅगलाइन.

सहावा टप्पा : प्रत्यक्षात उतरवा

यूएसपी हा इतका पटणारा हवा की, लोकांनी वस्तू खरेदी करावी आणि त्याहून चांगले म्हणजे तुमच्यासाठी त्यांचा ब्रँड बदलावा. जर या यूएसपीमुळे तुमच्या ग्राहकांचे लक्ष वेधलेच जात नसेल किंवा त्यापासून मिळणारा फायदा अत्यल्प असेल, तर त्याचा काही उपयोग नाही. आणि मग तुमचा यूएसपी वास्तवात उतरवा. तुम्ही यूएसपीमधून जो दावा करता, तो प्रत्यक्षात उतरवा. ४० मिनिटांमध्ये झालेल्या पिझ्झा डिलिव्हरीत ३० मिनीटांचा फेरफार नक्कीच झालेला असतो. फसवे यूएसपी उघड पडतात आणि 'मनुष्यबळ यंत्रणा' कामाला लागून तुमच्या कंपनीला सोशल मीडियावर झोडपून काढते.

स्वत:चा बोलबाला करा

पुढील वेळी जेव्हा तुम्ही वाहतूक कोंडीमध्ये अडकाल, त्या वेळी आजूबाजूला पाहा. प्रत्येक गाडी सारखीच वाटते. कोणीही फारसे वैशिष्ट्यपूर्ण वाटत नाही. हा सारखेपणाचा समुद्र असतो. मी जन्मजात मार्केटिंगवाला असल्याने, सहसा दुर्मिळ असणारी आक्रमक गाडी माझे लक्ष वेधून घेते. ती इतर आवाजांपेक्षा अधिक आवाज करते आणि त्याप्रमाणेच आपल्यालाही आपल्या ब्रँडसाठी करावे लागेल.

परिस्थितीचा सामना करा. आपल्याला सगळ्यांपेक्षा निराळं करण्याची इच्छा आहे. अगदी एकमेवाद्वितीय. सर्वसाधारण किशोरवयातील मुलामुलींना सर्वांपेक्षा उठून दिसण्याची इच्छा असते, म्हणूनच ते छातीला टोचवून घेत रिंग घालतात, कान टोचून घेतात, विचित्र कपडे घालतात, गोंदवून घेतात – या सर्व कृती एकच सांगतात, 'मी इतरांपेक्षा वेगळा आहे'.

यशस्वी कंपन्या ब्रँडिंग आणि मार्केटिंग करताना हाच दृष्टिकोन बाळगतात.

आव्हान स्वीकारून पुस्तक लिहिणे, हे खरे आव्हान नव्हतेच. ते लोकांपर्यंत पोहोचवणे, हे खरे आव्हान आहे. का? पैसा मिळवणे हा मुद्दा इतका सर्वत्र झाला आहे आणि 'मी सुद्धा'ची भरताड झाली आहे. दुसऱ्या शब्दांत सांगायचे, तर हा आवाज कानठळ्या बसवणारा आहे. हे पुस्तक म्हणजे माझे स्वप्न सत्यात उतरण्यासारखे असले, तरी विक्रमी खपाचा लेखक म्हणून यशस्वी होण्यासाठी मला माझा ब्रँड सर्व आवाजांच्या वरती न्यावा लागेल.

युट्यूबवर नजर टाकली तर मला सर्वत्र गोंगाटच दिसतो.

कॉलेज मध्येच सोडून दिलेला एक जण एका दिवसात फुटकळ विक्रीतून २ हजार डॉलर्स कमावतो. कसे काय?

हे पाहा, क्रिप्टो ब्लॉकचेन संधीतून मी महिन्याला १५ हजार डॉलर्स कमवतो, कसे ते पाहा!

निश्चित प्लॅन असलेल्या स्टार्टअपमधून सहा आकडी उत्पन्न कमवा!

मी या अप्रतिम योजनेत सहभाग घेतला आणि आता दिवसाला ३०० डॉलर्स कमावतो!

मी एकदा इंटरनेट कॅल्क्युलेटर वापरून माझ्या संपत्तीची टक्केवारी काढली. यातून अमेरिकेतील माझ्या इतर स्पर्धकांच्या तुलनेत माझे मूल्यांकन करता आले. मी ०.०५ टक्क्यांमध्ये पहिला होतो. मला धक्का बसला तरी माझ्यासमोरील आव्हानेही खुली झाली. माझे एकूण मूल्य 'वैशिष्ट्यपूर्ण' आणि 'अतुलनीय' होते– तरीही निष्कर्षाच्या या जगात, गोंगाटामध्ये ते हरवून गेले होते. कोण कधी कोलमडून पडेल, हे इन्स्टाग्रामवर तुम्हांला कळणार नाही. तिथे सर्वच जण कोट्यधीश, यशस्वी कोच, गुरू किंवा मॉडेल असतात. प्रत्येक जण त्याच्या त्याच्या खेळात पहिल्या १ टक्क्यामध्ये असतो. यात १ टक्क्यामध्ये असलेल्या खऱ्या लोकांचाही समावेश आहे. आपण सर्व जण मार्केटिंग करतो आणि आपल्यातील काही जण मार्केटिंगचा आभास निर्माण करतात. यामुळे प्रचंड गोंगाट निर्माण

होतो आणि खरेखुरे चांगले काही देणाऱ्याचा आवाज ऐकणे अवघड होऊन बसते. त्यामुळे तुमचे मार्केटिंगचे प्रयत्न हे या गोंगाटाला भेदून सर्वांपर्यंत पोहोचणे आवश्यक आहे.

गोंगाट कसा भेदायचा?

गोंगाट असतानाही तुमचा संदेश सर्वांपर्यंत पोहोचवण्याचे पाच मार्ग आहेत : १) लोकप्रियता २) धोके स्वीकारा ३) भावनिक आव्हान करा ४) संवाद साधा/बदलास सज्ज राहा ५) नेहमीपेक्षा वेगळे द्या.

ध्रुवीकरण

सर्वसामान्यांचा समावेश असलेल्या बाजारपेठेतील ब्रँडसाठी ध्रुवीकरण हे काही चांगले व्यावसायिक धोरण म्हणता येणार नाही. कारण ध्रुवीकरणामध्ये टोकाची मते किंवा संदेश असतात. अशी मते व्यक्त करून तुम्ही तुमच्या अर्ध्या ग्राहकवर्गावर पाणी सोडू शकत नाही. तरीही, ट्रॅफिकची गरज असलेल्या वेबसाइटसाठी किंवा वाचकांची गरज असलेल्या पुस्तकांसाठी हे ध्रुवीकरण फार उत्तम ठरते.

ध्रुवीकरण उपयुक्त ठरते. कारण त्यामध्ये टोकाची मते असतात, ज्यामुळे लोक एक तर तुमच्यावर प्रेम करतात किंवा तुमचा द्वेष करतात. डोनाल्ड ट्रम्प ध्रुवीकरण करतात. तुम्ही एक तर त्यांचे समर्थक बनता किंवा त्यांना बोटीत बसवून मगरींनी भरलेल्या दलदलीच्या प्रदेशात सोडून द्यावे असे तुम्हांला वाटते. राजकीय पंडित पुस्तकांची विक्री वाढवण्यासाठी ध्रुवीकरणाचा वापर करतात, कारण लोकांना खरेदी करण्यासाठी किंवा नाकारण्यासाठी काहीतरी कारण हवे असते. ज्या वेबसाइटवर ध्रुवीकरण होते, तिथे काही लोक बाजू मांडतात, काही त्याला विरोध करतात आणि यामुळे आणखी लोक आकर्षित होतात. तुम्ही जर यांकी क्लबचे फॅन असाल आणि मेट्सच्या कुचकामी खेळावर टीका करण्यासाठी वेबसाइट सुरू केली तर तुम्ही एकांगी विचार करणाऱ्या व्हिजिटरची अपेक्षा करू शकता – काही लोक तुमच्या मताशी पूर्णपणे सहमत असतात आणि आक्रमकपणे भांडतात, तर काही जण पूर्ण विरोध करतात आणि बचाव करतात.

हे पुस्तकसुद्धा ध्रुवीकरण करते, असे म्हणता येईल. अनेक लोक माझी मते टोकाची असल्याचा निर्वाळा देतील, कारण ती पारंपरिक शहाणपणाच्या पद्धतीला छेद देणारी आहेत. अरे! तो म्हणतो, ''तिकिटे फाडल्याने मी श्रीमंत होऊ शकत नाही.'' 'सर्वसाधारण' गोष्टींना माझा असलेला हा ४०१वा विरोध कायमच ध्रुवीकरण म्हणून समजला जाईल.

धोका स्वीकारा

सेक्सचा खप होतो आणि हे गोंगाट भेदण्यासाठी आतापर्यंत सर्वाधिक वेळा वापरले गेलेले तंत्र आहे. गोंगाटामधूनही वेगळेपण सिद्ध करणे हे सेक्सचे वैशिष्ट्य असते आणि ते कधीही कालबाह्य ठरत नाही. तुम्ही त्याचा अति वापर केला, तरी लोक त्याला प्रतिसाद देतात. गोंगाटातून वेगळेपणे सिद्ध करण्यासाठी २००५ मध्ये गोडॅडी कंपनीने सेक्स या शस्त्राचा वापर करत त्यांची पहिली सुपर बाउल ॲड टीव्हीवर प्रक्षेपित केली. आता कुप्रसिद्ध असलेल्या

गोडॅडी गर्ल्सच्या जाहिराती नंतर काही वर्षे सुरू होत्या. या जाहिराती चांगल्या होत्या, असे मी कधीही म्हणणार नाही. तरीही त्या लोकांपर्यंत पोहोचल्या आणि त्यांनी त्यांचे लक्ष वेधून घेतले. परिणाम काय झाला? विक्रीमध्ये वाढ झाली आणि गोडॅडीच्या मार्केट शेअरची किंमत २००६ नंतर ३२ टक्क्यांनी वाढली.

सोशल मीडियावर मार्केटिंग करणारे फेसबुक आणि युट्यूबवर डोळ्यांवर येणाऱ्या जाहिराती दाखवत धोका स्वीकारणारे तंत्र वापरतात. युट्यूब व्हिडिओ पाहताना तुमच्या लक्षात आले असेलच की, लैंगिक व्हिडिओंना दहा पट अधिक व्ह्यूज असतात. आणखी एक उदाहरण म्हणजे, एक महिला बिकिनी परिधान करून मार्केटिंग तंत्राबाबत ऑनलाइन मार्गदर्शन करत आहे; असे ती ज्या वेळी करते, तिच्या व्हिडिओला पाच पट अधिक जण भेट देतात आणि कमेंटही करतात. साध्या कपड्यांपेक्षा बिकिनी घालून लेक्चर दिले तर अधिक प्रभाव का पडतो? उत्तर सोपे आहे : गोंगाटातही सेक्स उठून दिसतो. व्हिडिओ प्री-व्ह्यूमध्ये दिसणारी महिलांची भरलेली छाती पाहून पुरुष लोक म्हणतात की, अरे मला हे पाहिलेच पाहिजे. तर महिला विचार करतात की, अरे देवा, बिकिनी घालून कोण मार्गदर्शन करत आहे, ते पाहू. हा ध्रुवीकरण आणि सेक्सचा संमिश्र प्रकार आहे.

पण एक लक्षात ठेवा : ग्राहकांचे लक्ष वेधून घेण्यासाठी सेक्सचा वापर करताना तो अश्लीलतेकडे झुकणारा असेल किंवा सांस्कृतिक संवेदनशीलतेच्या चौकटीत केला गेला नसेल तर तुमच्या ब्रँडची प्रतिमा धुळीला मिळू शकते. ग्राहक नेहमी 'चांगला संदेश' आणि 'आकर्षण' यांचा शोध घेत असतो. आणि आणखी एक, नजीकच्या काळात शर्ट काढून व्हिडिओ तयार करण्याचा माझा कोणताही विचार नाही!!!

भावनिकतेला आवाहन करा

अनेक ग्राहक भावनेच्या आधारे वस्तू खरेदी करतात. काहीतरी वाटते, म्हणून तुम्ही आणि मी वस्तू खरेदी करतो. एका ठिकाणावरून दुसऱ्या ठिकाणी जाण्यासाठी मी लॅम्बोगिनी खरेदी केली नाही, हेच वास्तव आहे. मला कशाचातरी अनुभव घ्यायचा आहे : अभिमान, यश, वेगळेपण, मर्दपणा आणि प्रसिद्धी... म्हणून मी ती खरेदी केली.

भावनिकतेचा वापर करून ग्राहकांना आकर्षून घेण्याचे दुसरे उदाहरण 'अमेरिकन सोसायटी फॉर द प्रिव्हेन्शन ऑफ क्रुएल्टी फॉर ॲनिमल्स (ASPCA.org) या स्वयंसेवी संघटनेचे म्हणता येईल. ही संघटना शतकभरापूर्वी स्थापन झाली आहे आणि मी इतक्यात त्यांच्याबद्दल फारसे काही ऐकलेले नाही. इतरांच्या गर्दीतही त्यांनी वेगळेपण कसे सिद्ध केले? त्यांनी एक प्रभावी मार्केटिंग मोहीम राबवली, ज्यात त्यांनी प्रचंड प्रमाणात भावनिक आवाहन केले. त्यांच्या जाहिरातींमधून पिंजरे दाखवले गेले, प्राण्यांवर अत्याचार झालेले, त्यांचे लाड केले गेल्याचे आणि मनाचा ठाव घेणारे आवाज दाखवले गेले.

तुम्ही जर तुमच्या ग्राहकांना भावनिक आधारावर आकर्षून घेऊ शकत असाल आणि त्यांची काळजी करत असाल, तर ते खरेदी करतात. लोकांना खूश करा, त्यांच्या डोळ्यांत अश्रू आणा आणि त्यांना हसवा. तुमचा संदेश राखेतूनही वर येईल आणि ग्राहकांना आकर्षित करेल.

संवाद साधा/बदलास सज्ज व्हा

पाहणे एक गोष्ट आहे आणि करणे ही दुसरी गोष्ट आहे. म्हणतात ना, तुम्हांला तुमचे ध्येय साध्य करायचे असेल तर तुमच्या स्वप्नांमध्ये एक फेरफटका मारून या. संवाद वाढवल्याने नेहमीच प्रतिसाद मिळतो. तुम्ही जर चव घेतली, अनुभव घेतला किंवा वापरून पाहिले, तर तुम्ही ते विकत घेण्याची शक्यता वाढते.

संवाद म्हणजे तुमचे नाव ऐकल्यासारखे आहे. तुमच्यासाठी ते आवडते असते. फेसबुकवर सर्वांत लोकप्रिय ॲप्लिकेशन हे 'सर्व्हे' आणि 'प्रश्नावली'चे असते, कारण लोकांना धुंदीत राहायला आवडते. 'द *युज्वल सस्पेक्ट्स*' हा माझा आवडता चित्रपट आहे. मला पिझ्झा खूप आवडतो. माझ्याकडे एक पुडल कुत्रा आहे. लोकांना स्वत:बद्दल बोलायला फार आवडते आणि त्याचा वापर तुम्ही मार्केटिंगमध्ये केला तर तुम्हांला तुमच्या सेवेसाठी किंवा उत्पादनासाठी चांगला प्रतिसाद मिळतो.

उदाहरणार्थ, मी जर 'फास्ट लेनमध्ये तुम्हांला यश मिळत आहे ना, की अजूनही स्लो लेनमध्येच अडकून पडला आहात का? - आताच शोध घ्या,' अशा प्रकारचे सर्वेक्षण घेतले, तर मी लोकांचा सहभाग वाढवण्यासाठी आणि त्यांना स्वत:बद्दल बोलते करण्यासाठी एक सुसंवाद निर्माण करतो. ज्या वेळी तुमचा संभाव्य ग्राहक त्यांच्या खासगीपणातून बाहेर येतो आणि स्वत:ची माहिती सांगतो, त्या वेळी संबंध निर्माण होतात आणि विक्री करणे सोपे जाते. एखाद्या अनोळखी कॉर्पोरेट कंपनीपेक्षा सहसंबंधातून चांगली विक्री होते.

'नंतर काय होणार ते शोधून काढा...' काही कंपन्या नेहमीचे माध्यम आणि इंटरनेटचा वापर करून संवाद वाढवण्याचा प्रयत्न करतात. मी नुकतीच एका वाहन उत्पादक कंपनीची जाहिरात पाहिली, जिच्यात वेगवान शर्यत दाखवण्यात आली होती. ही शर्यत फक्त संपतच नव्हती आणि 'नंतर काय होते ते शोधून काढा...' (वेबसाइट) यावर आम्हांला थांबावे लागले. ग्राहकांना अशा प्रकारे अर्धवट संदेश दिले तर ग्राहक बदलासाठी सज्ज होतात आणि लवकरच दुसरीकडे जातात. ते बंद करण्यासाठीच संकेतस्थळाला भेट देतात.

सोशल मीडियावरील क्रांती ही ब्लॉग आणि 'वेब २.०' यांचा उगम संवादातूनच झाला आहे. तुम्हांला केवळ लेख वाचायचा नाही तर त्यावर प्रतिक्रियाही द्यायची आहे. तुमचे दोन टक्के तरी ऐकले गेले पाहिजे!

अखेरीस, व्हिडिओ गेमिंग आणि 'फ्रिमियम' व्यवसाय मॉडेल हे संवादाचे दुसरे एक उदाहरण आहे. ज्या वेळी तुम्ही एखादा फ्री व्हिडिओ डाउनलोड करता आणि त्या गेमचा तुम्हांला नाद लागतो, तुम्ही तो नक्कीच अपग्रेड करण्याचा विचार करता आणि त्याच्या प्रीमिअम फीचर्ससाठी पैसे मोजता.

नेहमीपेक्षा काहीतरी वेगळे द्या

तेच तेच दाखवल्यामुळे ती गोष्ट अंगवळणी पडते. जर एखादी गोष्ट तुम्ही गेल्या महिन्यात तीन डझन वेळा पाहिली असेल, तर तिचा उपयोग होईल, असे तुम्हांला वाटते का? उदाहरणार्थ, 'स्वत:च स्वत:चे बॉस व्हा' हे इतके अति वापर झालेले उदाहरण आहे की,

त्याचा प्रभाव पूर्णपणे ओसरलेला आहे. तरीही अजूनही तथाकथित गुरू 'स्वतःच स्वतःचे बॉस व्हा'चे तंत्र वापरतात आणि त्याचा प्रचार करतात, जणू काही त्यात अद्यापही सामर्थ्य आहे. त्याचे तुकडे तुकडे झाले आहेत आणि तरीही तुम्ही त्याचा वापर का करत आहात?

यात वेगळेपणा काय आहे? लॅम्बोगिनी एका डॉलरला विकायला काढल्याचे तुम्ही कधी पाहिले आहे का? मी तरी पाहिले नाही आणि जर पाहिले असते तर माझ्या लक्षात राहिले असते. तसा प्रचार वेगळा ठरला असता; कारण ते सर्वांपेक्षा विलक्षण ठरले असते. इतकी महागडी गाडी कोणता वेडा केवळ एक डॉलरला विकत आहे? यात काही गडबड आहे का? नक्की काय म्हणायचे आहे? मला बघायलाच हवे!

पठडीबाहेरचे आणखी एक उदाहरण म्हणजे परंपरेचे विडंबन करणे किंवा ती मोडीत काढणे. तुम्हांला एनर्जाझर बनी आठवतो का? ती जाहिरात अजूनही चालतच आहे. अशा जाहिराती वेगळेपणावर आधारित असतात – जाहिरातदारांनी अनेक साचेबद्ध, कंटाळवाणे मार्केटिंग संदेश तयार केले आणि एनर्जाझर बनीच्या माध्यमातून त्यांना धक्का दिला. मार्केटिंग करणारा तुमच्या नेहमीच्या गोष्टी कोणत्या ते ओळखतो (हं, आणखी एक बोअरिंग जाहिरात) आणि त्या कंटाळवाण्या गोष्टींना गुलाबी सश्याच्या माध्यमातून धक्का देतो. ही आतापर्यंतच्या सर्वांत उत्तम शंभर जाहिरातींपैकी एक असल्याचा निर्वाळा AdAge.com ने दिला आहे.

इंटरनेटवर जेव्हा राजकारणातील विसंगती आणि विनोद यांचा मेळ साधला जातो, त्या वेळी पठडीतील गोष्टींना छेद देण्याचा प्रकार फारच उपयुक्त ठरतो. 'डॉलर्स शेव्ह क्लब' यांनी त्यांच्या कंपनीची सुरुवात करताना यूट्यूबवर एक विचित्र व्हिडिओ प्रसिद्ध केला होता आणि नंतर काही वर्षांनंतर, 'पूपौरी' यांनी तसेच केले. हे व्हिडिओ व्हायरल झाले आणि लाखो वेळा शेअर झाले, यामुळे मीडियामध्ये त्या बाबत आकर्षण निर्माण झाले आणि सर्वांत महत्त्वाचे म्हणजे ग्राहकांचे त्याकडे लक्ष गेले.

नेहमीची चौकट मोडण्याचे आणखी एक उदाहरण म्हणजे जैको विमा कंपनी. या कंपनीने अगदी सर्वसामान्य परिस्थिती निवडून तिला एका पंचलाइनने छेद देत सर्वांना आश्चर्यचकित केले : 'मी आताच माझ्या गाडीच्या विम्यावर काही प्रमाणात पैशांची बचत केली.' आणखी एक वेगळी जाहिरात करताना 'जैको'ने 'टायनी हाउस' नावाच्या टीव्ही सीरिजसाठी प्रोमो प्रसिद्ध केला. या प्रोमोमध्ये एका मध्यम आकाराच्या अपार्टमेंटमध्ये एक नवविवाहित जोडपे दाखवले होते. छोट्याशा घरात राहताना त्यांच्यावरील ताण वाढत असतो. या प्रोमोमधील जोडप्याचे डोके वारंवार कमी उंची असलेल्या छताला आदळत होते आणि त्यांच्या छोट्याशा बेडवर रात्रीची शांत झोप मिळवण्यासाठीही त्यांना धडपड करावी लागते, असे दाखवले होते. पण थांबा– वास्तवात होणारा हा अपेक्षित प्रकार दाखवणे ही केवळ एक ट्रिक असल्याचे दिसून येते; कारण त्यानंतर संपूर्णतः अनपेक्षित अशी एक घोषणा होते : ''हे असे खरोखरच घडू शकेल, पण त्यामुळं मोटार विम्यावरील पैसे काही तुम्हांला वाचवता येणार नाहीत.'' तुम्हांला जर कोणाचे लक्ष वेधून घेता आले, तर अर्धी लढाई तुम्ही जिंकलेली आहे. दुसऱ्या अर्ध्या लढाईत, तुमच्या ग्राहकांच्या इच्छांना खतपाणी घालून त्यातून स्वतःचा फायदा करवून घेण्याचा आणि त्यांचा फायदा करवून

देण्याचा तुमचा संदेश त्यांच्यापर्यंत पोहोचवायचा असतो. दुसऱ्या शब्दांत सांगायचे, तर 'यामध्ये माझ्यासाठी काय आहे?' तुमच्या मोटार विम्यावर १५ टक्के किंवा त्याहून अधिक पैसे वाचवणे तुम्हांला आवडेल का?

यात माझ्यासाठी काय आहे?

हा एक उपहासच म्हणावा लागेल की, फास्ट लेनमध्ये यशस्वी होण्यासाठी आपल्याला स्वत:चा स्वार्थ सोडून द्यावा लागतो आणि तरीही दुसऱ्यांचा स्वार्थ जपावा लागतो. हे एखाद्या समुद्रकिनाऱ्यावर उबदार हवेत चक्कर मारल्यासारखे असेल, असे मी म्हटले का?

तुमचा सर्वांत पहिला संबंध मानवाच्या स्वार्थीपणाशी येतो. लोकांना जे हवे असते, तेच त्यांना पाहिजे असते. ते तुमचा विचार करत नाहीत; तुमच्या व्यवसायाचा, उत्पादनाचा किंवा तुमच्या स्वप्नांचाही विचार करत नाहीत. त्यांना फक्त स्वत:ची आणि स्वत:च्या कुटुंबाची मदत करायची असते. हा मानवी स्वभावच आहे. त्यामुळे मार्केटिंग करताना 'वैशिष्ट्यांपेक्षा फायदा' या गोष्टीवर अधिक लक्ष केंद्रित करण्याची आवश्यकता असते.

आपल्या उत्पादनात त्यांच्यासाठी नक्की काय आहे, हे ग्राहकांना स्पष्टपणे सांगण्याची आवश्यकता आहे. तुमच्या उत्पादनाचा त्यांना काय उपयोग आहे?

त्याचे फायदे काय आहेत?

मार्केटिंगच्या भाषेत सांगायचे, तर त्याला 'त्यामध्ये माझ्यासाठी काय आहे?' (डब्ल्यूआयआयएफएम) तत्त्व म्हणतात.

माझे ग्राहक हे छोटे उद्योजक होते आणि तरीही मी अशा हजारो ग्राहकांना सेवा पुरवली आहे. या दरम्यानच्या संबंधांमुळे मला ग्राहक आणि उत्पादक या दोघांच्या वर्तणुकीचा अत्यंत चांगल्या पद्धतीने आणि जवळून कमी कालावधीत अभ्यास करता आला. जे शिकायला मला एरवी काही महिने लागले असते, ते काही आठवड्यांमध्येच समजले. माझ्या लक्षात आले की, छोटे व्यावसायिक आपल्या स्वत:च्याच स्वार्थीपणाच्या जाळ्यात अडकतात आणि आपल्या कंपनीचे गुणगाण गात बसतात. ते वैशिष्ट्ये विकतात, पण हे विसरून जातात की लोक लिमोझिनसाठी भाडे देत नाहीत, ते आराम आणि आलिशान अनुभव यांसाठी पैसे देतात.

एक ग्राहक म्हणून आपण आपल्या गरजा पूर्ण करण्यासाठी वस्तूंची खरेदी करतो. पोकळी भरून काढण्यासाठी आपण व्यवहार करतो.

तुम्ही ड्रिल मशीन विकत घेत नाहीत, छिद्र विकत घेता.

तुम्ही ड्रेस विकत घेत नाहीत, एक प्रतिमा विकत घेता.

तुम्ही टोयोटा विकत घेत नाहीत, एक विश्वासार्हता खरेदी करता.

तुम्ही सुटीसाठी खर्च करत नाहीत; तुम्ही अनुभव विकत घेता.

आपण कायम अडचण दूर करणाऱ्याच्या भूमिकेत शिरायला हवे आणि दुसऱ्या कोणाचातरी रक्षणकर्ता म्हणून आपल्या व्यवसायाला रूप द्यायला हवे. वैशिष्ट्यांचे रूपांतर फायद्यांमध्ये करायला हवे. तुमची लिमोझिन कंपनी कोलोरॅडो राज्यातील सर्वांत मोठी कंपनी

असली तरी त्यामुळे माझी समस्या सुटणार का? मोठी कंपनी असल्याच्या तुमच्या या वैशिष्ट्याचे जोपर्यंत तुम्ही फायद्यात रूपांतर करून देत नाहीत, तोपर्यंत समस्या सुटणार नाही.

वैशिष्ट्यांचे रूपांतर फायद्यामध्ये करणे

तुम्हांला जर खरोखरच विक्री करायची असेल, तर वैशिष्ट्यांचे रूपांतर फायद्यात करा. चार टप्प्यांच्या प्रक्रियेद्वारे हे करता येईल.

१. जागा बदला.
२. वैशिष्ट्ये ओळखा.
३. फायदे ओळखा.
४. वैशिष्ट्यांचे रूपांतर फायद्यांमध्ये करा.

पहिले म्हणजे, तुमच्या नेहमीच्या खरेदीदाराची जागा घ्या. त्यांच्यासारखे बना. ते कोण आहेत, त्यांची *कामाची पद्धत* काय आहे, ते प्रभाव टाकणाऱ्या सीईओंसारखे आहेत का, की किमतीबद्दल अत्यंत संवेदनशील असलेल्या वॉलमार्टमधील ग्राहकाप्रमाणे आहेत, पैशांचा कायम खडखडात असलेल्या विद्यार्थ्याप्रमाणं- की एकल मातांप्रमाणं? तुम्हांला जर तुमचा नेहमीचा, हक्काचा ग्राहक ओळखता आला नाही, तर उत्पादनावर परिणाम होतो आणि तुमचे फायदे लपले जातात. तुम्ही तुमचा ग्राहकवर्ग ओळखल्यावर त्यांना विचारा : त्यांना काय हवे आहे? त्यांना कशाची भीती वाटते? त्यांची कोणती अडचण सोडवायची आहे? किंवा त्यांना फक्त कशाचातरी अनुभव घ्यायचा आहे का?

उदाहरणार्थ, एकाच उत्पादनाच्या दोन वेगवेगळ्या ब्रँड्ससाठी दोन वेगवेगळे ग्राहक असू शकतात. जी व्यक्ती शेव्हरलेट गाडी विकत घेते, तिची मानसिकता व्होल्वो गाडी घेणाऱ्यापेक्षा वेगळी असू शकते. दोन्ही मोटारीच आहेत, तरीही व्हेट घेणारा कधीही- वाहतुकीची सोय म्हणून गाडी खरेदी करत नाही. तो बहुधा धोका स्वीकारणारा, स्वत: कमावणारा, स्वतंत्र, पटकन बोलून जाणारा आणि आक्रमक असा माणूस असतो. व्होल्वो खरेदी करणाऱ्याला आपल्या कुटुंबाची, सुरक्षेची काळजी असते आणि अशा व्यक्ती हातचे राखून वागणाऱ्या, प्रत्येक गोष्टीचे विश्लेषण करणाऱ्या असतात. दोन वेगवेगळ्या पद्धतीचे ग्राहक असणे म्हणजे जाहिरातीचा संदेश हा विशिष्ट गटासाठी विशिष्टच हवा.

तुम्ही ग्राहकांची जागा घेतल्यावर आणि त्यांना काय हवे ते समजल्यावर, तुमचे पुढचे पाऊल म्हणजे उत्पादनाची वैशिष्ट्ये ओळखणे. माझ्या वेब सर्व्हिसचे उदाहरण घेतले, तर मी माझ्या ग्राहकांना त्यांना हव्या असलेल्या वेळेसाठी आणि सेवेसाठी गाडीचे नियोजन करू देतो. ही फीचर्स फार उत्तम असली, तरी त्यांचे फायद्यात रूपांतर करण्याची जबाबदारी माझी असते. ही फीचर्स चांगली का आहेत ? त्यांचा माझ्या ग्राहकांना काय फायदा आहे?

तुम्ही वैशिष्ट्ये ओळखल्यावर, त्यांचे फायद्यामध्ये किंवा विशिष्ट निकालामध्ये रूपांतर करा. संबंधित फीचरचे फायदे ठाशीव पद्धतीने पुढे आणा. इतरांच्या तुलनेत लोकांनी तुमच्याकडूनच का खरेदी करावी, याचे गमक याच कौशल्यात आहे.

माझ्या वेब सर्व्हिसमध्ये 'अपलोड पिक्चर्स' या अत्यंत सुलभ वैशिष्ट्याचे रूपांतर: 'गॅरेजमध्ये क्लाएंट मीटिंगमध्ये वेळ वाया घालवायचा सोडा. तुमच्या गाड्यांचे फोटो अपलोड करा आणि ते तुमच्या गिऱ्हाइकांना दाखवा!' टार्गेट असलेल्या फीचरचे रूपांतर: 'दिवस, सेवा आणि गाडीच्या प्रकारावरून तुम्हांला हव्या त्या ग्राहकाला टार्गेट करा'. गाड्यांच्या वेळापत्रकाचे रूपांतर : 'तुमच्या गाड्यांचा रस्त्यांवरील वेळ वाढवा आणि तुमच्या गाड्यांच्या उपलब्धतेअनुसार लीड्स मिळवा,' असे झाले. प्रत्येक वैशिष्ट्याचे रूपांतर एका ठरावीक फायद्यात केले गेले आणि त्यामुळं माझ्या गिऱ्हाइकांना त्यात सहभागी होण्यास भाग पडले. मी त्यांना रिकाम्या जागा भरायला नाही लावल्या, त्या रिकाम्या जागा मी त्यांच्यासाठी भरल्या.

किंमत नव्हे; ब्रँडिंगसाठीचे शस्त्र

किंमत म्हणजे तुमच्या उत्पादन किंवा सेवेसाठीची अंतिम रंगसफेदी असते.

या 'रंगा'चा पहिला अनुभव आणि त्याचा परिणाम मला फार लवकर आला. मी सहा किंवा सात वर्षांचा असेन. माझ्या आईने दोन दिवसांचा गॅरेज सेल जाहीर केला आणि माझी काही खेळणी विकून ते पैसे माझ्याकडेच ठेवायची परवानगी दिली. मी एक फुटबॉलच्या आकारातील घड्याळ विक्रीला ठेवले होते. मला आठवते आहे की, मी ते फक्त २.५५ डॉलर्सला विकायला तयार होतो – ही तर फारच कमी किंमत होती.

विक्रीच्या पहिल्याच दिवशी, माझ्या फुटबॉलकडे अनेकांची नजर जात होती, पण कोणी खरेदी केले नाही. माझ्या बालमनाने एक योजना आखली. मला घड्याळासाठी २.५५ डॉलर्स कसे मिळतील? मला माझी किंमत कमी करायची नव्हती, कारण मला कोपऱ्यावरील दुकानातून जे एक गॅझेट विकत घ्यायचे होते, त्याची किंमत तितकीच होती. मग मला एक कल्पना सुचली.

किंमत दर्शवण्यासाठी आई जो मास्किंग टेप वापरत होती, तो मी घेतला. त्यातून चार छोटे तुकडे कापले आणि सध्याच्या किमतीवर ते चिकटवले. पहिल्या तुकड्यावर मी जाड शाईमध्ये ५.५५ डॉलर्स अशी किंमत लिहिली आणि त्यावर चुकीची फुली मारली. त्यानंतर मी दुसऱ्या तुकड्यावर ४.५० डॉलर्स लिहिले आणि त्यावरही चुकीची फुली मारली. नंतर ३.९५ डॉलर्स आणि त्यानंतर २.९५ डॉलर्स असे लिहिले. प्रत्येक तुकड्यानुसार किंमत कमी होत गेलेली मी दाखवली. या आकड्यांवर स्पष्टपणे फुली मारल्याने ग्राहकांना मी किंमत कमी केल्याचे समजू शकत होते; पण मूळ किंमत तीच, म्हणजे २.५५ डॉलर्स इतकीच राहत होती.

आता माझ्या घड्याळाची किंमत आधीच्या किमतीइतकीच होती, फक्त मी ती वेगळ्या पद्धतीने लोकांसमोर सादर केली. मोठ्या किमतीच्या लेबलवर जाड शाईने फुली मारल्याने दोन संदेश दिले गेले : १) अधिक किंमत २) व्यवहार करण्याची तयारी.

याचा परिणाम काय झाला असेल? घड्याळ बघायला आलेल्या दुसऱ्याच व्यक्तीने ते विकत घेतले. खरेदीदाराच्या मनातील किमतीचा आडाखा निश्चित करण्यात मी यशस्वी ठरलो. अर्थात, मी फक्त सात वर्षांचा असल्याने मला मार्केटिंग कौशल्य नावाचा प्रकार

माहीत नव्हता आणि मी किमतीबाबत जे धोरण राबवले होते, ते खरोखरच एक निश्चित धोरण होते. तरीही, मार्केटिंगचा आणि किमतीच्या परिणामाचा हा माझा पहिलाच अनुभव होता.

किंमत मूल्यापेक्षाही अधिक बोलकी असते

किंमत हा प्रकार ब्रँड विकसित करणारा आहे; कारण किमतीतून *वस्तूचे मूल्य* समजते. तुमची किंमत जितकी अधिक, तितके वस्तूचे मूल्य अधिक. तुमच्या वस्तूची किंमत जितकी कमी, तिच्याकडे कमी मूल्याची वस्तू म्हणूनच पाहिले जाते. किंमत म्हणजे केवळ एक संख्या नाही, ती तुम्हांला मूल्य सांगते. त्यातून मूल्य आणि वस्तूची लायकी दिसून येते.

किमतीची तुलना मूल्याशी कशी होते, या बाबत एक जुने उदाहरण आहे. आपल्या घराचे तळघर साफ करत असताना, एकाला एक जुने कपाट दिसते आणि ते काढून टाकण्याचा तो निर्णय घेतो. ते कपाट तो रस्त्याच्या कोपऱ्यावर नेतो आणि त्यावर 'मोफत' असे लिहितो. आश्चर्य म्हणजे, त्या कपाटाला दिवसभर कोणीही हात लावत नाही, नंतरही अनेक दिवस ते तसेच तिथे असते. यामुळे तो माणूस संभ्रमात पडतो, कारण कपाट जुने असले तरी चांगल्या स्थितीत असते आणि थोडे पॉलिश केल्यावर तर ते वापरायला अधिकच चांगले असते. तो माणूस एक शक्कल लढवतो. तो ती 'मोफत'ची पाटी काढून टाकतो आणि '५० डॉलर्स' असे लिहिलेली नवी पाटी लावतो. पुढील एका तासात ते कपाट चोरीला जाते.

त्या माणसाचा उद्देश एकच होता, पण किंमतीचे धोरण वेगळे होते.

किंमत हा जोपर्यंत तुमचा ब्रँड बनत नाही (वॉल मार्ट, साउथवेस्ट एअरलाइन्स), तोपर्यंत त्या किमतीला तुमच्या ब्रँडपेक्षा अधिक प्रभावी होऊ देऊ नका, ब्रँडच्या अनुसार किंमत ठरवली गेली पाहिजे. किंमत हे फक्त स्पर्धात्मक जगात वेगवान विक्री करण्यासाठी कमी–अधिक करण्याचे प्रमाण नाही, त्याचा त्याहून अधिक मोठा अर्थ आहे. त्यातून अप्रत्यक्षपणे तुमच्या उत्पादनाचे किंवा सेवेचे मूल्य जगाला दिसते.

माझे अनेक स्पर्धक मी आकारत असलेल्या किमतीपेक्षा १० किंवा २० टक्क्यांनी किंमत कमी आकारतात. तरीही माझाच व्यवसाय वाढतो आहे. मी कधीही कमी किंमत लावली नाही, तरीही मी चांगली कामगिरी कशी केली? माझ्या सेवेचे मूल्य अधिक होते आणि मी माझी किंमत मूल्याशी संलग्न ठेवली आहे. मी दिलेले लीड्स अधिक चांगले लक्ष्याधारित असतात. माझे भागीदार अधिक चांगले असतात. मला चांगला पाठिंबा मिळतो. मी एक ब्रँड चालवत होतो, तर माझे स्पर्धक व्यवसाय करत होते.

माझी एक कलाकार मैत्रीण आहे. तिने अत्यंत कलात्मक आणि सुंदर चित्रं रंगवली आणि स्वत:च्या मर्यादेच्या चौकटीतच त्यांची किंमत निश्चित केली. ती एकल माता होती आणि महिन्याला कर्जाचे हप्ते भरत होती. तिच्यासाठी ५०० डॉलर्स म्हणजे खूप मोठी रक्कम होती आणि या दृष्टिकोनातूनच तिने तिच्या चित्रांची किंमत त्यांच्या मूल्यांपेक्षा कमी प्रमाणात निश्चित केली होती. तिच्या स्वत:च्याच खराब दृष्टिकोनामुळे तिची अधिक पैसे

मिळवण्याची क्षमता कमी झाली होती आणि तिच्या कामाचे मूल्यही कमी झाले होते. मी तिला किंमत वाढवायला सांगितली : ''ते ९० डॉलर्स किमतीचे चित्र घे आणि त्यावर ३०० डॉलर्स अशी किंमत टाक आणि पाहा काय होते ते!'' तिचे चित्र त्याच अधिक किमतीने विकले गेले; कारण किमतीमधून मूल्य दिसून येते आणि ब्रँड निश्चित होतो.

स्लो लेनमध्ये असतानाही, किंमत हा महत्त्वाचा घटक असतो. तुम्ही किती वेतन घेता, यावरही बरेच काही अवलंबूनं असते. उदाहरणार्थ, फास्ट लेन फोरमवर ही पोस्ट होती :

> *वेब प्रोग्रॅमरच्या एकाच जागेसाठी एका कंपनीने एकाच वर्तमानपत्रात दोन जाहिराती प्रसिद्ध केल्या. एका जाहिरातीमध्ये वार्षिक वेतन १२० हजार डॉलर्स असे सांगितले, तर दुसऱ्या जाहिरातीत ३२ हजार डॉलर्स वार्षिक उत्पन्न सांगितले. अधिक वेतन असलेल्या जाहिरातीद्वारे केवळ चार अर्ज आले, तर दुसऱ्या फारच कमी वेतन देणाऱ्या जाहिरातीसाठी शंभराहून अधिक अर्ज आले. बहुतेक लोकांना स्वत:बद्दल आणि स्वत:च्या क्षमतांबद्दल आत्मविश्वास नसतो आणि ते फार कमी किमतीत तयार होतात.*

कमी व्यवसायात तुम्ही समाधानी आहात का? मूल्याबाबतची तुमची साचेबद्ध चौकट तुमच्या क्षमतांना बांधून ठेवते का? ब्रँड निर्मिती आणि मार्केटिंग हे वास्तविक योग्य धोरण आहे. चुकीच्या किमतीतून चुकीचा अर्थ जातो. प्रचंड व्यापारीकरण झालेल्या क्षेत्रांमध्ये मूल्य फार महत्त्वाचे असते. जनसंपर्क सल्लागार तुम्हांला ३० टक्के अधिक शुल्क लावू शकतो, पण इंधनाच्या पंपावर अधिक किंमत आकारणे शक्य नसते.

मी काही स्त्री-गुण असलेला किंवा मेट्रोसेक्सुअल नसलो तरी मला डिझायनर पर्सबाबत आकर्षण आहे, कारण मला त्यांचे किमतीबाबतचे धोरण फार आवडते. एखाद्या पर्सच्या उत्पादनाला १०० डॉलर्सपेक्षाही कमी खर्च येत असताना त्या ४००० डॉलर्सला कशा काय विकल्या जातात? ब्रँडिंग आणि मार्केटिंग. ब्रँड निर्मितीमध्ये किंमत हा महत्त्वाचा घटक आहे.

ग्राहकांच्या मनात भरण्यासाठी वैशिष्ट्यपूर्ण किंमत आकारणी हा अनेक मार्गांपैकी एक आहे. पण त्यासाठी, किमतीपेक्षाही मूल्य अधिक आहे, हे तुम्हांला त्यांना पटवून देता यायला हवे. तुम्ही इतरांपेक्षा वेगळे कसे ठरता? लोकांनी तुम्हांला अधिक पैसे का द्यावेत? मार्केटिंग करताना तुम्हांला ग्राहकांच्या मनात प्रवेश करता येणे आणि तुमच्या ब्रँडचे वेगळेपण पटवून देणे आवश्यक आहे. ग्राहकांची मने जिंका आणि तुम्ही ग्राहकांनाच जिंकाल.

प्रकरण सारांश : फास्ट लेनची वैशिष्ट्यं

- मार्केटिंग आणि ब्रँडिंग (वजीर) ही सर्वांत शक्तिशाली फास्ट लेन साधने आहेत.
- व्यवसाय तगून राहतात, ब्रँडचा विस्तार होतो.
- व्यवसायांना ओळख निर्माण करताना अडचण येते, ब्रँडला तसे होत नाही. स्वत:ची ओळख नसलेल्या व्यवसायांना उत्पादनांची किंमत करणे भाग पडते.

- युनिक सेलिंग प्रपोझिशन्स (यूएसपी) ही ब्रँडसाठीची गुरुकिल्ली असून ती तुमच्या कंपनीला इतरांच्या तुलनेत वेगळे सिद्ध करते.
- आपण इतरांपेक्षा वेगळे आणि एकमेव असावे, अशी लोकांची नैसर्गिक इच्छा असते.
- बाजारपेठेतील गोंगाटात किंवा जाहिरातींच्या गोंधळातही आपला आवाज ऐकू जाऊ देणे, हे मार्केटिंगचे कौशल्य आहे.
- जर तुमचे उत्पादन ध्रुवीकरण झालेल्या समाजाला, जसे राजकारण, अल्पसंख्याकांची मते आणि क्रीडा संघ यांना लक्ष्य करत असेल, तर स्पर्धेच्या गोंगाटातही प्रभावी ठरण्यासाठी ध्रुवीकरण हे एक उत्तम साधन आहे.
- सेक्सला मागणी असते आणि हा प्रकार नेहमीच लोकांचे लक्ष वेधून घेतो. (पण तुमच्या ब्रँडची प्रतिमादेखील मलिन करू शकतो.)
- कोणत्याही वस्तूच्या खरेदीबाबत, वास्तवातील उपयोगाबाबत विचार करण्याआधी लोक त्याचा भावनिक दृष्टिकोनातून विचार करतात.
- तुम्ही ग्राहकांच्या भावनांना साद घातली, त्यांना पटवून दिले तर काम सोपे होते.
- लोकांना स्वत:बद्दल बोलायला फार आवडते. जर तुम्ही संवाद वाढवला किंवा 'खरेदीच्या आधी वापरून पाहा' असे काही तुमच्या जाहिरात मोहिमेत वापरले, तर तुम्हांला यश मिळण्याची शक्यता अधिक असते.
- स्वत:चे वेगळेपण सिद्ध करणे म्हणजे प्रथम सर्वसाधारण जे आहे त्याचा शोध घेऊन ते बाजूला करा, त्यापेक्षा विरुद्ध किंवा सर्वसाधारणतेची चौकट मोडली जाईल, असे करा.
- ग्राहक कायम स्वार्थीच विचार करतात. 'यामध्ये माझ्यासाठी काय आहे,' या त्यांच्या मनातील विचारांनाच लक्ष्य करणारा संदेश त्यांना नेहमी द्या.
- तुम्ही ज्या वेळी उत्पादकाची जागा सोडून ग्राहकाची जागा घेता, वैशिष्ट्ये कोणती हे ओळखता आणि त्या वैशिष्ट्यांचे रूपांतर विशिष्ट परिणामात करता, त्या वेळी वैशिष्ट्यांचे रूपांतर फायद्यांमध्ये होते.
- वस्तू अथवा सेवेच्या किमतीतूनच तिचे मूल्य आणि लायकी लोकांना समजते.
- मूल्याबाबत तुम्हीच निष्कर्ष काढून किंमत ठरवली तर तुमचा ब्रँड सर्वसाधारण ठरेल, असे होऊ देऊ नका.

फास्ट लेन

४४

एकाच ठिकाणी निष्ठा ठेवा, अनेक ठिकाणी नकोत (एकपत्नीव्रत पाळा, बहुभार्या नको)

''कामाला लावल्याशिवाय कोणताही घोडा कोठेही जात नाही. वाफ किंवा वायू कोंडल्याशिवाय तो कोणत्याही गोष्टीला गती देत नाही. प्रवाहाला योग्य दिशा दिल्याशिवाय कोणत्याही नायगरामधून प्रकाश आणि वीज निर्माण होऊ शकत नाही. एकाग्रता, समर्पण आणि शिस्त यांशिवाय कोणतेही जीवन फुलत नाही.''

–हॅरी इमर्सन फोस्डीक

फसवणारे सहचारी हे चांगले जोडीदार नसतात

आपण आपल्या संवादाच्या अखेरीस येत असताना; फास्ट लेनमध्ये ज्याची गरज आहे, त्या निष्ठेबाबत – एकनिष्ठतेबाबत तुमच्याशी मी बोलणार आहे.

मी कॉलेजमध्ये असताना, माझा मित्र मार्क टिकल हा एक महत्त्वाकांक्षी उद्योजक होता. आणि मार्क, जर का तू हे पुस्तक वाचत असशील, मी तुझा उल्लेख केल्याबद्दल माफी मागतो. पण, तू नक्की काय विचार करत होतास?

मार्क हा दर आठवड्याला वेगवेगळा व्यवसाय करत होता. एका आठवड्यात तो विचित्र असा एमएलएम प्रोग्रॅम करायचा, तर दुसऱ्या आठवड्यात एखाद्या मासिकाच्या मागील बाजूस सांगितलेल्या नशीब बदलवणाऱ्या योजनांच्या मागे तो पळायचा. त्यानंतरच्या आठवड्यात कोणतातरी जाहिरातीचा कार्यक्रम असायचा. दर आठवड्याला वेगवेगळ्या संधी. त्याच्या या स्वभावावरून माझ्या मित्रांनी त्याच्या अशा प्रत्येक संधीवर उडी मारण्याच्या स्वभावाला 'टिकल सिंड्रोम' असे नाव दिले.

टिकल सिंड्रोममुळं तुमचे लक्ष विविध प्रकल्प आणि संधी यांच्यावरून विचलित होते. गरज पूर्ण करणाऱ्यांपेक्षा पैशांच्या मागे धावणाऱ्यांमध्ये हा सिंड्रोम आढळतो. तुम्ही ज्या वेळी तुमचा वेळ पाच वेगवेगळ्या व्यवसायांमध्ये विभागता, त्या वेळी तुम्ही बहुनिष्ठ

संधिसाधू असता. जितके काही सापळे लावता येतील तितके लावा, काही तरी फसेलच; कशातून तरी मला पैसा मिळेलच; असे हे धोरण असते.

विचलित लक्ष्य असले तर परिणामही विस्कळीत असतात.

एकाच व्यवसायात भरभराट करण्याऐवजी, बहुनिष्ठ संधिसाधू २० प्रकारचे व्यवसाय करतो, जे वैताग आणणारे असतात. दहा व्यवसायांमधून १० हजार डॉलर्स मिळत असतील तर इतके उत्पन्न देणाऱ्या एकाच व्यवसायाच्या तुलनेत हे काहीच नाही.

ज्या वेळी तुम्ही विविध ठिकाणी तुमच्या श्रमाची विभागणी करता, त्या वेळी कमी दर्जाची मालमत्ता निर्माण होते.

अशी कमी दर्जाची मालमत्ता फार भार उचलू शकत नाही आणि त्यातून मोठे पिरॅमिडही निर्माण होऊ शकत नाहीत.

कमकुवत मालमत्तेमधून वेग निर्माण होत नाही.

कमकुवत मालमत्तेचे रूपांतर कधीही कोट्यवधींच्या मालमत्तेत होत नाही.

कमकुवत मालमत्तेमधून संपत्ती निर्माण होत नाही, त्यातून फक्त कर्जाचे हप्ते भागवता येतात, जे दर महिन्याला भरावेच लागणार असतात.

मी एकदा बहुनिष्ठेत अडकलो होतो. माझ्याच वेबसाइटसारखे काम करणारी दुसरी वेबसाइट मी सुरू केली होती. एकदा ती लाँच झाल्यावर, त्या नव्या वेबसाइटमध्ये माझा सध्याच्या यशस्वी असलेल्या कंपनीसाठी राखीव असलेला महत्त्वाचा वेळ जाऊ लागला. याचाच अर्थ मी माझ्या सहचारीची फसवणूक करत होतो आणि त्याचा परिणाम दिसून आला.

माझ्या भरभराटीला असलेल्या कंपनीचा वेळ आता नवख्या कंपनीसाठी जाऊ लागला.

याचा परिणाम फारसा चांगला झाला नाही आणि आता माझ्या समोर चार पर्याय होते : १. माझ्या व्यवसायाशी फसवणूक करण्याचा हा प्रकार सुरूच ठेवणे, २. माझा स्थिर झालेला व्यवसाय चालवण्यासाठी कोणाचीतरी नेमणूक करणे, ३. नवा व्यवसाय चालवण्यासाठी कोणाचीतरी नेमणूक करणे, ४. नवा व्यवसाय सोडून देणे.

अखेरीस, मी नवी कंपनी बंद केली, कारण मी विचार केला की नवीन अतिरिक्त कर्मचाऱ्यांना नेमणे म्हणजे त्यांच्यावर देखरेख ठेवण्यात माझा वेळ वाया घालवण्यासारखे होते.

एकनिष्ठेतूनच गमतीशीर बहुनिष्ठा!

मला माहीत नाही की, एकनिष्ठ व्यवसायातून यश मिळाल्याखेरीज कोणी यशस्वी बहुनिष्ठ संधिसाधू बनला आहे का?

खरेच, या बाबत विचार करा.

जगातील सर्वांत श्रीमंत व्यक्ती त्यांच्या एका मुख्य व्यवसायावर लक्ष केंद्रित केल्यानेच मोठ्या झाल्या आहेत, त्यांनी अनेक ठिकाणी लक्ष घातलेले नाही. लेब्रॉन जेम्सने जर त्याला आवडत असलेल्या सर्वच गोष्टींमध्ये लक्ष घातले असते, तर तो बास्केटबॉलमध्ये यशस्वी

झालाच नसता. त्याने फक्त एका आणि एकाच गोष्टीवर लक्ष केंद्रित केले : बास्केटबॉल. खाताना, झोपताना केवळ बास्केटबॉलचाच विचार. आता, प्रचंड प्रसिद्धी मिळाल्यानंतर आणि कोट्यवधींमध्ये मूल्य निर्माण केल्यानंतर, त्याला बहुनिष्ठा परवडणारी आहे आणि तो त्याला आवडणाऱ्या इतर गोष्टींमध्ये लक्ष घालू शकतो.

तुमच्या क्षेत्रात सर्वोच्च कामगिरी करण्यासाठी, तुम्ही खाताना, पिताना आणि इतर सर्व काही करताना त्याच गोष्टीचा विचार करायला हवा. तुम्ही १० वेगवेगळ्या गोष्टींमध्ये लक्ष घालत असाल तर तुम्हांला परिणामही विस्कळीत मिळतात आणि ते फारसे चांगलेही नसतात. एकाच गोष्टीवर लक्ष केंद्रित करा आणि त्यात सर्वोत्तम कामगिरी करा. तंत्रज्ञान क्षेत्रातील काही महान उद्योजकांनी शंभर टक्के लक्ष्य केंद्रित केल्यानेच आणि इतर संधींनी लक्ष विचलित होऊ न दिल्यानेच, अत्यंत मोठे साम्राज्य निर्माण केले आहे. ज्या वेळी एका यशस्वी उद्योगातून प्रचंड संपत्ती मिळते, फक्त तेव्हाच, ते इतर व्यवसायांकडे लक्ष देतात.

थोडक्यात, त्यांच्या एकनिष्ठेतूनच बहुनिष्ठेकडे वाटचाल होते.

आपली कंपनी १०० मिलियन डॉलर्सला विकल्यावर उद्योजक सर्वप्रथम काय करतात? मिळालेले पैसे ते इतर अनेक कंपन्यांमध्ये गुंतवतात, दानधर्म करतात आणि आपल्याला आवडते ते करत राहतात.

या क्षणी बहुनिष्ठा का शक्य नाही?

पैसा.

पैशाने मनुष्यबळ यंत्रणेसारखी यंत्रणा विकत घेता येते आणि पैशांच्या यंत्रणेने वेळ विकत घेता येतो.

एकनिष्ठेतून फास्ट लेन यश मिळते, अनेक पत्नींकडे लक्ष दिल्याने असे यश मिळत नाही. हा एक विवाहच आहे. होय, जुन्या चांगल्या एकनिष्ठतेप्रमाणेच. एकाच फास्ट लेन व्यवसायावर लक्ष केंद्रित करा आणि त्यावरच सर्व जोर द्या.

प्रकरण सारांश : फास्ट लेनची वैशिष्ट्यं

- टिकल सिंड्रोमचे बळी पडलेले लोक हे बहुनिष्ठ संधिसाधू असतात, जे एका संधीवरून दुसऱ्या संधीवर उड्या मारतात.
- व्यवसायाशी प्रतारणा केल्यास कमकुवत मालमत्ता निर्माण होते. अशा कमकुवत मालमत्तेतून संपत्ती निर्माण होत नाही.
- सर्वांत यशस्वी उद्योजकांनी त्यांचा व्यवसाय हाच त्यांचा श्वास बनवलेला असतो आणि त्यासाठी त्यांनी १०० टक्के योगदान दिलेले असते.
- यशस्वी एकनिष्ठ व्यवसायातून यशस्वी बहुनिष्ठ व्यवसाय करता येतात : अनेक आवडत्या गोष्टींसाठी वेळ देता येतो आणि गुंतवणूक करता येते.
- जोपर्यंत तुम्ही तुमची एक कंपनी कोट्यवधी डॉलर्सला विकत नाही, तोपर्यंत 'माझे दहा उद्योग आहेत', हे वाक्य तुमच्या मनातच जपून ठेवा.

फास्ट लेन

४५

एकत्रीकरण करा : तुमच्या संपत्तीच्या सूत्राला अधिक शक्तिशाली करा

''तुम्ही काही क्षणांत निवड करू शकता, पण त्यांचे परिणाम आयुष्यभर भोगावे लागतात.''

–एम. जे. डिमार्को

संपत्तीला प्रचंड ऊर्जा द्या (सुपरचार्जर)

हजारो मैलांच्या प्रवासाला पहिले पाऊल पुढे टाकल्यानंतरच सुरुवात होते. मी तुमच्या समोर माहितीचा साठा ओतला आणि तो सर्व एकत्र गोळा करून पहिले पाऊल टाकण्याची वेळ आलेली आहे. एकाग्रतेने प्रयत्न करून आता प्रक्रिया करण्याची वेळ आली आहे. तुमच्याकडे आता आवश्यक ती मानसिक आणि गणितीय चौकट आहे, जिचा वापर करून तुम्हांला अधिक संपत्ती मिळवणे शक्य आहे. फास्ट लेन आर्थिक मार्गावरील तुमच्या प्रवासासाठी, फास्ट लेन प्रक्रियेलाच समानार्थी असलेला **फा–स्ट–ले–न–सु–प–र–चा–र्ज–र** जोडा.

१. फॉर्म्युला F – (Fastlane supercharger) सूत्र

संपत्ती हा एक फॉर्म्युला आणि विश्वास, निवड, कृती आणि जीवनशैली ठरवणाऱ्या सवयींची एक पद्धतशीर प्रक्रिया आहे. संपत्ती ही एक प्रक्रिया आहे, केवळ एक इव्हेंट नाही.

२. ॲडमिट A – (Fastlane supercharger) मान्य करा

'हळू हळू श्रीमंत व्हा' हा मुळातच चुकीचा मंत्र आहे. कारण त्यापासून मिळणाऱ्या मर्यादित फायद्यांवर तुमचे नियंत्रण नसते आणि वेळेशीही त्याचे गणित जुळत नाही : (संपत्ती = नोकरी+मार्केट), हे आधी मान्य करा. 'वेगाने श्रीमंत व्हा' हा मंत्र प्रत्यक्षात येऊ शकतो, यावर विश्वास ठेवा. 'कोणतेही नियोजन नाही' हे काही चांगले नियोजन नाही, हे मान्य करा. मान्य करा की, नशीब हा काम केल्यानंतर उरलेला भाग आहे.

३. स्टॉप अँड स्वॅप S – (Fastlane supercharger) थांबा आणि बदला

चुकीच्या नकाशांचा आधार घेणे सोडा. तुम्ही आतापर्यंत जे करत आला होता, ते करायचे सोडा. एका वीकेन्डसाठी आत्म्याची विक्री करणे सोडा. ४०१ (के) आणि शेअर बाजारामुळे तुम्ही श्रीमंत व्हाल, हा विचार सोडा. फास्ट लेन नकाशासाठी तुमचा प्रभावहीन नकाशा सोडून द्या. ग्राहक होण्यापेक्षा उत्पादक होण्याचा पर्याय स्वीकारा.

४. टाइम T – (Fastlane supercharger) वेळ

वेळ हा फास्ट लेनमधील सर्वांत मूल्यवान घटक आहे – विशेषत: मोकळा वेळ. पैशांपेक्षाही अधिक काहीतरी देणारे उपक्रम शोधून काढा, त्यातून तुम्हांला मोकळा वेळ मिळेल. वेळेचा अपव्यय टाळा, जसे अनावश्यक कर्ज काढून ते फेडण्यासाठी तुमचा मोकळा वेळ काहीतरी करण्यात बांधून ठेवणे. तुमचा वेळ व्यवसायात गुंतवा, जो तुमच्या बांधून राहिलेल्या वेळेचे रूपांतर मोकळ्या वेळेत करेल. निर्णयप्रक्रियेतील एक महत्त्वाचा घटक म्हणून वेळेबाबतच्या निर्णयाकडे पाहा.

५. लिव्हरेज L – (Fastlane supercharger) उत्थापन

संपत्ती निर्माण करण्यासाठी नियंत्रित आणि अमर्यादित सूत्रांचा फायदा घ्या. स्लो लेन संपत्तीच्या सूत्रात, ज्यामध्ये वेळेचा अंदाज असतो (तासाला किती पैसे, वार्षिक वेतन, परतावा, किती वर्षांची गुंतवणूक), काहीही फायदा नाही. तुमच्या संपत्तीच्या सूत्रावर तुमचे नियंत्रण नसेल आणि त्या सूत्रामुळे तुमच्या संपत्तीमध्येही वाढ होत नसेल, तर तुम्ही तुमच्या आर्थिक नियोजनावर नियंत्रण ठेवू शकत नाही. तुमच्यासाठी काम करणाऱ्या यंत्रणेद्वारे या फायद्याचा मार्ग काढता येतो.

६. ॲसेट्स अँड इन्कम A – (Fastlane supercharger) मालमत्ता आणि मिळकत

प्राप्ती प्रचंड प्रमाणात वाढल्याने संपत्ती निर्माण होते आणि पद्धतशीरपणे निर्माण केलेल्या व नंतर लिलावात काढता येणाऱ्या व्यवसायातूनच मालमत्ता मूल्य निर्माण होते. तुमच्या गरजेच्या तुलनेत कमी दर्जाचे जगा, पण प्राप्तीवर लक्ष ठेवून त्यात वाढ करणाऱ्या साधनांकडे लक्ष द्या आणि त्याचबरोबर खर्चावर नियंत्रण ठेवा. कोणताही खर्च कमी न करता प्राप्ती आणि मालमत्ता मूल्यामध्ये वाढ झाल्यानेच कोट्यधीश निर्माण होतात.

७. नंबर N – (Fastlane supercharger) संख्या

तुम्हांला किती रक्कम हवी आहे, तुमची संख्या किती आहे? तुमची स्वप्नातील जीवनशैली जगण्यासाठी तुम्हांला किती पैशांची गरज आहे? किती डॉलर्स संपत्ती हवी, त्याचा तुमचा आकडा निश्चित करा, त्याची अल्प मूल्याच्या पैशांमध्ये विभागणी करा आणि ते आजच वास्तवात आणा. तुमच्याकडील सुट्या पैशांची बचत करण्यास सुरुवात करा, ब्रोकरेज अकौंट उघडा आणि भिंतीवर एक तक्ता लावून तुमच्या संपत्तीमध्ये रोज किती वाढ झाली, यावर देखरेख ठेवा. तुमच्या स्वप्नातील जीवनशैलीची छायाचित्रे तुमच्या कामाच्या ठिकाणी लावा आणि ती प्रत्यक्षात उतरवा. उदाहरणार्थ, तुम्हांला पर्वताच्या कड्यावर स्वत:ची

केबिन हवी आहे, तर तसे एखादे चित्र शोधून काढा आणि तुमच्या संगणकाशेजारी लावा, जेणेकरून ते तुम्हांला रोज दिसेल. भविष्याबाबत तुम्हांला जे वाटते, ते सत्यात आणा आणि ते तुमच्या मनात ठसवा, म्हणजे तुम्हांला त्याची सातत्याने जाणीव राहील. ही तुमची स्वप्ने तुमच्यापासून कधीही दूर जाणार नाहीत, याची सोय करा.

८. इफेक्शन E – (Fastlane supercharger) प्रभाव

प्रभावाचा आदर करा आणि तुम्हांला संपत्तीचे बक्षीस मिळेल. प्रभावाचा कायदा सांगतो की, तुमच्या क्षेत्रातील जितक्या अधिक लोकांवर तुम्ही प्रभाव पाडता, तितक्या अधिक प्रमाणात तुम्हांला पैसे मिळतात. 'लाखो जणांवर प्रभाव पाडा, तुम्हांला लाखो रुपये मिळतील.' तुम्ही मोठ्या प्रमाणावर गरजा पूर्ण करा, पैसा तुमच्या आयुष्यात येईल. पैशांमधून मूल्य दिसून येते.

९. स्टीअर S – (Fastlane supercharger) सुकाणू

आयुष्याचं सुकाणू हाती घ्यायचं की नाही ही तुमची निवड आहे. एका विशिष्ट टप्प्यावर, तुम्ही फास्ट लेन तत्त्वज्ञान स्वीकारायलाच हवे आणि त्यातून एक प्रक्रिया निर्माण होते. संपत्ती म्हणजे केवळ एक निवड (इव्हेंट) नाही, जसे तुम्ही १०० पौंड वजन घटवण्याचा निश्चय केला की लगेच तुम्ही १०० पौंडांनी हलके व्हाल, असे नाही. तुम्ही स्वत:ला कशी दिशा देता, त्यावर फास्ट लेन ही जीवनशैली आहे की छंद आहे, की लॉटरी तिकीट आहे, हे निश्चित होते. चांगल्या निर्णयांची अखेरपर्यंत अंमलबजावणी करण्यासाठी 'डब्ल्यूसीसीए' आणि 'डब्ल्यूएडीएम' यांचा वापर करा. युवा अवस्थेत असतानाच तुमची निर्णय घेण्याची क्षमता अधिक असते आणि वयानुसार ती कमी होत जाते. तुम्ही पूर्वी घेतलेल्या निर्णयांचा अभ्यास करा. तुम्ही आता जिथे आहात, तिथे का आहात? तुमच्या आयुष्यात कोणता त्रास आहे? तुम्ही कर्जात का बुडाले आहात? भूतकाळात झालेल्या चुका तुम्ही सुधारल्या नाहीत तर त्याच चुका तुम्ही परत करण्याची शक्यता अधिक असते. भूतकाळातील निर्णयांचा आढावा घेऊन फास्ट लेन मनोवृत्ती बनवण्यासाठी त्यात बदल करत वर्तणुकीतील बदलाला सुरुवात होते. जबाबदार बना आणि उत्तरदायित्व स्वीकारा.

१०. अनकपल U – (Fastlane supercharger) विभक्त व्हा

तुमच्या व्यवसाय फास्ट लेन मार्गाला अनुरूप असणारे व्यवसायाचे मॉडेल तयार करून स्लो लेन संपत्तीच्या सूत्राची साथ अधिकृतपणे सोडा : सी किंवा एस – कॉर्पोरेशन किंवा एलएलसी. त्यानंतर, तुमची कंपनी हेच तुमच्या व्यवसायाच्या यंत्रणेचे प्रत्यक्ष रूप असते. ते आधी तुम्हांला पैसे देते, मग सरकारला. तुमच्या वेळेशिवायही अधिक वेळ वाचतो. मालमत्ता निर्माण करण्यासाठीचे हे पहिले पाऊल आहे.

११. पॅशन अँड पर्पज P – (Fastlane supercharger) तीव्र इच्छा आणि हेतू

व्यवसायासाठी एक कंपनी आणि तुमची स्वप्नातील जीवनशैली उपभोगण्यासाठी आवश्यक असलेले डॉलर्स मिळवण्याच्या हेतूने तुमची तशी वर्तणूक होण्यासाठी तुम्हांला पॅशन

(तीव्र इच्छेने करावीशी वाटणारी कृती) आणि पर्पज (उद्देश) यांची गरज आहे. 'पॅशन'चा अर्थ, 'आवडते ते करा' असा होत नाही. पॅशन तुम्हांला अस्वस्थ करते आणि हवे ते मिळवण्यासाठी कितीही कष्ट करायला भाग पाडते. पॅशनमुळे तुमच्यात उत्साह निर्माण होतो आणि अपूर्ण गोष्टींचा तुम्हांला संताप येतो. काही पॅशन या स्वार्थी असतात (मला लॅम्बोगिनी हवी आहे) आणि काही पॅशन या निःस्वार्थी असतात (मला अनाथ बालकांना मदत करायची आहे). पॅशन काय आहे, यामुळे काही फरक पडत नाही, जोपर्यंत ती तुम्हांला कामाला लावत नाही.

१२. एज्युकेट E – (Fastlane supercharger) शिक्षण

पदवी मिळाल्यानंतर खऱ्या शिक्षणाला सुरुवात होते. शिकायचे कधीही थांबवायचे नाही, असा निश्चय करा. तुम्हांला उद्या जसे बनायचे आहे, तसे बनण्यासाठी तुमच्याकडे आज जी माहिती आहे, ती पुरेशी नाही. फास्ट लेन ज्ञान मिळवा, यातून तुम्ही तरबेज असलेल्या क्षेत्रातल्या व्यवसायाची उभारणी आणि अंमलबजावणी करण्यासाठी तुम्हांला प्रेरणा मिळते. लायब्ररीमध्ये जा आणि इंटरनेटचा वापर करा. तुमच्या आर्थिक प्रवासात माहिती हे वंगणाचे काम करते. सध्याच्याच वेळातून वेळ काढून रोज काहीतरी वाचन करा. रेल्वेप्रवास, विमानप्रवास, व्यायाम करताना, जेवण करताना, सकाळची कामे उरकल्यावर किंवा पोस्ट ऑफिसमध्ये वाट पाहत असताना वेळ काढा आणि वाचा.

१३. रोड R – (Fastlane supercharger) मार्ग

फास्ट लेन रस्त्यावर या. यापैकी कोणत्या रस्त्यावरून जायचे, हे निश्चित होत नसले तरी काळजी करू नका; रस्ताच तुमची निवड करेल. गरजा, अडचणी आणि गोष्टींमध्ये आवश्यक असलेल्या सुधारणा शोधण्याची तुमच्या मनाला सवय लावा. तुमच्या विचारांकडे आणि भाषेकडे लक्ष द्या, कारण त्यातून अपूर्ण किंवा अर्धवट पूर्ण झालेल्या गरजा व्यक्त होत असतात. तुम्हांला काहीतरी नवे संशोधन करण्याची गरज नसते, फक्त सुधारणा करण्याची संधी शोधा, त्रासदायक बाबी शोधा, सेवेमधील त्रुटी पाहा आणि त्या दूर करा. जगातील अनेक सर्वोत्तम व्यवसाय हे आधीच बाजारात उपलब्ध असलेल्या उत्पादनांमध्ये बदल करूनच मोठे झालेले आहेत. कारण या व्यवसायाच्या मालकांनी त्यातील त्रुटी अधिक परिणामकारक पद्धतीने दूर केल्या. तुम्ही ज्या वेळी बाजारातील त्रुटींकडे लक्ष देता, तुमच्यासाठी रस्ता खुला होतो. होय, रस्ताच तुमची निवड करतो.

१४. कंट्रोल C – (Fastlane supercharger) नियंत्रण

तुमच्या आर्थिक आराखड्यांवर नियंत्रण ठेवा, कारण तीच नियंत्रणाची आज्ञा आहे. किंमत ठरवण्यापासून ते कार्यप्रणाली निश्चित करण्यापर्यंत, प्रत्येक गोष्टीवर तुमचे संपूर्ण नियंत्रण असलेल्या संस्थेमध्येच काम करा. फास्ट लेनमधील उद्योजक आपल्या महत्त्वाच्या व्यवसायाची सूत्रे इतर कोणत्या कंत्राटी नियंत्रकाच्या हाती देत नाहीत, कारण ते स्वतःच एक नियंत्रण यंत्रणा असतात. शार्क माशासारखा वावर करा, गप्पी माशासारखा नाही.

१५. हॅव H – (Fastlane supercharger) स्वत:कडे असू द्या

दुसऱ्यांना ज्याची गरज आहे, ते तुमच्याकडे असू द्या, तुमच्या जीवनात पैशांचा ओघ येईल. यातून गरजेची आज्ञा दिसून येते. पैशांच्या मागे जाऊन तुम्ही तुमचे उत्पन्न वाढवू शकत नाही. पैशांच्या मागे धावायचे सोडा, कारण अशा लोकांना पैसा टाळतो. त्याऐवजी, पैसा ज्याकडे आकर्षित होतो, त्याकडे अधिक लक्ष द्या. आणि अशी गोष्ट म्हणजे गरज पूर्ण करणारा व्यवसाय. मूल्य पुरवल्याने पैसा मिळतो. स्वार्थ बाजूला ठेवा आणि लोकांना ज्याची गरज आहे, ते मिळवण्याचा/देण्याचा प्रयत्न करा. तुम्ही ज्या वेळी असे कराल, पैशांचा ओघ तुमच्या आयुष्यात येईल. कारण, पैसा त्यांच्याकडेच जातो जे इतरांच्या गरजा, इच्छा पूर्ण करतात.

१६. ऑटोमेट A – (Fastlane supercharger) स्वयंचलित करा

तुमचा व्यवसाय स्वयंचलित करा आणि वेळेच्या आज्ञेचा आदर करा. तुमचा वेळ तुमच्या व्यवसायापासून वेगळा ठेवा. पैशाची यंत्रणा, भाडेतत्त्वावर देण्याची यंत्रणा, संगणक यंत्रणा, कंटेन्ट यंत्रणा, वितरण व्यवस्था आणि मनुष्यबळ यंत्रणा या तुम्हांला स्वत:ला काम करू न देता पैसा मिळवून देणाऱ्या सर्वोत्तम यंत्रणा आहेत. कोणताही व्यवसाय स्वयंचलित करण्याची गुरुकिल्ली याच पर्यायांमध्ये असते.

१७. रेप्लिकेट R – (Fastlane supercharger) पुनरावृत्ती करा

तुमची यंत्रणा रेप्लिकेट (आवृत्त्या काढा) करा आणि प्रमाणाच्या आज्ञेचा आदर करा. जिथे होम रन काढता येतात, त्याच मैदानावर खेळा. लाखो रुपये मिळवण्यासाठी, तुम्ही लाखो लोकांवर प्रभाव टाकायला हवा. आणि लाखो लोकांवर प्रभाव टाकण्यासाठी तुम्ही लाखो लोकांवर प्रभाव टाकू शकणाऱ्या क्षेत्रात उतरायला हवे. परिणामाच्या कायद्याचा फायदा उठवण्यासाठी तुमचे उत्पादन, सेवा किंवा प्रक्रिया जागतिक पातळीवर वाढू शकते का?

१८. ग्रो G – (Fastlane supercharger) वृद्धिंगत करा

बुद्धीबळाच्या खेळाप्रमाणे तुमच्या व्यवसायाला बहुआयामी रूप द्या. ब्रँड विकसित करा, व्यवसाय नाही. ग्राहकांना तुमच्या बॉसप्रमाणे वागणूक द्या आणि त्यांनी केलेल्या तक्रारींचे संधीत रूपांतर करा. जग काय म्हणते आहे, याकडे लक्ष द्या, कारण तेच तुम्हांला दिशादर्शन करते. व्यापारीकरणाला विरोध करा. स्पर्धेपासून स्वत:ला दूर ठेवा. गोंगाटातही स्वत:चे अस्तित्व सिद्ध करा. एका वेळी एकाच व्यवसायावर लक्ष केंद्रित करा.

१९. एक्झिट E – (Fastlane supercharger) बाहेर पडा

व्यवसायातून बाहेर पडण्याचे धोरण तुमच्या जवळ तयार ठेवा. तुम्ही स्वत: काम न करताही पैसे मिळवण्याची यंत्रणा तयार करणे, हा फास्ट लेनमधील अखेरचा थांबा आहे. आपल्या मालमत्ता प्रचंड किमतीला विकून अशा पैशांची यंत्रणा निर्माण करता येते. तुमची मालमत्ता विकण्याचा आणि कागदांचे रूपांतर खऱ्या पैशांमध्ये करण्याचा योग्य कालावधी कोणता असेल, याकडे लक्ष द्या. घोड्यावरून कधी खाली उतरायचे आणि दुसऱ्या घोड्यावर कधी बसायचे, हे जाणून घ्या.

२०. रिटायर, रिवॉर्ड ऑर रिपीट R – (Fastlane supercharger) निवृत्त व्हा, स्वत:लाच शाबासकी द्या किंवा परत त्याच उद्योगाला लागा.

तुमच्या एका किंवा काही मालमत्तांची विक्री केल्यानंतर निवृत्त व्हा किंवा पुन्हा व्यवसायाला सुरुवात करा. या प्रवासात तुम्ही कोणताही महत्त्वाचा टप्पा गाठलेला असू द्या, स्वत:ला शाबासकी द्या. तुमचे पहिले उत्पादन विकले? जल्लोष करा! हॉटेलमध्ये जेवायला जा किंवा आणखी काहीतरी करा. मालमत्ता मूल्य १ लाख डॉलर्सच्या वर गेले? स्वत:ला काहीतरी बक्षीस द्या. नवीन भागीदारी केली? एकत्रित आनंद साजरा करा. १० लाखांच्या वर गेलात? पर्यटनाला जा. एक कोटींचा टप्पा पार केला? लॅम्बोगिनी विकत घ्या.

ओह, सर, आम्ही आता थांबतो...

फास्ट लेन हा काही अखेरचा थांबा नाही.

प्रयत्न करून पाहावा, असाही हा प्रकार नाही. हेच तुमचं जगणं आहे.

ही एक मनोवृत्ती आहे आणि तिची सुरुवात तुमच्या मेंदूमध्येच होते.

तुम्ही जर आधीपासूनच कोणतातरी व्यवसाय करण्याची संधी शोधत असाल आणि 'हा फास्ट लेन मार्ग आहे का,' असे तुम्ही विचारत असाल, तर तुम्हांला अजूनही फारसे समजलेले नाही. फास्ट लेन हे एक बीज आहे, जे तुमच्या मेंदूमध्येच पेरले जाते आणि तिथेच त्याची वाढ होते. तुम्ही या बीजाला खतपाणी घालू शकता. ते आताही तिथेच आहे. प्रश्न हा आहे की, त्याची वाढ होते आहे का? त्याला सूर्यप्रकाश आणि पाणी मिळते आहे का? की ज्या वेळी जीवननाट्य संपुष्टात येईल, तेव्हा हे बीज कुजून मरून जाईल?

स्लो लेन विचारसरणीला विरोध करा आणि तुम्हांला फास्ट लेन प्रवासमार्ग लागेल आणि हा स्वयंविकासाचा मार्ग असल्याचेही लक्षात येईल. याहून महत्त्वाचे म्हणजे, यामुळे तुमची स्वप्ने जिवंत राहतात आणि ती पूर्ण होण्याची शक्यता वाढते.

तुम्ही कुठून सुरू करता, यापेक्षा तुम्ही पुढे जात आहात की नाही, यामुळे फरक पडतो. एका वेगळ्या आयुष्याच्या प्रवासासाठी निघण्यासाठी तुमचे गॅरेजचे दार खुलेच आहे – तुम्हांला एका जागी बांधून ठेवणारा भूतकाळ विसरा आणि रस्त्यावर या. फास्ट लेनमधून धावणाऱ्यांनी अशाच अनेक अडचणींमधूनच सुरुवात केली आहे.

पण एमजे, माझ्यावर क्रेडिट कार्डचे प्रचंड कर्ज आहे!
पण एमजे, मी सुपरमार्केटमध्ये माल भरण्याचे काम करतो!
पण एमजे, मला कामातून वेळच मिळत नाही!
पण एमजे, माझ्या कल्पना माझ्या पत्नीला अजिबात आवडत नाहीत!
पण एमजे, दोन मुलांचे संगोपन करण्याची जबाबदारी तुमच्यावर नाही!

या 'पण'पासून सावध राहा, कारण त्यांचे तेच काम आहे : ते तुम्हांला काहीही करू न देता खुर्चीत बसवून ठेवतात. कारणे दिल्याने कोणीही श्रीमंत होत नाही आणि आपल्याकडे प्रचंड कारणे असतात. इतरांप्रमाणे विचार करायचे थांबवा आणि कृती करण्यास

सुरुवात करा. या वर्षी अशी काही निवड करा की त्यामुळे तुमचे आयुष्य कायमस्वरूपी बदलून जाईल.

अरे वा, आपण इथे बराच काळापासून बसलो आहोत, सूर्य आता मावळतीकडे झुकला आहे आणि कॉफी शॉपमध्ये काम करणाऱ्याने दुकान बंद होत असल्याचा इशारा केला आहे. माझ्यावर विश्वास ठेवून मला वेळ दिल्याबद्दल मी तुमचा आभारी आहे.

तुमच्या स्वप्नांसाठी, जीवनासाठी आणि लक्ष्य साध्य करण्यासाठी याचा उपयोग झाला असेल, अशी मला आशा आहे. तुम्हांला यापुढेही जगभरातील ४० हजार उद्योजकांसह फास्ट लेन धोरणाबाबत सविस्तर चर्चा करायची असल्यास, TheFastlaneForum.com येथे सहभागी व्हा. प्रवेश मोफत आहे. हो, मी प्रत्येक वाचकाला 'हॅलो' म्हणतो आणि जवळपास दररोज काही ना काही म्हणणे मांडतो. तसेच, मी एक नवीन पुस्तक (Unscripted © 2017) लिहिले असून त्यामध्ये फास्ट लेनचे रूपांतर तुमच्या जीवनधोरणात कसे करावे, या बाबत अत्यंत सविस्तर आराखडा दिला आहे – केवळ व्यवसायाचीच उभारणी का करायची? तुमचे आयुष्य कधी उभे करणार?

या पुस्तकामुळे तुम्हांला प्रेरणा मिळाली असेल, त्याने बदल घडवून आणला असेल किंवा मुक्त होण्यात मदत झाली असेल तर कृपया तुमच्या मित्रांना तसे सांगा किंवा मला फोरमवर कळवा. मला खात्री आहे, *'द मिलिअनेर फास्ट लेन'मुळे* तुमची स्वप्ने जागृत झाली असतील आणि त्यांना सत्यात उतरवण्याची संधी मिळाली असेल. नेहमी लक्षात ठेवा, जर तुमची स्वप्ने जिवंत असतील, *तर तुम्ही आताच ती जगत आहात!*

तुम्हांला सर्व काही मिळावे, अशी मी अपेक्षा करतो आणि कदाचित कोणत्यातरी दिवशी, अनेक वर्षांच्या प्रयत्नांतून तुमचा जगावर प्रभाव पडेल. हा परिणाम काही वर्षांपूर्वी तुम्ही केलेल्या एका साध्याशा निवडीमुळे झाला असेल. ती निवड म्हणजे हे पुस्तक विकत घेण्याची आणि ते वाचण्याची!

तुमच्या स्वप्नांसाठी, तुमच्या आयुष्यासाठी आणि तुमच्या आनंदासाठी... अनेक शुभेच्छा. देव तुमचे भले करो!

–एम.जे. डिमार्को

परिशिष्ट अ :
वाचकांचा प्रतिसाद

एमजे, मी शाळेतील एक शिक्षक आहे... मी फास्ट लेनचा वापर कसा करू?– तुम्ही तुमच्या क्षेत्रातील प्रश्न सोडवू शकता का? समजा, जे सर्व शाळांना उपयुक्त ठरेल असे एखादे उत्पादन तुम्ही तयार केले तर? किंवा तुम्ही शिक्षकांना उपयोगी ठरेल असे पुस्तक लिहू शकता का? तुम्ही तुमची स्वत:ची खासगी शाळा सुरू करू शकता का? तुम्ही एखादा शैक्षणिक कार्यक्रम विकसित करून तो सशुल्क चालवू शकता का? व्हिडिओ शिक्षणाला तर स्वत:चा वारसाच आहे. तुम्ही असा एकदा व्हिडिओ तयार केला की तो कायमस्वरूपी टिकतो आणि तुम्हांला वेळेच्या बंधनापासून मुक्त करतो. तुम्हांला जर तुमच्या सध्याच्या मार्गावरील अडचणी ओळखता येत नसतील, तर इतर मार्गांवरील दुसऱ्या अडचणी तुम्ही ओळखू शकता का? कदाचित विद्यार्थ्यांकडून तुम्हांला अशी समस्या समजेल की जी सोडवणे आवश्यक आहे. तुम्ही त्यांच्या तक्रारी ऐकता का? त्यांचे प्रश्न, त्यांचे म्हणणे आणि त्यांच्या अडचणी? गरजा प्रत्येक ठिकाणी आहेत आणि त्या तुमच्या सध्याच्या मार्गावरूनच दिसतील, असे नाही. तुम्ही दार ठोठावले की रस्ते खुले होतात.

याशिवाय, तुम्ही शिक्षक असल्याने तुमच्याकडे प्रचंड प्रमाणात वेळ आहे, जो सहसा इतरांकडे नसतो. उन्हाळी सुटीच्या काळात फास्ट लेन व्यवसाय सुरू करण्याची चांगली संधी आहे.

एमजे, माझ्या शेजाऱ्यांचा १९ वर्षांपासून व्यवसाय आहे. ते घरी फारसे नसतातच आणि त्यांना कशासाठीच वेळ नसतो. ते नक्कीच श्रीमंत नाहीत. स्वत:चा व्यवसाय असल्याने श्रीमंत होण्याची खात्री देता येत नाही!

मला मान्य आहे. तुमच्या शेजाऱ्यांची अडचण म्हणजे त्यांचा व्यवसाय वेळेच्या आज्ञेचा भंग करतो. तुमचा व्यवसाय पैशांचे झाड निर्माण करून तुम्हांला मोकळा वेळ मिळवून देत नसेल तर तो फक्त कर्जाचे हप्ते फेडण्यापुरताच आहे.

एमजे, माझ्यावर २२ हजार डॉलर्सचे कर्ज आणि महिन्याचा खर्च भागवताना मला नाकी नऊ येतात. मी कुठून सुरुवात करू?

तुम्ही कर्जबाजारी कसे झालात, ते कर्ज २२ हजार डॉलर्सपर्यंत कसे वाढले? याचा शोध घ्या. तुमचे कर्ज ही अचानक झालेली घटना नसून अनेक वर्षांपासून साचत गेलेली ती

प्रक्रिया आहे. तुम्ही एक दिवस सकाळी उठला आणि लक्षात आले की, आपल्यावर २२ हजार डॉलर्सचे कर्ज आहे, असे झालेले नाही! तुम्ही केलेल्या अनेक निवडींमधून ते तयार झाले आहे – रोख रक्कम देण्याऐवजी क्रेडिट कार्डने पैसे देण्याच्या केलेल्या निवडी... तुम्ही महागडे कपडे खरेदी करण्याचा घेतलेला निर्णय... तुम्हांला आलिशान कार हवी होती. तुम्ही शेजाऱ्यांशी स्पर्धा केली. हा सर्व खर्च तुम्ही क्रेडिट कार्डमधून केला. किंवा तुम्ही कदाचित तुम्हांला न परवडणाऱ्या घरात राहत आहात.

कर्जातून सुटका हवी असेल तर इव्हेंटपेक्षा प्रक्रियेला अधिक महत्त्व देण्याची आवश्यकता आहे. कच्च्या रस्त्यापासून दूर राहा आणि कर्ज वाढणार नाही अशा पर्यायांचा स्वीकार करा किंवा त्याहून चांगले म्हणजे, नकारच द्या. प्रत्येक बाबीसाठी रोख खर्च करा. तुम्ही जर रोख रक्कम देऊ शकत नसाल, तर तुम्हांला ते परवडत नाही, असे समजा.

दुसरे म्हणजे, तुमच्या उत्पन्नावर लक्ष केंद्रित करा. त्याच्या मागे लागा. तुम्हांला अधिक पैसे कमावण्याची आवश्यकता आहे. जर तुमच्याकडे महिन्याला १५ हजार डॉलर्स नफा मिळवून देणारा व्यवसाय असता, तर तुम्हांला या कर्जाचे ओझे वाटले असते का? अजिबात नाही. अनेक दशके ताटकळत बसण्यापेक्षा तुम्ही ते काही आठवड्यांतच फेडले असते. *उत्पन्न हेच उत्तर आहे.* कर्जवाढ रोखण्यासाठी खर्चाला तात्पुरता आळा घाला. पूरक व्यवसाय करण्यास सुरुवात करा, ई बेवर विक्री करा, नोकरी करा, तुम्ही तयार केलेल्या वस्तू ऑनलाइन विका. योग्य टप्प्यावर, तुमचे उत्पन्न वाढवणारा आणि तुम्हांला फास्ट लेन संपत्तीच्या सूत्रावर नेणारा गरजेवर आधारित व्यवसाय सुरू करा. होय, कदाचित जी कामे करायला लोकांचा विरोध असेल असे काम तुम्हांला करावे लागेल. इतर लोक जे करत नाहीत, ते तुम्ही करा. तुम्हांला एखादी गोष्ट जिवापाड हवी असते किंवा नको असते.

एमजे, माझी पत्नी आणि मी वेगवेगळ्या रस्त्यांवरून वाटचाल करत आहोत. ती कट्टर स्लो लेनवादी आहे. प्रत्येक दमडी वाचवून ती निष्फळ आयुष्य जगत आहे. मी मात्र एकामागून एक व्यवसाय करणारा असून मला आयुष्याकडून आणखी काही हवे आहे. मी एकामागून एक व्यवसाय करत असलो तरी संबंध बिघडण्यापलीकडे त्यातून फारसे काही मिळत नाही.

तुमच्या पत्नीने हे पुस्तक वाचले आहे का? वाचले असेल आणि तरीही तिला ते मान्य नसेल तर तुम्हांला भविष्यासाठी काही कठोर निर्णय घ्यावे लागतील. तुमची सहचारी ही तुमची आयुष्यभराची भागीदार आहे आणि जर तुमचे रस्ते समांतर जात नसतील, तर पुढील प्रवास अवघड होऊ शकतो. आपल्या निवडी आणि त्यातील सामर्थ्याप्रमाणेच, संबंधांमध्येही दिशा देण्याची ताकद असते. आज तुमचा रस्ता तुमच्या जोडीदारापासून एका अंशाने दूर जात असेल, तर आणखी काही वर्षांनी तो ९० अंशांनी दूर जाईल, यात शंका नाही. व्यक्तिश: मला 'बऱ्यापैकी' संबंधांमध्ये अजिबात रस नाही. पण, दोघांनाही त्यांच्या उत्तमतेसाठी सामर्थ्यवान करणाऱ्या संबंधांवर माझा विश्वास आहे. तुमच्या संबंधांमधील ताकद मी सांगू शकत नाही, ती फक्त तुम्हीच ओळखू शकता. तुम्ही आणि तुमची पत्नी काही समान मुद्द्यांवर एकत्र येऊन वाद दूर करू शकता का? वेळेचे मूल्य? उत्पन्नातून मोकळा वेळ निर्माण करणे? अनावश्यक कर्जाचे दुष्परिणाम? कदाचित हे समान मुद्दे तुम्हांला एकाच ध्येयाच्या दिशेने एकत्र आणण्याइतपत सामर्थ्यशाली असतील.

आणि अखेरीस, एकामागून एक उद्योग करणे हीदेखील एक समस्या असू शकेल. दहा दगडांवर पाय ठेवू पाहणारे तुम्ही बहुनिष्ठ संधिसाधू आहात का? तुमचा व्यवसाय हा तुमचा जोडीदार असतो. त्यांना फसवायचे थांबवा आणि एकाच व्यवसायावर सर्व लक्ष केंद्रित करा. तुम्ही जे पेराल, ते उगवेल. अनेक पदांना तुमचा वेळ वाटून दिल्याने उत्पन्न आणि मालमत्ता मूल्य कमी होते.

एमजे, रिअल इस्टेटबद्दल काहीतरी सांगा. तुम्ही त्याचा फारसा उल्लेख केलेला नाही. हा व्यवसाय फास्ट लेन आहे का?

रिअल इस्टेट 'फास्ट लेन' होण्यासाठी प्रचंड प्रयत्न आणि पाचही आज्ञांमध्ये फेरफार करण्याची गरज असते. उदाहरणार्थ, बाजारात गरज आहे म्हणून, की त्यातले काहीतरी समजते म्हणून तुम्ही रिअल इस्टेट गुंतवणूकदार झाला आहात? यशस्वी रिअल इस्टेट गुंतवणूकदार हा घर पूर्णपणे पाडून टाकतो, कारण त्याची पुनर्बांधणी आवश्यक असल्याचे त्याला समजते. खरा रिअल इस्टेट गुंतवणूकदार अपार्टमेंट बांधतो. कारण त्या परिसरात त्याची गरज असते.

याशिवाय, रिअल इस्टेटमध्ये भव्यता असली तरी विस्तार करण्यावर मर्यादा असतात. म्हणजेच वारंवार यश किंवा पुनरावृत्ती करण्याची आवश्यकता असते. एक छोटी मालमत्ता विकून तुम्ही श्रीमंत होऊ शकत नाहीत, पण अनेक वर्षांतून प्राप्त केलेल्या अशा २०० मालमत्ता विकल्याने कदाचित श्रीमंती येऊ शकते. थोड्या वर्षांमध्ये अशा भरपूर मालमत्ता निर्माण होत नाहीत, त्यासाठी अनेक वर्षं जाऊ द्यावी लागतात. मी २२ वर्षांचा कोट्यधीश असलेला रिअल इस्टेट गुंतवणूकदार कधीही पाहिला नाही. कारण, हा कमी वेगाने जाणारा फास्ट लेन मार्ग असून तुम्ही स्वत: निर्माण केलेल्या व्यवसायात जितक्या वेगाने मालमत्ता मूल्य वाढते, तितक्या वेगाने येथे वाढत नाही. मालमत्ता मूल्याला भव्यतेच्या मर्यादा असतात. म्हणूनच, अतिश्रीमंत रिअल इस्टेट गुंतवणूकदार हे मुरलेले असतातच, शिवाय ते अधिक मूल्याच्या मालमत्तेवरच लक्ष केंद्रित करतात. रिअल इस्टेट व्यवसायात तुम्हांला अलिप्त करण्याची ताकद असते, ज्यामुळे वेळ वाचतो.

एमजे, ॲफिलेट मार्केटिंग 'फास्ट लेन' आहे का? यातून प्रचंड पैसा मिळवणारे काही लोक मला माहिती आहेत.

ॲफिलेट मार्केटिंगमध्ये (एएम) प्रवेशाच्या आणि नियंत्रणाच्या आज्ञेचा भंग होतो आणि तुम्ही जर या निर्बंधांना झुगारून देऊ शकत असाल तर हा मार्ग फास्ट लेन होऊ शकतो. दुर्दैवाने कठोर व्याख्या केली तर 'एएम' हा फास्ट लेन मार्ग नाही. पण, उत्पन्न मिळवण्यासाठीचे ते एक चांगले धोरण आहे आणि त्यातून डिजिटल मार्केटिंगचे शिक्षण मिळते. व्यवसाय सुरू करण्यासाठी हा पर्याय चांगला आहे. काही वेळा तुम्ही काही तरी सुरुवात करण्याची आवश्यकता असते, मग ते काहीही असो!

लक्षात ठेवा, 'फास्ट लेन' तुमच्या डोक्यात सुरू होते.

मार्केटिंगमध्ये प्रचंड पैसे कमावणाऱ्यांबाबत बोलायचे, तर असे लोक निश्चितच आहेत. तसे तर मग लॉटरी जिंकणारेही आहेत. करिअर नेटवर्किंग करणारेही आहेत आणि

ते कोट्यधीश आहेत. माझा दृष्टिकोन हा टोकाचा नसून *शक्यतांबाबत* आहे. ज्या वेळी तुम्ही नियंत्रणाच्या आज्ञेचा भंग करता, तुम्ही नियंत्रणावर पाणी सोडता. ज्या वेळी तुम्ही प्रवेशाच्या आज्ञेचा भंग करता, तुम्ही अपवादच असायला हवे.

ॲफिलेट मार्केटिंग करून ३० हजार डॉलर्स महिन्याला कमावणाऱ्या प्रत्येक व्यक्तीच्या, शंभर डॉलर्सपेक्षाही कमी पैसे मिळवणारे ३ लाख जण असतात. दर महिन्याला ५० हजार डॉलर्स कमावणाऱ्या प्रत्येक नेटवर्क मार्केटिंग करणाऱ्यामागे, शंभर डॉलर्सपेक्षा कमी उत्पन्न मिळवणारे ५ लाख जण असतात. दहा लाख डॉलर्सची लॉटरी जिंकणाऱ्या प्रत्येक व्यक्तीमागे ती जिंकू न शकणारे दहा लाख जण असतात. शक्यता!

तुम्हांला असे वाटत असेल की तुम्ही सर्व शक्यता दुर्लक्षित करू शकता आणि अपवाद ठरू शकता... जा, करून पाहा. मी तुमचे अभिनंदन करतो!

कोट्यवधींचे मूल्य असणारे अनेक अपवादात्मक ॲफिलेट मार्केटिअर व्यक्तींचा विचार करतो. ते जर या क्षेत्रात यशस्वी होत असतील, तर ते फास्ट लेनमध्येही जबरदस्त कामगिरी करतील, याबद्दल माझ्या मनात शंकाच नाही. फास्ट लेन नसलेल्या क्षेत्रात खराब अनुभव येणे म्हणजे ते क्षेत्र कुचकामी आहे आणि टाळावे, असे म्हणण्याचे काही कारण नाही. मी तुम्हांला गणित आणि शक्यतांबद्दल सांगतो – त्यामुळंच माझी रोजीरोटी दुसऱ्यांवर अवलंबून नाही. तुमचा व्यवसाय वाढवण्यासाठी ॲफिलेट मार्केटिंग ही शक्तिशाली यंत्रणा आहे; म्हणूनच मी लोकांना आवडणारे ॲफिलेट कार्यक्रम आयोजित करण्याचा सल्ला देतो, त्यात *सहभागी होण्यास* सांगत नाही.

एमजे, मी कॉलेज सोडून देऊ का?

तुमच्या आयुष्याचे निर्णय मी घेऊ शकत नाही, विशेषत: ज्या वेळी मला तुमच्याबद्दल, तुमच्या संस्कृतीबद्दल, तुमच्या पार्श्वभूमीबद्दल काहीच माहीत नसते. माझ्यासाठी असा निर्णय घेणे हे सर्व त्या निर्णयाचे मूल्य, तुमचा समजूतदारपणे, तुमची ध्येये आणि त्यातून होणारा फायदा यावर अवलंबून असते. जर तुम्हांला डॉक्टर, इंजिनिअर, नर्स व्हायचे असेल तर तुम्हांला शिक्षण घेणे आवश्यक आहे. इंजिनिअरिंग ज्ञानाची आवश्यकता असलेले एखादे उत्पादन तुम्हांला विकसित करायचे असेल, तर तुम्हांला कॉलेजला जाण्याची आवश्यकता आहे. तुम्ही कोणत्या प्रकारचे शिक्षण घेत आहात, याकडे फक्त लक्ष ठेवा. तसेच, हेही लक्षात ठेवा की संपत्ती मिळवण्यासाठी पदवीची अट नाही. प्रत्येक शिक्षणमार्गाचा वेग हा त्याचा उद्देश आणि मूल्य यांवरून ठरतो. मी कॉलेज पूर्ण केले आणि मला त्याचे अजिबात वाईट वाटत नाही, अर्थात आज मी त्यासाठी ५० हजार डॉलर्स दिले नसते.

एमजे, माझा अपलाइन स्पॉन्सरर म्हणतो की तू स्वप्नाळू आहेस आणि नेटवर्क मार्केटिंगबाबतचा तुझा दृष्टिकोन चुकीचा आहे.

अरे वा! मग त्याच्याकडून सल्ला घेणे चालू ठेवा. पाच वर्षांत काय होते, ते मला समजू दे.

पत्नी आणि दोन मुलांच्या संगोपनाची माझ्यावर जबाबदारी आहे आणि नोकरी सोडणे मला परवडणारे नाही. फास्ट लेनसाठी मी वेळ कोठून काढू?

वेळ हा मुद्दा नाही, तर तीव्र इच्छा आणि महत्त्वाकांक्षा यांना महत्त्व आहे. तीव्र इच्छा नसेल तर तुमच्या महत्त्वाकांक्षेचे रूपांतर आवडीमध्ये होते, कटिबद्धतेत नाही. कटिबद्ध असलेले फास्ट लेनर्स हे संपत्ती निर्माण करतात, तर आवड असणारे फास्ट लेनर्स कारणे निर्माण करतात. तुम्ही जंजाळात अडकला आहात कारण तुमच्यावर जबाबदारी आहे. याचमुळं स्लो लेन विचारसरणीचा विजय होतो आणि ती विचारसरणी तुम्हांला अडकवून ठेवते. त्यातून मुक्त होण्यासाठी, तुम्ही स्वत: आणि तुमच्या कुटुंबासाठीच्या अशक्यप्राय इच्छांमधून बाहेर पडा आणि समर्पित व्हा. तीव्र इच्छा तुम्हांला वेळ मिळवून देईल, मग तो पहाटेचा वेळ असो किंवा रात्रीचा किंवा आठवड्याच्या शेवटी. लक्षात ठेवा, अमेरिकन माणूस सरासरी ९ वर्षं टीव्ही पाहतो. इथेच सुरुवात करा.

एमजे, मला तुमची कीव वाटते. लॅम्बोगिनी आणि अलिशान गाड्यांमुळं लोक आनंदी होत नाहीत.

बरोबर, मान्य आहे. गाड्या आणि महागडी खेळणी तुम्हांला खूश करू शकत नाहीत. मी ज्या वेळी माझी पहिली लॅम्बो घेतली तेव्हा मी आधीच खूश होतो आणि ती गाडी म्हणजे माझे बक्षीस होते (fastlane Supercharger). यशाच्या प्रक्रियेतून आनंद निर्माण होतो, खरेदी म्हणजे केवळ कौतुक आणि एक इव्हेंट असतो. यश हे केकसारखे आहे, तर फ्रोस्टिंग हे बक्षीस आहे. तुमच्या निश्चित ध्येयाच्या दिशेने वारंवार कृती केल्याने तुम्ही आनंदी होता, कारमुळं नाही! आणि जेव्हा मनासारखे घडते तेव्हा तुम्हांला कदाचित धक्का बसेल की, आलिशान गाडी खरेदी करणे ही तुमची महत्त्वाकांक्षा उरलेली नसते.

तसेच, शास्त्रीय संशोधनातून एक बाब सिद्ध झाली आहे की, व्यक्तीच्या आनंदात स्वातंत्र्याचा वाटा ५० टक्के असतो. मी मुक्त आहे आणि स्पोर्ट्स कार हे त्या मुक्ततेचे प्रतीक आहे. तुम्हीसुद्धा मुक्त आहात की फक्त द्वेष करणारे?

मी एकल माता आहे आणि दंत आरोग्य तज्ज्ञ आहे. मी फास्ट लेनचा वापर कसा करू?

हं...! पुन्हा एकदा सांगतो, फास्ट लेनचा मार्ग तुमच्या डोक्यात सुरू होतो. त्यानंतर त्यात वाढ होते. तुम्ही फरशी साफ करू शकता आणि 'फास्ट लेनर्स' होऊ शकता. व्यवसायात फास्ट लेनवर जाण्यासासाठी 'सी ई एन टी एस' (कंट्रोल, एन्ट्री, नीड, टाइम आणि स्केल) या आज्ञांचे पालन आवश्यक आहे. मोठ्या प्रमाणावर गरज भागवणारा व्यवसाय तुम्ही सुरू करू शकता का? तुमच्या सध्याच्या मार्गावर (दंत चिकित्सा), अशी काही दातांसंबंधी गरज आहे का, ज्यामुळे अनेकांचे दुःख दूर होऊ शकते? तुम्हांला तुमच्या क्षेत्रात जर कोणती संधी किंवा उत्तर सापडत नसेल, तर तुम्ही तुमचे मन अधिक खुले करण्याची आवश्यकता आहे. लक्षात ठेवा, तुम्ही फक्त दंत आरोग्य तज्ज्ञ नाही आहात, तुम्ही एक माता, महिला आणि कन्या आहात. या लोकांसाठी शेकडो रस्ते खुले आहेत. तुम्हांला काय करण्याची तीव्र इच्छा आहे? राजकारण? निसर्गप्रेम? माळीकाम? येथे काही अपूर्ण गरजा आहेत का? तुम्ही जर नवा मार्ग शोधू शकत नसाल तर ज्या प्रश्नाला उत्तराची गरज आहे, त्यालाच तुमचा मार्ग खुला करू द्या.

व्यवसाय सुरू करणे धोकादायक आहे. धोका कमी करण्याचा काही मार्ग आहे का?

होय, योग्य कारणासाठी व्यवसायात पडा आणि योग्य कारण म्हणजे बाजारातील कमतरता दूर करणे किंवा इतरांपेक्षा अधिक चांगली कामगिरी करणे. ज्या वेळी उद्योजक चुकीच्या, स्वार्थी हेतूंच्या आधारावर व्यवसाय सुरू करतात, त्या वेळी त्या व्यवसायात धोका निर्माण होतो. लक्षात ठेवा, अनोळखी व्यक्तींना तुमच्या स्वप्नांशी काही देणेघेणे नसते आणि आपण जन्मजात स्वार्थी असतो.

ज्या वेळी तुम्ही गरज, ब्रँड किंवा उद्देशाशिवाय एखाद्या व्यवसायात उडी मारता, त्या वेळी धोका वाढतो. *गरजेपेक्षा आवडते ते करायचे म्हणून व्यवसाय सुरू केल्यास त्यात धोका वाढतो.* तुम्ही ज्या वेळी तुमच्या मोठ्या व्यवसायाचे नियंत्रण दुसऱ्या व्यक्तीच्या हातात देता, त्या वेळी धोका वाढतो. होय, व्यवसाय करणे म्हणजे धोका आहे. कारण, उद्योजक व्यवसायाचा मूळ उद्देशच विसरून जातात. तो म्हणजे अडचणी सोडवणे, मूल्यवाढ करणे आणि इतरांना मदत करणे. नफा त्यामागोमाग येतो, आधी नाही.

एमजे, हे तर स्पष्ट आहे की नियंत्रणासाठी तुम्ही प्रचंड आग्रही आहात. फास्ट लेनचे भवितव्य हे स्वत: काम न करता व्याजातून पैसे मिळण्यावर अवलंबून असल्याने, ज्या व्याजदरांवर तुमचे काहीच नियंत्रण नाही, त्या बाबत काय करणार? जर व्याजदर शून्य झाले तर तो मार्ग फास्ट लेन उरतच नाही ना?

बरोबर, ज्या वेळी माझ्या आर्थिक नियोजनाचा मुद्दा असतो, मी नियंत्रणाबाबत प्रचंड आग्रही असतो आणि तसे तुम्हीही असायला हवे. तुमच्याकडे जर नियंत्रण नसेल, तर तुम्ही तुमच्या सुविधेसाठी आणि सुरक्षेसाठी कोणावरतरी अवलंबून असता. दुसरी गोष्ट, होय, मी व्याजदरांवर नियंत्रण ठेवू शकत नाही. तरीही, तुमचा संपत्तीचा आकडा (प्रकरण ३७) इतका मोठा हवा की व्याजदरात कितीही बदल झाला तरी फरक पडायला नको. अत्यंत कमी व्याजदर असतील तरीही मी ५ टक्के परताव्यावर सुरक्षित असेन. कारण मी वैश्विक विचार करतो, स्थानिक नाही. तसेच, उत्पन्न हे व्याजावर अवलंबून नाही, ते व्यावसायिक लाभांश आणि भागीदारीतील उत्पन्नावरही अवलंबून असते. जर तुमची अखेरची संख्या ही वार्षिक १० टक्के व्याजदरावर आधारित असेल, तर तुम्ही स्वत:ला मूर्ख बनवत आहात आणि त्याचा तुम्हांला फटका बसेल. तुमची संख्या इतकी मोठी निश्चित करा की व्याजदरांचा प्रश्नच येणार नाही.

एमजे, एक चांगला मार्गदर्शक संपत्तीकडे नेणारा शोफर होऊ शकत नाही का?

मार्गदर्शक हा उत्तम सोर्स असतो, जर त्यांच्याकडे तुम्ही मार्गदर्शन मागितले तर, ते तुम्हांला बोट धरून नेतील, अशी अपेक्षा करू नका. मी अशा काही लोकांना मार्गदर्शन केले आहे, ज्यांना कष्ट करण्याची किंवा त्याग करण्याची मनापासून इच्छा नव्हती. त्यांच्यासाठी कोणी इतरांनी धोका पत्करावा आणि मार्गात हात धरावा, असे त्यांना वाटत असते. मार्गदर्शकांवर तुम्ही कामाचा भार टाकू शकत नाही, ते केवळ मार्गदर्शन करण्यासाठी असतात, तुमचा प्रवास तुम्हांलाच करायचा असतो. चांगले मार्गदर्शक हे तुम्हांला वेग देणारे टेलविंड्स असतात!

एमजे, एका बाजूला 'भौतिक सुखाच्या उधळपट्टी'ला विरोध करायचा आणि तरीही फास्ट लेन समजून सांगताना लॅम्बोगिनी, मोठे घर अशा भौतिक गोष्टींचीच उदाहरणे द्यायची, यातून तुमचा दुटप्पीपणा दिसून येत नाही का?

नाही, कारण फास्ट लेन म्हणजे वस्तूची खरेदी नाही. फास्ट लेन म्हणजे स्वातंत्र्य मिळवणे आणि तुम्हांला ज्या वेळी जे हवे ते मिळवण्याचे स्वातंत्र्य आहे. भौतिक सुखामध्ये अडकून पडणे ही एक बाब झाली आणि तुम्हांला परवडते ते खरेदी करणे ही दुसरी बाब झाली. तुम्ही जर एका गाडीसाठी तीन लाख डॉलर्स खर्च करू शकत असाल आणि त्यामुळं तुम्हांला आर्थिक खड्डा पडत नसेल, तर घ्या. माझ्या उत्तराकडे स्वातंत्र्याच्या भूमिकेतून पाहा.

एमजे, मी तुमचे का ऐकू? तुम्ही लकी आहात...

वास्तव : परिणाम जितका मोठा असेल, तितक्याच प्रमाणात 'नशिबा'चा अंदाज येतो किंवा ते जाणवते. नशीब किंवा लक हे फक्त शक्यतेचे एक निदर्शक आहे आणि शक्यताच बदलून टाकण्यासाठी मी प्रयत्न करत असतो. काही लोक शक्यता बदलून टाकण्यासाठी प्रयत्न करत नाहीत आणि त्यांच्या संपत्ती मिळवण्याच्या संधी छापा-काट्यावर ठरतात. मला छापा हवा असेल तर तो तसाच पडावा, यासाठी मी प्रयत्न करतो. दोन्ही परिस्थिती या शक्यतांचाच परिपाक आहेत.

एमजे, मला कोणतीही कल्पना सुचत नाही. मी ज्या ज्या वेळी समस्या किंवा गरज शोधण्याचा प्रयत्न करतो, ते सोडवण्याचा दुसरा कोणीतरी आधीपासूनच प्रयत्न करत असल्याचे माझ्या लक्षात येते. एकमेवाद्वितीय कल्पना शोधून काढणे अशक्य आहे.

तुम्ही फार विचित्र भावनेतून या गोष्टीचा विचार करत आहात. जग जोपर्यंत अपूर्ण आहे, तोपर्यंत कल्पना असणारच. व्यवसायात यश मिळवण्यासाठी, तुम्ही फक्त काही मोलाच्या गोष्टींचे मूल्य वाढवणे गरजेचे असते. जसे; चांगला माल पुरवणे, योग्य पुरवठा करणे, चांगली ग्राहक सेवा देणे, चांगले पॅकेजिंग करणे, इंटरफेसचा चांगला वापर करणे, चांगली वेबसाइट तयार करणे, चांगली कार्यपद्धती अवलंबणे, अनेक गोष्टी चांगल्या करणे. यातील दोन किंवा तीन गोष्टी करा आणि तुम्ही व्यवसायात पुढे जाल. या प्रक्रियेबद्दल मी माझ्या, 'अनस्क्रिप्टेड' या नव्या पुस्तकात सविस्तर चर्चा केली आहे.

एमजे, तुम्ही पुस्तके विकून श्रीमंत होणार असल्याने तुम्ही दांभिक आहात.

लेखन हा माझ्या प्रचंड आवडीचा भाग आहे आणि पैशांचा विचार न करताही मी ते काम करू शकतो. माझे बहुतेक मालमत्ता मूल्य (९० टक्क्यांहून अधिक) हे व्यवहारांमधून येते, लेखनातून नाही. तरीही, मी लाखो पुस्तके विकून 'श्रीमंत' होत असेन, तर ते माझ्या फास्ट लेन कामातील आडाख्यांमुळं आहे. त्या सूत्रामुळं मी श्रीमंत बनलो आहे आणि अधिक होत आहे. मी हेच तर तुम्हांला इथे सांगितले ना!

एमजे, मी गोंधळात पडलो आहे आणि त्यातून सुटण्याची चिन्हे दिसत नाहीत. मी दिवसा माल भरतो आणि रात्री भांडी घासतो. यातून बाहेर पडण्याचा मार्ग दिसत नाही.

तुमच्या दृष्टिकोनातूनच बदलला सुरुवात होते, कारण तुम्ही तुमच्या भविष्यासाठीच्या निवडी ठरवता. तुम्हांला जर बाहेर पडायचे असेल, तर यातून तुम्ही बाहेर पडाल असा विश्वास बाळगण्याची आवश्यकता आहे. एका साध्या निवडीतून यशाकडे जाण्याच्या तुमच्या प्रक्रियेला सुरुवात होऊ शकते. योग्य निवड करा आणि तुमची पहिली निवड म्हणजे आधी केलेल्या निवडींचे मूल्यमापन करणे, अशी हवी.

तुम्ही आता जिथे आहात, तिथे का आहात?

तुमच्या आयुष्यात असे काय घडले की त्यामुळं तुम्हांला भांडी घासायचे काम करावे लागत आहे?

दुसरी गोष्ट, तुमच्यातील क्षमतांच्या मर्यादेत तुम्ही इतरांना कशा प्रकारे मदत करू शकता, हे तुम्हांला सिद्ध करून दाखवावे लागेल.

तुमच्याकडे क्षमतांची कमतरता असेल, तर तुम्हांला ती मिळवावी लागेल. पुरेसा अभ्यास आणि अंमलबजावणी यामुळे तुम्ही कशातही तरबेज होऊ शकता. हे सत्य आहे. दुर्दैवाने या समर्पण भावनेसाठी मूल्य द्यावे लागते आणि ते मूल्य – टीव्ही बंद करणे, चांगल्या भविष्याला टाळून तात्पुरत्या आनंदाकडे झुकायचे सोडून देणे, अशा स्वरूपात असू शकते.

तुम्ही शौचालय साफ करत असला तरी मला चिंता नाही, तुम्ही जर अनेकांची गरज पूर्ण करत असाल, तर तुम्ही एका व्यक्तीची गरज नक्कीच पूर्ण करता.

आणि ती एक व्यक्ती? ती व्यक्ती म्हणजे तुम्ही स्वत:!

परिशिष्ट ब :
फास्ट लेन जीवनशैलीसाठी ४० मार्गदर्शक सूचना

मी...

१. 'झटकन श्रीमंत व्हा' चुकीचे आहे, असे म्हणणार नाही.

२. माझ्या स्वप्नांवर स्लो लेनचे वर्चस्व गाजवू देणार नाही.

३. स्लो लेन समर्थकांच्या चिथावणीचा परिणाम मला माहीत असलेल्या सत्यावर होऊ देणार नाही.

४. स्लो लेन ही *योजना* म्हणून मान्य करणार नाही, पण माझ्या *योजनेचा एक भाग* करू शकेन.

५. वीकेन्डसाठी माझा आत्मा विकणार नाही.

६. संपत्तीकडे कोणीतरी घेऊन जाईल, अशी आशा करणार नाही, मागणी करणार नाही.

७. पैशांशी माझ्या वेळेची तुलना करणार नाही.

८. माझ्या आर्थिक नियोजनावर वेळेचे वर्चस्व येऊ देणार नाही.

९. माझ्या आर्थिक नियोजनावर इतरांचे नियंत्रण येऊ देणार नाही.

१०. वेळ भरपूर आणि हवा तेव्हा आहे, असे मानणार नाही.

११. इव्हेंटवर विश्वास ठेवणार नाही, प्रक्रियेवर ठेवेन.

१२. दुसऱ्यांना एक रोडमॅप सांगून स्वत: मात्र दुसऱ्याच मार्गाने श्रीमंत होणाऱ्या गुरूंवर विश्वास ठेवणार नाही.

१३. व्याजाचा उपयोग संपत्ती निर्माण करण्यासाठी नाही, तर उत्पन्न म्हणून करेन.

१४. अप्रत्यक्ष कामातून मिळणाऱ्या पैशांचा अनादर करणार नाही.

१५. पदवीनंतर शिक्षण सोडून देणार नाही, तर सुरू करेन.

१६. स्वत:च्या जीवनावर अनावश्यक कर्जाचा भार लादणार नाही.

१७. टीम कन्झ्युमर बनणार नाही, त्याऐवजी टीम प्रोड्युसर बनेन.

१८. माझ्या स्वप्नांना भंग होऊ देणार नाही.

१९. पैशांच्या मागे लागणार नाही, गरजेच्या मागे जाईन.

२०. माझ्या प्रेरणेला प्रेमाचे खतपाणी घालणार नाही, त्याऐवजी महत्त्वाकांक्षा, उद्देश आणि 'का' यांचे खतपाणी घालेन.

२१. माझ्या खर्चावर नाही, उत्पन्नाकडे अधिक लक्ष देईन.

२२. मला सर्वांत शेवटी नाही तर सर्वांत आधी पैसे देईन.

२३. प्रत्येक जण जे करतात, ते करणार नाही.

२४. प्रत्येकावर विश्वास ठेवणार नाही, पण त्यांना विश्वास सिद्ध करण्याची संधी देईन.

२५. माझ्या व्यवसायाचे नियंत्रण सोडणार नाही.

२६. लिफ्ट मागणार नाही, गाडी चालवेन.

२७. प्रमाणाच्या चौकटीत आणि मर्यादित जागेत काम करणार नाही.

२८. माझ्या निवडीच्या सामर्थ्याला कमी समजणार नाही.

२९. डबक्यातल्या गप्पी माशासारखा राहणार नाही, समुद्रातील शार्क माशासारखा संचार करेन.

३०. प्रथम वापर करणार नाही, प्रथम निर्माण करेन आणि नंतर वापर करेन.

३१. अडथळा मुक्त किंवा सहज प्रवेश असणाऱ्या व्यवसायाच्या मागे जाणार नाही.

३२. दुसऱ्या व्यक्तींच्या ब्रँडमध्ये गुंतवणूक करणार नाही, स्वत:च्या ब्रँडमध्ये करेन.

३३. कल्पनेवर विसंबून राहणार नाही, अंमलबजावणीवर विसंबेन.

३४. दुसऱ्यांसाठी माझ्या ग्राहकांकडे दुर्लक्ष करणार नाही.

३५. व्यवसाय निर्माण करणार नाही, ब्रँड निर्माण करेन.

३६. मार्केटिंग संदेश देताना वैशिष्ट्यांवर लक्ष्य केंद्रित करणार नाही, फायद्यांवर करेन.

३७. बहुनिष्ठ संधिसाधू बनणार नाही : एकाग्रता!

३८. चेकर्सप्रमाणे माझा व्यवसाय चालवणार नाही, बुद्धीबळाप्रमाणे चालवेन.

३९. माझ्याकडील साधनांपेक्षा अधिक आलिशान जगणार नाही, पण माझ्याकडील साधनांचा विस्तार करण्याचा प्रयत्न करेन.

४०. अर्थसाक्षरतेचे पाठबळ मिळवल्याशिवाय राहणार नाही.